AF889358

मनात घोळत राहणाऱ्या, चटका लावून जाणाऱ्या जुन्या मुंबईच्या आठवणींची समजूतदार सहृदयतेने लिहिलेली कथा. लेखिकेनी पहिलीच कादंबरी इतक्या आत्मविश्वासाने लिहिलेली आहे की, ती वाचकाला खिळवून ठेवते.

– शशी थरूर

पारंपरिक कादंबरी लेखनातली उत्तम दर्जाची कलाकृती. अस्वस्थ, अशांत दशकाच्या पार्श्वभूमीवर रेखाटलेली प्रभावी कथा. या कथेत असणाऱ्या अनेक व्यक्ती वाचकांना त्यांच्या नशिबात असणाऱ्या आयुष्यांमध्ये घडणाऱ्या घटनांच्या चित्रणातील वास्तवदर्शी कणखर व्यक्तिमत्त्वांनी गुंतवून ठेवतात. माणसांच्या उत्कट भावना आणि मानसिक दुःखं यांबद्दल विरळाच आढळणारा, अव्यक्त भावना आणि परिस्थिती समजण्याचा गुण लेखनशैलीत दिसतो. कथाकथनाच्या कलेवर असणारी ही पकड, या पहिल्याच कादंबरीत खरोखर चकित करून छाप पाडणारी आहे.

– गिरीश कर्नाड

आपल्या
स्नेहीजनांना
पुस्तके
भेट द्या

डेज् ऑफ गोल्ड ॲन्ड सीपिया

यास्मिन प्रेमजी

अनुवाद
अंजनी नरवणे

मेहता पब्लिशिंग हाऊस

✆ +91 020-24476924 / 24460313 / Mob. No. 9545000513

Email : production@mehtapublishinghouse.com

Website : www.mehtapublishinghouse.com

- *या पुस्तकातील लेखकाची मते, घटना, वर्णने ही त्या लेखकाची असून त्याच्याशी प्रकाशक सहमत असतीलच असे नाही.*

DAYS OF GOLD & SEPIA by **YASMEEN PREMJI**

Published in Arrangement with HarperCollins Publishers India Limited

Translated into Marathi Language by Anjani Narvane

डेज् ऑफ गोल्ड ॲन्ड सीपिया / अनुवादित कादंबरी

अनुवाद : अंजनी नरवणे

Email : author@mehtapublishinghouse.com

मराठी अनुवादाचे व प्रकाशनाचे हक्क : मेहता पब्लिशिंग हाऊस, पुणे.

प्रकाशक : सुनील अनिल मेहता, मेहता पब्लिशिंग हाऊस,
१९४१, सदाशिव पेठ, माडीवाले कॉलनी, पुणे - ४११०३०.

मुद्रक : ट्रिनिटी ॲकॅडमी फॉर कॉर्पोरेट ट्रेनिंग लिमिटेड

मुखपृष्ठ : चंद्रमोहन कुलकर्णी

प्रथमावृत्ती : १२ नोव्हेंबर, २०१५

किंमत : ₹ ३९५

P Book ISBN 9788184989236

माझी आई शाह चिनॉय आणि माझ्या सासूबाई डॉक्टर गुलबानू प्रेमजी, यांच्या स्मृतीस –

त्यांनी सांगितलेल्या गोष्टींबद्दल आणि माझ्यासाठी माझ्या जन्मापूर्वीचा काळ जिवंत करण्याबद्दल

आणि

न्हिया आणि रोहन यांना, या आशेने की, कधीतरी ती दोघे हे पुस्तक वाचतील आणि त्या जुन्या दिवसांबद्दल विचार करतील.

अनुवादिकेचे मनोगत

वर्तमानपत्रात एक दिवस बातमी वाचली, की यास्मिन प्रेमजी, ज्या आजपर्यंत कथा लिहीत आल्या आहेत, त्यांनी त्यांच्या कौटुंबिक इतिहासातील व्यक्तींवर व घटनांवर आधारित अशी कादंबरी प्रथमच लिहिली आहे, आणि या कादंबरीचा प्रकाशनसमारंभ गिरीश कर्नाड यांच्या हस्ते होणार आहे. साहजिकच कादंबरी वाचण्याची खूपच उत्सुकता वाटली. ज्ञानपीठ पुरस्कार विजेते विद्वान लेखक, नाट्य व चित्रपटक्षेत्रातील उत्तम नट, दिग्दर्शक व निर्माते असलेले, बहुआयामी व्यक्तिमत्त्वाचे गिरीश कर्नाड जी कादंबरी वाचून त्याबद्दल गौरवोद्गार काढतात व प्रकाशनही करतात, ती कादंबरी नक्कीच त्या पात्रतेची असणार असा विचार कादंबरी वाचल्याबरोबर योग्यच होता, याची खातरी झाली. मग ओघानेच मला तिचा मराठी अनुवाद करण्याची तीव्र इच्छा झाली. श्री. सुनील मेहतांनी होकार दिल्यामुळे ती पूर्ण झाली, याचे खूप समाधान वाटते आहे.

आजपर्यंत मी बऱ्याच इंग्रजी पुस्तकांचे अनुवाद केले असले, तरी त्यात भारतीय लेखकांनी लिहिलेली चारच पुस्तके आहेत – एक आहे व्यक्तिमत्त्व विकास या विषयावर, दोन चरित्रे – नारायण मूर्ती व रुसी मोदी, आणि एक हिंदी चित्रपटसृष्टीतील पंचवीस वर्षांवर. भारतीय लेखिकेने लिहिलेल्या कादंबरीचा, तोही लेखिकेच्या पहिल्याच कादंबरीचा अनुवाद मी प्रथमच केला आहे.

म्हणून मला हे खास नमूद करावेसे वाटते, की विषय, कथेची कल्पना, मांडणी हे सर्व तर उत्तम आहेच, परंतु उच्च दर्जाचे, तरी ओघवती भाषा असलेले, कृत्रिम वाटणार नाही असे, चकित करणारे उत्तम इंग्रजी वाचणे, याचा एक वेगळाच आनंद या पुस्तकाने दिला. अनेक ठिकाणी कितीतरी पर्यायी इंग्रजी शब्द असताना, त्यातला त्या जागी समर्पक असा नेमका शब्द वापरण्यास भाषेवर उत्तम प्रभुत्व असावे लागते. तेव्हा उत्तम इंग्रजीत लिहिलेली उत्तम कादंबरी असे 'डेज् ऑफ गोल्ड ॲन्ड सीपिया'बद्दल खातरीने म्हणता येईल. मराठी अनुवादात तो दर्जा सांभाळला

गेला असेल अशी आशा आहे!

अशा कादंबरीचा अनुवाद करण्याची संधी देऊन माझ्यावर दाखवलेल्या विश्वासाबद्दल श्री. सुनील मेहतांना मन:पूर्वक धन्यवाद. मी लेखन निवृत्ती केव्हा घेईन हे माहीत नाही, परंतु आज इतकी वर्षे तरी त्यांच्या प्रोत्साहनामुळेच मी लिहीत आले आहे. तसेच मेहता पब्लिशिंग हाऊसच्या परिवारातील राजश्री देशमुख हिचे नेहमीच अत्यंत तत्परतेने मदत करण्याबद्दल तिचे आणि त्यांच्या सर्व सहकाऱ्यांचेही खूप आभार. प्रत्येक वेळी पुस्तकाचा विषय आधी जाणून घेऊन मगच समर्पक व आकर्षक मुखपृष्ठ तयार करणाऱ्या श्री. चंद्रमोहन कुलकर्णींनाही मनापासून धन्यवाद. इतक्या वर्षांनंतरही यांपैकी कोणाचीच मदत गृहीत धरून चालणे योग्य नाहीच. आता उत्सुकतेने प्रतीक्षा माझ्या वाचकांच्या प्रतिक्रियांची – त्या चांगल्या आल्या, की केलेल्या कामाचे सार्थक वाटते.

– अंजनी नरवणे

उपोद्घात

मी त्या जुन्या घरी परत आले आहे, ते पुन्हा एकदा शेवटचं बघायला. उद्या ते लोक हे घर पाडायला सुरुवात करतील, ते प्रत्येक दगड, प्रत्येक वीट वेगळी करतील – माझ्या काळजाच्या तुकड्यांसारखी.

सगळे म्हणतात, असं होणं हेच बरोबर आहे. कोणालाही आता इथे राहायचं नाही आहे – या खूप जुन्या हवेलीत, तिथल्या अंधारलेल्या, भीती वाटेल अशा सावल्यांमध्ये आणि विस्मरणात गेलेल्या स्वप्नांमध्ये. तरुण पिढीला तर नक्कीच नाही! त्यापेक्षा त्यांना त्यांच्या पूर्वजांचे हे घर चांदीच्या तुकड्यांच्या बदल्यात देऊन टाकून झगमगणाऱ्या नव्या अपार्टमेंट्सध्ये राहायला जायला आवडेल – त्यांच्या पूर्वजांच्या भुतांपासून खूप लांब.

बांधकाम क्षेत्रातले व्यावसायिक गिधाडांसारखे बऱ्याच दिवसांपासून येथे घिरट्या घालतच आहेत. एके काळी अनंत काळ टिकून राहील, अशी दिसणारी हवेली, काळ जाईल तसं होणारं नुकसान आणि प्रतिकूल परिस्थिती यांमुळे उद्ध्वस्त होत जाताना ते आधाशी अपेक्षेनं बघत आहेत; आणि ते हल्ला करायला हळूहळू जवळ जवळ सरकत आहेत. खरंतर मी त्यांना दोष देऊ शकत नाही. काही म्हटलं, तरी शिल्लक राहिलेल्या फार थोड्या मोठ्या हवेल्यांपैकी ही एक आहे. तिचं खूप मोठं आवार, समोर दिसणारा विशाल समुद्र – वेड्यासारख्या वाढत चाललेल्या या महानगराच्या अंगावर चालून येणाऱ्या नांग्यांपासून अजून बचावून राहिलेली, आणि अर्थात अटळ अशा नव्या काळाच्या मोठ्या लाटेपासून टिकून राहिलेली एक मोठी हवेली.

धुळीनं भरलेल्या खोल्यांमधून रेशमी कोळिष्टकं बाजूला सारत मी फिरते आहे. रिकाम्या भिंतींमधून माझ्या मनातल्या दुखऱ्या पोकळीचा प्रतिध्वनी येतो आहे.

माझ्या बालपणीच्या विशाल जुन्या हवेलीतलं आता काहीच राहिलेलं नाही. चमकणारी संगमरवरी फरशी काढून नेण्यात आली आहे, ती दुसऱ्या कोणाचंतरी

घर सुशोभित करते आहे. इथली चमचमणारी झुंबरं आता दुसऱ्या कोणाच्यातरी घरी प्रकाशित होत असतील. प्रचंड मोठाले बेल्जियन आरसे जे इथल्या माणसांच्या आशा-आकांक्षांची प्रतिबिंबं दाखवायचे, ते आता वेगळ्या स्वप्नांची प्रतिबिंबं दाखवतात.

सर्व काही गेलं आहे. खास बनवून घेतलेलं जुन्या काळचं सुंदर फर्निचर, शोभिवंत पडदे, सुरेख कोरीव काम, अतिशय नाजूक रंगीबेरंगी काचांच्या तुकड्यांच्या खिडक्या, इराणच्या शहालाही अभिमान वाटला असता असे पर्शियन गालिचे, तो खूप मोठा महोगनी लाकडाचा जिनासुद्धा – 'जो थेट चांदण्यांपर्यंत पोचतो' असं माझे बापाजी मला सांगायचे.

मी त्यांना सांगितलं होतं, सगळं काही घेऊन जा. मला यातलं काहीही नको आहे – माझ्या बापाजींच्या स्वप्नाच्या घराचा एक तुकडाही.

मनाला चटका लावणाऱ्या आठवणी असलेल्या कोपऱ्यांना मी निरोप देते, एकदा शेवटचं खूप वेळ बघून घेते, म्हणजे ते नसेल तेव्हा माझ्या आठवणींत राहील. एकदम मला काहीतरी दिसतं. धुळीत आणि मोडक्यातोडक्या वस्तूंच्या कचऱ्यात, टिकून राहिलेलं काहीतरी चमकतं. मी खाली वाकून सोनेरी कडा असलेली एक फ्रेम उचलते – माझ्या बापाजींचं मातकट तपकिरी रंगात रंगवलेलं तैलचित्र! फुटक्या काचेतून ते माझ्याकडे बघून हसतात. "ठीक आहे गं," ते जणू म्हणताहेत, "हे असं होणारच होतं! अंत नसलेलं आयुष्याचं चक्र चालू राहिलंच पाहिजे!"

दुसरं काहीच राहिलेलं नाही. आनंद, दुःख, अश्रू, हास्य, वेदना, अतीव प्रेम, ते प्रभावित करणारे दिवस किंवा त्या काळी या घरात राहणाऱ्यांचा डामडौल काहीही नाही! फक्त हे एकुलतं एक तैलचित्र!

जणू बापाजींचीच इच्छा होती की, शेवटच्या कटु अंतापर्यंत त्यांनी इथं असावं, त्या अनोळखी हातांना विनंती करायला, की त्यांची स्वप्नं उतरवताना त्यांनी हळुवारपणे उतरवावीत. कारण काही म्हटलं, तरी हे त्यांचं घर होतं, आणि ही त्यांची कहाणी आहे, माझी नाही. तेव्हा चांगलंच आहे की, मी सांगते आहे, ते ऐकायला ते इथे आहेत.

२०००, मुंबई **शाहिना लालजी**

❖

१

त्याला कळून चुकलं होतं की, ती बरी होणार नव्हती.

तीन दिवस अन् तीन रात्री फणफणलेल्या तापानं गुंगी येऊन जवळ जवळ बेहोश असलेल्या तिला त्या फाटक्यातुटक्या गादीवर तडफडताना तो पाहत होता. लहानशा दिवलीच्या अंधूक प्रकाशात तो तिच्याजवळ बसून होता, हळुवारपणे तापानं धगधगणाऱ्या कपाळावरचा घाम पुसत होता, तिचा चेहरा कुरवाळत होता. तिचं दुखणं, यातना कमी करायला त्याचं प्रेम किती अपुरं होतं, या अतिशय केविलवाण्या दुःखाची जाणीव त्याला होती. मधून मधून ती कण्हायची, तेव्हा त्याच्या चिमुकल्या हातांनी तिचं तापलेलं डोकं हळूच उचलून धरून तो पाण्याचा लोटा तिच्या ओठांशी धरायचा आणि पाण्याचे दोन-चार थेंब तिच्या कोरड पडलेल्या घशात उतरतील असा प्रयत्न करायचा.

झोपडीच्या बाहेर रात्र होती – दयामाया नसलेली, निर्दय, वैरिणीसारखी. कच्छच्या त्या विस्तीर्ण पसरलेल्या रणावर मोठ्ठं काळं कफन घातलं असावं तशी ती सर्वदूर पसरली होती. इतकी निर्जन उदासीनता, इतक्या स्वर्गीय सौंदर्यानं नटून स्वच्छ चमचमणाऱ्या चांदण्यांच्या छताखाली असावी, ही तर विधीची वक्रताच म्हणायची! अजिबात हालचालच न करू शकणाऱ्या जमिनीवरून निर्दय धसमुसळा हिवाळी वारा जोरात वाहत होता, त्याच्या त्या वेगामुळे वेड्यासारखी गिरक्या घेत उडणारी वाळू झोपडीच्या मातीच्या भिंतींना पडलेल्या फटींमध्ये आणि झोपडीच्या जीर्ण झालेल्या, शकारलेल्या छपरांमध्ये शिरून बसत होती.

तेल संपत आलेल्या दिव्याची ज्योत फडफडली. मृत्यूच्या तांडवनृत्यासारखी पुढे-मागे होत राहिली. तिच्या सावल्यांचे भीतिदायक असे वेडेवाकडे आकार त्या खोलीतल्या घोर शांततेत नाचत होते. त्या छोट्या मुलाची उदास नजर त्या आकारांकडे बघत राहिली. त्याचा कोवळा चेहरा गोंधळून, बावरून गेला होता. त्याची आई वाचणार नाही, या शक्यतेची जाणीव असल्याने प्रचंड निराशेनं त्याला

घेरलं होतं. त्याचं सारं जगच त्याच्या सभोवती कोसळून पडत होतं.

त्या प्रदेशात या भयंकर आजाराची ही जी साथ पसरली होती, त्यातून फारच थोडी कुटुंबं वाचली होती. प्रवासात सिद्धपूर ज्यांच्या वाटेवर पडत असे, ते इतरही गावांमधल्या आजाराच्या आणि मृत्यूंच्या अशाच करुण कहाण्या सांगायचे. इतके लोक मृत्युमुखी पडत असल्याची माहिती कच्छच्या महारावांपर्यंत पोचली, तेव्हा ते स्वत:देखील त्यांच्या जनतेची ही दैना बघायला आले होते.

अगदी प्रथम आजाराला बळी पडलं होतं सर्वात छोटं बाळ. त्याला वाचवता आलं नव्हतं, तसंच लालजीच्या लाडक्या बहिणीलाही. बाने अथक परिश्रम करूनही ती तिच्या मुलीला, तसंच त्याच्या वडिलांनाही वाचवू शकली नव्हती.

लालजीच्या डोळ्यांसमोर त्याचे उंच देखणे वडील उभे राहिले. पांढरा चोळणा, त्यावर घेरदार केडियु. पांढुरक्या रंगाच्या मलमलच्या त्या केडियुवर त्याच्या बाने केलेलं भरतकाम, आणि लखलखीत रंगांच्या बांधणीचा डोक्यावरचा फेटा. त्यांच्या मजबूत हातांमध्ये सांभाळत उचलून घेत त्याचे वडील त्याला बाहेर फिरायला घेऊन जायचे, आणि गंमत वाटून बघणाऱ्या गावकऱ्यांना अभिमानाने सांगायचे, "माझा मुलगा – लालजी! माझा पहिला मुलगा – म्हातारपणाचा आधार – साऱ्या जन्माचं सुख माझ्या!" खेडोपाडींच्या जत्रांमध्ये आणि वर्षातून एकदा भरणाऱ्या मेळ्याच्या वेळीही बापा त्याला खांद्यावर बसवून ऐटीत फिरायचे. मग लालजीला सगळं उंचावरून बघायला मिळायचं. तऱ्हतऱ्हेच्या आवाजांची आणि वेगवेगळ्या रंगांची ती जादुई दुनिया त्याला मोहून टाकायची.

त्याचे बापा आजारी पडले तेव्हा कितीतरी दिवस बा झोपलीच नव्हती. स्वत:च्या खाण्या-पिण्याकडेही तिचं दुर्लक्ष करू लागली. मग शेजारच्या प्रेमळ काकी आपुलकीनं काहीतरी खायला-प्यायला घेऊन आल्या आणि तिला दटावत म्हणाल्या, "तूही आजारी पडलीस तर नाही ना चालणार?" त्याचं काही महत्त्व नसल्यासारखे बाने खांदे उडवले. "मूर्खासारखं करू नको!" काकींनी पुन्हा दटावलं. "तूही आजारी पडलीस तर या दोघांना कोण सांभाळेल?" – कोपऱ्यात झोपलेल्या लालजी न् जप्पूकडे बोट दाखवत त्या म्हणाल्या होत्या, "तू नीटपणे खाऊन स्वत:ची काळजी घेतलीच पाहिजे, या दोघांसाठी न् मुख्य तर याच्यासाठी!" खाटेवर पडून असलेलया लालजीच्या बापांजवळ जाऊन काकी म्हणाल्या, "आज कालच्यापेक्षा बरा दिसतोय बघ हा! मी सांगते बघ, उद्या सकाळपर्यंत अगदी बरा होऊन जाईल तो!"

पण दुसऱ्या दिवशीची सकाळ बापांनी बघितली नाही! बा त्यांना मिठी मारून रात्रभर बसली होती – जणू ती त्यांना कधीच जाऊ देणार नव्हती.

आणि मग तिलाही त्याच तापाची लागण झाली.

"बाला नको नेऊ देवा!" तो काकुळतीला येऊन देवाला विनवत होता. डोळ्यांमधले अश्रू खाली वाहू नयेत म्हणून आणि ज्या सर्वशक्तिमान देवाची त्यांच्या छोट्या छोट्या आयुष्यांवर सत्ता होती, तो डोळे मिटून तरी नीट दिसतोय का, हे बघायला तो डोळे मिटून बसला होता. पण देवाची इतकी प्रार्थना करत असतानाही त्याला मनातून प्रचंड भीती वाटत होतीच, की त्याचं बावरचं इतकं प्रेम, त्याला तिची असलेली इतकी गरज, कशामुळेही ती वाचणार नव्हती — जसे कितीतरी इतर लोकही वाचू शकले नव्हते. त्याचं लहानसं अशक्त शरीर थंडीनं कुडकुडायचं, जवळ असलेली बांधणीची फाटकी शाल तो अंगाभोवती घट्ट गुंडाळून घ्यायचा आणि जीवघेण्या थंडीपासून बचाव करू बघायचा. तो इतका थकून गेला होता, की जागं राहण्याचा कितीही प्रयत्न केला तरी डोळे मिटायला लागायचे. बा अजून आहे, आपल्याजवळ आहे, असा स्वत:ला भरवसा देण्यासाठी त्यानं आपला छोटासा हात शालीतून बाहेर काढून हळूच बाच्या हातावर ठेवला.

* * *

बाची किंचितशी हालचाल जाणवली आणि लालजी दचकून जागा झाला. तेलाची दिवली विझून गेली होती, पण पौर्णिमेच्या चंद्राच्या उजेडानं छपराच्या फटींमधून आत यायला वाटा शोधल्या होत्या. लालजीनं धडधडणाऱ्या छातीनं शेजारी पडून असलेल्या बाकडे बघितलं.

बाचे डोळे उघडे होते, पण आधी तर असं वाटलं की, तिला दिसतच नव्हतं; पण मग तिची नजर हलली आणि हळूहळू फिरत त्याच्यावर येऊन स्थिरावली. खूपच वेळानं तिनं डोळे उघडले होते, त्यामुळे त्याला जरा नवलच वाटलं. मग वाटलं, म्हणजे तिला बरं वाटत असणार, धोका टळला असणार. तिचा श्वासोच्छ्वासही आधीपेक्षा बरा वाटत होता. आनंदाचं भरतं येऊन त्यानं त्याचे छोटेसे हात तिच्या गळ्याभोवती टाकून तिला कवटाळलं. काही क्षण मायलेक एकमेकांच्या मिठीत तसेच पडून राहिले.

तेवढ्यात हसऱ्या चेहऱ्यानं काहीतरी बोलत बोलत काकी लगबगीनं आत आल्या. "वा! उठलीस का? कसं वाटतंय आता? झोप लागली का चांगली? आज खूपच बरी दिसतेयस तू!" बाच्या कपाळावर हात ठेवून बघत प्रसन्न स्मित करत काकी म्हणाल्या, "देवाच्या दयेनं ताप उतरलेला दिसतोय एकदाचा! म्हटलंवतं ना मी तुला, की तू नक्की बरी होशील म्हणून? हे बघ, काय आणलंय तुयासाठी! गरम आहे तोवर पिऊन घे बरं, ताकद येईल याने जरा." मग लालजीकडे बघत काकी म्हणाल्या, "बिच्चारा यवढासा जीव! थकला असशील रे! हे घे, तुला खायला आणलंय थोडंसं; खा बरं, आणि झोप जरासा. मी बसते इथं, आणि बघते तुझ्या बाकडं, हं?"

काकींच्या आपुलकीच्या, प्रेमाच्या बोलण्या-वागण्यानं लालजीला खूप बरं वाटलं. त्याला पूर्वीचे दिवस आठवले. काकी केव्हाही येऊन धडकायच्या आणि त्याचे बा-बापा गालातल्या गालात हसायचे. 'आल्या काकी!' अशा अर्थाचे दृष्टिक्षेप एकमेकांकडे टाकायचे. सगळ्यांच्याच चेहऱ्यांवर हसू उमटायचं. त्याला त्या चांगल्या दिवसांची आठवण झाली. पण तरी बापासून दूर जायला मात्र तो लगेच तयार नव्हता. त्यानं नकारार्थी मान हलवत हटलं, "मी दमलो नाहीये काकी!" एवढं बोलतानाही त्याचा आवाज थकलेला, क्षीण वाटत होता. "तुम्ही गेलात तरी चालेल, मी भरवतो बाला."

काकींनी नापसंतीदर्शक 'च्चक्' केलं. त्यांना दिसत होतं, की त्या एवढ्याशा मुलाला विश्रांतीची खूप आवश्यकता होती. पण मग लालजीच्या बाचे केस, कपडे, अंथरूण-पांघरूण सगळं जरा नीटनेटकं करून, आणलेल्या लापशीचं भांडं ठेवून, 'थोड्या वेळानं येते हं' असं सांगून त्या गेल्या.

बानं उगीच एवढंसं खाल्लं, मग ती पुन्हा आडवी पडली आणि तिनं लालजीला जवळ बोलावलं. तिला मोठ्यानं बोलवतही नव्हतं, लालजी पुढे वाकून बसला.

"लालजी माझ्या सोन्या!" कपाळावर आलेले त्याचे केस हातानं मागे सारत ती हळूहळू सांगू लागली. "नीट ऐक हं! तूच आता पुरूष आहेस या घरातला. मला काही... झालं, तर छोट्या जप्पूला पोटच्या पोरासारखं सांभाळ..." धाप लागली म्हणून जरा थांबून ती पुढे म्हणाली, "आणि – तू – तू बेटा, गेलंच पाहिजेस इथून." मग वळचणीजवळ एका कोपऱ्यात ठेवलेल्या एका लहानशा डबीकडे बोट दाखवत ती काढून आणायला तिनं खुणावलं.

लालजीनं एक लहान बाजलं त्या कोपऱ्यात सरकवलं आणि त्यावर उभं राहिल्यावर कसाबसा त्याचा हात त्या डबीपर्यंत पोचला. ती डबी तिथं होती हे घरात सगळ्यांना माहीत होतं, पण कोणीच ती कधी उघडलेली बघितली नव्हती. डबीवर बसलेला बारीक वाळूचा थर हातानं नीट पुसून त्यानं ती बाला दिली.

आत एक चांदीचं लॉकेट होतं आणि एक पिवळट पडलेला कागद होता. "हा घे." थरथरत्या हातांनी तिनं तो कागद त्याला दिला. "गोघाला जा. गुल्लू मदत करेल तुला तिथे पोचायला. यावर लिहिलंय ते घर शोधून काढ अन् मालकांना सांग तू कोण आहेस ते. घाबरू नको मुळीच. त्यांना म्हणावं मला काहीतरी काम द्या. त्यांना सांग की, फुकटचा दानधर्म म्हणून काही नकोय मला. हे त्यांना दाखव – " लालजीच्या छोट्याशा हातावर ते चांदीचं लॉकेट ठेवून तिने त्याची मूठ बंद केली. "म्हणजे त्यांना समजेल तू माझा मुलगा आहेस असं." तिनं लालजीला जवळ घेतलं. मग श्रमांमुळे खूप थकून ती निपचित पडली.

जरा वेळानं ती या कुशीवरून त्या कुशीवर तडफडायला लागली. तिच्याकडे बघत बसलेल्या लालजीला मघाशी जरा बरी दिसत असणाऱ्या बाची तब्येत एकदम

पुन्हा का बिघडली, हे समजेना. मग तर ती कण्हायला न् थरथर कापायला लागली. घाबरून लालजी काकींना बोलवायला गेला.

काकींनी येऊन बाकडे एकदा बघितलं न् त्या लालजीला लगेच घाईघाईनं म्हणाल्या, ''पळत जाऊन मुन्नीला घेऊन ये.''

मुन्नी जप्पूला कडेवर घेऊन धावतच आली, पाठोपाठ गुल्लूही. काकींनी तोंडावर बोट ठेवून त्यांनी काही विचारायच्या आधीच गंभीरपणे मान हलवली; आणि बाच्या तापानं फणफणणाऱ्या कपाळावर हात ठेवून त्या हळूच म्हणाल्या, ''मुन्नी आलीय बघ, न् गुल्लू.''

तडफडणारा तो देह हळूहळू शांत झाला. बानं डोळे उघडले आणि तिच्या भोवतालच्या चेहऱ्यांवर नजर स्थिरावयाचा प्रयत्न केला. खूप प्रयत्नांनी तिनं हात उचलला. मुन्नीनं दोन्ही हातात तो घट्ट धरून ठेवला. ''बा! बरी होशील गं तू!'' ती मृदू आवाजात म्हणाली, ''ठीक होईल सगळं...''

बानं मान हलवली. फार वेळ उरला नव्हता घालवायला. तिनं मुन्नीचे न् गुल्लूचे हात एकत्र धरले न् म्हणाली, ''माझ्या मागं छोट्या जप्पूला तुम्ही सांभाळा.'' तिचा आवाज जेमतेम ऐकू येत होता.

अश्रू आवरून धरत त्या दोघांनी होकारार्थी माना डोलावल्या. ''आम्ही त्याला छान सांभाळू बा, तू पडून रहा शांत.''

पण तरी ती बोलत राहिली – ''आणि कसंही करून लालजीला गोघाला पोचवून द्या. त्याला पत्ता दिलाय मी. मला वचन द्या, त्याला तिथं पोचवाल असं. नेहमी एकमेकांना धरून रहा. कुटुंबातले तुम्हीच बाकी राहिलायत आता...'' मग तिने मान वळवली न् शांत पडून राहिली. तिचा श्वास आता धपापत नव्हता आणि देहही तडफडत नव्हता, जणू त्या देहाचे हाल आता संपले होते.

''पडून राहू दे तिला आता.'' काकींनी मुन्नीला सुचवलं. ''तुला आता तुझ्या बाळाला न् छोट्या जप्पूलाही सांभाळायचंय, तर जा तू. वेळ येईल तेव्हा परत हाक मारीन तुला.''

लालजीनं मात्र बा जवळून उठायचं साफ नाकारलं. त्याला जणू भीती वाटत होती, की तो क्षणभर जरी हलला, तरी तेवढ्यात तो तिला कायमची गमावून बसेल. तिथंच अंधारात अंगाचं मुटकुळं करून तो बसून राहिला, आणि शेवटी अतिशय थकल्यानं त्याला झोप लागली.

बाच्या खाटेच्या बाजूनं आलेल्या आवाजाने तो जागा झाला. काकी खाटेवर वाकून बाला जरा बसती करू बघत होत्या. बाला श्वास घेता येत नव्हता. मग काही वेळ प्राणांतिक अवस्थेतला घरघर लागलेला आवाज येत राहिला आणि मग एक दीर्घ स्तब्धता.

त्या थकल्या चेहऱ्यावरच्या यातना नाहीशा होत जाताना काकी बघत राहिल्या. त्यांचा घागरा मागून कोणीतरी ओढत होतं, त्यांना लालजीचा थोडी वेळ विसरच पडला होता. त्यांनी त्याला उचलून घेतलं आणि त्याच्या घाबरलेल्या चेहऱ्यावरच्या आढ्यांच्या सुरकुत्या हलक्या हातांनी पुसत त्याच्या डबडबलेल्या डोळ्यांमधले अश्रू ओठांनी टिपून घेतले. "बाला ना, आता आराम मिळालाय एकदाचा, खूप खूप जास्त चांगल्या जागी!" त्या हळूच त्याला म्हणाल्या.

बाच्या शांत चेहऱ्याकडे तो पाहत राहिला. किती सुंदर दिसत होती ती! तो काकींच्या कडेवरून उतरून बाजूला सरकला. काकींनी बाचा देह झाकला. लालजी बाहेरच्या उघड्या दाराशी जाऊन उभा राहिला. त्याची बा म्हणाली होती, ते बरोबर होतं. तो आता मोठा मुलगा झाला होता – सहा वर्षांचा, आणि त्याच्या कुटुंबातला मुख्य पुरुष. म्हणून मग तो जरा जास्त ताठ, जरा जास्त उंच, असा उभा राहिला. बाहेरच्या केवढ्यातरी दूर-दूरपर्यंत पसरलेल्या वाळवंटाकडे आणि स्वच्छ निरभ्र आकाशाकडे बघताना १८६६ सालच्या हिवाळ्यातल्या त्या गारठलेल्या सकाळी लालजी लखा हे समजून चुकल की, तो आता पुढच्या वाटचालीसाठी तयार होता.

२

गावातले लोक बाचा मृतदेह गावाच्या बाहेर सामायिक अग्निक्रियेसाठी घेऊन गेले. आजाराची साथ खूपच पसरली होती, त्यामुळे इतके लोक मृत्यू पावत होते, की एकेकट्याचं दफन करणं, हीदेखील चैनीची गोष्ट झाली होती. चितेच्या शेवटच्या ज्वाला विझून मग निघणारा धूर आकाशात जाऊ लागला तोपर्यंत लालजी तिथे उभा राहून बघत राहिला.

आता इथून जाण्याची वेळ आली होती. जेव्हा शेवटचा निरोप घेण्याचा क्षण आला, आणि वियोगाचं वास्तव त्याच्या खरं-खरं लक्षात आलं, तेव्हा लालजी त्याची बहीण मुन्नी आणि दोन वर्षांचा भाऊ जप्पू यांना कवटाळून बसला. अभूतपूर्व अशा या सर्व उलथापालथीच्या दिवसांमध्ये प्रथमच तो खूप रडला – ज्या 'त्याच्या आपल्या' अशा सगळ्या माणसांना गमावलं होतं त्यांच्यासाठी, 'त्याचं जग' कायमचं नाहीसं झालं होतं त्याच्यासाठी आणि आता जे दिवस कधीही परत येणार नव्हते हे त्याला आता जाणवत होतं त्या दिवसांसाठी!

जप्पूला सोडून जाण्याचं दुःख फार मोठं होतं. कारण लालजीचा त्याच्या छोट्या भावावर फार जीव होता. त्या मुलालाही लालजीचा अतिशय लळा होता. जप्पू लडखडत पावलं टाकायला लागला, तेव्हापासून तो जणू लालजीची दुसरी सावलीच झाला होता. लालजी हसला की जप्पू हसायचा, लालजी रडला की जप्पूही रडायचा! जणू त्यांच्या दोन हृदयांची कंपनं एकच होती.

लालजीनं दोन्ही हातांनी जप्पूला जवळ घेतलं आणि अश्रूभरल्या डोळ्यांनी; पण चेहरा मात्र मोठ्या हिमतीने हसतमुख ठेवत तो म्हणाला, "जपू, मी तुला घेऊन जायला परत येईन हं नक्की, वचन देतो तुला!"

"चल आता लालजी," हळुवार आवाजात गुल्लू म्हणाला, "सामान उचल तुझं, वेळ झालीय निघायची –" मग तो लालजीला वाट बघत थांबलेल्या बैलगाडीकडे घेऊन गेला.

लालजीनं त्याचा हात घट्ट पकडला आणि बावरून जाऊन विचारलं, "तुम्ही – तुम्ही नाही येणार?" गुल्लूने त्याला उचललं आणि बैलगाडीत बसवून बाजूला झाला.

"नाही रे," त्याच्या गालावर थोपटत गुल्लू म्हणाला. "पण तुझं सगळं ठीक होईल. चंदूकाका थेट भुजपर्यंत जातायत, तिथून ते कोणाबरोबर तरी तुला गोघाला पोचवायची व्यवस्था करतील." लालजीचा चेहरा निश्चिंत दिसेना म्हणून गुल्लू पुढे म्हणाला, "अरे काळजी करू नकोस, सगळं काही व्यवस्थित होईल." आणि तो प्रेमानं, आश्वासक हसला. गुल्लूच्या बाबतीत हे उगाच पोकळ शब्द नव्हते. स्वभावानं मुळातच आशावादी आणि आनंदी स्वभावाच्या गुल्लूचा खरोखरीच या गोष्टीवर विश्वास होता, की कितीही प्रचंड दुर्दैवी घटना घडली, तरी शेवटी सगळं काही ठीकच होतं.

लालजीनं बैलगाडीतून पुढे झुकून गुल्लूला एकदा शेवटचं कवटाळलं. गुल्लूनं त्याच्या केसांमधून हात फिरवला. गुल्लू मग चंदूकाकांशी थोडंसं बोलला, चंदूकाका गाडीत चढले आणि त्यांच्या भरघोस मिशांना पीळ देत लांबच्या प्रवासासाठी आवरून-सावरून बसले. निरोपाचे हात हलत होते तेव्हा चंदूकाकांनी बैलांच्या वेसणी खेचून त्यांना इशारा दिला, तसे जरा नाइलाजानंच बैल जागचे हलले आणि प्रवास सुरू झाला.

चंदू हलवाई खूपच थोराड माणूस होता – मोठं डोकं, मोठाली पावलं, बरंच सुटलेलं पोट आणि दिलदार, मोठं मन! त्या खेड्यातलं एकही मूल असं नव्हतं, जे चंदूकाकांच्या दुकानात छान लावून ठेवलेल्या तऱ्हेतऱ्हेच्या मिठायांकडे आ वासून बघत उभं राहत नसे. चंदूकाकांची रागीट बायको जवळपास नसेल तेव्हा त्या मुलाला कसला ना कसला मिठाईचा तुकडा मिळाला नाही असंही होत नसे! विशेष सणावारांच्या दिवशी बुंदीचे लाडू असायचे. ते तर इतके चविष्ट असायचे, की आसपासच्या पंचक्रोशीतले व्यापारीसुद्धा म्हणायचे, की जगात इतके छान लाडू दुसरीकडे कुठ्ठेच त्यांनी खाल्ले नव्हते! चंदू हलवाई हे ऐकून खूप खूश व्हायचा आणि मिशांना आणखी ऐटीत पीळ भरायचा.

बैलगाडी गावाबाहेरच्या कच्च्या रस्त्यावरून चालली होती. अजून तांबडं फुटलं नव्हतं. गार वाऱ्याने लालजीला हुडहुडी भरत होती. त्याला खूप छोटं, असुरक्षित आणि घाबरल्यासारखं वाटायला लागलं. चंदूकाकांनी काही न बोलता त्यांच्या पाठीवरची झाल काढली आणि मुटकुळं करून पडलेल्या त्या पोराच्या अंगावर टाकली. थंडीपासून बचाव झाल्यानं आणि एका लयीत जाणाऱ्या बैलगाडीच्या हलण्यामुळं लालजीला झोप लागून गेली.

भोवताली अफाट मोठ्या उजाड वाळवंटाचा विस्तार होता, फक्त मिठागरं तेवढी वर साठलेल्या मिठाच्या थरानं हिवाळ्यातल्या चंद्राच्या चंदेरी चांदण्याच्या प्रकाशात गूढरम्य अशी चमकत होती... मग रात्रीचा बुरखा दूर करून सूर्य बाहेर

आला तेव्हा निरभ्र आकाशाला सुंदर, नितळ म्हणता येत असेल, तर ते तसं होतं. पण वाळवंटातल्या होरपळून काढणाऱ्या उन्हात जे राहतात, ते एखाद्या ढगाची सावलीही आतुरतेनं शोधत असतात. सुदैवानं तेव्हा हिवाळा असल्यानं उजाडतानाचं ते ऊन रात्रीच्या जीवघेण्या थंडीनंतर खूपच हवंहवंसं वाटलं.

लालजी आकाशाकडे बघत होता तेवढ्यात देशांतर करणाऱ्या रोहित (Flamingo) पक्ष्यांचा एक थवा त्यांचे मोठाले पंख पसरून आकर्षक डौलात उडत जाताना त्याला दिसला. त्याचं गाव तर केव्हाच दिसेनासं झालं होतं आणि नंतर दिसल्या होत्या त्या काळ्या टेकड्याही खूप मागे राहिल्या होत्या.

इतरही प्रवासी बैलगाडीत चढत-उतरत होते, त्यामुळे लालजीचं मन गुंतलेलं राहत होतं. एकदा एक म्हातारी आजी, कलकलाट करत असणाऱ्या कोंबडे आणि कोंबड्यांची झाकण लावलेली दुरडी घेऊन आत चढली. आजी त्यांच्यावर मोठ्यानं खूप रागानं ओरडली, तेव्हा कुठे ते गप्प झाले. एकदा एक बराच जाडजूड माणूस एका बकरीला घेऊन वर चढला. त्या बकरीची स्थिती अशी दिसत होती, की कुठल्याही क्षणी तिला पिल्लं होतील! मग आणखी एक खूप खूप म्हातारा माणूस गाडीत चढला, त्याची खूप लांब पांढरी शुभ्र दाढी होती आणि त्याच्या तोंडावर, हातांवर इतक्या सुरकुत्या होत्या, की तितक्या सुरकुत्या लालजीनं कधी कोणाच्या अंगावर बघितल्याच नव्हत्या! तो एक शब्दही न बोलता गाडीत चढला, तंद्री लागून बसल्यासारखा बराच वेळ बसला आणि मग उतरून गेला!

चंदूकाकाच काय ते सबंध वेळ त्याच्याबरोबर होते, आणि त्यांचं तसं असणं खूप धीर देणारं होतं. हळूहळू लालजी गाढ झोपून गेला.

दोन-एक तास झाले असतील, चंदूकाकांनी हलकेच त्याला उठवलं. "ऊठ बाळ. जरा उतरून पाय मोकळे करू या, काहीतरी खाऊनही घेऊ या." त्यांनी लालजीला उचलून जमिनीवर ठेवलं.

दिवस असाच गेला, संध्याकाळ झाली, तशी रात्रीची जीवघेणी गोठून टाकणारी थंडी पुन्हा पडली. लालजी चंदूकाकांजवळ आणखी सरकून, चिकटून बसत होता – थंडीपासून जरा ऊब मिळवायला. त्यामुळे त्याच्या मनातल्या एकटं एकटं वाटण्याचाही जरा विसर पडत होता. खडबडीत रस्त्यावरून जाऊन जाऊन आता बैलही थकले होते. शेवटी एकदाचे सरत्या संध्याकाळच्या संधिप्रकाशात हळूहळू घरांचे आकार दिसू लागले. "आलं बघ भुज!" चंदूकाका आनंदानं मोठ्यानं म्हणाले, "आलं एकदाचं भुज!"

चंदूकाकांच्या एका नातेवाइकाच्या घरी चंदूकाकांबरोबर लालजीही त्या रात्री राहिला. बाजरीची भाकरी, चटणी आणि ताक असं जेवून तो झोपून गेला.

***

सकाळी चंदूकाका आणि त्यांचा चुलतभाऊ यांच्याबरोबर लालजीही बाहेर पडला. त्याला गोघापर्यंत पोचवेल असा माणूस मिळाला होता. त्यांना तो सापडला तेव्हा तो त्याच्या उंटगाडीला उंट जुंपतच होता. तोच लालजीला उंटगाडीतून गोघाला घेऊन जाणार होता. लालजीनं त्या चिडचिड्या दिसणाऱ्या उंटाकडे एकदा बघितलं, तसा तो आपले पिवळे दात दाखवत त्याच्याकडे बघत गुरकावला. लालजी पट्दिशी बाजूला झाला!

वाटलं होतं त्यापेक्षा चंदूकाकांचा निरोप घेणं लालजीला खूपच जड गेलं, कारण तेव्हा त्याच्या एकदम लक्षात आलं, की चंदूकाका हा त्याचा घराशी असलेला शेवटचा दुवा होता! इथून पुढे तो नवख्या अनोळखी लोकांमध्ये येऊन पोचलेला एक अनोळखी मुलगा असणार होता!

खूप सामान लादलेल्या त्या गाडीच्या उंटासारखाच उंटवालाही दुर्मुखलेला, खिन्न दिसत होता, पण होता मात्र छान स्वभावाचा. लालजीवर आत्ताच कोसळलेल्या दुःखांबद्दल समजल्यावर तो काही ना काही गप्पागोष्टी करत त्याचं मन रिझवत राहिला. सांधेदुखी असलेला त्याचा म्हातारा उंट, त्याची केव्हाही कशीही फिरणारी लहन आणि तसंच बेभरवशाचं पोट यांच्याबद्दल गमतीनं सांगत राहिला. "करायचं तरी काय रे? या बिचारीला सारखा वात सरत असतो आताशा!" तो दुःखी चेहऱ्यानं म्हणाला. "अरे ही तरुण होती ना तेव्हा छान सजवायचो हिला मी. लोक रस्त्यात थांबायचे कौतुकानं बघायला. आणि आता ही म्हातारी झालीय्, तिच्यावर सामान लादायलाही बरं वाटत नाही रे मला. पण काय करू मी तरी? तिच्याकडनं काम नाही करून घेतलं, तर ती न् मी दोघांनाही उपाशी राहावं लागेल!"

लालजी त्या उंटवाल्याकडे बघून अगदी भारून गेला. त्याची विरळ झालेली दाढी, डोक्यावर ऐटीत बांधलेला रंगीबेरंगी फेटा, बोलायला लागला न रंगात आला की, जरा वेडंवाकडं हलणारं तोंड. लालजीला आवडला तो उंटवाला. त्याच्या दीन, उदास चेहऱ्यामागचा त्याचा मायाळू स्वभाव त्याला जाणवला.

उंटवाल्यानं वर आभाळाकडे बघितलं. उन्हं कलायला लागली होती तरी अंधार पडायला बराच वेळ होता. भोवतालच्या ओळखीच्या प्रदेशाकडे त्यानं अनुभवी नजर फिरवली. ते मांडवीच्या जवळ पोचले होते, तेथून गोघा फार दूर नव्हतं. "आता फार दूर नाही, पोचून जाऊ थोड्या वेळात" तोंडाची वेडीवाकडी हालचाल करत तो म्हणाला.

भराभर जाता आलं, तर या मुलाला गोघाला सोडून सूर्य मावळायच्या आत त्याला मांडवीला परत येता आलं असतं. तो स्वतःशीच हळूच हसला, कारण माडवी बंदराच्या गावात एक देखणी विधवा बाई त्याची आतुरतेनं वाट पाहत असायची; त्याचं भेटायला येणं तिला खूप आवडायचं हे अगदी उघड होतं. त्याची आतुरता वाढली तसा त्यानं त्या म्हाताऱ्या उंटिणीच्या पाठीवर एक चाबूक मारला.

तिनं जोरात आवाज आपला राग व्यक्त केला आणि ती जास्त वेगानं जाऊ लागली. तिला एकदम कुठून एवढं कमालीचं स्फुरण आलं कुणास ठाऊक, ती आणखी वेगानं जाऊ लागली. उंटवाल्यानं आणखी चाबूक मारला की, तिला आणखी राग येत होता आणि ती आणखी जोरानं पळत होती. लालजीला मजा वाटायला लागली, तो आपल्या छोट्या छोट्या हातांनी टाळ्या वाजवत हसायला लागला.

पण मग उटवाल्याच्या लक्षात आलं की, उंटीण चिडली आहे. त्याच्या एकदम हेही लक्षात आलं की, गाडीवर त्याचा ताबा राहण्याऐवजी उंटिणीचा झाला होता! अंगात आल्यासारखी ती आता दौडत होती. तो तिचा वेग कमी करू बघत होता, त्याला ती मुळीच दाद देत नव्हती.

जरा पुढे एकदम एक अवघड वळण होतं आणि मग बराच चढ होता. कुठलीच गाडी – त्याच्या म्हाताऱ्या उंटिणीची तर सोडाच – त्या वळणावर इतक्या वेगानं जाऊ शकली नसती. उंटवाल्यानं त्या रागावलेल्या उंटिणीला आवरायचा खूप प्रयत्न केला, पण ती हट्टाला पेटली होती आणि तिच्या वय झालेल्या शरीरावर इतक्या जोरात जाण्याचा काय परिणाम होईल, हेही लक्षात न घेता तश्शीच जात राहिली.

आणि मग एकाएकी, काहीही लक्षात येण्यापूर्वीच, जणू एखाद्या काचेच्या भिंतीवर आपटल्यासारखी ती एकदम थांबली. सगळी उंटगाडी हालली आणि लालजी आणि उंटवाला दोघंही तिच्या मदारीवरून उडून पलीकडच्या काटेरी झुडुपांमध्ये पडले.

काही वेळ दोघंही तसेच पडून राहिले. मार लागण्यापेक्षा त्यांना धक्काच जास्त बसला होता. गाडी उलटी होऊन मग एका बाजूवर पडली होती, आणि तिचं मोडून गेलेलं एक चाक जणू खिन्न झालं होतं, वाऱ्यानं फिरत राहिलं होतं! या सगळ्या अनपेक्षित घटनांना कारण झालेली ती उंटीण गाडीच्या ओझ्यातून मोकळी होऊन जरा लांब जाऊन उभी राहिली होती, आणि स्वतंत्र झाल्याची ऐट वाटून घेत तिला छळणारी गाडी मोडून गेली म्हणून खुशीत होती!

उंटवाल्यानं त्या चाकाकडे एकदा बघितलं आणि आपल्या फुटक्या नशिबाला बोल लावला. आता आज रात्री मांडवीला परत येणं अशक्य होतं. त्यानं हातपाय सावरून उठून बसायचा प्रयत्न केला, पण पायावर वजन द्यायला गेल्याबरोबर खूप वेदना झाल्या. त्याचा एक पाय घोट्यात मुरगळला होता.

मुकाट्यानं सावलीमध्ये बसून राहिलेल्या लालजीकडे त्याचं लक्ष गेलं. कबूल केल्याप्रमाणे रात्र पडायच्या आत तो या पोराला गोघाला कसा पोचवणार होता? त्याला चालत घेऊन जाणंही आता अशक्य होतं. कारण त्या गाडीवाल्याला, स्वत:लाच मुळी पाऊलही टाकता येत नव्हतं. त्याने स्वत:चं कसंही करून बघून घेतलं असतं. कारण आज संध्याकाळी नाही, तर उद्या दिवसभरात कोणी ना कोणी

या रस्त्यानं जाणारं भेटलंच असतं. पण या लहान मुलाला सारी रात्र इथे या उजाड वाळवंटात, वाऱ्यावर, साप-किरडू, जंगली जनावरं यांची भीती असलेल्या जागी कसं ठेवायचं? मग त्याला एक कल्पना सुचली. याला एकट्यालाच पाठवून दिला तर कसं? तसं काही फार अंतर नव्हतं – फार फार तर तासभर चालावं लागेल, रस्ता तर सरळच आहे. सूर्य अजून तसा बराच वर होता, मावळायच्या आत पोचेलसुद्धा तो गोघाला.

तो लालजीकडे वळला आणि झुडुपांमधून जाणाऱ्या कच्च्या रस्त्याकडे हात दाखवत म्हणाला, "हा रस्ता आहे ना, तो तुला सरळ गोघापर्यंत घेऊन जाईल. इथून तसं थोडंच अंतर आहे, आणि हा एकच सरळ सरळ रस्ता आहे. तू तर हुशार, चटपटीत पोरगा आहेस, जाशील आपला आपला?"

लालजी त्याच्याकडे बघतच राहिला. मग मनात जरा बाकबुक वाटत असताना त्याने रस्त्याकडे बघितलं. तो थेट क्षितिजापर्यंत दूर दिसत होता, पण तसा भीती वाटण्यासारखा नव्हता. त्यानं पुन्हा त्या उंटवाल्याकडे, मग रस्त्याकडे न् पुन्हा उंटवाल्याकडे बघितलं. त्यानं नेमकं काय करायचं आहे, हे तो समजून घ्यायचा प्रयत्न करत होता.

उंटवाला त्याला प्रोत्साहन देत म्हणाला, "लवकर निघालास, तर अंधार व्हायच्या आधीच तू पोचून जाशील तिकडे. गावात पोचलास की, नुसतं रेहमू पंजूचं घर कुठाय् म्हणून विचार, कोणीही दाखवेल तुला."

लालजी क्षणभर घुटमळला. मग त्यानं कबूल असल्यासारखी मान डोलावली, पण मग काळजी वाटून म्हणाला, "आणि तुमचं काय?" उंटवाल्याचा पाय दुखत होता हे त्याच्या चेहऱ्याकडे बघूनच समजत होतं.

"मी ठीक आहे रे, तुला रात्र पडायच्या आत गोघाला पोचवायचं आहे मला. तू ताबडतोब निघालास, तर अंधार पडायच्या आधी पोचशील तिथे."

लालजीनं मग त्याचं गाठोडं उचललं आणि जायला निघाला. उंटवाल्याला अजून अपराधी वाटतच होतं. त्यानं लालजीचा चेहरा दोन्ही हातांमध्ये धरला, आणि म्हणाला, "जाशील ना रे नीटपणे?" लालजीनं धैर्यानं, शांतपणे होकारार्थी मान डोलावली. उंटवाला पुढे म्हणाला, "सांभाळून जा, काळजी घे स्वतःची."

मुलगा त्या रस्त्यानं चालायला लागला. उंटवाला वाट बघत होता, की तो वळून हात हलवेल, पण लालजी सरळ रस्त्याकडे नजर लावून चालू लागला, त्यानं एकदाही मागं वळून बघितलं नाही. वाकड्यातिकड्या जाणाऱ्या त्या कच्च्या रस्त्यानं लालजी चालत राहिला. हळूहळू कडेची झुडपंही कमी होत गेली आणि रस्ताही पहिल्याइतका कळेनासा झाला. अनोळखी प्रदेशातून सबंध दिवसाचा प्रवास झाला होता आणि लालजीला थकल्यासारखं वाटू लागलं होतं.

अचानक एके ठिकाणी दुसरी एक वाट फुटलेली दिसली. तो गोंधळला, थांबला आणि त्या दोन्ही रस्त्यांकडे बघू लागला. उजवीकडचा रस्ता जरासा जास्त रुंद होता आणि जास्त वापरात असावासा दिसत होता. डावीकडचा तसा कमी पायाखालचा, कमी वापरातला वाटला. तो विचारात पडल्यासारखा दिसत होता! नक्कीच उजवीकडचा रस्ता गोघाला जाणारा असणार, त्यानं ठरवलं.

पण तो त्या रस्त्याला वळणार एवढ्यात डाव्या हाताच्या झुडुपांमध्ये त्याला हलकीशी हालचाल ऐकू आली, तो थांबला आणि कुतूहलाने त्यानं वाकून बघितलं तर त्याच्यापासून अगदी चार-पाच पावलांवर अगदी गप्प उभं राहिलेलं एक अतिशय सुंदर गोजिरवाणं हरणाचं पाडस त्याला दिसलं. इतकं सुंदर चितळ त्यानं कधीच पाहिलं नव्हतं. मोठ्या मोठ्या भावपूर्ण डोळ्यांनी जणू ते त्याला खुणावत होतं. अत्यंत आकर्षण वाटून लालजी दोन पावलं पुढं गेला. त्याबरोबर ते पाडस दूर पळालं. दुसरीकडे थांबून त्याच्याकडे बघायला लागलं. विचार न करताच लालजी त्याच्यामागे पळू लागला. तो जवळ पोचला की, पिल्लू पुढे पळायचं – जणूकाही खेळायचं होतं त्याला लालजीशी. या खेळात लालजी इतका रंगून गेला, की त्याला कशाचं भानच राहिलं नाही. मग मात्र होता होता त्यांच्यातलं अंतर वाढत वाढत गेलं न् शेवटी ते पिल्लू दिसेनासंच झालं! निराश होऊन, हार खाऊन लालजी तिथंच थांबला आणि तिथल्या झुडुपांमध्ये शोधू लागला; पण छे! ते कुठंही दिसलं नाही. विरस होऊन लालजी परत यायला निघाला. मग त्याच्या लक्षात आलं, की त्याला मुळी वाटच सापडत नव्हती – तो वाट पुरती चुकला होता!

सूर्य थोड्याच वेळात मावळणार होता. त्याच्या स्वभावातलं नेहमीचं अवसान आता ओसरू लागलं. त्या ओसाड, निर्जन जागेत एकट्यानं रात्र काढावी लागण्याची कल्पना घाबरवून टाकणारी होती. काटेरी झुडुपांनी त्याच्या छोट्या छोट्या हातापायांना खरचटत होतं, पण तो तसाच धडपडत जात राहिला. लवकरच अंधार पडला असता. आता प्रथमच लालजीला भीती वाटायला लागली. कितीतरी वेळ तो न थांबता चालला होता, आता त्याला थंडीही वाजायला लागली होती; तो थकला होता आणि त्याला भूकही लागली होती. त्याला बाची खूप खूप आठवण आली, डोळे भरून आले. भोवतालच्या शून्याकारात त्याने बाला हाका मारल्या, "बाऽ! कुठायस तू बा?" तो ओरडत होता – जणू अशी हाक मारली, की ती परत येणार होती! पण अंधार वाढत गेला आणि बानं उत्तर दिलं नाही!

अखेर लालजी एका झाडाखाली थांबला, अतिशय थकून तो तिथंच खाली बसणार होता, तेवढ्यात जरा लांब अंतरावर त्याला एक अंधूक उजेडाची ज्योत हलताना दिसली. पुन्हा जरा उत्साह येऊन तो त्या उजेडाच्या दिशेनं गेला. जवळपास कुठेही घर तर दिसलं नाही, पण एक बाजू उघडीच असलेलं, काहीसं

दुर्लक्षित देवळासारखं एक दगडी बांधकाम होतं. होतं तर रिकामंच, पण तिथंच ती पणती लावली होती. म्हणजे आसपास कोणीतरी असणार. लालजीनं भोवताली बघितलं, आणि जी काय शक्ती उरली होती, तेवढी गोळा करून हाकाही मारल्या, पण कोणीच उत्तर दिलं नाही.

त्यानं त्याचं गाठोडं खाली ठेवलं, त्या दगडी फरशीवर त्या पणतीजवळ आडवा पडला आणि त्याला गाढ झोप लागली.

***

पहाटे पलीकडच्या खडकांमध्ये असलेल्या लहानशा तळ्याकाठी अंघोळ, पूजा इत्यादी सोपस्कार आटपून आनंद परत आला तेव्हा उजाडलं नव्हतं. आपल्याच विचारांमध्ये गढलेल्या आनंदला त्या 'स्थानका'मध्ये झोपलेला तो मुलगा दिसला म्हणून बरं, नाहीतर तो त्याच्यावर अडखळून पडणारच होता. (स्थानक हे निर्जन ठिकाणी असलेलं निर्गुण ब्रह्माचं मंदिर म्हणता येईल. येथे पूजाअर्चा-सजावट काहीही नसते. ज्याला जगाशी संपर्क न ठेवता सर्वसंग परित्याग करून केवळ निर्गुण निराकार परमशक्तीचं चिंतन करायचं असेल, असा मनुष्य इथे येऊन राहतो. त्यामुळे जिथे माणसांचा वावर नसतो अशा जंगलात किंवा डोंगरदऱ्या-कपाऱ्यांमध्येच स्थानकं असतात.) आनंद नवल वाटून त्या मुलाकडे बघतच राहिला. काल रात्री तो दिवा लावायला आला, तेव्हा तर हा इथे नव्हता – मग हा असा एकाएकी आला कोठून? कितीतरी वर्षं आनंद या ओसाड माळरानावर राहत होता, आजपर्यंत कधीच कोणी इकडं आलं नव्हतं. मुलाला गाढ झोप लागली होती. तो कमालीचा थकलेला दिसत होता. छोट्याशा चेहऱ्यावर ओघळून वाळलेले अश्रू होते. त्याच्याकडे बघता बघता आनंदला स्वत:चं बालपण आठवलं.

घरदार, आपली माणसं कोणीच नसलेला आनंद साधारण याच वयाचा असताना गुरुजींना सापडला होता. त्यांच्याजवळ आश्रमात राहून तो वेद, उपनिषदं, शास्त्रं असं बरंच शिकला होता. आश्रमाच्या कडक शिस्तीत वाढता वाढता त्यानं तपश्चर्याही केल्या होत्या. परंतु त्याच्या मनातल्या जिज्ञासा, प्रश्नं यांची उत्तरं त्याला मिळाली नव्हती. त्याच्या अस्वस्थ मनाला शांतताही लाभत नव्हती. तो एक साधक होता, ज्याला स्वत:लाच त्याच्या प्रश्नांची उत्तरं शोधायची होती – प्रश्नही त्याचे, उत्तरंही त्याचीच.

सतरा वर्षांचा झाला, तेव्हा आनंदनं हात जोडून त्याच्या गुरूंचा निरोप घेतला. तो शहरात गेला आणि भौतिक जगामधील कल्पनातीत चैन करत, बेबंद, बेताल आयुष्य जगू लागला. प्रेम, वासना, द्वेष, आत्यंतिक संताप, उत्तन उन्मादाचं वागणं अशा आयुष्याचा त्यानं अनुभव घेतला.

मग एका रात्री झिंगलेल्या, शुद्ध नसलेल्या अवस्थेत, एका माणसाशी झालेल्या मारामारीत त्याच्या हातून त्या माणसाचा खूनच होणार होता, तेव्हा अचानक तो थांबला – शुद्धीवर आला, आपण किती खोल अंधाऱ्या गर्तेत येऊन पोचलो आहोत याची त्याला जाणीव झाली. मग जणू चमत्कार व्हावा तसा तो काही क्षणांमध्ये बदलला! उजाडण्यापूर्वीच त्यानं त्याच्या किमती रेशमी वस्त्रांचा त्याग केला, स्त्रियांना मोहात पाडणाऱ्या त्याच्या काळ्याभोर झुलपांचाही त्याग करून केस कापून टाकले आणि शहर जागं होण्यापूर्वीच तो तेथून बाहेर पडला. बरेच दिवस पायीच हिंडत राहिला आणि एक दिवस तो या उनाड माळरानावरच्या स्थानकापाशी येऊन पोचला तेव्हा त्याला जाणवलं, की तो हीच जागा शोधत होता. तेव्हापासून आत्तापर्यंत गेली कितीतरी वर्षं अगदी एकांतात तो इथे राहत होता.

लालजी बराच वेळ टक लावून त्याच्याकडे बघत राहिला आणि मग शेवटी त्यानं विचारलं, "तुम्ही इथं राहता?"

आनंदनं होकारार्थी मान हलवली.

भोवतालच्या उजाड आसमंताकडे बघत लालजीनं विचारलं, "अगदी एकटे?"

आनंदनं स्मित करत पुन्हा मान हलवली.

"पण का?" छोट्या लालजीनं विचारलं. त्याचा चेहरा गोंधळलेला झाला होता. "तुमचीपण बा गेली? म्हणून तुम्ही पण एकटे राहताय?" उतरलेल्या लहान आवाजात त्यानं विचारलं.

क्षणभर आनंद घोटाळला, मग हात पुढे करून त्यानं त्या लहानग्याला जवळ ओढलं. "तुझी गेलीय्?" त्यानं हळुवारपणे विचारलं.

लालजीनं न बोलताच मान हलवली. त्या माणसानं जवळ घेण्यानं त्याला बरं वाटत होतं. त्याच्या शांत गोड आवाजानं त्याला त्याच्या बाच्या आवाजाची आठवण झाली. हळूहळू त्याचे डोळे भरून आले, आणि गेल्या काही दिवसांच्या आठवणींनी भरून येऊन ते वाहत राहिले.

***

सकाळी लालजीनं आंघोळ करण्यासाठी अंगातली पैरण काढली, तेव्हा त्याच्या खिशातून कागदाचा एक चुरगळलेला कपटा खाली पडला, तो आनंदनं बघितला. तो उचलून त्यानं विचारलं, "हे काय आहे रे?"

लालजीचा चेहरा उजळला. "बानं दिलाय् तो मला," तो म्हणाला, "त्यावर लिहिलंय् तिथं मला जायचंय्."

आनंदनं पत्ता वाचला. त्याची काळजी दूर झाली. "अरे! हे गाव तर माहितीय् मला. इथून खूप लांब नाहीये. तू खाऊन घे, मग मी तुला घेऊन जाईन तिकडे."

दोघं निघाले. आनंदला परिचित असलेल्या त्या भागातल्या काटेरी झुडुपांमधून त्याला सहज वाट काढता येत होती. जरा वेळानं जिथे दोन रस्ते फुटले होते आणि लालजीला ते हरीण दिसलं होतं, तिथपर्यंत ते पोचले.

त्या आठवणीनं त्याचे डोळे चमकले. तो उत्साहानं सांगू लागला, "अहो इथंच मला ते खूप सुंदर सोनेरी हरणाचं पाडस दिसलं होतं!" आनंदनं स्मित करत लालजीचा चिमुकला हात प्रेमानं हळूच दाबला. या एवढ्याशा छोट्या मुलाबद्दल त्याला एक वेगळाच आपलेपणा वाटत होता आणि माणसांच्या मनातल्या भावना न बोलताच उमजणाऱ्या लालजीला ते जाणवत होतं, आनंदच्या प्रेमळ स्मितानं बरं वाटत होतं.

ते दोघं त्या खेड्याच्या जवळ पोचले तशी लालजीला जरा भीती वाटू लागली. ते लोक ठेवून घेतील त्याला? का मग बाहेर काढतील? त्याला बैलगाडीत बसवताना गुल्लू आणि मुन्नी आपसात कुजबुजत होते ते त्याला ऐकू आलं होतं.

चिंताग्रस्त चेहऱ्यानं मुन्नीनं गुल्लूला विचारलं होतं, "त्यांनी नाही ठेवून घेतला त्याला, तर? काय करेल तो? कुठे जाईल?"

"शू! बांना खातरी नसती तर त्यांनी त्याला जायला सांगितलंच नसतं!" गुल्लूनं उत्तर दिलं होतं.

"हे आलो बघ आपण!" आनंदला घर सापडलं तेव्हा तो म्हणाला. विटांनी बांधलेलं, लाकडी दार असलेलं आणि उघडता येणाऱ्या खिडक्या असलेलं ते घर बघून लालजीला वाटलं, 'ओहो! असं घर तर त्यांच्या सगळ्या गावात एकही नव्हतं!'

त्यांचं अगदी साधं, गोल आकाराचं, काटक्या न् चिखलाच्या भिंतींनी बांधलेलं घर त्याला आठवलं – खिळ्यांनी ठोकून त्याला दार केलं होतं, शाकारलेलं छप्पर होतं, आणि खिडक्या म्हणजे भिंतींमध्ये केलेली लहान लहान भोकं होती. समोरची बाजू बा शेणानं सारवायची आणि सारवण वाळायच्या आत त्याच्यात छोटे छोटे आरसे बसवायची. संध्याकाळी दिवा लावला की, जादू केल्यासारखे ते चमकायचे. मग सारवण वाळल्यावर ते सगळे जण मिळून पांढऱ्या चुन्यानं त्या आरशांभोवती सुंदर नक्षीकाम करायचे...

आनंदनं तीन-चारदा हाका मारल्या, पण कोणीच घरात नव्हतंसं वाटलं. शेवटी तो आवाराच्या लाकडी गेटाचं अडकवणं काढणार, एवढ्यात दोन-तीन वर्षांची एक लहान मुलगी रमतगमत बाहेर आली. त्यांना बघून ती एकदम थांबली आणि आश्चर्यानं, मोठ्या मोठ्या डोळ्यांनी त्यांच्याकडे बघत राहिली. आनंदनं तिला 'इकडे ये' अशी खूण केली, पण लाजून हसत ती आत पळाली. काही मिनिटांमध्येच एका प्रसन्न चेहऱ्याच्या बाईंबरोबर परत आली. आनंदनं त्यांना वंदन करून तो कागदाचा तुकडा दाखवला.

"जा, शबूभाला घेऊन ये." बाईंनी त्या मुलीला सांगितल्याबरोबर ती दुडकत पळत आत गेली. कोणीतरी पाहुणे आणि कदाचित खेळायला एक नवा मित्र आल्याचा तिला आनंद झाला होता.

तिचा सतरा-अठरा वर्षांचा भाऊ शेतांमधून आला. त्यानं त्या कागदाकडे प्रश्नार्थक चेहऱ्यानं बघितलं. मग तो आनंदला परत देत विचारलं, "काय लिहिलंय् याच्यावर?"

"याच्यावर रेहमू पंजू यांचं नाव आणि पत्ता लिहिला आहे." आनंदनं सांगितलं.

"ते तर माझे वडील," तो तरुण म्हणाला. "पण तुम्ही कोण आणि काय हवंय तुम्हाला?"

आनंदनं त्याला तो मुलगा त्याला कसा सापडला ते सांगितलं आणि लालजीच्या आईवडिलांच्या मृत्यूबद्दल जे काही त्याला लालजीकडून समजलं होतं ते सांगितलं. मृत्यूपूर्वी आईनं लालजीला जे सांगितलं होतं तेही सांगितलं.

त्या बाईंनी त्या दोघांना आत बोलावलं. आनंदनं हात जोडून नमस्कार करत धन्यवाद दिले आणि तो म्हणाला, "माफ करा, पण मला आता निघालं पाहिजे. मुलगा आता तुमच्याजवळ सुरक्षित आहे, तेव्हा मी निघतो." तो मग लालजीकडे वळून म्हणाला, "सांभाळून, नीट रहा हं बाळा!" लालजीच्या डोक्यावर आपला हात ठेवून तो पुढे म्हणाला, "आणि तू कुठेही, कितीही लांब गेलास, तरी कधीतरी परत येऊन मला भेट."

लालजीनं गंभीर होऊन विचारलं, "पण तुम्ही कसे सापडाल मला?"

त्याच्या केसांवरून हात फिरवत, गूढ स्मित करत आनंद म्हणाला, "तुला जेव्हा मला शोधायचं असेल, तेव्हा मी तुला सापडेन!" निरोपाचा हात हलवत तो वळला आणि ओसाड प्रदेशातल्या त्या एकाकी वाटेकडे परत गेला.

३

"अगं? तुझं काय डोकं फिरलंय् की काय गं बाई?" रेहमू रागानं म्हणाला. सबंध दिवस बाजारातलं काम आणि घरी पोचेपर्यंतचा प्रवास यांमुळे रेहमू चिडचिडा झाला होता. "कुठलं कोण अनोळखी मूल येतं तुझ्या दाराशी आणि तू आपली तयार त्याला 'आपला' म्हणून पोटाशी धरायला! हां, त्याला दे ना खायला-प्यायला, कपडे दे, तुला बरं वाटणार असलं तर झोपू दे इथं रात्री, पण उजाडलं की पहिल्यांदा आधी त्याला जाऊ दे आपल्या वाटेनं..."

"पण अहो तो परका नाहीये..." त्याची बायको मऊपणानं त्याला थांबवत म्हणाली, "त्याच्याकडे एक कागद आहे तुमचं नाव लिहिलेला –"

"कागद? कसला कागद?" रेहमूनं आठ्या घालत तिच्या हातातून ते चिटोरं घेऊन बघितलं. "ए पोरा, इकडं ये बघू," तो गुरगुरल्यासारखं म्हणाला.

लालजी अंग आक्रसून मागे सरकत त्या बाईंच्या घागऱ्याला जाऊन चिकटला.

"इकडे ये, बघू दे मला तुझ्याकडे."

रेहमूच्या बायकोनं लालजीला हळुवारपणे पुढे सरकवलं.

"कोण आहेस तू? नाव काय तुझं?" रेहमूनं विचारलं.

"लालजी," तो म्हणाला. ते एवढं मोठं घर, एवढा मोठा माणूस आणि त्याचा तो भसाडा आवाज यांनी तो दबून गेला होता.

"इथं कोणी पाठवलं तुला?" रेहमूनं पुन्हा मोठ्यानं विचारलं, पण त्याचा आवाज जरा कमी रागीट होता.

लालजीनं त्या कागदाकडे बोट दाखवलं – जणू सगळ्याची उत्तरं त्यात होती! "तो तर बघितला रे मी, पण तू आलास कोठून? हा कागद कोणी दिला तुला?"

"बानं," धीर करून मोठ्या मोठ्या डोळ्यांनी टक लावून त्याच्याकडे बघत लालजीनं सांगितलं.

"तुझ्या बानं? नाव काय तिचं? वडिलांचं नाव काय तुझ्या?"

लालजीनं ओठ मुडपले. त्याला त्यांची नावं तर ठाऊक होती, पण आत्ता या क्षणी त्याच्या मनात सगळा गोंधळ उडाला होता. तो त्याच्या पायांकडे बघत गप्प उभा राहिला.

"या अनोळखी पोराचं आपण करावं काय मला कळत नाहीये!" रेहमू त्याच्या बायकोला म्हणाला, "तो जिथून आला तिथं परत पाठवावं लागेल त्याला. जो याला घेऊन आला, त्या माणसाला तरी तू थांबवून घ्याचास – काय? साधू होता तो? फकीर? विचित्रच आहे सारं!"

लालजी क्षणोक्षणी जास्त घाबरा होऊ लागला. ते त्याला परत पाठवून देणार होते, पण तो त्यांना तसं करू देणार नव्हता. त्यानं तर बाला वचन दिलं होतं, की तो इथं येईल आणि नीटपणे, ठीक राहील.

"ती दोघं देवाकडे गेली!" तो उतरलेल्या आवाजात म्हणाला. रेहमू आणि त्याची बायको आता त्याच्याकडे नव्याच कुतूहलानं बघू लागली.

"बा म्हणालीवती की, तुम्ही खूप चांगले आहात, आणि तुम्ही मला काहीतरी काम द्यालं. ती म्हणालीवती की, त्यांना सांग तुला फुकट तिथं राहायचं नाहीये."

रेहमूनं आणखीच कुतूहलानं त्याच्याकडे बघितलं. "तुला नाव आठवतंय् तिचं? तिनं आणखी काही दिलंवतं का तुझ्यापाशी? – चिठ्ठी, पत्र असं काहीतरी?"

"हांऽ!" एकदम उत्तेजित होऊन मान हलवत लालजी उद्गारला. त्याला एकदम आठवलं होतं. खिशात हात घालून त्यानं तळाशी गेलेलं ते बानं दिलेलं चांदीचं लॉकेट बाहेर काढलं. "तिनं सांगितलंवतं हे तुम्हाला द्यायला," ते लॉकेट रेहमूला देत तो म्हणाला. "मी तिचा मुलगा आहे हे याच्यावरून तुम्हाला कळावं म्हणून."

रेहमूनं ते लॉकेट त्या छोट्या मुलाच्या हातातून घेतलं आणि तो बघतच राहिला. खरं वाटत नसल्यासारखं डोकं हलवत तो ते उलटंसुलटं फिरवत बघत राहिला. "कसं शक्य आहे?" तो पुटपुटला, "रज्जो? तू रज्जोचा मुलगा आहेस?"

लालजीचा चेहरा एकदम उजळला आणि त्यानं उत्साहानं होकारार्थी मान हलवली. होय की! तेच तर होतं त्याच्या बाचं नाव!

"हां!" रेहमू लक्षपूर्वक त्याच्या चेहऱ्याकडे बघत म्हणाला, "सुंदर तपकिरी डोळे होते तिचे, तसेच आहेत तुझे, तिचं गोड हसणंही. पण बाकी तू तुझ्या बापासारखा आहेस – होय, आता दिसतोय् मला सारखेपणा. तशीच हट्टी, जिद्दी हनुवटी, कामुक ओठ, तसाच जादा अभिमानी चेहरा..."

लालजीच्या वडिलांबद्दल बोलताना रेहमूचा आवाज छोटा असूनही, तो बदलल्याचं

लालजीच्या लक्षात आलं.

रेहमू बराच वेळ त्या मुलाकडे बघत राहिला, पण त्याचं मन खूप वर्षांपूर्वीच्या काळात जाऊन पोचलं होतं.

***

कलंकित होऊन रज्जोनं तिच्या वडिलांचं घर सोडलं, तेव्हापासून रेहमूनं तिला बघितली नव्हती. त्या हलकट लखाबद्दलच्या तिच्या आकर्षणामुळे तिनं साऱ्या मर्यादा ओलांडल्या होत्या. कापणीसाठी शेतांमध्ये रोजीवर घेतलेल्या मजुरांपैकी लखा एक होता. शामवर्णाचा लखा अंगानं सडसडीत होता, खांदे रुंद होते आणि शेतावर काम करताना त्याचे मजबूत हात घामानं भिजून चमकायचे. त्याच्या हसऱ्या डोळ्यांमध्ये चमक होती. तारुण्यातल्या लोभस ताठ्यानं तो त्याच्या जराशा कुरळ्या केसांची झुलपं मानेच्या झटक्यानं मागे सारायचा. रज्जोनं लखाइतका देखणा आकर्षक पुरुष कधी पाहिलाच नव्हता. तिला हा विचार येण्याइतकं तिचं मन थाऱ्यावरच नव्हतं, की तो एक रोजीवर काम करणारा गरीब मजूर होता, जो जिथं काम मिळेल तिथं तितके दिवस, असा हिंडत राहायचा. त्याची कमाई अगदीच थोडी होती; आणि ती तर सधन शेतमालकाची मुलगी होती. पण ती त्याच्यासाठी इतकी वेडी झाली होती, की असा विचार आला असता तरीही तिचं मन ती आवरू शकली नसती.

सबंध दिवस काम केल्यावर संध्याकाळच्या शीतल वेळी तो त्याची बासरी घेऊन वाजवत बसायचा, ती ऐकायला त्याच्याभोवती सगळे गोळा होऊन बसायचे, आणि त्या सुरांची जादू त्या संधिप्रकाशात आसमंत भारून टाकायची. रज्जो मंत्रमुग्ध होऊन तिच्या खिडकीशी बसून ऐकत राहायची. पण त्यांच्यामधलं अंतर तिला खूप निराश करायचं.

तिचं हे वेडं प्रेम एकतर्फीही नव्हतं, कारण तिला प्रथम बघितल्यापासूनच लखावर तिनं जणू जादू केली होती. अवर्णनीय अशी निष्पाप, निष्कपट दिसायची रज्जो. दिवस जात राहिले तसतसं त्यांचं प्रेम आणि एकमेकांबद्दलची ओढ वाढत गेली आणि शेवटी खूप दिवस दूर राहिल्यावर एक दिवस ती कसंतरी जमवून त्याच्याकडे गेली, तेव्हा हे अटळच होतं, की त्यांच्या भावना आणि आसक्तीवर त्यांचा काबू राहिला नव्हता!

रज्जोची पाळी चुकली तेव्हा सुरुवातीला तिनं फारसं मनावर घेतलं नव्हतं. ती अजून तशी लहान होती आणि तिचं शरीर अजून पूर्णपणे विकसित झालं नव्हतं. पण दुसरा महिनाही उलटला तेव्हा तिच्या लक्षात आलं आणि ती खूपच घाबरली. आईला काय न् कसं सांगावं कळत नव्हतं, आणि दिवस जात राहिले तशी तिची भीती वाढत गेली. शेवटी खूप घाबरलेल्या रज्जोनं लखाला धीर करून सांगितलं

होतं, ते ऐकून त्यानं तिला आपल्या मजबूत बाहूंमध्ये कवटाळली होती. त्याचं खरं खरं प्रेम होतं तिच्यावर आणि तो तिला कधीच दूर करणार नव्हता.

रज्जो लखाबरोबर पळून गेली तेव्हा सर्वांना प्रचंड धक्का बसला होता, पण तिचा सर्वांत मोठा भाऊ रेहमू, ज्याचा तिच्यावर अतिशय जीव होता, त्याला सर्वांत जास्त धक्का बसला होता. त्याची बहीण त्याला पुन्हा कधी दिसणार की नाही, असं वाटून तो खूप दु:खी झाला होता. त्याच्या गळ्यातलं चांदीचं लॉकेट काढून त्यानं तिला दिलं होतं आणि वचन दिलं होतं, की तिला कधीही जरूर पडली तर तो तिच्या मदतीला उभा राहील. पण ती कधीही परत आली नव्हती – ती येणार नाही, हे रेहमू जाणूनच होता, कारण ती स्वाभिमानी मुलगी होती.

पण त्याला वाटलेली काळजी मात्र अनाठायी होती. रज्जो तिच्या नवऱ्याच्या घरावर आणि मनावर राणीसारखं अधिराज्य करत होती, कारण लखा तिच्यावर जिवापाड प्रेम करत होता. त्यांना दारिद्र्यातून कधीच वर येता आलं नव्हतं, पण रोज रात्री तो तिला कुशीत घ्यायचा, तेव्हा दिवसभराच्या श्रमानं दुखणारी गात्रं ती विसरून जायची, विरलेलं पांघरूण विसरायची आणि कधीच पोटभर मिळू न शकणारं जेवणखाणही विसरायची. त्यांच्या दोघांच्या तृप्त, समाधानी मनांचे पडसाद घरभर उमटायचे, मुलं हसत खिदळत असायची. गरिबी आणि कष्टमय आयुष्य त्यांचा आनंद, सुख हिरावून घेऊ शकली नव्हती.

***

रेहमू विचारात पडून रज्जोच्या मुलाकडे बघत राहिला. कदाचित त्यानं त्याच्या आईच्या स्वभावातले सौम्य, मृदू गुण घेतले असतीलही, पण त्याच्या वडिलांमध्ये जो जन्मजात आत्मविश्वास होता, तोही त्याच्या वागण्यात जाणवत होता. इतका आत्मविश्वास गरीब माणसांमध्ये क्वचितच आढळतो – दुसऱ्या कोणाच्याही तुलनेत तो कमी आहे, अशी भावना त्याच्या स्वभावात नव्हतीच! रेहमूला वाटलं, याला आत्ताच वेळच्या वेळीच बाहेर काढावा का? नाहीतर त्याच्या बापासारखाच तो गंजीतला साप निघायचा! क्षणभर रेहमूला त्या मुलाबद्दल अत्यंत गैरवाजवी असा तीव्र द्वेष वाटला, पण मग त्यानं स्वत:ला सावरलं. तो मुलगा अगदी कोवळ्या वयाचा होता, त्याच्या बहिणीचा मुलगा होता आणि त्या बहिणीला रेहमूनं वचन दिलं होतं, की 'तिला कधीही जरूर पडली, तर तो तिच्या मदतीला उभा राहील.'

त्यानं हात पुढे केले. "ये इकडे पोरा," मऊ आवाजात रेहमू म्हणाला, "हे तुझं नवं घर आहे आणि आम्ही आता तुझं कुटुंब आहोत."

***

रेहमू पंजूहा त्यांच्या जमातीतला प्रतिष्ठित, मान असलेला माणूस होता. गोघासारख्या खेड्यात जी थोडी पक्की घरं होती त्यातलं एक त्याचं होतं. जिरायती जमीन होती, गुरंढोरं होती. शेजारच्या खेड्यात कुटुंबाचं एक किराणाभुसार मालाचं दुकान होतं, जिथं धान्यधुन्यं आणि इतर किराणा माल विकला जायचा.

पंजू हा एक थोडीफार जमीन असलेला शेतकरी होता आणि त्याची परिस्थिती 'खाऊन पिऊन सुखी' अशी होती. पंजूला चार मुलगे न् एक मुलगी, त्यातला रेहमू सर्वांत मोठा. पंजूच्या सर्व मुलांमध्ये तोच सर्वांत हुशार, चलाख होता आणि इतर धाकट्या भावंडांपेक्षा लहानपणापासूनच जास्त महत्त्वाकांक्षी होता. तो मोठा होत गेला तसतसं त्याच्या लक्षात आलं की, त्यांची जी जमीन होती, ती चार भावांमध्ये वाटली गेल्यावर त्याच्या वाट्याला फार राहणार नाही. तेव्हा जितक्या लवकर शक्य होईल तितक्या लवकर बाहेर पडून आपल्या पायांवर उभं राहायचं त्यानं ठरवलं होतं.

सोळा वर्षांचा झाल्यावर रेहमूनं मांडवी गावातल्या गुलबानू जुस्सुब धानी या मुलीशी लग्न केलं. हे लग्न सगळ्यांना चांगल्या शुभयोगाचं वाटलं. कारण गुलबानूचं कुटुंब सामाजिक आणि आर्थिकदृष्ट्या रेहमूपेक्षा जास्त चांगल्या स्थितीत होतं. लग्नाला हजर असलेले गुलबानूचे काका धारिया धानी नंतर लवकरच आफ्रिकेला गेले आणि झांजिबारमध्ये स्थायिक झाले. तेथे ते काही वर्षांतच प्रतिष्ठित आणि श्रीमंतही झाले होते.

काही वर्षांनंतर रेहमूचे वडील पंजू निधन पावले, त्यानंतर रेहमू त्याची पत्नी आणि तान्हा मुलगा शाबू यांना घेऊन शेजारच्या खेड्यात राहायला गेला. तिथे जमीन स्वस्त होती. त्यामुळे वारशात मिळालेल्या जमिनीच्या बदल्यात त्याला जास्त मोठी जमीन मिळाली.

जमिनीवर खूप मेहेनत करून रेहमू त्या जमिनीतून चांगलं पीक मिळवू लागला. वर्षं जात राहिली तशी त्यानं आणखी जमीनही विकत घेतली. मग त्यानं गाई, म्हशी, शेळ्याही पाळायला सुरुवात केली. चांगल्या जातीच्या गाई पाळल्यानं गुरांच्या बाजारात त्याच्या गुरांकडे लोकांचं लक्षही वेधलं जायचं आणि त्यांना किंमतही चांगली यायची. आणखी काही वर्षांनी त्यानं एक किराणा मालाचं दुकानही शेजारच्या खेड्यात उघडलं.

लालजी रेहमूच्या आयुष्यात आला तेव्हा रेहमूला तीन मुलगे होते, आणि सर्वांत धाकटी एक मुलगी होती – रेश्मा. थोरला शाबू अठरा वर्षांचा होता, तो कष्टाळू, प्रामाणिक आणि चांगल्या, विचारी स्वभावाचा मुलगा होता. रेहमूच्या वडिलांचं पंजू हेच नाव दुसऱ्या मुलाला ठेवलं होतं. तो सोळा वर्षांचा होता. हे दोघेही रेहमूबरोबरच काम करायचे. नऊ वर्षांचा तिसरा मुलगा ताजोमध्ये, वडिलांच्या स्वभावातल्या वाईट गोष्टी – उदा. तापट स्वभाव आणि तोडून, तटकून बोलणं

या आल्या होत्या, पण चांगले गुण नव्हते आले. रेहमू अधिकार गाजवणारा, रागीट असला, तरी त्याच्या परीनं तो सरळ स्वभावाचा आणि न्यायीही होता. त्याच्या कुटुंबावर त्याचा खूप जीव होता.

ताजोनंतर छोट्या रेश्माचा जन्म झाला, तेव्हा मनातून रेहमूला मुलगी झाल्याचा आनंद झाला होता, मात्र स्त्रियांना हीन दर्जाच्या लेखणाऱ्या त्यांच्या अत्यंत कडव्या विचारसरणीच्या समाजात त्याला तसं उघड म्हणता आलं नव्हतं. नुकतीच जन्माला आलेली, सुरकुतलेल्या लाल त्वचेची रेश्माही सुंदर दिसत होती. गालांचे उंचवटे, त्वचेचा सुंदर रंग आणि पानगळीतल्या पानांच्या रंगाचे तपकिरी डोळे असलेली रेश्मा तिच्या रज्जोआत्यासारखी दिसायची. तिचे दाट, लांब केस इतके काळेभोर होते, की तिला बघणारे तिच्याकडे बघतच राहत. रेश्मा मोठी होत गेली ती तिच्या आईचा हसरा चेहरा आणि प्रेमळ, उदार स्वभाव घेऊनच.

इकडे लालजीला सर्वांना खूश ठेवण्याची इच्छा होती. त्याला एक जन्मजात उमज होती. त्यामुळे तो त्याच्या मामांशी आणि मामेभावांशी जपूनच वागायचा. जेणेकरून त्यांनी त्याची उपेक्षा करू नये. मामा बरेचदा त्याला भाच्यापेक्षा नोकरासारखंच वागवायचा. त्याच्या नव्या कुटुंबाला तो उपयोगी आहे असे वाटावे आणि त्याचा स्वीकार व्हावा म्हणून तो मन लावून खूप काम करायचा. कारण त्याला ठाऊक होतं की, आता त्याच्यासाठी फक्त हेच एक घर होतं.

थोरले दोघे मामेभाऊ शाबू आणि पंजू त्यांच्या कामात मग्न असायचे आणि त्याच्याशी नीट वागायचे. ताजोशी वागताना मात्र लालजी जपूनच वागायला शिकला. लहान वयाचा असूनही लालजीच्या हे लक्षात आलं होतं की, ताजोला तो बाहेरून येऊन त्यांच्या घरात घुसून बसला आहे असं वाटायचं. मामा कधी जास्तच तुसडेपणानं लालजीशी वागले, तर त्यांची सुस्वभावी पत्नी लालजीला सांभाळून घ्यायची, प्रेमानं खाऊपिऊ घालायची. ताजोला त्याची आई लालजीला प्रेमानं वागवायची, याचा त्याला मत्सर तर वाटायचाच, पण रेश्माला तो खूप आवडायला लागला होता, याचाही त्याला राग यायचा. कारण लालजी येण्यापूर्वी रेश्मासाठी ताजोच सर्वकाही होता. ती त्याच्या मागेमागे हिंडायची, त्याचा शब्द न् शब्द झेलत राहायची. पण आता नवा आलेला लालजी तिला तितकाच आवडायला लागला होता.

घराच्या आवारातच दुसरं एक लहानसं घर होतं, तिथं एक म्हाताऱ्या मावशी न् त्यांचा अर्धवट नुलगा डब्बू यांच्यासोबत लालजी झोपायचा. लालजी आणि ही दोघं यांच्यामध्ये एक विलक्षण असं नातं निर्माण झालं होत. रेहमू पंजूच्या घरात दोघांचीही स्थिती धड ना नोकर, धड ना नातलग अशी काहीतरी होती. मावशी खडतर, कमनशिबी आयुष्यानं खचली होती, आणि लालजी रेहमूच्या घरी खातरीचा पूर्वेतिहास सांगता येत नसताना येऊन पोचला होता. दोघंही जाणून होती, की

कुटुंबप्रमुखाच्या मर्जीवर आणि लहरीवर त्यांचं तिथं राहणं अवलंबून होतं. दोघंही जपून वागायला शिकली होती. पण जसजसे दिवस जात राहिले, तसतसं त्यांना हेही जाणवलं की, रेहमूच्या कुटुंबातलीच माणसं म्हणून ती स्वीकारली गेली होती.

***

मे महिन्यातल्या एका घामाघूम करणाऱ्या सकाळी सतरा-अठरा वर्षांचा असावा असा दिसणारा दामजी नाथू नावाचा एक तरुण मुलगा आवाराचं फाटक उघडून घराकडे आला. शेजारच्या खेड्यात तो गुरांचा व्यापार करायचा आणि त्याचे वडील नाथू लहानपणापासून रेहमूला ओळखायचे. दामजी काही गाई मधून मधून रेहमूकडे दाखवायला घेऊन यायचा. कारण रेहमूला गुरांची विशेष पारख असल्याचा त्याचा लौकिक होता. लालजीनं दामजीला मधून मधून बघितलं होतं, आणि तो आलेला दिसला की, शक्यतोवर लालजी तिथे थांबायचाच नाही.

त्या दिवशी, आणलेली गुरं बांधून ठेवल्यावर दामजी विहिरीच्या दिशेनं पाणी पिण्यासाठी आला. तेव्हाच लालजीनं जरा श्रमानंच बादलीभर पाणी काढलं होतं आणि बदली जमिनीवर ठेवली होती. दामजी आलेला त्याला दिसलाच नव्हता. या वेळी प्रथमच तो दामजीला समोरासमोर बघत होता. दामजीनं लालजीला बाजूला ढकललं, आणि लालजीनं काढलेल्या पाण्यानं तो तोंड धुऊ लागला. असाहाय्यपणे लालजी मुकाट्यानं बघत राहिला.

दामजीनं बाहीला तोंड पुसलं आणि वर बघितलं. लालजी त्याच्याकडेच बघत होता. "आणि हे कोण आलंय् बुवा इथं?" उंचनिंच दामजीनं लहानग्या लालजीकडे बघत, थोरामोठ्यांनी क्षुद्र लोकांशी बोलावं तशा आवाजात विचारलं. त्याच्या उभं राहण्यात, आवाजात लालजीला तुच्छता, नाराजी स्पष्टपणे जाणवत होती, पण इतका लहान असूनही तो धीटपणानं तिथंच उभा राहून रागानं बघत राहिला.

तेवढ्यात ताजो धावत धावत आला. खूप खूश होऊन हसतमुखानं त्यानं हाका मारल्या, "दामजी भा! दामजी भा!" त्या गुरांच्या व्यापाऱ्याला बघून त्याला खूपच आनंद झाल्याचं उघड दिसत होता. दामजीनं त्याला उचलून लाडानं उचलून उंच हवेत धरला, ताजोला खूप मजा वाटली. उघडच होतं, की दोघांना एकमेकांबद्दल प्रेम होतं.

"हा कोण रे तुझा नवा मित्र ताजो?" दामजीनं विचारलं.

लालजीकडे उपेक्षेनं बघत ताजो म्हणाला, "तो? तो मित्र नाहीये माझा!" मग खांदे उडवत त्यानं सांगितलं, "तो आतेभाऊ आहे, इथं आमच्याकडे राहायला आलाय्, कारण त्याचे आईवडिल दोघंही वारले. त्याला दुसरी जागा नाही जायला."

"असं? फारच वाईट, नाही का?'' लालजीला आपादमस्तक न्याहाळत दामजी म्हणाला. मग तो आणि ताजो मजेत गप्पा मारत तिथून गेले.

लालजी त्यांच्याकडे बघत राहिला. त्यानं ठरवलं की, या दोघांपासून चार हात लांबच राहिलेलं बरं.

***

कधीकधी अंधाऱ्या रात्री लालजी अंथरुणावर पडल्या पडल्या जुने दिवस आठवत राहायचा. बा, बापा आणि त्याच्या भावाबहिणींबरोबर तो किती मजेत असायचा ते त्याला आठवायचं. त्याला मुन्नीबेनची, गुल्लूभाची आणि विशेष करून छोट्या जप्पूची खूप आठवण यायची. त्यांचं काय झालं असेल, पुन्हा कधी तो त्या सगळ्यांना भेटू तरी शकेल का, असं वाटत राहायचं.

कधीकधी त्या छोट्या घराच्या ओट्यावर तो मावशीसोबत डब्बूबरोबर बसायचा. युगानुयुगं लोकांच्या तोंडी असलेल्या रामायण-महाभारतातल्या, पुराणांमधल्या कथा मावशी सांगायच्या, त्या भान हरपून ऐकत राहायचा. मावशींनी लालजीला पट मांडून सोंगट्या खेळायला शिकवलं – तोच जुगाराचा खेळ, जो खेळून महाभारतातल्या गोष्टीत युधिष्ठिर राज्य, संपत्ती, सर्व भावांसकट स्वत:ला आणि पत्नी द्रौपदीलाही हरला होता.

नंतर मग मान हलवत मावशी म्हणाल्या होत्या, "जुगार खेळणं फार, फारच वाईट. नशा चढते त्या खेळाची – जशी काही लोकांना दारूची, बायकांची, आणि हातात सत्ता असण्याची चढते ना, तशी. डोकं ताळ्यावर राहत नाही, स्वत:वर ताबा राहत नाही, आपण काय करतोय याचं भान राहत नाही!''

डोळे विस्फारून ऐकत बसलेला लालजी मावशींबद्दल विचार करायचा. किती म्हाताऱ्या दिसायच्या त्या! त्यांच्या सुरकुतलेल्या चेहऱ्यावर असलेल्या गोंदवणाकडे पाहत राहायचा. कानात जड जड घातल्याने तिच्या कानांची भोकं जवळ जवळ पाळ्यांएवढीच मोठ्ठाली झाली होती. त्यांच्याकडेही तो बघत राहायचा. त्यांचा मुलगा डब्बूची विशी उलटली असली, तरी त्याच्या बुद्धीची वाढ मात्र सात-आठ वर्षांच्या मुलाएवढीच होती. तो नेहमी मावशींच्या मागे मागे असायचा. मावशींचाही खूप जीव होता त्याच्यावर. आनंदी जीव होता डब्बू. त्याच्या लहान मुलासारखं वागण्यानं लालजीलाही तो आवडायला लागला होता.

कधीकधी हिवाळ्यातल्या गारठलेल्या संध्याकाळी शेकोटी पेटवून, तिथं कोंडाळं करून रात्र होईपर्यंत ते बसायचे. मावशी विडी ओढत स्वस्थ बसलेल्या असायच्या, त्यांच्या एका बाजूला त्यांचा डब्बू आणि दुसऱ्या बाजूला अनाथ पोरगा लालजी. त्या ज्या खेड्यात वाढल्या होत्या, तिथल्या गोष्टी सांगायच्या – मजेच्या, सुखाच्या

दिवसांच्या गोष्टी, जेव्हा त्या लहान होत्या आणि त्यांची बा जिवंत होती. दूरवर कुठेतरी लागलेल्या त्यांच्या दृष्टीवरून लालजीला समजायचं की, त्या खूप खूप वर्षांपूर्वीच्या गोष्टी असणार.

मधल्या अंगणाच्या पलीकडे असलेल्या मोठ्या घरातून रेश्मा हेवा वाटत त्यांच्याकडे बघत राहायची. तिला त्यांच्या गप्पागोष्टी ऐकायला यावंसं फार वाटायचं, पण त्यांची कामंधामं आटोपून ती तिथं बसायची, तोवर बरेचदा संध्याकाळ झालेली असायची आणि विचारी शहाणपणानं, फार उशिरापर्यंत बसू न देता मावशी तिला समजावून घरी पाठवून द्यायच्या.

सकाळी ताजो शाळेत गेलेला असायचा आणि दुपारी त्याच्या भावांबरोबर तो काम करत असायचा. त्यामुळे रेश्माशी खेळायला फक्त लालजीच मोकळा असायचा. तो शेळ्या आणि गाई घेऊन त्यांना चारायला कुरणावर घेऊन जायचा, तेव्हा तिला त्याच्याबरोबर जायला परवानगी होती. तिथे एकच कडुलिंबाचं झाड होतं, तिथं झाडाखाली ती दोघं बसायची आणि शेळ्या न् गाईंवर लक्ष ठेवायची.

एक दिवस एक भुकेला कोल्हा लपत-छपत हळूहळू शेळ्यांच्या कळपाच्या जवळ आला. एक नुकतंच जन्मलेलं तान्हं कोकरू कळपात होतं, त्याचा वास नेमका त्या भुकेल्या कोल्ह्याला लागला. शेळ्या घाबरून बें बें करून बेंबटायला लागेपर्यंत लालजीला किंवा रेश्माला तो दिसला नाही.

लालजी अतिशय चपळ होता. तो लगोरीनं बरोब्बर नेम साधून दगड मारू शकायचा. त्याच्या जवळ लगोर होतीच, त्यानं एक दगड उचलला आणि ताबडतोब नेम धरून त्या जंगली प्राण्याच्या बरोबर कपाळावर मारला आणि मग हातातल्या काठ्या गोल गोल फिरवत दोन्ही मुलांनी हाती येतील ते दगड त्या कोल्ह्याला मारायला सुरुवात केली. पहिल्या कपाळावर जोरात बसलेल्या दगडानंच घाबरलेल्या कोल्ह्यानं या दगडांच्या भडिमारानं माघार घेऊन धूम ठोकली.

तेव्हापासून लालजी जरा ताठ मान ठेवून चालायला लागला. त्याच्या लक्षात आलं होतं, की नाइलाजानं का होईना, त्याच्या मामांना आता त्याचं जरा कौतुक वाटायला लागलं होतं. त्याचे मामेभाऊही त्याच्याशी किंचितसे जास्त चांगले, थोड्या काळ होईना, बरोबरीच्या नात्यानं वागायला लागले होते – अगदीच दुर्लक्ष करण्यासारखा कुचकामी मुलगा नव्हता तो.

लालजी आणि रेश्मा मजेत हातात हात घालून हिंडत असायची, ते मावशी बघत असायच्या. झाडांना बांधलेल्या दोरांमध्ये फळी टाकून रेश्मा झोके घेत असायची; तेव्हा तिची खोडी काढायला हळूच मागून जाऊन लालजी एकदम झोक्याला धक्का द्यायचा. मग रेश्मा खालच्या झुडुपांमध्ये पडली की, मजा वाटून हसायचा. मग रेश्माही गाईची धार काढताना धार एकदम त्याच्या तोंडावर अशी

सोडायची, की तो एकदम दचकायचा, आणि मग ती पुढे पळायची आणि तिचा पाठलाग करत लालजी मागे धावत जायचा. दोघं मुलं एकत्र खेळायची, भांडायची, पुन्हा खेळायची. अनुभवी, म्हाताऱ्या मावशींना कधीकधी विचार पडायचा, की याचा शेवट कसा होईल!

***

ताजो ओळीनं तिसऱ्यांदा परीक्षेत नापास झाला, तेव्हा नम्र शब्दांत हेडमास्तरांनी रेहमूना सांगितलं की, असं शिकत राहून ताजोला फारसा फायदा होईल असं त्यांना वाटत नव्हतं; त्याच्याऐवजी त्यालाही घरच्या धंद्यातलं कामच जास्त चांगलं शिकता येईल. परंतु रेहमू त्यांच्या विचारांवर ठाम होते आणि म्हणून त्यांनी गावच्या मृदू स्वभावाच्या; पण विद्वान मुल्लासाहेबांना विनंती केली की, त्यांनी रोज रेहमूंच्या घरी येऊन रेहमूंच्या मद्दड मुलाला निदान गुजराथी लिहा-वाचायला आणि साधी आकडेमोड शिकवावी. म्हणजे सातवीपर्यंत शिकू नाही शिकला, तरी निदान तेवढं तरी त्याला येईल.

लहान चणीचे, गुळगुळीत टक्कल आणि विरळ दाढी असलेले मुल्लासाहेब लालजीला खूप आवडले. मधल्या दातांमध्ये असलेल्या फटींमुळे ते बोलायला लागले, की शिट्टी वाजल्यासारखा आवाज यायचा. ते ताजोला शिकवायला बसले, की शिक्षक आणि विद्यार्थी, दोघांची जी केविलवाणी परिस्थिती व्हायची, त्याची दारामागे लपून बघत राहणाऱ्या लालजीला न् रेश्माला खूप गंमत वाटायची. म्हातारे मुल्लासाहेब मधूनच पेंगायला लागायचे. त्यामुळे पुढील शिक्षणाचा मार्ग खुंटलेला ताजो त्यांची दाढी ओढायचा. गरीब बिचारे मुल्लाजी दचकून मागे व्हायचे आणि त्यांना मोठ्यानं उचकी यायची. मग ते पुढे सुरू करायचे : क – क – कमळातला, ख – ख – खेडूतचा, ग – ग – गाढवाचा....

मग एक दिवस मुल्लासाहेबांना ही दाराआड लपून बघणारी न् खुदुखुदु हसणारी दोघं दिसली. लालजीची पैरण गळ्याशी पकडून त्यांनी त्याला खोलीत पकडून आणलं. "हं? हसताय् , काय? मी सांगणार आहे रेहमू शेठना हे! तुम्हाला दोघांना दुसरं काही काम नाहीसं दिसतंय्, तेव्हा तुम्ही दोघांनीही आजपासून इथं बसून अभ्यास करायचा. मग बघू या कोण हसतंय् ते!" अशा तऱ्हेनं निरक्षरतेच्या विरुद्ध रोज चालणाऱ्या लढाईत लालजी आणि रेश्मा दोघंही ताजो आणि मुल्लासाहेबांना सामील झाले.

त्याला सोपवण्यात आलेल्या इतर कामांइतकाच लालजी लिहिणं-वाचणं आणि आकडेमोड यातही चुणचुणीत निघाला. तो रोजच्या शिकवणीची उत्साहानं वाट बघू लागला. मग हे ओघानंच आलं, की तो त्याच्या मामोभावापेक्षा अभ्यासात

जास्त हुशारी दाखवू लागला. ताजोला शिक्षकांकडून वरचेवर रागावून घ्यायला लागायचं आणि हटकून कोपऱ्यात उभं राहून कान पकडून उठाबशा काढाव्या लागायच्या.

आपल्या मुलापेक्षा लालजी जास्त हुशार निघाला याचा अर्थातच रेहमूला आनंद झाला नाही. पण त्या मुलाच्या एकूण मगदुराविषयी त्याला कौतुक वाटलंच. हळूहळू त्यानं ही वस्तुस्थितीही स्वीकारली, की ताजोला शिकवण्याचा प्रयत्न करण्यात वेळ घालवण्यापेक्षा त्याला कामातच घेतलेलं बरं. त्याला तेरा पूर्ण होत आली होती आणि घरच्या धंद्यात त्यानं जास्त मनापासून लक्ष घालण्याची वेळही जवळ आली होती.

ताजोचं शिक्षण बंद झाल्यावर जरी लालजीचं शिक्षणही बंद झालं, तरी तो स्वत: होऊन संध्याकाळच्या मोकळ्या वेळी पाटी-पेन्सील घेऊन बसायचा, जे शिकला होता, त्याची उजळणी करायचा. शेजारच्या खेड्यात काही कामासाठी जेव्हा जेव्हा त्याला पाठवलं जायचं, तेव्हा वाटेवर असलेल्या मुल्लासाहेबांच्या घरी त्यांना भेटून, त्यानं लिहून काढलेलं तो त्यांना दाखवायचा आणि तिथं जी थोडी पुस्तकं होती, ती वाचायचा. वृद्ध मुल्लासाहेबांना त्यामुळे खूप आनंद व्हायचा. कारण प्रत्येक शिक्षकाचं जसा विद्यार्थी मिळावा असं स्वप्न असतं, तसा विद्यार्थी त्यांना लालजीमध्ये मिळाला होता.

***

दरवर्षी भरणाऱ्या गुरांच्या जत्रेची लोक मोठ्या आतुरतेनं वाट बघायचे. रेहमू आणि त्याचे मुलगे नेहमीच या जत्रेला जायचे. बरेचदा त्यांच्या उत्तम जातींच्या गाई सांभाळून न्यायला मदत करण्यासाठी लालजीलाही बरोबर न्यायचे. या मोठ्या दणदणीत प्रमाणावर होणाऱ्या जत्रेत इतरही बरीच आकर्षणं असत – उंटगाड्यांच्या, बैलगाड्यांच्या शर्यती इ. व्यापार-धंदा खूपच व्हायचा आणि रेहमूच्या जनावरांना नेहमीच छान किंमत यायची. गुरे विकत घेण्यातही रेहमू वाकबगार होता आणि दरवर्षी न चुकता खातरीच्या उत्तम जातीचीच नवी जनावरं विकत घेऊन यायचा.

लालजी या जत्रेत मनापासून लक्ष घालायचा. त्यामुळे अक्कलहुशारीनं चांगली जनावरं निवडण्याची कला आणि विक्रीचा धंदा हुशारीनं करणं दोन्ही भराभर शिकला. रेहमूमामा चांगली जनावरं खरेदी करण्यासाठी आणि पैशांचा व्यवहार वगैरे करण्यासाठी लालजीवर जास्त जास्त अवलंबून राहू लागले. परंतु, लालजीवर जास्त अवलंबून राहाण्यानं रेहमूचं त्याच्याशी एरवी जे उपेक्षेनं वागणं होतं, त्यात मात्र विशेष असा फरक पडला नाही!

४

शेतांमध्ये पिकं तयार झाल्यावर, दरवर्षीसारखे रोजीवर काम करणारे शेतमजूर कापणीच्या कामासाठी येऊन पोचले. दिवसभर भरपूर राबल्यावर संध्याकाळी ते सर्व जण गोळा होऊन गप्पागोष्टी करायचे, गाणी गात बसायचे. ते दांडिया घेऊन नाचायला लागले की, डब्बू आणि लालजी त्यांच्यात जाऊन मिसळायचे आणि नाचाची लय वाढत जाईल तसतसे खूप वेगानं गोल गोल फिरत सर्व जण नाचता नाचता हसायचे, मजेत टाळ्या वाजवायचे.

अशाच एका संध्याकाळी त्या मजुरांपैकी एकानं त्याच्याजवळची बासरी काढली तेव्हा संमोहन झाल्यासारखी ओढ वाटून लालजीनं ती बासरी उचलली आणि त्यावर बोटं फिरवता फिरवता तो प्रथम जरा थांबत, अडखळत ती वाजवू लागला. थोड्याच वेळात जणूकाही जन्मतःच येतच असेल, इतकी छान तो बासरी वाजवू लागला. मग कडुनिंबाच्या त्या वृक्षाच्या सावलीत बसून तो तासन्तास बासरी वाजवत राहायचा.

एके दिवशी रेहमूनं शेतावरून परत येताना प्रथमच जेव्हा ते जणू साद घालणारे सूर ऐकले, तेव्हा चालता चालता तो थांबला – कारण त्या सुरांनी त्याला खूप वर्षांपूर्वीच्या अशाच बासरीच्या सुरांची आठवण करून दिली, ज्या सुरांनी त्याच्या बहिणीला मंत्रमुग्ध करून जणू जाळ्यात पकडली होती. रेश्माच्या कानांवर हे सूर पडले नसले तर बरं, अशी त्यानं मनोमन प्रार्थनाही केली; कारण हे संगीतही तसंच मंत्रमुग्ध करणारं होतं. परंतु रेहमूला ठाऊक नव्हतं की, त्याची मुलगी हे जादू करणारे बासरीचे सूर ऐकण्याआधीच प्रेमवेडी झाली होती!

***

वसंत ऋतू! मावशींना वाटलं, एकदमच बघता बघता मुलं तरुण कशी न् केव्हा झाली हे कळलंच नाही? कधी एवढी मोठी झाली ही? परवा-परवापर्यंत तर तिनं त्या दोघांना इथंच तर खेळताना बघितली होतं – रेश्मा झोपाळ्यावर बसलेली

असायची न् वरच्या एखाद्या फांदीवर लालजी असायचा – मजेत हसत खेळत असायची दोघं. पण आज... आज त्या हसण्याच्या आवाजात फरक होता!

बासरी वाजवणाऱ्या लालजीकडे बघत बसणारी आजची रेश्मा, ही काल त्याच्याशी खेळणाऱ्या रेश्मापेक्षा वेगळी होती. अलीकडे ती स्वप्नात असल्यासारखी दिसायची, आपल्याच नादात असायची. कधीकधी ती कपडे धुवायला बसली की, बराच वेळ कपडेच धुवत बसायची, लालजी शेतांवरून येताना दिसेल म्हणून वेळ काढत बसायची. ती त्याच्यासाठी विहिरीजवळ थांबायची, कारण घरात जाण्यापूर्वी तो हातपाय धुवायला तिथे येणारच, हे तिला माहीत असायचं. त्याच्या सावळ्या देखण्या रूपाकडे, उन्हानं रापलेल्या रंगाकडे, चमकणाऱ्या तपकिरी डोळ्यांकडे ती टक लावून बघत राहायची आणि केसांमधून बोटं फिरवता फिरवता तो छानसं हसला की, त्याच्याकडे बघत राहायची. त्यांची नजरभेट झाली की मात्र लाजून ती बाजूला व्हायची – तिच्या छातीतली धडधड त्याला ऐकू जाईल, या भीतीनं.

आत्तापर्यंत निरागस असलेल्या लालजीला, स्त्रियांना तो आकर्षक वाटतो, याची कल्पनाच नव्हती. पण अलीकडेच तो जवळच्या खेड्यात गेला होता, तेव्हा त्याच्या तारुण्यात शिरत असलेल्या मनाला जाणवलं होतं की, त्याच्याकडे बघण्याची नजर बदलत होती. एकदा मध्यम वयाच्या एका विधवा स्त्रीनं किराणा मालाच्या दुकानातून सामान उचलून तिच्या घरी न्यायला त्याची मदत मागितली आणि घर आल्यावर गरमगरम मसाल्याचा चहा प्यायला आत बोलावलं. तो लगेच परत आला नाही तेव्हा शाबू त्याला शोधायला आला.

"इथं वेळ दवडत का बसलायस?" त्याने लालजीला दटावलं आणि त्या 'बदचलन' विधवेकडे डोळे वटारून बघितलं. लालजीला तिच्या या 'कीर्ती'बद्दल काहीच ठाऊक नव्हतं.

निष्पाप लालजीनं सांगितलं, "मी त्या प्रौढ विधवा बाईंना सामान घरी घेऊन यायला मदत करत होतो."

"प्रौढ विधवेला मदत! हं!" एरवी सहसा न रागावणारा शाबू चिडून म्हणाला, तेव्हा लालजीला खूपच नवल वाटलं. "त्या बाईला कसली 'मदत' हवी असते ते ठाऊक आहे मला, आणि ती तू द्यायची नाहीयेस!"

रिठ्यांच्या लाल गरानं रेश्मा केस धूत होती, मावशी बघत होत्या. रिठ्यांमुळे छान चमक यायची तिच्या केसांना. आत्ता ते ओले लांब केस तिच्या खांद्यांवरून खालपर्यंत काळी शाल पांघरावी तसे दिसत होते. तारुण्यात आलेल्या रेश्माचं सौंदर्य आता जास्तच खुलून दिसायला लागलं होतं. पहाटेच्या दवासारखी मृदू त्वचा, तारुण्यानं तेज चढलेला तिचा चेहरा – तिनं केसांवरचं पाणी झटकलं. तिचं लक्ष होतं कुंपणापलीकडे गव्हाची झोडपणी करत असलेल्या लालजीकडे.

जेव्हा तिने लालजीचं लक्ष वेधून घेतलं, तेव्हा काम थांबवून तो स्तब्ध होऊन तिच्याकडे पाहत राहिला, त्याची नजर तिच्यावरून हटूच शकत नव्हती. मावशी तिथे आहेत, याचंही त्यांना भान नव्हतं. मावशींनी खिन्नपणे मान हलवली. 'किती छान जोडा शोभेल यांचा' असं मनात येऊन त्यांनी एक सुस्कारा सोडला. रेश्मा इतकी कमालीची सुंदर आणि लालजी उंच, मजबूत, स्वाभिमानी आणि सद्वर्तनी – कुठल्याही तरुण मुलीला तो तिचा झाला, तर अभिमान वाटेल असा.

त्या दोघांची लागलेली तंद्री मोडण्यासाठी मावशींनी एकदम हाक मारली – "अगं वेडाबाई! अगं काय करतेयस तू तिथं?"

रेश्मा दचकून त्यांच्याकडे वळली न् चाचरत म्हणाली, "काय मावशी? केस वाळवतेय ना मी!"

"इथं उघड्यावर बसून का केस वाळवायचे?" नाराजीचा आव आणून मावशी म्हणाल्या, "थंडी भरेल ना?"

"पण मावशी, तुम्ही नेहमी म्हणता, की केस बाहेरच लवकर वाळतात." "हो ना, पण उन्हात. आत्ता ऊन घराच्या तिकडच्या बाजूला आहे, इथं काय करतेयस तू?"

रेश्मा लाजली. "मला वाटलं वाऱ्यावर लवकर वाळतील – " ती हळूच म्हणाली. "लवकर वाळतील म्हणे! सर्दी आली म्हणजे मला जाब विचारतील सगळे जण. ये इकडे, मी देते कोरडे करून."

लालजी स्वत:ला सावरत म्हणाला, "काय हो मावशी? का रागावताय आपल्या रेश्माला?" आता तिचं नाव घेताना त्याला जरा अवघडायला व्हायचं. अलीकडे त्याला असं काय होतंय, हे त्याला कळत नव्हतं. रेश्माचे लांबसडक केस मावशी विंचरून द्यायच्या तेव्हा तो लपून राहून बघत का राहायचा? त्यानं आत्तापर्यंत हजारदा तरी मावशींना तिचे केस विंचरताना बघितलं होतं. मग आताच का असं वाटतंय की, त्यानं बघू नये असं काहीतरी तो बघतो आहे? तिच्या केसांवर ऊन पडून ते चमकत होते म्हणून आज ते काही वेगळेच दिसत होते का? असं काय होत होतं की, त्याला अलीकडे रेश्माबद्दल काहीतरी वेगळंच वाटायला लागलं होतं? ती तर तशीच होती, पण तरी काहीतरी वेगळीच दिसत होती आता.

लोक ज्याला सुंदर म्हणतात, तशी सुंदर दिसत होती का आता ती? भेटायला आलेल्या एक काकी बानूमामीला एकदा कौतुकानं म्हणत होत्या ते त्यानं ऐकलं होतं की, 'कशी आत्ताच पिकलेल्या आंब्यासारखी दिसतेय रेश्मा! आंबा कसा तोडण्यासारखा झाला की, बघूनच कळतं चवदार असणारसं, तशी!' ओठ मुडपून लालजीनं लक्षपूर्वक तिच्याकडे बघितलं आणि मग त्याच्या कपाळाला आठी पडली – छे! नाही! काहीच साम्य नव्हतं तिच्यात आणि आंब्यात!

रेश्मा जिथं असेल तिथं जाण्यासाठी लालजी जास्तीत जास्त प्रयत्न करू लागला

– नुसतं तिच्याकडे बघण्यासाठी. आणि तिचे डोळेही त्याला शोधताहेत असं जेव्हा त्याच्या लक्षात यायचं न् त्यांची नजरभेट व्हायची तेव्हा त्याचं हृदय उंचबळून यायचं.

***

एके दिवशी लालजी नेहमीपेक्षा जरा लवकर परत आला. तो पाय धुवायला विहिरीपाशी थांबला, तेवढ्यात त्याला कुजबुजणारे आवाज ऐकू आले. कुंपणापलीकडे त्यानं डोकावून बघितलं. रेश्मा झोपाळ्यावर बसली होती, पण ती एकटी नव्हती. एक अनोळखी माणूस तिच्याजवळ उभा होता. त्यानं नीट निरखून बघितलं तेव्हा त्याच्या लक्षात आलं की, तो माणूस अनोळखी नव्हता, गुरांचा व्यापार करणारा दामजी नाथू होता. अलीकडे बऱ्याच दिवसांत इकडे दिसला नव्हता तो. लालजी थिजल्यासारखा उभा राहिला. दोघांचं काहीतरी खाजगी बोलणं चाललंय, असं वाटत होतं. बोलणं ऐकू येण्यासाठी तो बराच लांब होता. कुतूहल वाटून तो जवळ सरकला काय चाललंय, काय बोलतायत ते समजावं म्हणून. तो बघत होता तेवढ्यात दामजीनं हात पुढे करून रेश्माचा गाल कुरवाळला. पूर्वी कधीच आला नव्हता एवढा संताप लालजीला अंगभर जाणवला. धावत पुढे जाऊन दामजीला एक ठोसा लगावावा असं त्याला वाटलं, पण काही विचार येऊन तो थांबला. पुढे काय होतंय, हे आधी बघणं जरूर होतं – रेश्मा काय करते, तिची प्रतिक्रिया काय आहे, हे आधी बघितलं पाहिजे होतं.

तिला अंग चोरून मागे सरकताना, त्या माणसाचा स्पर्श टाळू पाहताना बघून त्याला खूप बरं वाटलं. दामजी हसला आणि त्यानं तिची ओढणी पकडली, तशी रेश्मा ओरडली ते लालजीनं ऐकलं – ‘‘सोड मला! सोड आत्ताच्या आत्ता!’’

मग मात्र लालजीला थांबणं शक्य नव्हतं. रेश्माचा विनयभंग होताना बघून संतापाचा उद्रेक होऊन तो सर्वशक्ती एकवटून धावला आणि डोकं खाली करून मुसंडी मारणाऱ्या एडक्यासारखं त्यानं दामजी नाथूच्या पोटावर डोकं आपटलं. तो जेमतेम पंधरा वर्षांचा होता आणि दामजी चांगला पंचविशीतला. पण काय येऊन आपटलं हे कळण्यापूर्वीच दामजी खाली पडला. मग तिथे जमिनीवरच दोघांची जोरात कुस्ती सुरू झाली. वयानं, आकारानं आणि शक्तीनं वरचढ असलेला दामजीच जिंकणार असं वाटत होतं, पण लालजी जिवाची बाजी लावूनच जणू लढत राहिला.

तेव्हाच ही सगळी गडबड ऐकून मावशी काय चाललंय बघायला बाहेर आल्या आणि ओरडल्या, ‘‘बंद करा! बंद करा बघू दोघंही!’’

दोघंही धडपडत उठून उभे राहिले. अंगावरची धूळ झटकता झटकता दामजीनं लालजीकडे, मग रेश्माकडे, मग पुन्हा लालजीकडे, सगळा अर्थ लक्षात येत बघितलं; आणि मग उपहासानं म्हणाला, ‘‘अस्सं! म्हणजे असं आहे काय? तू डोळा ठेवून आहेस होय तिच्यावर? अरे क्षुद्र पोरट्या, अरे आईबाप नसलेल्या

भिकारड्या! हं! ठीक आहे! बघूच या कोणाला मिळतीये शेवटी ते!''

दामजी नग त्याच्या गाई बांधून ठेवल्या होत्या तिकडे गेला. संतापानं थरथरत लालजी त्याच्याकडे बघत उभा राहिला. भविष्याच्या काळ्या सावल्या त्याच्या मनावर पडल्या आणि दामजीचे शेवटचे शब्द दामजी निघून गेल्यावर कितीतरी वेळ त्याच्या कानांमध्ये घुमत राहिले.

***

थोड्या दिवसांनंतर रेश्मा घराबाहेरच्या जागेत निवडण करत बसली होती. लालजी तिकडं गेला. दामजीबरोबर जे काही झालं होतं त्याबद्दल त्याला तिच्याशी बोलायचं होतं, पण ती काहीही न बोलता हातातलं काम करत राहिली आणि तो तिच्याकडे बघत उभा राहिला. तिचं काम झाल्यावर तिनं सुपातली फोलपटं न् कोंडा हासडून झटकून टाकला आणि निवडलेले गहू बाजूला ठेवले. मग ती एक अक्षरही न बोलता उठून उभी राहिली. दोघं जण हळूहळू बरोबर चालू लागले – शेतांमधून त्या कुरणातल्या कडुनिंबाच्या झाडापर्यंत, जसं गेली कितीतरी वर्षं ते करत आले होते.

असाहाय्यपणे ते दूर दूर बसले होते, कित्येक नव्याच भावनांचा कल्लोळ त्यांच्या मनात उठला होता. रेश्माला शांत बसायची इच्छा होती, हे जाणवून लालजीही गप्प होता. मनातलं वादळ शांत कसं करावं, हे न समजून तो दूरवर बघत राहिला – काय बोलावं हेही त्याला कळत नव्हतं. कुरणात चरत असलेल्या गुरांच्या कळपाकडे तो शून्यमनस्क बघत असताना जवळच्या एका झुडुपावर त्याला एक छान फूल उमललेलं दिसलं. पुढे झुकून ते तोडताना त्या झुडुपाचा काटा त्याच्या बोटात गेला. रक्त निघत होतं, तिकडे दुर्लक्ष करत त्यानं तो काटा काढून टाकत ते फूल रेश्माला दिलं. मंदसं हसून तिनं ते घेतलं, त्याच्या नजरेला नजर मिळवली आणि लगेच वळवली.

''खूप सुंदर आहे रे फूल,'' असं हळूच म्हणताना तिला त्याच्या बोटातून येणारं रक्तही दिसलं. ''लागलंय की तुला!'' ती म्हणाली. त्याचा हात हातात घेऊन तिनं आपल्या ओढणीनं रक्त पुसलं.

पण रक्त थांबेना. ''एवढं काही नाहीये!'' लालजी हसून म्हणाला, आणि त्यानं बोट ओठात धरून हलकेच चोखलं.

रेश्मानं काही क्षण त्याच्याकडे बघितलं आणि मग अगदी हळूच म्हणाली, ''मला करू दे ते;'' पण त्याची नजर मात्र तिनं टाळली. त्याचा हात हातात घेऊन तिनं हळुवारपणे रक्त येणारं बोट चोखलं, आणि मग मन भरून येऊन हळूहळू बाकीची बोटंही ओठात धरून हळूहळू चोखली. ती थांबली तर पुढे काय होईल या भीतीनं जणू ती थांबत नव्हती.

लालजीला या भावना, हा अनुभव, आजपर्यंत कधी माहीतच नव्हता. दंश

झाला असेल तसा त्यानं हात मागं खेचला आणि काही क्षण स्वत:ला सावरून मनात उठलेलं वादळ शमवायला शांत बसला. मग जरा कचरत त्यानं तिच्याभोवती एक हात टाकला. तिची तत्काळ प्रतिक्रिया मागे सरकण्याची, त्याच्या स्पर्शापासून दूर व्हायची होती, पण पळभरच! मग मनाला आवरण्याचा निष्फळ प्रयत्न सोडून देऊन तिनं त्याला जवळ घेऊ दिलं.

त्याचे ओठ हळुवारपणानं तिच्या चेहऱ्यावर, गालांवर, डोळ्यांवर, कपाळावर, केसांवर फिरत राहिले, आणि मग त्यानं तिच्या ओठांना ओझरता स्पर्श केला.

ती क्षणभर अगदी स्तब्ध झाली आणि मग तिनं त्याला दूर ढकललं. ''अहं!'' घोगऱ्या आवाजात ती म्हणाली ''नाही!'' आणि ती कुरणातून पळत पळत निघून गेली. त्याचा श्वास धपापत होता, त्याच्या इंद्रियांना एका नव्याच आवेगाची, अनावर आनंदाची जाणीव झाली होती, आणि त्या आनंदाची आसही निर्माण झाली होती.

***

दामजी नाथू आणि लालजीमध्ये झालेल्या मारामारीबद्दल जेव्हा रेहमूला समजलं, तेव्हा त्यानं ठरवलं की, लालजीला रेश्मापासून दूर, शेजारच्या खेड्यातल्या किराणा मालाच्या दुकानाचं काम सोपवून द्यावं. तसं करण्याचा त्याला दुसराही फायदा होईल. कारण लालजीला पैशांचा व्यवहार, आकडेमोड करणं चांगलं जमायचं, जे त्याच्या एकाही मुलाला येत नव्हतं. म्हणजे मग मुनिमाला द्याव्या लागणाऱ्या पगाराचे रेहमूचे पैसेही वाचले असते.

आता लालजी आठवड्याच्या बाजाराच्या दिवशी माल घेऊन जायला गोघाला यायचा, तेव्हाच त्याला रेश्मा दिसायची. अंगणात पाय टाकताच त्याच्या हृदयाची धडधड वाढायची. तो पाय धुण्यासाठी विहिरीवर जायचा, तेव्हा न चुकता ती तिथे असायची. ती त्याच्यासाठी थांबलेली असते, हे लक्षात येऊन त्याला खूप छान वाटायचं. ती जरी प्रथम तिचे वडील आणि भाऊ यांना सामोरी जायची, तरी तिचे डोळे चमकायचे ते त्याला बघूनच.

तिकडे दुकानात लालजी फक्त तिचाच विचार करत असायचा. जागेपणी स्वप्नं बघत असतानाही लालजी काम मात्र मनापासून, मेहेनतीनं करायचा आणि म्हणून रेहमूमामा त्याच्या कामावर खूश होते. लालजीला वाटायचं की, मामांच्या त्याच्याशी वागण्यात, इतक्या वर्षांनी का होईना, जरा मऊपणा आला होता. मामांनी त्याला पगार मात्र कधीच दिला नाही, आणि लालजीनं कधी मागितलाही नाही. त्याला वाटलं की, पगार देत नाहीत तेच जास्त चांगलं, कारण त्याचा अर्थ त्याचा दर्जा घरच्या मुलासारखा होत होता.

५

रेश्मा चहा घेऊन आली तेव्हा प्राणलाल रतिलालनं मिशांना जरा पीळ भरला. ते आणि रेहमू बुद्धिबळाचा डाव मांडून बसले होते, तो थांबवून दोघंही न बोलता तिच्या आकर्षक हालचाली बघत राहिले.

प्राणलाल रेहमूशेठचे जुने स्नेही होते आणि बऱ्याच महिन्यांनी भेटायला आले होते. ते नुकतेच मुंबईहून परत आले हाते. १८६० सालच्या दशकाच्या सुरुवातीला तिथे कापसाच्या व्यापाराला तेजी आली होती, त्यात त्यांनी बरीच कमाई केली होती. १८६१ ते १८६५च्या दरम्यान अमेरिकेतील सिव्हिल वॉरच्या वेळी कॉनफिडरेट स्टेट्सनी कापसाची निर्यात बंद केली होती. जगात कापसाची निर्यात करणारा दुसऱ्या नंबरचा देश हिंदुस्थान झाल होता. त्यामुळे इंग्लंडची कापसाची मागणी इतकी वाढली होती, आणि त्याला किंमतही इतकी मिळत होती की, लोक आपापल्या घरांनधल्या गाद्यांमधला कापूसही काढून विकत होते! चारच वर्षांमध्ये मुंबईच्या कापूस व्यापाऱ्यांचा नफा आठ कोटी पाउंड स्टर्लिंग झाला होता!

प्राणलालकाका आले की, लालजीला खूप आनंद व्हायचा. प्राणलालकाकांचा मुलगा रेवजी याच्याशी त्याची लगेचच दोस्ती जमली होती आणि ते छान मित्र झाले होते. लालजीला मुंबईबद्दलच्या गोष्टी ऐकायला फार आवडायचं. वाळवंटासारख्या विशाल, नजर पोचेल तिथपर्यंत अफाट पसरलेल्या समुद्राचं पाणी कसं दिसत असेल, याची कल्पना प्राणलालकाका समुद्राचं वर्णन करायचे तेव्हा तो डोळे विस्फारून ऐकत राहायचा आणि लक्ष लावून, फरसबंदी केलेले रस्ते आणि दोन-तीन मजली इमारती, कोणी कमावलेली तर कोणी गमावलेली अमाप संपत्ती यांची वर्णनं ऐकत, कल्पना करत राहायचा. या सगळ्या गोष्टी ऐकता ऐकता तो स्वत:ही एक दिवस त्या सुवर्णनगरीत जाऊन पोचायची स्वप्नं बघू लागला.

चहाचा घोट घेत प्राणलाल रेहमूशेठकडे वळून म्हणाले, ''तुझी मुलगी चहा छान करते हं!''

"ती स्वयंपाकसुद्धा छान करते!" रेहमूशेटनं अभिमानानं सांगितलं.

दोघं मित्र मैत्रीपूर्ण वातावरणात शांतपणे चहा पीत बसले होते. निघताना प्राणलाल आपल्या मित्राला म्हणाले, "रेहमू, मला मनापासून काय वाटतंय सांगू– तुला गैर नाही ना वाटणार? नाही म्हटलं तरी आपली इतकी जुनी मैत्री आहे –"

रेहमूशेठनं प्रश्नार्थक चेहऱ्यानं प्राणलालकडे बघितलं. प्राणलाल जरा खाकरले न् म्हणाले, "तुझ्या रेश्माइतकी सुरेख, वयात आलेली मुलगी मला असती ना, तर तिचं लग्न करून टाकायला मी फार उशीर केला नसता."

रेहमू हातातल्या चहाच्या रिकाम्या वाडग्यात बघत विचार करत राहिला – "तू एवढा विचार करून सांगतोयस हा तुझा चांगुलपणा आहे, खरा मित्र आहेस!" तो जरा वेळानं म्हणाला. "मी तर गेले काही दिवस याचा विचार करतोच आहे. मला वाटतं मी जरा स्वार्थी झालोय या बाबतीत. माझी एकुलती एक मुलगी आहे ती; आणि या घराचं जणू तेज आहे ती! ती तिच्या सासरी जाईल तेव्हा फार वाईट वाटेल आम्हाला..." तो जरा थांबला. "पण तुझं म्हणणं बरोबर आहे. तेरा पूर्ण झालीयत तिला, एव्हाना एखादं मूलही झालं असतं तिला. मागण्या तर ती लहान होती तेव्हापासून येतायत, पण त्यातल्या कुठल्याच मी मनावर घेतल्या नाहीत. अगदी योग्य मुलगा मिळाला पाहिजे. माझी मुलगी ऐऱ्यागैऱ्याला देऊन नाही टाकणार मी."

"छे छे! अर्थातच नाही. इतकी सुरेख आणि चांगल्या घरची मुलगी! तिच्यासाठी उत्तम स्थळच हवं. आपण एकाच जातीचे असतो तर माझ्या मुलासाठी – रेवजीसाठी केव्हाच मागणी घातली असती मी. पण एक खूपच चांगला मुलगा आहे माझ्या मनात तिच्यासाठी."

रेहमूनं वर बघितलं, "माझ्या माहितीतलं कोणी?"

"जेठा शेठचा धाकटा मुलगा हाशिम. थोरला मुलगा काही वर्षांपूर्वी विंचू चावून वारला, पण हाशिम सर्वच दृष्टींनी छान मुलगा आहे. त्यांचा तेलाचा आणि धान्याचा खूप चांगला चाललेला धंदा आहे भुजमध्ये. माझी न् त्यांची चांगली ओळख आहे बऱ्याच वर्षांपासून. त्यांना खूपच आवडेल आपली रेश्मा. मला वाटतं तुमच्या जातीत हुंडा असा नसतोच. त्यांच्या दृष्टीनं मुलगी कशी आहे, हे जास्त महत्त्वाचं आहे." मग जरा थांबून रेहमूकडे बघत प्राणलाल म्हणाले, "रेश्माइतक्या सुंदर मुली मिळणं सोपं नाही हे मीही जाणून आहे रेहमू, पण हाशिम जेठाइतका चांगला मुलगा मिळणंही अवघड आहे. तुला जर हा विचार पसंत असेल, तर मी ताबडतोबच त्यांच्याशी बोलतो. मी भुजला जाणारच आहे उद्या."

रेहमू विचारपूर्वक त्याच्या मित्राचं बोलणं ऐकत होता. त्यालाही समजत होतंच की, रेश्मासाठी मुलगा शोधायला त्यानं जरा जास्तच उशीर केला होता. प्राणलाल त्या कुटुंबाबद्दल सांगत गेला, तसतशी रेहमूची खातरी पटत गेली की, त्याच्या

मुलीसाठी हेच स्थळ योग्य होतं. "स्थळ योग्य वाटतंय खरं प्राणलालभाई," तो मग म्हणाला, "मुख्य म्हणजे तू त्या कुटुंबाला चांगलं ओळखतोस आणि मुलगा बघितलेला आहेस. तू त्यांच्याशी बोललास तर मला आनंद होईल. त्यांनी रीतसर मागणी घातली, तर मी तुला शब्द देतो की, मी 'हो' म्हणेन."

प्राणलालनी रेहमूच्या पाठीवर थाप मारत म्हटलं, "चांगला निर्णय आहे तुझा. छान शोभेल जोडी. जेठाशेठ काही दिवसांपासून योग्य मुलगी शोधतातच आहेत. मला खातरी आहे, की त्यांना लवकरच लग्न करून टाकायला आवडेल."

"मग चांगल्या कामाला उशीर कशाला?" रेहमू म्हणाला, "त्यांच्याकडूनही होकार असेल, तर दिवाळीनंतर लगेच लग्न करून टाकता येईल."

* * *

जेठाशेठजींनी त्यांचा मुलगा हाशिम याच्यासाठी रेश्माला पसंत केली आणि लगेच पद्धतशीर मागणीही घातली, तेव्हा रेहमूच्या घरी सर्वांना खूप आनंद झाला.

मुलाच्या बाजूने सात पुरुष आले, रिवाजाप्रमाणे ते सरबत प्यायले आणि त्यांनी मुलीसाठी अंगठी आणि साडी दिली. नवरा मुलगा आणि मुलगी तिथं उपस्थित असणं आवश्यक नसायचं. पारंपारिक पद्धतीनं होणाऱ्या विवाहांमध्ये वधू-वरांना महत्त्व दिलं जायचं नाही. अशा लग्नांमध्ये संबंधित व्यक्तींपेक्षा संबंधित कुटुंबांची प्रतिष्ठा आणि मान वाढणं यालाच महत्त्व दिलं जायचं. तेव्हा अशा तऱ्हेने रेश्माचं लग्न ठरलं आणि तारीखही ठरवली गेली.

मागणी आली, तेव्हा लालजी शेजारच्या खेड्यातल्या किराणा मालाच्या दुकानात होता. तो गोघाला परत आला, तेव्हा खूप आनंदात असलेल्या डब्बूला त्याला ही बातमी सांगायची अगदी घाई झाली होती.

"लालजीऽ!" त्यानं ओरडून सांगितलं, "लालजीऽ! आपल्या रेशचा साखरपुडा झाला! आपल्या रेशचं लग्न होणार!"

लालजी नेहमीसारख्या प्रसन्न हसऱ्या चेहऱ्यानं आत येत होता, तो एकदम थांबला, आणि खरं न वाटून मावशींकडे बघायला लागला. त्याला बघितल्याबरोबर मावशींनी तोंड फिरवलं. त्याच्या डोळ्यांत एकदम दाटून आलेलं दुःख बघणं त्यांना साहवेना.

"मावशी इकडे बघा ना माझ्याकडे!" मावशींच्या चेहऱ्यावरच्या दुःखाच्या सावल्यांनी त्याची भीती खरी ठरली. "हे खरंय?" त्यानं हळू आवाजात विचारलं, "खरंय हे?"

"होय बेटा, खरं आहे." मावशी म्हणाल्या, "सगळे म्हणतायत की, छान स्थळ मिळालंय, सगळे आनंदात आहेत."

"पण मावशी, मी इथं आहे, इतकी वर्षं वाट बघतो आहे, तेव्हा ते असं कसं करू शकतात? मला त्यांनी दुकानाचं काम बघायला सांगितलं, तेव्हा मला वाटलं की, आता त्यांनी मला कुटुंबातला एक म्हणून स्वीकारलं आहे. मी इतकं मन लावून काम केलं, मला वाटलं मामा आता खूश आहेत मायावर! किती मूर्ख आहे मी मावशी! म्हणजे खरंतर त्यांनी मला तिच्यापासून दूर ठेवण्यासाठी लांब पाठवलं होतं! जणूकाही दूर ठेवलं म्हणजे मनानं दूर होऊ आम्ही! नाही – ते आम्हाला दूर करूच नाही शकणार मावशी – कधीच नाही! ती कधीही होकार देणार नाही – मला ठाऊक आहे ना, ती कधीच होकार देणार नाही!" लालजी आता रडू फुटायच्या बेताला आला होता.

"उगी बाळा," मावशींनी त्याचं सांत्वन करण्याचा प्रयत्न केला, "नको जिवाला त्रास करून घेऊ. कदाचित हेच चांगल्यासाठी असेल. दिवस जातील तशी ती सुखानं जगायला शिकेल, आणि कोणी बघितलंय? तू इथून दुसरीकडे जाशील न् खूप मोठा माणूस होशील."

"मला मोठा माणूस नाही व्हायचं मावशी, मला रेश्माशी लग्न करायचंय! दुसरं कोणीही बोट पण लावणार नाही तिला – माझी होण्यासाठीच जन्म झालाय तिचा..."

मावशी त्याला थांबवू शकायच्या आत लालजी धावत बाहेर पडला. "अरे थांब!" त्यांनी त्याला हाक मारली, "डोकं इतकं बिथरलेलं असताना असं जाण्याचं धाडस करणं शहाणपणाचं नाही!..." पण त्याच्या पाठ फिरवून धावणाऱ्या आकृतीवर त्यांच्या शब्दांचा काहीच परिणाम झाला नाही.

रेश्मा कुठे असेल हे लालजीला ठाऊक होतं. तो तिथे पोचला. ती कडुनिंबाच्या झाडाखाली बसली होती, आणि दूर कुठेतरी बघत होती. लालजी थबकला, घोटाळला... कदाचित त्याची समजूत चुकीची होती. कदाचित श्रीमंत नवरा आणि छान घर मिळावं हेच तिचं स्वप्नं होतं इतकी वर्षं. "रेश –" त्यानं हळूच हाक मारली.

त्याचा आवाज ऐकून ती दचकली.

"खूप आनंदात असशील तू –" प्रयत्नपूर्वक कसाबसा तो म्हणाला, "इतका छान नवरा मिळतोय, तू नेहमी ज्याचं स्वप्न बघितलंस, ते सगळं –"

रेश्मानं दुसरीकडे तोंड फिरवलं. "हे जे बोलतोयस ते खरोखरच वाटतंय तुला?" तिच्या आवाजात दबलेला रागही होता, दुःखही होतं. बाकीचे सगळे सोड – तू – तू हे बोलतोयस? का मग सगळा स्वाभिमान गुंडाळून ठेवून तुला हे मी मोठ्यानं बोलून दाखवायला हवंय, की मला नेहमीच, तूच हवा होतास?

त्यानं मग तिला गप्प केलं आणि तिला जवळ घ्यायला हात पुढे केले, पण ती दूर सरकली. "चल, फिरून येऊ," ती वेगळ्याच आवाजात म्हणाली.

कुरण ओलांडून ते पलीकडच्या वैराण भागापर्यंत आले. लालजीच्या लक्षात

आलं की, रेश्मा अस्वस्थ मन:स्थितीत होती, पण तिच्या मनात काय आहे त्याला समजत नव्हतं. काही न बोलता, एकमेकांना हातही न लावता दोघं चालत राहिले. आपण कोठे चाललो आहोत त्याला लक्षात येत नव्हतं, पण ती मात्र मनात काही पक्का विचार ठेवूनच चालत असल्याचं वाटत होतं.

"आपण कुठे जातोय?" बराच वेळ चालल्यावर त्यानं शेवटी विचारलं. "गुहेकडे," तिनं उत्तर दिलं. तिच्या आवाजाला वेगळीच धार होती.

"गुहेकडे? ती तर खूप दूर आहे, आणि मला रस्ताही नीटसा आठवतोयसं वाटत नाही." लालजीनं वर आभाळाकडे बघितलं – सूर्य मावळायच्या आत त्यांना परत घरी पोचता येईल का नाही, असा त्याने विचार केला.

त्याच्या मनात काय चाललंय हे ओळखून रेश्मा त्याच्याकडे बघून म्हणाली, "मला ती गुहा परत एकदा बघायची आहे," आणि मग मऊ आवाजात पुढे म्हणाली, "आणि तुझ्याबरोबर ती बघायची ही शेवटची संधी आहे!"

सावल्या लांब होत होत्या. "रेश्," लालजी म्हणाला, "मला हा विचार बरोबर वाटत नाहीये. गुहा अजून किती लांब आहे ते मला माहीत नाही. आपण आत्ताच परत नाही फिरलो, तर रात्र पडायच्या आधी घरी पोचता येणार नाही असं मला वाटतं, आणि त्यात आज अमावस्या आहे – अंधार असेल आणि धोकाही."

पण नेहमी समजूतदारपणानं वागणारी रेश्मा आज ऐकायला तयार नव्हती. "नाहीये फार लांब इथून," ती हट्टानं म्हणाली; "ते जुनं वठलेलं झाड दिसतंय ना, तिथेच आहे."

ती एवढं बोलतेय तोच थोड्याच अंतरावर एका वठलेल्या जुन्या झाडाचा निष्पर्ण बुंधा खडकांच्या पलीकडे त्यांना दिसला – गुहेच्या तोंडाशी गप्प राहून पहारा देत असल्यासारखा.

लालजीला आठवत होती त्यापेक्षा गुहा मोठी होती. वटवाघळं आणि इतर प्राणी असतील अशा विचारानं ते जरा जपून जपूनच आत शिरले. पण नवल म्हणजे तसले कोणतेच प्राणी नव्हते. अंधाराला डोळे जरा सरावल्यावर ते आणखी आत गेले. गुहा बरीच खोल होती, पण पाठीमागूनही आत यायला जागा असावी असा उजेड अन् हवा आत येत होती.

"आपण आता गेलं पाहिजे रेश्," लालजी म्हणाला, "नाहीतर अंधार व्हायच्या आधी घरी पोचता येणार नाही. आणि इथं रात्र तर काढता नाही ना येणार आपल्याला. घरी सगळ्यांना काळजी वाटेल. त्यांना वाटेल की, तुला काही लागलं, का एखाद्या जंगली प्राण्यानं हल्ला केला, का – " त्यानं अर्धंच सोडलेलं वाक्य बरंच काही सांगून गेलं.

पण आता दोघांच्याही लक्षात आलं, की अंधार वाढत होता, त्यात परत जाण्याची

वाट सापडणं फार कठीण होतं. इथं राहणं तर पार वेडेपणाच होता, पण अंधाऱ्या रात्री परत जायची वाट शोधण्याचा प्रयत्न करणं हा आणखी वेडेपणा ठरला असता.

वाळवंटातला झोंबणारा गार वारा सुटला होता. रेश्माच्या अंगातून शिरशिरी गेली. तिनं जे घडवून आणलं होतं, त्याचा अर्थ आता कुठे तिच्या लक्षात येऊ लागला. घरापासून फार लांब आलं असणं किंवा अंधार यांमुळे थरथरण्यापेक्षा जास्त, या एकांतात जिवाची घालमेल होत होती. इतका जवळ लालजी असण्यानं ती जास्त कापत होती. इतकं अंतर चालून आल्यामुळे दमून तिचे गाल लाल झाले होते, ओठ विलग झाले होते. तिचे चमकदार दाट केस गुहेपर्यंत चढता चढता सुटून मोकळे झाले होते, ते तिच्या अंगाभोवती एखाद्या मोहक बुरख्यासारखे पसरले होते.

लालजीची नजर तिच्यावरून हटत नव्हती. तिनं वळून त्याच्याकडे बघितलं आणि त्यांची नजर एक झाली तशी लाजून तिनं नजर वळवली.

तो तिच्याजवळ सरकला आणि त्यानं तिच्या केसांवरून हात फिरवला. ती थरथरली, पण दूर सरकली नाही. त्यानं हळुवारपणे तिच्या गालांवरून हळूच हात फिरवला. त्याला नेमकं कळत नव्हतं की, तिला काय हवं होतं, किंवा त्यानं काय करावं. त्याला खूप इच्छा झाली की, तिला हात लावावा, जवळ घ्यावी, तिला जवळ घेऊन कवटाळावं. त्याच इच्छा, तीच जवळिकेची भूक त्याला तिच्या डोळ्यांमध्ये दिसली. त्याची बोटं हलकेच तिच्या ओठांवरून फिरली आणि मग त्याचे हात तिच्याभोवती लपेटले गेले, त्याचा चेहरा अगदी जवळ आला, त्याचा गरम श्वास तिला तिच्या चेहऱ्यावर जाणवत होता. पुढे काय होईल तिला माहीत नव्हतं, पण जे होईल ते तिला हवं होतं एवढं तिला जाणवत होतं. आणि मग त्याचे ओठ तिच्या ओठांना भिडले, तेव्हा हीच तिचीही इच्छा होती, याचीच ती वाट बघत होती, हे तिलाही समजलं. त्या वादळी क्षणानं असलेल्या सगळ्या शंका नाहीशा झाल्या. तिचं थरथरणं, तिचा जलद येणारा श्वास, तिची आस, भीती, हेच हवं असणं, सगळं काही त्याला जाणवलं. तिचे विलगलेले ओठ त्याच्या ओठांना सापडले आणि त्याच्या सर्वांगात जणू भावनांचा विस्फोट झाला. तिचं ताणलं गेलेलं उत्सुक शरीरही त्याच्या शरीराला बिलगताना त्याला जाणवलं. ती दोघं पुन्हा पुन्हा परस्परांची चुंबनं घेतच राहिली, त्यांना दूर होताच येत नव्हतं. त्याचे हात मग आवेगानं तिच्या शरीरावर फिरू लागले. तिच्या चोळीच्या आत त्याचे हात सरकले आणि तारुण्यानं मुसमुसलेले तिचे स्तन त्यानं कुरवाळले. नकळतच ती थरथरली.

क्षणभर रेश्माचं मन प्रणयाची उत्कट धुंदी आणि आशंका यांमध्ये डळमळलं. ती हे काय करत होती? एकाशी लग्न ठरलेलं असताना दुसऱ्याच्या स्वाधीन होत होती? – पण क्षणभरच. पुन्हा संयम सुटला – तिला वाटलं, ज्या पुरुषावर तिचं

प्रेम होतं, त्याला दैव तिच्यापासून दूर करणार होतं, तर मग नंतरच्या अंधकारमय काळासाठी या चोरून मिळवलेल्या क्षणांची सोबत तरी असेल!

आणि मग अचानक – भोवताली घोंगावणाऱ्या वाऱ्याच्या आणि धुंदी चढलेल्या त्यांच्या तनामनांना शुद्धीवर आणणाऱ्या, दुरून ऐकू येणाऱ्या ढोलांच्या आवाजासारखे आवाज ऐकू आले; बाहेरून हाका ऐकू आल्या – ''रेश्मा! रेश्माऽ! लालजीऽ! रेश्माऽ!''

एकदम धक्का बसून ते धडपडत भानावर आले. बाहेरच्या जगाचा त्यांना विसरच पडला होता. लालजी चटकन बाजूला झाला. या मुलीवर तो प्रेम करत होता आणि तिच्याशीच लग्न करणार होता. कोणीतरी त्यांना भानावर नसतं आणलं, वेळच्या वेळी थांबवलं नसतं, तर? जर त्यांनी मर्यादा ओलांडल्या असत्या, तर? तिच्याशी लग्न होण्याची जी काही शक्यता होती, तीही खलास झाली असती! तो तिच्याशी काही झालं तरी लग्न करणारच होता.

''रेश्!'' तो हळू आवाजात म्हणाला, ''रेश् मी तुझी शपथ घेऊन सांगतो, मी तुला जाऊ देणार नाही. काय वाटेल ते होवो, मी तुझ्याशी लग्न करेनच.''

तो रेहमूमामांना तिच्यासाठी मागणी घालणार होता आणि मामांनी त्याची मागणी धुडकावून लावली असती, तरीही तो तिच्याशीच लग्न करणार होता. कुठल्याही मुलीसाठी तो लायक मुलगा होता, याची त्याला खातरी होती.

बाहेरून येणारे आवाज आता मोठ्यानं ऐकू येऊ लागले, शोध घेणारे लोक जवळ येऊ लागले तसं घोड्यांचं खिंकाळणंही ऐकू येऊ लागलं.

लालजी गुहेच्या तोंडाजवळ गेला, आणि त्यानं ओरडून सांगितलं. ''आम्ही इथे आहोत! तुम्हाला माझं बोलणं ऐकू येतंय? इकडे वर, या गुहेमध्ये.''

ते लोक खालच्या मोकळ्या जागेत आले. ताजो समोर होता. त्यानंच सुचवलं होतं, की त्यांनी गुहेकडे जावं. त्यानंच वेगानं पळणारे घोडेही निवडले हाते.

''होतात कुठे तुम्ही दोघं?'' त्यानं रागानं विचारलं. ''केवढी काळजी वाटली आम्हाला. कुठे आहे रेश्मा? ठीक आहे ती?'' त्याचे डोळे चहूकडे शोधत होते

''ती आता गुहेत आहे,'' लालजीनं उत्तार दिलं; ''कोण हाका मारतंय याची खातरी नव्हती, म्हणून आम्हाला वाटलं, की कोणी अनोळखी लोक असले, तर तिनं आतच थांबणं बरं.''

रेश्मा गुहेच्या तोंडाशी आली. शाबू निरागस, मृदू स्वभावाचा होता, त्याला हायसं झालं. पण ताजोनं मात्र तिचे चुरगळलेले कपडे, विसकटलेले, घाईघाईत वेणी घातलेले केस, तकतकलेले डोळे, लाल झालेला चेहरा या सगळ्यांकडे रोखून बघितलं. मग त्याची नजर लालजीकडे वळली, पण लालजीचा चेहरा शांत होता.

"घरी का नाही आलात तुम्ही?" शाबू ते सुखरूप सापडल्याचा आनंद दाखवत होता. त्याला थांबवत रागीट आवाजात ताजोनं विचारलं.

लालजीनं त्याच्या नजरेला नजर भिडवली. त्या दोघांच्यात सलोख्याचं मैत्रीपूर्ण वागणं कधी नव्हतंच, पण तो काही बोलणार त्या आधीच रेश्मा एकदम म्हणाली, "मीच हट्ट केला मला गुहा बघायचीय म्हणून. आम्ही रस्ता चुकलो आणि शेवटी इथे पोचेपर्यंत परत यायला खूप उशीर झालावता."

"आणि तुला कशाला यायचं होतं गुहेमध्ये?" ताजोनं फटकारलं.

"मला इथून जाण्यापूर्वी एकदा शेवटची ती बघायची होती."

पण ताजो शांत होण्याच्या मन:स्थितीत नव्हता. "तुला लाज नाही वाटत रेश्मा? इतक्या चांगल्या मुलाशी तुझं लग्न ठरलं आहे आणि तू इकडे या वैराण जागी या – या नमकहरामाबरोबर निघून आलीस?"

त्याला संताप तर आलाच होता, पण चिंताही वाटत होती. या हलकटानं तिच्याबरोबर अतिप्रसंग तर नसेल केला? ती अतिशय सुंदर होती आणि हा उपटसुंभ लालजी तिला प्रथमपासूनच फार आवडत होता. पण ती त्याची बहीण होती, आणि तिची, तसंच कुटुंबाची अब्रू सांभाळणं त्याचं कर्तव्य होतं. या घटनेबद्दल बाहेर कोणाला कळलं तर? जरी समजा काही असंतसं, नको ते झालं नसलं तरी कोण विश्वास ठेवेल त्यावर? हा हलकट लालजी! त्याची पायरी ओळखून कधी वागलाच नव्हता हा!

* * *

त्या चुकलेल्या दोघांना घेऊन मुलं परत आली, तेव्हा रेहमू अंगणात फेऱ्या मारत होता. रेश्मानं तिच्या वडिलांना इतकं अस्वस्थ झालेलं कधीच पाहिलं नव्हतं. ती नेहमीच खूप लाडकी होती त्यांची. "बापा, माझीच चूक होती..." तिनं सांगायला सुरुवात केली.

पण त्यानं हाताच्या खुणेनंच तिला गप्प बसवत म्हटलं, "जा – आता जा! तुझ्या बाकडे जा." मग लालजीकडे वळून अत्यंत थंड, अतिशांत आवाजात त्यानं विचारलं, "कुठे होतात तुम्ही दोघं?"

"आम्ही रस्ता चुकलो रेहमूमामा," लालजी सांगू लागला, "परत फिरायला खूप उशीर झाला होता, म्हणून आम्हाला वाटलं एखाद्या सुरक्षित जागी रात्रीपुरता आसरा घ्यावा हे बरं."

"आणि तू अशी एका बाजूला असलेली जागा शोधून काढलीस, जिथं तिला फूस लावून तू घेऊन गेलास – अशा गुहेत, जिथं रात्रभर तुम्ही दोघंच असाल, जिथं तुम्ही कोणाला सापडाल असं तुला स्वप्नातही वाटलं नाही."

मामाच्या बोलण्यातल्या गर्भितार्थाकडे लक्ष न देता आवाजावर काबू ठेवत लालजी म्हणाला, "आम्हाला वाटलं आम्ही तिथे जास्त सुरक्षित राहू."

"तुझ्या भल्यासाठी, तू खरं सांगतोयस अशी मी आशा करतो पोरा! जर का माझ्या मुलीच्या डोक्यावरच्या एका केसालाही तू धक्का लावला असशील, तर नालायका, मी तुला चेंगरून टाकेन! मी तुझी दया येऊन तुला या घरात राहू दिलं, ते माझ्या बहिणीवरच्या प्रेमाखातर, पण तुझ्या बापासारखाच – गवतातला साप निघालास! त्याला शिक्षा करायला तेव्हा मी फार लहान होतो, पण तुला मी तसा सोडणार नाही!"

"मी रेश्माला कधीही अपाय करणार नाही. मी जिवापाड प्रेम करतो तिच्यावर. मला तिच्याशी लग्न करायचंय, मी तिच्यासाठी मागणी घालतोय तुम्हाला," लालजी म्हणाला. प्रयत्नपूर्वक त्यानं आवाजावर ताबा ठेवला होता आणि मामाच्या प्रतिक्रियेसाठी स्वतःला तयार करत होता.

रेहमू तो जे बोलतोय ते खरंच वाटू नये, अशा तऱ्हेनं त्याच्याकडे स्तब्धपणे बघत उभा राहिला. मग मोठ्यानं हसत सुटला, ज्याचं लालजीला कमालीचं नवल वाटलं. रेहमूचे मुलगेही गोंधळून जाऊन वडिलांकडे बघू लागले. त्यांनी त्यांच्या वडिलांना असं हसताना कधीच पाहिलं नव्हतं! आणि मग जसा हसायला लागला होता, तसाच एकदम तो गप्प झाला. लालजीच्या जवळ येऊन त्याच्या चेहऱ्याच्या अगदी जवळ चेहरा आणून उभा राहिला.

"तू?" अत्यंत तुच्छतेनं तो म्हणाला, "तुझी लायकी काय आहे? काहीही नाही! शून्यापेक्षाही कमी! मी तुला इथे राहू दिलं नसतं, तर तुझ्या बापासारखेच कुठेतरी खुराड्यात उपास काढले असतेस तू. मी तुला या घरातल्या मुलासारखा वाढवला, जेवू-खाऊ घातलं, कपडे दिले, लिहायला-वाचायला शिकवलं, कुटुंबाच्या कामाईचा जमाखर्च ठेवण्याइतका विश्वास तुझ्यावर टाकला. म्हणून आता तुला वाटतंय की, या घराच्या मुलीशी लग्न करण्याची तुझी लायकी झाली आहे? माझ्या रेश्माइतकी सुरेख मुलगी, जिला उत्तमोत्तम घरांमधून मागण्या येतायत! तुला काय खरंच असं वाटतं की, तू तिच्या लायकीचा आहेस? जरा बघ – बघ स्वतःकडे! काय करणार आहेस तू? कोण होणार आहेस पुढे? डोकं फिरलंय तुझं!"

लालजीनं आवंढा गिळला, पण तो मागे हटला नाही. "तुम्ही रेश्माला का नाही विचारत की, तिची खरी इच्छा कोणाशी लग्न करण्याची आहे ते?"

जरा बाजूला झालेला रेहमू गर्रकन वळला. त्या शब्दांचा पुरता अर्थ तो समजला नव्हता असं नव्हतं. "तिला विचारा? या गोष्टींमध्ये मुलीला विचारायची पद्धत कधीपासून पडली? तिचं भलं कशात आहे, हे तिला काय कळणार? पुरुषांच्या जगातल्या पद्धती न् कावेदावे, डावपेच, यातलं तिला काय कळतंय?"

“तिचं मन कुणावर जडलंय हे तिला कळतंय. ती दुसऱ्या कोणाशीही लग्न करणार नाही. माझे शब्द लक्षात ठेवा तुम्ही. माझ्याशी लग्न करायचंय तिला, फक्त माझ्याशीच.”

आता मात्र रेहमूनं लालजीच्या सणसणीत थोबाडीत मारली. “तुझी ही हिंमत? धमकी देतोयस मला तू? काय म्हणायचंय काय तुला? सरळ बोलत का नाहीस मर्दासारखा? माझ्या मुलीशी थोडंसुद्धा जर का गैर वागला असशील ना तू, तर देवाशपथ सांगतो, जीव घेईन मी तुझा!”

लालजीनं मुठी घट्ट वळल्या होत्या. त्यानं झालेला अपमान गिळला. उलट मारायच्या इच्छेलाही आवरलं. त्यानं मोठा आवंढा गिळला आणि म्हणाला – “आणि मीही देवाशपथ सांगतो की, तुमच्या मुलीचं मी प्राणपणानं रक्षण करेन, आजन्म तिच्यावर प्रेम करेन! मला फक्त तुमचे आशीर्वाद हवेत.”

“तुला ऐकू येतंय का नाही? काही समजलंय का नाही? माझी मुलगी तुझ्याशी कधीही लग्न करणार नाही – तिचं लग्न दुसऱ्याशी आधीच ठरलं आहे. आता यापुढे तू तिला पुन्हा कधीही भेटू नकोस, सांगून ठेवतोय! चालता हो आता, चालता हो भिकारड्या, आणि तुझी कृतघ्न सावलीसुद्धा या घरावर पुन्हा पडू देऊ नकोस.”

नंतर मग डोकी जरा शांत झाल्यावर आणि ताळ्यावर आल्यावर असं ठरवण्यात आलं की, लालजीला आता हाकलून देण्यानं बरेच प्रश्न उभे होतील, ज्यांची उत्तरं देणं अवघड होईल. लग्न दोन आठवड्यांवर आलेलं असताना उगीच अफवा अन् कंड्या पसरायला संधी देऊ नये. त्याऐवजी लालजीला शेजारच्या खेड्यातच ठेवावा, जिथे किराणा मालाच्या दुकानाच्या गोदामामध्येच त्याची राहण्याची व्यवस्था करावी, म्हणजे तो घरी असणार नाही.

संतापानं पेटून उठलेल्या लालजीनं मामाच्या घराचा आसरा ताबडतोब सोडायचं ठरवलं होतं, पण मग पुन्हा विचार केल्यावर त्याच्या लक्षात आलं का, इथून निघून गेलं, तर रेश्माला भेटण्याची आधीच कमी असलेली संधी, मग अजिबातच राहणार नाही. असा शेजारच्या खेड्यात राहिला, तर तिला बघण्याची किंवा तिच्याशी बोलण्याची किंचित तरी शक्यता होती.

६

अफवांइतकं भराभर काहीच पसरत नाही. त्यातही ती जितकी सनसनाटी तितकी जास्त भराभर पसरते. लालजी आणि रेश्मा त्या अमावस्येच्या रात्री नजर चुकवून कुठेतरी गेले होते, ही बातमी कशी काय कुणास ठाऊक, पण गावभर पसरली. रेहमूशेठ ही प्रतिष्ठित व्यक्ती असल्याने बातमीही फार मोठी समजली गेली. अफवांच्या बाबतीत नेहमीच होतं तसं जितका ती दाबायचा प्रयत्न करावा, तितकी ती वेगवेगळ्या दिशांना आणि वेगवेगळी रूपं घेत पसरत गेली; आणि सरतेशेवटी अटळपणे अशी शंका सगळीकडे निर्माण झाली की, इतका धूर झाला आहे म्हणजे, आग नक्कीच लागलीच असणार.

सुमारे दोन आठवड्यांनंतर एका सकाळी रेहमूशेठच्या घरासमोर एक बैलगाडी येऊन उभी राहिली. त्यातून चेहरा गंभीर असलेले दोन पुरुष उतरले. रेश्माच्या भावी सासरकडून आले होते. ते रेहमूशी आणि त्याच्या मुलांशी बोलून परत गेले. त्यानंतर रेहमू पंजूच्या घरातलं वातावरण खूपच उदास झालं.

"त्यांनी ठरलेलं लग्न मोडलंय," रेहमूनं त्याच्या बायकोला सांगितलं, "आपल्या मुलीचं पाऊल वाकडं पडलेलं नाही, हे आपलं सांगणं त्यांनी खरं मानलं आहे, पण जगातल्या बाकी सगळ्यांना कोण पटवून देणार आणि कोणतं कुटुंब त्यांच्या चांगल्या नावाला इतका मोठा कलंक लागला तर सहन करेल? त्यांनाही वाईट वाटलं, आपलं भलं होवो अशी इच्छा त्यांनी व्यक्त केली आहे. पण ते आता निष्कलंक चारित्र्याची कीर्ती असलेली वधू शोधतील."

ठरलेलं लग्न मोडल्याचं लालजीला जेव्हा समजलं, तेव्हा त्याला आनंद झाला. तो ताबडतोब त्याच्या मामाला भेटायला निघाला.

त्याला बघितल्याबरोबर रेहमूचा चेहरा बदललाच. "का आलायस तू? आमच्या जखमांवर मीठ चोळायला?" त्यानं बर्फासारख्या थंड आवाजात विचारलं.

"तुमची माझ्याबद्दल चुकीची समजूत झालीय मामा," लालजी म्हणाला, "मी

पुन्हा एकदा हात जोडून तुम्हाला विनंती करायला आलोय की, माझी रेश्मा मला द्या. मी वचन देतो तुम्हाला, ती राणीसारखं राज्य करेल.''

"हो तर! तुझ्या आईसारखं!'' रेहमूनं टोमणा मारला.

"होय!'' लालजीनं ठसक्यात प्रत्युत्तर दिलं. "माझ्या आईसारखं! तुमचा माझ्या वडिलांवर कितीही राग असला, तरी माझी आई त्यांच्याबरोबर क्षणभरही दुःखी नव्हती. आम्ही श्रीमंत नव्हतो हे खरं, पण आमच्या साध्या मातीच्या घरात प्रेमाची उणीव कधीच नव्हती!''

"त्या माणसाचं नावही या घरात कधीही काढू नकोस!'' रेहमू गरजला. "आणि शेवटचं एकदा हेही ऐकून घे – माझी मुलगी मी तुझ्यासारख्या हलकटाला कधीही देणार नाही. अगदी गरिबातल्या गरिबाशी लग्न लावून देईन मी तिचं, पण तुझ्या बापाच्या मुलाशी कधीच नाही! जा आता इथून तू. तुझी इच्छा असली, तर जायच्या आधी तुझ्या मामीला भेटून जा – तिला तुझ्यामध्ये काय चांगलं दिसत होतं, हे मला कधीच समजलं नाही! पण रेश्माच्या बाबतीत मात्र – ती आहे हेही तू विसरूनच जा!''

नंतर रेहमूला आणि घरच्या सर्वांना चिंता लागून राहिली. आधी ज्या रेश्माला इतक्या मागण्या यायच्या, ती आता एकाएकी लग्नाच्या वयाची झाली असूनही एकाही चांगल्या मुलाच्या घरून मागणी येत नव्हती!

आणि मग एक दिवस गुरांचा व्यापारी असलेला तो दामजी नाथू डौलात चालत येऊन पोचला.

"काय बोलावं मी रेहमूशेठ!'' नाटकी गोड आवाजात दामजी बोलू लागला. "तुम्हाला सांत्वनाचे शब्द तरी काय सांगू? आपलं मूल चुकीच्या मार्गाला गेलं, तर धीराचे शब्द सापडणं कठीण होतं!''

"तुमची सहानुभूती वाया जातेय दामजी नाथू!'' थंडपणे रेहमू म्हणाला. "कुठलंही मूल चुकीच्या मार्गाला गेलेलं नाहीये, तेव्हा तुमचं कीव करणं तुमच्याजवळच राहू द्या.''

"छे छे – भलताच अर्थ नका घेऊ हो! मी तुमच्या भल्याचंच बोलत होतो. तुम्हाला ठाऊक आहे की, माझी बायको दोन वर्षांपूर्वी गेली आणि चांगली स्त्री घरात नसली म्हणजे आयुष्य कसं गोठल्यासारखं होतं. तुम्हाला जो प्रश्न पडलाय त्याबद्दल मी ऐकलंय आणि तुम्हाला मदत करायला आलोय. रेश्माची काळजी तुमच्या डोक्यावरून मी दूर करेन. इतकी सुंदर मुलगी गुणीच असणार!'' लोलुपतेनं ओठांवरून जीभ फिरवत तो म्हणाला.

दामजीकडे नुसतं बघतानाच रेहमूला राग आला. आधी तर त्याला बाहेर हकलून काढावसंच वाटलं त्याला. पण आपल्या रागावर त्यानं काबू ठेवला. कारण नाही म्हटलं तरी ठरलेलं लग्न मोडून कितीतरी महिने झाले होते, तरी एकही चांगलं स्थळ सांगून आलं नव्हतं.

"इतका विचार कशाला करताय रेहमूशेठ? मी लहान मुलगा होतो, तेव्हापासून मला बघताय तुम्ही, आणि त्याच्या आधी माझ्या वडिलांनाही पाहिलं होतंत. पैशाअडक्यानं मी सुस्थितीत आहे हेही तुम्हाला ठाऊक आहे, आणि तुमच्या मुलीला काहीही कमी पडणार नाही हेही. तर मग ठरवून टाकू या ही गोष्ट?"

रेहमू यावर विचार करत राहिला. त्याला दामजी कधीच विशेष आवडत नव्हता, पण त्यानं बायकोला वाईट वागवल्याचंही त्यानं कधी ऐकलं नव्हतं. हेही खरं होतं की, त्याची मुलगी आरामशीर आयुष्य जगली असती. शेवटी नाइलाजानं त्यानं होकार दिला. जड मनानं त्यानं सांगितलं, "येत्या प्रतिपदेला निकाह लावून टाकू."

रेशमाच्या आईनं हे जेव्हा रेशमाला सांगितलं, तेव्हा ती रडू लागली. आईच्या विनवण्या करत ती म्हणाली, "बा! जो माणूस त्यांना स्वत:लाही खरं म्हणजे आवडत नाही, त्याच्या स्वाधीन मला करायला माझे वडील तयार आहेत, पण ज्या माणसावर माझं प्रेम आहे, त्याच्याशी ते मला लग्न करू देणार नाहीत! बाईच्या सुखाला इतकं कमी महत्त्व का दिलं जातं? मला इतकं दु:खी करून कुटुंबाचा मान कसा वाढणार आहे?"

"शू! उगी रहा बेटा!" बानूनं तिचं सांत्वन करण्याचा प्रयत्न केला.

"तुझं भलं कशात आहे, ते तुझ्या वडिलांना समजतं." पण मनातून तिलाही कळत होतं, की तिचे शब्द पोकळ, अर्थहीन होते! "जे होतं ते सगळं चांगल्यासाठीच होतं बेटी!" तिनं रेशमाचं सांत्वन करायला पुढे म्हटलं, पण तिचे स्वत:चेच अश्रू ती मुश्किलीनं रोखून धरत होती! "तशी शेवटी हळूहळू सुखी होशीलच तू. अशा विचारानंच आयुष्याकडे बघण्यात शहाणपणा असतो गं... बाईसाठी ना, तो एकच मार्ग असतो!"

***

पुढे काही दिवसांनी मावशी अंगणात बसून रेशमाच्या मऊशार दाट केसांमध्ये तेल चोळत होत्या.

त्या दोघीच असल्याने मावशी हळूच म्हणाल्या, "लालजीनं तुझ्यासाठी निरोप पाठवलाय. आजपासून दोन दिवसांनी संध्याकाळी, लग्नाच्या आधी दोन दिवस, तो तुला मुल्लासाहेबांच्या घरी भेटेल. ते तुमचा दोघांचा निकाह लावून देतील. सगळं गाव झोपलं, शेवटचा दिवा विझला की, मी तुझ्याबरोबर येईन तिकडे. निकाह लागला की, लालजी तुला मुंबईला घेऊन जाईल, दोघांनी मिळून नवं आयुष्य सुरू करायला. तू येशील ना, हे त्याला कळवायचंय."

"हो मावशी! हो, हो!" खूप उत्तेजित होऊन रेशमा उद्गारली. "मला माहीत होतं की, तो येईलच मला घेऊन जायला! कधी संपतील हे दोन दिवस, असं झालंय मला!"

रेश्माचे भाऊ आनंदात होते. सगळं पुन्हा सुरळीत होत होतं. त्यांच्या बहिणीचं लग्न चांगल्या कुटुंबातल्या श्रीमंत माणसाशी होणार होतं. ती स्वत: दु:खी दिसत होती खरी, पण ते तर समजण्यासारखं होतं, नाहीतरी आईवडिलांचं घर, तिथे मिळणारं प्रेम, सगळं सोडून परक्या माणसाबरोबर कुठली मुलगी अगदी पूर्ण आनंदानं जाईल?

लग्नाच्या आदल्या रात्री सगळ्यांना झोपायला उशीर झाला. सगळ्या उत्साहाच्या वातावरणात झोप लागतही नव्हती. शेवटी एकदा सगळीकडचे दिवे विझले, घरात आणि साऱ्या गावात शांतता पसरली.

* * *

मुल्लासाहेबांनी त्यांच्या घराबाहेरच्या अंधारात डोकावून बघितलं. त्यांच्या जुन्या विद्यार्थ्याकडून – लालजीकडून – त्यांना निरोप आला होता की, तो त्याच्या वाग्दत्त वधूला घेऊन येणार होता. वृद्ध मुल्लासाहेबांना हा मुलगा फार आवडायचा. हुशार होता, कामसू होता आणि अदबीनं वागायचा. त्याच्याइतका चांगला विद्यार्थी मिळणं अवघड होतं. पण आज त्याचा जो निरोप आला होता त्यात जाणवणाऱ्या गुप्ततेबद्दल ते अस्वस्थ होते. लालजी काही चुकीचं काम करत नसावा अशी ते आशा करत होते. काही अडचणीत तर नव्हता ना तो अडकला? लपून छपून, मध्यरात्री असं का लग्न करायचं होतं त्याला? मुलीचं नाव त्यानं मुल्लासाहेबांना सांगितलं नव्हतं; पण कशा तऱ्हेची मुलगी वडिलांच्या घराचा आसरा अशा भलत्या वेळी सोडून येण्याचं धाडस करेल?

दरवाजावर कोणीतरी अगदी हळू टक टक केलं. आधी तर ते मुल्लासाहेबांच्या लक्षातच आलं नाही. मग त्यांनी विचारलं, "कोण आहे?"

"मी आहे – लालजी."

मुल्लांनी त्याला आत घ्यायला दार उघडलं.

"मला उशीर झाला," दरवाजाच्या आतल्या सावल्यांमध्ये त्याच्या डोळ्यांनी कोणालातरी शोधलं.

"आल्यायत त्या?" त्यानं अधीरतेनं विचारलं.

वृद्ध मुल्लांनी मान हलवली. "नाही अजून, येतीलच एवढ्यात बेटा!" ते सस्मित म्हणाले.

* * *

चांदण्याच्या प्रकाशात दोन सावल्या गुपचुप हलत होत्या. रेश्मा काहीतरी बोलणार होती, पण मावशींनी तिच्या ओठांवर हात दाबला. खूप काळजी घ्यायची

जरूर होती. दिवे विझले होते, पण घरात अजून अस्वस्थ हालचालींचे आवाज येत होते; ते शांत व्हायला वेळ लागला असता, आणि त्यांना तर वेळ नव्हता – आधीच उशीर झाला होता.

गावातले कंदील एक एक करत विझत होते, ते लालजी अधीरपणे बघत होता. चांदणं अगदी हवं तसं होतं – फार जास्त नाही, फार कमी नाही. कोणाचं लक्ष जाणार नाही, पण रस्ता दिसेल इतपत. चिंतातुर होऊन तो वाट पाहत राहिला. बाहेर रात्र वाढत होती.

मावशीनं धास्तावून आजूबाजूला बघितलं. तिला आतून असं वाटत होतं की, कोणीतरी त्यांच्यावर पाळत ठेवून बसलं असावं. उजेड-अंधार-सावल्यांचा खेळ त्यांच्या भोवती चालला होता, त्यात कोठेही कोणीही लपलेलं असू शकत होतं. आज अनोळखी डोळ्यांपेक्षा ओळखीच्या डोळ्यांचीच त्यांना जास्त भीती होती....

लालजी खोलीत फेऱ्या मारत होता. एक-दोनदा तो बाहेर जाऊन गल्लीत डोकावून आला, पण काही हालचाल दिसली नाही. घाईनं चालणाऱ्या पावलांचा आवाज, लपत छपत येताना कोणी – काही नाही! फक्त अंधार. एव्हाना यायला हव्या होत्या त्या, त्याला वाटलं. गेल्या कुठे?...

...त्या दोर्घ अंधारात श्वास रोखून बराच वेळ गप्प उभ्या राहिल्या – काही दिसतंय का, ऐकू येतंय का, कानोसा घ्यायला. पण अंधाराशिवाय काही दिसत नव्हतं, आणि शांततेशिवाय काही ऐकू येत नव्हतं! भिववणारी शांतता – मावशी भीतीनं थरथरल्या, सरतेशेवटी त्यांनी रेश्माचा हात दाबला आणि आवाराच्या लाकडी झाप्याच्या दिशेनं माननं खूण केली. अंधारातून त्या चांदण्याच्या उजेडातल्या वाटेवर आल्या....

...लालजीला आता ताण सहन होईना. ‘‘मी त्यांना शोधायला जातोय,’’ त्यानं मुल्लासाहेबांना सांगितलं, ‘‘त्या आल्या तर त्यांना आत घ्या, पण काहीही झालं तरी दुसऱ्या कोणाला आत घेऊ नका. त्यांना सांगा, की मी लगेच परत येतोय. मी टक टक करेन ते ओळखालच तुम्ही.’’...

...लाकडी झापा आता अगदी जवळ होता. मावशींना माहीत होतं की, एकदा त्याच्या बाहेर पडल्यावर त्यांना धोका नव्हता. श्वास रोखून धरून त्या चालत राहिल्या. त्यांना माहीत होतं की, ही एवढी वाटच खूप धोक्याची होती. अगदी झाप्याजवळ त्या पोचल्या तेवढ्यात एकदम रात्रीच्या त्या शांततेत एक कुत्रा भुंकायला लागला – त्यांचाच पाळलेला कुत्रा, राजा! त्याला काय झालं एकदम भुंकायला? घरच्याच माणसांना ओळखलं नाही का त्यानं? पण आज त्या तरी घरच्या सारख्या होत्या? रात्रीच्या अंधारात चोरासारख्या पळून जात होत्या ना?

‘शू राजा! शू!’’ मावशी अगदी हळूच म्हणाली, तसा राजा त्यांना ओळखून आनंदानं उड्या मारत, शेपूट हलवत त्यांच्याकडे थोपटून घ्यायला आला.

"राजा, जा परत! जा रे!" रेश्मा कुजबुजली, पण राजा जाईना. त्याला खेळायची लहर आली होती. तो खेळकर आवाजात भुंकत न् शेपूट हलवत बसला! आता? काय करायचं? त्यांनी घाबरून मागे घराकडे बघितलं. सगळं शांत होतं – अतिच शांत!...

...लालजी गल्लीतून अंधाऱ्या जागेतून चालत राहिला. रेहमूमामाच्या घरून या छोट्या खेड्यात यायला एकच रस्ता होता. त्यानं तो जात राहिला, तर वाटेत कुठेतरी त्या भेटतीलच – अर्थात घराच्या बाहेर पडून रस्त्यावर यायला त्यांना जमलं असलं तर!...

...शेवटी एकदाचा कुत्रा शांत झाला. त्याला एक उंदीर दिसला, त्याच्यामागे पळत तो शेतांच्या दिशेनं गेला. मावशी न् रेश्मा दोघींनी सुटकेचा सुस्कारा टाकला. पुन्हा एकदा त्यांनी मागे वळून बघितलं. सारं घर झोपलं होतं. आत किंवा बाहेर काहीही आवाज येत नव्हता. धीर येऊन त्यांनी दीर्घ श्वास घेतला, आणि झाप्याच्या आणि त्याच्याबाहेरच्या रस्त्याच्या दिशेनं चालू लागल्या....

...लालजी भराभरा चालत होता, तेवढ्यात त्याला आठवलं की, मामाच्या गावाकडून यायला-जायला आणखी एक कच्ची पायवाट होती, जी शेतांमधून जायची आणि मंदिराच्या अलीकडे मुख्य रस्त्याला मिळायची. त्या जर त्या वाटेनं येत असतील, तर त्यांची कदाचित चुकामूक होईल, तेव्हा त्यानं मंदिराजवळ थांबणं जास्त शहाणपणाचं होईल. कुठूनही आल्या तरी त्यांची भेट होईल....

...मावशीनं न् रेश्मानं मग परत वळून बघितलं नाही. त्यांना वेळच नव्हता आणखी उशीर करायला. सरळ झाप्यापर्यंत पोचायचं होतं – झापा हे स्वातंत्र्याचं चिन्ह झालं होतं त्यांच्यासाठी! त्यातून बाहेर पडल्यावर घरातल्या कोणालाही त्या दिसू शकल्या नसत्या, पण बाहेर पडण्याच्या घाईत घरात एक कंदील पेटवला गेलेला त्यांना दिसला नाही! तो शेताच्या बाजूनं अंधारातून झपाझप पावलं टाकत हळूच, आवाज न करता, त्यांच्या मागे येतानाही दिसला नाही!...

...लालजी मागे फिरला आणि मंदिराच्या दिशेनं चालू लागला. चंद्र ढगाआड गेला आणि रात्र काजळकाळी झाली. त्यानं चिंतातुर होऊन वर बघितलं. समोरचं जवळ जवळ काहीच दिसत नव्हतं. त्यानं मनातल्या मनात प्रार्थना केली – 'त्या दोघी रस्ता नको चुकू देत.' रात्रीच्या नीरव शांततेत त्याच्या पावलांचा आवाज येत राहिला. तो अस्वस्थ झाला. मनाला कितीही समजावलं तरी एक अशुभाची भावना मनातून जाईना....

...झापा हाताच्या अंतरावर आला होता. जिंकलो, असं वाटत मावशींनी झाप्याच्या कडीला हात घातला. डगडगणारा तो झापा कुंइकुंइ करत उघडला. मावशींनी चिंताग्रस्त नजरेनं भोवताली बघितलं. सारं अंधकारमय, स्तब्ध होतं. त्यांनी

क्षणभर थांबून कान टवकारले, पण काही ऐकू आलं नाही – फक्त त्यांच्या मागे असलेल्या रेश्माच्या तणावपूर्ण श्वासोच्छ्वास. बस – आता दोन पावलं, आणि त्या झाप्याच्या बाहेर असतील. मावशी चट्दिशी बाहेर पडल्या. रेश्माही पाठोपाठ गेली, न् झापा बंद करणार, एवढ्यात एका मजबूत हाताने तिचा दंड पकडला!...

...मंदिराजवळच्या पिंपळाच्या झाडाखाली लालजी वाट बघत बसला. उशीर होत होता – त्या दोघी अजून का पोचल्या नव्हत्या? इतकं काही खूप लांब अंतर नव्हतं चालायचं. काय झालं असेल? त्याच्या मनातल्या आशंका वाढल्या....

..."बाहेर चालली होतीस कुठं?" अगदी हळू, धमकावणारा तो आवाज रेश्माच्या अगदी कानात म्हणाला. प्रचंड घाबरून ती एकदम मागे सरकली. मागे वळून बघते, तो एक कठोर चेहरा तिच्या चेहऱ्याच्या अगदी जवळ होता आणि दोन भेदक डोळे तिच्या डोळ्यांमध्ये रोखून बघत होते. तो ताजो होता. त्याचा चेहरा भोवतालच्या अंधारातही काळाकभिन्न दिसत होता.

धक्क्यातून जरा सावरल्यावर भावानं घट्ट आवळून धरलेला दंड सोडवून घेण्याचा तिनं प्रयत्न केला. "सोड मला ताजभा! (भा – वडील भाऊ) तुला देवाची आण आहे, जाऊ दे मला!" तिनं विनवण्या केल्या. "माझं आयुष्य आहे, मला हवं तसं करू दे, जे परिणाम होतील त्यांना मी जबाबदार असेन. जितेपणी मरणाच्या खाईत नका ढकलू मला!"

"डोकं फिरलंय, तुझं रेश्मा? कुटुंबाची केलीयस तेवढी नाचक्की पुरेशी नाही झालीय, ती आता आणखी देव जाणे काय आपत्ती ओढवून आणणार आहेस लग्नाच्या आदल्या दिवशी?"

"मी त्याच्याशी लग्न करायला जात होते ताजभा!" रेश्मानं काकुळतीनं हळूच म्हटलं.

ताजोनं मग फाडकन तिच्या थोबाडीत मारली, ती कळवळून ओरडली. त्यानं आजपर्यंत असं कधीही केलं नव्हतं. खरं म्हणजे घरातल्या सगळ्यांची खूप लाडकी असलेल्या रेश्मावर आजपर्यंत कोणीही हात उगारला नव्हता. त्यामुळे तिचं ते ओरडणं वेदनेमुळे होतं तितकंच अपमानामुळेही होतं.

"ज्या कोणी तुझ्या डोक्यात हे भरवलंय, त्याला चांगला धडा शिकवूच हे माझे शब्द लक्षात ठेव!" दातओठ खात ताजो म्हणाला. अंधारात गप्प उभ्या राहिलेल्या मावशींकडे त्यानं बघितलं. "सगळे सोडून तुम्ही मावशी? मला स्वप्नातही वाटलं नव्हतं तुम्ही आम्हाला दगा द्याल असं! तम्ही? तुमच्याबद्दल किती आदर होता आम्हाला!"

रेश्माच्या हातावरची पकड सैल न करता ताजो वळला आणि अतिशय खिन्न मनानं तिघं घराकडे चालू लागले....

...लालजीला हे वाट बघणं आता सहन होईना. त्या निर्जन रस्त्यावर फेऱ्या मारता मारता तो आभाळातल्या चंद्राकडे बघत होता. पहाट झाली असती जरा वेळानं. त्यांची आणि त्याची चुकामूक झाली असेल? आणखी थोडासा वेळ वाट बघून त्यानं मुल्लासाहेबांच्या घरी परत फिरायचं ठरवलं....

***

खिडकीशी उभे राहून मुल्लासाहेब रात्रीच्या अंधारात बाहेर कोणी दिसतंय का बघत होते. गेलाय कुठं लालजी? आणि ती मुलगी तरी कुठे आहे? काय चाललंय तरी काय? तेवढ्यात त्यांना लालजीसारखंच टक टक केलेलं ऐकू आलं, आणि सुटकेचा निःश्वास सोडून ते दार उघडायला गेले. ते प्रतिकार करू शकणार एवढ्यात बुरखा घातलेल्या तीन व्यक्तींनी त्यांना आत ढकललं आणि स्वत: आत येऊन दार बंद केलं.

तिघा भावांनी बुरखे काढले. ''घाबरू नका मुल्लासाहेब,'' शाबू म्हणाला. ''आम्ही तुम्हाला काहीही इजा करायला नाही आलोय इथे.''

''जो आमच्या बहिणीचं आणि कुटुंबाचं नाव बदनाम करू बघतोय, त्याला शिक्षा करायलाच फक्त आलोय,'' मुल्लासाहेबांनी ताजोचा आवाज लगेच ओळखला.

''ओहो! तू आहेस बेटा?'' त्याचे शिक्षक मुल्लासाहेब स्वत:ला सावरून घेत म्हणाले. ''पण हे शिक्षा प्रकरण काय आहे? मला जे समजतं आहे, त्यावरून तुमच्या बहिणीला बेइज्जत करण्याचा कोणाचा इरादा नाहीये. लालजीला तिच्याशी लग्न करायचंय. त्याचा हेतू नेहमी नेकच राहिला आहे. त्यानं मला सांगितलं आहे की, तिला कबूल आहे.''

''सुज्ञ मुल्लासाहेब! बायकांच्या मंजुरीची सुरुवात कधीपासून झाली?'' ताजोनं विचारलं.

''मुलीनं 'कबूल' म्हटल्याखेरीज कुठलाही निकाह होऊ शकत नाही, हे तुला माहीत असेलच.''

एरवी फारसं न बोलणारा पंजू मध्ये पडला. ''ते बरोबर असेल मुल्लासाहेब, पण आमच्या घरच्या परंपरेप्रमाणे मुलींनी आईवडिलांची इच्छा आणि कुटुंबाची प्रतिष्ठा यांचाही विचार करायचा असतो.''

''तुमच्याच रिश्तेदारांपैकी अतिशय चांगल्या तरुणाशी तुमच्या बहिणीचा निकाह झाला, तर कुटुंबाच्या प्रतिष्ठेला कसा काय बाध येतो?''

तिचं लग्न दुसरीकडे आधीच ठरलेलं नसतं आणि आमच्या बापांनी शब्द दिलेला नसता, तर प्रतिष्ठेला बाध आला नसता. शाबूनं उत्तर दिलं.

मुल्लासाहेब पुढे काहीतरी बोलणार होते, तेवढ्यात दरवाजा कोणीतरी घाईघाईनं

ठोकला. ते दरवाजा उघडायला जात होते, पण त्यांना त्या भावांनी पकडून धरलं आणि खोलीत मागे ढकललं.

सगळं अंतर पळत आल्यामुळे लालजी धापा टाकत आला होता. आत अंधार होता आणि घरात चमत्कारिक शांतता होती. त्याला ते विचित्र वाटलं, कारण खोलीतून आवाज येताना त्याने नक्कीच ऐकले होते. त्यानं पुन्हा दार ठोकलं, पण आतून काहीच हालचालीचा आवाज येईना. तो पाठीमागच्या खिडकीकडे जायला वळणार होता, तेवढ्यात दार एकदम उघडलं आणि दोन दणकट हातांनी त्याला पकडून आत ओढलं.

त्याच्या अंगावर संतापानं बुक्क्या मारल्या जात होत्या. त्यानं प्रतिकार करण्याचा प्रयत्न केला, पण इतक्या अनपेक्षितपणे झालेल्या हल्ल्यानं त्याला फार काही करता येत नव्हतं. हल्ला करणारे संख्येनंही जास्त होते, त्यामुळे शेवटी लालजी जमिनीवर पडला. त्याच्या बरगड्यांवर लाथा बसत होत्या. एक जाड दांडुका त्याच्या गुडघ्यावर मारला गेला आणि वेदनांनी तो ओरडला. चेहऱ्यावरून ओघळणाऱ्या रक्तातून तो दंडुका परत उंच उचलला जाताना त्याला दिसला, जो त्याच्या डोक्यावर मारला जाणार होता. तो डोक्यावर आपटणार एवढ्यात शाबूनं एकदम पुढे होऊन तो मारणाऱ्याला थांबवलं.

"बस्! बस् कर! काय करतोयस? अशानं जीव घेशील त्याचा! दिली एवढी शिक्षा बास झाली – चला जाऊ या आपण."

ताजोनं त्याच्या इच्छेविरुद्ध दंडुका खाली टाकला. "पण लग्न उरकून बारात जाईपर्यंत आपण त्याला कोंडून ठेवला पाहिजे; नाहीतर हा काय करेल काही सांगता येत नाही!"

लालजीला एवढं जाणवलं की, रस्त्यावरून बरंच अंतर त्याला अर्धवट उचलून, फरपटत नेलं जात होतं. मग त्याला एका गोदामात मुटकुळं टाकल्यासारखं टाकलं गेलं आणि बाहेरून कुलूप लावलं गेलं. नुकत्याच कापून ठेवलेल्या गवताचा ओळखीचा वास आला. डोळ्यांसमोर अंधेरी येऊन तो बेशुद्ध पडण्यापूर्वीची ही शेवटची आठवण होती.

७

रेहमू पंजूच्या रूपवान मुलीचं – रेश्माचं लग्न दामजी नथूशी होणार होतं, त्या समारंभाला सगळ्या गावाला निमंत्रण होतं. रेहमूनं ठाम निश्चय केला होता की, काहीही कमतरता ठेवायची नाही. एकदा मोडलेलं लग्न आणि पसरलेल्या अफवांचा विचार करून लग्न साधेपणानं उरकावं असं कोणी कोणी सुचवलं होतं, पण त्यानं ते उडवून लावलं होतं.

"लहान आहात तुम्ही अजून," त्यानं त्याच्या मुलांना सुनावलं. "फार दिवस आठवण राहत नाही लोकांना, शिवाय नंतर बघितलेल्या भपक्यानं आणि झगमगाटानं डोळे दिपले, की जुनी आठवण आणखी पुसट होते. लोकांना बोलायला कुठलातरी विषय हवा असतो – आज जी तोंडं एका बाजूनं बोलतायत, ती एवढ्या दिमाखात लग्नाचा उत्सव झाला, उत्तम खाणं-पिणं मिळालं की, दुसऱ्या बाजूनं बोलायला लागतील!"

बरोबरच होतं. लोकांना खूप दिवस आठवत राहील इतक्या थाटामाटात रेहमूनं रेश्माचं लग्न करून दिलं. सबंध घर घासून-पुसून-धुऊन लखलखीत केलं, नव्यानं रंगवलं आणि त्यावर सुंदर रांगोळ्या काढून खूप शोभिवंत केलं. रेश्माचा जन्म झाल्यापासून, तिच्या लग्नात लावायला म्हणून तिची आई जे अतिशय नाजूक, सुंदर मोत्यांचं तोरण तयार करता होती, ते स्वागतासाठी दारात लावण्यात आलं. अंगणात मोठा मांडव घालून त्याला रंगीबेरंगी कापडांचे तुकडे शिवून तयार केलेल्या कलात्मक कापडाचा शामियाना केला होता. रेहमूचे बरेचसे निमंत्रित पाहुणे येऊन पोचलेही होते. वरघोडा येण्याची तयारी पूर्ण झाली होती.

अंगानं सुदृढ आणि अतिशय खुशीत असलेला दामजी नाथू वरराजा तितक्याच झोकात नटवलेल्या उंटावरून येऊन पोचला. वरातीसमोर नानखटाई बँड उत्साहानं ढोल, झांजा, तुताऱ्या जोरात वाजवत येत होता. वरराजाच्या मागून पन्नास तरी

पुरुष, स्त्रिया, मुलं अशी वऱ्हाडी मंडळी नटून सजून आली होती – काही बैलगाड्यांमधून तर काही खेचरांवरून आणि काही तर पायीही आली होती.

***

गोदामात कोंडून ठेवलेल्या लालजीला जाग आली. बाहेरून येणाऱ्या आवाजानं त्याच्या वेदनांनधून आणि थकव्यातून त्याला बाहेर काढलं. त्यानं डोळे उघडले आणि गोंधळून भोवताली पाहिलं. गज असलेल्या एकुलत्या एका खिडकीतून किंचितसा प्रकाश आत येत होता. काय झालं होतं, हे आठवायचा त्यानं प्रयत्न केला, आणि मग एकदम कालच्या... का परवाच्या? – नव्हे रात्रीच्या घटना त्याला एकदम आठवल्या. बाहेरच्या सगळ्या गलक्याचं आणि उल्हसित आवाजांचं कारण मग त्याला आठवलं – आज रेश्माचं लग्न होणार होतं!

धडपडत लालजी उठून उभा राहिला. त्याचा गुडघा प्रचंड दुखत होता आणि डोकं गरगरत होतं, पण असल्या क्षुल्लक गोष्टींकडे लक्ष द्यायला आता वेळ नव्हता. त्याला कसंही करून बाहेर निघून शक्य तितक्या लवकर मामाच्या घरी पोचलंच पाहिजे होतं. त्यानं दार चाचपून बघितलं, पण ते बाहेरून पक्कं घट्ट बंद केलेलं होतं. खिडकीवरचे गज जुने आणि गंजलेले होते, पण त्यानं खूप प्रयत्न करूनही ते उचकटून काढता आले नाहीत. त्यानं चिंताग्रस्त होऊन सगळीकडे बघितलं. वरच्या माळ्यावर चढण्यासाठी एक शिडी होती. शिडीच्या थोड्या पायऱ्या चढून, वरून बाहेर पडण्याची काही फट आहे का हे त्याने बघितलं, पण काहीच नव्हतं. तो परत खाली उतरणार होता, तेवढ्यात वेड्यावाकड्या ठेवलेल्या गंजींमधून त्याला एक लहानशी फट दिसली. ठणकणाऱ्या गुडघ्याकडे दुर्लक्ष करून लालजी शिडीवरून माळ्यावर चढला आणि त्यानं ती फट नीट बघितली. तिथं एक जुनी खिडकी होती, जी कित्येक वर्षं उघडली नसल्यासारखी दिसत होती. पण महत्त्वाचं म्हणजे तिला गज नव्हते. त्यानं ती उघडायचा प्रयत्न केला, पण ती उघडेना. प्रयत्न सोडून देऊन तर चालणार नव्हतंच. सगळी ताकद एकवटून, जखमी ठणकणाऱ्या शरीरानं जेवढा जोर लावता येईल तितका लावून त्यानं खिडकीला धक्का मारला. या वेळी ती खिळखिळी झाली आणि जराशी उघडली. त्यानं आणखी एक धक्का मारला, तशी ती उघडली आणि कित्येक वर्षांपासूनची कोळिष्टकं विसकटून गेली.

बाहेर कितीतरी गाववाले अजून वरराजाच्या मिरवणुकीबद्दल बोलत उभे होते. लालजीनं वरून उडी मारली तिकडे कोणाचं लक्ष गेलंच नाही. तशी ती खिडकी फार उंचावर नव्हती, तरी पण त्याच्या दुखऱ्या गुडघ्याला जास्त इजा होणार नाही, याची काळजी त्यानं घेतली.

तिथून वरराजा आणि वऱ्हाडी मंडळी जाऊन थोडा वेळ झाला होता असं वाटलं.

मग लालजीच्या लक्षात आलं की, दुखावलेल्या पायानं त्यांच्यापर्यंत पोचणं त्याला शक्य नव्हतं. रेश्माला आपण गमावणार या विचारानं तो अतिशय निराश झाला. फार उशीर होण्यापूर्वी मामाच्या घरी पोचायलाच हवं होतं – समजा, निकाह लागून गेला असला, तर? मग काय? तो असह्य विचार त्यानं मनातून काढून टकाला.

कोणी ओळखू नये म्हणून अंगावरच्या शालीनं चेहरा झाकून लालजी त्या गर्दीतून भराभरा जाऊ लागला. जाता जाता लोकांच्या बोलण्यातली काही वाक्यं कानावर पडतच होती.

"त्या सुंदर रेश्माशी लग्न होणार या विचारानं तो माजलेला दामजी हल्ली तर सारखा हसतच असतो!" एक माणूस थट्टेनं म्हणाला.

"अरे कोण नाही हसणार रे?" लंपट डोळे नाचवत दुसरा म्हणाला. दोघंही घाणेरड्या स्वरात खिदळले – "लग्न झाल्यावर तर मला वाटतं तो सारखा हसतच राहील!"

"थकून चक्कर येऊन पडला नाही तर!" आणखी घाणेरडं हसत त्यातला एक म्हणाला.

"असं ऐकलंय की, अगदी चंट आहे ती!"

"तुला ठाऊक नाही वाटतं त्या लालजीबरोबर पळून गेलीवती ती ते?"

"माहीत आहे ना, पण असं म्हणतात की 'काही झालं नाही'! वेळेवर पकडले गेले म्हणे!"

"आता ते तर तसंच सांगणार ना! खरं काय झालं ते कोणाला ठाऊक?"

रागानं तापलेले कान लालजीनं बंद करून घेतले, आणि जितकं भराभरा जाता येईल तितकं जात राहिला; पण लोकांच्या तोंडच्या कंड्या ऐकूच न येणं अशक्य होतं. त्या बोलण्यातले काही शब्द कानांवर पडतच राहिले.

"माझे एक म्हातारे, दात पडलेले काका होते – तरण्या मुलीशी लग्न केलं आणि पुन्हा दात आले की रे त्यांना!" एकानं सांगितलं, दुसरा खो-खो हसत सुटला.

लालजी चट्दिशी पुढे गेला.

"या नालायक दामजीशी तिला लग्न करावं लागतंय हे फार वाईट झालं. तिची आणि जेठाशेठच्या मुलाची – हाशिमची जोडी छान शोभली असती!"

"हां, पण तिच्या डोळ्यात तर फक्त लालजीच भरला होता ना. मला विचाराल, तर तीही जोडी काही वाईट नसती झाली. नसेल तो श्रीमंत, पण काय दम आहे त्याच्यात! कुण्णाला घाबरत नाही तो! तिच्या सारखीला त्यानंच सुखी केलं असतं..."

वेळ वाचवण्यासाठी लालजीनं शेतांमधून जाणारा रस्ता घेतला, त्याच्या ठणकणाऱ्या गुडघ्यानं जितकं भराभरा चालता येईल तितकं तो जात होता.

सरतेशेवटी अतिशय थकून, धापा टाकत तो कसाबसा मामाच्या घराशी पोचला आणि भोवताली चाललेल्या गडबड-धावपळ-आवाजांतून मुकाट्यानं पाठीमागे जिथं मेजवानीची तयारी चालली होती, तिथे पोचला. मोठाले थाळे दोघे जण मोठमोठाल्या पातेल्यांमधून वेगवेगळ्या पदार्थांनी भरत होते, आणि ते थाळे बाहेर पाहुण्यांना नेऊन दिले जात होते.

छातीत धडधडत होतं, पण आवाजात सहजपणा आणण्याचा प्रयत्न करत लालजीनं विचारलं, "निकाह झाला?"

त्या माणसानं वळून आश्चर्यानं त्याच्याकडे बघितलं. "हो तर! आत्ताच थोडा वेळ झाला. वऱ्हाडी मंडळींची जेवणंही झाली – खूप उशीर झाला तुम्हाला मला वाटतं – आता निघतीलच वऱ्हाडी."

पुन्हा जिवाचा धडा करून सहज विचारल्यासारखं लालजीनं विचारलं, "वधूनं 'कबूल' म्हटलं? तिनं 'हो' म्हटलं?"

त्या माणसानं कुतूहलानं त्याच्याकडे बघितलं – "अर्थातच! का नाही म्हणणार? दामजी नाथू श्रीमंत माणूस आहे. आणि नाहीतरी, वधूनं 'नाही' म्हटलेलं ऐकलंय कधी कोणी?"

दुसरा माणूसही थाळे भरता भरता हे बोलणं ऐकायला थांबला होता. तो म्हणाला, "आणि 'नाही' म्हणाली तरी काय? वधूचा आवाज ऐकूच कधी येतो कोणाला? मी होतो ना तिथे. ती अगदी हळू आवाजात काहीतरी पुटपुटली, पण तिच्या वडिलांचा आवाज चांगला स्वच्छ, मोठ्यानं ऐकू आला की, ती 'कबूल' म्हणाली, पुढे सुरू करा. असा पार पडला निकाह."

लालजीला जास्त ऐकवेना. आपल्याला कोणी बघेल याची आता पर्वा न करतो तो बाहेर पळाला; या भीतीनं की, तिला शेवटचं एकदा बघण्याची संधीही मिळण्यापूर्वीच ती गेलीही असेल. डोलीजवळ वधूला निरोप द्यायला उभे असलेल्या लोकांच्या घोळक्यामागे तो उभा राहिला.

अखेर रेश्मा तिच्या बाच्या आधारानं घरातून बाहेर आली. रडत होती ती, पण तशा तर सगळ्याच नवऱ्या मुली रडतातच ना? त्या अत्यंत दु:खी मुलीला बानू शांत करू बघत होती, पण तिचे स्वत:चेच अश्रू ती थांबवू शकत नव्हती. डोलीत बसण्याचा क्षण आला तेव्हा रेश्मानं बाला मिठी मारली आणि ती नकारार्थी मान हलवत राहिली. बानूनं लेकीला छताशी घट्ट कवटाळलं.

लालजीला वाटलं, धावत पुढे जाऊन, रेश्माला घट्ट पकडून पळून जावं. पण तो थिजल्यासारखा उभा राहिला. ती आता दुसऱ्याची बायको होती. नाहीतरी ती दोघं कशी, कुठे पळाली असती? तो पुढे सरकला आणि घरच्या लोकांच्या मागे डोलीपासून काही फुटांवरच उभा राहिला.

नवरी मुलगी खाली बघत होती, तिने लाल बांधणी डोक्यावरून पुढे चेहऱ्यावर घेतली होती. काय बोलणं चाललं होतं ते त्याला ऐकू येत नव्हतं, पण एवढं उघड दिसत होतं, की ती डोलीत बसायला तयार होत नव्हती. पाहुण्यांमध्ये कुजबुज सुरू झाली – नवरी मुलगी जायला नाही म्हणत होती? वऱ्हाडी लोक अस्वस्थ होत होते, नवऱ्या मुलाचा चेहराही उतरू लागला होता.

परिस्थिती आता काबूबाहेर जाईल या भीतीनं रेहमूनं त्याच्या मुलीचा दंड घट्ट धरला, एक हात तिच्याभोवती टाकला आणि त्यानं तिच्या कानात काहीतरी सांगितलं. शेवटी जड पायांनी आणि त्याहूनही जड मनानं रेश्मा डोलीकडे पावलं टाकू लागली. आत बसण्यापूर्वी तिनं तिच्या वडिलांच्या हाताचं चुंबन घेतलं, बाला एक शेवटची मिठी मारली, आणि ती डोलीत शिरली. सगळ्यांनी सुटकेचा निःश्वास सोडला, माणसांनी डोली उचलली, बँड पुन्हा वाजू लागला.

रेश्मानं हळूच आपल्या बालपणाच्या घराकडे, मागे ठेवून जात असलेल्या बाल्याकडे, एकदा शेवटचं बघितलं. तिनं नजर वळवली, तेव्हा तिची नजर एकदम लालजीवर पडली. दचकून तिचा हात गळ्याशी गेला अन् येणारा हुंदका तिनं दाबून टाकला. त्यांच्या नजरा मिळाल्या आणि जणूकाही जुळलेल्याच राहिल्या. त्याच्या डोळ्यांतला प्रश्न तिनं वाचला, पण त्याचं एकच उत्तर देता येणं शक्य होतं. दिसेल न दिसेल असं तिनं डोकं हलवलं आणि मग नजर वळवली. पडदा सदासर्वदासाठी खाली पडला.

तो पडदा पडण्याबरोबरच रेश्माचंही जगही बंदिस्त झालं. डोलीतल्या अंधाराइतकाच अंधार तिच्या संपूर्ण अस्तित्वातही पसरला होता, असं तिला वाटलं. एकाकी, सर्व गमावून लाचार झालेल्या लालजीची छबी मनात तरळत होती. बा म्हणाली होती की, आता तिनं त्याला विसरून गेलं पाहिजे – ती आता दुसऱ्या पुरुषाची पत्नी होती.

लालजीच्या मनात प्रचंड घालमेल होत होती. तो मागे सरला, तेव्हा त्याची नजर दामजीच्या नजरेला मिळाली. विजयी मुद्रेनं, छद्मी हसत, उंटावर बसून तो खाली लालजीकडे बघत होता. लालजीच्या लक्षात आलं होतं, की दोघांच्याही मनात ते शेवटचे भेटले होते, त्या प्रसंगाचीच आठवण त्या क्षणी होती – 'बघूच या शेवटी ती कोणाला मिळते ते!' निघून जाता जाता दामजी म्हणाला होता... आणि दामजी जिंकला होता. त्या किळसवाण्या माणसाचे हात आता लालजीच्या प्रियतमेच्या अंगावर फिरतील, मनाला येईल तेव्हा तिला तो उपभोगेल – या विचारांनी लालजीच्या मनाचा असाहाय्य जळफळाट झाला. त्यानं जे गमावलं होतं, त्याच्या दुःखानं तो इतका होरपळून निघाला होता, की यानंतरच्या आयुष्यात त्यानं कितीही, काहीही मिळवलं, तरी त्यानं जे गमावलं होतं त्याची उणीव भरून निघणार नव्हती किंवा या क्षणाच्या अपार मनोवेदना पुसल्या जाणार नव्हत्या.

रेहमूमामांनी ठामपणे सांगितलं होतं, तसं तो त्याच्या वडिलांचा मुलगा होता, म्हणून त्यानं रेश्माला गमावली होती? का मग तो हाती फुटकी कवडीही नसलेला दरिद्री युवक होता म्हणून? निराशेत आकंठ बुडालेल्या लालजीनं त्या क्षणी प्रतिज्ञा केली की, यानंतर कधीही त्याला अत्यंत हवी असलेली कुठलीही वस्तू त्याच्या गरिबीमुळे त्याला मिळाली नाही असं होणार नाही! यापुढे कधीही त्याला 'अनाथ भिकारी' म्हणण्याची कोणाची टाप होणार नाही. तो एवढा श्रीमंत, एवढा सामर्थ्यवान होईल की, त्याला हवी असलेली गोष्ट त्याला मिळणार नाही असं होऊच शकणार नाही; त्याला जे हवंसं वाटेल ते त्याला मिळू शकणार नाही असं होणारच नाही. एक दिवस, तो लालजी, लखाचा मुलगा लालजी – जगाला दाखवूनच देईल!

८

गोघा गावाच्या बाहेरच्या चौरस्त्यावर लालजी थांबला आणि त्यानं वळून शेवटचं एकदा गोघाकडे, आणि तो मागे सोडून जात असलेल्या भूतकाळाकडे बघितलं. उजाडताच्या कोवळ्या उन्हात उभा राहिलेला असताना त्याला खूप वर्षांपूर्वीचा तो क्षण आठवला, जेव्हा त्यानं सिद्धपूर शेवटचं सोडलं होतं. इतक्या वर्षांनंतरही त्याला तेव्हाच्या त्या शेवटच्या भेटीचं दु:खही आठवलं. जप्पूनं त्याचे चिमुकले हात त्याच्या गळ्याभोवती टाकून त्याला घट्ट कवटाळलं होतं, आणि समोर येऊन उभ्या राहिलेल्या बैलगाडीत गुल्लूनं लालजीला उचलून बसवलं होतं, तेव्हा मुन्नीनं भरून आलेले डोळे पुसले होते. महाप्रयत्नानं लालजीनं फुटू पाहणारं रडू आवरलं होतं.

एक नि:श्वास टाकून लालजीनं भोवताली सगळीकडे पुन्हा एकवार नजर फिरवली. खाली वाकून त्यानं त्याच्या भूमीची मूठभर माती हातात घेतली. ती हळूहळू हातातून गळून जात असताना तो विचार करत राहिला की, तो पुन्हा कधी इकडे येईल का? मग मन घट्ट करून त्यानं खांदे ताठ केले, आणि सरळ समोर बघत निश्चयपूर्वक चालू लागला – सोन्याची नगरी मुंबई, या त्याच्या त्यानंच ठरवलेल्या स्थळी पोचण्यासाठी.

समोर लांबच लांब आणि एकाकी रस्ता होता – वैराण प्रदेशामधून जाणारा, त्याच्या निराश, क्रुद्ध मन:स्थितीसारखाच. वळणं घेत जाणाऱ्या त्या रस्त्यावर कुठे कुठे तुरळक झाडं होती – इतक्या उजाड प्रदेशात आणि भाजून काढणाऱ्या उन्हात तग धरून राहण्याचा चिवटपणा असलेली.

लालजीला मनातून कशी कुणास ठाऊक, पण नेहमीच खातरी होती की, कधीतरी, कसातरी तो त्याच्या स्वप्ननगरीला – मुंबईला पोचेलच. पण त्याला असाही भरवसा होता की, रेश्मा त्याच्याबरोबर असेल – कारण त्यानं पहिलंवहिलं प्रेमच केवळ तिच्यावर केलं होतं असं नाही, तर तो नेहमी तिच्यावरच प्रेम करणार

होता. तो हेही समजून होता की, त्याच्या आयुष्यात दुसऱ्या स्त्रियाही येतील, आणि त्यांनाही तो जीव लावेल; पण रेश्मावरच्या प्रेमाचं शल्य तो कितीही दूर गेला आणि कितीही वर्षं लोटली, तरी त्याच्या मनात टोचत राहणारच होतं!

दुसरून येणाऱ्या घोड्याच्या टापांच्या आवाजानं त्याच्या विचारांची साखळी तुटली.

"लालजी!" एक आवाज मोठ्यानं हाका मारत होता, "लालजीऽ!"

आपल्याला कोणीतरी हाका मारतंय हे त्याच्या लक्षात येईपर्यंत ती घोडागाडी त्याच्याजवळ येऊन पोचलीसुद्धा. गाडीत त्याच्या लहानपणचा मित्र, प्राणलालकाकांचा मुलगा रेवजी होता.

"अरे लालजी? बहिरा झालास की काय? हाका मारतोय केव्हाचा!" रेवजीनं गाडीतून खाली उडी मारली आणि धावत येऊन आपल्या मित्राला मिठी मारली. "लग्नाच्या वेळी तू दिसला नाहीस," तो म्हणाला, "आणि मावशींनी सांगितलं की, आज सकाळीच तू मुंबईला जायला निघालायस." बोलायचं थांबवून त्यानं लालजीकडे बघितलं. "मला न भेटताच तू खरंच का गोघा सोडून जाणार होतास?" त्याचा आवाज दुखावलेला होता.

त्यांची ओळख झाल्यापासून इतक्या वर्षांमध्ये प्रथमच लालजीनं रेवजीला अस्वस्थ बघितला. त्यानं काही उत्तर देण्याआधीच रेवजीनं त्याला "बस गाडीत," म्हणून सांगितलं, "मला शेजारच्या मोठ्या गावात जायचंय, वाटेत बोलू या."

***

त्या मोठ्या गावातल्या बाजारपेठेत पोचेपर्यंत मध्यान्ह झाली होती. लालजी कुतूहलानं सभोवती बघत होता. रेवजी येथे बरेचदा माल पोचवायला आणि घेऊन जायला यायचा, त्यामुळे त्याला हा भाग परिचित होता. आपल्या मित्राला सगळं दाखवायला त्याला मजाही येत होती.

दोघं रस्त्यावरून चालत चालत जात होते, तेवढ्यात एक घोडागाडी आली. लांब पांढरा डगला घातलेला एक मनुष्य खाली उतरला. त्याचा पोशाख अगदी रुबाबदार होता. गोऱ्या चेहऱ्यावरचे काळे केस व्यवस्थित विंचरलेले होते, नाक मोठं आणि बाकदार होतं, तर मिशा व्यवस्थित, छान ठेवलेल्या होत्या. संपन्न, सुखवस्तू दिसणारा तो माणूस आत्मविश्वासानं आणि ताठ उभा होता.

"तो माणूस इंग्रज आहे?" लालजीनं विचारलं. देशाच्या बऱ्याचशा भागांवर गोरे फिरंगी राज्य करतात, असं त्यानं ऐकलं होतं, पण त्यानं कधी तशा कोणाला पाहिलं नव्हतं.

त्यानं विचारलं म्हणून रेवजीनं वळून बघितलं, तेव्हा तो गृहस्थ एका स्त्रीला

आणि तीन लहान मुलांना गाडीतून उतरायला मदत करत होता. "नाही," रावजी म्हणाला, "तो बावाजी आहे – पारशी. इथल्या त्यांच्या देवळात – अग्यारीत – जाऊन यायला उतरले असतील."

"पारशी?" लालजीनं नवल वाटून विचारलं.

"हेही गोऱ्या रंगाचेच लोक आहेत. पर्शिया नावाच्या देशातून जवळ जवळ कितीतरी वर्षांपूर्वी इथं आले, कारण त्यांच्या देशावर बाहेरच्या लोकांनी हल्ला केला आणि त्यांचा देश काबीज केला. अशी एक कथा सांगितली जाते की, ते जेव्हा गुजरातच्या किनाऱ्यावर येऊन पोचले, तेव्हा महारावांनी त्यांच्याकडे काठोकाठ भरलेला एक दुधाचा पेला पाठवला – असं सुचवायला की, त्यांच्यासाठी इथं जागा नव्हती. त्यामुळे हार न मानता त्यांनी त्या दुधात एक चमचा साखर घातली आणि एक थेंबही दूध सांडू न देता परत पाठवत असा संकेत दिला की, त्या साखरेसारखेच, कोणालाही त्रास होणार नाही, अशा तऱ्हेनं ते स्थानिक लोकांमध्ये मिळून मिसळून वागतील." रेवजीनं पुढं सांगितलं, "त्यांच्यातले काही जण फिरंग्यांसारखे कपडे घालतात, आणि त्यांची भाषाही बोलतात – बरेच जण इंग्रजी शिकले आहेत. मी असंही ऐकलं की, हे लोक मुंबईत त्यांच्या मुलींनासुद्धा शाळेत पाठवतात. कदाचित इंग्रजांसारखं वागायला लागल्यामुळे त्यांनी खूप प्रगती केली आहे."

"असंही असेल की, हे लोक स्वत:ची प्रगती व्हावी आणि त्याचा फायदा मिळावा, म्हणून इंग्रजांकडून नवं नवं काहीतरी शिकले असतील," विचार करत लालजी म्हणाला.

"असेल. बरंय तर मित्रा, मला आता तुला सोडून जाणं भाग आहे. एवढ्या मोठ्या दुनियेत तू हरवून जाण्यापूर्वी मला तू सापडलास याचं बरं वाटलं! तू काय सरळ मुंबईला जाणार का?"

"हो!" रेवजीला मिठी मारून भेटून निरोप घेत लालजी म्हणाला, "कधी तिथे पोचतोयसं झालंय मला. तुला तर ठाऊकच आहे, मी नेहमी त्या शहरात जाण्याचीच स्वप्नं बघायचा!"

"ओहो – मुंबई!" रेवजी उद्गारला. "बरंय तर, नशीब तुला जिथं कुठं घेऊन जाईल लालजी, तिथं नीट सांभाळून रहा आणि त्या सुवर्णनगरीतला श्रीमंत माणूस होशील तेव्हाही या बालपणीच्या मित्राला विसरू नकोस!" विचारमग्न झालेले ते दोघंही जरासे हसले.

त्या धूळभरल्या रस्त्यानं रेवजीची घोडागाडी दिसेनाशी होईपर्यंत लालजी बघत उभा राहिला, मग आता काय करावं हे न समजून तो सभोवती बघत उभा राहिला. तो कसा जाणार होता मुंबईला? पैसे तर नव्हतेच त्याच्याजवळ. त्यानं जर वेगळ्या परिस्थितीत घर सोडलं असतं, तर कदाचित रेहमूमामानं त्यांच्याकडे इतकी वर्षं

काम केल्याबद्दल त्याला काहीतरी थोडेफार पैसे दिले असते.

लालजी त्या गावात हिंडत राहिला, तिथल्या धावपळीच्या आयुष्याची त्याला मजा वाटली. तो चौकात परत आला, तेव्हा त्या पारशी मंडळींची बग्गी अजून तिथंच उभी असलेली बघून त्याला आश्चर्य वाटलं. काही खरेदी करायला, जेवण वगैरे करून पुढच्या प्रवासासाठी ताजंतवानं व्हायला ती मंडळी थांबली असणार. मग हमालांनी त्यांचं सामान आणि मग त्या बाईंना आणि मुलांना वर गाडीत बसवलं, ते तो बघत राहिला. त्या गृहस्थांनी हमालांना पैसे दिले, भोवताली एक नजर टाकली, आणि ते गाडीत चढले. चाबकांचा जरा आवाज झाला आणि घोडे पुढे निघाले.

त्यांच्याकडे बघत असलेल्या लालजीनंच फक्त बटवा खाली पडताना बघितला. हमालांना पैसे देऊन बटवा जाकिटाच्या आतल्या खिशात ठेवून ते गाडीत चढले, तेव्हा तो पडला होता. लालजीनं धावत रस्ता ओलांडला आणि तो बटवा उचलला. छोटा चामड्याचा बटवा होता तो. त्यानं वर बघितलं, तर ती बग्गी हळूहळू कोपऱ्यावर वळत होती.

जरा घोटाळून, बिचकत बिचकत त्यानं बटव्याच्या दोऱ्या ओढून तो उघडला. आतमध्ये बरीचशी सोन्याची नाणी चमकत होती! लालजीचे डोळे विस्फारले. त्यानं यापूर्वी कधी सोन्याचं नाणं बघितलंच नव्हतं, पण त्याला एवढं कळत होतं की, एका सोन्याच्या नाण्याची किंमत नक्कीच खूप असेल. इथं या बटव्यात तर त्याच्या ओंजळीतही मावणार नाहीत एवढी नाणी होती. त्यानं चकित होऊन त्या नाण्यांना हात लावून पाहिला, मग आधाशासारखा त्यांना हाताळून बघू लागला. त्याच्या हातात आत्ता एवढी संपत्ती होती, जेवढी तो जन्मभरातही मिळवू शकला नसता, एवढं त्याला समजलं.

लालजीनं वर बघितलं, पण गाडी तर दिसेनाशी झाली होती. एखादा क्षणभरच त्यानं स्वत:ला पटवू बघितलं की, या खजिन्यावर त्याचा हक्क होता; त्यानं चपळ, सजग राहण्याबद्दल त्याला मिळालेलं बक्षीस होतं ते. हे त्याला मिळावं अशी दैवाचीच योजना होती. मोह प्रचंड होता – या बटव्यानं त्याचं आयुष्य पूर्णपणे बदलू शकणार होतं, आणि त्याला हेही समजत होतं की, अशी संधी त्याला पुन्हा कधीही मिळणार नव्हती; पण तो क्षण आला तसा गेला. लालजीनं मोठा आवंढा गिळला, त्याला स्वत:ची लाज वाटली. काय झालं होतं हे त्याला? फार उशीर होण्यापूर्वी, त्याचं मन पुन्हा बदलण्यापूर्वी, त्याला तो बटवा त्याच्या मालकाला परत दिलाच पाहिजे होता.

गाडी गेली होती, त्या दिशेनं लालजी पळू लागला. त्याला गाडी पुढच्या कोपऱ्यावर वळताना दिसली, ती गावाबाहेर जाणाऱ्या रस्त्याकडे जात असणार. तो

आणखी जोरात पळू लागला, त्यांच्यापर्यंत पोचायचंच असा निश्चय करून. दुखरा गुडघाही त्रास देतच होता. पण आता त्याला तो बटवा आपल्या जवळ राहून जाईल, याची प्रचंड भीती वाटू लागली. बटवा आता एक मोठं ओझं झाला होता, हातात पेटता निखारा असावा, तसा तो त्याला भाजत होता. त्याला माहीत होतं की, त्याने तो ठेवून घेतला, तर त्याला जन्मभर पश्चात्ताप होत राहील.

गाडी अजूनही हळूच चालली होती. तो जोरात पळत राहिला, दुखऱ्या गुडघ्याची किंवा रस्त्यातल्या आश्चर्यानं बघणाऱ्यांची पर्वा न करता. एकदा का गाडी मोठ्या रस्त्याला लागली की, त्यांना गाठणं अशक्य होणार होतं. अंगात आल्यासारखा लालजी पळत राहिला.

तो खूप जवळ पोचला. "बावाजी! बावाजी!" त्यानं जीव तोडून हाका मारल्या – "गाडी थांबवा, गाडी थांबवा!" पण खडबडीत रस्त्यावर होणाऱ्या चाकांच्या आवाजात त्याचा आवाज ऐकू जाईना. गाडीचा वेग आता वाढू लागला. असाहाय्यपणानं लालजीनं सभोवती बघितलं. त्याला रस्त्याच्या कडेला पडलेले दगड दिसले. त्यानं एक दगड उचलला आणि शेतावरच्या, गुरांबरोबरच्या कामाची सवय असलेल्या हातानं तो गाडीवर फेकला. मग आणखी एक, आणि आणखी एक. गाडी थांबतेय, असं त्याला दिसलं तसा तो खूप वेगानं गाडीकडे धावला.

संतापलेला गाडीवान खाली उतरला. "अरे हलकटा! काय करतोयस तू?" लालजीवर मूठ उगारत तो ओरडला.

गाडीचं दार उघडलं. ते पारशी गृहस्थ बाहेर आले, त्यांच्या कपाळावर रागीट आठ्या होत्या. "काय चाललंय हे?" त्यांनी विचारलं.

लालजी लगेच उत्तर देऊ शकला नाही, दुखणाऱ्या बरगड्या दाबून धरत तो धापा टाकत होता. त्यानं हातानं 'जरा दम धरा' अशी खूण केली. "मी – मला – मला वाटतं हा तुमचा आहे..." अखेर तो एवढं म्हणाला आणि त्यानं तो बटवा त्या गृहस्थांपुढे धरला.

त्या गृहस्थांनी आश्चर्यानं त्याच्याकडे पाहिलं आणि बटवा घ्यायला हात पुढे केला. त्यांनी आपल्या जॅकेटचा आतला खिसा चाचपून बघितला, मग बाकीचे खिसेही खातरी करून घेण्यासाठी चाचपून बघितले. त्यांनी एक दीर्घ श्वास घेतला, आणि समोरच्या स्वच्छ, प्रामाणिक चेहऱ्याकडे निरखून बघितलं. "मला हा परत देण्यासाठी तू इथपर्यंत पळत आलास?" ते सरतेशेवटी म्हणाले, "तुला ठाऊक आहे याच्यात काय आहे?"

ओशाळल्या चेहऱ्यानं लालजीनं खाली मान घालून होकारार्थी मान हलवली. "मी तो उघडला होता," त्यानं सरळ कबुली दिली, "चुकलो मी, माफ करा."

अविश्वासानं त्या गृहस्थांनी डोकं हलवलं. "तू एक अत्यंत जगावेगळा मुलगा आहेस." त्यांनी बटवा उघडून बघितला, पण नाणी मोजून बघण्याची काही जरूर

नव्हती, हे त्यांना समजलंच होतं! त्यांनी दोन मोहरा बाहेर काढल्या आणि त्या लालजीला दिल्या – ''माझ्या कृतज्ञतेची छोटीशी भेट म्हणून!'' ते म्हणाले.

त्याच्या हातात चमकणाऱ्या त्या सोन्याच्या तुकड्यांकडे लालजी काही क्षण बघत राहिला. खूप औदार्यानं दिलेलं मोठं बक्षीस होतं ते. ते गृहस्थ मृदू मंद स्मित करत त्याच्याकडे बघत होते. ''बडे साहेब, खूप उपकार आहेत आपले तुमच्या या मोठ्या बक्षिसाबद्दल, पण मला हे घेता यायचं नाही.'' लालजीने संथ, शांतपणानं म्हणत ती नाणी परत दिली.

त्या गृहस्थांनी प्रचंड आश्चर्यानं त्याच्याकडे बघितलं. ''पण का? का नाही?'' लालजीनं नजर वळवली. तो या गृहस्थांना कसं समजावू शकणार होता की, ते त्याला बक्षीस देत होते, कारण लालजीसारखा गरीब मुलगा प्रामाणिक असू शकेल असं त्यांना वाटलं नव्हतं, कारण तो त्यांना त्यांच्या बरोबरीचा वाटला नव्हता. तसं त्यांना वाटलं असतं, तर त्यांनी त्याचे आभार मानले असते, बक्षीस नसतं दिलं. लालजी पैशानं नाही, तरी नीतिमत्तेनं स्वतःला त्यांच्या बरोबरीचा समजत होता, म्हणून तो बक्षीस घेऊ शकत नव्हता. ''मी तुमचा आभारी आहे बडे साहेब, पण मला खरंतर नोकरीची गरज आहे.'' बावाजींच्या चेहऱ्याकडे सरळ धीटपणानं बघत तो म्हणाला, ''कसलीही नोकरी.''

गृहस्थ खेदानं मान हलवत म्हणाले, ''मी तुला ताबडतोब नोकरीवर ठेवला असता, पण दुर्दैव असं की, मी इथलं काम नुकतंच बंद केलं आहे, आणि माझ्या कुटुंबाला घेऊन एडनला चाललो आहे. आणि मी लवकर परत येण्याचीही काही शक्यता नाही.'' लालजीचा निराश झालेला चेहरा बघून ते बोलायचे थांबले. मग म्हणाले, ''बरं थांब, तू मुंबईला जायला तयार आहेस का? माझ्या एका मित्राला तुझी शिफारस करणारं पत्र लिहून देतो मी तुझ्याजवळ – शेठ गंगादास जमनादास. ते नक्कीच तुला काम देतील. चांगला माणूस हवाच असतो कोणालाही.''

या बोलण्यानं उत्तेजन मिळून लालजीनं उत्सुकतेनं मान हलवली. मग त्या गृहस्थांनी त्यांच्या ट्रंकेतून एक कागद आणि दौत-टाक काढले आणि शिफारशीचं पत्र लिहिलं. शाई वाळल्यावर त्यांनी त्या कागदाची नीट घडी करून तो एका पाकिटात घातला आणि त्यांचा शिक्का काढून तो त्या पाकिटावर मारला – जणूकाही ते त्या धुळकट रस्त्यावर उभ्या केलेल्या बग्गीत नाही; तर त्यांच्या ऑफिसमध्येच बसले होते!

''तू मुंबईला पोचलास की, फोर्टमधल्या 'ओल्ड कॉटन ग्रीन'मध्ये जा. टाउन हॉलच्या जवळच आहे. कोणालाही शेठ गंगादास जमनादासांची पेढी कोठे आहे विचार, ते तुला दाखवतील.''

लालजीनं खरंच वाटत नसल्यासारखं त्या पाकिटाकडे बघितलं. मुंबई त्याला बोलवत होती! ''तुमचे आभार मानायला शब्दच नाहीत माझ्याकडे बडे साहेब! मला शिफारस देण्याची तुमची मेहेरबानी फार मोठी आहे!''

"अरे! आभार तर मीच तुझे मानले पाहिजेत." आपुलकीनं ते गृहस्थ म्हणाले, "पण तू जाशील कसा मुंबईला?"

"त्याची काळजी नका करू साहेब," लालजी सुहास्य वदनानं म्हणाला, "काही ना काही करून मी तिथे पोचेनच!"

"तुला शुभेच्छा तर मग!" साहेबही हसऱ्या चेहऱ्यानं म्हणाले आणि जायला निघाले.

ते गाडीत बसत होते, तेव्हा लालजीच्या लक्षात आलं की, त्याला त्यांचं नावच माहीत नव्हतं. "पण आपलं नाव बडे साहेब?" घोडे चालायला लागणार एवढ्यात त्यानं विचारलं.

"पालोनजी," निरोपाचा हात हलवता हलवता गृहस्थांनी सांगितलं, "पालोनजी पेस्तनजी रेडीमनी."

***

पुढे खूप खूप वर्षांनंतर, खिशात फुटकी कवडीही नसताना तो पायी चालत चालत कच्छहून मुंबईला यायला कसा निघाला होता, त्याची हकिगत लालजी आपल्या नातवंडांना सांगत असे.

कितीतरी दिवस प्रचंड पसरलेल्या प्रदेशाच्या ओबडधोबड रस्त्यांवरून तो चालत होता. कधीकधी तर धड रस्तेच नसायचे, आपली आपलीच पायवाट तयार करावी लागायची, तळपत्या उन्हात मैलोन्‌गणती पायपीट करायची असायची. कधीतरी नशीब जोरावर असलं, तर त्याला कोणीतरी आपल्या बैलगाडीत बसवून घ्यायचं किंवा मग कधी कोणीतरी उंटावर, तर दुसरं कोणी खेचरावर बसवून काही अंतर न्यायचे. जेव्हा कधी मिळेल, तेव्हा तो जे मिळेल ते काम करायचा. काही जण त्याला उगीच केल्या कामाचे थोडेसे पैसे द्यायचे, काही जण जेवू घालायचे. जे मिळेल ते आनंदानं स्वीकारून तो पुढे चालू लागायचा.

डोकं टेकायला जिथं जागा मिळेल तिथं तो रात्रीचा झोपायचा – कधी कोणाच्या अंगणात किंवा व्हरांड्यात, किंवा मग गवताच्या गंजीवर – नाहीतर धर्मशाळेत किंवा मशिदीजवळ. काही काही रात्री अशाही यायच्या, की कुठंच असा काही आसरा सापडायचा नाही. मग भुकेला, अतिशय तहानलेला, थकून गेलेला, पायाला फोड आलेला लालजी विचारात पडायचा की, असं निघून यायला नको होतं का?

त्याच्या देशातले लोक दयाळू आणि आतिथ्यशील स्वभावाचे होते हे मात्र लालजीनं अनुभवलं होतं. ते त्यांच्याकडे जे काही थोडं असेल त्यातला वाटा काढून द्यायला नेहमी तयार असायचे. जे जास्त गरीब असायचे, ते मनानं जास्त उदार असायचे! एका अशाच अगदी कृश शेतकऱ्यानं पाहिलं की, लालजीकडे खायला

काहीच नव्हतं, तेव्हा त्याच्या जवळच्या एक भाकरी न् चटणी एवढ्याच जेवणातली अर्धी भाकरी न् चटणी, 'मला एवढी संपणार नाही, फार जास्त आहे,' असं म्हणत ती लालजीला खायला लावली होती!

कधीतरी एखाद्या देवळात किंवा मशिदीत लालजीला फुकट जेवण मिळायचं किंवा कधी एखादा दानशूर व्यापारी काही उत्सव साजरा करत असेल आणि त्याचा भाग म्हणून भिकाऱ्यांना जेवण घालत असेल तेव्हाही जेवळ मिळायचं. एकदा-दोनदा तर अशीही वेळ आली की, भुकेनं अतिशय व्याकूळ झाल्यावर, स्वाभिमान गुंडाळून ठेवून त्यानं बंद दारं ठोठावून खायला मागितलं होतं!

एकदा त्याने असंच एका श्रीमंत माणसाचं दार ठोठावलं, तेव्हा एका तरुण स्त्रीनं दार उघडलं.

"कोण आहे सूनबाई?" आतून म्हातारा, कापरा आवाज आला होता. "कोणी नाही माजी," सुनेनं त्याच्याकडे बघून स्मित करत उत्तर दिलं होतं, "फकीर आहे म्हातारा, रस्त्यानं जाणारा, जेवायला मागतोय."

"बरं मग दे त्याला काहीतरी आणि रेंगाळू नको तिथं."

ती तरुण मुलगी बरंचसं जेवण घेऊन बाहेर आली होती आणि कावेबाजपणे हळूच हसून त्याच्या जवळ बसून तो खात असताना त्याला वारा घालू लागली होती! संशयी सासूनं जेव्हा बाहेर येऊन बघितलं की, म्हातारा फकीर नव्हता, भुकेला देखणा तरुण सपासप खात होता आणि तिची निर्लज्ज सून त्याच्याजवळ बसून त्याला वारा घालत होती, तेव्हा सुनेचा हा वाह्यातपणा तत्क्षणी बंद झाला!

अशा तऱ्हेनं, कुधी कुठे भाकरी तर कधी कुठे ओसरी असं करत करत, निर्धारानं एक एक पाऊल टाकत लालजी त्याच्या ईप्सित जागी पोचण्याची प्रगती करत होता.

***

१८७७ सालचा उन्हाळा संपत येण्याच्या सुमारास, एका छान प्रसन्न सकाळी, निळ्याभोर आकाशाखाली, पावसाळी वाऱ्यांना सुरुवात होत होती. अशा वेळी, अपेक्षापूर्तीच्या विचारांनी भारावून गेलेला लालजी लखा त्याच्या स्वप्ननगरीच्या अगदी जवळ येऊन पोचला होता.

रस्त्यात एकदम एक वळण आलं आणि समोरच त्याला अरबी समुद्राचं पहिलं दर्शन झालं. नजर पोचत होती तिथपर्यंत पसरलेला तो चमचमणाऱ्या प्राण्याचा प्रचंड विस्तार बघून तो मंत्रमुग्ध होऊन गेला. वाळवंटात जन्मलेल्या न् वाढलेल्या त्या मुलाला खरंच वाटेना की, जगात एवढं पाणी आहे! हे त्याच्या कल्पनेपलीकडचं होतं, आणि तो समुद्र बघून मुंबईवरचं त्याचं प्रेम इतकं पक्कं झालं की, ते पुढे जन्मभर टिकून राहिलं.

मुंबईच्या उत्तरेला असलेल्या सालसीट गावात कापसाच्या गासड्या ठेचून भरलेल्या बैलगाड्यांचा ताफा शहराच्या दक्षिण टोकाला असलेल्या कुलाब्याला चालल्या होत्या. १८४४ साली कापूस बाजाराचं केंद्र कुलाबा झालं होतं. १८६०च्या दशकाच्या सुरुवातीला मुंबईचा कापूस व्यापार प्रचंड वाढला, तेव्हा कापसाच्या हजारो गासड्या कुलाब्याला रचून ठेवलेल्या असत. तिथून त्या डॉक्समध्ये (गोदी) आणल्या जात आणि मग जहाजांमधून लँकशायरमधील कापडगिरण्यांकडे पाठवल्या जात.

तो बैलगाड्यांचा तांडा थेट फोर्टमधल्या टाउन हॉलपर्यंत जाणार होता, हे ऐकून लालजीला खूपच आनंद झाला; त्याला तिथेच तर जायचं होतं. पेस्तनजींच्या शिफारशीच्या पत्रावर 'शेठ गंगादास जमनादास मेहता, टाउन हॉलजवळ, फोर्ट, मुंबई' हाच तर पत्ता होता लिहिलेला. त्याची उत्कंठा आणखी वाढली. अखेर त्याचा या सुवर्णनगरीच्या उंबरठ्यातून प्रवेश होणार होता, आणि प्रवास अगदी संपत आला होता!

पहिली गाडी चालवणाऱ्या तरुणाला जेव्हा समजलं की, लालजीला तिकडंच जायचं होतं, तेव्हा तो मित्रत्वानं म्हणाला, "चल, बसून जा वर चढून!" लालजी वर चढला आणि तोल सांभाळत त्या कापसाच्या गासड्यांच्या ढिगावर बसला.

दिवस वर येत गेला तसतसं उकडायला लागलं, घाम येऊ लागला, पण पश्चिमेकडून येणाऱ्या वाऱ्याच्या झुळुकांमुळे बरं वाटत होतं. उकडत असताना समुद्रावरून येणाऱ्या शीतल वाऱ्याच्या झुळुकांनी वाटणाऱ्या आनंदाचा त्याला कधीच अनुभव नव्हता. तो भोवतालची दृश्यं बघत, नव्या गोष्टी, नवे आवाज मनात साठवत राहिला.

* * *

अखेर जेव्हा ते लोक फोर्टमध्ये पोचले, तेव्हा बैलगाडी टाउन हॉलसमोर उभी राहिली. १८३३ साली बांधलेली ही पांढऱ्या रंगाची इमारत मनात भरेल अशी भव्य होती. तिचे खांब नक्षीदार चाकोऱ्या पाडलेले होते आणि शिखराचा भाग ऐटबाज त्रिकोणी आकाराचा होता. शहराच्या खूप वर्दळ असलेल्या त्या चौकात लालजी थक्क होऊन सभोवती बघत उभा राहिला. पळभर खूप तीव्रतेनं एक भावना त्याच्या मनात दाटून आली आणि त्याला दृढपणे जाणवलं की, त्याचं भविष्य इथं घडणार होतं.

मुंबईच्या आयुष्याची गती चैतन्यानं सळसळणारी होती. सर्वत्र आवाज आणि गडबड, धावपळ चालू होती. धुळीची किंवा उकाड्याची पर्वा न करणाऱ्यांची रस्त्यात पुष्कळ गर्दी होती. वेगवेगळ्या देशांमधले पुरुष वेगवेगळ्या तऱ्हांच्या कपड्यांमध्ये दिसत होते. लालजीला असं जाणवलं की, प्रत्येकजण घाईत होता, गडबडीनं कुठे ना कुठे जात होता, आपापल्या कामात गुंग होता. संपन्न शेठ लोक किंवा व्यापारी पांढरी धोतरं किंवा पायजमे, लांब कुडते किंवा काळे कोट अशा वेषात होते, तर त्याच रस्त्यांवरून अर्धपोटी, अतिश्रमानं थकलेले पण जिद्दीनं काम

करत असलेले हमाल आणि मजूर लुंग्या किंवा अर्ध्या चड्ड्याच फक्त घातलेले दिसत होते. त्यांची उघडी अंगं घामानं भिजलेली होती आणि ते दोन चाकांच्या हातगाड्या भरभरून सामान ढकलत नेत होते.

लालजीनं इतके थक्क करणारे, वेगवेगळे दिसणारे चेहरे कधी बघितलेच नव्हते. अब्बास घातलेले अरब लोक, पायघोळ लांब झगे घातलेले पर्शियन्स, आर्मेनियन्स, आणि बगदादी ज्यू. यांच्याबरोबरच कित्येक शतकांपूर्वी जहाज फुटून अलिबागच्या किनाऱ्यावर येऊन पडलेले आणि मग येथेच स्थायिक झालेले बेन इस्त्राइली लोक, सूट-बूट घातलेले युरोपियन्स आणि पाश्चिमात्य प्रभावानं तसाच पेहेराव करू लागलेले हिंदुस्तानी लोक, सरकारी नोकरीतले सिव्हिल सर्व्हंट्स आणि गणवेषात असलेले सैनिक; त्यांचा माल विकायला इकडे आलेले मानेवर केसांची लहानशी शेपटी बांधणारे चिनी लोक आणि जहाजांवरून उतरून फिरायला आलेले खलाशी. आणि या सर्वांच्या डोक्यांवर अभिमानानं घातलेल्या, अचंबा वाटेल इतक्या तऱ्हेतऱ्हेच्या हॅट्स, टोप्या, फेटे, पगड्या, पागोटी तर चक्रावून टाकत होती. डोक्यावरच्या या टोप्यांवरूनच तर तो माणूस कोण आहे, कोठून आला आहे हे ओळखू यायचं. आपण कोण आहोत याबद्दल कोणालाही कमीपणा वाटत नव्हता, कोणालाही आपण कुठल्या प्रदेशातून आलो हे समजण्याची भीती वाटत नव्हती किंवा त्यांचा कोणाशी संबंध आहे कळायचीही.

सर्व दृश्य एखाद्या विशाल मेळ्यासारखं होतं, पण लहानपणी त्यानं मोठाले गुरांचे बाजार, जत्रा, मेळे बघितले होते, तिथल्यापेक्षा इथं कितीतरी जास्त उत्साह आणि चैतन्य वाटत होतं. त्याला खूप भारावून गेल्यासारखं झालं होतं. इतक्या लांब, इतका अवघड प्रवास करून आल्यावर जो थकवा आला होता, तो जणू नाहीसाच झाला! या ज्या सगळ्या भोवताली गडबडीनं, धांदलीनं घडामोडी चालल्या होत्या, त्याचा मीही केव्हा एकदा भाग होऊन जातो, असं त्याला झालं!

पण पहिल्यांदा तर शेठ गंगादास जमनादास मेहताना शोधायचं होतं. ''शेठ गंगादास जमनादासांची पेढी होय? तीऽ इमारत दिसतेय ना पिवळ्या मालाड दगडांची? नाही – ती नाही – त्याच्या पुढच्याच्या पुढची बिल्डिंग. तिथं एक खूप मोठं आंब्याचं झाड आहे – काय म्हणालास? तू कधी आंब्याचं झाड बघितलेलंच नाहीस? आलाय्स तरी कुठून तू?''

''नाही, मी कधी बावडचं झाडही नाही बघितलेलं.''

''आलायस तरी कुठून म्हणजे? वा रे वा!''

''शेठ गंगादास जमनादासची पेढी? ते गेट दिसतंय ना? अरे बाबा, तो मळक्या धोतरातला लठ्ठ माणूस जांघ खाजवतोय् ना – हंऽ, तिथेच! ते बघ मोठ्ठं आंब्याचं झाड आहे ना... काय? तुला माहितीय् आंब्याच्या झाडाजवळ आहे ते?

मग माझा वेळ रे कशाला घालवतोयस? चल – फूट् इथून!''

''शेठ गंगादास जमनादासची पेढी? ते आंब्याचं झाड दिसतंय ना? आता इतकं नीटपणी सांगतोय तर कळत नाही म्हणजे काय? अरे आंब्याच्या झाडात कशी असेल पेढी? मला उल्लू बनवतोयस वाह्यातपणा करून होय रे? थांब दाखवतोच तुला गाढवा! – का? आता का पळतोयस? इकडे ये, ये इकडे, बदमाश!''

''शेठ गंगादास जमनादासची पेढी ना? तिथंच आलायस की तू – हीच, हीच इमारत. सगळ्यांना ठाऊक आहे हे मोठ्ठं आंब्याचं झाड, त्याच्या जवळची इमारत.''

त्या तीन मजली बिल्डिंगच्या मुख्य दारावर लावलेल्या पेटीकडे वर मान करून लालजीनं बघितलं – गुजरातीत लिहिलेली लहानशी पाटी होती. 'गंगादास जमनादस मेहता, कॉटन अ‍ॅन्ड जनरल मर्चन्ट्स; फक्त मागच्या बाजूनेच आत यावे.' तो उत्सुकतेनं इमारतीच्या बाजूने पाठीमागे गेला. बघतो तर दार बंद करून त्याला दोन कुलुपं लावली होती. खूप खट्टू झाला तो. दुपारची विश्रांतीची वेळ संपून एव्हाना तर उघडायला हवी होती पेढी – त्याच्या कपाळाला आठी पडली. दुपार तर टळली पण होती. त्यानं पाटी पुन्हा नीट बघितली. त्याच्यावर ऑफिसच्या वेळा, बंद केव्हा असतं, वगैरे काहीच लिहिलेलं नव्हतं.

खिन्न होऊन लालजी वाट बघत उभा राहिला – कोणीतरी येईल, या आशेनं. रस्त्याच्या दुसऱ्या बाजूला एक अगदी लहानसं 'दुग्धालय' होतं. दुधाच्या मोठ्या कढईजवळ बसून ते न थांबता ढवळत, एक गुबगुबीत, प्रसन्न चेहऱ्याचा, झुपकेदार मिशावाला माणूस लालजीकडे बघत होता. त्याला कुठंतरी बघितलंय, असं लालजीला वाटत राहिलं... मग एकदम खूप जुन्या आठवणीनं भरून येऊन त्याच्या लक्षात आलं की, या माणसाला बघून त्याला चंदूकाका हलवाईंची आठवण झाली होती – चंदूकाका, ज्यांच्या बैलगाडीतून वयाच्या सहाव्या वर्षी त्यानं त्याचं लहानपणचं घर सोडलं होतं. रस्ता ओलांडून तो त्या दुकानापाशी गेला.

''गंगादास भाईंना शोधतोयस?'' हसऱ्या चेहऱ्यानं दूधवाल्यानं त्याला विचारलं.

लालजीनं होकारार्थी मान डोलावली.

''जरासाच उशीर झाला बघ तुला. त्यांच्या पुतण्याच्या लग्नासाठी आजच ती मंडळी बडोद्याला गेली – सगळं कुटुंबच, आणि मला वाटतं निदान महिनाभर तरी परत येणार नाहीत.''

''महिनाभर?''

लालजीच्या उतरलेल्या चेहऱ्यावरची काळजी दूधवाल्याला दिसली. ''नातलग आहेस त्यांचा?'' त्यानं विचारलं.

''अंहं,'' लालजी म्हणाला, ''मला नोकरी हवी होती.''

मग एकदम, इतके दिवसांचा उपास काढत केलेला लांबच लांब प्रवास, पुढे काय

याबद्दलची अनिश्चितता, हे सगळं त्याला एकदम अंगावर आल्यासारखं झालं. आत्तापर्यंत या शहराची नवी नवलाई आणि नोकरी मिळण्याची अपेक्षा यांवर तो तग धरून होता, अनोळखी प्रदेशात धाडस करून आला होता त्याला मनातल्या निश्चयाचं पाठबळ होतं.

"तू थकलेला दिसतोयस," दूधवाला म्हणाला, "थांब, पेलाभर दूध देतो तुला."

"नको," लालजीनं खोटं बोलत मान हलवली, "भूक नाहीये मला."

पण दूधवाल्यानं एव्हाना दुधाचा पेला भरला होता.

"आत्ताच आलायस का मुंबईत?" त्यानं विचारलं. "मोठं छान शहर आहे हे. सगळे नशीब अजमावायला इथं येतात. मी होय? नाही, मला लक्षाधीश नाही व्हायचं रे बाबा! रोजची भाकरी-आमटी मिळाली न् रात्रभर झोप मिळाली, की बास!" गरम दुधाचा पेला लालजीच्या पुढं सरकवत तो म्हणाला, "काम करायची तयारी असेल ना, तर हे शहर तुमच्या कामाचं."

पुन्हा एकदा लालजीनं 'दूध नको' अशी; जरा उगीचच मान हलवली. दूधवाल्यानं समजूतदारपणानं डोकं हलवत म्हटलं, "कळतंय रे मला, पहिल्यांदा आलं की कसं वाटतं ते. घे, हे आज माझ्याकडून म्हणून घे. पुढच्या वेळी बघू या मग. कुणास ठाऊक? पुढच्या वेळी येशील तेव्हा श्रीमंत शेटिया झालेला असशील, आणि माझ्या लहानशा दुकानाशी थांबणारसुद्धा नाहीस!" हास्यास्पद वाटणाऱ्या त्या कल्पनेचं त्या दोघांनाही हसू आलं. मग कृतज्ञतेनं लालजीनं तो पेला घेतला. सबंध दिवसात त्यानं काहीच खाल्लं-प्यायलं नव्हतं, आणि उकळणाऱ्या दुधावरची चांगली चमचाभर मलई त्या पेल्यातल्या दुधावर घातलेलं दूध मिळाल्यावर त्याला खूप बरं वाटलं. त्या दुधानं पोटात जितकं बरं वाटलं, तितकंच दूधवाल्याच्या मनाच्या मोठेपणानं मनालाही बरं वाटलं; आणि त्याला विश्वास वाटला की, छान होतं हे शहर, त्याला आवडणार होतं इथं.

* * *

त्या गजबजलेल्या, सदा घाई, गडबड, धावपळ चालू असलेल्या मोठ्या शहराबद्दल त्या दिवशी निर्माण झालेली ओढ आणि आकर्षण पुढे जन्मभर टिकलं. त्याच्या आधी अनेकांना ती नगरी आवडली होती, आणि पुढेही आणखी अनेक जणांना आवडत राहिली, तशी लालजीलाही खूप आवडली. या आवडण्याची प्रत्येकाची कारणं वेगळी असायची, आणि काहींच्या बाबतीत तर काही कारण असं सांगताही यायचं नाही.

मुंबईसारख्या शहराची जादू कशात आहे, हे कसं समजावून सांगता येईल? मुंबईचा वळणं घेत घेत जाणारा समुद्रकिनारा, खूप झाडी असलेल्या लहान लहान टेकड्या, तिथल्या सुपीक जमिनीत फोफावलेल्या उष्ण कटिबंधातल्या वनस्पती,

उंच, वाऱ्यानं डोलणाऱ्या नारळाच्या झाडांच्या वाड्या, आणि त्यातून डोकावणारे मंगलोरी कौलांचे पांढरा रंग दिलेले बंगले, मुंबईची छान हवा आणि उन्हाळ्यातल्या उकाड्यात समुद्रावरून येणाऱ्या शीतल हवेनं कुरवाळणाऱ्या छान झुळुका!

वा! केवढी शक्ती होती या शहरात! हे शहर तुम्हाला दुखवूही शकत होतं किंवा तुमच्या जखमा भरूनही काढू शकत होतं. तिथली आकर्षणं तुम्हाला गुंग करून टाकू शकणारी होती किंवा मोह घालून खड्ड्यातही टाकू शकणारी होती किंवा हे शहर तुम्हाला अनोळखीपणाच्या कोशात राहू देऊन जुन्या जखमांपासून संरक्षण करू शकणारं होतं – जसं या शहरानं लालजीच्या बाबतीत केलं होतं.

मुंबईनं लालजीच्या मनाची कवाडं अनेक नव्या शक्यतांसाठी उघडली, आयुष्याकडे बघण्याचा नवा दृष्टिकोन त्याला मुंबईनं दिला. जुन्या चालीरीती, दुर्बोध जुने विचार यांची कोळिष्टकं झाडून झटकून टाकून माणसाला किंवा समाजाला नव्या कल्पना आणि नवा उत्साह यांनी प्रेरित होणं हे मुंबईनं त्याला शिकवलं.

मुंबईतली प्रत्येक गोष्ट लालजीला आवडली. तिथलं चैतन्य, वैपुल्य, संभ्रमात टाकणाऱ्या गोष्टी, मिळू शकणाऱ्या संधी, जुलूम, प्रमाणाबाहेर केल्या जाणाऱ्या गोष्टी, फसवाफसवी. मुंबई नीरसही होती, विलासीही होती, मोहात टाकणारीही होती, आणि छळणारीही होती. इथल्या विरोधाभासी असणाऱ्या गोष्टींमधलं सौंदर्य त्याला आवडलं. पैशांचा सुगंध आणि कचऱ्याची दुर्गंधी, वचनं पाळणं आणि फसवणं, अफाट झगमगाट आणि तळागाळातील भयाण स्थिती. येथे अकल्पित संपत्तीच्या जोडीला मनाला चटके देणारं दारिद्र्यही होतं. या सर्व गोष्टींमुळे काहीतरी करण्यास मन उद्युक्त होत होतं आणि म्हणून मुंबईनं त्याला भुरळ घातली.

पण मुंबईत सर्वांत वैशिष्ट्यपूर्ण होते तिथले लोक. ते सगळेच स्थानिक रहिवासी नव्हते. ते लांबून किंवा जवळून, पण मुंबईच्या बाहेरून आलेले होते. या प्राचीन देशाच्या दूरदूरच्या कोपऱ्यांमधून किंवा परदेशांतूनही आलेले होते, आणि हे शहर त्यांनी आपलं मानलं होतं; त्यांच्या श्रमाच्या घामानं आणि त्यांच्या डोळ्यांमध्ये चमकणाऱ्या स्वप्नांच्या जादूनं ते समृद्ध केलं होतं. या शहराला सतत काहीतरी घडत असणारं, बदलत जाणारं, जिवंत शहर बनवलं होतं.

मुंबई तुम्हाला तुमची जातपात विचारत नसे, गरीब आहात की श्रीमंत याची कोणाला पर्वा नसे. कारण हे शहर कोणचंच नव्हतं आणि सगळ्यांचंच होतं. त्यामुळे आपापल्या महत्त्वाकांक्षा घेऊन लोक यायचे, हाल सोसायला, कष्ट करायला, निराश आणि दुःख पचवायला तयार असायचे. भविष्य हाताच्या अंतरावरच असायचं – एक स्वप्न पुरं झाल्यावर, एक योजना पुरी झाल्यावर ते फळफळणार असायचं. हे शहर त्यांची स्वप्नं शाबूत ठेवायचं आणि कालांतरानं मुंबई हेच एक स्वप्न व्हायचं.

१

त्या पेलाभर दुधाने आणि त्या हसतमुख दूधवाल्याच्या वागण्याने ताजातवाना होऊन लालजी टाउन हॉलच्या समोरील जुन्या 'कॉटन ग्रीन'च्या दिशेने परत जात होता. एका मोठ्या वडाच्या झाडाखाली काही व्यापारी आणि काही धनको (सावकार) यांची खूप उत्साहानं, जोरजोरात चर्चा चालली होती. ते वडाचं झाड हे 'नेटिव्ह शेअर अँन्ड स्टॉक ब्रोकर्स असोशिएन'ची भेटण्याची जागा होती, असं नंतर लालजीला समजलं. १८७५मध्ये काही थोड्या धाडशी व्यापाऱ्यांनी प्रत्येकी एक-एक रुपया देऊन ही 'असोशिएशन' सुरू केली होती. अनेकांनी इथे खूप कमावलं होतं आणि अनेकांनी खूप गमावलंही होतं, अशी या जागेची कीर्ती झाली होती.

एका अरुंद रस्त्याच्या कडेनं चालत असताना लालजीला पाठीमागून जोरात धडधड आवाज करत काहीतरी येत आहे, असं वाटलं म्हणून त्यानं झटकन मागे वळून बघितलं, तर एक घोडागाडी खूप वेगानं त्याच्या दिशेनं येत होती. त्याच्या अगदी समोरच एक म्हातारा माणूस दुकानाच्या शेवटच्या पायरीवरून खाली रस्त्यावर येतच होता. ताबडतोब लक्षात येऊन त्यानं एकदम पुढे उडी मारून त्या म्हाताऱ्याला समोरून येणाऱ्या गाडीपासून दूर ढकललं आणि गाडीचा धक्का लागण्यापासून वाचवलं, गाडी तशीच जोरात पुढे गेली. तिची धारदार चाकं त्यांच्यापासून काही इंचांवरूनच गेली! तो म्हातारा माणूस कुशीवर पडला आणि लालजी त्याच्या अंगावर.

त्यांना मदत देऊन उठवायला दोघे-तिघे धावत आले. एक उमदा दिसणारा मोठाड गृहस्थ दुकानातल्या डेस्कच्या मागून उठून काय गडबड चालली आहे, ते बघायला बाहेर आला. त्या म्हाताऱ्याला हात धरून उठवून बाकावर बसवत त्यांनी विचारलं, "धोंडू, बरा आहेस तू?" म्हातारा घाबरला होता, पण थोडं खरचटण्यापलीकडे जास्त लागलं नव्हतं. लालजीनं उठून कपडे झटकले. म्हातारा ठीक होता आणि त्याच्याकडे ते गृहस्थ लक्ष देत होते, हे बघून तो मग पुढे जायला निघाला.

"एऽ, अरे ए मुलाऽ" पाठीमागून कोणीतरी हाक मारलेली त्यानं ऐकली. लालजी थांबला. दुकानदार शेठ त्याला बोलावत होता, "तूच." त्यांनी पुन्हा म्हटलं.

लालजीनं स्वत:कडे बोट दाखवत प्रश्नार्थक चेहरा केला, आणि शेठजींनी होकारार्थी मान हलवली, तेव्हा तो त्यांच्याकडे आला.

"फार झट्‌दिशी विचार करून काम केलंस तू," शेठ म्हणाले. मग खिशातून कापडाचा छोटा बटवा काढत त्यांनी त्यातून चिमटीभर तंबाखू काढली. "तू इतक्या कमी वेळात सगळं केलं नसतंस, तर याला बरंच लागलं असतं."

लालजी काहीच बोलला नाही.

हातातल्या तंबाखूकडे बघत विचारात पडलेले शेठ म्हणाले, "शहरात हल्ली काय होतंय कळत नाही! वाट्टेल तशा गाड्या हाकतात लोक!" मग सरावलेल्या मनगटाला त्यांनी हळूच टिचकी मारली तशी ती चिमूट तंबाखू तोंडात गेली. मग त्यांनी लालजीकडे बघितलं. तंबाखू हळूहळू चघळत ते म्हणाले, "मला चटपटीत माणसं आवडतात – झट्‌दिशी लक्षात येऊन लगेच कृती करणारी."

लालजी खाली बघत गप्प उभा राहिला.

"आणि उगाच जास्त बोलत नाहीत, असे लोकही मला आवडतात," शेठ पुढे म्हणाले, "काय करतोस पोरा तू? काम करतोयस कुठे?"

लालजीनं नकारार्थी मान हलवली. "मी आत्ताच येऊन पोचलो शहरात, काम शोधतोय."

"काय करता येतं तुला?"

"जे करायचं असेल ते."

शेठजींनी जरा चमकून लालजीकडे पाहिलं, आणि त्यांना जाणवलं, की तो आगाऊपणानं बोलत नव्हता – साधं सरळच सांगत होता. त्यांनी मान डोलावली. "मला आणखी एखादा माणूस ठेवायचाय इथं कामाला. आलयस कुठून तू?"

"गोघाहून," लालजी उत्तरला.

"म्हणजे कच्छी आहेस तू?" शेठजींच्या चेहऱ्यावर पसंती दिसली. "तोजो नाम कोरो आये?"

"लालजी," त्यानं सांगितलं. त्याच्या घरापासून इतक्या दूर त्याची भाषा ऐकून त्याला बरं वाटलं.

"तुझी इच्छा असेल, तर इथे काम करू शकतोस तू, पण खूप काम करावं लागेल. बराच वेळ काम असतं आणि आळशीपणा केलेला मला खपणार नाही." मग जरा थांबून शेठ पुढे म्हणाले, "मी तुला महिन्याला एक रुपया पगार देईन, आणि वरच्या मजल्याच्या जिन्याजवळच्या जागेत धोंडू झोपतो, तिथंच तुलाही झोपता येईल."

क्षणभरच लालजी घोटाळला. नवख्या शहरात, राहायला जागा नसताना, पोटात काही नसताना, कुठल्याही नोकरीला तुच्छ मानायचं नाही. आणि इथं तर ही नोकरी चालून आली होती. ''केव्हापासून लागू कामाला?'' त्यानं विचारलं.

''तुझं सामान घेऊन ये. आजच लागलास कामाला तरी चालेल. हा सगळा माल वेगवेगळा करून लावायचाय.''

''माझं सामान हे एवढंच आहे,'' हातातलं लहानसं गाठोडं दाखवत लालजी म्हणाला.

''ठीक आहे,'' शेठनं म्हटलं. ''हरी दाखवेल तुला ते कुठं ठेवायचं ते.''

दुकानाच्या आतल्या बाजूला उभा असलेला हरी हे बोलणं ऐकत होता. तो पुढे आला. साधारण लालजीच्याच वयाचा तरुण मुलगा होता तो. मोठं कपाळ, खोल डोळे आणि मजबूत, समर्थ मन दाखवणारा गंभीर चेहरा.

बाहेर येता येता लालजीकडे बघून त्यानं स्मित केलं. लालजीला तो पहिल्या भेटीतच आवडला. त्याच्या मैत्रीपूर्ण सरळ वागण्या-बोलण्यानं लालजीचं मन स्वस्थ झालं.

मागच्या बाजूला असलेल्या लाकडी जिन्यानं दोघं वर गेले, पावलागणीक प्रत्येक पायरीचा कुंइकुंइ आवाज येत होता. जिन्याबाहेरच्या जागेत ते थांबले.

''अंथराय-पांघरायला काही आहे तुझ्याकडे?'' लालजीच्या लहानशा गाठोड्याकडे साशंकपणे बघत त्यानं विचारलं.

लालजीनं नकारार्थी मान हलवली. ''राहायला जागा मिळालीय याचाच आनंद आहे मला!'' मंदस्मित करत तो म्हणाला.

हरीनं त्याची वळकटी वरच्या एका शेल्फवरून काढली. ''ही वापर तू,'' लालजीच्या 'नको, नको'कडे लक्ष न देता तो म्हणाला. ''मी माझ्या रमेशमामाच्या घरी राहायला जाणारच होतो दोन-तीन दिवसांनी. तो जरा आधी जाईन.''

इतक्या तत्परतेनं लगेच दिलेल्या त्या मदतीनं लालजीला खूप बरं वाटलं. तो जरी त्याला ओळखतही नव्हता, तरी त्याने लालजीचे आभाराचे शब्द उडवून लावले. उलट त्याचा स्वभाव समजला असल्यासारखं स्मित करत तो म्हणाला, ''तूही असंच केलं असतंस!''

***

लालजी त्याच्या नव्या कामात लवकर स्थिरावला. जे काम सांगितलं जाईल ते करण्याची तयारी असणं हे कामाचं मुख्य स्वरूप होतं. मग ते जमीन झाडून काढणं असो, जवळच्या विहिरीवरून प्यायचं पाणी भरून आणणं असो, आलेला माल नीट लावून ठेवणं किंवा वेगवेगळा करणं, शहरात कुठेही निरोप पोचवणं,

काहीही असायचं. तो नेहमी चटपटीत दक्ष असायचा, कान आणि डोळे उघडे ठेवून काम छान पार पाडायचा. शेटजी बारकाईनं लक्ष देणारे, जाणकार गृहस्थ होते. लालजीची कितीही काम करण्याची कुवत आणि उपजत स्वभावात असलेलं तारतम्य, या गुणांची त्यांच्यावर चांगली छाप पाडली. शेटजींचा पुतण्या शामजीभाई आणि तिथे काम करणारी इतर माणसं, सर्वांशी लालजीचे संबंध चांगले जुळले. त्या सर्वांनाही तो आणि त्याचं काम पसंत पडलं.

लालजी आणि हरीचं तर ते प्रथम भेटले तेव्हापासूनच सूत जमलं होतं. का आणि कसे कोण जाणे, पण पुण्याहून आलेला ब्राह्मणाचा मुलगा हरी आणि कच्छमधल्या अशिक्षित गुराख्याचा मुलगा लालजी, यांचे स्वभाव, विचार, आणि आवडीनिवडी इतके जुळले, की बघता बघता ते गाढ मित्र झाले.

ही दोघं तरुण मुलं त्यांचा बराचसा फावला वेळ त्या मनोहर, विविधतेनं नटलेल्या शहराच्या गल्ल्या-बोळांमध्ये आणि बघायला मजा यायची अशा बाजारांमध्ये हिंडण्यात घालवायची. चारच वर्षांपूर्वी, १८७३मध्ये घोडे जोडून चालवल्या जाणाऱ्या ट्रॅमगाड्या मुंबईत सुरू झाल्या होत्या. कधीकधी ते त्या ट्रॅम गाड्यांमधून हिंडायचे, पण अर्थात बरेचदा ते पायी-पायीच हिंडायचे.

एकदा तर ते दोघे ब्रिटिश आरमाराचं मुख्य ठाणं असलेल्या कुलाब्याच्या दक्षिण टोकापासून उत्तरेकडच्या बाजूला, शहराचा बांद्र्यापलीकडेपर्यंतचा संपूर्ण भाग आरामात चालत चालत चार तास हिंडले होते.

लंबगोल आकाराच्या 'एस्प्लनेड' भागात फिरंगी लोक त्यांच्या घोडागाड्यांमधून किंवा घोड्यांवरून 'हवा खायला' यायचे, तो भाग ओलांडून ते समुद्रकिनाऱ्यावरून चालत चालत मरीन लाइन्सवर सोनापूर स्मशानभूमी ओलांडून गिरगाव चौपाटीवर गेले, मग वळणं घेत घेत जाणाऱ्या ओबडधोबड पायऱ्यांचा 'सिरी रोड' (सिरी –शिडी) चढून मलबार हिलवर गेले आणि ती टेकडी उतरून अकराव्या शतकात बांधलेल्या बाणगंगा टँकवर पोचले. असं म्हणतात की, रागानं बाण मारून तिथे जमिनीतून पाण्याचा झरा काढला आणि तळं झालं म्हणून त्याला 'बाणगंगा' नाव पडलं.

तिथून ते दाट झाडी असलेल्या 'टॉवर ऑफ सायलेन्स'च्या जवळून पुढे गेले. पारशी लोकांच्या जुन्या परंपरेप्रमाणे मृत व्यक्तींचे देह गिधाडांनी खाऊन टाकावेत म्हणून इथे आणून टाकले जात असत. तिथून पुढे जाऊन ते महालक्ष्मी मंदिरापर्यंत पोचले. इ.स. १७८०मध्ये रामजी शिवजी नावाचा कंत्राटदार हॉर्नबी व्हेलार्डचा खडक फोडून भिंत बांधण्याचा खूप अवघड प्रयत्न करत होता, तेव्हा देवीने स्वप्नात येऊन तिची मूर्ती समुद्रतळाशी कोठे पडली आहे, हे त्याला सांगितलं. रामजीने ती मूर्ती बाहेर तर काढलीच, परंतु ती भिंत बांधण्यातही त्याला यश मिळालं. म्हणून कृतज्ञतेने त्याने तिथे महालक्ष्मी मंदिर बांधलं.

महालक्ष्मी मंदिरापासून जरा पुढे गेल्यावर ओहोटी असल्यामुळे हरी आणि लालजी वाळूवरून चालत हाजी अली बुखारी नावाच्या फकिराच्या कबरीजवळ पोचले. असा समज आहे, की हाजी अली बुखारी मक्केहून परत येत असताना वाटेत समुद्रावर जहाजातच मृत्यू पावले. त्यांची शवपेटिका इ. स. १४३०मध्ये वाहत वाहत येऊन किनाऱ्याला या जागी येऊन थांबली, आणि म्हणून त्यांची कबर इथे बांधली.

हरीचे रमेशमामा विद्वान होते, त्यांनी या दोघांना मुंबईची माहिती सांगितली. इ.स. १५३४मध्ये मोंगलांशी झालेल्या लढाईत मदत केली म्हणून सुलतान बहादूरशहा बेगडाने मुंबईची बेटे पोर्तुगीजांना दिली. १६६२मध्ये कॅथरीन ब्रॅगान्झाचा विवाह इंग्लंडच्या दुसऱ्या चार्ल्सशी झाला, तेव्हा पोर्तुगीजांनी ही बेटे हुंडा म्हणून चार्ल्सला दिली. डचेस ऑफ पोर्ट्समाउथ ही चार्ल्सची रखेली होती; ती धूर्त व कावेबाज होती. मुंबईची सात बेटे मलेरियाने इतकी त्रस्त होती की, इंग्लिश माणूस इथे दोन वर्षांहून जास्त जगायचाच नाही. डचेस ऑफ पोर्ट्समाउथने चार्ल्सला पटवून दिलं की, ही बेटे वर्षाला दहा पौंड भाड्याने 'ईस्ट इंडिया कंपनी'ला भाड्याने द्यावीत. कंपनीने त्या बेटांच्या बदल्यात चार्ल्सला भरपूर सोनं दिलं.

लालजी आणि हरी दोघांना शहरातल्या वेगवेगळ्या जत्रांना व मेळ्यांना जायला फार आवडायचं. दरवर्षी होणारा दसऱ्याचा उत्सव, माहीमच्या दर्ग्याचा उरूस, बांद्र्याच्या टेकडीवर होणारी माउंट मेरीची मेजवानी – सगळीकडे जाऊन ते खूप मजा करायचे. लालजीला वाटायचं, आपल्याकडे असे उत्सव असतात हे किती छान आहे! आयुष्यात जरा आनंद, उल्हास येतो आणि काही वेळ तरी आपल्या दुःखांचा, काळज्यांचा विसर पडतो!

एकदा हरी नेहमी ज्या आखाड्यात जायचा, तिथे लालजीला घेऊन गेला. आपला मित्र चांगला पहिलवान कुस्तीगीर आहे, हे समजल्यावर लालजीला त्याचं कौतुक वाटलं. पहिल्या प्रथम तो हरीबरोबर गेला, तेव्हा तिथली इतर मुलं या परक्या मुलाकडे कुतूहलानं बघत जरा लांबच राहायची. पण हळूहळू लालजीने कुस्तीत कौशल्य मिळवलं, तसं मग त्या सगळ्यांनी त्याला स्वीकारलंही आणि मानही देऊ लागले.

कधीकधी पौर्णिमेच्या रात्री, काम आटपल्यावर हे दोघे मित्र तिथं काम करणाऱ्या बाकी सर्व मुलांना घेऊन चौपाटीवर जायचे आणि चांदण्यात वाळूमध्ये हुतूतू, खो-खो, लंगडी असे खेळ खेळायचे. शेवटी झिंग आणणारा लेझिमांचा आवाज, त्याच मिसळणारा वाऱ्याचा आणि लाटांचा आवाज या सर्वांबरोबर जोशपूर्ण तालावर नाचत गाणी गायचे.

ते एकमेकांना आपापल्या लहानपणच्या गोष्टी सांगायचे. लालजी कच्छमधल्या त्याच्या कुटुंबाबद्दल आणि तो पोरका झाल्यानंतर रेहमूमामाच्या घरच्या आयुष्याबद्दल

सांगायचा. हरी पुण्यामधल्या ब्राह्मण कुटुंबातलं त्याचं लहानपण आणि अलीकडचं रमेशमामाकडचं आयुष्य यांच्याबद्दल सांगायचा.

हरीचं लग्न तर कितीतरी वर्षांपूर्वी आठ वर्षांच्या लहान मुलीशी झालं होतं. मुलगी वयात येण्यापूर्वी तिचं लग्न करून टाकायची त्यांच्या जातीत पद्धत होती. ती वयात आली म्हणजे ती नवऱ्याच्या घरी – सासरी राहायला यायची.

"आणि तू रे लालजी?" हरीनं विचारलं, "तुझ्यासाठी वाट बघतेय का एखादी मुलगी तिकडे?"

डोलीचा पडदा बंद होण्यापूर्वी रेशमाला दुःख भरल्या डोळ्यांनी डोलीत चढताना आणि तो दिसल्यावर चमकून त्याच्याकडे बघून हळूच मान हलवताना त्यानं शेवटची बघितली होती, त्या आठवणीनं त्याच्या हृदयाला वेदना झाल्या.

एक दीर्घ श्वास घेऊन त्यानं मान हलवली. "नाही," हातातले वाळूचे कण बोटांमधून खाली गळू देता देता तो म्हणाला, "तिकडे माझी वाट बघणारं कोणी नाही. कोणीही नाही."

***

सबंध दिवसाच्या कामानंतर एकदा लालजी आणि हरी 'कॉटन ग्रीन'वर आराम करत बसले होते. संध्याकाळची वाहनांची आणि पायी जाणाऱ्यांची वर्दळ बघत होते. आपल्याच विचारांमध्ये दोघे गप्प बसलेले असताना एकदम लालजीचे डोळे लुकलुकले आणि तो त्याच्या मित्राकडे वळून जरा जलद श्वासानं म्हणाला, "हरी, आज रात्री आपण कामाठीपुऱ्याला जाऊ या!"

धक्का बसलेला हरी त्याच्याकडे बघू लागला. "मला आश्चर्यच वाटतंय तुझं लालजी!" तो म्हणाला, "मला कल्पनाच नव्हती तू 'तसा' माणूस असशील अशी!"

"म्हणजे कसा माणूस?"

"म्हणजे..." हरी अडखळला, "...'तसा' माणूस!"

"आणि तू?" लालजीनं खोटं हसत विचारलं, "तू आहेस 'तसा' माणूस?"

"मी कधी तिकडं जायचा विचारसुद्धा करणार नाही!"

"अरे काय हरी?" खरं वाटत नसेल तसं हसून लालजी म्हणाला, "कधी विचारसुद्धा केला नाहीस, हे खरं तरी वाटेल का मला?"

त्यावर जरा वरमून हरी म्हणाला, "तसं तर विचार येतो का नाही हे महत्त्वाचं नाही, आपण काय करतो हे महत्त्वाचं आहे."

लालजी किंचित हसून म्हणाला, "खरंय! तसं आहे, तर मग चल, जाऊ या – नुसतं बघायला. आपण 'करायचं' काही नाही, आपल्या मनात विचार आले, तर त्याचं महत्त्व नाहीच!"

आता मात्र हरीलाही हसू आलं.

"चल रे! चल," लालजी म्हणाला.

हरीनं पुन्हा नकारार्थी मान हलवली, पण लालजीच्या लक्षात येत होतं, की दरवेळचा नकार जरा कमी जोराचा होत होता, जणूकाही त्याला त्याचं मन वळवून घ्यायचं होतं.

जेव्हा पेच सुटेना, तेव्हा लालजी एकदम उठून बसला आणि म्हणाला, "हे बघ, असं करू या. आपण कुस्ती खेळू या, आत्ताच. आणि जो जिंकेल, त्याचं ऐकायचं. मग दुसऱ्यानं त्याप्रमाणे केलं पाहिजे."

हरी आश्चर्यानं त्याच्याकडे बघत राहिला. लालजी चांगला दणकट तरुण होता आणि गेल्या वर्षभरात चांगला कुस्तीगीरही झाला होता, पण तसे तर दोघंही जाणून होते की, तो हरीच्या बरोबरीचा नव्हता.

"मग?" लालजी उठून उभा राहिला आणि आव्हान दिल्यासारखं त्यानं अजून खाली बसलेल्या हरीला विचारलं, "काय म्हणणं आहे तुझं?"

हरी चपळाईनं उठून उभा होत म्हणाला, "ठीक आहे! का नाही?"

संध्याकाळ होऊ लागली होती, तेव्हा त्या हिरवळीवर दोघं कुस्ती करू लागले. जाणाऱ्या-येणाऱ्यांपैकी काही कुस्ती बघायला थांबले. हरी आणि लालजी दोघांनाही स्वत:लाच आश्चर्य वाटलं की, ते अगदी खरेच मनापासून कुस्ती करत होते. वादाचा प्रश्न कितीही क्षुल्लक असला, तरी जिंकण्याचा शर्थीचा प्रयत्न करणं हा दोघांचाही स्वभाव होता.

हरी संपूर्ण वेळ वरचढ होता, पण लालजी सहजासहजी हार मानणारा नव्हता. आणि अखेर हरीनं हार मानली! दोघंही थकून गवतावर आडवे पडून राहिले. मग जिवाच्या आविर्भावात लालजी उठून उभा झाला आणि म्हणाला, "चला! जाऊ या!"

"ही खेळी तू जिंकलास लालजी," लालजीनं पुढे केलेल्या हाताशी हात मिळवत हरी म्हणाला, "पण एक दिवस कधीतरी आपण पुन्हा कुस्ती करू."

त्या सरत्या संध्याकाळी दोघे फोरास रोडला चालले होते, तेव्हा लालजीला वाटत राहिलं की, हरी जाणून बुजून कुस्ती हरला होता. त्यानं हरीच्या चेहऱ्याकडे बघितलं, पण त्यावरून काही समजत नव्हतं. एवढं मात्र लालजीला वाटलं की, आत्ताच पैज हरलेल्या मनुष्यापेक्षा हरी स्वत:वर जास्त खूश असल्यासारखा दिसत होता.

रस्त्याच्या दोन्ही बाजूच्या खिडक्यांमध्ये गिऱ्हाइकांना आकर्षित करण्यासाठी लाल दिवे लावलेले होते. देशाच्या कानाकोपऱ्यातून, आणि काही तर इतर देशांमधूनही आलेल्या वेगवेगळ्या वयाच्या, रंगांच्या स्त्रिया लक्ष वेधून घेण्याचा प्रयत्न करत होत्या. काही जणी दरवाजांच्या चौकटींमध्ये उभ्या राहून बघ्या लोकांना खुणावत होत्या, काही जणी वरच्या खिडक्यांमध्ये उभ्या राहून लोकांना फूस लावू

बघत होत्या. त्यांच्या दलालीचं काम करणारे सगळीकडे हिंडत होते. ही धंद्याची खास वेळ होती, आणि ते एकही संधी सोडणार नव्हते. डोळे विस्फारून, आ वासून सगळीकडे बघणारे लालजी आणि हरी हे दोन तरुण अगदी पाडाला आलेल्या, तोडायला झालेल्या फळांसारखे वाटले. त्यामुळे वेश्या, त्यांचे दलाल आणि असेच इतर रात्री धंदा करणारे, या सगळ्यांनी त्यांना गराडा घातला. त्यातून शेवटी कसेबसे ते आपलं पावित्र्य शाबूत राखून निसटू शकले! हसत हसत, थट्टामस्करी करत, उल्हसित मन:स्थितीत ते घरी पतरले. हा अनुभव त्यांच्या कायम लक्षात राहणार होता!

जसजशी त्यांची मैत्री वाढत गेली, तसतसे हरी आणि लालजी एकमेकांना त्यांच्या मनांमध्ये ज्या प्रश्नांबद्दल त्यांना चिंता, कळकळ वाटे, त्याबद्दल सांगू लागले; ज्या अनुभवांनी त्यांचं आयुष्य बदलून गेलं होतं, त्यांबद्दल सांगू लागले.

एका संध्याकाळी ते समुद्रकिनाऱ्यावर बसलेले असताना हरीच्या मनात बरंचकाही खदखदत असावं असं वाटत होतं. सूर्यास्त होत होता, ओहोटीच्या लाटांचा पांढरा फेस वाळूवर येत होता, तिकडे ते बघत होते. सूर्याचे शेवटचे किरण दाटून येणाऱ्या संधिकालात दिसेनासे झाले, तसा हरी एकलव्यबद्दल सांगू लागला.

"आमचा दोघांचाही जन्म चुकीच्या कुटुंबांमध्ये झाला," तो म्हणाला, "आपलंच म्हणणं खरं करणं मला कधी जमलं नाही, आणि घाबरून दबून राहणं त्याला माहीत नव्हतं. तो दलित, अस्पृश्य होता आणि मी ब्राह्मण – विटाळ होईल म्हणून त्याची सावलीही पडू द्यायची नाही अशा जातीतला! पण तो माझा मित्र होता. त्याचं नाव एकलव्य होतं.

"आमच्या घराच्या मागच्या बाजूला नाला होता, त्याच्या पलीकडे दलित लोकांची वस्ती होती. तिथल्या एक घरात तो राहायचा. मला तिकडं जाण्याची सक्त मनाई होती. मी त्याला पहिल्यांदा बघितलं, तो प्रसंग मला आठवतो. मी एकटाच लाडू खात बसलो होतो आणि तो त्याच्या झोपडीच्या बाहेर खेळत होता. एकटं बसण्याचा कंटाळा आला होता म्हणून मी त्याला खूण करून बोलावलं. आम्ही तीन-चार वर्षांचेच असू. तेव्हा आम्ही एकमेकांशी खेळायचं नाही, एवढं कसं काय आम्हाला माहीत असणार; ते समजायला आम्ही फार लहान होतो.

"मी त्याला देऊ केलेल्या खाऊचा मोह पडून तो छानसं हसला आणि मधला नाला ओलांडून माझ्याकडे आला. माझ्या लाडूतला अर्धा मी त्याला दिला, तेवढ्यात माझ्या वाटणीचा तुकडा माझ्या हातातून खाली जमिनीवर पडला. माझ्या तोंडून लहानसा चीत्कार निघाला आणि आम्ही दोघंही खूप वाईट वाटून त्या खाली पडलेल्या तुकड्याकडे पाहत राहिलो. माझा रडकुंडीला आलेला चेहरा बघून त्यानं पट्दिशी एक तुकडा दातांनी तोडून घेऊन बाकीचा मला दिला. मी तो घेतला आणि आणखी काही मनात न येता तोंडात घातला.

''आम्हाला गंमत वाटून हसू आलं, तेवढ्यात माझा थोरला चुलत भाऊ तिथे आला. त्याला मी हसताना कधी पाहिलं नव्हतं – मला वाटतं त्याला हसता येतच नसे! आम्हाला बघून तो संतापला आणि ओरडला, ''ए हरी! काय करतोयस रे? उष्टं खातोयस? अन् तेही याचं? अस्पृश्याचं? काही अक्कलच नाहीये तुला? थांबच तू, माझ्या बाबांना सांगतो म्हणजे फाट् फाट् फटाके वाजतील!''

''वाजलेच! मला चांगल्या चपराका बसल्या, की घासून घासून अंघोळ घालण्यात आल्यावर धर्म बुडाल्यानं झालेला विटाळ घालवण्यासाठी, पूजा, उपासतापास करावे लागले.

''एकलव्यला केशवनं नाही, पण त्याच्याच वडिलांनी धार्मिक रूढींमधला इतका पवित्र नियम मोडल्याच्या मूर्खपणाबद्दल बदडून काढलं. त्याच्याच चांगल्यासाठी, समानता नसलेल्या या जगात जिवंत राहायचं असेल, तर त्या लहान वयातच त्याला कसं वागायचं, काय नाही करायचं हे नियम शिकवायलाच हवे होते.

''बऱ्याच दिवसांनंतर मग माझ्या लक्षात आलं, की एखादी चुकीची, वाईट पद्धत चालूच राहू देणं हे किती सोपं असतं! कारण ती पद्धत एकदा रूढ झाली म्हणजे जुलूम करणारे नाही, तर बळी जाणारेच ती चालू ठेवतात. दबून राहून जगणं आई मुलाला शिकवते, तिला तिच्या आईनं आणि त्या आईला तिच्या आईनं तेच शिवलेलं असतं. आपल्या मनाच्या कोंडवाड्यात आपली भीतीच आपल्याला जखडून ठेवते. खरी गुलामगिरी तिथेच असते – आपल्या मनांमध्येच.'' हरीची नजर दूर कुठेतरी लागलेली लालजीला दिसली.

जरा घसा खाकरून हरीनं पुढे सांगायला सुरुवात केली, ''तो दिवस मी कधीही विसरणार नाही. एकलव्यनं पकडलेली एक कोंबडी त्याच्या हातातून निसटली होती आणि तो तिच्यामागे पळत होता. कोंबडी जितक्या जोरात पळता येईल तितक्या वेगानं नाला ओलांडू बघत होती. मी ओट्यावरून बघत होतो आणि मलाही मजा वाटून पुढचा मागचा विचार न करता मीही तिचा पाठलाग करायला लागलो. ती छोटीशी सानना करू पाहणारी कोंबडी पकडण्याच्या धडपडीत माझी आणि एकलव्यची टक्कर झाली आणि दोघेही खाली मातीत पडलो! आम्हाला हसू आवरेना.

''तेवढ्यात एकाएकी आम्हाला केशव आणि त्याचे वडील दिसले. आमचं हसणं कुठल्या कुठे पळालं. दुरूनही त्यांचा राग आम्हाला जाणवत होता, आणि आता काय होणार ते आम्ही समजून चुकलो. मी खूप घाबरलो. ''पळ!'' मी ओरडून एकलव्यला सांगितलं, ''पळ, पळ जा, ते इथं यायच्या आत!''

''तो लगेच पळाला, पण तुम्ही जन्मता तेव्हाच तुमच्यावर लादला गेलेला धर्म, जात, रंग यांच्यापासून तुम्ही खरोखर कसे दूर पळणार? या सर्वांमधून तुम्ही काहीच निवड करू शकत नाही, पण त्या, त्या जन्मतःच शिक्का बसलेल्या धर्म-

जात-रंगामुळे तुमचं भवितव्य ठरवलं जातं?''

हरी पुन्हा गप्प झाला आणि अरबी समुद्राच्या निळ्या पाण्याकडे दूरवर बघत राहिला. बराच वेळ कोणीच बोललं नाही. तो इतक्या मोकळेपणानं कधीच बोलला नव्हता. त्यानं एक लहान खडा उचलला आणि पाण्यावर जितका लांब फेकता येईल तितका लांब फेकला – जणू जुन्या आठवणींची भुतं तो दूर ढकलू पाहत होता.

''माझी मुंज झाल्यानंतर,'' हरी पुढे सांगू लागला, ''माझं रोजचं आयुष्य खूप कडक नियमांचं झालं. पहाटे उठून पूजा करण्याआधी गार पाण्यानं अंघोळ करण्यासाठी मी सर्वांत मोठ्या काकांबरोबर नदीवर जात असे. तेच माझे गुरूही होते. सर्व वेद, शास्त्रं, पुराणं, कर्मकांडं, वेगवेगळ्या पूजांचे विधी हे सगळं शिकण्यात माझे बरेच तास जात असत. माझे पणजोबा पेशव्यांच्या दरबारातले मुख्य पुरोहित होते. आमच्या कुटुंबाच्या कुलदैवताच्या मंदिरातल्या पूजाअर्चेची जबाबदारी एक दिवस माझ्यावर पडणार होती.

''घरी सर्वांना मनातून वाटत असे, की त्या कामासाठी मी योग्य नव्हतो. पण माझ्या हातून सर्वांत मोठा अपराध अजून घडायचा होता. एका दुपारी माझी गीतेची प्रत घेऊन मी जुन्या वडाच्या झाडाखाली एकलव्याबरोबर बसलो आणि त्याला त्यातले श्लोक म्हणायला शिकवू लागलो.

''तुझ्या लक्षात आलंच असेलच की, या कृतीने एकच हलकल्लोळ झाला. केशवचे वडील संतापानं फणफणत माझ्या वडिलांना म्हणाले, ''तुझ्या हरीला कशाचं महत्त्व काय आहे, हे कळतच कसं नाही?'' माझ्या नरम स्वभावाच्या वडिलांना इतकं रागावलेलं मी कधीच बघितलं नव्हतं. मला त्यांनी बदड बदड बदडलं, आणि मेलो तरी चालेल; पण रडणार नाही असं पक्कं ठरवलेलं असतानाही बारा वर्षांच्या माझ्या चेहऱ्यावरून अश्रूंचा पूर वाहत राहिला. एकलव्यचं काय झालं हे मी तुला सांगायची जरूर नाहीच. त्याचं किंचाळणं बंद होऊन थरथरणारं त्याचं शरीर निपचित पडेपर्यंत त्यांनी त्याला मारलं. नाही, त्याचं अस्तित्व – त्याचं 'असतेपण' – राहिलं नाही.'' लालजीनं न बोलता विचारलेल्या प्रश्नाला त्यानं उत्तर दिलं. मग सावकाश म्हणाला, ''हां, तो जिवंत राहिला, पण त्याचं अस्तित्व राहिलं नाही. त्याचा उमदा स्वभाव, त्याची जन्मजात हुशारी, त्याचं उस्फूर्त हास्य, हे सगळं मरून गेलं. एक निर्जीव, पोकळ टरफल जिवंत राहिलं.''

तोपर्यंत मोठ्यांशी आदरानं वागणारा, मनापासून अभ्यास करणारा हरी आता वडील माणसांना प्रश्न विचारू लागला. त्याचं आयुष्य नैतिकदृष्ट्या समर्थनीय कसं आहे, असं विचारू लागला. लवकरच हे स्पष्ट दिसू लागलं की, तो त्यांच्या कुलदैवताच्या मंदिराचा तर नाहीच, पण कुठलाच पुजारी कधीही होणार नाही.

पौरोहित्याचं आकर्षण हरीला नव्हतं, पण शिक्षणाचं होतं; त्याचं मन जिज्ञासू होतं.

भोवतालच्या सामाजिक अन्यायांविषयी तो जास्त जास्त विचार करू लागला. कुटुंबानं मग असं ठरवलं की, हरीला त्याचं शिक्षण पूर्ण करण्यासाठी मुंबईला त्याच्या आजोळी पाठवावं. त्याच्या आईचा थोरला भाऊ रमेश याला त्याच्या विद्वत्तेमुळे समाजात मान होता, आणि त्याच्या संयमी स्वभावाच्या प्रभावाखाली हरीची वाढत चाललेली बौद्धिक बंडखोरी काबूत राहील, असा विचार करण्यात आला.

मुंबईत हरीला अनेक शक्यतांचं जग दिसलं. कोणी ओळखत नसलं म्हणजे जे स्वातंत्र्य घेता येतं, ते घेऊन तो अस्पृश्यांनी करण्याची कामं मुद्दाम स्वत: करू लागला. जे सामाजिक वास्तव त्याला सुधारायचं होतं, त्या वास्तवाचा त्याला स्वत: अनुभव घ्यायचा होता. परंतु प्रभावी बदल घडवून आणण्यासाठी त्याला जास्त शिक्षण घ्यायला पाहिजे हे लक्षात आलं, तेव्हा त्यानं कायद्याचा अभ्यास करायचं ठरवलं.

सध्याच्या घटकेला हे एक स्वप्नच होतं, कारण मॅट्रिक होऊन कॉलेजचं एक वर्ष झाल्यावर घरातल्या बदललेल्या परिस्थितीमुळे हरीला नोकरी धरावी लागली. लालजी येण्यापूर्वी काही महिन्यांपासून तो शेटजींकडे कारकून म्हणून काम करत होता.

हरी उठून उभा राहिला. अस्वस्थपणे त्यानं वाळूत एक लाथ मारली. ''पावसाची लक्षणं दिसतायत,'' हात लांब करून पंजा बघत तो म्हणाला, ''परत गेलं पाहिजे.''

१०

लालजी परत आला तेव्हा संध्याकाळ उलटून गेली होती. कर्कर् वाजणाऱ्या जिन्याच्या पायऱ्या चढून तो वर गेला. तो आणि हरी ज्या 'नौटंकी'च्या कार्यक्रमाला गेले होते, तो खूप गाजलेला होता. दिवसभर खूप शारीरिक श्रम केल्यानंतर थकून भागून करमणुकीसाठी आलेले प्रेक्षक रंगात आले होते आणि कार्यक्रम बंद करू देत नव्हते, त्यांना आणखी करमणूक हवी होती!

लालजीला मुंबईला येऊन काम करायला लागून आता दीड वर्ष होऊन गेलं होतं. आज बऱ्याच दिवसांनी तो असा बाहेर गेला होता. जवळ जवळ रोज संध्याकाळी गोदामातलं काम आटपल्यावर अलीकडे तो एका लहानशा फाउंड्रीत कामाला जात असे आणि पोलादाचे गोल दांडे ठोकून ठोकून त्यांच्या चपट्या पट्ट्या करत असे. अगदी कमी उजेड व हवा असलेल्या, खूप तापणाऱ्या त्या लहानशा खोलीत बसून करायचं ते काम खूप श्रमाचं होतं. त्या खरखरीत पोलादाच्या दांड्यांनी त्याचे हात ओरखडे पडून खरचटतही असत आणि ठोकताना हातोडा आपल्याच हातांवर बसू नये म्हणून सांभाळावंही लागे. बारा डझन पट्ट्या जितक्या चपट्या करायच्या असतील तितक्या केल्यावर त्याला चार आणे (पंचवीस पैसे) मिळत. असं रोज संध्याकाळी काम केल्यावर महिन्याकाठी त्याला तीन-चार रुपये मिळायचे – म्हणजे बऱ्यापैकी कमाई म्हणायची, पण लालजीला वाटत राहायचं की, या अशा एवढ्या तेवढ्या कमाईनं त्याचं श्रीमंत शेठ व्हायचं स्वप्न कसं काय पुरं होणार?

जिन्याच्या कडेला जाळीची खिडकी होती. तिच्या रंगीत काचेतून चांदणं आत येत होतं, आणि समुद्रावरून येणाऱ्या शीतल झुळुकांमुळे शहर कधी फार तापत नसे किंवा फार गार होत नसे. लालजीला हे मुंबईच्या सर्वसमावेशक आणि समतोल वातावरणाचं प्रतीक वाटे.

लालजी पहिल्या मजल्यावरच्या मोकळ्या जागेत आला. धोंडूमामांचा बिस्तरा

रिकामाच होता, ते आसपासही दिसले नाहीत. लालजी त्याची वळकटी उलगडत होता, तेव्हा त्याला काही आवाज ऐकू आला. त्यानं क्षणभर कानोसा घेतला – आवाज पुन्हा आला. वरच्या मजल्यावर चोरपावलांनी कोणीतरी हालचाल करत होतं.

कोण असेल? लालजीला वाटलं की, जाऊन बघायला तर हवंच. तो आवाज न करता हळूहळू पायऱ्यांच्या अंधार असलेल्या भागातून वर गेला. जिना चढून तिथेच थांबला आणि पलीकडच्या खोलीत कोणी दिसतंय का, ते बघायचा प्रयत्न करू लागला. त्या खोलीत शेठजी, त्यांचा पुतण्या शामजी आणि विश्वास मुनीम काम करत असत. या मुनीमजींना अपूर्णांकांचे गुणाकारसुद्धा लालजीला पूर्णांकांचे गुणाकार करायला लागायचा त्यापेक्षा कमी वेळात करता यायचे! खोलीच्या दुसऱ्या टोकाला लोखंडाची लहान तिजोरी होती, ज्यामध्ये रोख पैसे, हुंड्या आणि इतर महत्त्वाचे कागद ठेवलेले असत.

अंधार-उजेडाच्या फसव्या सावल्यांमधून जरा दिसायला लागल्यावर लालजीला त्याच्याकडे पाठ असलेला एक माणूस उघड्या तिजोरीसमोर असलेला दिसला. करत असलेल्या कामात तो अगदी गुंग झाला होता. एक-दोन मिनिटं त्याच्याकडे बघत लालजी विचार करत राहिला की, त्या अनोळखी चोराला पकडायची सर्वांत चांगली तऱ्हा कोणती होईल – तेवढ्यात त्याच्या लक्षात आलं की, तो मुळी अनोळखी चोर नव्हताच!

आश्चर्यचकित होऊन काय करावं, हे न समजून तो घुटमळत उभा राहिला. नेमका तेव्हाच तो माणूस वळला आणि त्याच्याकडे बघणारा लालजी त्याला दिसला! क्षणभर दोघांपैकी कोणीच हललं नाही, मग लालजी मुकाट्यानं मागे सरकला आणि जिना उतरून खाली गेला.

***

दुसऱ्या दिवशी सकाळी बाहेरची काही कामं होती, ती उरकायला लालजी लवकर बाहेर पडला. तो पेढीवर परतला तेव्हा प्रचंड गोंधळ होता. शेठजी प्रचंड संतापलेले होते. शामजीभाई आणि मुनीमजी गंभीर चेहरे करून उभे होते. इतर नोकरचाकर घाबरून कोंडाळं करून उभे होते. म्हातारा धोंडू रडत होता.

लालजी परत आल्याबरोबर शेठजींनी त्याच्यावर आग पाखडायला सुरुवात केली. "कुठे होतास तू?" ते खेकसले "इतका उशीर का झाला?" परिस्थिती लालजीच्या लगेचच लक्षात आली. तो काहीच बोलला नाही.

"हा कृतघ्न थेरडा चोर निघाला आहे!" शेठजी फुत्कारले. धोंडू कान पकडून नकारार्थी मान हलवत होता.

हुंदके देत तो म्हातारा म्हणत होता, "तुमची आण शेठ, मी न्हाई घ्येतलेले

पैसे! आज तीस वर्षं तुमचं मीठ खातोय, आता या वयात तुम्हाला दगा कशाला देईन मी?''

''तू त्या पैशांचं केलंस काय, तेवढं सांग मला,'' शेठजींनी पुन्हा कुत्सिपणे फटकारलं, ''नाहीतर तुला पोलिसांच्या ताब्यात द्यावं लागेल मला!''

''न्हाई साहेब – न्हाई! नको! पोलिसांकडे नको, जीव घ्येतील ते माजा!'' धोंडू गयावया करत म्हणाला, ''मी पैसे बगितलेच न्हाईत, तर त्ये कुटं हायेत ह्ये मी कसं सांगू तुमास्नी? माज्यासारक्या गरिबाला यवड्या पैशांचं काय काम वं?''

''हं:!'' शेठ फिसकारले, ''सारखे तर उसने पैसे मागत असतोस! कधी पीक बुडालं म्हणून, तर कधी पोर आजारी आहे म्हणून आणि नाहीतर कधी विहीर आटलीय म्हणून! आणि वर म्हणतोयस की, एवढ्या पैशांचं तुला काय काम आहे?''

गुन्हा कबूल करून घ्यायला अमानुष छळ करण्याबद्दल कुख्यात असणाऱ्या पोलिसांना आता खरंच बोलावतील असं दिसलं, तेव्हा लालजी पुढे झाला. ''माफ करा शेठजी,'' तो म्हणाला, ''मला वाटतंय कदाचित काही चूक होत असेल. तुमच्या घरातच आधी नीट शोधावं असं मला वाटतं.''

सर्वांनी आश्चर्यानं लालजीकडे बघितलं. प्रसंगानं वेगळंच वळण घेतलं होतं. सगळेच आणखी जवळ सरकले.

शेठजी लालजीकडे वळून रागानं म्हणाले, ''काय बोलतोयस उगाच? तुझी टाप कशी झाली मध्ये पडायची?'' त्यांचा चेहरा संतापानं लाल झाला होता. ''आम्हाला ठाऊक नसलेलं काहीतरी तुला ठाऊक आहे काय?'' धमकावणीच्या स्वरात ते पुढे म्हणाले, ''कदाचित तूही या थेरड्याला मदत केली असशील. मला खातरी आहे की, हे धोंडूचंच काम आहे, नाहीतर तुलाही ठाण्यावर पाठवलं असतं!''

शेठ संतापले असले, तरी सुज्ञ होते. त्यांना समजत होतं की, तसंच काही कारण असल्याशिवाय लालजी एवढ्या गंभीर मामल्यात पडणार नाही.

''बोल ना पोरा!'' शेठजी गुरकावले. त्यांचा राग निवळत होता, हे त्यांना कोणाच्या लक्षात येऊ द्यायचं नव्हतं. ''काय ठाऊक आहे तुला?''

लालजी शांतपणे उत्तरला, ''मला फारसं काही ठाऊक नाही, पण एवढं माहीत आहे की, ते पैसे धोंडूनं घेतलेले नाहीत.''

''आणि मला खातरी आहे, की धोंडूनंच घेतलेत! मला खातरी आहे म्हणूनच, नाहीतर तुम्हाला सगळ्यांनाच ठाण्यावर पाठवलं असतं. आणि आता नीट ऐका मी काय सांगतोय ते – उद्या सकाळी मी येईपर्यंत जर का पैसे सापडलेले नसतील, तर पाठवेनच सगळ्यांना! चला, निघा सगळे, आपापल्या कामांना लागा!''

लालजी आणि हरी दोघंच होते तेव्हा मान हलवत लालजी म्हणाला, ''मला

ठाऊक आहे पैसे धोंडूनं नाही घेतलेले. त्या बिचाऱ्याला पोलिसांनी पकडून नेऊन छळू नये म्हणजे झालं!"

"तुला जर काहीतरी ठाऊक आहे, तर तू शेठजींना सांगत का नाहीस?" हरीनं विचारलं, "तसे ऐकून घेतील असे आहेत ते."

"माझा विचार राजीनामा देण्याचा आहे," लालजी म्हणाला, "इथं जास्त दिवस काम करावंसं मला आता वाटत नाही."

"घाई करू नको," हरीनं सावधगिरीचा इशारा दिला. "आत्ता नोकरी सोडलीस तर तुझ्यावर शंका यायची! थोड्या दिवसात महिना संपेल, पुरा पगार घे आणि मग सोड."

"बरोबर आहे तुझं, तसंच करेन," लालजी म्हणाला.

***

त्या दिवशी संध्याकाळी लालजीनं जिन्यावरच्या जागेतला कंदील पेटवला, तेव्हा अंधारातून एकदम कोणीतरी व्यक्ती येऊन त्याच्यासमोरच उभी राहिली. बेसावध असलेला लालजी स्वसंरक्षण करायला एकदम वळला, तेवढ्यात ती व्यक्ती म्हणजे शामजीभाई आहे, हे त्यानं ओळखलं. ते दोघे पुरुष काही क्षण न बोलता समोरासमोर उभे होते.

शेवटी शामजी म्हणाला, "काकांना तू माझ्याबद्दल काही सांगितलं नाहीस, त्याबद्दल आभारी आहे मी तुझा."

काही क्षण गप्प राहून तो पुढे म्हणाला, "माझ्या काकांना कळलं, तर ते जीवच घेतील माझा किंवा त्या धक्क्यानं कदाचित त्यांचाच जीव जाईल. वडिलांच्या जागीच आहेत ते मला. मी खूप लहान होतो, तेव्हाच माझे वडील वारले, आणि तेव्हापासून काकांनीच मला सांभाळलंय."

शामजी पुन्हा थांबला, त्यानं कपाळावरचा घाम पुसला. मग पुढे म्हणाला, "मला कळतंय की, मी अत्यंत मूर्खपणा केला, पण मी कर्जात बुडालोय आणि काय करावं मला कळत नव्हतं. सुरुवातीला कापूस व्यापाराच्या उलाढालीत जुगार खेळून मला खूप पैसे मिळाले, पण मग पडती सुरू झाली आणि उधारी वाढू लागली. मग घेणेकरी धमक्या देऊ लागले. मी पार घाबरून गेलो. पण तरी काकांसमोर जाऊन सांगण्याची माझी हिंमत होईना. मला भीती वाटत होती, की ते माझा तिरस्कार करू लागतील, आणि तो विचारही मला सहन होत नव्हता. कारण काही झालं तरी ते पोटच्या पोरासारखं प्रेम करतात माझ्यावर."

बराच वेळ शांततेच गेला.

"पण मग का?" लालजीनं विचारलं, "आपल्याच माणसाकडे चोरी का केली तुम्ही?"

"मला चोरायचे नव्हते, उसने घेतले होते मी. मला फक्त आणखी एकदाच शेवटचा सट्टा लावायचा होता. मला खातरी होती की, या वेळी मी नक्की जिंकेन आणि कोणाच्या लक्षात येण्यापूर्वीच मी ते पैसे परत ठेवून देईन. काका आज दुपारी गावाला जायचे होते आणि त्यासाठीचे रोकड पैसे त्यांनी काढून घेतलेही होते. मला वाटलंच नाही, की जाण्यापूर्वी ते परत तिजोरी उघडतील."

शामजी दोन्ही हातांनी डोकं धरून बसला होता. घामानं त्याचं कपाळ डबडबलं होतं आणि त्याचं चिंताग्रस्त शरीर थरथरत होतं. लालजीला त्याची कीव आली.

तो शांत आवाजात, पण भक्कमपणे म्हणाला, "तुम्ही तुमच्या काकांना हे सांगितलं पाहिजे. ते रागावतील, पण ते न्यायानं, समजूतदारपणानं वागणारे आहेत. तुम्हीच म्हणताय की, त्यांचा पित्यासारखा जीव आहे तुमच्यावर; ते शांत होतील. मी शब्द देतो तुम्हाला की, मी आत्ता किंवा कधीही याबद्दल कोणालाही काहीही सांगणार नाही. पण – तुम्ही जर तुमची चूक कबूल केली नाहीत आणि निरपराध मनुष्याला पोलिसांनी पकडून नेलं, तर मात्र मी तुम्हाला सोडणार नाही. तुमचं नाव, कीर्ती, प्रतिष्ठा, सारं सारं धुळीला मिळेल."

"बरोबर आहे तुझं," हताश स्वरात शामजी म्हणाला, "नशीब, की ते पैसे अजून माझ्याकडेच आहेत. मी आत्ताच ते काकांना परत देतो न् त्यांची माफी मागतो."

तो जायला निघाला. जिन्याच्या शेवटच्या पायरीजवळ थांबून त्यानं वर लालजीकडे बघितलं. "आभारी आहे मी तुझा. तुझं हे वागणं मी कधीही विसरणार नाही."

* * *

दुसऱ्या दिवशी सकाळी अगदी गप्प, नरम पडलेले शेठजी पेढीवर आले. राग येण्यापेक्षा त्यांना त्यांच्या पुतण्याच्या अप्रामाणिकपणाचं दुःख झालं होतं. पेढीवर पोचण्यापूर्वीच त्यांनी मुकाट्यानं सगळ्यांना असं सांगितलं जाण्याची व्यवस्था केली होती की, तिजोरीच्या मागच्या बाजूच्या फटीत ते पैसे पडलेले सापडले होते.

पेढीवरचं काम नेहमीप्रमाणे सुरू झालं. शामजीभाई रजा घेऊन बायकोला बाळंतपणासाठी तिच्या आईवडिलांकडे पोचवायला बडोद्याला गेले. अनुभवी धोंडू काहीच प्रतिक्रिया न दाखवता नेहमीसारखा वागत होता, पण महिन्याच्या शेवटी, वर्षानुवर्षं तो मागत असलेली पगारवाढ मिळत नव्हती, ती एकदम मिळाली, तेव्हा तोही चकित झाला!

महिनाअखेर काम सोडण्याचा निर्णय लालजीनं बदलला नाही. त्याला जाऊ देणं शेठजींच्या जिवावर आलं, कारण तेही या मुलावर अवलंबून राहू लागले होते. पण त्यांच्या लक्षात तर आलंच होतं की, इतका हुशार मुलगा या नोकरीवर टिकून राहणं शक्य नव्हतं, आज ना उद्या तो गेलाच असता.

लालजीनं हरीचा निरोप घेतला. "तू इथं कामात बरोबर नसणं मला जाणवेल,"

हरी म्हणाला, “पुढं काय करायचा विचार करतोयस?”

लालजीनं शेठ गंगादास जमनादास मेहतांसाठी मिळालेलं शिफारसपत्र खिशातून काढलं. “हे विसरलोच होतो मी,” जरा विषादानं स्मित करत तो म्हणाला, “मिळेल काही ना काही. महिना एक रुपया पगारापेक्षा कमी पगार तर कुठेच नसेल!”

दोघांनाही हसू आलं.

“आणि तुझं काय रे हरी? तुला कायद्याचा अभ्यास करायचा होता, तो करणार आहेस का?”

“ते अजून स्वप्नच आहे.” खांदे उडवत हरी म्हणाला, “पण मीसुद्धा ही नोकरी सोडतोय. ‘न्यू एज स्पिनिंग ॲन्ड वीव्हिंग मिल्स’मध्ये मला नोकरी मिळालीय. तिथे महिना पाच रुपये सहा आणे म्हणजे पगार तर जास्त आहेच, पण त्यांनी बांधलेल्या नव्या चाळीत ते मला एक खोलीही देणार आहेत. तेव्हा तुला जर कधी राहायला जागा नाही असं झालं ना लालजी, तर कुठे यायचं कळलं ना तुला!”

दोघांनीही हसून एकमेकींना मिठी मारली आणि निरोप घेतला.

***

लालजी बाहेर पडून रस्त्यात आला, तेव्हा जानेवारी महिना होता आणि हवेत किंचित गारवा होता. शेठ गंगादास जमनादास मेहतांची पेढी जवळच त्या प्रसिद्ध आंब्याच्या झाडाखाली होती. या शहरात आल्या दिवशी ती शोधण्यासाठी त्यानं केलेली धडपड आठवून त्याला हसू आलं. किती जुनी गोष्ट वाटत होती ती आता!

छान सकाळ होती ती. एक दीर्घ श्वास घेऊन लालजी पेढीकडे निघण्याऐवजी विचार बदलून त्याच्या आवडत्या जागेकडे – गोदीच्या दिशेनं चालू लागला. अमाप आवडीनं भारून जाऊन तो मुंबई बंदरावर गर्दी करणाऱ्या तऱ्हतऱ्हेच्या बोटींकडे तासन्‌तास बघत बसत असे. तिथं पेरू आणि जपानहून आलेली जहाजं असायची. ‘ग्रेट पेनिन्सुलर ॲन्ड ओरिएन्टल’ची जहाजं असायची, उद्दामपणे वागणारे लढायांवर जाणारे लोक असायचे. आगबोटी, व्हल्यानं चालवल्या जाणाऱ्या होड्या, दुकाठी गलबतं, शिडाच्या होड्या, गलबतं ओढून आणणाऱ्या लहान आगबोटी, पडाव, लढाऊ लगबतं, आणि गरीब मच्छीमारांच्या होड्या असायच्या. कधीकधी चीनहून आलेली अगदी रद्दी दर्जाची जहाजंही असायची. ही सर्वच, ह्या सतत गतिमान असणाऱ्या, उसळत्या उत्साहानं वाढणाऱ्या शहरात काही ना काही काम करून कमावायला आलेली असायची. उगाच थोडंच मुंबईला ब्रिटिश साम्राज्याचं लंडनच्या खालोखालचं सर्वांत महत्त्वाचं शहर – Urbs Prima of India म्हणत असत!

११

१८७८ सालच्या उन्हाळ्यात एक दिवस इथं याच गोदीवर युरोपला पाठवण्यात येत असणाऱ्या, हिन्दुस्थानातल्या सैनिकांची सर्वांत पहिली तुकडी जहाजावर चढत असताना लालजी बघत उभा होता, तेव्हा त्याची त्या म्हाताऱ्या आयरिश खलाशीशी भेट झाली होती.

त्याच्या कानात एकदमच येऊन बसक्या घोगऱ्या आवाजात कोणीतरी हळूच म्हटलं, "मी केरन माहोनी – एक लबाड आणि घाणेरडा माणूस – तुला भेटायला आलोय!" लालजी चांगलाच दचकला होता.

धडपडत एक पाऊल मागे सरकत लालजी गर्रकन मागे वळला. चामड्यासारखी त्वचा झालेला, वाऱ्यानं अस्ताव्यस्त उडणारे लांब केस असलेला, लाल मिशा आणि म्हातारपणानं पाणावणारे, हरवल्यासारखे दिसणारे हिरवे डोळे असणारा एक म्हातारा खलाशी त्याच्यासमोर उभा होता. लालजी आत्तापर्यंत एकाही 'गोऱ्या' माणसाला भेटलाही नव्हता – मग चांगलं हिंदी बोलणाऱ्या गोऱ्या माणसाशी बोलणं तर दूरच.

"इक पैसा दो दिलवाले!" तो खलाशी मोठ्यानं म्हणाला, "एक नाणं ठेव माझ्या हातावर पोरा, जन्माचा मित्र होऊन जाईन तुझा!"

लालजीला जणू भुरळ पडली त्या माणसाची आणि त्यानं खिशातून एक नाणं काढून त्याच्या हातात ठेवलं. म्हाताऱ्याचे डोळे चमकले. "हे दिल्याचं कधी वाईट नाही वाटणार तुला पोरा," तो पुटपुटला. मग त्याचं वय बघता खरं वाटणार नाही इतक्या भराभरा तो जवळात जवळ असणाऱ्या दारूच्या दुकानाकडे गेला! लालजी चकितच झाला. 'चला, ठीकाय! त्याच्या तोंडावरची खुशी बघण्यापेक्षा त्या पैशांची किंमत काही फार नाही!' लालजीला वाटलं. "थांब बरं का रे मुला!" दुकानात शिरता शिरता त्या खलाशानं ओरडून सांगितलं, "आलोच आत्ता, मग तुला अशा गोष्टी सांगेन, की चक्रावूनच जाशील, आणि जन्मात त्या विसरणार नाहीस!"

खरोखरीच काय काय गोष्टी सांगायचा तो! जेव्हा जेव्हा लालजी गोदीवर जायचा, तेव्हा तेव्हा केरन कुठल्या कुठल्या दूरदूरच्या देशांमध्ये त्यानं लढलेल्या लढायांच्या, साहसांच्या थक्क करून टाकणाऱ्या गोष्टी लालजीला सांगायचा आणि डोळे विस्फारून ऐकता ऐकता लालजी बसल्या जागी खिळून जायचा.

अशाच एका संध्याकाळी गोदीच्या धक्क्यावर सूर्यास्त बघत ते दोघं बसलेले असताना त्या वृद्ध खलाशानं लालजीला स्वत:ची सगळी कहाणी सांगितली.

''१८१२ मध्ये माझा जन्म झाला तेव्हा माझ्या आईवडिलांचं लग्न झालेलंच नव्हतं. माझा बाप वेलिंग्टनच्या हाताखालच्या सैन्यात इंग्रजांसाठी लढणारा भाडोत्री शिपाई होता. वॉटर्लूला नेपोलियनच्या सैन्याशी लढाई चालली होती त्यात तो लढत होता.

''माझी आई फ्रेंच होती आणि लग्नाशिवाय, तेही शत्रुपक्षातील सैनिकाशी संबंध ठेवून मूल होण्याच्या पापाचं परिमार्जन करण्यासाठी मी सात वर्षांचा असताना तिनं मला एका नठात नेऊन ठेवलं. शिवाय माझ्या वडिलांसारखेच माझे केस लाल आणि डोळे हिरवे होते, त्यांच्या स्वभावातले वाईट दोषही मी घेतले असतील, तर तेही दाबून टाकण्यासाठी असं ठेवण्याचा उपयोग होईल असं तिला वाटत होतं. परंतु त्याचा फारसा उपयोग झाला नाही.

''मी तिथून लवकरच सटकलो, आणि कधी एका सैन्यात तर कधी त्यांच्या शत्रूच्या सैन्यात भाडोत्री सैनिक म्हणून लढत राहिलो. मी चांगला लढवय्या होतो, एवढंच की, मी अमुक ध्येयासाठी किंवा अमुक देशाच्या वतीनं लढत नसे. शत्रूशी वैर असणं, त्याचा द्वेष करणं अशा देशभक्तीच्या चुकीच्या कल्पनाही माझ्या नव्हत्या किंवा लूटमार करण्याच्या लोभानंही मी लढत नसे.''

हरवलेल्या नजरेनं वृद्ध खलाशी कुठेतरी बघत होता. भान हरपून लालजी ऐकत होता. त्या पुष्ट शरीरांभोवती घट्ट गुंडाळून नेसलेल्या साड्या आणि केसांमध्ये रंगीबेरंगी फुलं माळलेल्या कोळणी जवळून जात होत्या. त्यांच्याकडे त्याचं लक्ष वेधलं होतंच!

''आणि मग एक वेळ अशी आली, जेव्हा मला या निरर्थक हत्यांचा उबग आला. शेवटच्या लढाईत तर एकीकडे युद्धबंदीचा बिगूल वाजू लागला तेवढ्यात मी एका तरुण मुलाला संगिनीनं भोसकलं होतं! युद्ध संपण्याचा बिगूल वाजण्यात त्या बिचाऱ्या पोरासाठी काही क्षणांचा विलंब झाला होता! माझ्याचसारखे लाल केस आणि निळे डोळे असलेल्या त्या तरुण मुलाकडे बघता बघता मला वाटलं की, मी लढलेल्या अनेक लढायांच्या मधल्या वेळात मी अनेक स्त्रियांबरोबर जे दुराचार केले होते, त्यातल्याच एखाद्या दुराचारातून जन्मलेला तो माझाच मुलगा असू शकेल!

''त्या अविवेकी हत्याकांडाचा मला अतिशय उबग आला. मी ठरवलं, की

यातून बाहेर पडायचं. मी एका जहाजावर नोकरी धरली आणि जगभर हिंडलो, पण माझ्या कृत्यांची भुतावळ माझ्या मनाचा पिच्छा सोडत नव्हती. पूर्वी मी एका लढाईवरून दुसऱ्या लढाईवर जात असे, आता एका बाटलीनंतर दुसरी बाटली चालू झाली. असं होता होता एका छान सकाळी मी मुंबई बंदरावर येऊन पोचलो आणि किनाऱ्यावर पाय ठेवताक्षणीच मला मनातून जाणवलं की, माझं मन जे काही शोधत होतं, ते मला इथं मिळेल.''

सर्वांगावर सुरकुत्या पडलेला तो वृद्ध खलाशी गप्प झाला. पश्चिम क्षितिजावर मावळत असलेल्या सूर्याकडे बघत ते दोघं शांत बसून राहिले.

***

त्यानंतर १८७९ सालच्या जानेवारीत शेठजींकडली नोकरी सोडल्यावर लालजी गंगादास जमनादासच्या पेढीवर जाण्यापूर्वी सहजच गोदीवर आला, तेव्हा केरन कुठेच दिसेना. म्हणून मग गोदीवरची लगबगीनं चाललेली कामं, माणसांची ये-जा, जे बघायला लालजीला आवडायचं, ते बघत तो इकडेतिकडे हिंडत राहिला.

बऱ्याच वेळानं मग एक जहाज तयारी करत होतं, तिथे तो येऊन थांबला. जहाजाची डेक्स घासून घासून धुतली जात होती, डोलकाठ्या तपासल्या जात होत्या, शिडं नीट बांधली जात होती. परदेशी निर्यात करण्यात येणार असलेल्या कापसाच्या गासड्या, लाकडाची खोकी – पिळदार स्नायू असलेले, पण अंगानं सडपातळ असे हमाल वर चढवत होते. त्यांची लांडी पांढरी धोतरं दुपारच्या उन्हात घामानं डबडबून चमकणाऱ्या त्यांच्या काळ्या अंगांवर उठून दिसत होती.

जहाजाच्या बाहेर धक्क्यावर दोन माणसांचं विशेष काहीतरी बोलणं चाललं होतं. त्यातला एक काळे केस असलेला आणि दाढी वाढवलेला माणूस देखणा होता. लालजीला वाटलं की, त्यानं त्या माणसाला यापूर्वीही बघितलं होतं. चांगल्या स्वभावाचा माणूस वाटत होता तो, पण आत्ता त्याचा चेहरा चिंताग्रस्त दिसत होता. तो हातातल्या कागदांवर पुन्हा पुन्हा नजर टाकत होता. दिसत होता परदेशी, पण गोरा साहेब नव्हता – बहुतेक अरब किंवा पर्शियन असेल. विसकटलेले पिंगे केस आणि निळे डोळे असलेला दुसरा एक उमदा भारदस्त माणूस त्यांच्या दिशेनं येताना दिसला, तसे दोघेही त्याच्याकडे वळले. येत असलेला माणूस नक्कीच इंग्रज होता.

मग तिघांची चर्चा सुरू झाली, जिला वादाचंच स्वरूप जास्त होतं. आवाज चढले होते. नंतर आलेल्या माणसाचं वागण-बोलणं अधिकारपूर्ण होतं. दुसऱ्या दोघांनी काम वेळेवर पुरं केलं नव्हतं, जहाज अजून निघायला तयार झालं नव्हतं, म्हणून तो त्यांना खडसावत होता. तो काळे केसवाला माणूस त्याला समजावून सांगू बघत होता की, चूक त्याची नव्हती, कारण त्याच्या नेहमीच्या कामगारांपैकी

अर्ध्यांना कॉलरा झाला होता, त्यातले दोन तर मृत्यू पावले होते आणि बाकीचे त्यांच्या गावी पळून गेले होते. आम्ही जहाज सुटायच्या वेळी नक्की परत येऊ असं त्यांनी सांगितलं होतं, पण ते आले नव्हते.

त्या भारदस्त माणसानं हात लवून या सबबी धुडकावून लावल्या. "हे सगळे 'नेटिव्ह' असेच बिनभरवशाचे साले! आणि तू सार्किस – त्यांच्यावर विश्वास ठेवणारा – महामूर्ख! मला आता वाटतंय की, तुम्हाला सगळ्यांनाच हाकलून देऊन नव्या माणसांचीच टोळी ठेवावी कामाला. गेल्या दोन खेपांपासून तो एक डोळ्या डेव्हिस माझ्या मागे आहे 'मला संधी द्या' म्हणून." तो बोलायचं थांबला, त्यानं धक्क्यावर आजूबाजूला एक नजर टाकली आणि मग सार्किसकडे वळून म्हणाला, "तर मग तू बघ बाबा आता कसं करायचं ते – गोळा कर तुझी माणसं. या वेळी माझ्या बोटीवर केबिन-क्लास प्रवासी आहेत, त्यांनी आरामात प्रवास करायला मिळावा म्हणून भरपूर पैसे दिले आहेत; तेव्हा आता बूड हलव, आणि माणसं शोध कामाला. डेव्हिस तर तयारच आहे त्याच्या माणसांसकट, वाटच बघतोय संधी मिळण्याची. तेव्हा तुझी माणसं न् तू, तयार असलात की नसलात, माझं जहाज भरती आली की निघणार. तेव्हा मला वाटतं आता ढुंगण झटकून कामाला लागलास तर बरं!"

दाणदाण पावलं टाकत तो निघून गेल्यावर सार्किसनं भराभरा त्याच्या माणसांना गोळा केलं. त्यांचं बराच वेळ बोलणं झाल्यावर सार्किसला जरा दिलासा वाटल्यासारखं दिसलं. बहुतेक पुरेशी माणसं गोळा करता येतील, असा हिशेब त्यांनी केला असावा.

"तुम्ही सगळ्यांनी पुरेशी माणसं घेऊन तीन वाजता इथं यायचं आहे. सूर्य मावळायच्या आत कॅप्टनना किती माणसं आहेत, ती मोजायचीयेत." त्या सगळ्यांनी माना डोलावल्या आणि ते इकडेतिकडे विखुरले.

लालजी थोडा वेळ तिथे घोटाळला, मग गोदीवर हिंडायला गेला. रस्त्याच्या कोपऱ्यावर एक माणूस गरम भजी आणि डबलरोटी (पाव) विकत घेत होता. भरपूर तिखट-मीठ घालून केलेली भजी आणि मुंबईत बनणारी डबलरोटी. तसे तर मुंबईतल्या रस्त्यांवर कितीतरी तऱ्हतऱ्हेचे खाण्याचे पदार्थ मिळायचे. ही भजी न् पाव एक पैशाला सहा मिळायची, लालजीला ती आवडायची न् परवडायचीही.

खाणं आटपून लालजी एका मोठ्या झाडाखाली आडवा झाला, आणि झोपून गेला. त्याला जाग आली तेव्हा दुपार टळली होती. आजचा दिवस पूर्ण सुस्तावलेलाच गेला होता – पण असं ऐद्यासारखं बसून राहणं त्याला अजिबातच परवडणारं नव्हतं. त्याला वाटलं, आता शेठ गंगादास जमनादसांच्या पेढीवर जाऊन पोचलं पाहिजे. लवकरात लवकर नोकरी शोधणं निकडीचं होतं, त्यानं थोडीशी मागे टाकलेली शिल्लक फार दिवस पुरली नसती.

तो धक्क्यावर परत गेला. त्या मोठ्या जहाजाजवळून पुढे जाताना लालजीला

सार्किस आणि त्याचे साथीदार पुन्हा चर्चेत गढलेले दिसले. ते सगळे हताश झालेले दिसले – माना खाली घालून गळून गेल्यासारखे बसले होते. लालजी त्यांचं बोलणं ऐकू येईल एवढा जवळ पोचला, तेव्हा त्याच्या लक्षात आलं, की त्यांना पुरेशी माणसं गोळा करता आली नव्हती, आणखी एक-दोघांची जरूर होती.

पुढे काय होतंय हे बघायला तो तिथे जवळपास घोटाळत राहिला. ती माणसं उठून गेली. लालजी तेथून जाणार एवढ्यात सार्किसनं वर बघितलं आणि त्याचं लक्ष लालजीकडे गेलं. या मुलाला कुठेतरी – कदाचित इथे गोदीवरच बघितला आहे, असं त्याला खातरीपूर्वक वाटलं. जरा विचारात पडून त्यानं लालजीकडे क्षणभर बघितलं आणि मग हाक मारली, ''जरा इकडे येतोस का रे दोन मिनिटं?'' कुतूहल वाटून लालजी त्याच्याजवळ गेला.

''कधी समुद्रावर काम केलंयस का रे मुला? या अशा बोटींपैकी कशावरही?'' त्यानं त्या जहाजाकडे बोट दाखवत विचारलं.

लालजीनं त्याच्याकडे बघितलं आणि हसून म्हणाला, ''मी?'' मग त्यानं मान हलवली न् म्हणाला, ''मी तर वाळवंटात वाढलेला मुलगा आहे.''

लालजीचा मोकळं मन दाखवणारा चेहरा आणि सहज हसणं त्याला आवडलं. त्याचं कमावलेलं मजबूत शरीरही त्याला दिसलं. ''हे बघ,'' तो म्हणाला, ''मी तुला नक्कीच इथं धक्क्यावर पूर्वी बघितलाय. मघाशीही तू आमच्याकडे बघत होतास, आणि आता परत आलायस. सध्या असं हिंडण्याखेरीज विशेष काही काम तुला नसावं असं दिसतंय. आणि मला वाटतं तुला गोदी, धक्का, जहाज, समुद्र हे सगळं आवडतं – बरोबर?''

लालजीनं असा विचार कधी केलाच नव्हता. त्याला जरासं आश्चर्य वाटलं, हसू आलं. ''मला वाटतं तुमचं बरोबर आहे, आवडत असावं मला!''

सार्किसच्या आत्ता लक्षात आलं की, त्यानं या मुलाला कुठे पाहिला होता. ''अरे! त्या चक्रम केरनशी गप्पा मारत असतोस तोच ना तू? त्या खलाशानं खूप काही पाहिलंय. त्यानं तुला बऱ्याच भन्नाट गोष्टीही सांगितल्या असणार? तुला वाटलं का कधी अशा जहाजावर जावं असं? ते मोठं जहाज दिसतंय ना, 'HMS EMPRESS'? ते उद्या निघायचंय इथून आणि आम्हाला कामाला माणसं हवीयत. काम खूप असतं, राहायला जागा, जेवण, आणि दारूसाठी न् पोरींसाठी पुरतील एवढे पैसे मिळतात. पण सर्वांत छान म्हणजे जग बघायला मिळतं. काय वाटतं तुला?''

लालजीनं त्या गजबजलेल्या बंदराकडे न् अरबी समुद्राच्या उसळणाऱ्या लाटांकडे बघितलं. या शक्यतेचा त्यानं कधी फारसा विचारच केला नव्हता.

''समुद्र ओलांडून जायचं? छे! कधीच नाही!'' हरी न् तो एकदा गोदीवर हिंडत

असताना लालजीला हा विचार आलेला त्यानं बोलून दाखवला होता. तेव्हा हरीनं त्यालाही ताकीद देत म्हटलं होतं, ‘‘मी तर जाऊ शकणारच नाही – धर्म बुडेल माझा, वाळीत टाकतील मला, माझ्या कुटुंबाची बेअब्रू होईल!’’

लालजीच्या लक्षात आलं होतं की, आत्तापर्यंत कधीच न बघितलेल्या दूर दूरच्या देशांच्या किनाऱ्यांचं आकर्षण त्याला खरोखरीच वाटलं होतं. शिवाय वाळीत टाकलं जाण्यासारखी त्याची जातही नव्हती, त्याची आठवण काढणारं कुटुंबही नव्हतं. ना मालमत्तेचं, ना मनाचं, कसलंच बंधन त्याला नव्हतं. तो खऱ्या अर्थानं ‘स्वतंत्र’ होता! क्षणभर त्याला गंमत वाटली, उल्हसित वाटलं – मग रेश्माचा चेहरा त्याच्या नजरेसमोर तरळला आणि अशा स्वातंत्र्यानं किती प्रचंड एकटेपणा वाटतं, हे त्याला जाणवलं.

कुठेतरी हरवलेली त्याची नजर सार्किसनं टिपली आणि त्यानं आणखी प्रलोभन दाखवलं, ‘‘हे बघ, तुला वाटलं तर तू तिथेच राहूही शकशील काम करायला. बरेच नेटिव्ह लोक तसं करतात.’’

आठवणींमध्ये हरवलेला लालजी पुन्हा वर्तमानात आला. ‘‘हे जहाज कुठं जायचं आहे?’’

‘‘हां! आता कसं नीट बोलातोयस!’’ सार्किस म्हणाला. ‘‘अरबी समुद्रातून जात जात आफ्रिकेच्या पूर्व किनाऱ्यावरच्या जवळ जवळ प्रत्येक बंदरावर थांबेल. आम्ही एडन, मोगाडिशु, झांजिबार, दार-ए-सलाम, असे थांबत थांबत केपपर्यंत (केप ऑफ गुड होप) जाणार. डार आणि डर्बनला उतरणारे प्रवासी आहेत जहाजावर. तर मग काय विचार आहे तुझा मुला?’’

लालजीनं आजूबाजूला बघितलं. जाण्यानं त्याचं नुकसान काहीच होणार नव्हतं. त्यानं सार्किसकडे वळून होकारार्थी मान डोलावली. ‘‘तर मग केव्हा निघायचंय आपण?’’ त्यानं विचारलं.

१२

अशा तऱ्हेनं १८७९ सालच्या जानेवारी महिन्यातल्या एका छान सकाळी आफ्रिकेला जाण्याच्या तयारीनं लालजी HMS EMPRESSच्या डेकवर उभा होता. तो अजून पुरा एकोणीस वर्षांचाही झाला नव्हता, आणि मुंबईला येऊन पोचल्याला दीड वर्षाच्या वर थोडेच दिवस झाले होते. तयारी पूर्ण झाल्यावर नांगर काढून घेऊन जहाज हळूहळू बंदराच्या बाहेर लालजीसाठी अनोळखी असलेल्या खोल समुद्रात शिरू लागलं, तेव्हा आशा-अपेक्षांचा एक अनोखा थरार त्यानं अनुभवला.

जहाजावर कामगार म्हणून काम करणं हे खूप श्रमाचं काम होतं. डेक्स घासून स्वच्छ करणं, भांडी घासणं किंवा वारा असेल तेव्हा शिडं उभारणं – अशी सर्व कामं. पण रोजच्या रोज इतकी अंगमेहनत करण्याचं लालजीला काही वाटत नसे. बोटीवरच्या बाकीच्या अनुभवी, दणकट कामगारांपुढे आपण कमी पडायचं नाही, असा त्यानं ठाम निश्चय केला होता. कोणाशी मिळून मिसळून वागायचं, कोणाला चतुराईनं टाळायचं, हे त्याच्या खूप लवकर लक्षात आलं होतं आणि लवकरच नवशिका असूनही अनुभवी कामगारांनी त्याला आपल्यात सामावून घेतला होता. विशेषत: दुय्यम तांडेल सार्किसचा तो विशेष आवडता झाला होता.

सार्किस सार्किसियननं त्याचं अर्मेनिया हे वतन जवळजवळ वीस वर्षांपूर्वी, तो लहान मुलगा असतानाच सोडलं होतं. देश सोडण्याचं कारण कायम वस्तीला असणारं दारिद्र्य तर होतंच, पण भरीला बाहेरून सतत होत राहणारे इतर देशांच्या सैन्यांचे हल्ले, आणि बदलत राहणारी राजकीय परिस्थिती, यांचा वीट आला होता. स्वत:च्या अक्कलहुशारीने त्यानं युरोप ओलांडला होता आणि शेवटी एका जहाजावर नोकरी मिळवली होती. ते जहाज कोणाचं, कुठलं होतं, ते कसला माल कोठे नेत होतं हे जितकं शंकास्पद होतं, तितकीच घृणास्पद आणि शंकास्पद जहाजाचा मालक समुद्री चाचा प्रिटी पॉली आणि त्याच्या हाताखालची माणसं होती. हिवाळ्यातल्या

एका पहाटे सूर्योदयाच्या आधीच, कोणाला जाताना दिसू नये म्हणून ते जहाज मार्सेल्स बंदरातून सटकलं होतं.

तेव्हापासून सार्किसनं जवळजवळ प्रत्येक बंदर बघितलं होतं, पण मुंबई त्याला विशेष आवडू लागलं होतं. तो एक चांगला खलाशी होता आणि लवकरच जास्त चांगल्या दर्जाच्या, चांगलं नाव असलेल्या दुसऱ्या जहाजांवर त्याला कामं मिळत गेली. मनमिळाऊ स्वभाव, हाताखालच्या लोकांशी फार कडकपणानं न वागता चांगलं, पण भक्कमपणानं वागणं यांमुळे त्याच्या हाताखालच्या माणसांना तो आवडायचा. कोणालाही आवडेल असाच होता तो. या जहाजाच्या कॅप्टनबरोबर त्यानं खूप वर्षं काम केलं होतं, आणि त्याचा विश्वास संपादन केला होता.

एका तांडेलापासून मात्र लालजी आणि इतरही जवळजवळ सगळेच दूर राहत असत. तो माणूस जंगल्यासारखं वागणारा, दादागिरी करणारा, खूप संतापी स्वभावाचा आणि अर्वाच्य, घाणेरडी भाषा वापरणारा होता. बेन्जामिन प्राउडफुट नावाच्या या माणसाला सगळे 'बिग बेन' म्हणत असत. अंगानं थोराड, दांडगट बिग बेन स्वभावानं लहरी, शीघ्रकोपी होता. बरेचदा तो पिऊन झिंगायचा आणि झिंगलेल्या स्थितीत तर त्याचं वागणं अगदीच बिनभरवशाचं आणि धोकादायक असे. दुर्दैवानं तो कॅप्टनचा आतेभाऊ होता, त्यामुळे सार्किस त्याचं जहाजावर असणं सहन करायला शिकला होता.

एका सरत्या संध्याकाळी लालजीची बिग बेनशी गाठ पडली. तो पूर्णपणे झिंगलेला होता. डेकवरचे बहुतेक सगळे प्रवासी आणि खलाशी वगैरे माणसं किनाऱ्यावर गेली होती. बिग बेनचं लक्ष लालजीकडे गेलं, आणि तो झोकांड्या खात येऊन त्याचा रस्ता अडवून उभा राहिला.

"एऽ पोरा, असा इकडं ये ना!" तो बरळत होता, "काळा नेटिव्ह असलास तरी देखणा आहेस हं पोरा! तुझ्या गोंडस चेहऱ्यावर अजून जास्त दाढीमिशाही नाहीयेत वाढलेल्या!" त्याच्या आवाजातला जुलूम-जबरदस्ती करण्याचा इरादा त्याला जाणवला. तो आडदांड देह लडखडत त्याच्यासमोर येऊन उभा राहिला. लालजीनं काही हालचाल करण्यापूर्वीच त्या माणसानं आपला भलामोठा पंजा पुढे करून त्याच्या गालावरून फिरवला. मग लालजीची कॉलर पकडून त्याला पुढे ओढला. त्याचं तोंड लालजीच्या तोंडाच्या अगदी जवळ आलं होतं.

क्षणभर लालजी मागे हटला, पण मग स्वतःला सावरून आणि अंगातलं सारं बळ एकवटून त्यानं बिग बेनला दूर ढकलायचा प्रयत्न केला. पण तो बिग बेनला इंचभरही मागे हटवू शकला नाही.

"अरे, एवढा रागावू नको पोरा!" लालजीवरची पकड न सोडता त्याच्या तोंडाजवळ तोंड तसंच ठेवत तो बरळला. "मी काही पोरगे आवडणारा नाही!

स्कर्टच्या आतच आपल्याला केव्हाही जास्त आवडतं! पण आता – तुला आवडत असलं ना गोंडस मुला, तर आपण तयार कधीही!''

पुढे काय झालं असतं हे लालजीला कधीच सांगता आलं नसतं, पण तेवढ्यात पिऊन मस्त झालेले आणखी काही खलाशी डेकच्या दुसऱ्या टोकाशी येऊन पोचले आणि त्यांनी बिग बेनला हाकारलं – ''अरे काय बिग बेनसाहेब!'' झिंगलेले आणि बरेच जण एकत्र असल्यानं त्यांना बिग बेनला हटकायचा धीर झाला होता, ''त्या 'स्वीटसू'कडे गेलावतात ना? तिथं पुरेशी मजा केली नाही काय? जाऊ द्या, सोडून द्या त्या पोराला!''

बिग बेननं लालजीला दूर ढकललं आणि झोकांड्या खात तो जहाजाच्या उजव्या बाजूला गेला. लालजी थरथरत होता, हातांचे पंजे घामेजले होते. सांगता न येण्यासारख्या भयंकर तऱ्हेनं त्याची अब्रू लुटली गेल्यासारखं त्याला वाटत होतं.

***

पुढे बरेच दिवस हवा छान राहिली, वारा चांगला होता, त्यामुळे त्यांना ताशी चार नॉट्स (knot – नॉट – समुद्रातील अंतर मोजण्याचे एकक – १ नॉट म्हणजे ६०८० फूट) या गतीनं जात राहता आलं होतं. मुंबईहून निघाल्याला वीसच्या वर दिवस झाले होते. उजव्या बाजूला असलेल्या मस्कतला बगल देऊन ते सरळ एडनच्या दिशेनं जात होते. ते शेवटचे कराचीला थांबले होते, तिथून एडन सुमारे १५०० नॉट्स होतं. लालजीला जहाजावर खूप मजा येत होती. तो चांगला दर्यावर्दी झाला होता आणि समुद्रावर मळमळण्याचा त्रास वगैरे होत नसल्यानं त्याला खालीवर होणाऱ्या लाटांची आणि समुद्र खवळलेला असताना हेलकावे खाणाऱ्या जहाजाची मजा येत असे.

जहाजानं एडनला पोचून नांगर टाकला. इथे जहाज काही दिवस थांबणार होतं. अरब लोकांची टोळकी त्यांच्या बायकांना आणि गुलामांना घेऊन धक्क्यावर बसली होती. त्यांना जहाजांवर चढायला मिळण्याची वाट बघत होती. लालजी ते दृश्य बघत राहिला.

HMS EMPRESSची परत निघण्याची वेळ जवळ आली तेव्हा वर चढण्याच्या पुलाजवळ उभा राहून वर चढत असलेल्या नव्या प्रवाशांकडे तो बघत राहिला. बहुतेक सर्व फिरंगी होते. आफ्रिकेला निघालेले फ्रेंच संशोधक-प्रवासी, एक वयोवृद्ध जर्मन जोडपं, आणि जरा दूर उभा राहिलेला एक बुटका, सडपातळ, तरुण इंग्रजी मुलगा. त्या मुलानं लालजीचं लक्ष वेधून घेतलं. तेवढ्यात लालजीला बिग बेन जहाजाकडे परत येताना दिसला. येता येता तो त्या इंग्रज मुलाला घासटून पुढे आला आणि तेव्हाच त्याच्याशी अगदी हलक्या आवाजात काहीतरी पुटपुटून बोलला.

इंग्रज मुलाचा चेहरा एकदम उतरला आणि त्यानं अंग चोरून घेतलं, पण नंतर आणखी काही होण्याआधी शेवटचा भोंगा वाजला – भेटायला आलेल्या लोकांना उतरण्याची आणि प्रवाशांना वर चढण्याची ती सूचना होती. प्रवास सुरू करण्यासाठी नांगर वर घेतला जाणार होता.

***

त्या इंग्रज मुलाला बोटीच्या डेकवर नेहमी एकट्यानंच बघून लालजीला त्याच्याविषयी कुतूहल वाटत असे. जहाजावर चार प्रवाशांची सोय असलेल्या ज्या केबिन्स होत्या, त्यांपैकी एकातला तो प्रवासी होता, पण तो बहुतेक वेळ एकटाच असे. इतर उच्चवर्गीय युरोपियन प्रवासी किंवा बोटीवरचे वेगवेगळ्या देशांमधून आलेले खलाशी – कोणाशीच तो मोकळेपणानं मिसळून वागत नसे.

लालजीला त्याच्याबद्दल कुतूहल वाटत असे, त्यामुळे एक दिवस काही खलाशी त्या थॉमस ईव्हॅन्स नावाच्या मुलाबद्दल बोलत होते, तेव्हा त्यानं कान देऊन ऐकलं.

तो 'इंग्रज' मुलगा हा खरं म्हणजे 'वेल्श' होता. कार्डिफजवळच्या एका खेड्यात त्याचा जन्म झाला होता. तो तीन वर्षांचा असताना त्याचे वडील न्यू कॅसलला कोळशाच्या खाणीत काम करण्यासाठी तिकडं राहायला गेले. या खाणी असणाऱ्या गावांमधलं आयुष्य खडतर असायचं. खूप तास, खूप श्रमांचं काम करावं लागायचं, आणि हवेत कोळशाचे बारीक कण इतके उडत असायचे, की साधं श्वास घेणंही बरेचदा अवघड व्हायचं. थॉमसचे वडील चांगले कणखर प्रकृतीचे होते, पण होता होता कुटुंबात तिघांच्या ऐवजी सात जण झाले आणि ताटात वाढलं जाणारं अन्न कमी-कमी होऊ लागलं, तसतसे त्याचे वडील ओढलेल्या चेहऱ्याचे, उदास दिसू लागले. सगळ्या भावंडांमध्ये मोठा थॉमस फक्त तेराच वर्षांचा होता, तेव्हा क्षयरोगाशी झुंजता झुंजता शेवटी हार खाऊन ते मृत्यू पावले.

थॉमस मोठा होत गेला तसतसा पुस्तकांची आणि निसर्गाची आवड असलेला, पण बुजरा, लाजाळू मुलगा झाला होता. त्याला हेन्शॉ मॅनॉरचे मालक सर नॅथॉन हेन्शॉ यांचं वैयक्तिक काम करणारा वृद्ध नोकर बेन्सन याच्या हाताखाली शिकाऊ मदतनीस म्हणून काम मिळालं. सर हेनशॉ हे खूप वाचन असलेले आणि भरपूर प्रवास केलेले गृहस्थ होते. त्यांनी थॉमसला अभ्यास करण्यास प्रोत्साहन दिलं.

हुशार विद्यार्थी असलेल्या थॉमसला केंब्रिजला जायला स्कॉलरशिप मिळाली आणि नंतर कायद्याच्या अभ्यासासाठी 'लिंकन्सइन'मध्ये प्रवेश मिळून तो बॅरिस्टर झाला. सर नॅथान स्वत: केंब्रिजलाच शिकलेले होते, त्यांना खूपच आनंद झाला. ईस्ट आफ्रिकेत त्यांचा बराच मोठा व्यवसाय होता, तिथे त्यांनी थॉमसला नोकरी देऊ केली, जी त्याने आनंदाने, लगेच स्वीकारली. एडनला सर नॅथानचे काही काम होते,

ते करून थॉमस HMS EMPRESSवर चढला. केनिया आणि टांगानिका येथील ब्रिटिश वसाहतींमध्ये तो आता नवीन आयुष्याला सुरुवात करणार होता.

* * *

एडनच्या बाहेर पडून 'गल्फ ऑफ एडन'च्या बाहेर निघून विशाल महासागरात शिरल्यानंतर थोड्याच दिवसांनी हवा वादळी झाली. प्रचंड लाटांवर जहाज हिंदकळत होते. लालजीसाठी समुद्री वादळाचा हा पहिलाच अनुभव होता आणि निसर्गाच्या तडाख्याशी झुंजण्याचा हा अनुभव त्याला चित्तथरारक वाटला. डेकवर खूप जोरात काम चाललं होतं, सर्व कामगार शक्य तितकं जहाज स्थिर ठेवण्याचा प्रयत्न करत होते. सुदैवानं वादळ फार काळ टिकलं नाही – ते एकदम आलं तसंच एकदम गेलंही.

दहा दिवसांनंतर जहाज मोगाडिशूला पोचलं. सार्किसचं हे आवडतं बंदर होतं. तो सबंध दिवस सार्किस खूपच खुशीत होता. कारण रात्र छान घालवण्यासाठी त्याला आवडणारी स्त्री इथे राहत होती. सबंध आयुष्य खलाशी म्हणून राहिल्यानं तरुण झाल्यापासून सर्व अनुभव घेऊन चुकलेल्या सार्किसला जेव्हा समजलं की, लालजीनं कधीही मद्य घेतलं नव्हतं आणि त्याचा स्त्रीशी आजपर्यंत कधीही संग झाला नव्हता, तेव्हा त्याला ते खरंच वाटेना!

"हे तर असह्य आहे!" तो लटकंच धक्का बसल्यासारखं दाखवत आणि मग खऱ्याच कळवळ्यानं म्हणाला, "माझ्या जहाजावर असं काही न मिळता राहावं लागणं हे माझ्या नावाला बट्टा लावणारं आहे यार! आपण ही परिस्थिती ताबडतोब सुधारली पाहिजे!"

लालजीच्या मनात जो काही संकोच असेल, तो मोगाडिशूला जहाज पोचेपर्यंत नाहीसा झाला. त्यांचं जहाज त्या बंदरात काही दिवस थांबणार होतं. खूप उत्तेजित होऊन लालजी गप्पागोष्टी करत काही खलाशांबरोबर निघाला. ते सगळे खूप मजा करायचे बेत करत होते. बोटीवरचे प्रवासी तर केव्हाच उतरून किनाऱ्यावर गेले होते. लालजीनं सहज मागे वळून जहाजाकडे बघितलं, तेव्हा त्याला तो इंग्रज मुलगा अगदी एकटा डेकवर उभा राहून त्यांच्याकडे बघत असलेला दिसला.

ज्या छोट्या धक्क्यावर जहाज थांबवून ते उतरले होते, त्याच्यापासून 'ते' घर फार लांब नव्हतंच. ते सगळे पायऱ्या चढून वर पोचतायत न पोचतायत तोच त्यांचं एवढ्या उत्साहानं, आनंदानं स्वागत झालं की, ते बघून लालजीला कमालीचं आश्चर्य वाटलं. एक बोट धक्क्याला येऊन लागली आहे, असं समजल्यापासून तिथल्या मुली पुन्हा पुन्हा घराच्या बाल्कनीत येऊन बघत होत्या.

त्यांच्यातली एक उत्साहानं मोठ्यानं म्हणाली, "सार्किस दिसतोय आणि बिग

बेन! आणि एक खूप गोड नवाच मुलगा आहे त्यांच्याबरोबर! आणि त्यांच्या मागून आणखीही बरेच जण येतायत!''

केवढी गडबड, आनंद, किती किलबिलाट! आणखी काही मुली धावत बाहेर आल्या. असं दिसत होतं की, अलीकडे त्यांच्या धंद्यात जरा खालावलेले दिवस चालले होते. मग 'मॅडम' बाहेर आल्या. लालजीनं तिच्यासारखी स्त्रीच आजपर्यंत पाहिली नव्हती.

तो आणि हरी दोघांनी एकदा मुंबईच्या वेश्यावस्तीत जाण्याचं धाडस केलं होतं आणि तिथल्या दलालांच्या तावडीतून ते कसेबसे निसटले होते, ते लालजीला आठवलं. त्याच्या हेही लक्षात आलं की, या वेळी सुटका करून घेण्याची त्याची एवढी इच्छा तर नव्हतीच, पण कदाचित 'पावित्र्य' सोडून द्यायची त्याला आता जरा घाईच झाली होती!

त्याच्याकडे इतक्या जणींचं लक्ष वेधलं होतं हे बघून त्याला छान वाटलं, इतक्या वेगवेगळ्या दिसणाऱ्या स्त्रिया असतात हेच त्याच्या आजपर्यंत कधी लक्षात आलं नव्हतं. अनेक जणी वेगवेगळ्या देशांमधून तिथे आल्या होत्या, असं दिसत होतं. चमकणाऱ्या कृष्णवर्णाच्या उंच ॲबिसिनियन स्त्रिया, आफ्रिकेच्या अंतर्भागातून आलेल्या काही जणी – सावळ्या तजेलदार रंगाच्या लिबोआ आणि लेबॅनन, आदिस अबाबा आणि ॲलेक्झांड्रियामधल्या, रशियातल्या कडाक्याच्या थंडीतून पळून आलेल्या सोनेरी केसांच्या, पुष्ट भरावदार अंगाच्या एक-दोघी. काही मुली लालजीहूनही लहान वयाच्या दिसत होत्या, तर बऱ्याच जणी वयानं बऱ्याच मोठ्या. एकही हिंदुस्थानातली दिसत नव्हती हे बघून त्याला सुटल्यासारखं वाटलं – कारण तशी कोणी दिसली असती, तर इथे परदेशात त्याला झालेली ही इच्छा जरा दबून गेली असती.

त्या घराची मुख्य मॅडम ही पूर्वी कैरोमधल्या एका प्रसिद्ध नाइट क्लबची बेली डान्सर होती. ती अजूनही खूप आकर्षक दिसत होती आणि लालजीच्या लक्षात आलं की, तिचा जीव सार्किसमध्येच गुंतलेला होता. त्याला बघितल्याबरोबर तिचा चेहरा खुलला. ती हळूच त्याला म्हणाली, ''मला माहीत होतं की, तू परत येशीलच!''

''सोफिया – माझी सुंदर सोफिया! मी येणार नाही असं होईलच कसं?'' स्त्रियांवर मोहिनी घालणारा अनुभवी सार्किस म्हणाला, ''अगं, सातही समुद्र पालथे घातले, पण तुझ्यासारखी दुसरी एकही सापडली नाही!''

खूश होऊन हसत ती लटक्या रागानं म्हणाली, ''खोटारडा!'' आणि मग तिच्या सगळ्या 'मुलींना' म्हणाली, ''चला गं, वायफळ गप्पा बास झाल्या – कामाला लागा.'' मग अवघडून मागे रेंगाळणाऱ्या लालजीकडे तिचं लक्ष गेलं – ''आणि हा इतका देखणा मुलगा कोण आहे?'' तिनं विचारलं.

''ओहो, हा माझा खास मित्र लालजी आहे आणि तू त्याच्यासाठी कोणीतरी

'खास' दिली पाहिजेस. सगळ्यात उत्तम असेल ती, बरं का!'' मग जरा पुढे वाकून त्यानं तिच्या कानात काहीतरी सांगितलं.

मॅडमचं स्मित आणखी रुंदावलं. ''कुंवारा? आणि इतका देखणा? मलाच आवडेल की त्याला पटकावायला! पण तू काळजी करू नकोस, एक अगदी त्याला योग्य अशी मुलगी आहे, ती त्याला अपूर्व आनंद देईल!''

इच्छा, कल्पना, धास्ती सगळ्यांचं मिश्रण लालजीच्या डोक्यात होऊन तो धुंद झाला होता. सार्किसने 'रमचा एखादा पेग घे' म्हणून पटवून द्यायचा प्रयत्न केला, पण लालजीनं ऐकलं नाही. ''त्याची जरूर नाही!'' तो म्हणाला.

''चल तर मग – जा – हो पुढे छोकऱ्या!'' त्याच्या पाठीवर थाप मारत सार्किस म्हणाला.

अधीर उत्सुकता शिगेला पोचलेला लालजी पॅसेजमधून एका खूप मोहक दिसणाऱ्या सुंदर तरुणीच्या दिशेनं गेला. लालभडक ओठ रंगवलेली ती मुलगी त्याला मादक हावभाव करून खुणावत होती. तो जवळ गेला. अंगावरच्या कपड्यांमधून केव्हाही कपडे फाटून उघडं पडेल, असं तिचं अर्ध झाकलेलं वक्षस्थळ दिसत होतं. तिच्या पारदर्शक स्कर्टच्या आतून तिनं काहीच घातलं नसावं असं वाटत होतं. तिच्या मन चाळवणाऱ्या, भूल पाडणाऱ्या स्मितानं त्याला कल्पनातीत सुखाचे विचार येत होते. त्याच्या कमरेभोवती तिनं हातानं कवटाळलं आणि मंदसा उजेड असलेल्या खोलीत ती त्याला घेऊन गेली, तेव्हा धुंद मस्ती चढून त्याला जणू चक्करच येत होती.

रात्र चढत गेली तसतसं त्याचं शरीर आणि मन यांना तिनं विषय-वासनांच्या भोवऱ्यात गुंग करून टाकलं आणि स्वप्नातही कल्पना केली नव्हतं, असं उन्मादक सुख दिलं. लालजीला कधीही माहीत नव्हती आणि तो कधीही विसरणार नव्हता, अशी ती रात्र गेली.

दुसऱ्या दिवशी तो खूप आनंदात जणू ढगांवर तरंगत होता. अननुभवी तरुण पोरगा लालजी आता इतर सर्वांसारखा 'पुरुष' झाला होता ही बातमी अर्थातच सगळ्यांना मिळाली होती. तो जिथे जाईल तिथे सगळे एकमेकांना कोपरखळ्या मारून अर्थपूर्ण हसत होते किंवा त्याची थट्टा करायला काहीतरी बोलत होते. त्याला इतकं छान वाटत होतं की, त्याला त्याचं काही वाटत नव्हतं. त्याला आत्तापर्यंत कल्पनाच नव्हती अशा त्याच्या संवेदना आता जागृत झाल्या होत्या.

परंतु लालजीचा असीम आनंदाचा हा फुगा पुढे दोन आठवड्यांनी फुटला.

***

त्या संध्याकाळी मोम्बासाजवळच्या एका लहान बंदरात त्यांचं जहाज काही

सामान विकत घेण्यासाठी थांबलं होतं. धक्क्यापाशी पाणी खोल होतं, तरी मधल्या पाण्यात प्रचंड गाळ असल्याने धक्क्यापासून काही अंतरावर नांगर टाकावा लागला होता.

लालजी इन्फ्लुएन्झानं जरा जास्तच आजारी होऊन नुकताच बरा झाला होता, पण थकवा घालवण्यासाठी तो बोटीवरच विश्रांती घेत होता. बाकीचे सगळे बंदरावर गेले होते.

बराच वेळ झोपून लालजी सूर्यास्ताच्या सुमाराला जागा झाला, तेव्हा त्याला बरंच बरं वाटत होतं. वरच्या बर्थवरून तो उडी मारून खाली उतरला आणि डेकवर गेला. काही जण बंदरावरून कमी-जास्त झिंगून परत आले होते आणि सरळ झोपायला गेले होते. लालजी जहाजाच्या मागच्या बाजूला गेला. त्या बाजूला पश्चिमेच्या आकाशात अजून लाल रंग रेंगाळत होता.

अंधारून येऊ लागलं होतं. लहानपणी वाळवंटातलं आभाळ जसं तो बघत बसायचा, तसाच आत्ताही लालजी चांदण्या बघत बसला होता. सबंध दिवस झोपल्यावर त्याला लगेच परत झोपायला जायचं नव्हतं.

एकाएकी डेकच्या आणखी पलीकडच्या भागातून त्याला आवाज ऐकू आला. काहीतरी झटापटी चालली असावी असं वाटलं. लालजीनं त्या बाजूला डोकावून बघितलं. पौर्णिमेचा चंद्र उगवला होता आणि अगदी पलीकडच्या टोकाला सावल्या होत्या, त्यात त्याला दोन आकृत्या दिसल्या. दोघे जण कुस्ती करत होते का झोंबाझोंबी करत होते, का मिठी मारत होते? इतक्या लांबून नेमकं काही कळत नव्हतं, पण तरी त्यांच्या आकृतींवरून ती माणसं त्याला ओळखू आली. एक तर नक्कीच बिग बेन होता – पूर्णपणे झिंगलेला – नांगर टाकलेल्या जहाजावर असण्याऐवजी वादळी समुद्रातल्या जहाजावर असेल तसा हेलपाटत होता, त्याच्याबरोबर थॉमस ईव्हन्स होता. एडनच्या बंदरावर थॉमसला बघितल्याबरोबर बिग बेन त्याच्या जवळून त्याला घासटून पुढे गेला होता, हे लालजीला आठवलं.

त्यांच्याकडे बघत असतानाच लालजीला त्याच्यावरही असाच प्रसंग आला होता, तेव्हा त्याला कशी भीती वाटली होती ते आठवलं. बिग बेननं त्याच्या दणकट हातांनी लालजीला जवळ ओढून त्याच्या शरीराशी आपलं प्रचंड शरीर भिडवलं होतं, केसाळ हाताचा पंजा त्याच्या चेहऱ्यावर फिरवला होता आणि त्याचं वास मारणारं तोंड त्याच्या तोंडाजवळ आणलं होतं. लालजीच्या अंगावर त्या आठवणीनं शहारे आले.

तेवढ्यात चंद्र ढगाआड गेला, तिकडे अंधारात काय चाललंय हे बघण्याचा लालजी प्रयत्न करत होता, तेवढ्यात थॉमस मोठ्यानं ओरडताना स्पष्ट ऐकू आलं – "सोड मला – हलकटा – सोड मला!"

कोणाचातरी पळणाऱ्या पावलांचा आवाज आला आणि डेकवर कोणीतरी

खाली आपटल्याचा, पाठोपाठ बिग बेनचा विजयी उन्मादाचा आवाज – "सापडलास आता छोट्या!" आणखी झटापटीचे आवाज. मग बेन रागावून ओरडला – "चावतोयस काय? थांब, दाखवतोच तुला!"

एकदम भीती वाटण्यासारखी शांतता. त्या अंधारात लालजीला काहीच दिसेना आणि मग खूप घाबरलेला त्या मुलाचा किंचाळणारा आवाज – "नाही! नाहीऽऽ! उठ माझ्या अंगावरून – जनावराऽ–" मग गुदमरलेला हुंदका आणि भयंकर शांतता.

मग मात्र क्षणभरही न थांबता त्या अंधारातच कडेच्या कठड्याचा आधार मिळण्यासाठी आणि दिशा कळण्यासाठी उपयोग करत लालजी शक्य तितक्या भराभरा तिकडे गेला.

तेवढ्यात एक धप्पकन् आवाज आला – जड वजनाखाली धातूच्या सळया दाबल्या जाव्या तसा. मग पाण्यात मोठ्ठं काहीतरी पडल्यासारखा आवाज आला, पाणी सगळीकडे उसळलं. मग पाण्यावर हातपाय मारल्याचा आवाज आला आणि सगळं एकदम शांत झालं.

झालं होतं तरी काय? बिग बेननं थॉमसला जहाजावरून खाली पाण्यात फेकून दिलं होतं की काय? सुदैवानं तेव्हाच चंद्र ढगाच्या आडून परत बाहेर आला. अंधाऱ्या सावल्यांमध्ये ती दोघं कुठे दिसताहेत, हे बघण्याचा प्रयत्न करत असलेल्या लालजीला एकदम गारठल्यासारखं झालं. कारण कठड्यावरून खाली डोकावणारा एकच माणूस दिसला; दुसरा दिसतच नव्हता... प्रचंड दचकून लालजी एकदम थबकला. कारण खालच्या काळ्याशार पाण्यात डोकावणारा माणूस रानदांडगा बिग बेन नव्हता – तो इंग्रज मुलगा होता! लालजीला भीती वाटली होती तसा थॉमस पाण्यात नव्हता पडला, बिग बेन पडला होता. गोंधळून लालजी क्षणभर स्तब्ध उभा राहिला, मग भराभरा कठड्याजवळ गेला.

लालजीच्या पावलांचा आवाज ऐकून थॉमसनं एकदम मागे वळून बघितलं. तो पांढराफटक पडला होता आणि थरथर कापत होता. लालजीच्या वेधक नजरेला तो नजर देत नव्हता. मोठ्यानं ओरडायचं असेल तसं त्यानं तोंड उघडलं होतं, पण गळा आवळला असेल तसा त्याचा आवाज उमटतच नव्हता. तो पुरता हबकून गेला होता.

लालजीला बघितल्यावर तो हातवारे करत घोगऱ्या आवाजात सांगू लागला. "मदत करा! एक माणूस पाण्यात पडलाय ! लवकर – लवकर! मला पोहता नाही येत!"

लालजी धावत कठड्याजवळ गेला आणि त्यानं खाली वाकून बघितलं, पण गढूळ पाण्यात कोणी माणूस हातपाय हलवताना दिसत नव्हतं. पाणी अगदी शांत होतं! 'इथं पाणी त्यातल्या त्यात उथळ आहे. कदाचित त्याला अजूनही वाचवता येईल,' त्याला वाटलं.

मग जास्त विचार करता न बसता लालजीनं खाली उडी मारली. सगळी गडबड ऐकून जागे झालेले इतर खलाशी डेकवर आले. लालजीनं बिग बेनला शोधून काढेपर्यंत त्याचं शरीर उचलून वर आणायला बरेचसे मजबूत हात समुद्रात त्याच्या मदतीला येऊन पोचले होते.

जिवंतपणीही त्याचं वजन खूप होतंच, मरण पावल्यावर तर जास्तच. सबंध आयुष्य त्यानं समुद्रावरच घालवलं होतं, पण आज अखेर त्याची वेळ आली होती. त्या सर्वांनी त्याच्यात पुन्हा चेतना आणण्याचा खूप प्रयत्न केला, पण त्यांना काही करता आलं नाही. कदाचित तो फार प्यालेला असेल, कदाचित त्या उथळ पाण्यात त्याचं डोकं एखाद्या खडकावर आपटलं असेल – किंवा मग त्याची वेळ आली होती आणि समुद्रानं त्याला आपल्या पोटात घेतलं होतं एवढंच!

त्याचा देह डेकवर ठेवण्यात आल्यावर जहाजावरचं वातावरण गंभीर न् शांत होतं. फारच थोड्यांना तो आवडत होता, तरी पण तो त्यांच्या टोळीतला होता आणि एकेकाळी निडर खलाशी होता. ज्या दर्यावर्दी माणसानं कितीतरी वादळांना, प्रचंड तुफानांना तोंड दिलं होतं, तो इथल्या शांत पाण्यात बुडून मरण पावला हे खरंच वाटत नव्हतं.

कॅप्टनच्या करारी चेहऱ्यावरही दुःखाचं सावट दिसत होतं. त्याच्या या नातलगाच्या वाईट वागणुकीबद्दल त्याला माहिती नव्हती असं नाही; पण कदाचित तरुण असतानाचा मृदू स्वभावाचा बेन त्याला माहीत होता, जो त्याच्याशी प्रेमानं वागायचा, जो सच्चा मित्र होता. तसा बेन त्या बाकीच्यांना माहीतच नव्हता. कारण तसं पाहिलं, तर ज्यांच्याशी आपली ओळख आहे असं आपल्याला वाटत असतं, त्यांच्याबद्दल आपल्याला खरोखरच किती माहिती असतं?

***

नंतर जेव्हा चौकशी झाली, तेव्हा लालजीनं थॉमस ईव्हान्सची साक्ष नीट लक्ष देऊन ऐकली. तो म्हणाला की, 'बेंजामिन प्राउडफुट बोटीवर आला तेव्हा पूर्ण झिंगलेलाच होता. वास्तविक किनाऱ्यावरून निघतानाच नावाड्यानं त्याला नावेतून न्यायला नकार दिला होता, कारण त्याच्या झोकांड्या खात चालण्यानं ती छोटी नाव कलंडलीही असती. जहाजावर आल्याबरोबर बेननं थॉमसचा हात पकडला होता, आणि त्याच्याबरोबर जाऊन त्याला त्याच्या केबिनपर्यंत पोचवावं असा हट्ट करत होता. कोंडीत सापडलेल्या थॉमसनं त्याला ताळ्यावर ठेवण्याचा प्रयत्न करत डेकपर्यंत आणलं होतं, तेवढ्यात जहाज एकाएकी एका बाजूला कललं आणि आधीच मोडकळीला आलेल्या कठड्यावर बेन जाऊन आपटला, कठडा तुटला आणि बेन खाली समुद्रात पडला.'

लालजी जवळच उभा होता आणि साक्ष देऊन झाल्याबरोबर थॉमसनं प्रथम त्याच्याकडेच बघितलं. त्यानं लालजीकडे बघितलं तेव्हा त्याच्या डोळ्यांमध्ये एक विचित्रसा याचनेचा भाव होता. अधिकारी मंडळींनी पूर्ण चौकशी केल्यावर असा निष्कर्ष काढला की, घटना अपघाताची होती. चौकशी संपवण्यात आली.

पण अनुत्तरित प्रश्नांनी लालजीचं डोकं भणभणत होतं. त्या रात्री खरोखर काय घडलं होतं? स्वत:ला बेइज्जतीपासून वाचवण्याच्या निकराच्या प्रयत्नात थॉमसनं जाणून बुजून बेनला त्या मोडक्या कठड्याजवळ आणून त्याला त्या कठड्यावर ढकललं होतं का? केवळ स्वत:ला वाचवायला म्हणूनच? आणि तसं असेल, तर हे जे पुढे घडलं, तो मनुष्यवध म्हणायचा का खून?

लालजीचा थरकाप झाला. सत्य काय होतं हे त्याला कधीच कळणार नव्हतं, पण त्याचं मन व्यथित झालं होतं. एका दृष्टीनं तो स्वत: दोषी असल्यासारखं त्याला का वाटत होतं हे त्याला कळत नव्हतं. चौकशीच्या वेळी त्यानं तोंड का उघडलं नव्हतं? त्यानं जे ऐकलं आणि बघितलं होतं, ते त्यानं का सांगितलं नव्हतं?

कारण एक गूढ आवाज त्याच्या अंतर्मनात हळूच कुजबुजला की, थॉमस ईव्हान्सचं वागणं तो समजू शकत होता. कारण मनाच्या अगदी आतून, त्याच्या हे लक्षात आलं होतं की, तो त्या मुलाच्या जागी असता, तर त्यानं – लालजी लखानं बहुतेक असंच केलं असतं.

१३

टांगानिकाच्या किनाऱ्याला लागून जरा खोलगट भागात असलेल्या झांजिबार बेटावर पोचेपर्यंत लालजीला धीर निघत नव्हता. तिकडे हिंदुस्थानात, झांजिबारमध्ये व्यापार करून श्रीमंत होऊन परत आलेले व्यापारी 'जंगबार'च्या टवटवीत, हिरव्यागार निसर्गसौंदर्याबद्दल भरभरून बोलत असायचे, इतकी ही जागा त्यांना आवडली होती.

१८७९ सालच्या मार्च महिन्यातल्या एका उबदार दिवशी HMS EMPRESS झांजिबारजवळच्या समुद्रात पोचली, तत्पूर्वी इतका रसरशीत हिरवा प्रदेश लालजीनं कधीही पाहिला नव्हता. त्यामुळे त्या व्यापाऱ्यांचं मत बरोबर होतं हे त्याला पटलं. किनारा स्वच्छ सुंदर पांढऱ्या वाळूचा होता आणि भोवताली हिरवीगार झुडपं आणि हिरवळ होती, कितीतरी एकर केळीच्या आणि नारळीच्या बागा होत्या.

ते बंदराजवळ पोचले आणि त्यांच्या जहाजानं शिडांची जहाजं, आगबोटी आणि वेगवेगळ्या देशांची निशाणं फडकवणाऱ्या जलसेनांच्या जहाजांच्या मध्ये नांगर टाकला. एखादं जहाज आत आलं म्हणजे धक्क्यावर जी धांदल, गडबड सुरू होत असे, ती लालजी भान हरपून पाहत असे. त्याला हे दृश्य बघायला नेहमीच खूप आवडत असे.

इथे काळ्या, गोऱ्या आणि निमगोऱ्या लोकांची गर्दी इकडून तिकडे करत होती आणि वेगवेगळ्या भाषांमधल्या संभाषणांचे तुकडे लालजीच्या कानांवर पडत होते – स्वाहिली, अरेबिक, इंग्रजी, कच्छी आणि गुजराती. कुठंकुठं थोडंसं फ्रेंच आणि जर्मनही.

फेरीविके आणि दलाल फळांपासून धंदेवाईक स्त्रियांपर्यंत सगळं काही विकत होते. मजबूत अंगाचे मजूर जहाजावर दुसऱ्या देशात पाठवायचा माल उचलून वर चढवण्यासाठी तयार होऊन उभे होते, आणि व्यापारी त्यांचा लांबून लांबून आणलेला, खूप मागणी असलेला माल उतरवला जाण्याची उत्सुकतेनं वाट पाहत होते. डेकवर 'आपल्या' माणसांचे चेहरे खाली उभी असलेली कुटुंबांमधली माणसं उत्सुकतेनं

शोधत होती. तिथेच मालकही होते आणि गुलामही होते; गुलामीतून मोकळे करण्यात आलेले लोक होते, शिकारीही होते, बेकायदा विक्री करणारेही होते; खाकी कपडे आणि सोलर हॅट्स घातलेले संशोधक-प्रवासी आणि त्यांच्याबरोबर जाणार असलेली हमालांची टोळकी होती. ही संशोधक मंडळी अजून शोधला गेला नसलेल्या प्रदेशात जायला उत्सुक होती.

या सर्वांच्या मध्ये लालजीचं लक्ष एका मध्यमवयीन, हिंदुस्थानचे असावे, अस वाटणाऱ्या, गर्दीपासून जरा दूर उभे असलेल्या गृहस्थांकडे गेलं. त्यांची वागण्याची एकूण ढब भारदस्त, शांतपणे दबदबा निर्माण करणारी होती. त्यांच्याबरोबर एक मोठाड, लक्ष वेधून घेणारा निग्रो मनुष्य होता, जो त्यांचा मदतनीस असावा, आणि हमालांची एक टोळी होती.

लालजी त्यांच्याकडे बघत होता तेव्हाच ते भारदस्त गृहस्थ जहाजावर आले आणि त्यांनी कॅप्टनशी हस्तांदोलन केलं – त्यांची ओळख असावी असं दिसत होतं. थोडं इकडचंतिकडचं बोलणं झाल्यावर दोघेही आपापल्या कामाला लागले.

हे गृहस्थ त्याच्या मदतनिसाकडे वळले आणि स्वाहिलीत म्हणाले, "ट्वेन्डा सिबा! चला, निघू या. त्या लाल खुणा केलेल्या पेट्या आपल्या आहेत. सांभाळून – जड आहेत त्या."

लालजीला त्यांच्याबद्दल कुतूहल वाटलं. हा प्रवास नेहमी करणाऱ्या त्याच्या बरोबरच्या एका खलाशाला त्यानं विचारलं, "कोण आहेत हे?"

खलाशानं मान उचलून वर बघितलं. "हां हां, ते होय? तेजाफर धारिया. धारिया धानी नावाचे इथले एक श्रीमंत व्यापारी आहेत, त्यांचा मुलगा."

मुंबई बंदरात बऱ्याचशा पेट्या 'सर धारिया धानी, झांजिबार' असं नाव लिहिलेल्या बघितल्या होत्या, हे त्याला आठवलं. हे नाव पूर्वीही कधीतरी ऐकलंय असं त्याला वाटत होतं, पण कुठे ते आठवत नव्हतं.

त्याची जहाजावरची कामं आटोपल्यावर जाफरचे हमाल पेट्या खाली उतरवत होते तिकडे लालजी गेला. त्यांच्यातल्या एकाला जरा जास्त जड पेटी सरकवताना त्रास होत होता. लालजीनं पुढं होऊन त्याला हात लावला. जाफरनं हे बघितलं आणि त्याला खूण करून जवळ बोलावलं.

"मला इथं मदत करायला वेळ आहे का तुला? आज माझ्याकडे माणसं जरा कमी आहेत आणि तुला मी खुशीनं चांगली मजुरी देईन."

तो आत्ता दुसरं काही करत नसल्यामुळे लालजीनं मान डोलावली आणि तो कामाला लागला. एक खोकं सरकवता सरकवता हे नाव आधी कुठे ऐकलं होतं, ते एकदम लालजीला आठवलं –

खूप वर्षांपूर्वी रेहमूमामांच्या घरी! त्याला आठवलं की, एक नातलग भेटायला

आले होते अणि त्यांनी मांडवीच्या धारिया धानी नावाच्या गृहस्थांची हकिगत सांगितली होती. ते १८५०च्या दशकात त्यांच्या मुलाला – जाफरला घेऊन आफ्रिकेला गेले होते. धारिया धानी प्रचंड श्रीमंत तर झाले होतेच, पण झांजिबारच्या सुलतानाला पैशांची मदत करत असल्यामुळे आणि त्यांना सल्लाही देत असल्यामुळे, त्यांच्या हातात बरीच सत्ताही होती.

"ओहो! धारिया धानी!" रेहमूमामा उद्‌गारले होते. "अरे! ते तर माझ्या बायकोचे – गुलबानूचे काका, तिच्या वडिलांचे – जुसुबचे भाऊ! आमच्या लग्नाला हजर होते ते. पण ते झांजिबारला गेल्यानंतर मात्र त्यांची फारशी खबरबात समजली नव्हती. त्यांचं तिथे इतकं छान चाललंय हे ऐकून तर खूपच आनंद झाला!"

म्हणजे हे जाफर धारिया त्याच्या बानूमामीचे चुलतभाऊ! सगळं काम संपल्यावर उन्हानं लाल झालेल्या चेहऱ्यानं लालजी जाफरकडे गेला. जाफरनं त्याला त्याच्या कामाचे पैसे देऊ केले.

पण लालजीनं नकारार्थी मान हलवली. "फारसं काही काम नव्हतं," तो म्हणाला, "मी फक्त थोडी मदत केली. शिवाय नात्यातल्या माणसांकडून पैसे नसतात घ्यायचे!"

जाफरनं त्याच्याकडे प्रश्नार्थक दृष्टीनं बघितलं.

"माझं नाव लालजी लखा," लालजीनं स्पष्टीकरण दिलं. "तुमचं माझ्या बानूमामीशी नातं आहे. गोघाच्या रेहमू पंजूची बायको आहे ती."

जाफर चौकस कुतूहलानं त्या तरुण मुलाकडे बघत राहिला. "तू माझ्या चुलत बहिणीबद्दल – गुलबानूबद्दल म्हणतोयस? मांडवीच्या जुसुब धानीची मुलगी?" खरंच वाटत नसावं तसं त्यानं विचारलं.

लालजीनं होकारार्थी मान हलवली.

"म्हणजे कमालच झाली!" नवलानं मान हलवत जाफर उद्‌गारला. तो नव्याच कुतूहलानं लालजीकडे पाहू लागला. "मी तिला खूप वर्षांमध्ये पाहिली नाहीये, पण लहानपणी आम्ही एकत्र वाढलो. सख्ख्या बहिणीसारखी होती गुलबानू मला." त्याचा आवाज आठवणींनी जरा रुद्ध झाला, मग वर्तमानाचं भान येऊन तो म्हणाला, "अच्छा! म्हणजे तू खरोखरच आमच्या नात्यातला झालास. तू माझ्याबरोबर घरी येऊन माझ्या वडिलांना भेटलं पाहिजेस. त्यांना इंडियाची फार आठवण येते, विशेषतः त्यांच्या आवडत्या कच्छची. तुला बघून खूश होतील ते, आणि घरचे इतर सगळेही. माझं इथलं काम संपतच आलंय. मग बरोबरच जाऊ या घरी."

त्याच्या प्रेमळ उत्साहाचं लालजीला आश्चर्य वाटलं. इतक्या आपुलकीनं त्याला वागवलं जाईल अशी त्याला कल्पनाच नव्हती, कारण जाफरनं त्याला आधी कधी बघितलंही नव्हतं. नाही म्हटलं तरी तो जहाजावर काम करणारा साधा मजूर होता

आणि जाफर धारिया त्या भागातला श्रीमंत व्यापारी! जहाज झांजिबारला दोन दिवस थांबणार होतं, त्यामुळे लालजीनं हे आमंत्रण आनंदानं स्वीकारलं.

***

धारिया धानींची इस्टेट मुख्य गावापासून जरा दूर होती. त्या भागामध्ये शहरातल्या श्रीमंत व्यापाऱ्यांची 'मचांबाज्' (हल्लीच्या भाषेत 'फार्म हाउसेस्'. तेव्हा त्याला 'प्लेझर गार्डन्स' म्हणत असत.) असायची, बरोबर नोकरांचा आणि गुलामांचा तांडाही असायचा. श्रीमंत अरब लोकांचे चकाकणारे पांढरे बंगले इथे असायचे, तसेच कच्छमधून गेलेल्या धाडसी भाटिया आणि खोजा लोकांचेही असायचे. ही मंडळी लवंगा, हस्तिदंत आणि रबर या वस्तूंच्या किफायतशीर व्यापाराच्या आकर्षणानं तिकडे गेलेली असायची.

अरब राज्यकर्त्यांच्या पद्धतीचा शानदार भव्य बंगला धारिया धानींनी स्वत:साठी तिथे बांधला होता. आतल्या भागात शिसवीच्या काळ्या लाकडाचे कोरीव खांब होते, आणि मोठाल्या व्हरांड्यांना बंदिस्त करायला जाळ्या केल्या होत्या. लालजीला नंतर समजलं की, शोभिवंत कोरीव काम आणि चकाकणाऱ्या पितळेच्या मेरवी मारलेलं भव्य प्रवेशद्वार हे मालकाचं समाजातलं स्थान दर्शवत असे. घराच्या चारी बाजूला लवंगांच्या आणि रबरांच्या झाडांची शेतं होती. फळझाडांच्या वाड्यांमध्ये स्थानिक लोकांमध्ये औषधी गुणामुळे फार प्रिय असलेली 'माचुंगा'ची झाडं होती, तशीच पिवळट हिरव्या रंगाची, बोथट काटे असलेली 'दुरियन'चीही. लालजीच्या लक्षात आलं की, त्याच्या वेगळ्याच वासाची एकदा सवय झाली, की ती चवीला फार छान लागायची.

लांब पांढरा खंजू आणि काळ्या गोंड्याची लाल फेजकॅप घातलेल्या नोकरानं दार उघडलं. मुख्य दरवाजा उघडल्यावर समोर एक कोरीव काम केलेला लाकडी पडदा होता, त्याच्या मागे लालजीला हॉलमध्ये बसलेले, पांढरे केस असलेले रुबाबदार गृहस्थ ओझरते दिसले. त्यांचे आवाज ऐकल्याबरोबर ते उठून त्यांच्या स्वागताला बाहेर आले.

"जाफर ना रे?" येता येता त्यांनी हाक मारली. "कसं झालं सगळं काम? आपला माल आला व्यवस्थित?" मुलाकडे बघून प्रेमानं हसत त्यांनी विचारलं.

"हो बापा, सगळं आलं, फक्त मलबार सिल्क नाही आलं. ते म्हणाले या महिनाअखेरला पोचेल." तेवढ्यात धारिया धानींना मुलाच्या पाठीमागे दरवाजाशी घोटाळणारा लालजी दिसला.

"आणि हा कोण?" उन्हाच्या तिरिपेनं डोळे किलकिले करत वृद्ध गृहस्थांनी विचारलं, "बापा, हा लालजी लखा." जाफरनं ओळख करून दिली आणि

सांगितलं, ''बंदरावर भेटला मला, मग समजलं, की हा रेहमू पंजूचा भाचा आहे – आपल्या गुलबानूच्या नवऱ्याचा.''

धारिया धानी त्याच्याकडे नीट बघायला जवळ आला. ''गुलबानूचा भाचा? रेहमू पंजूच्या लग्नाला मी होतो तिथे, तेव्हा पाहिला होता त्याला. तरतरीत मुलगा होता, त्याचं चांगलं चाललंय असं ऐकलं. गुलबानूचा नातलग म्हणजे माझाही!'' लालजीकडे बघून स्मित करत ते म्हणाले, ''मला सांग मुला, कसं-काय चाललंय आपल्या देशात?''

धारिया धानींनी प्रचंड कष्ट करून यश मिळवलं होतं. जोडीला होती तीक्ष्ण बुद्धी आणि बरीचशी देवाची कृपा. माणसांची पारख त्यांना चटकन करता यायची. त्यांच्या या गुणाचा त्यांना ते इथे नवे होते, तेव्हा फार उपयोग झाला होता. लालजीच्या साध्या कपड्यांमध्ये आणि वागण्यामध्ये त्यांना जे थोडं काही त्या दिवशी दिसलं, ते त्यांना आवडलं.

धारिया धानींनी आग्रहानं सांगितलं, की लालजीनं जेवायला तर थांबलंच पाहिजे, पण रात्री राहिलंही पाहिजे. ''माझ्या साऱ्या कुटुंबाला तू भेटलं पाहिजेस.'' ते खुशीत येऊन म्हणाले.

***

त्या रात्री जेवणाच्या वेळी लालजी सर्व कुटुंबाला भेटला. त्याला आश्चर्य वाटलं की, धारिया धानींना चाळिशी उलटलेली; पण आकर्षक दिसणारी दुसरी पत्नी होती. ते आफ्रिकेला राहायला येण्यापूर्वी थोडीच वर्षं आधी त्यांची पहिली पत्नी अकाली निवर्तली होती. तिची उणीव त्यांना खूप भासत असे आणि तिचा असा अकाली मृत्यू हे त्यांनी देश सोडून जाण्याचं एक कारण होतं. हितचिंतक नातलगांनी मुलाला घेऊन आफ्रिकेला जाण्यापूर्वी लग्न करण्यास सांगून बघितलं होतं, पण त्यांनी नकारच दिला होता. परंतु काही वर्षांनंतर ते मायदेशाला भेट द्यायला आले, तोवर परिस्थिती बदलली होती. जाफरचं लग्न झालं होतं आणि तो त्याच्या बायका-मुलांमध्ये गुंतला होता; धारिया धानींना आता एकटं पडल्यासारखं वाटू लागलं होतं. म्हणून मग नातलगांनी या वेळी त्यांना एक सुस्वरूप विधवा सुचवली. तिचा नवरा काही वर्षांपूर्वी वारला होता. त्या वेळी त्यांनी नकार दिला नाही.

जाफरला चार मुलं होती. थोरल्या मुलीचं लग्न होऊन ती नैरोबीत सुखात होती. त्याला दोन मुलगे होते, त्यांचीही लग्नं होऊन ते इस्टेटीवरच राहत होते. त्याची सगळ्यात लहान मुलगी पंधरा-सोळा वर्षांची होती.

जेवण झाल्यावर सगळे जण लहान गोल कपांमधून 'कावा' पीत मजेत बसले होते. 'कावा' गरम राहण्यासाठी एक वरच्या बाजूला अरुंद असलेलं पितळेचं भांडं

मंद विस्तवावर मध्ये ठेवलं होतं, ज्यातून धानी सगळ्यांचे कप भरत होते. तेवढ्यातच जाफरची छान डोळे असलेली, आकर्षक दिसणारी मुलगी जरा लाजतच खोलीत आली.

ती आत आल्याबरोबर तिच्या आजोबांचे डोळे आनंदानं लुकलुकले. ''ही माझी सकीना – आमच्या आयुष्यातील आनंद!'' त्यांनी वात्सल्यपूर्वक अभिमानानं सांगितलं आणि मग जरा दुःखी स्वरात म्हणाले, ''पण आता फार दिवस ती नसणार आहे आमच्याकडे. आमच्या बऱ्याच वर्षांच्या ओळखीच्या कुटुंबातल्या एका खूप चांगल्या मुलाशी तिचं आता लवकरच लग्न होणार आहे!''

धारिया धानींच्या कच्छमध्ये असल्यापासूनच्या लहानपणाचा एक मित्र; त्याच्या मुलाशी साकिनाचा साखरपुडा झाला होता. हा मित्र त्यांच्याही आधीच काही वर्षं आफ्रिकेला आला होता, आणि मादागास्करला स्थायिक झाला होता. एक छोटा 'दुकावाला' म्हणून सुरुवात करून आता त्याचा व्यापार फ्रान्स व युरोपच्या इतर देशांशी उत्तम प्रकारे भरभराटीला आला होता.

धारिया धानींनी त्यांच्या मित्राच्या या मुलाला तो सोळा वर्षांचा असताना प्रथम पाहिला. तो त्यांना बऱ्याच मोठ्या वयात झाला होता. तो तेव्हा पुढील अभ्यासासाठी पॅरिसला निघाला होता. देखणा, हुशार, अदबीनं वागणा-बोलणारा हा मुलगा धारिया धानींना ताबडतोबच त्यांच्या लाडक्या सकिनासाठी चांगला वाटला. ती अजून लहान होती, पण मुलगा पुढली चार-पाच वर्षं पॅरिसला असणार होता, तो परत येईपर्यंत दोघांचीही वयं लग्नाला योग्य झाली असती.

पाच वर्षं बघता बघता गेली होती. मार्च, १८८०मध्ये विवाहाची तारीख ठरली होती – म्हणजे अजून वर्ष होतं, पण धारिया धानी जाणून होते, की ते तर बघता बघता जाईल.

***

दुसऱ्या दिवशी सकाळी धारिया धानी लालजीला इस्टेट दाखवायला घेऊन गेले. त्या वृद्ध माणसाचा उत्साह बघून आणि जे सगळं बघितलं त्यानं लालजी खूप प्रभावित झाला. त्यानं प्रथम जरा अडखळत आणि नंतर जास्त आत्मविश्वासानं बरेच प्रश्न विचारले. कारण त्याच्या लक्षात आलं की, त्याने स्वारस्य दाखवल्यावर त्यांना राग न येता आनंद होत होता.

दिवस संपता संपता धारिया धानींनी लालजीच्या खांद्याभोवती हात टाकला आणि म्हणाले, ''माझा उद्योगधंदा वाढतो आहे. मी मदतीसाठी चांगल्या माणसांच्या शोधात आहे; आणि कुटुंबातल्याच माणसापेक्षा जास्त चांगलं कोण असणार? लालजी, नेहमी लक्षात ठेव की, तुझ्या घरच्या माणसांइतकी चांगली मदत तुला

कोणीही करणार नाही. तू हुशार, तरुण मुलगा वाटलास मला. तुला खूप पैसे मिळवायचे असतील, तर या देशात भरपूर संधी आहेत. तुला परत जाऊन खास असं काही करायचं नसेल, तर काही काळ माझ्याकडे काम कर, खूप शिकायला मिळेल तुला. विचार करून सांग.''

लालजीनं विचार केला – दोन दिवसांनंतर HMS EMPRESS झांजिबारहून पुढे निघाली, तेव्हा लालजी लखा त्या जहाजावर नव्हता.

१४

सुमारे पंचवीस वर्षांपूर्वी धारिया धानींनी त्यांचा मांडवीतला व्यापारधंदा बंद केला होता आणि त्यांच्या सर्वांत लहान मुलाला जाफरला घेऊन ते झांजिबारला येऊन पोचले होते. खिशात पाचशे रूपये होते. ते एक दूरदर्शी, धूर्त व्यापारी होते आणि त्यांनी केवळ लवंगा, हस्तिदंत आणि कोपलच्या व्यापारातच नाही, तर कवड्यांच्या निर्यातीतही खूप नफा मिळवला होता. (कोपल हे तिथले आदिवासी जंगलातून गोळा करून आणून विकत असत, हे रेझिन व्हार्निश तयार करण्यासाठी वापरले जात असे.) १८५० ते १८७० या काळात कवड्या या चलनी नाणी म्हणून पश्चिम आफ्रिकेत वापरल्या जात, तिथे धानी त्या निर्यात करत असत.

धारिया धानींनी भरपूर संपत्ती मिळवली होती. ते प्रवासी संशोधकांनाही आर्थिक मदत करत. अशांमध्ये डॉ. लिव्हिंग्स्टनसारखे काही जण होते, याशिवाय ते झांजिबारच्या सुलतानाच्या कर्जांवरही जबाबदार म्हणून सही करत असत. या कामासाठी त्यांना अतिशय मानाची Master of Customs ही उपाधी देण्यात आली होती. इतक्या झपाट्यानं प्रगती झाली, तरी सत्ता मिळाली म्हणून त्यांनी समतोल बुद्धी शाबूत ठेवली होती. वेगवेगळ्या स्तरातील लोकांशी ते उत्तम संबंध ठेवून होते – अगदी खुद्द सुलतान आणि परदेशी वकिलातीतील लोक यांच्यापासून ते सामान्य जनतेतील ओळखीच्या मंडळींपर्यंत.

धानींकडून लालजी प्रत्येक माणसाशी त्याच्या मातृभाषेत बोलण्याचा फायदा शिकला. त्यांची स्वत:ची कच्छी आणि गुजराती, तसंच संभाषण करता येईल इतकं इंग्रजी याशिवाय धारिया धानी स्थानिक स्वाहिली आणि अरेबिक सफाईदार बोलत असत. लालजी मुंबईमध्ये त्याचा खलाशी किरेन मोहोनी याच्याकडून मोडकंतोडकं इंग्रजी शिकला होता. त्याच्या सुदैवानं धारिया धानींच्या घरात सकीनाची वयस्क इंग्रज नॅनी होती, ती आनंदानं त्याला इंग्रजी शिकवायला तयार झाली. लालजीनं या

संधीचा तत्परतेनं फायदा घेतला, आणि पुढे सुमारे दोन वर्षांनी त्यानं आफ्रिका सोडली तेव्हा त्याला सफाईदार इंग्रजी तर बोलता येत असेच, पण बऱ्यापैकी लिहिता-वाचताही येत असे.

धारिया धनींबरोबर आफ्रिकेत राहण्याने लालजीला एका नव्या जगाची ओळख झाली. वेगवेगळ्या देशांमधील वेगवेगळ्या लोकांशी निरनिराळ्या वस्तूंचा व्यापार करण्यामध्ये काय बारकावे असतात हे तो शिकला. त्याच्या हे लक्षात आलं की, व्यापारात खूप पैसा मिळवता येतो, परंतु फार मोठं यश मिळवायला मुळात मुद्दल असावं लागतं.

कुठल्या लोकांशी कसं वागावं, या बाबतीतही लालजी धारिया धानींकडून बरंच शिकला. उद. कोणावर विश्वास ठेवावा आणि कोणापासून जपून राहावं. एक खूप ओळखीचा माणूस दाखवत धारिया धानी एकदा त्याला म्हणाले, ''तो माणूस पाहिलास? मी माझ्या जिवासाठी त्याच्यावर विश्वास टाकेन, पण सोन्याच्या बाबतीत नाही. काही माणसं अतिशय चांगली मित्र होऊ शकतात, पण धंद्यामध्ये भागीदार म्हणून अत्यंत वाईट निघतात. त्यांच्यावर प्रेम करावं, पण त्यांच्याबरोबर धंदा करू नये. पैशांच्या बाबतीत तुमच्या डोक्याला तुमच्या मनाचं ऐकू देऊ नये!''

धारिया धानी न्यायानं वागायचे, पण काम करून घेण्याच्या बाबतीत कडक होते. त्यांना जे माहीत होतं ते उदार मोकळ्या मनानं ते लालजीला शिकवायचे, कारण त्याच्यामध्ये त्यांना एक विशेष चमक दिसली होती. लालजीला झांजिबारला येऊन आता सहा महिने झाले होते आणि कुटुंबातल्या बाकीच्या लोकांनाही तो आवडू लागला होता.

एका दुपारी आपल्याच नादात लालजी धारिया धानींच्या घरातून बाहेर पडून बागेतून चालला होता. पळत येत असलेल्या पावलांचा आवाज त्याला ऐकू आला नाही. तेवढ्यात ती पळणारी व्यक्ती एका कोपऱ्यावरून पळत वळून पुढे आली आणि जवळ जवळ लालजीवर आदळलीच. लालजी दचकून थांबला. घाबरून त्रेधा उडालेली सकीना त्याच्यासमोर उभी होती. तिच्या हातांमधली फुलांची परडी खाली पडून सगळी फुलं विखुरली होती, त्यांच्याकडे ती बघत होती.

त्याच्या इतकीच तीही दचकली होती. चट्कन खाली वळून ती खाली पडलेली फुलं वेचू लागली. तिला मदत करायला लालजी खाली वाकला. फुलं परडीत भरताना चुकून त्याची बोटं तिच्या बोटांना लागली. तिनं झटकन आपला हात काढून घेतला. क्षणभर त्यांची नजरभेट झाली, मग सकीनानं नजर फिरवली, परडी उचलली आणि ती घरात गेली. लालजी विचारात पडून तिच्याकडे बघत राहिला.

***

महिने भराभर उलटत होते, लालजीला झांजिबारला येऊन लवकरच एक वर्ष झालं असतं. तसा तो संतुष्ट होता, पण सकीनाचं लग्न जसजसं जवळ येत चाललं,

तसतसा तो जास्त जास्त अस्वस्थ होऊ लागला. तो स्वत:शीच विचार करत बसायचा. दुसऱ्याच कुठल्यातरी जन्मात जणू घडला असावा अशा दुसऱ्या एका लग्नसमारंभांची त्याला आठवण यायची. त्याला रेहमूमामा आणि बानूमामीची – नेहमीच यायची तशी रेश्माची आठवण येऊ लागली. त्यानं तिला शेवटची बघितली होती तशी त्याच्या डोळ्यासमोर ती यायची. डोलीचा पडदा बंद होऊन डोली पुढे निघण्यापूर्वी दिसलेला अतिशय दु:खी चेहरा.

तो चेहरा जणू त्याच्या मागे मागे येत राहायचा. मग त्याचे विचार भरकटू लागले – कदाचित तिनं तिच्या नवऱ्याला सोडलं असेल आणि लालजी तिच्याकडे परत यायची वाट बघत असेल!

एके दिवशी अत्यंत अस्वस्थ मन:स्थितीत तो धारिया धानींकडे गेला आणि त्यानं त्यांना सांगितलं की, त्याला झांजिबार सोडून परत जायचं होतं.

त्या वृद्ध गृहस्थांना अतिशय आश्चर्य वाटलं. ''सोडून? पण का लालजी? मला वाटलं तुला आवडतंय इथे?''

''आवडतंय. मला झांजिबार खूप आवडतं, पण मला घरची खूप आठवण येते. माझ्या आता लक्षात आलंय की, माझं मन नेहमी तिथंच गुंतलेलं असेल!''

धारिया धानींनी आग्रह धरला की, सकीनाचं लग्न होऊन जाईपर्यंत त्यानं थांबावं. ''त्याच्या आधी तू जाऊच शकत नाहीस. तू आता कुटुंबातलाच एक झाला आहेस. सगळ्या समारंभांसाठी आणि आपल्याकडे जे पाहुणे येतील त्यांची व्यवस्था बघण्यासाठी तुझ्या मदतीवर अवलंबून होतो मी. पॅरिसहूनसुद्धा पाहुणे येणार आहेत.''

धारिया धानी त्याच्याशी नेहमीच इतके चांगले आणि औदार्यानं वागले होते की, लालजीनं त्यांना नाही म्हणण्याचा प्रश्नच नव्हता.

***

विवाहसमारंभ लक्षात राहण्यासारखा झाला. झांजिबारचे सुलतान आले होते, आणि कोणी विशेष व्यक्ती असावे तसे दिसतही होते. लाल-पिवळ्या-तपकिरी आणि पांढऱ्या अशा उठून दिसणाऱ्या रंगांच्या बऱ्याच घड्या असलेला ऐटबाज शिरटोप होता त्यांचा. लांब रेशमी खुंजूवर त्यांनी खूप सुंदर भरतकाम केलेलं जॅकेट घातलं होतं, आणि त्याच्यावरून अनेक सोन्याच्या साखळ्या होत्या. कंबरेभोवती फारच सुंदर पट्टा तलवार लटकवण्याचा होता, त्याला सोन्याची मूठ असलेला जांबिया होता, ज्याच्या म्यानावरही सोन्याची नक्षी होती.

वेगवेगळ्या देशांच्या वकिलातींचे प्रतिनिधीही उपस्थित होते, तसेच टांगानिका आणि झांजिबारचे आणि इतर ठिकाणचे विशेष प्रतिष्ठित नागरिकही. कारण धारिया धानींचा मान मोठा होता. पूर्वी त्यांचा गुलाम असलेल्या सिम्बाच्या मदतीमुळे हेन्री

स्टॅन्लेला प्रवासी संशोधक डेव्हिड लिव्हिंग्स्टनला १८७१मध्ये टांगानिकात शोधून काढण्यात यश आलं होतं. त्यामुळे तर धारिया धानीला 'सर' हा किताब मिळाला होता!

सगळ्याच नववधू सुंदर दिसतात तशी सकीना सुरेख दिसत होती आणि लालजीनं तिला जेव्हा तिच्या तरतरीत दिसणाऱ्या नवऱ्याकडे हळूच एक चोरटा कटाक्ष टाकताना पाहिलं, तेव्हा तिचे कौतुकभरले डोळे बघून त्याच्या ओठांवर जरासं आशाळू स्मित आलं. इतक्या मोठ्या घराण्यातली न् सुसंस्कृत मुलगी पत्नी म्हणून मिळाली, तर कसं वाटेल असा त्याला विचार आला. सर धानिया धानींच्या कुटुंबातल्या मुलीचं लग्न एखाद्या साध्यासुध्या बकऱ्या चारणाऱ्याबरोबर होण्याच्या वेडसर मूर्ख कल्पनेचं जरा हसूही आलं!

समारंभ शानदार रीतीनं संपन्न झाला. वराकडली मंडळी वधूला घेऊन परत गेली आणि सगळं पूर्ववत स्थिरस्थावर झाल्यावर धारिया धानींचं कुटुंब त्यांच्या नेहमीच्या उद्योगांमध्ये गुंतलं.

***

लालजीला आता कमी अस्वस्थ वाटत असे. त्यानं पुन्हा एकदा स्वत:ला कामात गुंतवून घेतलं. धारिया धानी त्याच्या कामावर खूश होते. त्यांची मोम्बासाची, दारेसलामची कामं करायला ते त्याला पाठवू लागले. त्यांना लालजी आवडू लागला होता आणि त्यानं तिथेच राहावं म्हणून त्याचं मन वळवायचा ते प्रयत्न करत होते.

"तू इथेच स्थायिक का नाही होत?" त्यांनी लालजीला सुचवलं. "तुझ्यामध्ये खूपकाही करू शकण्याची बुद्धी आहे. तेज तेजानी नावाचा माझा एक मित्र आहे. छानच चाललंय त्याचं. त्याची एक गुणी, सुंदर मुलगी आहे, जी तुझ्यासाठी योग्य पत्नी होईल, 'पीठ' (पैसे, दागिने, इ.) ही भरपूर देतील. तू 'हो' म्हणत असशील तर मी स्वत: मागणी घालायला जाईन. मला तो कधीच नाही म्हणणार नाही."

लालजीनं त्यांचं म्हणणं शांतपणे ऐकून घेतलं आणि काय करावं यावर विचार केला. आफ्रिकेत छान जम बसू शकला असता आणि मायदेशात अमक्या व्यक्तीसाठी किंवा अमुक करण्यासाठी परत जावं असं त्याच्या बाबतीत काहीच नव्हतं. पण त्याचा निश्चय होत नव्हता – बुद्धीपेक्षाही मनानं. कारण मायदेशाची ओढ खूप होती आणि परक्या देशात कायम राहण्याच्या विचाराचा मनाला मोह पडत नव्हता. थोडे दिवस तो यावर विचार करत राहिला.

त्या दिवसांमध्येच एका रात्री त्याला एक स्वप्न पडलं – स्वप्नात बानूमामी कॉटवर झोपून होती. खूप फिकट पडलेली अन् अगदी निपचित. तिला वात झाला होता. खूपच आजारी होती ती. तिचे ओठ थरथरत होते, ती बोलत होती ते असंबद्ध शब्द लालजीला कळत नव्हते. मग एकदम ती मोठ्यानं ओरडली, "लालजी! माझा

बेटा लालजी कुठं आहे?'' तिच्या सर्वांत मोठ्या मुलानं – शाबूनं तिचा हात हातात घेतला आणि तो हळूच म्हणाला, ''आम्ही सगळे इथंच आहोत ना, तुझे सगळे मुलगे.''

पण बानूमामीनं मनाला खूप त्रास होत असेल तसं डोकं हलवलं – ''नाही!'' ती रडत रडत म्हणाली, ''लालजीनं माझ्यावर पोटच्या पोरासारखं प्रेम केलं – आणि मी काही केलं नाही त्याच्यासाठी!''

लालजी जागा झाला तेव्हा तो मनानं खूप अस्वस्थ होता. त्याला कळून चुकलं होतं की, त्यानं परत जाणंच योग्य होतं. त्याचं मन फारच अस्वस्थ होतं, त्याचा जीव तिकडे खूप लांब अडकला होता. त्याचा स्वप्नांवर विश्वास आहे की नाही, हे महत्त्वाचं नव्हतं; त्यानं त्या स्वप्नाचा अर्थ असा लावला होता की, त्यानं परत जाऊन भूतकाळातली तोडून टाकलेली नाती परत जोडण्याची वेळ आली होती. त्यानं कबूल केलं किंवा नाही केलं, तरी त्याचं त्याला ठाऊक होतं, की रेश्मा पुन्हा भेटण्याच्या शक्यतेनंही तो मायदेशी परत जाण्यासाठी अस्वस्थ होत होता.

दुसऱ्या दिवशी सकाळी लवकरच लालजी धारिया धानींकडे गेला आणि इतक्या घाईनं परत जायला निघत असल्याबद्दल त्यानं माफी मागितली, पण हेही स्पष्ट सांगितलं, की मायदेशाची हाक फार आग्रहाची, मनापासूनची होती. त्यामुळे त्यानं परत जाण्याची वेळ आली होती.

१५

झांजिबारला येऊन दोन वर्षं होत होती. १८८१ सालच्या एप्रिलमध्ये केप कॉलनी ते मुंबई या मार्गाने जाणाऱ्या S.S.Bahadur जहाजावर लालजी दाखल झाला आणि त्याच्या मायदेशाच्या किनाऱ्याकडे निघाला.

जहाज जसजसं हिंदुस्थानच्या किनाऱ्याजवळ येऊ लागलं, तसतसं लालजीचं मन उचंबळू लागलं आणि त्याला पुन्हा एकदा खातरीनं जाणवलं की, ही 'त्याची भूमी' होती. जहाज जेव्हा मुंबई बंदरात शिरलं आणि जेव्हा त्याला मलबार हिलच्या, कंबाला हिलच्या हिरव्यागार लहान टेकड्या दिसल्या, दूर अंतरावर वरळी दिसलं, तेव्हा 'घरी' आल्यासारखं वाटलं.

पण त्या तरुण मुलाला मुंबई 'आपली' वाटत असली, तरी त्याच्यासाठी आणि त्याच्यासारख्या बाहेरून येऊन पोचणाऱ्या अनेक इतरांसाठी मुंबईत जागा नव्हती! त्यामुळे त्या शहरातली परत आल्यानंतरची पहिली रात्र त्यानं 'मर्कन्टाइल मॅन्शन्स' नावाच्या भव्य इमारतीसमोरच्या फूटपाथवरच काढली!

त्या रात्री लालजीनं स्वप्नात परत बानूमामीला बघितलं. अर्धवट झोपेत भूतकाळातली कितीतरी दृश्यं दिसत राहिली आणि तो अस्वस्थपणे कूस बदलत राहिला. रेश्माचा चेहरा तर पुन्हा पुन्हा डोळ्यांसमोर येतच राहिला. परत जायचंच, असं त्यानं ठरवलं आणि अधीरपणे पहाट होण्याची वाट बघत राहिला. जरा उजाडल्याबरोबर त्यानं आपलं सामान गोळा केलं आणि कच्छच्या लांबच्या प्रवासावर निघाला.

***

मनात अनेक भावना उचंबळून येऊन लालजी घरच्या त्या जुन्या लाकडी दाराच्या बाहेर उभा होता. त्याला सहा वर्षांचा तो छोटा मुलगा आठवला, जो एक दिवस याच्या बाहेर उभा होता. तेव्हा सारखंच आत्ताही गेटाच्या आत गेल्यावर त्याला काय अनुभव येईल याचा तो विचार करत होता. गेटाच्या आत पलीकडे ते

विटांनी बांधलेलं जुनं घर होतं, जिथे तो लहान असल्यापासून वयात येईपर्यंत वाढला होता. त्यानं गेटातून आत डोकावून बघितलं... जणू लहानपणची काही दृश्यं तो तिथे शोधत होता. मग हळूच त्यानं ते ढकलून उघडलं.

त्याच्या दिशेनं येणाऱ्या पावलांच्या आवाजानं शांतता भंगली. "कोण?" "कोण आहे तिकडे?" त्याला ओळखीचा आवाज आला. मग तो आवाज एकदम खाली झाला. "लालजी? तू? खरंच तू आलायस?"

पुढच्या क्षणी लालजीभोवती उबदार मिठी पडली आणि त्याला एकदम सुटल्यासारखं वाटून हसायला आलं. "मावशी! किती छान वाटतंय तुला बघून! होय गं, खरंच मी आहे! आणि तू मावशी, जशी मला आठवत होतीस, तश्शीच आहेस! आणि हा आपला डब्बू?"

मावशीच्या मागे लपलेला डब्बू एका बाजूनं जरा वाकडा असलेला, पण आनंदानं उजळलेल्या चेहऱ्यानं हसत, टाळ्या वाजवत "लालजी! लालजी! लालजी!" करून ओरडत उड्या मारायला लागला.

तेवढ्यात घरचे इतरही सगळे गोळा झाले. सर्वांनाच त्याला बघून खराखुरा आनंद झाला आहे, असं वाटलं. रेहमूमामूंनीही त्याची गळाभेट घेतली. "तू आलास छान झालं लालजी," ते म्हणाले, "बरं वाटलं तुला पुन्हा बघून."

आपलं स्वागत कसं होईल, याची लालजीला मनातून धाकधूक होती. इतकं छान स्वागत झालेलं बघून त्याला साश्चर्य आनंद झाला. त्याने आजूबाजूला बघितलं. बानूमामी कुठं दिसली नाही. "मामी कुठाय?" त्यानं शेवटी धीर करून विचारलं, कारण त्याला त्याचं स्वप्न आठवत होतं आणि आपल्याला यायला उशीर तर नसेल ना झाला, अशी भीती वाटत होती.

"ती आराम करतेय," शानू हळू आवाजात म्हणाला. आता त्याच्या एकदम लक्षात आलं होतं की, त्यांच्या आवाजांनी तिला त्रास होत असेल! "ती खूप दिवसांपासून बरीच आजारी होती, आम्हाला ती वाचते का नाही म्हणून भीती वाटत होती, पण देवाच्या दयेनं तिला बरं आहे आता. तिला खूपच आनंद होईल तुला बघून."

'किती अशक्त झालीय् ही!' जो चेहरा त्याला नेहमी आठवत असे, त्या चेहऱ्याकडे बघताना त्याला वाटलं. शाबूनं तिच्या कानाजवळ तोंड नेऊन हळूच म्हटलं, "बा! जागी आहेस? बघ तरी तुला भेटायला कोण आलंय?"

हळूहळू तिनं डोळे उघडले. तिनं लालजीकडे बघितलं तेव्हा तिचा चेहरा अविश्वासानं आणि गोंधळून गेल्यानं बावरलेला दिसत होता. "लालजी?" तिनं खातरी न वाटून शाबूकडे बघितलं. "खरंच लालजी आलाय?"

"हो बा, लालजी आलाय. तुला आठवतंय तू त्याची आठवण काढत होतीस? हा बघ, आलाय तो!"

"ती माझी आठवण काढत होती?" खरंच न वाटून लालजीनं शाबूला विचारलं. शाबूनं होकारार्थी मान हलवली. "दोन आठवडे झाले असतील त्याला. तिला वात झाला होता, पण ती काय बोलत होती ते तिला बरोबर कळत नव्हतं."

मामीचा हात हातात घेऊन, तिच्या कपाळावर थोपटत लालजी खूप वेळ तिच्याबरोबर बसून राहिला. अंगात होती तेवढी शक्ती गोळा करून ती प्रेमानं त्याचा हात दाबत राहिली. ती हळूहळू थोडं थोडं बोलत होती – "गेल्या सगळ्या वर्षांमध्ये मला तुझी कितीदातरी आठवण यायची – तुझी काळजी वाटायची मला – तू कुठे गेला असशील, कसा असशील असं वाटायचं. पण मनात कुठेतरी खातरीही वाटायची, की तुझं सगळं ठीक होईल! – आणि खरंच तू आलास!" सस्मित चेहऱ्यानं त्याच्याकडे बघता बघता ती झोपून गेली.

तेवढ्यात दारापलीकडे कोणाचीतरी सावली दिसली. लालजीच्या काळजाचा ठोका चुकला, चेहरा लाल झाला. रेश्मा होती ती? ती इथे काय करत होती? तिच्या आजारी आईला भेटायला आली असेल. तिच्याबद्दल काहीतरी कळावं अशी फार इच्छा होती त्याची, पण तिचा उल्लेख कोणीच केला नव्हता, आणि विचारायला त्याला अवघड वाटत होतं. त्याला वाटलं मावशीला विचारावं.

लालजीला मावशी घरामागच्या जागेत धान्य पाखडताना दिसली. त्यानं तोंडही उघडायच्या आधीच आपलं वृद्ध समजूतदार डोकं हलवत ती म्हणाली, "खरं म्हणजे तू तिला भेटायला आलास ना? अजूनही तुझ्या मनातून गेली नाहीये ती!"

"मला लग्न करायचंय मावशी तिच्याशी," लालजीच्या तोंडून एकदम निघून गेलं. "तिला माझ्याबरोबर घेऊन जायचंय आणि नव्यानं आयुष्य सुरू करायचंय."

मावशीनं सुस्कारा टाकला. "ती दुसऱ्याची बायको आहे बेटा. कळत कसं नाही तुला? त्याच्या मुलांची आई आहे ती. त्याच्या मुलाला आपलं दूध पाजतेय ती. विसरून जा आता तिला."

पण लालजीचं मन इतकं भरून आलं होतं की, तो ऐकून घेण्याच्या मन:स्थितीत नव्हता. "ती विचारते कधी माझ्याबद्दल?"

म्हाताऱ्या मावशीनं पुन्हा सुस्कारा टाकला, "वेडा मुलगा! अरे, बाईच्या काळजातली गुपितं कोणाला ठाऊक असतात रे?"

भरून आलेल्या भावनांनी गळा दाटून आलेला लालजी डोकं आणि मन शांत करायला बाहेर मोकळ्या हवेत गेला. बाहेर पडून जुन्या ओळखीच्या कडुनिंबाच्या दिशेनं चालता चालता तो थबकला. झाडाखालच्या झोपाळ्यावर आधीच कोणीतरी येऊन बसलं होतं. तो आणखी थोडी पावलं पुढे गेला आणि मग थांबलाच.

रेश्मा होती ती. धडधडत्या काळजानं तो पुढे गेला.

पाठीमागून येणाऱ्या पावलांचा आवाज ऐकून दचकून रेश्मानं मागे वळून

बघितलं. त्याला बघून चटकन झोपाळ्यावरून उठली.

लालजीला वाटत होतं ती एकटी आहे, पण तसं नव्हतं. तिचा घागरा धरून एक छोटा मुलगा तिला ओढत होता आणि तिच्या हातात एक तान्हुलं होतं. ते दृश्य बघून तो व्याकूळ झाला; गडबडला. त्याला काय वाटलं होतं की, ती तशीच कुमारिका राहिली असेल त्याची वाट बघत? काहीतरी चमत्कार घडला असेल आणि तिच्या विवाहाची खरी पूर्तता झालीच नसेल? गेल्या सगळ्या वर्षांमध्ये कित्येकदा तो तिला पुन्हा एकदा बघावी म्हणून व्याकूळ झाला होता! कित्येकदा या क्षणाची स्वप्नं त्यानं बघितली असतील! ती त्याच्या बाहुपाशात आल्याच्या कल्पना केल्या असतील! एकमेकांवर खूप प्रेम असल्याचं ती दोघं कितीदा पुन्हा पुन्हा एकमेकांना सांगत असतील...! पण आत्ता तो क्षण अनपेक्षितपणे पुढे येऊन ठाकला होता आणि लालजीच्या तोंडून शब्दही फुटत नव्हता!

मागे शिकारी लागलेलं हरीण पळता पळता थांबावं त्या तऱ्हेनं रेश्मा थांबली. काहीतरी बोलायला तिनं तोंड उघडलं – पुन्हा बंद केलं – शब्द उमटलेच नाहीत, अबोलच राहिले. ती खाली बघत उभी होती. मग क्षणभरच वर बघून तिनं त्याच्या नजरेला नजर दिली. स्वर्गीय सौंदर्यवती दिसत होती ती, आणि मातृत्वानं तिच्या सौंदर्यात भर टाकली होती. आणि दुःखानंही! मनातली कळ दाबता दाबता लालजीला वाटलं. कारण तिच्या आताच्या सौंदर्यात एक मार्दव होतं, जे दुःखानंच येतं.

रेश्माचे डोळे आता डबडबून आले होते. जे गमावलं होतं त्याची आस आणि वेदना भरलेले अश्रू. तिनं नजर खाली वळवली. त्या दोघांसाठी वेळ फार पूर्वीच निघून गेली होती, हे तिलाही ठाऊक होतंच. जणूकाही लालजीपासून, स्वतःपासून, मोहापासून स्वतःला वाचवण्यासाठी तिनं तिचं बाळ छातीशी कवटाळलं.

एक शब्दही न बोलता ती त्याच्या समोरून घराकडे चालू लागली, जिथं ती सुरक्षित होती. रेश्माला असं जाताना बघत राहिलेल्या लालजीला कळून चुकलं की, त्यानं तिला कायमची गमावली होती.

***

जवळजवळ एक पंधरवडा लालजी गोघामध्ये होता. बानूमामीची प्रकृती चांगली सुधारायला लागल्यावर त्यानं ठरवलं की, आता मुंबईला परत जावं.

उन्हाळ्यातल्या एका तापू लागलेल्या सकाळी तो निघाला. दुपारी तो रस्त्याच्या कडेच्या एका लहानशा खानावळीसारख्या जागी काहीतरी खायला थांबला. आसपासच्या कितीतरी मैल अंतरात ती एकच अशी जागा होती. साध्याशा त्या जागेत एकाच तऱ्हेचं जेवण मिळे, पण भरपूर असे. तिथे जेवायला येणारे लोक धूळभरल्या वाळवंटातून मैलोन्मैल चालत आलेले असत, त्यामुळे साहजिकच सगळेच खूप

थकले-भागलेले आणि भुकेले असत. त्यांच्या जेवणाबद्दल किंवा ते कसं वाढलं जातं, याबद्दल त्यांची कधीच काही तक्रारी नसे.

गरम भाकरी, बटाट्याची भाजी न् ताजं घरचं लोणी यांवर लालजी ताव मारत होता. जोडीला कच्चा कांदा न् मिरची चवीनं खात होता. एकीकडे त्याच बाकावर दुसऱ्या टोकाला बसलेल्या दोघांच्या बोलण्यातलं थोडं थोडं त्याला ऐकू येत होतं.

''गुल्लू येणार आहे,'' एक जण म्हणाला, ''मुन्नीला आणि मुलांना घेऊन. जप्पू आता छान तरणाबांड मुलगा झालाय.''

लालजीनं कान टवकारले.

''हो तर! माझ्या मुलीसाठी – शबानासाठी – माझं लक्ष आहे त्याच्यावर.'' दुसऱ्यानं मनातलं सांगितलं.

''देखणा मुलगा आहे तो. जोडी छान होईल त्यांची.'' मित्रानं दुजोरा दिला. लालजीच्या काळजाची धडधड वाढली. ही नावं तर त्याला चांगलीच माहितीची होती! तीच असतील ही! तसं असण्याच्या शक्यतेनं त्याचं मन भरून आलं. विचारलंच पाहिजे होतं.

''तुम्ही लाखाची मुलगी मुन्नी – तिच्याबद्दल बोलताय? सिद्धपूरच्या?'' त्यानं मग विचारलंच.

ते दोघं बोलणं थांबवून त्याच्याकडे बघायला लागले. ''तुम्ही ओळखता त्यांना?'' एकानं विचारलं.

''तुम्ही दोघं सिद्धपूरचे आहात?'' लालजीनं विचारलं.

''मी तिथला आहे,'' पहिला म्हणाला, ''माझा हा मित्र या भागातला आहे. पण तुम्ही कोण?''

लालजीला बोलवेना. त्याच्या डोळ्यात पाणी आलं. त्या माणसानं आश्चर्यानं त्याच्याकडे बघितलं. ''ठीक आहात ना तुम्ही?'' त्या दुसऱ्यानं चिंता वाटून विचारलं.

लालजीनं होकारार्थी मान हलवली आणि मग हळूहळू त्याची कहाणी सांगितली. ''अरेच्चा! लालजी? मी तर कधी ओळखलाच नसता तुला!'' त्याची कहाणी ऐकल्यावर तो सिद्धपूरचा माणूस उद्गारला. झटकन उठून त्यानं लालजीला मिठीच मारली.

लालजी ओळख न पटून त्याच्याकडे बघत राहिला.

''अरे? मी सोनू! मी आठवत नाही तुला? चंदू हलवायाचा मुलगा मी. आपण विटी-दांडू नव्हतो का खेळत बरोबर? गेल्या इतक्या वर्षांमध्ये तुझी कितीदा आठवण यायची आम्हाला, आणि वाटायचं, काय झालं तुझं कोणास ठाऊक! तुला बघून तुझ्या घरच्यांना केवढा आनंद होईल! दोन वर्षांपूर्वी ते सगळे तुला शोधायला थेट गोघापर्यंत आले होते, पण तू तोपर्यंत मामांचं घर सोडून गेलावतास. त्यांना वाटलं की, आता त्यांनी गमावलंच तुला आणि कधी पुन्हा भेटणार नाहीस!'' सोनू

बोलायचा थांबला आणि त्यानं आपला थैला उचलला. ''मी आत्ता सिद्धपूरलाच चाललोय. तू का येत नाहीस माझ्याबरोबर?''

***

भोवताली पसरलेल्या वाळवंटात एखादा ठिपका असावा तसं दिसणारं छोटंसं सुस्त सिद्धपूर किती छोटंसं होतं, हे लालजी विसरलाच होता. पण तरीही क्षणभर त्याला असं वाटलं, जणू तो कधी हे गाव सोडून गेलाच नव्हता. ते दोघं त्याच्या वडिलांच्या घराकडे चालले होते तेव्हा त्याच्या छातीत धडधडत होतं. त्याच्या लहानपणच्या त्या घरात आता मुन्नी-गुल्लू आणि त्यांचं कुटुंब राहत असे.

उंबरठ्याशीच एक स्त्री बसली होती. जुन्या कापडाचे तुकडे तुकडे जोडून शिवलेल्या गोधडीवर ती भरतकाम करत होती. हे दोघे तिथं पोचले, तशी तिनं वर बघितलं आणि त्यांच्या अभिवादनाला उलट अभिवादन केलं. पालथ्या तळहातानं तिनं डोळ्यांवर आलेली पिकल्या केसांची बट मागे सारली.

मुन्नीबेन! तिला त्यानं कुठेही ओळखली असती. लालजीला इतकं भरून आलं, की त्याला धड श्वासही घेता येईना. त्याला पळत तिच्याकडे जाऊन मिठी मारायची होती, पण का कोण जाणे, तो घुटमळला. ती ओळखेल त्याला?

मुन्नी हळूहळू चालत त्यांच्याकडे आली. सोनूकडे बघून ती हसली आणि त्याच्याबरोबर हा तरुण माणूस कोण आला असेल, असं तिला वाटत राहिलं. का कोण जाणे तो ओळखीचा असल्यासारखं वाटत होतं. म्हणजे ओळखीचा तर नव्हता, पण... तिची पावलं अडखळली – 'तो' असणं तर शक्यच नाही – तिच्या चेहऱ्यावर आधी गोंधळ आणि मग अजिबात खरंच न वाटणं, असे भाव उमटले. मग जागचं हलायची भीती वाटून ती स्तब्ध उभी राहिली.

पण लालजीला आता राहवेना. तो धावत पुढे जाऊन तिच्यासमोर उभा राहिला. ''मुन्नीबेन,'' तो हळुवारपणे म्हणाला, ''मी – लालजी!''

मुन्नीनं दोन्ही तळहात त्याच्या गालांवर ठेवले आणि आंधळ्यासारखं चाचपडत ती त्याच्या चेहऱ्यावर बोटं फिरवत राहिली. डोळ्यांनी जणू त्याला पिऊन घेत राहिली. त्यानं दोन्ही हात तिच्याभोवती टाकले. दोघंही बोलली नाहीत, रडत राहिली.

दाराशी कोणी नवखाच माणूस बघून जप्पू एकदम थबकला. स्वत:चंच प्रतिबिंब बघितल्यासारखं त्याला वाटलं, इतका तो नवखा माणूस त्याच्यासारखाच दिसत होता. त्यानं बकऱ्या बांधल्या आणि कुतूहलानं त्यांच्याकडे आला. त्यानं मुन्नीबेनला इतकी भावनावश झालेली कधीच पाहिली नव्हती.

"जप्पू!" ती रडतच आवेगानं म्हणाली, "कोण परत घरी आलंय बघ!" तिच्यानं जास्त बोलवेना. वर्षानुवर्षं वेगळे राहिलेल्या दोघा भावांना एकमेकांना मिठी मारताना बघून तिला इतकं भरून आलं, की तिचा आवाजच उमटेना!

***

लालजी बरेच आठवडे सिद्धपूरला राहिला. त्याचं इतकं आपुलकीनं स्वागत कुठेच झालं नव्हतं. खेड्यात सगळीकडे जशी बातमी पसरली, की लखाचा मुलगा पंधरा वर्षांनी परत आलाय, तसे गावातले लोक मुन्नीच्या लहानशा घरात त्याला प्रेमानं भेटायला गोळा झाले.

सिद्धपूरमध्ये काहीही बदललं नव्हतं. ते अफाट मोठं वाळवंट, स्वच्छ आभाळात ठळकपणे चमचमणाऱ्या चांदण्या, उजाड आसमंत आणि कडक ऊन – काही बदललं नव्हतं, पण तसंच बदललं नव्हतं लोकांचं आपुलकीचं, मैत्रीपूर्ण वागणं आणि भयानक दारिद्र्यही. त्याची आई होती तशीच मुन्नीबेन अतिशय कृश होता. लग्न होऊन मूल असलेली, सुखात असलेली तिची थोरली मुलगीही कुपोषणामुळे अशक्त होती. १७ वर्षांचा झालेल्या जप्पूचं भविष्य इथे या ठिकाणी काय होतं? लालजी विचार करत राहिला. तो काय सारा जन्म बकऱ्या चारत घालवणार होता?

लालजी या साऱ्या प्रश्नांनी अस्वस्थ झाला, कारण त्याला उपाय सुचत नव्हता. त्याची मुळं जिथं होती, तिथून तो केवळ मैलांच्या अंतरानं नाही, तर आकांक्षांच्या दृष्टीनंही खूप दूर गेला होता, हे त्याला समजून चुकलं होतं. तो अजूनही गरीबच होता, पण त्याच्या सुरुवातीच्या पिळवटून टाकणाऱ्या गरिबीपासून दूर आला होता.

वाळवंटातल्या वाळूत, अथांग आभाळात झगमगणाऱ्या चांदण्यांखाली, शहर आणि तिथलं वेगळंच वातावरण यांच्यापासून दूर पडून राहिलेल्या लालजीला माणसाच्या – त्याच्या – नगण्य क्षुद्रतेनं आणि अनादि अनंत असलेल्या काळाच्या जाणिवेनं दडपून जायला झालं. आयुष्यातील खऱ्या महत्त्वाच्या गोष्टींकडे बघण्याचा एक वेगळा दृष्टिकोन त्याला उमगला, विश्वाच्या पसाऱ्याशी असलेलं एक वेगळंच नातं लक्षात आलं. मग साहजिकपणे त्याला प्रश्न पडला, की आयुष्य आणि मृत्यू यांच्या विशाल अर्थाचा विचार केला, तर इथलं काहीही न बदललेलं निष्पाप, साधंसुधं आयुष्य सोडून शहरातल्या सोनेरी झगमगाटाच्या आयुष्याच्या मागे लागणं हे योग्य दिशेनं पाऊल टाकणं होतं का? पण त्याच्या मनातून तो जाणून होता, की त्याचं भवितव्य या खेड्यात नव्हतं.

***

मुन्नी समजून होती की, लालजी परत जाईल आणि त्याबद्दल तिला दु:ख होत होतं, तरी ते अटळच होतं हे तिनं मनानं स्वीकारलं होतं. ती फार लहान वयापासून जे तिच्या वाट्याला येईल त्याबद्दल कृतज्ञ राहायला आणि जे तिला मिळू शकणारं नव्हतं, त्याची आस न धरायला शिकली होती.

परत निघणं लालजीला वाटलं होतं त्याहून अवघड होतं. त्याला माहीत तर होतं की, त्याला गेलंच पाहिजे, पण त्याला हेही माहीत होतं, की आता त्याचं कुटुंब एकदा सापडल्यावर तो त्यांना कधीही सोडून देणार नव्हता.

गुल्लू आणि मुन्नी लालजीबरोबर जवळच्या चौरस्त्यापाशी आले, जिथून त्याला परत जायला काहीतरी वाहन मिळालं असतं.

"तू मुंबईला पोचलास ना, की डोंगरीला माझा चुलत भाऊ लड्डू लाखानी आहे, त्याला भेट." गुल्लूनं लालजीला सांगितलं. "त्याचं नाव लध आहे, पण सगळे त्याला 'लड्डू'च म्हणतात. त्याचे वडील काही वर्षांपूर्वी जुनागढला राहायला गेले, आणि अलीकडेच त्यांनी लड्डूला नशीब अजमावायला म्हणून मुंबईला पाठवून दिलंय. मला तरी शंकाच आहे त्याचं नशीब किती उघडेल याची!" गुल्लू हसत म्हणाला, "आमचा लड्डू फार हुशार वगैरे नाहीये, पण स्वभावानं फारच चांगला आहे. चक्रमसारख्या एकेक कल्पना सुचतात त्याला आणि मग पंचाइतीत सापडतो! – पण त्याला खूप आनंद होईल तुला भेटून."

लालजीनं होकारार्थी मान हलवली. अगदी निघताना मुकाट्यानं त्यानं त्याचा पैशांचा बटवा मुन्नीच्या हातात सरकवला. त्याच्याकडे सगळे मिळून तेवढेच पैसे होते. फक्त मुंबईच्या प्रवासापुरते त्यानं स्वत:जवळ ठेवले होते. त्याला कल्पना होतीच तसा तिनं विरोध केला, पण त्यानं तिची बोटं त्या बटव्यावर घट्ट दाबली आणि हसून 'हे घेण्यात काही गैर नाही' असं हसऱ्या चेहऱ्यानं, न बोलता, डोळ्यांनीच पटवलं. सगळ्यांच्या शेवटच्या गळाभेटी घेऊन तो उभ्या असलेल्या बैलगाडीकडे चालू लागला, तेव्हा ते सगळे जण त्याच्याकडे पाहत राहिले.

१६

लड्डूला बघितल्याबरोबरच लालजीला तो खूप आवडला. खरंच खूप सरळ मनाचा मुलगा होता तो – बुटका आणि गोल बांध्याचा. त्याचं लाजरं स्मित बघता बघता खूप मोठ्यानं खिदळण्यात बदलायचं आणि मग त्याचे सदा विसकटलेले केस आणखीच विसकटायचे. हसायला लागला की, त्याचं लाल नाक आणखीच लाल व्हायचं, त्याच्या प्रेमळ इमानदार डोळ्यांमधून पाणी यायला लागायचं आणि त्याचं गोल डोकं पुढे-मागे, खाली-वर हलायचं. त्याचं हसणं हेच इतकं मजेदार दृश्य असायचं की, जाणारे-येणारे आपोआपच थांबायचे आणि त्यांचं लक्ष त्याच्याकडे वेधलं जायचं.

त्याला दुसरं काही येत असेल किंवा नसेल, पण एक गोष्ट नक्की होती – लड्डूला पैसे मिळवायची विद्या अवगत नव्हती! एखाद्या टेकाडाच्या पायथ्याशी तो उभा असला, तर वर चढण्याचे कष्ट न करता त्याला होता तिथेच बसून राहायला आवडलं असतं!

लड्डू प्रथम मुंबईला आला तेव्हा त्यानं कुठला धंदा, कुठे न् कसा सुरू केला होता लालजीला सांगितलं. क्रॉफर्ड मार्केट नावाचा ऐटबाज नवा बाजार निघाला होता, जिथं फळं, फुलं आणि भाज्या मिळायच्या आणि बाजाराच्या भोवतालच्या भागात नाडीबंडलापासून हिऱ्यांच्या नेकलेसपर्यंत काहीही मिळायचं! या भागात, गळ्यात दोरीनं बांधलेलं उघडं खोकं अडकवून लड्डू फुटकळ गोष्टी विकणाऱ्या फेरीवाल्याचा धंदा करू लागला.

या खोक्यात थक्क करून टाकणाऱ्या असंख्य वस्तू असायच्या! हेअरपिन्स, रिबीन्स, बायकांचे कंगवे, पुरुषांचे कंगवे, उवा काढायच्या बारीक फण्या, तऱ्हेतऱ्हेच्या फॅशनेबल केशरचना करण्यासाठीचे कंगवे, पायजमे आणि परकरांमध्ये घालायला लागणाऱ्या नाडीची बंडलं, सेफ्टी पिना, काजळ, सावळी त्वचा फिरंगी साहेबासारखी गोरी करण्यासाठी लावण्याची क्रीम्स, बटणं, कपड्यांना लावायची कापडी फुलं,

सुया, दोरे, दगडी पाट्या-पेन्सिली, तोंडावरचं मुरुम घालवायला आणि सुंदर तीळ यायला लावायच्या पावडरी, जुलाब बंद करण्यासाठी किंवा पोट साफ करण्यासाठी एकच 'रामबाण' औषध आणि तोंडात विरघळणाऱ्या चिकट रंगीबेरंगी गोड गोळ्या!

पण नशीब! इतक्या चांगल्या चांगल्या आणि तऱ्हेतऱ्हेच्या वस्तू असूनही धंदा करण्याचा लड्डूचा प्रयत्न लवकरच बंद पडला!

मग त्यानं हमालाचं काम करण्याचा प्रयत्न केला, त्याचा तर आणखीच वाईट शेवट झाला! बिचारा लड्डू! शिगोशीग भरलेल्या टोपल्या उचलून डोक्यावर ठेवल्या की, सवय नसलेलं त्याचं डोकं डगमगायला लागायचं! "अरे, चल लवकर!" घाईत असलेली गिऱ्हाइकं ओरडायची. जन्मात कधीही घाईनं काहीच न केलेल्या लड्डूला घाईनं जायच्या प्रयत्नात घाबरून घाम फुटायचा. शेवटी एक दिवस व्हायचं ते झालंच. पिकलेल्या रसाळ हापूस आंब्यांची भरलेली टोपली त्याच्या डोक्यावरून कोलमडून खाली पडली आणि आंबे सगळीकडे पसरले! संतापलेल्या दुकानदाराकडून लड्डूच्या पार्श्वभागावर एक लाथ सोडून दुसरं काहीच मिळालं नाही, हे सांगायला नकोच! "अरे एखादा आंबासुद्धा मला दिला नाही रे! एक फुटलेला आंबा माझ्या डोक्यावर फेकून मारला तेवढा!" लड्डू लालजीजवळ दुःख व्यक्त करत होता! तेव्हा हमालीचा धंदाही तिथेच थांबला.

मग त्याला आणखी एक बिनडोक कल्पना सुचली. स्थानिक जत्रेत त्यानं एक तंबू लावला आणि बाहेर पाटी लावली – "एक आण्यात स्विमिंग मॅच पहा!" आतमध्ये त्यानं एका मोठ्या घमेल्यात पाणी भरलं आणि त्यात काड्यापेटीतली एक काडी तरंगत ठेवली! काही लोक कुतूहलानं बघायला येऊन फसले. मग तीन ठणठणीत पठाण आले.

"कुठे आहे स्विमिंग मॅच?" त्यांनी विचारलं. लड्डूनं नेभळटासारखी ती तरंगणारी काडी दाखवली! त्या तिघांनी त्याचा अंगरखा धरून त्याला समोर खेचला. "तुला वाटलं तरी काय? अशा बकवासाला फसायला आम्ही उल्लू के पठ्ठे आहोत?" एकानं आरोळी ठोकली. "अरे बच्चमजी, आम्ही पंजाबी पहिलवान आहोत, काय समजलं?" दुसरा गरजला; "मी सुखबीरसिंग सिरफोडिया, हा रहिमत खान तगडा आणि हा प्यारे पप्पू जबरदस्त!" एव्हाना लड्डूची गाळण उडून पाय लटपटत होते, तो घामानं थबथबला होता. "आमची माकडं करायला बघतोयस काय?" तिसऱ्यानं डरकाळी फोडली, "दे आमचे पैसे परत, नाहीतर टांग तोडीन तुझी – स्साला!"

त्यांनी त्यांचे पैसे हिसकावून घेतले, पाण्याचं घमेलं लड्डूच्या डोक्यावर उपडं केलं आणि तरातरा निघून गेले. 'स्विमिंग मॅच' अशी संपली!

सुदैवानं ऑगस्ट, १८८१मध्ये लालजी त्याच्याकडे येऊन पोचला तोपर्यंत

लड्डूच्या धंदा करण्याच्या कल्पनांनी वैतागून वडिलांनी त्याची असली कामं बंद करून त्यांच्या धाकट्या भावाकडे काम करायला पाठवलं होतं. वडिलांचा हा धाकटा भाऊ छोटू मुंबईत एक लहानसं किराणा मालाचं दुकान चालवत होता.

पण गुल्लूनं सांगितलं होतं ते बरोबर होतं. लालजीनं गुल्लूचा मेव्हणा म्हणून ओळख करून दिल्याबरोबर दिलदार स्वभावाच्या लड्डूनं त्याचं मनापासून स्वागत केलं होतं. ''मुन्नीबेनचा भाऊ म्हणजे माझाही भाऊच!'' तो म्हणाला होता आणि लालजीला स्वत:ची जागा मिळवून तो स्थिरस्थावर होईपर्यंत त्यानं आग्रहानं त्याच्या एका खोलीच्या घरात लालजीला ठेवून घेतलं होतं.

अशा तऱ्हेनं लालजीचा मुंबईतला दुसरा मुक्काम सुरू झाला. दोन गोष्टी महत्त्वाच्या होत्या, ज्या तो सर्वांत आधी करणार होता. एक म्हणजे शक्य तितक्या लवकर नोकरी शोधणं आणि दुसरं म्हणजे त्याच्या मित्राला – हरीला शोधून काढणं.

संधी मिळाल्याबरोबर लालजी गिरगावातल्या हरीच्या मामांच्या घरी गेला. रमेशमामांनी त्याला सांगितलं की, हरीनं खरोखरच 'न्यू एज स्पिनिंग अॅन्ड वीव्हिंग मिल्स'मध्ये नोकरी धरली होती आणि मिलनं दिलेल्या खोलीत तो राहत होता. मामांनी सुचवलं की, लालजीनं मिलच्या बाहेर गेटवर त्याची वाट बघत थांबावं. १८५४मध्ये कावसजी दावर यांनी ताडदेवला मुंबईतली पहिली कापूस गिरणी काढली होती, त्या मिलला लागूनच ही मिल होती.

***

हरी मिलच्या बाहेर पडला आणि गेटशी उभा असलेला लालजी त्याला दिसला, तेव्हा त्याचा तोंडाचा आच वासला. ''आँ? लालजी?'' तो उद्गारला. ''बघू दे – बघू दे मला तुझ्याकडे!'' लालजीचे खांदे पकडून तो म्हणाला आणि मग डोकं हलवत म्हणाला, ''कितींदातरी तुझी आठवण यायची मला. वाटायचं, की पुन्हा कधी भेटशील का नाही; कुणास ठाऊक!''

नव्यानं उघडलेल्या कोपऱ्यावरच्या इराणी रेस्टॉरंटमध्ये दोघं मित्र बसले आणि भरपूर लोणी लावलेला गरम ब्रुन-मस्का, थोडं पाणी न् जास्त दूध घातलेल्या चहात बुडवून खाता खाता, मधल्या काळात दोघांच्या आयुष्यात काय काय घडलं ते एकमेकांना सांगत राहिले. या रेस्टॉरंट्सच्या विचित्र धोरणांना अनुसरून एक नोटिस लावली होती – १. सर्व जातीच्या लोकांचे स्वागत आहे. २. कोपऱ्यांमध्ये थुंकू नये. ३. फार जास्त वेळ बसू नये. बिल चुकते करावे आणि निघावे. ४. पुन्हा जरूर यावे.

दोघांनीही ती नोटिस वाचली नाही किंवा मनावर घेतली नाही. त्यांना एकमेकांना इतकं सांगायचं होतं, इतक्या गोष्टींबद्दल बोलायचं होतं की, कितीतरी तास ते तिथे बसले होते.

सुताच्या गिरणीबद्दलच्या त्याच्या अनुभवांबद्दल हरीनं लालजीला सांगितलं. लालजीला विश्वासात घेऊन त्यानं त्याला हेही सांगितलं की, त्यानं अर्ध-वेळच्या कॉलेजात नाव घातलं होतं. त्याचं फार वर्षांपासूनचं वकील होण्याचं स्वप्न पूर्ण करण्याच्या दिशेनं ते पहिलं पाऊल होतं.

कितीतरी वर्षांपूर्वी ज्या आठ वर्षांच्या मुलीशी त्याचं लग्न झालं होतं, ती आता वयात आली होती आणि पुण्यातल्या त्याच्या कुटुंबाच्या घरी राहायला आली होती. अगदी अलीकडेच, कुटुंबातल्या माणसांच्या विरोधाला न जुमानता तो त्याच्या बायकोला मुंबईला घेऊन आला होता. त्याच्या बायकोनं शहरात राहायला जाणं त्याच्या आईवडिलांना आवडलं नव्हतं. नवरा दिवसभर मिलमध्ये कामाला गेल्यावर ती तरुण मुलगी एकटी मुंबईत काय करणार होती? तिच्या मदतीला, तिला सांगा-सवरायला, त्यांच्या चालीरीती, परंपरा, सगळं शिकवायला सासू-सासरे नसतील, तर तिला कसं जमेल? पण तिनं त्याच्याबरोबर जावं, यावर हरी ठाम होता. तो शहरात एकटा राहत असताना तिनं सासरी त्यांच्याकडे का राहायचं? त्याला पत्नी हवी म्हणून त्यानं लग्न केलं होतं – सासरी मदतीला घरात दोन जास्तीचे हात हवेत म्हणून नाही!

असं घडल्यानं त्याच्या घरच्यांच्या मनाला त्रास झाला होताच, पण जेव्हा हरीनं हट्ट धरला की, त्याच्या बायकोनं लिहा-वाचायला शिकावं, तेव्हा तर त्यांना चांगलाच धक्का बसला! त्यानं सांगून टाकलं होतं की, तो स्वतःच तिला शिकवणार होता. वाचनानं तिच्या बुद्धीचा विकास झाला असता आणि ती जे काही करेल त्यात लिहिता-वाचता येत असण्याचा फायदा झाला असता, पण त्यांच्या जातीत असं तर कधी कोणी ऐकलंसुद्धा नव्हतं. बाईला लिहा-वाचायला शिकवायचं? काय झालं काय होतं त्यांच्या मुलाला?

परंतु सर्वांना सगळ्यात आश्चर्य त्यांच्या सुनेच्या स्पष्टवक्तेपणाचं वाटलं होतं.

गरीब स्वभावाची, नम्रपणानं वागणारी नवी नवरी घरी आली तेव्हा त्या सगळ्यांना आनंद झाला होता. त्यांच्या रिवाजाप्रमाणे त्यांनी तिचं नाव बदललं होतं. 'शोभा'ची 'शालिनी' झाली होती. गोरी, सुरेख, मऊ तपकिरी केस आणि घारे-हिरवे डोळे असलेली ती मुलगी पाऊल न वाजवता घरात वावरायची, सांगितलेलं काम करायची आणि न कुरकुरता खूप कष्ट करायची. फक्त कोणी बघत नसेल तेव्हा मधून मधून हळूच आपल्या पतीकडे चोरटा कटाक्ष टाकायची. सासरच्यांना आणखी काय हवं होतं?

पण त्यांना हे माहीत नव्हतं की, खाली मान घालून मुकाट्यानं कामं उरकता उरकता त्यांच्या सुनेचे कानही त्यांचं काम करत असायचे! जी बोलणी चालू असायची, तिचा पती आणि घरातली इतर सर्व जण यांच्यात ज्या चर्चा आणि वादविवाद चालायचे, ते ती लक्षपूर्वक ऐकायची. जितकं जास्त ऐकायला मिळायचं, तितका आपल्या पतीचा तिला जास्त अभिमान वाटायचा आणि त्याची पत्नी

असण्याचा विशेष अभिमान. तिचं आत्तापर्यंतचं आयुष्य इतकं बंदिस्त वातावरणात गेलं होतं की, लिहा-वाचायला शिकण्याचा विचारही तिच्या मनाला कधी शिवला नव्हता, पण जसजसा ती त्याबद्दल विचार करू लागली, तसतसं त्या शक्यतेचं तिला आकर्षण वाटू लागलं.

एक दिवस तिचा पती आणि त्याचे आईवडील यांच्यात चर्चा होता होता रागवारागवी झाली. त्याचा हट्ट होता की, तो त्याच्या बायकोला मुंबईला त्याच्याबरोबर घेऊन जाणारच आणि तिनं जाऊ नये म्हणून ते अडून बसले होते. या वादात पेच पडून मध्ये बोलणं काही क्षण बंद झाले, तेव्हा अगदी हळू, मृदू आवाजात ती म्हणाली की, तिच्या पतींची तशी इच्छा असेल, तर ती त्यांच्याबरोबर मुंबईला जायला तयार होती, कारण एक हिंदू पत्नी म्हणून तिचं ते कर्तव्य होतं.

जेमतेम बारा वर्षांच्या त्या चिमुरडीनं स्वत:चं मत सांगण्याचं धारिष्ट दाखवावं आणि तेही तिला विचारलेलं नसताना, हे बघून सर्व जण थक्कच झाले! बाईच्या जातीला स्वत:चं मत असणं, हे शोभत नसे; तरीही तिचं अगदी नम्रपणानं सांगणं आणि ती जे म्हणाली होती त्यात काही चूक नसणं, या दोन गोष्टींमुळे, त्यावर काय बोलावं हे त्यांना सुचेना!

सर्व प्रथम हरी भानावर आला. त्याच्या पत्नीचं आता त्याला विशेष कौतुक वाटलं आणि त्यानं मग शेवटचा निर्णय म्हणून सांगून टाकलं की, तिनं असं म्हटल्यावर वाद उरलाच नव्हता. ती दोघं पुढच्या आठवड्यात मुंबईला जायला निघणार होती.

***

लालजीनं हरीला त्याच्या समुद्र ओलांडून केलेल्या पहिल्या प्रवासाबद्दल सांगितलं, आणि जगातल्या दुसऱ्या देशांमध्ये असण्यामधली उत्तेजित करणारी मनाची अवस्था, आफ्रिकेची जादू, कर्तृत्ववान धारिया धानी जे स्वत: इतके यशस्वी झाले होते आणि ज्यांच्याकडून तो इतकं शिकला होता, या सर्व गोष्टींबद्दल सांगितलं. लहानपणी दुरावलेल्या आपल्या कुटुंबाला पुन्हा भेटण्यामुळे झालेल्या आनंदाबद्दल त्याने सांगितलं.

लालजीनं गोघाला त्याच्या मामाच्या घरच्यांना तो भेटायला गेला होता त्याबद्दल सांगितलं, तेव्हा मध्येच बरेच क्षण तो एकदम गप्प झाला. दुसऱ्या पुरुषाचं मूल हातात घेऊन बसलेल्या रेश्माला बघताना मनाला झालेल्या वेदना तो पुन्हा अनुभवत होता. लालजी त्याच्यापासून काहीतरी लपवत होता, हे हरीच्या लक्षात आलं, पण नसत्या चौकशा करू नयेत हे त्याला समजत होतं.

लालजीला अजून नोकरी मिळाली नसल्याचं हरीला समजताच त्याने सुचवलं,

की तो जिथे नोकरी करत होता, त्याच मिलमध्ये त्यानं अर्ज करावा. काही म्हटलं तरी सध्या मुंबईत कापसाचा धंदाच 'राजा' होता.

म्हणून मग दोन दिवसांनंतर १८८१ सालच्या नारळी पौर्णिमेनंतरच्या एका निरभ्र सकाळी, पावसाला जरा खंड पडला होता आणि छान ऊन पडलं होतं, तेव्हा मिलचे मालक येण्याची वाट बघत लालजी आणि हरी मुख्य गेटपाशी थांबले. मालकांची बग्गी येऊन थांबली तशी गाडीवर बाहेर उभ्या असलेल्या हुजऱ्यानं पटदिशी खाली उडी मारली आणि शेठच्या चमकदार काळ्या कातडी मोजड्यांवर डबक्यांमधला चिखल उडून त्या खराब होऊ नयेत म्हणून त्यांना हात देऊन मदत केली.

चेहऱ्यावर अहंमन्यता दिसणारे शेठ गंगादास जमनादस मेहता खाली उतरले. त्यांनी स्वच्छ पांढरं धोतर नेसलं होतं आणि सोनेरी बटणांच्या लांब काळ्या कोटाच्या आत पातळ मलमलचा अंगरखा होता. कापून लहान ठेवलेल्या पिकू लागलेल्या केसांवर पांढरी टोपी ऐटीत बसवली होती.

हरी त्यांच्याजवळ गेला, तेव्हा शेठच्या स्मितावरून लालजीनं ताडलं की, त्याच्या मित्राचं बोलणं ते ऐकून तर घेणार होतेच, पण त्याच्याबद्दल त्यांचं मतही चांगलं होतं. मिलमध्ये आणखी माणसं घ्यायचीच होती, त्यामुळे हरीची विनंती ताबडतोब मान्य करण्यात आली.

त्यानंतरच्या सोमवारी सकाळी लवकर कामावर पोचून लालजी 'दि न्यू एज स्पिनिंग ॲन्ड वीव्हिंग मिल्स'मध्ये रुजू झाला. पुढे बऱ्याच दिवसांनी त्याला कळलं की, हे मिलमालक म्हणजे तेच शेठ गंगादास जमनादास होते, ज्यांच्यासाठी खूप वर्षांपूर्वी धुळीनं भरलेल्या एका सकाळी रस्त्याच्या कडेला बसून पालोनजी पेस्तनजी रेडीमनींनी त्याला ओळखपत्र लिहून दिलं होतं!

***

नव्या वातावरणाची ओळख करून घ्यायला उत्सुक असलेला लालजी त्या खूप उंचावर लाकडी वासे घालून वर मंगलोरी कौलं घातलेल्या छपरांच्या, विटांच्या भिंती असलेल्या मोठमोठाल्या शेड्सकडे नवलानं बघत राहिला. थोड्याशाच खिडक्या होत्या, पण छपराखाली ओळीनं जाळ्या लावलेल्या खिडक्या होत्या, ज्यांमधून हवा आणि उजेड येत असे. लालजीच्या लक्षात आलं की, जितका उजेड बाहेरून येईल तितका चांगला म्हणून हे फार महत्त्वाचं होतं, कारण गिरणीतलं काम सूर्योदयाला सुरू व्हायचं आणि सूर्यास्ताला संपायचं. सहज पेट घेईल अशा कापसानं भरलेल्या जागेत अंधार झाल्यावर कंदील लावून काम करणं शक्यही नव्हतं आणि योग्यही नव्हतं.

सर्व खोल्यांमधली हवा कापसाच्या कणांनी भरलेली होती, जे तिथे येणाऱ्या सर्वांवर जणू हल्ला करायचे. लालजीच्या चेहऱ्यावर, नाका-तोंडात ते कण बसत

होते. सारखं झाडत राहूनही जमिनीवर तर ते पसरलेले असायचेच, पण रंग न दिलेल्या खडबडीत विटांच्या भिंतींवरही बसायचे, थेट उडत छपराच्या कौलांपर्यंत जायचे. त्या तापलेल्या खोल्यांमध्ये काम करणाऱ्या कामगारांच्या घामेजलेल्या शरीरांवरही ते चिकटलेले असायचे.

लालजीच्या लक्षात आलं की, कापसाचा धागा सूत काढताना फारसा तुटू नये यासाठी खोली दमट ठेवणं आवश्यक असतं. कमीत कमी पन्नास टक्के आर्द्रता हवेत असावी लागते. त्या दृष्टीनं मुंबईच्या किनाऱ्यावरची दमट आर्द्र हवा सूत काढायला चांगली ठरते. जर हवेत कोरडेपणा जाणवला, तर कामगारांना खोलीत पाणी शिंपडायला सांगितलं जायचं. एकदा तर जरूर तेवढी आर्द्रता राहावी म्हणून बर्फाच्या लाद्याही आणून ठेवाव्या लागल्या होत्या.

मिलमधल्या कामावरच्या पहिल्या दिवशी बाहेर रचून ठेवलेल्या कापसाच्या गासड्या सोडून त्या स्वच्छ करण्यासाठी कापसाच्या दर्जाप्रमाणे त्या वेगवेगळ्या करण्याचं काम सांगण्यात आलं. शेतांमधून सरळ इथे आलेल्या कापसातून बिया आणि इतर कचरा काढावा लागे. तो स्वच्छ केलेला कापूस मग कार्डिंग विभागात पिंजण्यासाठी जाई. तिथे कापूस सुटा करून त्याचे लांब धागे केले जात असत आणि मग ते तारांनी विंचरल्यासारखे व्यवस्थित करून मोठाल्या लाकडी रिळांभोवती गुंडाळले जात असत.

लालजीची नजर तीक्ष्ण होती आणि तो थोड्याच दिवसात आखूड धागे ओळखून वेगळे काढणं, लांब धागे जास्त चांगल्या दर्जाचे कापड करण्यासाठी ठेवणं, रिळांवर धागे गुंडाळले जात असताना कच्चे धागे काढून ते पुन्हा पिळणं ही सर्व कामं करायला शिकला. महिन्याभरातच लालजीला पिंजणी विभागात बढती मिळाली, तिथे नुकतीच नवी मशीन्स बसवली होती.

लालजीसाठी हे नवं जग होतं. ताणा-बाणा करत असताना धातूवर धातू आपटून अखंड होत राहणाऱ्या आवाजाची त्याला आता सवय झाली. आधुनिक यंत्रांनी ज्या वेगानं आणि ज्या प्रमाणात शेकडो कामगार साध्या कापसाच्या गासडीतून सूत तयार करून त्याचं कापड विणत असत ते बघून तो थक्क होऊन भारावून गेला.

शेठना लोक किती मान द्यायचे, त्यांच्या सेवेला किती तत्पर असायचे, हे लालजीच्या लक्षात आलं होतं. त्यांना सलाम करताना चौकीदार कसे ताठ उभे राहायचे! ते आत आले म्हणजे फालतू गप्पा मारणं लगेच बंद करून कामगार लक्ष देऊन त्यांचं काम करायला लागायचे! लालजीला वाटलं, अशा गिरणीचा मालक असणं, इतक्या लोकांना नोकऱ्या देऊ शकणं, किती छान असेल!

सत्तेचा गंध मोहात पाडणारा असतो. लालजीच्या मनात खळबळ झाली, महत्त्वाकांक्षेचं बीज त्याच्या तरुण मनात रोवलं गेलं. अर्थात हातात कवडीही

नसलेल्या, बाहेरून आलेल्या कामगाराचं हे दिवास्वप्न होतं, पण स्वप्नच बघायचं तर मोठंच का बघू नये? कापसांच्या गासड्यांवर पडून राहून कापसाच्या कणांनी भरलेल्या त्या खोलीच्या छताकडे बघत असताना लालजीनं स्वत:शी पक्का निश्चय केला की, एक दिवस तोही खूप मोठा शेठ होईल – 'पांढऱ्या सोन्या'च्या या शहरातला कापसाचा 'राजा' होईल.

१७

लालजीला मिलमध्ये काम करायला लागून सहा महिने होऊन गेले होते. एक दिवस अगदी अचानकच लड्डू तिथे आला आणि खूप तातडीनं, महत्त्वाचं काहीतरी बोलायचं आहे, असं म्हणाला.

लड्डूनं सांगितलं की, त्या दिवशी सकाळी उशिरानं जुनागढहून एक माणूस आला होता, त्यानं बातमी आणली होती, की लड्डूच्या वडिलांवर, ते इतर काही लोकांबरोबर घरी परत जात असताना गीरच्या जंगलातल्या सिंहानं हल्ला केला होता आणि ते खूप जखमी झाले होते. त्या लोकांच्या हातात लाठ्या आणि दिवे होते. त्यांनी त्या सिंहाला शेवटी हाकलून लावलं होतं, पण लड्डूचे वडील खूपच जखमी झाले होते. जखमा आता चिघळून पिकल्या होत्या आणि वडील जगतात की नाही, अशा अवस्थेत होते.

खूप काळजीत असलेल्या लड्डूला आणि त्याच्या छोटू काकांना लगेच जुनागढला जायला निघायचं होतं. ते तिकडे गेलेले असताना लालजीनं त्यांचं किराणा मालाचं दुकान सांभाळावं असं सांगायला लड्डू आला होता. त्यांना इतकं कर्ज झालं होतं की, ते नसतील तेवढे दिवस दुकान बंद ठेवणं त्यांना परवडणारं नव्हतं. दुकान बंद म्हणजे आवक बंद झाली, मग तर कर्जाचं मुद्दल राहिलं बाजूला, त्याच्यावरचं व्याजही फेडता येणार नव्हतं. म्हणजे मग शेवटी दुकान बंदच करावं लागलं असतं. त्या दोघांना किती दिवस तिकडे राहावं लागेल याची लड्डूला काहीच कल्पना नव्हती. कदाचित काही आठवडे, किंवा काही महिनेही – त्याच्या वडिलांच्या तब्येतीवर अवलंबून होतं.

लालजीला मोठा पेच पडला. तो आता गिरणीत कायमचा कामगार झाला होता. नोकरी चांगली होती, दर महिन्याच्या अखेरीस ठरलेला पगार हाती येत असे. लालजी जाणून होता की, चांगल्या नोकऱ्या मिळणं सोपं नव्हतं. शिवाय त्याला गिरणीच्या नव्यानं बांधण्यात येत असलेल्या चाळीत एक खोलीही देण्यात आली

होती. चाळ पुढच्या महिन्यात बांधून पूर्ण होणार होती. इतक्या गजबजलेल्या शहरात डोक्यावर छप्पर असणं ही लहानसहान गोष्ट नव्हती.

लालजी जाऊन त्याच्या फोरमनना भेटला. तसे तर ते समंजस गृहस्थ होते. लालजीचं आणि त्यांचं चांगलं पटतही होतं. लालजीनं त्यांच्याकडे दोन महिन्यांची बिनपगारी रजा मागितली, पण त्याला स्पष्टपणे सांगण्यात आलं की, त्याच्या आत्ता अशी रजा घेण्यानं त्याच्या खोलीचं काय, तर त्याची नोकरी टिकून राहणंही अवघड होईल.

तरीही, लालजीला ही जाण होती की, काहीही झालं तरी लड्डूला त्यानं मदत करणं जरुरीचं होतं. तो स्वत: एक दरिद्री, अनोळखी माणूस त्याच्या दाराशी जाऊन उभा राहिला होता, तेव्हा लड्डूनं त्याला अगदी मनापासून मदत करून घरीच ठेवून घेतलं होतं. त्यामुळे लड्डूला तो मदत नाकारूच शकत नव्हता.

त्याच संध्याकाळी, जड मनानं लालजीनं गिरणीतल्या नोकरीचा राजीनामा दिला.

***

छोटूकाकांनी दुकानाची जरूर ती सगळी माहिती लालजीला सांगितली – ते कोणत्या-कोणत्या वस्तू ठेवत होते, काय-काय माल यायचा होता, कोणाकडून किती पैसे येणं बाकी होतं आणि सर्वांत महत्त्वाचं म्हणजे त्यांच्या कर्जावर सावकाराला किती हप्ता द्यायचा होता.

लालजीला किराणा मालाच्या दुकानाची अजिबात माहिती नव्हती असं नव्हतं. रेहमूमामाच्या गावातल्या दुकानात त्यानं काम केलं होतं. हे दुकान त्याहून मोठं होतं आणि शहराशी थोडाफार संबंध असणाऱ्या गिऱ्हाइकांसाठी होतं. धंदा करणं सोपं नव्हतं – स्पर्धा खूप होती आणि फायद्याचा टक्का कमी होता. परंतु हे एक आव्हान होतं आणि म्हणून लालजी विशेष उत्तेजित होऊन या नव्या कामात मनापासून गुंतायला उत्सुक झाला.

लालजीनं पहिला बदल केला की, त्या वस्तीतल्या इतर दुकानांपेक्षा तो थोडं लवकर दुकान उघडू लागला आणि थोडं उशिरा बंद करू लागला. त्यामुळे उजाडत काहीतरी हवं असणारी आणि उशिरा कशाचीतरी जरूर पडणारी गिऱ्हाइकं त्याला मिळाली. मग कोणत्या वस्तू लवकर खपतात आणि कोणत्या फळ्यांवर पडून राहतात हे लक्षात घेतलं, तसंच ज्या वस्तू गिऱ्हाइकांना हव्या असायच्या; पण दुकानात नसायच्या त्यांची नोंद केली. ज्यांमध्ये तोटा होत होता त्या वस्तू हळूहळू बंद केल्या आणि काही नव्या वस्तू ठेवायला सुरुवात केली, ज्यांना खप चांगला असेल आणि ग्राहकाला निवडीला जास्त वाव राहील.

नियमित येणाऱ्या ग्राहकांची नावं त्यानं थोड्याच दिवसात लक्षात ठेवली, ती

येतील तेव्हा त्यांना आपुलकीनं अभिवादन करू लागला, दुकानासमोरून जाणाऱ्या-येणाऱ्या लोकांना 'एकदा बघून तर जा दुकान!' असं सांगू लागला. तो समजून होता की, आज सहज बघायला थांबणारं माणूस उद्या काहीतरी विकत घ्यायला येईल. प्रत्येक ग्राहकाशी तो विशेष आदरानं वागत असे – मग ते किरकोळ खरेदी करोत किंवा खूप किंवा अजिबात न करोत.

लालजीच्या या विशेष आदबीनं वागण्याचा फायदा झाला. हळूहळू त्याच्याकडे नियमित येणारे ग्राहक वाढले आणि धंदा जास्त चांगला चालू लागला.

***

सुमारे दोन महिन्यांनी छोटूकाका मुंबईला परत आले तोपर्यंत दुकानाची रया पार बदलून ते जास्त चैतन्यपूर्ण झालं होतं. छोटूकाका वयपरत्वे कामाच्या बाबतीत अलीकडे सुस्त झाले होते, हे त्यांचं त्यांना समजत होतंच, पण दुकान आणखी वाढवून मोठं करण्याचा उत्साहही त्यांना राहिला नव्हता. कारण त्यांचा एकुलता एक मुलगा देश सोडून फिजी बेटांवर स्थायिक झाला होता.

लालजीनं इतक्या थोड्या काळात दुकानात जास्त तऱ्हेच्या वस्तू ठेवून, नव्या ग्राहकांना आकृष्ट करून, धंद्यात होणारा फायदा वाढवला होता, हे बघून छोटूकाकांना कौतुक वाटलं. शिवाय लालजीनं मारवाडी सावकाराचे बाकी हप्ते तर चुकते केले होतेच, पण एक जास्तीचा हप्ताही मारवाड्याला थक्क करत देऊन टाकला होता. छोटूकाकाला वाटलं, अशाच माणसाची दुकानाला गरज होती. नाहीतरी लड्डू आता त्यांच्या आजारी वडिलांची शुश्रूषा करायला गावीच राहणार होता, तर मग लालजीचं मन काकांबरोबर काम करत राहायला वळवायला हवं होतं.

छोटूकाका आणि लड्डू परत आल्यावर काय करावं, याचा विचार लालजीही करत होताच. दुकान चालवण्याचा अनुभव घेताना त्याच्या लक्षात आलं होतं, की त्याला व्यापार-धंद्यात काम करणं चांगलं जमत होतं. मुंबई शहरही आता त्याच्या माहितीचं झालं होतं. मुंबई ही व्यापारासाठी फार आकर्षक जागा होती. प्रत्येक मालासाठी वेगवेगळे व्यापाराचे बाजार उभे करण्यात आले होते. धान्यासाठी दाणाबाजार, कापडासाठी कापडबाजार, लाकडासाठी लाकूडबाजार, दागिन्यांसाठी झवेरी बाजार, इत्यादी. लालजीनं ही माहितीही काढली होती, की कुठल्याही व्यापारात पडून लोकांनी खूप पैसे कमावले होते – मग तो व्यापार अफूचा असो की कापसाचा, सोन्याचा असो की चहाचा, निळीचा असो, हस्तिदंताचा की मसाल्यांचा. व्यापार कशाचा हे महत्त्वाचं नव्हतं – योग्य वस्तूसाठी योग्य वेळ साधणं महत्त्वाचं होतं.

लालजीला मनातून ठाऊक होतंच की, तो केव्हा ना केव्हा स्वत:चा धंदा सुरू करेलच, पण आत्ता सध्या त्याला काम करून थोडे पैसे साठवणं जरुरीचं होतं.

म्हणून छोटूकाकांनी त्याला त्यांच्याकडेच काम करण्याबद्दल विचारलं, तेव्हा त्यानं होकार दिला. दुकानाचा नफा आणखी वाढवता येईल, याची खातरी असलेल्या लालजीनं छोटूकाकांना सांगितलं की, त्याला पगार न देता त्यांनी पंचवीस टक्क्यांची भागीदारी द्यावी – रूपयातले चार आणे. छोटूकाकांनी लगेच 'हो' म्हटलं, तेव्हा त्याला खूप उत्साह आला. आता या रस्त्यानं पुढे जायला तो उत्सुक होता.

***

उन्हाळ्यातल्या सुस्तावलेल्या त्या दुपारी रस्त्यावरची बहुतेक सर्व दुकानं दुपारच्या सुट्टीसाठी बंद होती, तेव्हा ती शांतता एकदम प्रचंड आवाज होऊन भंग पावली. ओरडाआरडा, वेदनांच्या किंचाळ्या आणि धावणाऱ्या पावलांचे आवाज आले. मे महिन्यातल्या उन्हाळ्यातल्या लांब दुपारीही पूर्ण वेळ उघडी असणाऱ्या काही थोड्या दुकानांपैकी एक दुकान लालजीचं होतं. तो काय झालंय बघायला दुकानाच्या दाराशी धावत आला. पण धुळीचे लोट आणि त्याच्या पलीकडे सैरावैरा धावणाऱ्या माणसांचे आकार, एवढंच त्याला दिसलं.

चटदिशी दुकानाचे शटर्स बंद करून काय झालंय बघायला लालजी पळतच गेला. कशाची गडबड चालली आहे, हे कळायच्या आतच चश्मा घातलेल्या एका तरुणानं त्याचा हात पकडला. त्या माणसाचा शर्ट रक्तानं माखला होता. ''मला मदत करता का हो?'' त्यानं ओरडून विचारलं.

प्रथम लालजीला वाटलं होतं की, तोच जखमी झाला होता, पण मग त्याच्या लक्षात आलं, की एक खूप मोठा ड्रेनेजचा पाइप वाहून नेत असलेल्या मजुरांपैकी एक त्याच्याखाली चेंगरला होता, त्याला बाहेर काढण्याचा तो माणूस प्रयत्न करत होता. तो पाइप मजुरांच्या हातातून सटकून खाली पडला होता. बऱ्याचशा कमनशिबी मजुरांना त्याच्या वजनानं जखमा झाल्या होत्या. तो चश्मावाला मनुष्य एकटाच तो जड पाइप हलवण्याचा प्रयत्न करत होता.

लालजीनं भोवताली जमलेल्या लोकांपैकी काहींना पटापट गोळा केलं. सर्वांनी आपापले खांदे लावून जोर केला, पण तो प्रचंड पाइप हलेना. आणखी थोडे लोक मदतीला आले, आणि पुन्हा एकदा सर्वांनी मिळून प्रयत्न केला. तिसऱ्या प्रयत्नाला तो पाइप जरासाच हलला, पण तेवढ्यामुळे त्याच्याखाली चेंगरलेल्या, गंभीर जखमी झालेल्या मजुराला ओढून बाहेर काढता आलं.

चश्मावाल्या माणसानं अंगातला शर्ट काढून फाडला आणि भराभरा त्याचे पट्टे केले. ''रक्त थांबवलं पाहिजे,'' तो म्हणाला.

वाहत असलेलं रक्त थांबवण्याचा त्यानं खूप प्रयत्न केला, पण जितके पट्टे तो बांधत होता ते सगळे लगेच रक्तानं भरून जात होते. चश्मा काढून त्यानं

कपाळावरचा घाम पुसला. मग खालावत चाललेल्या त्या माणसाला उचललं आणि म्हणाला, ''याला झोपवता येईल अशी जागा आहे का कुठं? ही वाहणारी जखम शिवून टाकल्याशिवाय याला वाचवता येणार नाही.''

लालजीनं होकारार्थी मान हलवत म्हटलं, ''माझं दुकान आहे, या इकडे!'' धावत जाऊन त्यानं शटर उघडलं. तोपर्यंत भळाभळा रक्त वाहणाऱ्या त्या माणसाला लोकांनी आणून दुकानातल्या लाकडी बाकावर झोपवलं.

तो माणूस डॉक्टर आहे हे आता समजलं होतं. तो म्हणाला, ''याला दाबून धरून ठेवावा लागेल. त्याला वेदना होतील त्या कमी करायला माझ्याकडे काहीच नाही, हा थोडासाच ईथर आहे. इथं कुठं दारू मिळेल? त्याला पाजता येईल तेवढी पाजा, त्याला वेदना होतीलच. काड्यापेटी? सुई न् कातरी मला उकळली पाहिजे, आणि आणखी बँडेजेसही लागतील.''

अजिबात न घोटाळता लालजीनं स्वतःचा अंगरखा काढला आणि त्याच्या पट्ट्या फाडू लागला, जशा त्या माणसानं त्याच्या शर्टच्या फाडल्या होत्या.

तो तरुण डॉक्टर खूप झपाट्यानं आणि आवेशानं काम करत होता, त्या माणसाचा जीव वाचवायचा प्रयत्न करत होता, पण लढाई जिंकता येण्यासारखी नव्हती. त्या माणसानं अखेरचा श्वास घेतला तेव्हा तो डॉक्टर खूपच उद्विग्न झालेला दिसला. त्याचा पेशंट त्यानं गमावल्याचं त्याला फार वाईट वाटत होतं. त्याला तो वाचवता आला नाही, याबद्दल जणू तो स्वतःला जबाबदार धरत होता.

हळूहळू तो उठून उभा राहिला. ''मला गेलं पाहिजे. बरंचकाही करावं लागेल.'' त्यानं लालजीकडे बघून मान हलवून अभिवादन केलं. ''आभार तुमचे. माझं नाव डॉक्टर शम्सू पटेल. मी सर जमशेटजी जीजीभॉय हॉस्पिटलमध्ये काम करतो. कधीही या तिकडे. तुम्हाला कधी जरूर लागली तर मी तिथे असेन.''

रस्त्यावरच्या गर्दीत डॉक्टर दिसेनासे होईपर्यंत लालजी बघत राहिला. त्याला यापूर्वी युनानी हकीम आणि आयुर्वेदाचे वैद्य भेटले होते, पण डॉक्टर कधी भेटले नव्हते. लालजीला वाटलं की, चांगला माणूस दिसतो आहे, त्याच्याशी ओळख करून घ्यायला आवडेल असा. कधीतरी नक्की तिकडे जाऊन त्याला भेटायचं त्याने ठरवलं.

***

या प्रसंगानंतर सुमारे पंधरा दिवसांनी जे.जे. हॉस्पिटलच्या जवळ माझगावला लालजी गेला होता, तेव्हा तो डॉ. शम्सूंना भेटायला गेला. त्यांचा शेवटचा पेशंट नुकताच त्यांना भेटून गेला होता. त्याला बघून डॉक्टरांना आनंद झालेला दिसला.

''या बाजूनं जात होतो,'' लालजी म्हणाला, ''तुमचं आजचं काम झालं असलं, तर बरोबर चालत चालत जाऊ या घराकडे?''

संध्याकाळ छान होती आणि चालता चालता दोघं गप्पा मारू लागले. एका रस्त्याच्या कोपऱ्यावर ते कागदाच्या भोंगळीमध्ये मिळणारे फुटाणे घ्यायला थांबले. "माझी आई जेनाबाई असे चणे विकूनच पैसे मिळवायची," भोंगळी उघडता उघडता शम्सूला जुनी आठवण आली. चौपाटीवर एका सावली असणाऱ्या पिंपळाखाली ती शेंगदाणे-चण्याची टोपली घेऊन बसायची, मी तिथेच जवळपास खेळत असायचा.

ते चालता चालता बोलत होते. "दीव-दमणमध्ये एका पोर्तुगीज कॉलनीजवळ एक मासेमाऱ्यांचं गाव आहे, तिथे होतो आम्ही," शम्सू पुढे सांगू लागला. मी जेमतेम एक वर्षाचा असेन तेव्हा माझे वडील वारले आणि माझी आई मला घेऊन मुंबईला तिच्या भावाकडे आली – नव्यानं आयुष्य सुरू करायला.

शम्सू जरा थांबला मग हळू आवाजात पुढे म्हणाला, "माझ्या वडिलांना बोटीवरचा एक गंजलेला खिळा लागून कशी जखम झाली होती ते तिनं मला नंतर सांगितलं. जखम पिकली आणि चिघळत गेली. तिच्या खूप आशेनं केलेल्या घरगुती औषधांचा किंवा तिथल्या वैद्यांच्या औषधांचा काही उपयोग होईना. त्यांना वात झाला तेव्हा कोणीतरी सुचवलं की, जवळच्या जिल्ह्याच्या गावी इंग्लिश डॉक्टर होते, त्यांच्याकडे जावं. पण तोपर्यंत त्यांची स्थिती झपाट्यानं खालावली आणि दोन दिवसांनी ते मरण पावले."

गरम चणे खाता खाता आठवणींमध्ये बुडालेला शम्सू पुढे सांगू लागला, "माझ्या आईच्या भावाचं – माझ्या मामाचं – क्रॉफर्ड मार्केटजवळ मासे विकायचं दुकान होतं आणि त्याचं चांगलं चाललं होतं. तो माझ्या आईला नीट सांभाळतही होता. पण माझी आई जाणून होती की, मानानं जगायचं असेल, तर तिनं स्वत:ही थोडंतरी काही कमावलं पाहिजे.

"तिची वर्षा नावाची एक बालमैत्रीण होती, तिनं सुचवलं की, आईनं चणे-दाणे विकावेत. वर्षाचा नवरा थोड्या वर्षांपूर्वी मुंबईला येऊन चणे-दाणे विकत रस्त्यानं फिरू लागला होता, आणि आता त्याचं बाबुलनाथ मंदिराजवळ लहानसं दुकान झालं होतं – चणेदाणे विकायचं. माझ्या आईला तिची कल्पना पटली आणि थोड्याच दिवसांत लोक तिला 'चणेवाली बाई' म्हणूनच ओळखू लागले. चौपाटीवर ती सर्वांना ठाऊक झाली."

शम्सू लालजीकडे वळला, त्या आठवणींनी त्याच्या ओठांवर जरासं स्मित आलं. तो पुढे सांगू लागला. "मी माझ्या आईबरोबर रोज यायचा, वाळून पळायचा, पक्ष्यासारखे हात पसरून कबुतरांच्या मागे धावायचा. मग ती उडायची न् मला हसू यायचं. आभाळात एक घिरटी मारून ती पुन्हा खाली येऊन बसायची! एक दिवस मला किनाऱ्यावर येऊन पडलेला आणि श्वास घ्यायला तडफडत असलेला एक मासा सापडला, मी त्याला उचलून परत समुद्रात टाकला. माझ्या आईला ते बघून

हसायला आलं. 'मासेमाऱ्याच्या मुलानं असं करावं म्हणजे नवलच!' माझ्याकडे कौतुकानं बघत ती म्हणाली.

"एक जखमी झालेला पक्षी त्याचा पंख बरा होऊन उडून जाईपर्यंत आमच्या आसऱ्याला होता. मग एक छोटंसं कुत्र्याचं पिल्लू आलं, ज्याला जणू आम्ही दत्तकच घेतलं! मला अजून चांगलं आठवतंय की, एक दिवस काळ्या लंगडत लंगडत परत आला तेव्हा मला खूप वाईट वाटलं होतं. त्याचा मोडलेला पाय नीट कसा करता येईल यावर मी तासन्तास विचार केला. मग माझ्या बालबुद्धीला वाटलं, की तो पाय एखाद्या जाडसर सरळ काडीला बांधला, तर तो सरळ होईल. मी तसं केलं, आणि थोड्याच दिवसांमध्ये काळ्याचा पाय चांगला बरा झाला!"

"तुमचं वय किती होतं तेव्हा?" लालजीनं विचारलं.

"असेन पाच-सहा वर्षांचा. त्याच सुमाराला बीचवर हिंडायला येणारे एक इंग्रज गृहस्थ आमच्यापाशी आले आणि शुद्ध हिंदुस्तानीत आईशी बोलू लागले."

मोठ्या अगत्यानं ते म्हणाले, "बाई, तुमच्या मुलाला कोणी आजारी, जखमी असेल, तर त्याच्यावर उपचार करणं मनापासून आवडतं आणि जमतं असं दिसतंय. त्याला शाळेत पाठवायला आवडेल का तुम्हाला? कोणी सांगावं? एखादे दिवशी हा डॉक्टरही होईल!"

ते काय म्हणत होते, हे माझ्या आईला फारसं समजलं नाही, पण 'डॉक्टर' शब्दानं सारं आठवलं. वात होऊन बरळणारा, कण्हणारा नवरा, कोणीतरी इंग्लिश डॉक्टरबद्दल बोललं होतं की, ते कदाचित त्याला बरं करतील, हे बोलणं; सगळं काही! तिनं उत्साहानं मान डोलावली. "होऽ!" ती त्या अनोळखी दयाळू माणसाला म्हणाली की, तिला तिचा मुलगा डॉक्टर झाला तर खूप आवडेल; म्हणजे कधीतरी एखाद्या तरुण बाईचा जीव की प्राण असलेल्या नवऱ्याचा जीव तो वाचवू शकेल, – एखाद्या लहानग्याचे मोलाचे वडील!

शम्सूचं घर आलं तेव्हा ते थांबले. पण लालजीनं त्यांना हकिगत पूर्ण करायची विनंती केली.

शम्सू पुढे बोलू लागले. त्या वर्षी जूनमध्ये मी शाळेत जाऊ लागलो. ते इंग्रज गृहस्थ डॉ. चार्ल्स लॅम्बर्ट १८४३मध्ये सर जमशेटजी जीजीभॉय हॉस्पिटल सुरू झालं तेव्हापासून तिथे काम करत होते आणि त्याला जोडून असलेल्या ग्रँट मेडिकल कॉलेजचे डीन होते. त्यांनी माझ्याकडे संपूर्ण लक्ष दिलं, खूप उत्तेजन आणि आधार दिला.

मी शेवटी डॉक्टर झालो तेव्हा माझ्या आईला केवढा अभिमान वाटला! तिच्यासाठी मी – शम्सू वीरजी पटेल – एका गरीब कोळ्याचा आणि निरक्षर चणेवालीचा वडील नसलेला पोरका मुलगा – कधी शिकून 'इंग्लिश डॉक्टर' होणं हा एक चमत्कारच होता!

“माझ्या पदवी-प्रदान समारंभाला तिनं यावं असा मी हट्ट धरला. तिच्या घागरा-चोळी-ओढणी याच साध्या कपड्यात, अनवाणी पायांनी ती आली; जन्मात पहिल्यांदाच खुर्चीवर बसली, आणि तिचे आनंदाचे आणि अभिमानाचे अश्रू आवरू शकली नाही! मीही जाणून आहे की, तिच्या प्रार्थना, आशीर्वाद आणि प्रेम याशिवाय मी हे यश कधीच मिळवू शकलो नसतो!”

१८

त्यानंतर लालजी आणि शम्सूची चांगली मैत्री झाली आणि मधून मधून लालजी डॉक्टर शम्सू आणि त्याची पत्नी ज्यूबी यांना भेटायला जाऊ लागला.

त्यांची पहिली भेट झाल्यानंतर सुमारे तीन महिन्यांनी एका रविवारी शम्सूनं लालजीला त्याच्या नव्या घोडागाडीतून फिरायला जायला बोलावलं. मुंबईच्या उत्तर दिशेला त्याला एका जुहूतारा नावाच्या सुंदर बेटाबद्दल समजलं होतं, जिथे पाणी खूपच स्वच्छ होतं आणि समुद्रकिनारा अतिशय सुंदर होता; तिकडे फिरायला जायचा त्याचा बेत होता.

लालजी त्यांच्या घराच्या आवारात शिरत होता तेव्हा घराच्या मागच्या बाजूला संपूर्ण पांढरे कपडे घातलेली एक स्त्री त्याला कपडे वाळत घालताना दिसली. तिची त्याच्याकडे पाठ होती, पण तरी तत्क्षणी त्याला असं वाटलं, की काहीतरी ओळखीचं तिच्या आकृतीत आहे. त्याला कुतूहल वाटलं आणि त्यानं तिचा चेहरा बघण्याचा प्रयत्न केला. पण तो दिसू शकण्याच्या आत ती घरात शिरून दिसेनाशी झाली.

लालजी शम्सू आणि त्याचा सहा वर्षांचा मुलगा सुलतान यांच्याबरोबर घोडागाडीतून फिरून परत आले, तेव्हा जेवणाची वेळ होत आली होती. त्यांचं सकाळचं फिरायला जाणं खूप छान झालं होतं.

''तू आता जेवूनच जा,'' शम्सू म्हणाला, ''ज्यूबी मुठिया फारच छान करते, त्या केल्यात तिनं.''

लालजीनं आनंदानं आमंत्रण स्वीकारलं. ''हे आमंत्रण तर नाकारणार नाहीच मी!'' तो सस्मित चेहऱ्यानं म्हणाला. शिवाय आज त्या गूढ स्त्रीला भेटण्याचीही शक्यता होतीच.

''हातपाय धुऊन घ्या,'' ज्यूबीनं आतून हाक मारली, ''खाना तयार होतच आलाय्''

स्वयंपाकघरात ते जमिनीवर जेवायला बसले. लालजी उत्सुकतेनं त्या पांढऱ्या

कपड्यातली स्त्री दिसण्याची वाट बघत होता. त्यानं ती दिसण्याची आशा जवळजवळ सोडलीच होती, तेव्हा एकाएकी ती दाराच्या उंबऱ्यावर दिसली आणि लालजीला बघताच थबकली. खरंच वाटत नसावं तसा तिचा चेहरा झाला होता. त्याला वाटलेलं प्रचंड आश्चर्यही लपवणं त्याला खूप अवघड झालं. सकीना इथे काय करत होती? आणि पांढऱ्या कपड्यांमध्ये?

हळुवार आवाजात तो म्हणाला, "सकीना? खरंच तू?"

एक खिन्न स्मित करून तिनं नजर खाली वळवली, काही बोलली नाही. शम्सू आणि ज्यूबी दोघांना आश्चर्य वाटलं. "तुम्ही दोघं ओळखता एकमेकांना?" शम्सूनं विचारलं. "सकीना ज्यूबीची आतेबहीण. झांजिबारला तिची आत्या असते, तिची ही मुलगी, अलीकडेच आलीय् इथे मुंबईला."

***

जेवण झाल्यावर दोघे मित्र व्हरांड्यातल्या झोपाळ्यावर बसले होते, तेव्हा शम्सूनं लालजीला सांगितलं की, सकीनाचा नवरा गेल्या मे महिन्यात परदेशात एकाएकी आजारी पडून दुर्दैवानं मृत्यू पावला होता. सकीना दु:खात अत्यंत बुडून गेली होती, म्हणून तिच्या माहेरच्या मंडळींनी तिला इथे थोडे दिवस राहायला येण्यासाठी तिचं मन वळवलं होतं – जरा वेगळ्या जागी, वेगळ्या वातावरणात तिला बरं वाटेल म्हणून.

पण ही हकिगत अर्धीमुर्धीच होती. नंतर सकीनाकडूनच लालजीला खरी हकिगत समजली होती.

तिनं सांगितलं की, लग्नानंतर काही महिने ती खूप आनंदात होती. तिचा नवरा प्रेमळ आणि दिलदार होता आणि सासरची माणसंही तिच्याशी प्रेमानं वागायची. पण मग परिस्थिती हळूहळू बदलू लागली. कामाच्या निमित्तानं तिचा नवरा वरचेवर बाहेरगावी राहू लागला. त्याचा परदेश प्रवास जास्त वेळा आणि जास्त दिवसांचा होऊ लागला.

लग्नानंतर जेमतेम सहाच महिन्यांनी, ऑक्टोबरमध्ये त्यानं सांगितलं, की त्याला सुमारे दोन वर्षं पॅरिसला राहावं लागणार होतं. तेव्हा सकीनाची अपेक्षा होती की, तो तिला बरोबर घेऊनच जाईल; त्यामुळे जेव्हा तिच्या लक्षात आलं, की त्याचा बेत एकट्यानंच जाण्याचा होता, तेव्हा तिला आश्चर्यही वाटलं होतं आणि ती दुखावलीही होती. त्यानं तिला घेऊन जावं म्हणून तिनं विनवण्या केल्या, परंतु तिला तिथं जमणार नाही, नवख्या शहरात फार एकटं वाटेल, तिला तिथली भाषाही येत नव्हती, नात्यातलं – ओळखीतलं तिथे कोणी नव्हतं, इत्यादी कारणं पुढे करून त्यानं तिला घेऊन जायला नकार दिला.

त्याच्या आईवडिलांनाही सकीनाचं म्हणणं पटलं की, लग्न झाल्या झाल्या त्याच्या बायकोला इतके दिवस एकटीला ठेवून जाणं शहाणपणाचं नव्हतं. हां, एखादं लहान मूल असतं त्याची वाट बघता बघता तिचा वेळ जायला, तर गोष्ट वेगळी होती. कौटुंबिक दबावाखाली शेवटी सकीनाच्या नवऱ्यानं कबूल केलं की, त्याला पॅरिसमध्ये घर मिळालं, की लगेच तो तिला बोलावून घेईल.

दिवस जात राहिले, आठवडे गेले, महिने गेले. त्याच्या प्रेमाची आणि एकनिष्ठतेची ग्वाही देणारी त्याची पत्रं आणि महागड्या भेटवस्तू येणाऱ्या-जाणाऱ्या बरोबर येत राहिल्या, पण तिनं तिकडे केव्हा जावं याबद्दल तो शब्दही लिहीत नसे. सकीना झुरू लागली. हे उघड दिसत होतं की, तिच्या नवऱ्याला आता तिच्यामध्ये स्वारस्य नव्हतं. तिचे सासू-सासरे मायाळू, सुसंस्कृत, सभ्य मंडळी होती; त्यांच्या मुलाच्या अशा वागण्यानं ते तर तिच्याहूनही जास्त अस्वस्थ झाले.

पुढचं वर्ष आलं. एप्रिलमध्ये सकीनाचे सासरे कामासाठी युरोपला जायचे होते. त्यांनी ठरवलं की, सकीनाला बरोबर घेऊन जायचं आणि तिच्या भरकटलेल्या नवऱ्याच्या स्वाधीन करायचं. त्यांचा हा निर्णय त्यांनी त्यांच्या मुलाला कळवला आणि आशा व्यक्त केली, की एव्हाना एक विवाहित मनुष्य म्हणून स्वत:च्या जबाबदाऱ्या सांभाळण्यापुरता तो स्थिरावला असेल.

वसंत ऋतूतल्या एका सुंदर सकाळी ते पॅरिसला पोचले, तेव्हा त्यांना समजलं की, त्याच्या वडिलांचे पत्र सकीनाच्या नवऱ्याला मिळालंच नव्हतं, कारण ते दोघे पोचले, तेव्हा त्यांचं स्वागत करायला तो हजर नव्हता आणि त्याच्या फ्लॅटला कुलूप होतं.

ते पंधरा दिवस हॉटेलमध्ये राहिले आणि तो परत येण्याची वाट बघत थांबले. नंतर तिच्या सासऱ्यांना लंडनला जाण्यासाठी निघणं भाग होतं, म्हणून पॅरिसमधल्या एका नातेवाइकाला त्यांनी विनंती केली की, सकीनाला तिच्या नवऱ्याच्या घरी पोचवण्याची जबाबदारी त्यांनी घ्यावी. त्या कुटुंबानं खूप सहानुभूती दाखवली आणि तिचा नवरा बाहेरगावी असेपर्यंत तिला आनंदाने सांभाळू, असंही सांगितलं.

तिचे सासरे लंडनला गेल्यावर थोड्याच दिवसांत त्या नातेवाईक गृहस्थांना समजलं की, तिचा नवरा परत आला होता. तिची इच्छा असल्यास, त्या भल्या गृहस्थांनी त्याच दिवशी संध्याकाळी तिला तिच्या नवऱ्याकडे पोचते करण्याची तयारी दाखवली. सकीनाला बरंतर वाटलं, पण तिला खूप धास्ती वाटत होती, की तिच्या अशा अनपेक्षितपणे जाऊन पोचण्यावर तिच्या नवऱ्याची प्रतिक्रिया काय होईल? तिनं त्याचा आवडता पोशाख घातला आणि मनाशी प्रार्थना करत त्याला भेटायला निघाली.

'ला रिव्ह् गॉच्'ला पोचेपर्यंत अंधार पडला होता. सकीनाचा नवरा एका सुंदर इमारतीत राहत होता. इमारतीच्या रखवालदाराचं मन त्यांना आत जाऊ द्यायला

वळवल्यावर त्याने त्याचं अपार्टमेंट कुठलं, ते दाखवलं. ते नात्यातले गृहस्थ म्हणाले, की तिच्या नवऱ्याला एकटीनेच भेटणं तिला बरं वाटेल, म्हणून ते बाहेर घोडागाडीतच काही वेळ थांबतील; तिला जरूर पडली तर ते तिथे असतील.

सकीना गोल जिन्याने हळूहळू वर चढली. तिची छाती चिंतेनं धडधडत होती, कारण तिचं स्वागत कसं होईल हे तिला माहीत नव्हतं. खरं म्हणजे इतर काही असलं, तरी तिच्या नवऱ्यानं तिला कधीच वाईट वागवलं नव्हतं. तिच्या बाबतीत बेपर्वाई आणि उदासीनता हाच फक्त त्याचा गुन्हा होता.

ती वर गेली, तसतसे त्याच्या अपार्टमेंटमधून तिला आवाज ऐकू येऊ लागले, ती जवळ गेली तसतसे ते मोठे होत गेले. ती दाराजवळ पोचली आणि पितळेच्या मोठ्या ठोकणीने तिने दरवाजा ठोठावला. पण आत एवढा गोंगाट होता की, तिचं ते ठोकणं कोणाला ऐकू जाईल की नाही, याचीच शंका होती. तिनं पुन्हा एकदा दरवाजा ठोठावला, मग दार ढकलून बघितलं तर ते उघडलं. ती हळूच आत शिरली.

खोलीत मंद प्रकाश होता आणि धूर भरला होता. वेगवेगळ्या छटांमधल्या लाल, निळ्या, पिवळ्या कंदिलांच्या आणि मेणबत्त्यांच्या उजेडानं एक विचित्र अनोखंच वातावरण तयार झालं होतं. खोलीत असे वेगवेगळे सुगंधही पसरले होते, जे वाईट नव्हते, परंतु सकीनाला अगदी अपरिचित होते. त्या मंद उजेडाची डोळ्यांना सवय झाल्यावर तिला दिसलं की, वेगवेगळ्या जातीच्या व वंशांच्या स्त्री-पुरुषांनी खोली भरलेली होती, जे आपापल्या जगात गुंग होते. काही जण हातात पाइप घेऊन सोफ्यांवर पसरले होते, काही जण तारवटलेल्या डोळ्यांनी जमिनीवर पडून छताकडे बघत होते. काही जण एक लहानसं कोंडाळं करून हुक्का ओढत होते. अंधाऱ्या कोपऱ्यांमध्ये युगुलं एकमेकांना मिठ्या मारत होती, पण तिला इतकं अवघडल्यासारखं झालं होतं की, त्यांच्याकडे तिनं लक्षच दिलं नाही.

सकीनानं तिच्या नवऱ्याला शोधलं, पण तो कुठे दिसला नाही. त्या अंधाऱ्या कोपऱ्यांपैकी एखाद्यात तो असेल का असंही तिला वाटून गेलं. जर कोणी अर्धवट तरी शुद्धीवर असलेलं सापडलं असतं, तर तो कोठे आहे, हे कोणालातरी विचारायला हवं होतं. ती अनेक स्त्री-पुरुष असलेल्या वेगवेगळ्या खोल्यांमधून हिंडली – प्रत्येक दृश्य जास्त विचित्र होतं, तिची भीती वाढत होती. शेवटी शेवटच्या खोलीत, जेव्हा तिनं जवळ जवळ आशा सोडलीच होती, तेव्हा तिला तो दिसला.

नक्कीच तिची काहीतरी चूक होत होती! ती अर्धवट शुद्धीत – तंद्रीत असल्यासारखी नि:स्तब्ध उभी राहिली – कारण तिच्यासमोर तिनं याच्याशी लग्न केलं होतं तो पुरुष होता, एवढंच की तो पुरुष नव्हताच! तो बाईच्या वेषात होता, त्याच्या डोक्यावर लांब सोनेरी केसांचा टोप होता, त्यानं डोळ्यांमध्ये काजळ घातलं होतं आणि गालांवर रुजची लाली फासली होती. त्याच्या बरोबर दुसरा पुरुष होता

– मोठाड काळा पुरुष – आणि ते दोघं एकमेकांबरोबर उन्मादपूर्ण विचित्र अंगविक्षेप करत नाचत होते!

ती किती वेळ तिथं उभी होती, हे सकीनाला आठवत नव्हतं. तिच्या डोळ्यांसमोर नंतर फक्त तिच्या नवऱ्याच्या डोळ्यात दिसलेली प्रचंड भीतीच तरळत होती – जेव्हा मध्येच क्षणभर त्याला ती दिसली होती, तेव्हा त्याचा चेहरा जसा झालेला तिनं पाहिला होता, तो ती कधीही विसरू शकली नाही! लालभडक रंगवलेल्या ओठांचं उघडं पडलेलं त्याचं तोंड, पार गडबडून गेलेली त्याची एरवीची सौम्य दृष्टी, मग त्यात उमटलेली वेदना, शरम, घबराट. त्याचे नाचताना वेडेवाकडे हालणारे हात एकदम खाली झुकले, ते वेड्यासारखं पिसाट हसणं एकदम थांबलं.

तो लडखडत तिच्याकडे यायला पावलं टाकताना तिनं बघितलं, पण त्याला समोरासमोर भेटण्याचा विचारही तिला सहन होईना. तो तिच्या जवळ येऊन पोचायच्या आत सकीना वळली आणि तिनं तिथून पळ काढला. धड दिसत नव्हतं तरी तशीच धावत ती जिना उतरली, आश्चर्यानं तिच्याकडे बघणाऱ्या रखवालदारासमोरून ती रस्त्यावर पोचली, आणि ती कुठे जात होती याचा विचार किंवा पर्वाही न करता पळत राहिली.

तिच्या मागून कोणीतरी ओरडून हाका मारत होतं, पण तिनं त्या ऐकल्या नाहीत. जाणारे-येणारे रस्त्यातले लोक तिला हात करून थांबवू बघत होते, पण तिनं त्यांना बघितलं नाही. ती घोडागाडी येऊन जेव्हा तिच्यासमोर थांबली आणि तिच्याबरोबर आलेल्या गृहस्थांनी बाहेर उडी मारून तिचा हात पकडला, तेव्हा कुठं ती थांबली.

***

सकीना पार हबकून गेली होती, कोणाशीही बोलतच नव्हती. तिचे सासरे लंडनहून परत आले आणि तिला मादागास्करला घेऊन गेले. ती काहीच बोलली नव्हती, पण काय घडलं होतं, हे शेवटी बाहेर पडलंच. मग अत्यंत दुःखी झालेल्या तिच्या सासऱ्यांनी तिला झांजिबारला तिच्या माहेरी पाठवून दिलं.

वडिलांच्या घरी तिच्या आपल्या माणसांच्या मायेनं, प्रेमानं तिच्या मनाची जखम हळूहळू भरून येऊ लागली.

महिने जात राहिले. मग एक दिवस सकीनाच्या त्या मनाला भयंकर धक्का देणाऱ्या भेटीच्या प्रसंगानंतर वर्षच होत होतं, तेव्हा मादागास्करहून गंभीर बातमी घेऊन एक मनुष्य आला. तिच्या नवऱ्याचा पॅरिसमध्ये अकाली मृत्यू झाला होता, काय दुखणं झालं होतं हे समजलं नव्हतं.

सकीनाला या बातमीनं आश्चर्य वाटेल इतकं, सांत्वन करू शकता येत नव्हतं इतकं दुःख झालं. कितीतरी दिवस ती रडत राहिली. शेवटी जेव्हा तिचं दुःख

ओसरलं, तेव्हा तिच्या लक्षात आलं की, तिला तिच्या नवऱ्याच्या मृत्यूचं इतकं दुःख नव्हतं, जितकं तिचा निर्दोष भोळेपणा गमावल्याचं होतं. शोक फक्त तिच्या पूर्ण वाया गेलेल्या प्रेमाचाच नव्हता, शोक तिच्या वाया गेलेल्या आयुष्याचाही होता. कारण विसाव्या वर्षी, ज्याला खरं लग्न म्हणताही येणार नाही, अशा लग्नानंतर विधवा होऊन आता ती प्रदीर्घ, उदास अशा शून्यतेच्या कड्यावर उभी होती!

११

लालजी आता डॉक्टर शम्सूंच्या घरी बरेचदा येऊ लागला. तो आणि सकीना अगदी एकटेच कधी भेटत नसत आणि क्वचितच मोकळेपणानं बोलू शकत असत; तरीही त्यांच्यामधली अबोल गहिरी शांतता, आणि ज्या त्वरेनं कोणीतरी येतं आहे असं वाटलं की, ती दोघं एकमेकांवरून नजर वळवत असत, त्यावरून घरच्यांना शंका येऊ लागली.

दिवस जात राहिले, तसतसं हे अगदी स्पष्ट होत गेलं की, लालजीला सकीनाबद्दल वाटणारं आकर्षण हे अल्पजीवी नव्हतं. परंतु तो अविवाहित होता आणि काही म्हटलं तरी ती विधवा होती. लालजीच्या मनात काय होतं याचा शम्सूला नेमका अंदाज येत नव्हता. सकीना त्याच्या घरी आलेली पाहुणी होती. तिला सांभाळणं, रक्षण देणं ही त्याची जबाबदारी होती. तो पूर्णपणे जाणून होता की, कुठल्याही विधवेची इभ्रत ही अत्यंत नाजूक गोष्ट असते. तिच नावाला बट्टा लागावा, असं काहीही व्हायला त्याला नको होतं, तसंच तिनं जेवढा अपेक्षाभंग आणि दुःख सहन केलं होतं, त्याहून जास्त दुःख तिला सहन करावं लागू नये अशीही त्याची मनापासून इच्छा होती. तरीही, तो जाणून होता की, लालजी अतिशय सभ्य माणूस होता; म्हणून मग काय होतं आहे, ते पाहावं असं त्यानं ठरवलं.

काही आठवड्यांनंतर १८८२ सालातल्या सप्टेंबर महिन्याच्या अखेरीस जेव्हा लालजीला समजलं की, सकीनाची आई आजारी पडल्याने सकीना ताबडतोब झांजिबारला परत जायला निघणार होती, तेव्हा तो अतिशय अस्वस्थ झाला. त्याला मनोमन समजून चुकलं होतं की, ज्या थोड्या दिवसांत त्यांची ओळख झाली होती, तेवढ्या दिवसांत त्याच्या तिच्याबद्दल वाटणाऱ्या प्रेमाच्या भावना तीव्र झाल्या होत्या आणि आता तो तिला गमावू इच्छित नव्हता. ती समुद्रापार जाऊन दिसेनाशी होईल आणि कदाचित त्याला परत भेटणार नाही, या विचारानं तो सैरभेर झाला आणि तातडीनं शम्सूच्या घरी गेला.

धापा टाकतच तो शम्सूच्या घरी पोचला, आणि समोर बागेत सकीनाला एकटीच बसलेली बघितलं, तेव्हा ते त्याला इतकं अनपेक्षित होतं की, त्याला काय बोलावं तेच सुचेना. मग लागलेली धाप आवरत तो एकदम बोलून गेला, "मला आत्ताच समजलं, की तू उद्या जाणार... तुझी चुकामूक व्हायला नको होती मला." दुसरं कोणी येऊन पोचण्याआधी पटदिशी बोललं पाहिजे हे लक्षात येऊन तो घाईघाईनं म्हणाला, "माझ्याशी लग्न कर सकीना! मी गरीब माणूस आहे, आणि स्वत:खेरीज दुसरं काहीच मी तुला देऊ करू शकत नाही. पण मी तुला आजन्म प्रेमानं सांभाळेन."

इतक्या अनपेक्षितपणे त्याच्या अशा मागणी घालण्यानं सकीना गडबडलीच. ठरलेल्या पद्धतीपेक्षा अगदी वेगळ्या तऱ्हेनं, इतक्या सरळ थेटपणानं हे झालं होतं की, तिच्या तोंडून शब्दच फुटेना. ती स्वत:ला सावरण्याच्या आतच ज्यूबी येऊन पोचली. त्या दोघांनाच एकत्र बघून ती एकदम थांबली. ते दूर दूर उभे होते, पण वातावरण भारलेलं होतं, हे तिला जाणवलं. ती एकदा त्याच्याकडे अन् एकदा तिच्याकडे बघत राहिली.

मग लाजलेली सकीना घरात निघून गेली, ती जाता जाता डोकं किंचित लववून गेली, ज्यामुळे लालजी विचारात पडला. त्या डोकं लववण्याचा अर्थ काय होता?

***

नंतर जेव्हा लालजी डॉक्टर शम्सूंना भेटला आणि योग्य पद्धतीनं सांगितलं की, त्याला सकीनाशी लग्न करायचं होतं, तेव्हा शम्सूला आनंदही झाला आणि सुटल्यासारखंही वाटलं. त्याला लालजी आवडला होता आणि गेल्या सहा महिन्यांत त्यांची चांगली ओळख झाल्यापासून जास्त आवडू लागला होता. परंतु तो क्षणभर गप्प राहिला. लालजी जे म्हणत होता, त्याबद्दल त्याला मनापासून खातरी होती ना, हे त्याला बघायचं होतं. "तुझा विचार पक्का आहे? की... तू अशा मुलीशी लग्न करायचं म्हणतो आहेस जी..." शम्सू घोटाळला... "जिचं आधी लग्न झालं होतं?"

लालजीनं फार गंभीरपणे यावर विचार केलाच नव्हता. जितका जास्त वेळा तो सकीनाला भेटत गेला होता, तितका तिचा रेखीव, लंबगोल चेहरा आणि भावपूर्ण सुंदर डोळे, तिचं मृदू, आकर्षक स्मित, या सगळ्यांची त्याला खूप भुरळ पडू लागली होती. वास्तविक तो जरा विचारात पडला होता, कारण इतक्या श्रीमंत कुटुंबातल्या मुलीला मागणी घातल्यावर, ती विचार तरी करेल की नाही, असं त्याला वाटत होतं. त्यामुळे शम्सूच्या प्रश्नाचं त्याला आश्चर्य वाटलं.

शम्सू पुढे म्हणाला, "आपल्या जातीमध्ये कुठल्याही अविवाहित पुरुषानं विधवेशी लग्न केल्याचं माझ्या ऐकिवात नाही."

बराच वेळ दोघं गप्प राहिले, मग लालजीनं त्याच्या मित्राच्या डोळ्यांकडे सरळ रोखून बघितलं आणि तो शांतपणे म्हणाला, ''तर मग मला तसा पहिला पुरुष होऊ दे.''

शम्सूला आनंदाचं भरतं आलं. सस्मित वदनानं तो म्हणाला, ''मी आत्ताच जाफरभाईंना लिहितो.''

* * *

झांजिबारहून शम्सूच्या पत्राला काय प्रतिक्रिया येते याची आतुरतेनं वाट बघत असताना एकीकडे लालजी त्याच्या धंद्यात चांगलं बस्तान बसवण्याकडे जास्त लक्ष देऊ लागला. त्याच्याच रस्त्यावर नव्यानं उघडलेल्या एका दुकानानं छळवादी आणि गळेकापू पद्धतीनं धंद्यात स्पर्धा सुरू केल्यानं त्याचा धंदा जरा बसला होता.

सुमारे दोन महिन्यांपूर्वी – जुलैमध्ये मलेरियानं बराच आजारी पडलेला लालजी आठवडाभर झोपून होता. तो कामावर परत आल्यावर त्याच्या लक्षात आलं की, बरीच नेहमीची गिऱ्हाइकं त्याच्याकडे बघायचं टाळून पुढे जात होती.

त्रावणकोरच्या कुट्टीचं त्याच्या शेजारीच केळ्यांचं दुकान होतं. त्याला लालजीनं विचारलं, ''काय चाललंय हे? कुठे जातायत हे सगळे?''

''याच रस्त्यावर जरा पुढे एक नवं वाण्याचं दुकान उघडलंय,'' छोटूकाका तेव्हाच येऊन पोचले होते, कुट्टूनं काही सांगायच्या आधी त्यांनीच सांगितलं, ''त्याचा माल हिणकस दर्जाचा असतो, पण किमती आपल्यापेक्षा वीस टक्क्यांनी कमी असतात.''

त्यांचा स्वत:चाच फायद्याचा टक्का त्यांनी किती कमी ठेवला होता हे माहीत असल्यानं लालजी आश्चर्यानं उद्गारला, ''पण ते शक्यच नाही!''

''काल संध्याकाळी त्या दुकानाचा मालक आपलं दुकान बघायला आला होता. फार वस्ताद दिसतो तो.'' छोटूकाकांच्या चेहऱ्यावर काळजी होती. ''आपण पटदिशी काहीतरी केलं पाहिजे, नाहीतर आपल्या धंद्यावर वाईट परिणाम होईल.''

लालजी त्यांच्या दुकानात अत्यंत वाजवी किमतीनं माल विकत असत, आणि त्या स्पर्धा करणाऱ्या नव्या माणसाच्या भावानं माल विकण्यात त्यांना चांगलाच तोटा झाला असता. व्यवस्थित विचार केल्यावर लालजीनं छोटूकाकांना पटवून दिलं की, त्यांनी मालाचा दर्जा किंवा किमती काहीच कमी करायचं नाही, फक्त वाट बघायची. त्याला खातरी होती की, त्या नव्या माणसानं अशा पद्धतीनं धंदा केला, तर तो महिना-दोन महिन्यांच्या वर टिकाव धरू शकणार नाही. मग जुनी गिऱ्हाइकं त्यांच्याकडे परत येतील.

* * *

लालजी दुसऱ्या दिवशी कामावर आला, तेव्हा कुट्टी आलेला होता. दुकानाचे शटर्स उघडता उघडताच कुट्टीनं त्याला सांगितलं, ''काल तू परत गेल्यावर तो नवा दुकानदार पुन्हा आला होता, पण त्याला जास्त रस तुला भेटण्यात दिसतोय, तुला तो ओळखत असावा असं वाटलं.''

लालजीला नवल वाटलं. तो कसा लालजीला ओळखत असेल? कोण असेल तो? कुतूहल वाटून लालजी त्या नव्या दुकानाच्या समोरच्या लहानशा चहाच्या दुकानात गेला. खूप उकळलेला, गूळ घातलेला गरम गरम 'बॉम्बे चाय' भुरके मारत पीत बसला.

थोड्या वेळाने त्याने त्या दुकानाच्या काउंटरच्या मागे एक माणूस पाहिला, जो आधी तिथे नव्हता, तेव्हाच आला होता, बहुतेक मागच्या दारानं. लालजी रस्ता ओलांडून तिकडे जाणार एवढ्यात तो माणूस बाहेर आला आणि रस्त्यानं जाऊ लागला.

अत्यंत आश्चर्यानं लालजी तिथेच थांबला. कारण सकाळच्या रहदारीतून वाट काढत चाललेल्या त्या माणसाला तो चांगलं ओळखत होता! तो त्या माणसाला हाक मारणार होता, पण मग तसं न करता तो त्या पाठमोऱ्या व्यक्तीकडे बघत राहिला. मुंबईच्या गर्दीत हा माणूस इथे भेटेल असं त्याला कधीच वाटलं नव्हतं – ताजो!

***

इकडेतिकडे चौकशी करून माहिती मिळवल्यावर त्याला समजलं की, ताजो नुकताच त्याचे भाऊ शाबू आणि पंजूपासून वेगळा झाला होता. त्याच्या वाटणीचे पैसे घेऊन गोघाहून मुंबईला आला होता. त्याची बायको पहिल्या बाळंतपणात मृत्यू पावली होती आणि तो आता दुसरं लग्न करणार होता. त्याच सुमाराला त्याच्या आईला – गुलबानूला तिच्या चुलतभावानं – झांजिबारच्या जाफरनं कळवलं होतं की, सकीनाचा नवरा एकाएकी मरण पावला होता. ताजोनं ठरवलं की, श्रीमंत बायको मिळवण्याची आणि शिवाय विधवेशी लग्न करण्याचा मनाचा मोठेपणा दाखवण्याची ही उत्तम संधी होती. जाफर धारियाचा त्याच्या चुलत बहिणीवर – गुलबानूवर किती जीव होता, हे त्याला माहीत होतं. त्यामुळे त्याला खातरी होती की, त्यानं घातलेली मागणी स्वीकारली जाईलच.

सकीना ज्यूबीकडे – तिच्या मामेबहिणीकडे मुंबईला आली होती, हे कळल्यावर त्याला साश्चर्य आनंद झाला होता. हे तर फारच छान, त्याला वाटलं की, शम्सू आणि ज्यूबीला जाऊन भेटायचं आणि जाफर धारियाचा गोघाला राहायचा तो भाचा, अशी स्वत:ची ओळख करून द्यायचं ठरवलं. पण सकीना अनपेक्षितपणे थोड्याच दिवसांपूर्वी तिची आई आजारी पडली असल्याने झांजिबारला गेल्याचं ऐकून त्याचा विरस झाला.

त्याचा मोठं मन दाखवून घेतलेला त्याच्या चुलत चुलत विधवा बहिणीशी लग्न करण्याचा निर्णय त्यानं सांगितला, तेव्हा आनंदानं स्वीकारलं जाण्याऐवजी त्याला जेव्हा सांगण्यात आलं की, सकीनाचं लग्न दुसऱ्या कोणाशीतरी ठरल्यासारखंच होतं, तेव्हा त्याला धक्काच बसला. त्याचा बेत फसणार असं दिसल्यावर अतिशय क्षुब्ध झालेल्या ताजोनं सहज विचारल्यासारखं विचारलं, की हा भाग्यवान माणूस कोण होता. जेव्हा त्याला सांगण्यात आलं की, तो मूळचा सिद्धपूरचा लालजी लखा होता, तेव्हा त्याचा त्याच्या कानांवर विश्वासच बसेना. अत्यंत खुनशी मन:स्थितीत तो घरी परतला आणि त्यानं लालजीवर सरळ हल्ला करण्याचा बेत केला.

म्हणून त्यानं चिखलफेक सुरू केली. लालजीची सांपत्तिक स्थिती बिकट असल्याचं तो मोहल्ल्यातल्या लोकांना सांगू लागला. तो नव्या स्पर्धेला तोंड देण्यासाठी लबाड्या करून धंदा चालू ठेवत होता, आणि थोड्याच दिवसात दुकान बंद करणं त्याला भाग पडणार होतं इत्यादी कंड्या ताजोनं बाजारात आणि त्यांच्या जमातीत तर पसरवल्या. इतकंच नाही, तर त्या शम्सूच्या कानांवर आणि थेट झांजिबारपर्यंतही पोचतील, अशी तजवीज केली.

त्याच वेळी त्यानं जाफर धारियाला पत्रही लिहिलं की, त्यांचा भाचा या नात्यानं त्याचं कर्तव्य होतं की, त्यांच्या मुलीचं – सकीनाचं लग्न ज्याच्याशी ठरलं आहे असं त्यानं ऐकलं होतं, त्या लालजी लखाबद्दल इकडे काय बोललं जात होतं हे त्यांना कळवावं. त्यानं पुढे असंही लिहिलं, की ठरलेलं लग्न मोडण्याचा जाफरमामूंच्या मनाला फार त्रास होणार असला, तरी इतक्या अयोग्य माणसाशी ठरलेलं लग्न मोडायला मुळीच कच खाऊ नये, कारण दुसरं कोणी योग्य नसेल तर तो – ताजो, स्वत: पुढे होऊन सकीनाशी लग्न करेल.

बाजारात उठलेल्या अफवा, कंड्या खोट्या असल्याचं कडक शब्दात सर्वांना सांगावं असं प्रथम लालजीला वाटत होतं. पण जरा विचार केल्यावर त्यानं असं ठरवलं की, त्या कंड्या नाकारण्यानं त्या धादांत खोट्या गोष्टींबद्दल निष्कारण चर्चा होऊन शंका वाढायला मदत होईल आणि म्हणून त्यानं शहाणपणानं त्या निंदानालस्तीकडे दुर्लक्षच करायचं ठरवलं.

* * *

सुदैवानं, लालजीनं आधीच भाकीत केलं होतं तसंच झालं. ताजोला पैशांची चणचण भासू लागली आणि सुमारे दोन महिन्यांनंतर त्यानं ते खुळ्यासारखं माल कमी किमतीला विकणं मुकाट्यानं बंद केलं. लालजीला सुटल्यासारखं वाटलं आणि त्यानं आता जास्त पैसे मिळवण्यावर लक्ष केंद्रित केलं. त्याला जगाला आणि खुद्द स्वत:लाही सिद्ध करून दाखवायचं होतं की, सकीनाशी विवाह करण्याची

त्याची लायकी नव्हती असं नाही. कोणीही असं म्हणायला त्याला नको होतं की, त्यानं एका श्रीमंत विधवेशी तिच्या संपत्तीसाठी लग्न केलं होतं.

लड्डूचं किराणा मालाचं दुकान जे थोडे महिने लालजीनं चालवलं होतं, त्यात त्यानं त्याच्याजवळ जास्त पैसे नसणं नडू नये, म्हणून नवनव्या कल्पना लढवल्या होत्या आणि थोडे पैसे साठवले होते. त्याला एक चांगली संधी जर कधी मिळाली – एखादी चांगली व्यापाराची संधी, ज्यातून त्याला तर्क लढवून व्यापार करता येईल, तर त्याची आवक नक्की वाढत जाईल याची त्याला खातरी होती. म्हणून तो अशा संधीची वाट पहात होता, जी मिळाली की त्याची आर्थिक स्थिती एकदम सुधारेल.

लालजीच्या हे लक्षात आलं होतं की, उत्पादकापासून ते ग्राहकापर्यंतच्या लांब साखळीत, दुकानात माल विकण्यात सर्वांत कमी फायदा असतो, कारण जास्तीत जास्त फायदा मधले दलालच खातात. जास्त फायदा मिळवण्यासाठी माल जिथून येतो, त्याच्या शक्य तितक्या जवळून तो विकत घेतला पाहिजे. त्यानं जास्त मोठ्या प्रमाणात, म्हणून कमी किमतीत माल खरेदी करायला सुरुवात केली होती. तशी खरेदी करणं सोपं नव्हतं. बऱ्याच घाऊक विक्रेत्यांनी तुच्छतेनं त्याला परत पाठवलं होतं. अखेर एक घाऊक विक्रेता किशोर करसनदास याची खातरी पटवून देऊन स्वत:ची तुलनेनं बेताची खरेदी घाऊक दरानं त्याच्याकडून मिळवण्यास सुरुवात केली होती आणि थोड्या महिन्यांमध्येच त्याच्याशी उत्तम संबंध जोडले होते.

***

ऑक्टोबरमधल्या बेताचा उकाडा असलेल्या एका सकाळी लालजी जेव्हा किशोर करसनदासांकडे त्याच्या महिन्याच्या मालाची खरेदी करायला गेला, तेव्हा त्याला ते काळजीत असलेले दिसले. लालजीनं त्यांना इतकं अस्वस्थ कधीच पाहिलं नव्हतं.

"काय झालं किशोरभाई?" त्यानं विचारलं, "तुम्ही खूप काळजीत आहात असं वाटतंय?"

"मला वाटतं या वेळी मी स्वत:ला मोठ्या खड्ड्यात पाडलंय!" नेहमी शांत, स्वस्थ राहणाऱ्या किशोरभाईंनी मान हलवत कबूल केलं. "मला भान राहिलं नाही आणि तांदळाच्या बऱ्याच मोठ्या खरेदीत पैसे गुंतवले, कारण मला तो माल अगदी स्वस्तात मिळत होता. मला वाटलं, की या भावानं मी घेतलं, तर तोट्यात तर कधीच जाणार नाही, कारण वेगवेगळ्या खरीददारांकडून माझे पैसे येऊ घातले होतेच. पण झालंय असं की, अशी बरीच येणी एकाच नाही; दोघा-तिघांकडून यायची होती ती आलेली नाहीत. कारण ते सांगत आहेत की, माझं त्यांच्याकडून जुनं थकित येणं आहे तेही ते सध्या देऊ शकत नाहीत, मग नवी कबूल केली होती ती खरेदी करण्याचा तर प्रश्नच नाही.

मी भलत्याच अडचणीत सापडलो आहे. मला समजतंय, की सध्या ते अडचणीत आहेत आणि त्यांच्याकडे मला द्यायला पैसे खरोखरच नाहीत. काय करावं हे मला खरंच समजत नाहीये. मी कसंही करून असा खरीददार मिळवायच्या शोधात आहे, जो रोख पैसे देऊन साराच्या सारा माल विकत घेईल.''

लालजी हे ऐकत असताना त्याच्या हाताच्या पंजांना एकदम वेगळ्याच झिणझिण्या आल्या. पुढील वर्षांमध्ये बरेचदा, जेव्हा म्हणून एखादी चांगली व्यापाराची संधी मिळते आहे असं त्याला वाटे, तेव्हा त्याला अशा झिणझिण्या येत असत.

''खरं म्हणजे मला माल विकून टाकायचा नाहीये, कारण थोड्याच दिवसांमध्ये किमती तिप्पट चौपट किंवा जास्तच वाढतील. मला उत्तम फायदा झाला असता.''

''तुम्ही किती पैशांचं बोलताय किशोरभाई?'' लालजीनं दबकतच विचारलं. ''एरवी मी सहाच्या खाली एक कवडीही घेतली नसती, पण आता मी इतक्या अडचणीत आहे की, मी साडेचार हजार रुपयांनाही सर्व साठा विकायला तयार आहे.''

लालजीनं मनाशी झटपट हिशोब केला. त्याने पै-पैसा करून कष्टाने साठवलेले सगळे पैसे एकत्र केले, गेल्या दिवाळीत घेतलेलं थोडंसं सोनं गहाण टाकलं. छोटूकाकांकडून थोडे पैसे उसने घेतले असते, तर कदाचित तो तेवढे पैसे गोळा करून शकला असता. ''किशोरभाई, साडेतीन करा, आणि आपण सौदा पक्का करू.''

''चार हजार. त्याच्या खाली कवडीही नाही.''

''तीन हजार आठशे,'' लालजी म्हणाला. ''मला जास्तीत जास्त तेवढेच देता येतील.''

नाइलाजानं मान हलवत किशोरभाई म्हणाले, ''ठीक आहे! फक्त तुला म्हणून हो म्हणतोय!''

लालजीला बाजारभावांमध्ये आता इतकं कळू लागलं होतं की, या वर्षी चांगल्या न पडलेल्या पावसामुळे किमती आणखीही चढणं शक्य होतं. तो काही महिने तांदूळ न विकता ठेवू शकला असता, तर किशोरभाई म्हणत होते तशी तिप्पट किंमत त्याला मिळाली असती – कदाचित चौपटही. चौपट! म्हणजे पंधरा हजार रुपये! घबाडच की! त्यानं चुकवायची असलेली सर्व देणी चुकवूनही दहा हजारांहून जास्त शिल्लक राहिली असती त्याच्याकडे. त्याची उपजतच असलेली व्यापारी बुद्धी नेहमी बरोबर ठरत आली होती, आणि असं थोडं मुद्दल हातात आलं, तर मग काहीच त्याला थोपवू शकणार नव्हतं.

***

झांजिबारमध्ये जाफर धारियांना ताजोचं अस्वस्थ करणारं पत्र मिळालं होतं. त्यांना त्यामुळे विशेष अस्वस्थ वाटत होतं, कारण लालजी त्यांना नेहमीच आवडत

आला होता. ताजोला ते प्रत्यक्ष ओळखत नसले, तरी त्यांच्या चुलतबहिणीचा – गुलबानूचा मुलगा हा चांगला, सभ्य माणूसच असणार असं ते धरून चालत होते.

काय करावं, याचा ते विचार करत होते आणि त्यांच्या पत्नीशी चर्चा करत होते, तेव्हाच त्यांना पाठीमागे अंधारात घोटाळणारी सकीना दिसली. रडू फुटायच्या बेतात असलेल्या त्यांच्या तरुण मुलीनं त्यांना गयावया करून सांगितलं की, लालजीशी ठरलेलं तिचं लग्न मोडू नये. दुसऱ्या कोणाशी लग्न करण्यापेक्षा ती मग तशीच एकटीच राहील.

जाफरना मनातून सुटल्यासारखं वाटलं. तिच्या पहिल्या लग्नाचा असा भयंकर शेवट झाल्यानंतर पोटच्या पोरीचं सुख त्यांना परत हिरावून घ्यायचं नव्हतं. लालजी श्रीमंत माणूस नसेल, परंतु जाफरचं मत त्याच्याबद्दल नेहमीच चांगलं झालं होतं, आणि त्यांच्या मुलीलाही तसंच वाटतं असं दिसत होतं.

जाफरनं गुलबानूला आणि ताजोला दोघांना पत्रं लिहिली, त्यांनी मागणी घालून त्यांना मानच दिला होता, याबद्दल कृतज्ञता व्यक्त केली; परंतु सकीनाचं लग्न आधीच ठरलं होतं, असं कळवलं.

ताजोपेक्षा सकीनानं त्या भिकारड्या लालजीला पसंत केलं, हे लक्षात आल्यावर ताजो भयंकर संतापला. त्याचा आता कायमचा काटा काढायचा आणि त्यांच्या घरात तो घुसला तेव्हा होता तसा भिकारी करून टाकायचा, असा त्यानं निश्चय केला.

* * *

लालजी जन्मात कधी इतक्या वेगानं धावला नव्हता. तो रस्त्यावरून जाणारे-येणारे, फेरीवाले, विक्रेते, सगळ्यांमधून वाट काढत, उजाडताच माल विकायला आलेल्या लोकांमधून वाट काढत पळत होता. त्याचं मन अजून सैरभैरच झालेलं होतं.

काही क्षणांपूर्वी कोणीतरी गदागदा हलवून त्याला जागं केलं होतं, आणि घाबरून ओरडत सांगितलं होतं, ''लालजी ऊठ; अरे ऊठ! आग लागलीय मोठी!''

''कुठे?'' कुठेच धूर, आरडाओरडा, पळापळ काहीच नव्हतं! ''कुठे आग लागलीय?''

''इथे नाही! गोदामाला – गोदामाला!''

अविश्वासानं लालजीचा चेहरा गोंधळला. त्या शब्दांचा अर्थ लक्षात आल्यावर प्रचंड धक्क्यानं आणि भीतीनं त्याचा चेहरा काळवंडला! ''अरे देवा! नाही; नाही!''

मग तो जिवावर बेतली असेल तसा पळत सुटला होता. लाकडी जिन्याच्या दोन-दोन – तीन-तीन पायऱ्या एकदम ओलांडत, अनवाणी, विसकटलेल्या कपड्यांनी, विसकटलेल्या केसांनी, डोकं फिरलेल्या माणसासारखा. लांबूनच लालजीला माणसं इतक्या सकाळीही आगीच्या दिशेनं पळताना दिसली.

अग्नीच्या ज्वाळा आणि काळ्या धुराचे लोट आभाळात उंच जात होते. लालजीचं मन पार खचून गेलं. काही विचार न करता तो गोदामाच्या दाराकडे धावला. त्याला थांबून बघणारे हात त्याला रोखू शकले नाहीत, तो त्यांच्या हातातून सटकला. त्याच्या तांदळापैकी जेवढे वाचवता येतील, तेवढे त्याला वाचवायचे होते. लोकांच्या ओरडण्याकडे दुर्लक्ष करत तो गोदामात शिरला. आगीनं सगळं काळं काळं झालं होतं – वाचवायला काही राहिलंच नव्हतं – जळून गेलं होतं सगळं, खाक झालं होतं!

एका प्रचंड निराशेच्या गर्तेत लालजी सापडला. कष्टानं कवडी कवडी करून वाचवलेल्या त्याच्या मुद्दलाचं आता हे राहिलं होतं! कोणीतरी त्याला पकडलं आणि ओढत बाहेर नेलं. "विसर आता, गेलं ते सगळं! पण तू इथून हलला नाहीस, तर तूही जाशील!"

लडखडत लालजी बाहेर आला, आतला धूर नाका-तोंडात जाऊन तो गुदमरला होता, खोकत होता, पावलांचे तळवे भाजले होते. आता कुठून आणि कसं तो सगळं परत मिळवणार होता! कर्ज कसं फेडणार होता? आता सकीना त्याच्याशी लग्न करेल, अशी अपेक्षा तो कशी करू शकत होता? आता – जेव्हा त्यानं होतं नव्हतं तेही सगळं गमावलं होतं?

बाहेरच्या गर्दीबरोबर तो उभा राहिला, असाहाय्यपणे गोदाम जळून खाक होताना बघत राहिला. धारिया धानींनी त्याला शिकवण दिली होती, ती त्याला आठवली, की एकाच सौद्यात सगळं मुद्दल अडकवू नये – पण स्वत:ला सिद्ध करायची घाई झाली होती त्याला. पण – या अन्यायानं तो खचून गेला, पुन्हा सगळं नव्यानं सुरू करण्याच्या विचारानं हतबल झाला.

धगधगणाऱ्या आगीतले निखारेही शेवटी विझले आणि तो मागे फिरला. त्यानं वर बघितलं तोच – गर्दीच्या पाठीमागे उभा असलेला, चेहऱ्यावर विजयोन्माद असलेला ताजो त्याला दिसला. त्याच्या एदम लक्षात आलं की, आग कोणाच्या तरी चुकीमुळे लागली नव्हती, ही जाणून-बुजून मुद्दाम लावलेली आग होती. त्याच्या इतक्या कष्टांनी जमवलेल्या पैशांची आणि त्याच्या आशाआकांक्षाची अशी अक्षरश: राखरांगोळी झालेली पाहून तो संतापाने पेटून उठला. लालजीला काहीही सिद्ध करता आलं नसतं, पण जे तो मनातून समजून चुकला होता, त्याबद्दल त्याला थोडीही शंका नव्हती. रागाने पेटून उठून तो ताजोच्या दिशेनं धावला. अगदी लहानपणापासूनचे सर्व प्रत्यक्ष झालेले आणि समजून आलेले अपमान जणू एकत्रितपणे सूड घेण्यासाठी त्याच्या मनात आक्रोश करू लागले.

रेश्माशी लग्न करण्याची त्याची संधी याच माणसाने त्या गुहेशी त्यांचा शोध घ्यायला येऊन त्याच्या हातून घालवली होती. मुल्लासाहेबांच्या घरी रेश्माशी त्याचा

निकाह होऊ शकण्यापूर्वी यानेच पुढाकार घेऊन त्याच्यावर हल्ला करून बेदम मारहाण केली होती – तोच ताजो पुन्हा पुन्हा डोके वर काढणाऱ्या शापासारखा त्याच्या आयुष्यात परत आला होता आणि दुसऱ्या स्त्रीशी लग्न करण्याची त्याची इच्छा बरबाद करण्याचा प्रयत्न करत होता. आता या वेळी लालजी त्याला सोडणार नव्हता.

पळून जात असलेल्या ताजोच्या मागे पळून त्यानं त्याला पकडून त्याचं तोंड आपल्याकडे फिरवलं. मग सर्व शक्ती एकवटून त्याला एक ठोसा हाणला. दुसरा मारण्याचीही गरज नव्हती. शारीरिक सामर्थ्याच्या बाबतीत लालजीपुढे ताजो काहीच नव्हता. वेदनांनी कळवळत गठडी वळून ताजो जमिनीवर पडला.

"तू आता लक्षात ठेव ताजो," दातओठ खात लालजी म्हणाला, "दामाजी नाथू आणि तू ज्याची टवाळी करायचात, तो गरीब बिचारा, लहान आणि अनाथ मुलगा नाहीये मी आता. माझ्या वाटेला जाऊ नयेस हे बरं, नाहीतर दाखवून देईन!"

***

धास्तावलेल्या मन:स्थितीतच लालजीनं जाफरना पत्र लिहिलं, जे घडलं ते कळवलं, आणि आता तो कंगाल झाला असल्याचंही. त्यानं लिहिलं की, 'झालेल्या सर्व नुकसानाबद्दल जाफरच्या कुटुंबीयांना कळवणे त्याला योग्य वाटले. हा विवाह व्हावा अशी त्याची मनापासून इच्छा आहे. पण या गोष्टींमुळे त्यांनी ठरवलेला विवाह रद्द करण्याचं ठरवलं, तर तो ते समजू शकेल; जरी त्यामुळे त्याची निराशा होणार असली तरी.'

त्यांच्या उत्तराची वाट बघत असताना त्याचं मन शंका-कुशंकांनी व्याकूळ झालं. सकीना त्याला 'हो' म्हणेल असं वाटण्यामध्ये तो त्याच्या मर्यादेच्या पलीकडे गेला होता का? त्या तरुण विधवेच्या भावपूर्ण काळ्याभोर डोळ्यांमध्ये जे काही होतं, त्यापेक्षा जास्त काही आहे असं त्याला वाटलं होतं?

अखेर जेव्हा जाफरकडून नाही, पण खुद्द धारिया धानींकडूनच उत्तर आलं, तेव्हा त्याला खूप बरं तर वाटलंच, पण त्यांचं उत्तर येणं हा एक सन्मानही वाटला.

लालजी बेटा,

तुला ठाऊक आहेच की, माझी नात सकीना ही माझी अत्यंत लाडकी आहे. ती दु:खी होऊ नये, ती सुरक्षित आणि सुखी राहावी, यासाठी मला शक्य असेल, ते सर्व मी करेन.

मी तुला जितका बघितला आणि ओळखला आहे, तेवढ्यावरून मला विश्वास वाटतो की, ती तुझ्याबरोबर असेल तर तिची उत्तम काळजी घेतली जाईल, आणि माझं मन निश्चिंत राहील. तिचं लग्न तुझ्याशी होणार आहे, तुझ्या संपत्तीशी नाही. तू कसा आहेस हे महत्त्वाचं आहे, तुझ्याकडे काय

आहे हे नाही. पैसा म्हणजे काय? पैसो हाथनो मेल छे – आवे – ने जाय! पैसे हे हातावरच्या मळासारखे असतात – येतात आणि जातात. आपण मूर्ख असतो. कारण त्याला आपण इतकं महत्त्व देतो! आपल्या आयुष्याचं मोल पैशानं करतो!

सकीनानं या लग्नाला दिलेल्या अनुमतीपासून ती कधीच मागे हटलेली नाही. तुम्हाला आमचे आशीर्वाद आहेत.

अत्यंत प्रेमपूर्वक,
धारिया धानी.

***

यानंतर दोन महिन्यांनी २२ जानेवारी, १८८३ रोजी लालजी व सकीना विवाहबद्ध झाले. साध्याच समारंभाला तिचे वडील जाफर धारिया, शम्सू आणि ज्यूबी, आणि थोडे जवळचे स्नेही हजर होते. लालजी ताठ मानेनं उभा होता. ती त्याच्याजवळ उभी असतानाचा त्याच्या वधूच्या चेहऱ्यावरचा आनंद आणि डोळ्यांतील अभिमान यांमुळे त्याला करोडपतीपेक्षाही श्रीमंत असल्यासारखं वाटत होतं.

त्या रात्री वधूच्या खोलीत प्रवेश करता करता लालजी उंबरठ्याशी क्षणभर एकदम थांबला – वधूच्या पलंगावर सलज्ज, मीलनोत्सुक रेश्मा बसली असल्यासारखी त्याच्या नजरेसमोर तरळून गेली. कित्येकदा तशा क्षणाची त्यानं स्वप्नं रंगवली होती की, तो लोटलेले दार उघडेल, आणि त्याची वाट बघत असलेली रेश्मा त्याला भेटेल, तिचा चेहरा सलज्ज असेल, तिचे डोळे उत्कट प्रेमानं त्याच्याकडे बघत असतील आणि तिचं मीलनोत्सुक शरीर कापत असेल!

लालजी स्तब्ध उभा राहिला. ती प्रतिमा मनात घेऊन हा उंबरठा त्यानं ओलांडणं योग्य नव्हतं. या दरवाजाच्या आत ती प्रतिमा त्यानं न्यायची नव्हती. त्यानं एक दीर्घ श्वास घेतला आणि अत्यंत निश्चयपूर्वक तो अयोग्य विचार मनातून काढून टाकला. मग हळूहळू उत्सुकता, अपेक्षा, इच्छा मनी भरून तो खोलीत शिरला.

प्रफुल्लित दिसणाऱ्या, फुलांनी सजवलेल्या शय्येवर श्वास रोखून त्याची वाट पाहत असलेल्या त्याच्या वधूच्या चेहऱ्याकडे तो बघत राहिला आणि तिच्या जवळ जाताना लालजी मनापासून सकीनाजवळ गेला. तिचं कापणारं शरीर त्यानं त्या रात्री आपल्या बाहुपाशात घेतलं. त्याला उद्दीपित केलं ते सकीनानंच, आणि तिच्या खास जादूनं ती रात्र अविस्मरणीय केली सकीनानंच!

२०

लालजीच्या लग्नानंतर सुमारे दोन महिन्यांनी त्याच्या किराणा मालाच्या दुकानावर एक दिवस सकाळी हरी आला, तो हातात पेढ्यांचा पुडा घेऊनच. लालजी त्याच्या मित्राला भेटला त्याला वर्ष होऊन गेलं होतं, त्यामुळे त्याला खूप आनंद झाला. प्रसन्न चेहऱ्यानं हरीनं त्याच्या हातात पेढ्यांचा पुडा ठेवला, तेव्हा लालजीनं विचारलं, ‘‘कशाचे पेढे देतोयस रे?’’

हरीनं नाटकीपणानं डोकं नमवून म्हटलं, ‘‘माफ करा, पण हरी नाही, आता मी ‘हरी देशपांडे ॲटर्नी ॲट लॉ’ आहे!’’

लालजीनं त्याची पाठ थोपटली. ‘‘वा! म्हणजे तू झालास म्हणायचा वकीलसाहेब! म्हणजे तुझ्यापासून जरा सावधच राहावं लागेल मला आता! लोक म्हणतात की, वकिलांपासून सावधच राहावं म्हणून!’’

दोघंही हसलं. हरी खूप आनंदात होता. म्हणाला, ‘‘लालजी, अरे मला डिग्री मिळून बरेच महिने झाले, पण मधले बरेच दिवस मी पुण्यात होतो, आत्ता अलीकडेच परत आलो मुंबईला. तुझं काय चाललंय? मी ऐकलं की, तुझं लग्न झालं म्हणून?’’

‘‘हो!’’ लालजी प्रफुल्लित चेहऱ्यानं म्हणाला. पण त्याच्या खाजगी आयुष्याबद्दल त्याला सांगत बसायचं नव्हतं. ‘‘तुझ्याबद्दल सांग हरी. तुझं आयुष्य पुरतंच बदललं असणार आता.’’

‘‘मी ‘दि न्यू एज स्पिनिंग ॲन्ड वीव्हिंग मिल्स’मधून राजीनामा दिला आणि खूप उत्साहानं स्वत:ची कायद्याची प्रॅक्टिस सुरू केली. मला वाटलं होतं माझ्याकडे सल्ला मागायला येणाऱ्यांची रांग लागेल!’’ तो खिन्नसा हसला. ‘‘पण माझी घोर निराशा झाली. कितीतरी दिवस गेले, आठवडे गेले, एकाही अशिलाचा पत्ता नाही!’’

मग एक दिवस एका कारखान्यातले काही असंतुष्ट कामगार माझ्याकडे आले. त्यांच्याकडून पैसे मिळण्याची शक्यता बेताचीच होती आणि प्रसिद्धीही मिळणार नव्हती, त्यामुळे कुठलाही चांगला जम बसलेला वकील त्यांच्या तक्रारींमध्ये रुची

दाखवत नव्हता. शेवटी कोणीतरी त्यांना सुचवलं की, त्यांनी माझ्याकडे जावं – कारण मला अशील मिळत नव्हतं अन् त्यांना वकील! हरी हसत हसत म्हणाला.

"त्या लोकांकडे कामाच्या बाबतीत काय काम, किती पगार, किती तास, कशाचाच काहीच लेखी करार नव्हता; एवढंच नाही, तर त्यांना नोकरीवर ठेवलं आहे, असं दाखवणारा एखादा कागदी पुरावाही नव्हता! कायदेशीररीत्या मी त्यांच्यासाठी फार काही करू शकणार नाही हे माझ्या लक्षात आलं, पण त्यांना ज्या तऱ्हेनं वागवण्यात आलं होतं, त्याची मला चीड आली आणि मी त्यांच्याबरोबर कारखान्यात जायचं कबूल केलं. ते सर्व जण वकिलाकडे गेले याचा मालकांना अतिशय राग आला आणि त्यांनी त्या सगळ्यांना कामावरून काढून टाकण्याची धमकी दिली."

हरीनं शांत, तोलून-मापून वापरलेल्या शब्दांमध्ये मालकांना कामगारांच्या अडचणी समजावून सांगायला सुरुवात केली, मालकांचे प्रश्न काय आहेत तेही विचारलं. मालक-कामगार दोघं मिळून एकमेकांच्या अडचणी समजून घेऊन सोडवतील, तर ते उभयपक्षांच्या हिताचं कसं होईल, ते समजवायला सुरुवात केल्यावर मालक जरा नरम झाले.

दोन तासांनी हरी त्यांच्या ऑफिसमधून बाहेर पडला, तेव्हा सर्वांचे एकमेकांशी संबंध चांगले झाले होते. कितीतरी महिन्यांनंतर, महिनाअखेरीस प्रथमच कामगारांना योग्य वेतन देण्यात आलं.

कामगारांचे हक्क, सामाजिक व आर्थिक अन्याय होणारा समाजातील वर्ग, अशांच्या हक्कांसाठी काम करण्याची हरीची कारकीर्द अशा तऱ्हेनं सुरू झाली. ट्रेड युनियनच्या चळवळीत त्याचा सहभाग आता वाढत चालला होता, कामगारांना पाठिंबा देण्याचं आणि अत्यंत आवश्यक असं कायद्याचं पाठबळ पुरवायचं काम तो करत होता.

लालजीनं खूप मनापासून लक्ष देऊन हे सगळं ऐकलं, आणि आता हरी, त्याची पत्नी शालिनी आणि त्यांच्या दोन मुली, सगळे मुंबईला परत आले असल्यानं दोघांनी लवकरच पुन्हा भेटण्याची एकमेकांना वचनं दिली.

२१

लग्नाच्या वेळी जाफर धारियांची नवदांपत्याला कमी गजबजलेल्या, जास्त चांगल्या वस्तीत घर घेऊन देण्याची खूप इच्छा होती, परंतु लालजीनं सासऱ्यांकडून काहीही घेण्यास ठामपणे नकार दिला. त्यानं अगदी आत्मविश्वासानं सांगितलं की, 'ओटला आणि रोटला' – राहायला घर आणि पुरेसं जेवण – हे पुरवण्याची जबाबदारी त्याची होती आणि ती तो पार पाडेल.

श्रीमंत घरातली मुलगी असून सकीना त्यांच्या छोट्याशा एका खोलीच्या घरात आश्चर्य वाटेल इतक्या चांगल्या रीतीनं स्थिरावली. कारण तिचा नवरा, तिची पतीबद्दलची जी स्वप्नं होती ती सर्व खरी करत होता. लालजी काम बऱ्याच उशिरापर्यंत करायचा, पण तो घरी आला की, घरात चैतन्य खेळायचं. दुकानात कितीही थकायला झालं असलं, तरी तो घरी नेहमी उल्हसित मनानं परतायचा, दुकानात झालेल्या दोन-तीन गमती सांगायचा. जे काही विश्वासात घेऊन सांगायचं असेल, ते तो प्रथम आपल्या बायकोला सांगायचा. त्यामुळे दिवस जात राहिले, तसतसे ते मनानं एकमेकांच्या निकट येत गेले. रोज संध्याकाळी सकीना त्याच्या पावलांच्या ओळखीच्या आवाजाची आणि ती दारापर्यंत पोचण्यापूर्वीच आतुरतेनं तिला हाक मारणाऱ्या त्याच्या आवाजाची वाट पाहायची.

असेच दिवस आठवडे-महिने जाता जाता त्यांच्या लग्नाला नुकतेच तीन महिने झाले असताना सकीनानं लाजत लाजत त्यांच्या कानात सांगितलं की, त्यांचं पहिलं बाळ तिच्या पोटात वाढत होतं, तेव्हा लालजी लखा भरून पावला!

***

आगीमध्ये प्रचंड आर्थिक फटका बसल्यानं लालजीनं छोटूकाकांच्या दुकानात

काम करत राहायचं ठरवलं होतं. खर्च आवाक्यात ठेवण्यासाठी तो खूप प्रयत्न करत असे, आणि नफा वाढवण्यासाठी नव्या उपायांच्या शोधात असे.

एके दिवशी त्याच्या नेहमीच्या घाऊक व्यापाऱ्याच्या दुकानात लालजीची सोहराबजी रुस्तुमजी गांजावालांशी ओळख झाली. उंची पाश्चिमात्य सूट आणि पारशी फेटा अशा कपड्यात आलेल्या त्या गृहस्थांचं किशोर करसनदासांनी ज्या तऱ्हेनं अगत्यानं स्वागत केलं, त्यावरून ते मोठे ग्राहक असावेत, हे उघडच होतं.

"साहेबजी, सोहराबजी शेठ!" किशोरभाई म्हणाले.

सोहराबजी शेठ रुंद हास्य करत म्हणाले, "केम छो किशोरभाई?" आणि एक लांबलचक यादी त्यांच्या हातात ठेवत विचारलं, "तयार आहे माझा माल?"

ती एवढी मोठी यादी बघून लालजीचे डोळे विस्फारले. त्यानं त्या नवागताकडे निरखून पाहिलं. साधारण पस्तिशीतले, बहुतेक पारशी असतात तशा गौर वर्णाचे गृहस्थ. जरासा बाक असलेलं मोठं नाक, कपाळाच्या बाजूनं विरळ होऊ लागलेले केस आणि जरा भरदार होऊ लागलेली शरीरयष्टी. वागण्यात सहजपणा, रुंद जिवणीवर व्यवस्थित ठेवलेल्या मिशा, आणि केव्हाही हसू फुटेल असा चेहऱ्यावर भाव. हसरे चमकदार तरतरीत डोळे.

यादी घेऊन किशोरभाई शेजारच्या कोठाराच्या खोलीत गेले. लालजी त्या नवगतांकडे वळून म्हणाला, "तुमचं दुकान बरंच मोठं असणार?"

लालजीचा एकूण अंदाज घेत सोहराबजींनी त्याच्याकडे बघितलं आणि ते किंचित हसून म्हणाले, "खरंतर माझं दुकानच नाहीये. मी जहाजांवर लागणारं सामान पुरवतो 'शिप हॅन्डलर' आहे मी."

"ओहो!" लालजी उद्गारला. त्यानं या धंद्याबद्दल कधीच ऐकलं नव्हतं. किशोरभाई तेव्हाच बाहेर आले. "मोटा शेट, तुमच्या ऑर्डरप्रमाणे सर्व माल तयार आहे." ते त्या पारशी गृहस्थांना म्हणाले. "फक्त तुम्ही या वेळी पहिल्यांदाच ऑर्डर केलेले लहान लहान बटाटे मिळालेले नाहीत. मला ते कुठंच मिळाले नाहीत. मला माल पुरवणारे लोक साधारणपणे ते घेत नाहीत, कारण बहुतेक गिऱ्हाइकांना मोठे बटाटेच हवे असतात. कोणालाही लहान बटाटे कशाला हवे असतील, हेच त्यांना कळत नव्हतं, पण ते म्हणाले आहेत की, उद्या नक्की शंभर शेर आणून देतो."

सोहराबजींनी डोकं हलवलं. "म्हणजे फारच उशिरा हो!" ते काळजीत पडलेले दिसत होते. "जहाज आज रात्री निघायचंय – इटॅलियन लक्झरी आगबोट आहे ही. माझं नवं गिऱ्हाइक आहे. त्यांना एकही वस्तू न देऊन चालणारच नाही!"

किशोरभाई खूपच मनापासून माफी मागत होते, पण त्यांनाही काय करावं समजत नव्हतं.

लालजी हे बोलणं ऐकत होता. लहान बटाटे? तो नेहमी त्याला लागणारे कांदे-बटाटे पलीकडच्याच दुसऱ्या एका घाऊक दुकानदाराकडून घेत असे, कारण किशोरभाई साधारणपणे या वस्तू ठेवत नसत. आज खरंतर इकडे येता येता लालजी त्या दुकानाशी थांबलाही होता, आणि तो दुकानदार तक्रार करत होता की, या वेळी त्याच्याकडे आलेले बटाटे इतक्या लहान आकाराचे होते की, ते कोणी घेतलेच नसते. तो फार काळजीत पडला होता, कारण त्याच्याकडे दीडशे शेर तसले बटाटे येऊन पडले होते, आणि ते कोणी घेत नव्हतं! 'काय कमालीचा योगायोग आहे!' लालजीला वाटलं.

"माफ करा शेटजी," तो जरा घुटमळत म्हणाला, "पण मला एक दुकानदार माहीत आहे, ज्याच्याकडे तुम्ही म्हणताय तसले बटाटे आहेत."

किशोरभाई आणि सोहराबजी दोघंही वळून त्याच्याकडे बघू लागले. "इथं जवळच आहे त्याचं गोदाम," लालजी म्हणाला, "तुम्हाला बघायचे असेल, तर मी आत्ताच तुम्हाला घेऊन जातो. तुम्ही स्वत:च त्याच्याशी सौदा करा."

तो सौदा छान पार पडला तेव्हा सोहराबजींना खूप आनंद झाला आणि किशोरभाईंनाही सुटल्यासारखं वाटलं.

"बरं, आता तुझं कमिशन किती?" सोहराबजींनी विचारलं.

"कसलं कमिशन?" लालजीला कळेना.

आता सोहराबजींना नवल वाटलं, "मला माल मिळवून देण्यासाठीचं तुमचं कमिशन – आत्ता आपण सौदा करून आलो, त्याचं!"

"ओ! ते काही मी कमिशनसाठी नाही केलं!" लालजीला जरासं हसू आलं. "मला आपलं वाटलं की, त्या बिचाऱ्याचा बराचसा जास्तीचा माल विकला जाईल, आणि तुमची ऑर्डर तुम्हाला पूर्ण करता येईल."

"ते तसंच झालं खरं." सोहराबजी विचार करत त्याच्याकडे बघत होते. "तुम्ही काय करता?"

"मी इथून जवळच एक लहानसं किराणा मालाचं दुकान चालवतो."

"तुम्ही ब्रोकर का होत नाही?" सोहराबजींनी सुचवलं. या तरुण माणसाचं सरळ मनाचं वागणं त्यांना आवडलं होतं.

"ब्रोकरनं काय करायचं असतं?" लालजीनं विचारलं.

"हेच! तो माल कोठे मिळेल ते शोधून सांगतो किंवा मिळवून देतो किंवा जे काम करून हवं असेल ते करून देतो आणि हे काम करून देण्याबद्दल काही टक्के कमिशन घेतो. जो माल मिळवून देतो, त्याला या धंद्यात चांगला पैसा मिळतो, आणि दुकान चालवता चालवता एकीकडे तुम्हाला हे करता येईल."

"कशी सुरुवात करू मी?"

"तुम्ही सुरुवात केलीच आहे!" सोहराबजी हसून म्हणाले.

दोन आठवड्यांनी 'रुस्तुमजी गांजावाला अॅन्ड सन्स प्रा. लि.' कंपनीकडून त्याला आभाराचं पत्र आणि चेक आला. लालजीनं आत्तापर्यंत हातात धरलेला तो पहिलाच चेक होता!

***

सोहराबजींनी लालजीला सांगितलं की, त्यांची वंशावळ सुरतच्या जहाजं बांधणाऱ्या सुप्रसिद्ध लौजी नसखानजी वाडिया यांच्यापर्यंत जात होती. अठराव्या शतकाच्या मध्यानंतर ईस्ट इंडिया कंपनीनं त्यांना कंपनीची जहाजं बांधून देण्यासाठी विशेष प्रलोभनं दाखवून मुंबईला बोलावून घेतलं होतं. त्यांच्या आजोबांनी गांजावला कुटुंबाला त्या वेळी खूप जोरात चालणाऱ्या चीनबरोबरच्या अफूच्या व्यापारात प्रचंड श्रीमंत केलं होतं. तो काळ होता एकोणिसाव्या शतकाच्या सुरुवातीचा, जेव्हा मुंबईच्या इतरही बऱ्याच श्रीमंत व्यापाऱ्यांनी खूप कमाई केली होती. अनेक कुटुंब प्रचंड धनाढ्य झाली होती.

१८५०च्या मध्यावर सोहराबजी केवळ दोन वर्षांचे असताना त्यांचे वडील कुटुंबाचं कॅन्टनचं ऑफिस सांभाळायला चीनला जाऊन राहिले. सोहराबजी लहानाचे मोठे होईतो आणि नंतर ऑक्सफर्डला शिक्षणासाठी जाईपर्यंत कॅन्टनमध्येच होते. शिक्षण पूर्ण झाल्यावर ते जहाजांना मालसामान पुरवण्याचा कुटुंबाचा धंदा सुरू करण्यासाठी मुंबईल राहायला आले. त्यांनी खूप श्रमांनी कंपनी वर आणली होती आणि आज या धंद्यात त्यांचं नाव एक उत्तम कंपनी म्हणून होतं.

***

ज्यांना कुठलाही माल कुठून मिळवायचा, याबद्दल मदत हवी असेल अशा इतरही व्यापाऱ्यांना सोहराबजी लालजीच्या नावाची शिफारस करू लागले. त्याला जी जी शक्य असतील, ती ती कामं लालजी करून देऊ लागला, कारण यात त्याला चांगला पैसा मिळत होता. परंतु लवकरच त्याच्या लक्षात आलं की, मुळात गुंतवायला त्याच्या जवळ पैसा नसल्यामुळे त्याच्या प्रगतीला सीमा पडत होत्या. माल मिळवण्यासाठी तुमच्याकडे रोख पैसे तरी हवेत किंवा तुमची तेवढी पत हवी. लालजीला वाटलं, श्रीमंतांना जास्त श्रीमंत होणं हे गरीब माणसाला कमी गरीब व्हायचा प्रयत्न करण्यापेक्षा सोपं असतं!

डिसेंबर महिन्यातल्या एका सकाळी सोहराबजी लालजीच्या दुकानात एक उत्साहवर्धक बातमी घेऊन आले. आफ्रिकेला जाणार असणाऱ्या एका ब्रिटिश प्रवासी-संशोधक गटाला माल पुरवायचं खूप मोठं कंत्राट त्यांना मिळालं होतं.

कंत्राट छानच होतं, आणि त्यातला काही माल पुरवण्याची कामं ते त्यांच्या वेगवेगळ्या भागीदारांना देत होते. लालजीला त्यातली काही ऑर्डर द्यायला ते आले होते. त्यांना अर्थात कल्पना होती की, तरुण लालजीकडे एवढ्या मोठ्या कंत्राटातला थोडासा माल पुरवण्यासाठी लागेल तेवढंही मुद्दल कदाचित नसणार. पण त्यांची ओळख होऊन जे थोडे दिवस झाले होते, तेवढ्या दिवसांमध्ये त्याला लालजी आवडू लागला होता. त्याची प्रगती व्हायला करता आली, तर मदत करायची त्यांची इच्छा होती. तो किती पटकन समजून घेऊन कामं करायचा, किती हिकमती होता, त्याच्या ग्राहकांना उत्तम सेवा देण्यासाठी तो किती कष्ट घेत असे, इत्यादी विशेष गुण त्यांच्या लक्षात आले होते.

"तुला हे काम स्वीकारायची इच्छा आहे लालजी?" त्यांनी विचारलं, "खूप नफा मिळेल, बऱ्यापैकी पैसे गाठीशी पडतील."

लालजीच्या मनात उत्साह उचंबळून आला. त्याच्या हातांच्या पंजांना झिणझिण्या आल्या, जरी तो जाणून होता की, त्याला हे परवडणारं नव्हतं. "किती पैसे घालावे लागतील?" त्यानं विचारलं.

"वीस हजार," सोहराबजी हळू आवाजात म्हणाले.

वीस हजार रुपये! लालजीची छाती दडपून गेली. त्यानं विचारलं हाच मूर्खपणा झाला होता! काही केलं असतं तरी त्याला एवढी रक्कम गोळा करता आली नसती!

लालजीच्या पडलेल्या चेहऱ्याकडे सोहराबजींनी बघितलं. "मी जाणून आहे की, रक्कम मोठी आहे पण जर काहीतरी जमलं – काहीतरी चमत्कार झाला..." जरासं स्मित करून ते म्हणाले, "कंत्राटाचा माल द्यायला अजून दोन आठवडे आहेत –"

सोहराबजी गेल्यानंतर उदासवाणा होऊन लालजी दुकानाच्या एका कोपऱ्यात बसून राहिला. क्वचित येते अशी, इतकी चांगली संधी चालून आली होती, पण तो काही करू शकत नव्हता!

त्या संध्याकाळी कधी नव्हे तो लालजी उदास मनःस्थितीत घरी पोचला. सकीनाला काळजी वाटली.

"माझे वडील आनंदानं तुम्हाला मदत करतील," लालजीनं सांगितलेलं ऐकून घेतल्यावर, बिचकतच, पण धीर करून सकीना म्हणाली. कारण तिच्या कुटुंबाकडून अशी मदत घेण्याच्या बाबतीत लालजी किती निग्रहानं विरोधात होता, हे तिला माहीत होतं. म्हणून ती लगेच पुढे म्हणाली, "अर्थात तुम्ही त्यांचे पैसे नंतर परत देऊ शकता –" पण लालजीनं त्याबद्दल बोलायचंच नाकारलं.

लालजी उदासपणे घरात वावरत असलेला बघून नंतर पुन्हा सकीना म्हणाली, "हे बघा, एकतर हे एक आव्हान म्हणून तुम्ही स्वीकारा – जा बाहेर, आणि मिळवा कर्ज;

आणि नाही, तर विसरून जा सगळं, आणि दुकान छान चालवताय ते चालवत रहा.''

सकीना जे म्हणाली, त्यात अर्थ होता, लालजीला वाटलं. आणि काय केलं पाहिजे ते त्याच्या लक्षात आलं.

***

''तुमची स्वप्नं मोठाली आहेत, हे दिसतंय मला,'' आशेनं त्यांच्याकडे बघणाऱ्या, समोर बसलेल्या तरुणाकडे बघत शेट हिरालाल श्रॉफ म्हणाले, ''पण कर्ज मिळवण्यासाठी मजबूत हमी देणारं पाहिजे हो कोणीतरी तुमच्या पाठीशी.''

ब्रोकरचा धंदा करणारे आणि कर्ज पुरवणारे शेठ हिरालाल श्रॉफ आणि लालजी ऑफिसबाहेरच्या जागेत बसले होते. बाजारगेट परिसरात बऱ्याच श्रॉफ (सावकार) मंडळींच्या पेढ्या होत्या, त्या भागात कोपऱ्यावरच्या एका इमारतीत पहिल्या मजल्यावर त्यांचं ऑफिस होतं.

''पण मी स्वतःच माझ्या उत्तम सामर्थ्याची हमी आहे,'' लालजी उत्कटतेनं म्हणाला. तो शेठकडे रोखून बघत होता. ''मला खातरी आहे की, मी हे करून दाखवेन.''

शेठवर छाप पडली नाही. कोटाच्या आतल्या खिशातून त्यांनी एक लहानशी चांदीची डबी काढली आणि हातात कात न् चुना घेऊन त्यावर डबीतली थोडी तंबाकू टाकली, सगळं मिश्रण सराईत सफाईनं तोंडात टाकलं. मग मजेनं ते चघळता चघळता ते म्हणाले, ''असं पहा, माझा आपला छोटा धंदा आहे सावकारीचा, केवळ तुम्ही मला आवडता म्हणून तारण नसताना मी कर्ज देऊ लागलो, तर किती दिवस चालेल धंदा माझा?'' तारांच्या फ्रेमच्या नाकावर उतरलेल्या चश्म्याच्या वरून लालजीकडे बघत ते म्हणाले.

''पण मी एक न् एक रुपया परत देईन तुमचा!'' लालजी उद्गारला.

''याची मला काय खातरी?''

''कारण मी देईन याची मला खातरी आहे!'' लालजीनं स्वतःच्या कपाळावर बोट ठेवत आत्मविश्वासपूर्ण आवाजात म्हटलं, ''मला इथे खातरी आहे!''

खाली माना घालून आपापल्या डेस्कांपुढे कामं करत असलेल्या त्या खोलीतल्या कारकुनांनी घातलेल्या मांड्या बदलत एकमेकांकडे कटाक्ष टाकले. पैशांसाठी विनवण्या करणाऱ्या बऱ्याच लोकांचं बोलणं ते ऐकत असत, पण हा तरुण नेहमी उत्कटतेनं, आवेशानं बोलत असे.

लालजी पुढे बोलत राहिला, ''एक अवसर देऊन बघा मला, तुम्हाला पश्चात्ताप होणार नाही!''

आता कंटाळलेले श्रॉफ म्हणाले, ''ना भाई, ना! गेल्या दहा दिवसांमध्ये हे

तिसऱ्यांदा आलात तुम्ही, पण माझं उत्तर अजूनही तेच आहे की 'शक्य नाही!' कृपा करून पुन्हा येऊ नका, उगीच तुमचा वेळ वाया घालवताय तुम्ही!''

बाहेर एक दार उघडलं. आवाज ऐकू आले आणि आलेल्या पाहुण्यांना पॅसेजमधून शेजारच्या खोलीत घेऊन जाणारी पावलं वाजली. त्यांचं लालजीशी बोलून संपलं आहे, असं दर्शवण्यासाठी श्रॉफ उठून उभे झाले. दरवाजाशी जाऊन ते वळले आणि म्हणाले, ''एवढं मात्र मी म्हणेन की, तुमच्या चिकाटीची कमाल आहे! परत परत येत राहण्याचं मनोबळ येतं कुठून तुमच्यात?''

''येतं, कारण मला ठाऊक आहे की, एक दिवस तुम्हाला माझ्यामध्ये ते गुण दिसतील, जे माझ्यामध्ये आहेत हे मला ठाऊक आहे!'' लालजी म्हणाला, ''आणि मग तुम्ही मला रिकाम्या हातांनी परत पाठवणार नाही!''

''असेलही, पण आत्तातरी तुम्हाला तुमच्यामध्ये जे दिसतंय, ते मला तुमच्यामध्ये दिसत नाहीये!''

लालजीनं हताश होऊन मान खाली घातली, पण तो तिथून हलला नाही. शेठनी दाराकडे बोट दाखवलं – ''मला दुसऱ्या एकांना भेटायचं आहे, तुम्हाला आता निघालं पाहिजे.''

लालजीनं वर बघितलं, तेव्हाच त्याची दृष्टी त्या आणि शेजारच्या खोलीमध्ये असणाऱ्या काचेच्या पार्टिशनकडे गेली. कोणीतरी तिथे उभं राहून त्यांच्याकडे बघत होतं. लालजीला नीट दिसण्याआधीच ती व्यक्ती बाजूला झाली. श्रॉफजींनाही ती व्यक्ती दिसली आणि ते भराभरा त्यांना भेटायला गेले. लालजीनं त्यांना त्या खोलीत शिरताना बघितलं आणि काचेच्या पार्टिशनवरचे पडदे श्रॉफजींनी ओढून बंद केले, मग त्याला काहीच दिसू शकत नव्हतं.

गेले कितीतरी दिवस लालजी या ऑफिसातून त्या ऑफिसात, या दारातून त्या दारात हिंडत होता; जिथे कुठे त्याला कर्ज मिळण्याची शक्यता आहे असे वाटेल तिथे जात होता, पण काहीही निष्पन्न झालं नव्हतं. काही ठिकाणी त्याला सभ्यपणे; परंतु ठामपणे परत पाठवलं होतं, काही ठिकाणी त्याच्या तोंडावरच दार आपटून बंद केलं गेलं होतं, आणि काही ठिकाणी तर दंडाला धरून बाहेर काढण्यात आलं होतं.

या वेळी मूर्खासारखी त्याला आशा वाटली होती की, आज त्याला यश मिळेल. कारण कदाचित हिरालाल श्रॉफ जास्त नीट बोलणारे होते, हुसकून लावणारे नव्हते. लालजी त्यांना दोष देत नव्हता. त्यांच्याजागी तो असता, तर कदाचित तोही तसाच वागला असता. लहानसं दुकान असणाऱ्या माणसाला त्याची स्वप्नं मोठी होती म्हणून, काहीही तारण, ओळखीपाळखी नसताना – खरं म्हणजे स्वतःच्या भवितव्याविषयी मनातून खातरी असण्याशिवाय दुसरं काहीच नसताना, कोणी कर्ज दिलं असतं?

लालजी तिथे किती वेळ बसला होता, याचं त्याला भानच राहिलं नव्हतं. आता त्याला प्रयत्न करण्यासाठी कुठलीच दारं ठोठावायची राहिली नव्हती. शेजारच्या खोलीतले आवाज एकाएकी मोठ्यानं ऐकू येऊ लागले. कुठलंतरी दार उघडलं होतं. ते काय बोलत होते हे लालजीला ऐकू येत नव्हतं, पण थोड्या मिनिटांनी श्रॉफजी आले. लालजी एकदम उभा राहिला. त्याला वाटलं, अजून तिथेच रेंगाळण्याबद्दल आता ते शिव्या देणार – पण त्यांच्या चेहऱ्यात, वागणुकीत एकदम बदल झाला होता. कपाळावरच्या आठ्या जाऊन समेटाचं स्मित होतं, आढ्यतेचा सूर एकदम रेशमासारखा मऊ झाला होता, आणि पोशिंद्यासारखं वागणं नाहीसं झालं होतं.

एक एक पाऊल टाकत, जणू काय बोलावं याचा विचार करत असतील, तसे ते लालजीजवळ आले.

"हं? वा! वा-वा!" किंचित अवघडल्या सुरात श्रॉफजी बोलू लागले. "तुम्ही खरोखरच नशीबवान आहात हं! थोरामोठ्यांमध्ये तुमचे मित्र आहे तसं दिसतंय, तुम्हाला कर्ज मिळू शकेल असं दिसतंय!"

लालजीनं प्रचंड आश्चर्यानं त्यांच्याकडे बघितलं. "एकाएकी इतकं औदार्य दाखवण्याचं कारण काय श्रॉफ़जी?" त्यानं विचारलं, "मी आलो होतो, तेव्हा होतो तोच गरीब माणूस आहे. अजूनही माझ्यासाठी धोका पत्करण्याच्या लायकीचा नाही, कारण माझ्या खिशात काहीच नाही! तर मग एकाएकी हा हृदयपालट कसा झाला?"

"हंऽ! तुम्ही नशीबवान माणूस आहात!" श्रॉफजी सस्मित वदनाने म्हणाले, "एक छुपे आश्रयदाते आहेत तुमचे, ज्यांचा तुमच्यावर विश्वास आहे, आणि जे तुमच्यासाठी खातरी द्यायला तयार आहेत. ते बिनाशर्त तुम्हाला दिलेल्या कर्जाची हमी देणार आहेत."

"आश्रयदाते? कोण आश्रयदाते? या शहरात माझ्या ओळखीची अशी कोणीही व्यक्ती नाही!"

श्रॉफजींनी शेजारच्या खोलीकडे निर्देश करत म्हटलं, "तिकडे आत एक गृहस्थ बसले आहेत, जे तुमच्या संपूर्ण कर्जाचं तारण द्यायला तयार आहेत!" त्यांनी खांदे उडवले.

"पण का?" गोंधळून लालजीनं विचारलं, "कोण आहेत ते?"

श्रॉफनी त्याच्याइतकेच कोड्यात पडलेले दिसले. "माझी त्यांची खूप जुनी ओळख आहे, आणि त्यांच्या धंद्याच्या बाबतीतल्या कुशाग्र समजशक्तीला मी विशेष मानतो. गेल्या काही वर्षांत त्यांनी प्रचंड पैसा कमावला आहे. ते एवढंच म्हणाले की, 'तुम्हाला कर्ज देणं, ही कदाचित त्यांची सर्वांत सुरक्षित गुंतवणूक असेल.' यापलीकडे काहीही स्पष्टीकरण त्यांनी दिलं नाही."

"पण हे उपकारकर्ते कोण आहेत, हे ठाऊक झाल्याशिवाय मी असे पैसे

स्वीकारू शकत नाही,'' लालजी म्हणाला आणि भराभरा त्या खोलीकडे जायला निघाला, परंतु श्रॉफजींनी त्याला अडवला.

''नाही, नाही – त्यांना ओळख द्यायची नाहीये, तीही एक अट आहे.''

पण लालजी असा थांबणारा नव्हता. तो अडवू बघणाऱ्या श्रॉफजींच्या जवळून काचेच्या पार्टिशन पलीकडच्या खोलीत गेला. आतल्या जागेत पलीकडच्या बाजूला एका डेस्कजवळ सूट घातलेले एक गृहस्थ उभे असलेले त्याला दिसले. हात पाठीमागे बांधून ते खिडकीतून बाहेर बघत होते. लालजी जवळ गेला तेही वळले.

लालजी आश्चर्यचकित झाला, कारण उभ्या असलेल्या त्या गृहस्थांना तो तसा ओळखत होता, पण खरा ओळखत नव्हता.

लालजीचं अवघडलेपण कमी करायला स्मित करत ते गृहस्थ म्हणाले, ''आठवतोय मी? पालोनजी पेस्तनजी रेडीमनी!''

२२

मंदाबाईनं हिरमोड होऊन ओठ मुडपले. मुलगी! अरेरे! ती देवाची प्रार्थना करत असे, की मुलगा होऊ दे, अभागी बिचारी गौण दर्जाची मुलगी नको. मुलगा झाला असता, तर तिला मोठं बक्षीस मिळालं असतं. पण जिचं काही महत्त्वच नाही, अशी मुलगी जन्माला यायला मदत करणाऱ्या दाईला कोण बसलंय बक्षीस द्यायला?

सराईत हातांनी तिनं नाळ कापून बांधून टाकली. तिच्या आईनं तिला शिकवलं होतं की, बाळंतपणात सर्वांत मोठा धोका संसर्ग होऊन जखम पिकण्याचा असतो. देवाच्या दयेनं मंदाबाईंच्या हातून आजपर्यंत कधीही मूल किंवा आई दगावली नव्हती. सगळे म्हणायचे की, तिच्या हाताला यश होतं. वाईट एवढंच वाटायचं की, ते यश मुलगाच होऊ दे म्हटलं तर मुलगा होण्याइतकं मोठं नसे – नाहीतर एव्हाना ती श्रीमंत बाई झाली असती! मुलीच्या वडिलांना भेटायला त्यामुळे ती उत्सुक नव्हती. त्यांना मुलगी झाली आहे, हे ऐकून विरस झालेला चेहरा तिला बघावा लागला असता.

हिरालाल श्रॉफच्या पेढीवरून उत्साहानं भारूनच लालजी परत आला, तेव्हा त्याच्या भाग्यावर अजून त्याचाच विश्वासच बसत नव्हता. बाळाचा जन्म झाल्याचं समजल्याबरोबर तो घाईघाईनं त्या खोलीत घुसला.

नजर खाली वळवून मंदाबाई उभी होती. "माफ करा शेठजी!" ती हळूच म्हणाली, "मुलगी झालीय, पण मी काय करू? देवाची इच्छा!"

"मग उत्तम बातमी आहे की!" लालजी उद्‌गारला. "तुम्ही म्हणताय की, आई अगदी ठीक आहे, आणि बाळाची तब्येत चांगली आहे. आणखी काय हवं? तुम्ही लक्ष्मी आणलीये आमच्या घरी!" आणि गोंधळून गेलेल्या दाईला त्यानं चांगलं मोठं बक्षीस दिलं.

मुलगी झाल्याचा लालजीला इतका खराखुरा आनंद बघून सगळ्यांनाच जरा आश्चर्यच वाटलं होतं, कारण बहुतेक सर्व पुरुषांना मुलगा हवा असायचा. पण

लालजी अजिबातच विरस झाल्यासारखा दिसत नव्हता. त्यानं जाऊन त्याच्या बायकोला मिठी मारली. बाळंतपणासाठी कच्छहून आलेल्या बानूमामीला सगळ्यांसमोर प्रेमाचं असं प्रदर्शन केलेलं बघून अवघडल्यासारखं झालं आणि तिनं दुसरीकडे मान वळवली. प्रसन्न हसत लालजी तिच्याजवळ गेला आणि तिलाही त्यानं मिठी मारली.

लाल लाल तोंड असलेल्या छोट्याशा बाळाकडे त्यानं खूप कौतुकानं आनंदानं बघितलं. नसेल झाला मुलगा, पण ही बाळीही त्याच्या रक्तामांसाचीच होती ना! त्याला भरून आलं. "अरे?" तो म्हणाला "हिचं नाक तर बघ! ही अगदी माझ्यासारखी दिसतेय!"

मधाचं बोट मुलीच्या तोंडाला लावायला लालजीनं बानूमामीला सांगितलं – म्हणजे मुलगी तिच्यासारखी गुणी, प्रेमळ, स्वभावात आपुलकी असलेली होईल.

तो दिवस होती – २५ डिसेंबर, १८८३. त्याच्या आणि सकीनाच्या लग्नाला वर्ष पुरं व्हायला काही आठवडेच बाकी होते. लालजीनं त्याच्या पहिल्या मुलीचं नाव रझिया ठेवलं – जे त्याच्या आईचं नाव होतं, पण सगळे जण तिला 'राजी'च म्हणू लागले.

***

वेळ न घालवता दुसऱ्या दिवशीच लालजी सोहराबजींकडे गेला आणि त्या प्रवासी-संशोधक गटाला तांदूळ पुरवायचं एक बेताचंच मोठं कंत्राट त्यानं घेतलं. त्याचा हा पहिलाच मोठा धंदा होता, त्यामुळे त्याला झेपणार नाही एवढं मोठं काम त्याला घ्यायचं नव्हतं. यात यश मिळण्यावर बरंच काही अवलंबून होतं.

लालजी बऱ्याच घाऊक व्यापाऱ्यांकडे गेला. त्याला कमीत कमी दरानं तांदळाची खरेदी करायची होती. शेवटी एक वैतागलेला व्यापारी उपहासानं त्याला म्हणाला, "आणि आता याच्याहूनही कमी भावानं हवे असतील, तर बर्माला जा!"

लालजी थबकला आणि त्याच्याकडे बघत राहिला, तेव्हा त्या व्यापाऱ्याला आश्चर्य वाटलं. पण लालजीला वाटलं, खरंच की! तिकडंच गेलं पाहिजे खरेदी करायला, जर कमीत कमी भावानं तांदूळ खरेदी करायचे असतील तर! त्याच्या हे आधीच का नव्हतं डोक्यात आलं?

म्हणून लालजी खरोखरीच रंगूनला गेला. मुंबईच्या घाऊक बाजारातल्या किमतींपेक्षा कितीतरी कमी किमतीत तांदूळ खरेदी करून आला. या कंत्राटात त्याला तीस हजार रुपयांपेक्षा जास्त पैसे मिळाले, त्यातून त्याचं कर्ज व इतर खर्च फेडून जवळजवळ दहा हजार रुपये शिल्लक राहिले!

आता जेव्हा ब्रोकरचा आणि गुंतवणुकीचा धंदा सुरू करायला त्याच्याकडे थोडंसं मुद्दल होतं, तेव्हा त्याला खूपच हुरूप आला. कारण लालजीला चढायचं नव्हतं, उडायचं होतं!

त्याची ही पहिली सुरुवातच यशस्वी झाल्याबरोबर त्यानं कच्छहून मुन्नीबेन, जप्पू आणि त्यांचं कुटुंबं सगळ्यांना मुंबईला राहायलाच बोलावून घेतलं. त्यानं स्वत:लाच तसं वचनच दिलं होतं. गुल्लू आणि मुन्नीला खूप बरं वाटलं, पण त्यांनी 'नाही' म्हटलं – त्यांना सिद्धपूरमध्येच राहावंसं वाटत होतं. जप्पूनं त्याचं बोलावणं स्वीकारलं आणि तो बायको शबाना आणि दोन लहान मुलं यांना घेऊन मुंबईला आला. लालजीनं भायखळ्याला भाड्यानं घेतलेल्या नव्या फ्लॅटमध्ये ते सगळे जण राहू लागले.

पहिल्या यशस्वी कामानंतर लालजीनं कधी मागे वळून पाहिलंच नाही. त्या पहिल्या दहा हजारांपासून सुरुवात करून धूर्तपणे केलेला व्यापार आणि तर्कपूर्ण कल्पकतेनं घेतलेल्या निर्णयांनी त्याची संपत्ती वाढू लागली. तो फार शहाणपणानं गुंतवणूक करत असे. विचारपूर्वक धोका पत्करून, समतोल राखत पैसे गुंतवत असे. फार सावधानता राखून किंवा एकदम नेत्रदीपक अशा कामांमध्ये समतोल राखत असे.

लालजीनं पहिला मोठे फायदे कापसाच्या व्यापारात कधी रोखीनं धंदा करून, तर कधी नंतर फायदा होईल असे पैसे गुंतवून, (स्पॉट आणि फॉरवर्ड मार्केटिंग) कापसाच्या सट्ट्यावर धाडसानं पैसे लावून, असे मिळवले. या व्यापारात खूप कमी-जास्त होणाऱ्या भावांमध्ये तो मोठाल्या जोखिमा घेत असे. त्याला भाव किती आणि केव्हा चढतील-उतरतील या बाबतीत उपजत जाण फारच चांगली होती आणि कुठल्या वेळी खरेदी-विक्री करावी याबद्दलची जाणही. नेमकं केव्हा विकावं, केव्हा विकत घ्यावं, कोणत्या किमतीला विकत घ्यावं-विकावं, हे त्याला नेमकेपणाने कळत असे. त्याचे अंदाज कधीही चुकत नसत – इतके, की या धंद्यातले इतर व्यापारी आणि गुंतवणूकदार, तो करेल तसे करू लागले आणि बऱ्याच लोकांनी तसे करून चांगले पैसे मिळवले. लालजी लखाला लोक 'सट्टा किंग' म्हणू लागले.

***

लालजीचं कुटुंब वाढत होतं. १८८५ सालच्या अखेरीस, राजीच्या जन्मानंतर जवळ जवळ दोन वर्षांनंतर एक सुंदर मुलगी जन्माला आली. मऊ, तपकिरी केस, मृदू भाव असलेले तपकिरी डोळे, गोरी आणि वृत्तीनं आपल्याच नादात असणारी. या मुलीचं नाव त्यांनी 'झरीना' ठेवलं. ती मोठी होत गेली तसतशी सकीनाला काळजी वाटू लागली की, इतकी नाजूक आणि कमजोर अशी ही मुलगी! या जगात, जिथे शारीरिक आणि मानसिक दु:खं सहन करावीच लागतात, तिथे कशी टिकाव धरून राहील? अशी काळजी करणं सोडून देण्याचा कितीही प्रयत्न केला, तरी तिच्या मनात कायम ही धास्ती असे.

लालजी त्याच्या धंद्याच्या कामांमध्ये आणि सुरुवातीला तो जे धोके पत्करत असे त्यातही सावधानीनं वागू लागला. जिंकत होता तिथपर्यंत ठीक होतं, पण तो जाणून

होता, की भाग्य केव्हाही पालटू शकतं. त्याचे पहिले शेठ होते, त्यांच्या पुतण्याची – शामजीभाईंची त्याला आठवण झाली. त्यानं जुगारात जवळजवळ सर्वस्व गमावलं होतं. त्यानं मग ठरवलं की, त्याऐवजी व्यापरातच सर्व लक्ष घालावं.

मग व्यापार हेच त्याचं अत्यंत आवडीचं काम झालं. आता त्याला हजारो रुपये गुंतवणंही शक्य होतं. व्यापारात चांगल्या चालणाऱ्या त्याच्या बुद्धीला धारिया धानींकडे काम केल्यानं चांगली धार आली होती आणि स्वत:च्या अनुभवानं तेजही आलं होतं, त्यामुळे ती बुद्धी आता तो उत्तम तऱ्हेनं वापरू शकत होता.

लालजी बाजाराचा काळजीपूर्वक अभ्यास करत असे. कुठलाही माल कोठे मिळतो ते शोधून काढणं त्याच्यासाठी फार अवघड नसे, आणि कुठेही पाठवणं फारच लांब नसे – अर्थात जर किंमत बरोबर असली तर! मग कापूस असो की रेशीम, मसाले किंवा चहा, ज्यूट असो की धान्यं, चांदी की सोनं – काहीही असो; जमिनीवरून किंवा पाण्यावरून पाठवता येईल अशी कुठलीही वस्तू पुरवू शकणारा म्हणून त्याची कीर्ती झाली. ज्या वस्तू पूर्वी त्यानं कधी बघितल्याही नव्हत्या, त्यांचा व्यापार तो करू शकत होता! अशा देशांना पाठवू शकत होता ज्या देशांची नावंही त्यानं आजपर्यंत ऐकलीही नव्हती! दूरदर्शीपणानं काम करणारा असल्यामुळे कुठल्या समुद्री मार्गावर वादळं होऊ शकतात याचा त्यानं अभ्यास केला होता, कुठल्या देशांमध्ये वरचेवर लढाया होत असतात, याबद्दल माहिती मिळवून ठेवत असे. यामुळे कुठे व्यापारासाठी जाणं शहाणपणाचं होईल आणि कुठं पाऊल टाकणं हे मूर्खपणाचं होईल हे ठरवायला त्याला मदत व्हायची.

लालजीचा व्यापार आता त्रिकोणी झाला. तो हिंदुस्थानातून कापूस आणि सूत चीनला पाठवत असे, चीनमधून चहा आणि रेशमी कापड ब्रिटनला पाठवत असे आणि ब्रिटनमधून पक्का माल हिंदुस्थानात मागवत असे. त्याचबरोबर पूर्व आफ्रिका आणि मध्य पूर्वेतले जे भाग त्याच्या माहितीचे होते, त्यांच्याबरोबर त्याचा व्यापार चालूच होता.

मुंबईमध्ये लोक प्रचंड पैसा मिळवत होते. ते शहर आता व्यापारी राजांचं झालं होतं; त्यांचं एक उच्चवर्गीय वर्तुळ तयार झालं होतं, ज्यामधला लालजी लखा हळूहळू एक महत्त्वाची व्यक्ती झाला. या वर्तुळात असे लोक होते जे प्रचंड श्रीमंत तर झाले होतेच, पण ज्या शहरानं त्यांना वर आणलं होतं, त्या शहरासाठी उदार हातानं मदतही करत होते.

***

वडाच्या 'त्या' मोठ्या झाडाखाली १८८८मध्ये नेटिव्ह स्टॉकब्रोकर्स असोसिएशनच्या एका मीटिंगमध्ये लालजीला त्याचा बालपणचा मित्र रेवजी भेटला. लालजीनं त्याला बघितलं, तेव्हा त्याला खरंच वाटेना. "अरे! तू इथं मुंबईत काय

करतोयस?'' आश्चर्यानंदानं त्याला मिठी मारत तो उद्गारला, ''आणि मला येऊन भेटला का नाहीस?''

तितकाच आनंदलेला रावजी मोठ्यानं हसला आणि म्हणाला, ''मी इथे काही वर्षांपूर्वी आलो, तेव्हा तुला शोधायचा खूप प्रयत्न केला, पण कुठे शोधायचं हेच माहीत नव्हतं. रेहमूकाकांच्या घरी कोणालाच तू कोठे आहेस हे माहीत नव्हतं. मग कोणीतरी सांगितलं, की तू झांजिबारला गेलास म्हणून.'' रेवजी बोलायचं थांबला आणि त्यानं लालजीकडे नीट निरखून बघितलं. सैलसर पांढरास्वच्छ पायजमा, गुडघ्यापर्यंत लांब अंगरखा, कंबरेभोवती सुंदर भरतकाम केलेला कमरबंद आणि गुडघ्यापर्यंत लांब कोट. ''अरे वा! तुझं झकास चाललेलं दिसतंय की लालजी!'' तो आपलेपणानं हसून म्हणाला, ''मला बाकी नेहमी खातरीच होती, की तू नाव काढशीलच. खूप आनंद झाला तू भेटलास!''

त्या अनपेक्षितपणे झालेल्या भेटीनंतर लालजी न् रेवजीची मैत्री पुन्हा पहिल्यासारखी जुळली. १८७७मध्ये लालजी गोघा सोडून आला त्यानंतर रेवजी स्वत:ही अहमदाबादला राहायला गेला होता. त्याच्या वडिलांचा – प्राणलाल रतिलाल यांचा कापडाचा व्यापार तिथं छान चालला होता; रेवजी सांगत होता, ''व्यापार वाढत चालला तेव्हा मग मी माझी बायको माधुरी न् मुलं यांना घेऊन मुंबईला आलो आणि आमची एक शाखा काळबादेवीला उघडली – कापसाचा आणि धातूंच्या व्यापाराचे धंदे तिथं खूप भरभराटीला आले होते.''

मुंबईला राहायला आल्यावर रेवजी भुलेश्वरला राहत असणाऱ्या त्यांच्या नातेवाइकांकडे सहकुटुंब राहत होता. आता गेली काही वर्षं धंद्याचा जम बसून तो उत्तम चालला होता, म्हणून प्राणलालकाकांनी रेवजीला सांगितलं की, 'मुंबईच्या गजबजलेल्या फोर्ट भागाबाहेर, चांगल्या घरांची जी नवी वस्ती मलबार हिलला होत होती, तिथे घर घ्यावं किंवा बांधावं.'

''मी एक प्लॉट बघायला जाणार आहे.'' रेवजीनं लालजीला सांगितलं. ''तू का नाही येत माझ्याबरोबर?''

मलबार हिलला एके काळी दाट जंगल होतं आणि त्यात जंगली ताडाची झाडं, उंच उंच गवत होतं. माकडं, पोपट, जंगली कुत्रे आणि कोल्हे यांची वस्ती असायची. पूर्वी इंग्रज लोकांची शिकारी कुत्र्यांना बरोबर घेऊन रविवारी शिकारीला जाण्याची ही आवडीची जागा होती. मुंबईमधल्या टेकड्यांपैकी २०० फूट उंच असलेली ही सर्वांत उंच टेकडी होती. या टेकडीवरून पूर्वीच्या काळी मलबारच्या किनाऱ्यावर येऊन मुंबईवर हल्ले करणारे चाचे टेहळणी करत असत, म्हणून त्या टेकडीला 'मलबार हिल' नाव पडलं होतं. १८२०च्या दशकात मुंबईचा गव्हर्नर माँटस्टुअर्ट एलफिन्स्टन याने तिथे प्रथम बंगला बांधला.

१८८१मध्ये मलबार हिलच्या सर्वांत उंच भागावर 'हँगिंग गार्डन्स' ही बाग तयार करण्यात आली होती, त्याच्या जवळच एक प्लॉट होता, तो विकत घेण्यात रेवजीला स्वारस्य होतं. वेगवेगळे आकार देऊन छाटणी केलेली झाडं आणि तऱ्हेतऱ्हेची दुर्मीळ फुलझाडं यांमुळे ही नवी बाग, ही शहराचं सौंदर्य वाढवणारी आणखी एक जागा झाली होती.

तो प्लॉट बघत असताना रेवजीनं लालजीला माहिती पुरवली, "असं समजलं जातं, की प्लॉट – गो-मुख, म्हणजे दयाशील, सात्त्विक गाईच्या तोंडासारखा, मागच्या बाजूपेक्षा समोरच्या बाजूला अरुंद असणं महत्त्वाचं आहे. व्याघ्रमुखी म्हणजे वाघाच्या तोंडासारखा समोर रुंद आणि मागे अरुंद नसावा. कारण व्याघ्रमुखी प्लॉट हा नक्कीच त्याच्या मालकाचा सत्यानाश करतो!"

***

रेवजी हा मौजमजा करायला आवडणारा माणूस होता. खूप काम करायचं आणि तितकीच मजाही करायची. त्याला ऐटीत राहायला, उत्तम कपडे घालून वावरायला आवडत असे. तो नेहमी पांढरेस्वच्छ धोतर, हिऱ्याची बटणं लावलेली काळी अचकन आणि खास त्याची म्हणून सर्वांना माहीत झालेली गुलाबी पगडी अशा पोशाखात असे. लोकांना जेवायला, मेजवान्यांना बोलवायला त्याला खूप आवडत असे. कधीकधी यात बदल म्हणून मुजरावाल्या गाणाऱ्या-नाचणाऱ्या बायकांना किंवा हिजड्या नर्तकांना बोलावत असे. गुंग करणारी भजनं, सुरेख, तालबद्ध शास्त्रीय संगीत असे कार्यक्रम असत.

लालजीला मात्र या सर्वांपेक्षाही जात काय आवडत असेल, तर एखाद्या दुपारी ते दोघे रेवजीच्या बागेत घालवत असत तो वेळ. तिथून खालील मुंबईचं संपूर्ण दृश्य दिसत असे. उन्हाळ्यात लालबुंद फुलांनी डवरलेल्या गुलमोहोराखाली, नोकर ताडाच्या पानाच्या मोठ्या पंख्यानं वारा घालत असताना, हस्तिदंताचं नाजूक नक्षीकाम केलेल्या टेबलावर ते दोघं बुद्धिबळ खेळत असत. दोघंही उत्तम बुद्धिबळपटू होते, आणि मग गोघामधल्या त्यांच्या बाळपणीच्या आठवणींमध्ये ते कितीदातरी रमून जात.

ज्यांच्याकडून लालजीला पहिलं मोठं काम मिळालं होतं त्या सोहराबजी रुस्तुमजींशीही त्याची चांगली मैत्री झाली होती. लालजीचं आर्थिक यश जसजसं वाढत चाललं होतं, तसतसा त्यांचा संबंध वरचेवर येऊ लागला होता.

सोहराबच्या सहवासात, पाश्चिमात्य पद्धतीची राहणी, विचारसरणी यांच्याशी लालजीचा जास्त परिचय झाला. रुस्तुमजी गांजावाला इस्टेटीच्या वैभवानं तो दिपून गेला होता. त्यांचा वैभवशाली प्रचंड बंगला, सुंदर नीटनेटकी कापलेली लॉन्स, टेकडीच्या उतारावर पायऱ्या-पायऱ्यांनी केलेल्या बागा, त्यांच्या घरची राहणी

चांदीच्या तबकांमधून सोनेरी कडा असलेल्या पातळ बोनचायनाच्या कपबशांमध्ये पाहुण्यांना चहा देण्याची शानदार पद्धत. तसंच, बर्फ घालून गार केलेलं सरबत तर लालजीनं कधीच चाखलं नव्हतं. सोहराबनं त्याला सांगितलं की, प्रथम मुंबईला बर्फ १८३४मध्ये थेट अमेरिकेहून लाकडाच्या भुशात घट्ट गुंडाळून आणवला गेला होता आणि तो तिथून इथे पोचायला तब्बल सहा महिने लागले, तरी टिकला होता!

सोहराबजींची पत्नी ज्या सहजतेनं लालजीशी बोली होती, ते बघून लालजीला नवल वाटलं होतं. ती तितक्याच सहजपणे युरोपियन स्त्रियांबरोबरही मिसळत, बोलत असे; आणि पाहुण्यांना भेटायला त्यांच्या मुला-मुलींना बोलावलं की, ती योगय रीतीरिवाज पाळून, आत्मविश्वासानं वागत-बोलत असे.

कधीकधी लालजी सोहराबकडे बिलियर्डस् खेळायला जात असे. तो बिलियर्डस् खेळायला शिकला होता, आणि त्याला तो खेळ आवडतही असे. सोहराबकडे उत्तम घोडेही होते आणि कधीकधी ते दोघे घोड्यावरून रपेट करायला जात असत. असं होता होता, लालजीला घोड्यांच्या शर्यतीमध्ये रुची वाटू लागली. त्या खेळामध्ये मात्र पैसे लावण्याच्या आणि जिंकण्याच्या आकर्षणापेक्षा चांगल्या घोड्यांच्या पैदाशीमध्ये त्याला आकर्षण होतं. लहानपणी रेहमूमामांच्या घोड्यांना तो सांभाळत असे, तेव्हापासूनची ही आवड होती.

पुढे बऱ्याच वर्षांनी जेव्हा तो स्वत: श्रीमंत मनुष्य झाला आणि सामाजिक आयुष्यात घोड्यांच्या शर्यती लोकप्रिय झाल्या, तेव्हा लालजी आणि सोहराबजींनी मिळून पुण्याजवळ पैदाशीसाठी घोडे बाळगले होते (स्टड फार्म) आणि त्यांच्याकडे उत्तम घोडे असत, जे डर्बीसकट इतरही प्रसिद्ध शर्यती दरवर्षी जिंकत असत.

सोहराब ऑक्सफर्डला असल्यापासून त्यांना क्रिकेट फार आवडू लागलं होतं. १८९३मध्ये बॉम्बे जिमखान्यावर पहिल्या दर्जाची जी पहिली क्रिकेट मॅच पारशी आणि युरोपियन्स यांच्यामध्ये खेळली गेली ती बघायला ते लालजीला घेऊन गेले होते. पण इंग्लंड आणि इंडिया यांमध्ये झालेली बॉम्बे जिमखान्यावर १९३३मध्ये खेळली गेलेली पहिली टेस्ट मॅच लालजी आणि सोहराबजींनी बघितली. त्यामध्ये लाला अमरनाथनं प्रथमच शतक झळकवल्यावर त्यांना चाळीस वर्षांपूर्वी पाहिलेल्या पहिल्या क्रिकेट मॅचची खूप आठवण आली होती!

***

वर म्हटल्याप्रमाणे रेवजी हा शौकीन, अनेक गोष्टींची आवड असलेला माणूस होता. एका संध्याकाळी त्यानं त्याच्या दोन्ही मित्रांचं मन एका कोठावालीकडे जायला वळवलं. 'फार उत्तम गाणारी आहे,' त्यानं सांगितलं. सोहराबची काहीच हरकत नव्हती, लालजीला मात्र फारशी इच्छा नव्हती.

"लालजी! मित्रा, तू ना, डोळ्यांना झापडं बांधून जगतोस बघ!" रेवजी म्हणाला, "आयुष्यातल्या सगळ्या रंगच्छटांचा अनुभव घ्यावा रे! कमलाबाईंच्या आवाजात अतिशय गोडवा आहे, आणि आपण फक्त तिचं गाणंच ऐकायला चाललोय!" मध्ये थांबून हातात धरलेला पानांचा विडा तोंडात सरकवत, झटकून टाकल्यासारखा चेहरा करत तो पुढे म्हणाला, "आणि नाहीतरी तिचं वय वाढलंय आता – तिशीला आलीय! असं ऐकलंय की, तिची लहान मुलगी आहे सितारा नावाची, तिच्यावर लक्ष ठेवून असावं अशी आहे. कमलाबाई ज्या संस्थानिकाच्या दरबारात गायची, तिथला इंग्रज रेसिडेंट हा बाप होता या मुलीचा. अतिशय सुरेख आहे आणि कमलाबाई आत्तापासूनच खूप जपतेय तिला असं म्हणतात."

तिघंही जण मग तिकडे गेले. लहान वयात त्यानं हरीला वेश्यांच्या वस्तीत कसं जबरदस्ती नेलं होतं ते आठवून त्याला स्वत:शीच हसू आलं. आणि आता तो स्वत:च मागे पाय घेत होता!

घोडागाडी संथ गतीनं शहरातल्या गल्लीबोळांमधून, माझगावमधली माथरपॅकार्डी ही युरेशियन वस्ती ओलांडून आणि खोताच्या वाडीतली पोर्तुगीज पद्धतीनं बांधलेली लोखंडी जाळ्यांच्या खिडक्या आणि मजबूत कौलारू छपरं असलेली वेगळ्याच धर्तीची घरं ओलांडून कमलाबाईच्या कोठीकडे जात होती.

जाता जाता रेवजीनं लालजी आणि सोहराबना, कमलाबाई मुंबईला आली त्यापूर्वीच्या तिच्या आयुष्याबद्दल जे काही थोडं माहीत होतं, ते अगदी रंगवून सांगितलं. 'अवधजवळच्या एका लहान संस्थानात असलेल्या कलावंतिणींच्या कुटुंबातली कमलाबाई होती, आणि दरबारातली आवडती गायिका होती. ती अठरा वर्षांची असतानाच तिच्या लहान मुलीला घेऊन ती दिल्लीला राहायला गेली. तिथे एक उत्तम गायिका म्हणून तिची कीर्ती सर्वदूर पसरली.'

जाणकार राजे-महाराजे, नबाब सर्व तिच्या वैभवशाली मैफलींना येत असत, त्या काळचे मोठमोठे कलावंत आणि कवी तिच्या आतल्या गोटातले होते. संपूर्ण देशभरात बड्याबड्या श्रीमंत आणि प्रसिद्ध मंडळींच्या घरी आणि संस्थानिकांच्या दरबारांमध्ये तिला गायनाच्या कार्यक्रमासाठी निमंत्रणं येत असत. उच्च स्थानी असलेले सत्ताधीश तिच्या कोठीवर येत असत, कारण तिच्या गाण्यात एक अशी अपूर्व उत्कटता होती, ज्यामुळे प्रत्येक श्रोत्याला असं वाटायचं की, ती फक्त त्याच्यासाठीच गात असावी! तिच्या आवाजात एक शुद्ध असा संगीताचा नाद होता, जो ऐकणाऱ्याच्या अंतरात्म्यापर्यंत पोचत असे.

रेवजीनं मध्ये थांबून एकदा बाहेर डोकावून बघितलं आणि तो पुढे सांगू लागला, "आणि मग उत्तरेच्या पर्वतराजींमधून कोठूनशा आलेल्या एका संगीतकारानं तिला पूर्णपणे मोहून टाकलं. अत्यंत देखणा, मोहक जिवणी आणि मोठाले

स्वप्नाळू डोळे असलेला तो तरुण उत्तम सतारवादक होता. ती दोघं प्रथम मुंबईला आली, तेव्हा त्याला बघितलेलं मला आठवतं.

"त्याच्या रूपानं तिला मोहिनी घातली होती आणि त्याच्या संगीतानंही तिला वेड लावलं होतं. तो इतका तद्रूप होऊन त्याच्या लांब बोटांनी सतारीच्या तारा छेडत असे की, त्याच्या बोटांमधून रक्त येऊ लागे आणि इतका भावनावश होऊन वाजवत असे की, त्याला ऐकणं हा स्वर्गीय अनुभव असे.

"असं म्हणतात की, कमलाचं त्याच्यावर खरंखुरं आत्यंतिक प्रेम होतं, इतकं अतीव उत्कट प्रेम तिनं यापूर्वी कधीच कोणावर केलं नव्हतं."

रेवजी बोलायचं थांबला, मग म्हणाला, "तुमच्यावर प्रेम केलेल्या व्यक्तीला तुम्ही विसरू शकता, पण तुमचं हृदय ज्या व्यक्तीसाठी झुरत असेल, ज्या व्यक्तीनं तुमच्या रात्री आस, दु:ख, निराशा यांनी घेरून टाकल्या असतील, त्या व्यक्तीला तुम्ही कधीही विसरू शकत नाही!"

कमला इतकी प्रेमांध झाली होती की, तिच्या मोठमोठ्या चाहत्यांकडे, आश्रयदात्यांकडेही ती दुर्लक्ष करू लागली! इतकी की, एक दिवस तिच्या प्रेमिकाबरोबर असताना प्रणयाच्या धुंदीत ती एका मोठ्या महेफिलीला जायचंच सिरली, जिथं गाण्याचा मुख्य कार्यक्रम तिचाच होता! मग तिला कळून चुकलं की, या वेळी तिनं मर्यादेचं उल्लंघन केलं होतं, आता तिला क्षमा केली जाणार नव्हती.

ज्या संस्थानिकाचा तिला राजाश्रय होता, तो अत्यंत संतापला आणि कमलाचं सौंदर्य, कला आणि तिची तिच्या चाहत्यांमध्ये असलेली प्रतिष्ठा या सर्व गोष्टींची पर्वा न करता तिला आणि तिच्या प्रेमी संगीतकाराला हाकलून लावण्यात आलं. म्हणून मग हे सौंदर्यवान प्रतिभावान जोडपं लहानग्या सिताराला घेऊन मुंबईला आलं, जिथे त्यांना नवे चाहते आणि नवे आश्रयदाते मिळाले.

रेवजीनं बैठक जरा बदलली. "तो देखणा सतारवादक जरी तिच्यावर प्रेम करत होता, तरी इतर बाया आणि बाटली यांमुळे तो खलास झाला. दोन वर्षं सुखाच्या रात्री आणि दु:खिकष्टी दिवस काढल्यावर सरतेशेवटी कमलानं स्वत:ची वेगळी कोठी सुरू केली आणि नव्यानं आयुष्य सुरू केलं."

त्यांची घोडागाडी कमलाबाईच्या घरासमोर थांबली, तसा रेवजीही बोलायचं थांबला आणि ते तीन हौशी, सुखवस्तू लोक खाली उतरले.

संध्याकाळचा कार्यक्रम अतिशय खुलला, चमकदार झाला, पण ते जेव्हा परत निघाले, तेव्हा लालजी विशेषच गप्प गप्प होता.

त्याच्या नेहमीच्या थट्टेखोर आवाजात हसत रेवजीनं विचारलं, "हं! तर मग लालजी? कसं वाटलं? तुला तिनं भुरळ नाही घातली म्हणून विरस तर नाही ना झाला?"

लालजी किंचित हसून म्हणाला, "या असल्या सगळ्या गोष्टी तुझ्या आवडीच्या आहेत रेवजी. ही तुझी कमलाबाई सुंदर आहेच आणि तिचा आवाज तर खूपच चांगला आहे, पण मला नाही वाटत मी परत येईन."

काही क्षण न बोलता ते चालत राहिले. मग गूढ स्मित करत रेवजी म्हणाला, "हं? तू नक्की परत येशील लालजी." तो हळू आवाजात पुढे म्हणाला, "तुझी नजर हलत नव्हती तिच्यावरून! माझे शब्द लक्षात ठेव, एक ना एक दिवस तू परत येशीलच!"

२३

नोव्हेंबर, १८८६मध्ये, झरीनाच्या जन्मानंतर वर्षभरातच लालजीला तिसरं अपत्य झालं, तेव्हा लालजीला खूप खूप आशा होती, की या खेपेला मुलगा होईल, पण त्याच्या घरात पुन्हा एकदा लक्ष्मीच अवतरणार होती. हे खरं, की प्रत्येक मुलीच्या जन्मानंतर त्याचं भाग्य आणखी उजळलं होतं, पण तरीसुद्धा तिसरी मुलगीच झाली तेव्हा त्याचा झालेला हिरमोड तो लपवू शकला नाही. आता त्याला एक तरी मुलगा हवा, असं फार तीव्रतेनं वाटू लागलं होतं.

मुलगी झाली, तिचं नाव त्यांनी शिरीन – म्हणजे गोड दिसणारी – असं ठेवलं. जणू मुलगी झाल्याच्या दुःखात सुख मानायला. आणि खरोखरच तिच्या नावाप्रमाणे, मोठी होत गेली तसतशी शिरीन मृदू, सांगितलेलं ऐकणारी, छान स्वभावाची मुलगी झाली. आईचा तिला खूप लळा होता आणि ती आईच्या मागे हिंडत असायची, तरी बहिणींपैकी झरीनावर तिचा खूप जीव होता.

शिरीनच्या जन्मानंतर सकीना खूप दिवस विषण्ण होती. तिसऱ्यांदाही पुन्हा मुलगीच झाल्यावर लालजीचा किती विरस झाला होता हे ती जाणून होती. त्यानं जरी तसं कधी बोलून दाखवलं नाही, तरी सकीनाच्या मनात एक अपराधी भावना सतत राहू लागली, आणि आतून तिला एक सुप्त भीती वाटत राहू लागली की, लालजी मनानं तिच्यापासून दूर जाऊ लागले तर...

त्यातच कच्छहून भेटायला आलेली एक तऱ्हेवाईक, कुठं काय बोलावं याचं तारतम्य नसलेली म्हातारी, सकीना आणि लालजी तिचं बोलणं ऐकू जाईल इतके जवळ होते, याचाही विचार न करता सगळ्यांना ऐकू जाईल एवढ्या मोठ्यानं म्हणाली की, लालजीलखासारख्या श्रीमंत माणसाला वारस म्हणून मुलगा हवा असेल, तर त्यानं दुसरं लग्न करावं हे चांगलं; तेव्हा तिच्या या बोलण्याचा सकीनाच्या मनावर आणखीच परिणाम झाला!

पहिल्या दोन बाळंतपणांसारखीच तिसऱ्या बाळंतपणासाठीही बानूमामी मुंबईला

आली होती. या खेपेला तिच्या लक्षात आल की, मुंबईची दमट हवा तिच्या प्रकृतीला अलीकडे जास्त मानवत असे. कच्छच्या अतिशय कोरड्या हवेचा अलीकडे तिला फारच त्रास होऊ लागला होता. लालजी आणि सकीना दोघांचाही तिच्यावर खूप जीव होता. गेल्या हिवाळ्यात रेहमूमामाही निधन पावले होते, तेव्हा मग त्या दोघांनी शाबूचं मन वळवलं, की बानूमामीला कायम त्यांच्याकडे मुंबईलाच राहू द्यावं, त्यांच्यावर आपला बोजा पाडणं बानूमामीला रुचत नव्हतं, पण शेवटी तिनं कबूल केलं. लालजीचं तर तिच्यावर आईसारखंच प्रेम होतं, त्यामुळे त्याला खूप आनंद झाला.

लालजीचं नेहमीच असं स्वप्न होतं की, खूप माणसं राहत असतील असं त्याचं भरलं घर असावं. आता बानूमामी, जप्पू आणि त्याचं कुटुंब, तो, त्याची बायको आणि तीन मुलींबरोबर त्याच्या घरात राहत असल्यानं त्याचं ते स्वप्न पूर्ण झालं होतं. त्यामुळे त्याला एक सुबत्तेची, समृद्धीची भावना येत असे.

बरेचदा रात्री जेवणं झाल्यावर ते सगळी जण गप्पा मारत एकत्र बसत असत, आणि साहजिकच जुन्या आठवणी निघाल्या, की बोलण्यात कधीकधी रेश्माचं नाव निघायचं. तिच्या इतर मुलांसारखंच सहजच बानूच्या बोलण्यात तिचं नाव येत असे, पण सकीनासमोर रेश्माचं नाव घेणं लालजी जाणीवपूर्वक टाळायचा. त्याच्या जुन्या भावना एक अपराधीपणाचा बांध घालायच्या.

एका संध्याकाळी लालजी आणि बानू दोघंच बाहेरच्या व्हरांड्यात बसून पूर्वीच्या दिवसांबद्दल बोलत होते, तेव्हा त्याच्या मनात घोळत असलेलं लालजी एकदम बोलून गेला – ''कशी आहे ती मामी? सुखात आहे? ती कधीतरी विचारते माझ्याबद्दल? माझ्या मनातून तिची आठवण कधी गेलीच नाही; कधीच नाही...''

बानूमामी त्याला उत्तर देणार एवढ्यात त्यांना पावलांचा आवाज ऐकू आला, म्हणून वळून बघितलं तर सकीना दरवाजात उभी होती! ती तिथे केव्हापासून उभी होती हे लालजीला कळलं नाही, तिनं किती आणि काय ऐकलं होतं हेही नाही.

तिचा नवरा आणि बानूमामींचं आपसातलं हळू आवाजातलं बोलणं कानांवर पडल्यापासून सकीना आणखीच अस्वस्थ झाली. तिला कळून चुकलं की, लालजीच्या आयुष्यातली ती पहिली स्त्री नव्हती. त्यानं दुसऱ्या कोणावरतरी प्रेम केलं होतं एवढंच नाही, तर तिच्यावर करत होता त्यापेक्षा खूप जास्त प्रेम केलं होतं – आता इतक्या वर्षांनंतरही तिचे विचार त्याच्या मनात होते. मग तिला वाटलं, जर त्यानं पूर्वी कोणावरतरी प्रेम केलं असेल, तर इथून पुढेही तो दुसऱ्याही कोणावरतरी प्रेम करेल, आणि त्याच्या मुलाला – वारसाला जन्म द्यायला तिच्याशी लग्न करून घरी आणेल!

***

वडिलांचा कापडाचा व्यापार रेवजी वाढवत होताच, त्याखेरीज मोठ्या प्रमाणात

इतर व्यापारातही तो पडला होता. चीनला अफू पाठवण्याचा व्यापार तो करू लागला होता.

अठराव्या शतकाच्या मध्यावर चीननं त्यांच्या देशात अमर्याद प्रमाणात येणाऱ्या अफूच्या विरोधात ब्रिटनशी 'ओपियम वॉर्स' या लढाया लढल्या होत्या, तरीही अजूनही हजारो पेट्या अफू आयात करण्याची परवानगी दिली जातच होती.

"या व्यापारात प्रचंड पैसा मळतोय लालजी," रेवजीनं त्याला सांगितलं. मुंबईत दोन-अडीच हजाराला पेटी या भावाने न घेता, जिथं अफूची शेतं आहेत त्या थेट माळव्यातूनच मी एका पेटीला हजाराच्या जरा वर एवढ्या किमतीला अफू घेतली आणि कॅन्टनमध्ये पाच हजाराला पेटी या भावानं विकली. सगळे मिळून दोन लाख रुपये मिळाले मला! पण हल्ली वाईट असं झालंय की, मलाक्का सामुद्रधुनीत चाचेगिरी खूप वाढलीय. बऱ्याच जहाजांवर हल्ले झाले आहेत आणि त्यांच्याशी लढू बघणाऱ्या खलाशांचे जीव गेले आहेत. त्यामुळे बरेचसे कॅप्टन्स आता सामुद्रधुनीला वळसा घालून लांबचा पण जास्त सुरक्षित अशा सुमात्राकडून जाणाऱ्या मार्गानं जायचा आग्रह धरतात. पण त्यामुळे खर्च बराच वाढतो आणि नफ्यात घट होते. अर्थात त्या चाचे असणाऱ्या जवळच्या मार्गानं जाण्याचं धाडस कोणी केलं, तर खरोखर खूपच पैसा आहे या व्यापारात."

लालजीनं रेवजीनं सांगितलं ते लक्षपूर्वक ऐकलं आणि त्याच्या हाताला पुन्हा कधीकधी यायच्या तशा झिणझिण्या आल्या. अजूनपर्यंत अफूच्या व्यापारात पडायचा मोह त्यानं टाळला होता, पण आता वेळ आली होती असं त्याला वाटलं. कारण व्यापाराची प्रचंड उलाढाल होत असणाऱ्या त्या शहरातला आणखी एक श्रीमंत माणूस व्हायचं नव्हतं त्याला. पहिल्यापासूनच त्याचं अगदी छुपं स्वप्न मुंबईचा 'कापूस व्यापाराचा राजा' – 'कॉटन किंग' व्हायचं होतं. एकाच गिरणीचा नाही, अनेक गिरण्यांचा मालक व्हायचं होतं. हे स्वप्न साकार करायला प्रचंड संपत्तीची जरुरी होती, जी चाचे असणाऱ्या समुद्रातून अफूचा व्यापार करण्यात मिळाली असती. असा भरपूर फायदा मिळवण्याची शक्यता आणि त्या धोकादायक समुद्रातून जहाजं नेण्याचं आव्हान दोन्ही गोष्टींनी त्याला प्रेरित केलं.

तेव्हा त्याला त्याच्या ताब्यात असलेल्या जहाजाची आठवण झाली. बंगालमधल्या खाणींच्या एका मालकांना त्यानं कर्ज दिलं होतं आणि दुर्दैवानं अपघातात ते मरण पावल्यामुळे, त्या परत मिळू न शकणाऱ्या कर्जाच्या बदल्यात त्याला ते जहाज देण्यात आलं होतं. मृत्यू पावलेल्या व्यापाऱ्याच्या मुलांनी कर्जाची जबाबदारी घेण्याचं नाकारलं होतं आणि हवं तर कर्जाच्या बदल्यात हे जहाज ठेवा, असं सांगितलं होतं. ते जहाज कलकत्त्याच्या बंदरात होतं, आणि लालजीचा पहिला विचार ते विकून टाकण्याचा होता; पण जहाजांच्या बाबतीत माहीतगार असलेल्या

त्याच्या मित्रानं – सोहराबजीनं त्याला ते न विकता तसंच ठेवायला सांगितलं होतं.

"वापरात नसलेलं जहाज विकण्यात त्याच्या खऱ्या किमतीपेक्षा खूप कमी पैसे मिळतील तुला लालजी," सोहराबनं सांगितलं होतं. "चांगल्या स्थितीत असल्यास तू ते व्यापारासाठी वापरू शकशील. अतिपूर्व देशात आणि दुसरीकडेही तुझा व्यापार आहेच, त्यासाठी तू ते वापरू शकशील. आणि कदाचित पुढे-मागे स्वत:ची जहाजं ठेवण्याच्या धंद्यात पडण्याचीही तुला इच्छा होईल."

स्वत:ची जहाजं ठेवण्याचा विचार लालजीनं मनावर घेतला नाही, पण ते जहाज न विकता तसंच ठेवायचं मात्र त्यानं ठरवलं होतं. आता अफूची निर्यात करण्याचा विचार आल्यावर ते जहाज वापरण्याची अगदी योग्य संधी चालून आली होती, पण जहाज असलं म्हणजे कॅप्टन पाहिजे! त्या जहाजावर काम करणाऱ्या पूर्वीच्या लोकांना तर काढून टाकण्यात आलं होतं. लालजी विचारात पडला – कॅप्टन कुठून, कसा मिळवावा?

त्यानं जहाजावरती डेकवरचा कामगार म्हणून काम केलं होतं, ते आठवून त्याला स्वत:शीच हसू आलं होतं. कुठून कुठे येऊन पोचला होता तो! त्याच्या पहिल्या दुय्यम तांडेलची – सार्किसची त्याला आठवण झाली. काय झालं असेल त्या अवलियाचं? किती चांगला खलाशी होता तो! आणि मग त्याला एकदम वाटलं, खरंच की! सार्किस! सार्किसच का नाही? तो उत्तम कॅप्टन होईल यात शंकाच नव्हती त्याला. मग तिथूनच सुरुवात करेल तो – तो सार्किसला शोधून काढेल!

***

तो नेहमी जायचा, त्या बंदरावरच्या जागेत कितीतरी वर्षांनंतर लालजी गेला. जुन्या आठवणी मनात दाटून येत असताना, त्या साऱ्या हवेचे दीर्घ श्वास घेत, तेव्हा सगळं कसं होतं ते आठवत हिंडत राहिला.

मग त्यानं आसपास चौकशी करायला सुरुवात केली – 'एक आर्मेनियन खलाशी होता, HMS EMPRESS वर काम करायचा, तो आठवतोय कोणाला?' त्यानं शक्य त्या सर्व ठिकाणी जाऊन विचारलं, त्यानं निश्चयच केला होता की, त्या उमद्या मनाच्या व्हाइस कॅप्टनचं काय झालं, हे शोधून काढायचंच. शेवटी तो जवळ जवळ नाद सोडून द्यायच्या बेतात होता, तेव्हा त्याला एक खूप म्हातारा कामगार दिसला. वाकलेला, सुरकुतलेला, पण ओठांवर एक लुच्चं स्मित असलेला, बंदरावरच्या एका लहान धाब्यावर.

"होऽ! ओळखत होतो, मी ओळखत होतो एका सार्किस सार्किसियनला!" लालजीनं त्याच्यासाठी प्लेट भरून नाश्ता आणि रमची बाटली आणली होती, त्या दोन्हींवर ताव मारायला सुरुवात करत तो म्हणाला, "फारच उत्तम कॅप्टन होता तो

सर, माझ्याहून अर्थात खूप लहान होता; पण असं ऐकलं की, आता तो रिटायर झालाय.'' मग बकाबका आणखी खात आणि जोडीला रमचे घुटके घेत तो पुढे सांगू लागला – ''त्यानं लग्न केलंय,'' नाराज सुरात तो म्हणाला, ''माणसानं आपलं मन दोन ठिकाणी गुंतवू नये! मी बघा ना कसा आहे – माझं मन समुद्रात गुंतलं आहे!''

लालजीनं त्याचं रम पिणं जरा थोपवायचा प्रयत्न केला, कारण त्याचं डोकं ताळ्यावर असेपर्यंत त्याला जास्त माहिती काढायची होती. त्यानं विचारलं, ''सार्किस इथंच आहे मुंबईत, का गेला इथून?''

त्या खलाशानं उत्साहानं टेबलावर बोटं नाचवत 'इथंच आहे' असं दाखवलं.

''इथंच आहे? खरंच?'' लालजीला खूप उत्साह आला, ''इथं – मुंबईत? काय नवल आहे!'' या म्हाताऱ्याला खरंच माहीत होतं तो सांगत होता ते, का तो शुद्धीवर नव्हता? ''कुठं सापडेल तो? ठाऊक आहे तुम्हाला?''

कावेबाजपणे त्याच्याकडे बघत म्हातारा म्हणाला, ''मला घेऊन जाता येईल तुम्हाला त्याच्याकडे...'' त्याला आणखी एक बाटली मिळायची संधी दिसत होती! आणि तेहा कुठे लालजीनं त्या म्हाताऱ्याला ओळखलं – जरी अशक्य वाटत होतं, खरंच वाटत नव्हतं, तरी!

केरन माहोनी! धूर्त, लुच्चा केरन! तो अजून जिवंत आहे हेच लालजीला खरं वाटेना! नव्वदीला आला असणार तो! पण लालजीनं त्याला स्वत:ची ओळख करून दिली आणि उत्साहानं जुन्या आठवणी सांगायचा प्रयत्न केला, तेव्हा तो जरासा गोंधळलेला दिसला. केरन त्याच्याकडे अशा चेहऱ्यानं बघत राहिला, जणू त्याला लालजी तर आठवत होता, पण त्याच्या आठवणीतला लालजी आणि त्याच्याकडे ओळख असल्यासारखं बघून हसणारा हा सुटाबुटातला श्रीमंत माणूस यांचा मेळ बसत नव्हता!

विचारात पडून नाइलाजानं लालजी मागे वळला आणि चुटकी वाजवून तेथील वेटरला काहीतरी सांगितलं. एक सोडून आणखी दोन बाटल्या टेबलावर आणून ठेवण्यात आल्या, आणि त्या वृद्ध माणसाच्या कोटाच्या मोठाल्या खिशांमध्ये त्या गडपही झाल्या! मग जराशानं तो पाय ओढत उठला आणि त्यानं 'माझ्यामागून ये' अशी लालजीला खूण केली.

गोदी आणि अपोलो बंदरावरून चालत समुद्रकिनाऱ्यानं ते कुलाब्याच्या दिशेनं चालत राहिले. शेवटी ससून डॉक्सपाशी केरन थांबला. जरा अंतरावर दिसणाऱ्या लाल कौलांच्या एका दोन मजली इमारतीकडे त्यानं बोट दाखवलं. मग तोंडाचं बोळकं रुंद पसरून तो लालजीकडे बघून हसला, थरथरत्या हातांनी सलाम केला आणि लडखडत निघून गेला.

त्या इमारतीकडे जायला निघण्यापूर्वी जरासा खिन्न होऊन तो म्हातारा खलाशी

दिसेनासा होईपर्यंत लालजी त्याच्याकडे बघत राहिला. तेवढ्यात एक माणूस त्या इमारतीच्या पोर्चमधून बाहेर आला आणि त्याच्या दिशेनेच येऊ लागला. तो सार्किस होता? खरोखरीच सार्किसच असू शकेल? त्याची खातरी होत नव्हती.

लालजीला येताना बघितल्यावर तो माणूस जरा हळू चालू लागला. दोघेही जवळ आले तसे हळूहळू चालायचं थांबले आणि एकमेकांकडे टक लावून रोखून बघत राहिले.

मग लालजीनं हळूच विचारलं, ‘‘सार्किस आहेस तू?’’

उत्तम कपडे घातलेल्या त्या अनोळखी माणसाकडे तो मनुष्य आश्चर्यानं बघत राहिला, त्याच्या डोळ्यांत अविश्वास होता आणि मग त्यांमध्ये ओळख पटल्याची खूण दिसली. ‘‘लालजी!’’ अविश्वासानं घोगऱ्या झालेल्या आवाजात तो उद्‌गारला, ‘‘लालजी! पोरा! तू लालजी आहेस?’’

मग हसत हसत त्यांनी एकमेकांना मिठी मारली. आनंदानं चमकणाऱ्या डोळ्यांनी सार्किस म्हणाला, ‘‘बघा तर खरं! या बडा साहेब झालेल्या माणसाकडे बघा! हाच का तो साधासुधा, बोटीवरचा काही येत नसलेला कामगार, काही माहीत नसलेला ब्रह्मचारी?’’

दोघं जण अगदी सहजपणे त्यांच्या जुन्या शैलीत गप्पा मारू लागले. शेवटी लालजी म्हणाला, ‘‘मी चांगला कॅप्टन शोधतोय सार्किस. माझं एक जहाज आहे.’’

‘‘डेकवर कामगार म्हणून काम करणारा लालजी आता स्वत:च्या जहाजाचा मालक झालाय!’’ मांडीवर थाप मारत खूश होत सार्किस म्हणाला, ‘‘तुमच्या जहाजाचा कॅप्टन व्हायला मला अभिमान वाटला असता लालजी सर, कारण मला तुम्ही नेहमीच खूप आवडायचात!’’ नाटकीपणानं सलाम करत सार्किस म्हणाला, ‘‘पण या खलाशानं समुद्रावरचं काम बंद केलंय! लग्न केलं न् जमिनीवर स्थिरावलो!’’ तो सस्मित चेहऱ्यानं सांगत होता. ‘‘काही दिवस कैरोमध्ये होतो, पण मग काही वर्षांपूर्वी मुंबईला आलो – मुंबईची फार आठवण यायची. मुंबईसारखं शहर नाही खरंच!’’ बोलता बोलता थांबून सार्किस म्हणाला, ‘‘इथे उभं राहून कशाला बोलतोय आपण, माझं घर इथंच वर आहे.’’

ते त्या इमारतीकडे जात असताना लालजीनं सार्किसला सांगून टाकलं की, चाचे लोकांनी व्यापलेल्या समुद्रातून चीनला त्याचं जहाज घेऊन जाईल अशा कॅप्टनच्या तो शोधात होता.

चालता चालता थबकून सार्किस त्याच्याकडे बघतच राहिला. ‘‘बापरेऽ लालजी? तुला एकदम खोल पाण्यातच उडी मारायचीय म्हण ना! पहिल्यांदाच जहाज पाठवणार आहेस तेच चाच्यांनी भरलेल्या समुद्रातून! ठीक आहे, तुला तसंच करायचं असेल दोस्त, तर एक सांगतो तुला, चाचे लोकांना टक्कर द्यायला चाचाच पाहिजे!’’

लालजी त्याच्या जुन्या खलाशी मित्राकडे आश्चर्यानं बघत राहिला. खरंच की! सार्किसचं म्हणणं अगदी बरोबर होतं! "पण चाचा कुठून आणायचा शोधून?" तो म्हणाला.

सार्किसला डोळ्यांसमोर जणू भूतकाळ दिसू लागला होता – "एक अगदी अस्सल म्हणता येईल असा चाचा होता माझ्या ओळखीचा, 'प्रिटी पॉली' अशा विचित्र नावाचा." सार्किस लालजीकडे बघून छान हसला आणि त्यानं सांगितलं, "फार वर्षांपूर्वी धुक्यानं वेढलेल्या एका पहाटे मार्सेल्समधून मी जहाजावरच्या माझ्या पहिल्या कामाला सुरुवात केली, त्या बोटीचा कॅप्टन होता हा साला! गंमत म्हणजे इतक्या वर्षांनंतर परवा सहजच कशी ती त्याची आठवण निघाली, माझा एक जुना खलाशी मित्र भेटला तेव्हा. त्यानं सांगितलं की, प्रिटी पॉली गेली बरीच वर्षं पूर्वेकडच्या समुद्रातच काम करतो आणि कलकत्त्याहून 'ओरिएन्ट' जहाज घेऊन जातो." सार्किसनं थांबून लालजीकडे बघितलं, "तसं तर अवघडच वाटतंय खरं, पण कदाचित तू तिथं जाऊन त्याला शोधलास तर भेटेलही. अजिबातच आवडेल असा माणूस नाहीये तो, पण एकदम निडर. कितीही धोका असलेल्या समुद्रात जायचा तो, आणि त्याचा गर्व असायचा त्याला. 'तुम्ही भरपूर पैसे दिलेत, तर मी करू शकणार नाही असं कामच नाही!'" तो म्हणायचा.

लालजी वाढत्या उत्साहानं म्हणाला, "योगायोगानं माझं जहाज तिथंच, कलकत्त्याच्या गोदीतच आहे. मी पुढच्या आठवड्यात ते ताब्यात घ्यायला जाण्याचा विचारच करत होतो."

"हे तर नुसत्या नशिबानं झालेल्या योगायोगापेक्षाही कमालीचं आहे!" सार्किसला हसू आलं. "बरं, पण आत्ता तू जायच्या आधी मला तुझी भेट माझ्या कुटुंबाशी करून द्यायचीय." लालजी जरा घुटमळला, पण सार्किसनं आग्रहच केला. "तू आलंच पाहिजेस, नाही म्हटलं तरी कित्येक वर्षांपासूनची ओळख आहे आपली."

सार्किसच्या फ्लॅटच्या दारावर ठोठावल्याबरोबर ते उघडलं. जिनं दार उघडलं तिचा चेहरा प्रसन्न होता, डोळे हसरे होते. ती तरुण असताना फारच सुंदर असणार हे दिसतच होतं, तिच्या व्यक्तिमत्त्वातच एक प्रेमळ आपुलकी होती. सार्किसला बघून ती छान हसली.

अदमासे दहा आणि आठ वर्षांच्या दोन खूप गोड मुली धावत धावत त्यांच्या वडिलांना भेटायला आल्या. घरातल्या वातावरणातली सहज अनौपचारिकता, उघड दिसणारं वात्सल्य बघून लालजीला खूप चांगलं वाटलं.

लालजीच्या प्रतिक्रियेची वाट पाहत असल्यासारखा सार्किस लालजीकडे बघत होता. लालजीच्या कपाळावर गोंधळलेली आठी होती, पण त्याला ओळख पटत नव्हती. सार्किसनं हळूच म्हटलं, "सोफिया आठवतेय?"

लालजीचा श्वास जणू कोंडलाच. बापरे! ही तर ती होती – मोबाडिशूमधल्या वेश्यागृहाची प्रमुख! जिथे त्यांनी ते धमाल दिवस घालवले होते! क्षणभरच हबकून तो स्तब्ध झाला. त्याला आठवलं, तिचा सार्किसवर खूप जीव होता आणि सार्किसचा तिच्यावर. मग लालजी हसून म्हणाला, "ओहो! सोफिया! तेव्हा इतकीच सुंदर अजूनही!"

"आणि तू जास्तच धूर्त आणि गोड वागणारा झालेला दिसतोयस!" हसून सोफिया म्हणाला. "आम्हाला तुझी आठवण येते मधून मधून. किती भोळा होतास तू – आठवतंय? बळी द्यायला कोकरू आणतात तसा तुला हा सार्किस घेऊन आला होता, पण मला वाटतं तुझी फारशी हरकत नव्हती – काय?" सर्वांनाच हसू आलं.

चहा पिता पिता ते कुटुंब किती खरं खरं सुखी होतं, हे लालजीच्या लक्षात आलं. कोणीही केली नसती अशी गोष्ट सार्किसनं केली होती – एका वेश्येशी लग्न केलं होतं. त्याच्या मनाला जे पटलं होतं, ते त्यानं केलं होतं, आणि म्हणूनच की काय, तो सुखी झाला होता.

दोघं जिना उतरत होते तेव्हा लालजीनं त्याच्या त्या जुन्या मित्राकडे बघितलं. चांगला खलाशी असणं आणि बायकांना आकर्षित करणं या दोन कौशल्यांखेरीज आणखीही बरंचकाही सार्किसकडून त्यानं शिकण्यासारखं होतं. तो म्हणाला, "सार्किस, तू एक खूप चांगला माणूस आहेस हे मला नेहमीच माहीत होतं, पण मला वाटायचं त्यापेक्षा तू खूप उमदा, मोठ्या मनाचाही आहेस! तुझ्या छान कुटुंबाला आणि तुला, माझ्या खूपखूप शुभेच्छा!"

एकमेकांना एकदा मिठी मारून मग त्यांनी निरोप घेतला. "सांभाळून रहा हं दोस्ता!" सार्किस म्हणाला, "हे बघून बरं वाटतंय, की कधीकधी ज्यांची खरी लायकी असते, असे लोक वर येतात आयुष्यात!"

***

लालजी कलकत्त्याला जायला निघाला तो उत्तेजित मनोवस्थेतच. अफूच्या व्यापारात नव्यानं सुरू करत असलेलं काम चांगलं पार पडेल, असा त्याला मनातून भरवसा वाटत होता.

सकीनाबरोबरची त्याची शेवटची रात्र बऱ्याच दिवसांनंतर विशेष कोमल, आकंठ प्रेमपूर्ण गेली होती. एक पती या नात्यानं तो नेहमीच खूप उत्सुक, उत्कंठित असे, आणि सकीना मनापासून प्रतिसादही देत असे. परंतु अलीकडे ती किंचित कमी उत्कंठित वाटायची. जप्पूच्या बायकोला – शबानाला त्यांच्या दोन मुलांबरोबर खेळताना सकीना बघत असलेली लालजीनं बघितली, तेव्हा त्याच्या लक्षात आलं होतं, की स्वत:ला मुलगा नसणं तिला डाचत होतं. लालजीनं एक सुस्कारा

टाकला. अजूनही तिला मुलगा होऊ शकत होता. सुस्तावलेल्या लालजीला स्वत:शीच स्मित करताना आदल्या रात्रीच्या उन्मादपूर्ण क्षणांची आठवण होत होती. त्याला वाटलं, काल रात्रीच्या प्रणयक्रीडेतून एक बाळ होईलही! बऱ्याच वर्षांत सकीनाला दिवस गेले नव्हते. त्यांची तिसरी मुलगी शिरीन नोव्हेंबर, १८८६मध्ये जन्मली होती, आता सात वर्षांची होत आली होती ती.

या वेळी लालजीचा विचार कमीत कमी दोन-तीन महिने बाहेर राहण्याचा होता, कलकत्त्यात काही आठवडे काम झाल्यावर तो बर्माला जाणार होता. त्याचा तांदूळ निर्यातीचा व्यापार आता खूप मोठा होता. यंदा चांगला पाऊस पडला नव्हता, तेव्हा पीक कसं आहे, हे स्वत: बघून आलेलं बरं, असं त्याला वाटलं. तिकडे जातच होता, तर बरेच दिवस सागाच्या वृक्षांच्या लागवडीची एक वाडी विकत घ्यायचा त्याचा विचार होता, ती खरेदीही करून टाकायची होती. रेल्वेचं जाळं आता खूप भराभर वाढत होतं आणि लाकडाला एरवीही चांगलीच मागणी होती, तेव्हा ती गुंतवणूक चांगली झाली असती.

***

कलकत्त्याला पोचल्यावर लालजी शांतिप्रसाद भुरामल यांना भेटायला गेला. खाणींच्या धंद्यातल्या स्वर्गवासी अग्रणी व्यक्तीचे ते नातलग होते आणि त्या अग्रणींच्या मुलांच्या वतीने, जहाज लालजीच्या ताब्यात देण्याचं काम बघणार होते.

शांतिप्रसाद स्वत:ही स्वत:च्या कर्तृत्वानं वर आले होते, त्यामुळे त्यांना महत्त्वाचे वाटणारे आवश्यक ते विशेष गुण लालजीमध्ये आहेत हे त्यांच्या लक्षात आलं. हेही लक्षात आलं, की नव्यानंच पुढे आलेल्या मुंबईच्या या तरुणाला मिळालेल्या यशामुळे तो जरा ऐट आणि तोरा दाखवत असला, तरी तो मोजून मापून परिपक्वतेने काम करणारा होता आणि कोणीही त्याला फसवू शकेल असा नव्हता.

शांतिप्रसादांचा आज भरभराटीला आलेला धंदा त्यांनी एका हाती उभा केला होता. १८५०च्या दशकात त्यांनी विचारपूर्वक तागाच्या व्यापारात पैसे गुंतवले होते. १८५३ ते १८५६ यांमधल्या क्रिमिअन वॉरच्या वेळी रशियातून निर्यात होणाऱ्या तागाच्या पुरवठ्यात खंड पडल्यावर ब्रिटिश लोक हिंदुस्थानातून त्यांच्या गरजेचा ताग घेऊ लागले आणि शांतिप्रसादांच्या धंद्यात त्यांनी मग मागे वळून पाहिलंच नाही. भुरामल ज्यूटमिल ही सर्वांत जुनी आणि नामवंत मिल होती, आणि वयोवृद्ध दादो भुरामल अजूनही धंद्यावर पूर्ण पकड ठेवून होते.

दूरदर्शी उद्योजक असलेले शांतिप्रसाद नेहमीच त्यांना जे अगदी आतून जे जाणवत असे ते करत असत आणि त्यांना कधीही पश्चात्ताप करण्याची वेळ आली नव्हती. त्यांचा व्यवहार बहुतेक सर्व त्यांच्या जातीतल्या लोकांशीच चालत असे, आणि वंशपरंपरेनं

आलेल्या शहाणपणानं त्यांना समजत होतं, की अनोळखी मंडळींबरोबर धंदा करू नये. तरीही उपजतच असलेल्या तीक्ष्ण समजामुळे त्यांना खातरी वाटली की, लालजी लखा हा माणूस त्याच्या शब्दावर भरवसा ठेवण्याजोगा विश्वासू होता.

जहाज ताब्यात घेण्याचं काम झाल्यावर लालजीनं शांतिप्रसादांना विचारलं की, त्याला कलकत्त्यात हिंडण्यासाठी बरोबर नेता येईल, असा कोणी भरवशाचा माणूस ठाऊक होता का; आणि बोलता बोलता सहज केल्यासारखा उल्लेखही केला की, एक म्हातारा चाचा प्रिटी पॉली याचा त्याला शोध घ्यायचा होता.

शांतिप्रसादांच्या लक्षात आलं, की सहज बोलल्यासारखं दाखवलं असलं, तरी लालजीचं त्या माणसाशी महत्त्वाचं काम होतं. किंचित स्मित करत त्यांनी लालजीकडे वेगळ्या नजरेनं बघितलं. या कच्छी युवकाला आश्चर्य वाटेल इतक्या गोष्टींमध्ये रुची होती. "मला अगदी योग्य माणूस माहीत आहे एक," ते म्हणाले, "खोकोन्."

"खोकोन्?" साशंक होऊन लालजीनं विचारलं. शांतिप्रसादांच्या अवतीभोवती घोटाळणारा, आणि ज्याचा केवळ दुर्लौकिकच असू शकेल असा दिसणारा तो लहानखुरा माणूस त्याला आठवला. "काय करतो तो? खरा कसा आहे?"

"कोण? खोकोन्?" शांतिप्रसाद जरासं हसले. "पूर्णपणे बदमाष आहे. मी त्याच्यापासून माझे पैसे, माझ्या चीजवस्तू, माझ्या बायकामुली या सगळ्यांना बचावून ठेवेन. अत्यंत बिनभरवशाचा आहे तो." लालजीचा धक्का बसलेला चेहरा बघून त्यांना हसायला आलं. "पण तो एकच माणूस आह जो तुम्हाला तुमच्या चाच्याकडे घेऊन जाईल. आणि बेक्टीमासा मिळवायाली आपल्या आईला विकेल असा असला, तरी चांगलं-वाईट, भलं-बुरं, चूक-बरोबर या सगळ्यांविषयी त्याची आपली अशी एक खास नीतिमत्ताही आहे!"

***

खोकोन् हा लालजीला आत्तापर्यंत भेटलेल्या कुठल्याच माणसासारखा नव्हता. जेमतेम पाच फुटांची उंची, दिसायला विचित्र, वय किती असेल किंवा हा कुठल्या प्रदेशातला असेल हे सांगता येणं शक्य नव्हतं, आणि त्याचा पूर्वेतिहास गूढच होता. तो त्या शहरात केव्हा येऊन पोचला होता आणि कोठून आला होता, हेही नेमकं कोणालाच ठाऊक नव्हतं. कोणी म्हणायचं तो अर्धा मंगोलियन आणि अर्धा बंगाली होता. कोणी म्हणायचं अर्धा पर्शियन असावा, किंवा मग पोर्तुगीज असेल. आणि त्याचे हिरवे डोळे कोणाकडून आले असतील याचा अंदाज तर कोणीच करू शकत नसे. त्याच्या गालांच्या हाडांवरची त्वचा ताणलेली, तपकिरी होती आणि त्याचे उतरते तिरके डोळे इतके तीक्ष्ण होते की, एका कटाक्षात त्याने तुम्हाला आरपार बघितलं असेल असं वाटायचं. तो कधीच

अगदी स्तब्ध उभा राहत नसे – जणूकाही उडायच्या तयारीत असेल तसा दिसायचा.

पण त्याच्या त्या गूढ चौकस दृष्टीतून जर तुम्ही उत्तीर्ण झालात आणि त्याला तुम्ही आवडलात, आणि त्याने तुम्हाला मित्र मानलं, तर मग खोकोन् तुमच्यासाठी काहीही करेल. अशा त्या परीक्षेत लालजी पास झाला! पण तो का पास झाला, हे मात्र लालजीला कधीच कळलं नाही!

खोकोन् नखरेबाज होता. त्याच्या चकाकणाऱ्या रेशमी कुडत्यांना चमचमणारी बटणं असायची आणि त्याच्या सगळ्या बोटांवर अंगठ्या असायच्या. बर्मीज पद्धतीनं गुंडाळलेली लुंगी हा तर औरच पोशाख होता – त्याचं काहीही करता येत असे आणि कुठल्याही परिस्थितीचा सामना करता येत असे. 'जरा रस्त्याच्या कडेच्या झुडुपांमध्ये जाऊन येण्यापासून' ते नारळाच्या झाडावर चढण्यापर्यंत! त्या साध्या दोन वारी कापडाच्या तुकड्यातून खोकोन् थक्क व्हावं अशा वस्तू बाहेर काढत असे. सोन्याच्या नाण्यांपासून अफूच्या गोळ्यांपर्यंत काहीही, एक सुंदर रत्नजडित खंजीरही – जो सयामच्या राजाचा त्यानं चोरला होता असं तो सांगायचा! त्याच लुंगीच्या निऱ्यांमध्ये त्याची एक महामोलाची काळ्या रंगाची वही होती, ज्यात मोठमोठ्या सत्ताधीशांची आणि धोकेबाज स्त्रियांची काळी गुपितं लिहिलेली आहेत, असं तो सांगायचा.

खोकोन् हा नक्कीच ज्याच्यापासून जपून राहावं असा माणूस होता असं लालजीला वाटलं, पण त्या लबाड डोळ्यांच्या माणसाचं त्याला आकर्षण वाटलं. कदाचित लालजीसारख्या प्रतिष्ठित माणसाला खोकोन्सारख्या अपकीर्ती असलेल्या लबाड माणसाचं आकर्षण, तो केव्हा काय करेल हे सांगता न येण्यातच होतं. दोघेही असे पुरुष होते, जे त्यांना मनातून जे योग्य वाटेल ते करणारे होते, त्या क्षणापुरते बघणारे होते.

दोघेही एकमेकांशी जपून सांभाळून वागून एकमेकांचा अंदाज घेत होते. लालजीनं प्रथम प्रिटी पॉलीचा उल्लेख केला, तेव्हा खोकोन् काहीच बोलला नाही. पण दिवस सरू लागला त्या सतत काहीतरी घडत असणाऱ्या शहरभर कितीतरी तास दोघे बरोबर हिंडत राहिले, तेव्हा दोघांनाही एकमेकांबरोबर मनानं स्वस्थ वाटू लागलं. कलकत्त्यासारख्या शहराचं विशाल मन तिथली ब्रिटिश साम्राज्याची राजेशाही स्मारकं आणि सतत गजबजलेल्या पूजामंडपांमध्ये कोठेतरी होतं. सूर्यास्ताच्या जरा आधी ते नदीकिनाऱ्यावर पोचले, तेव्हा जितक्या सहजपणे लालजी हुबळी नदीच्या किनाऱ्यावर बसून, एरवी अशक्यच वाटलं असतं अशा खोकोन्सारख्या माणसाबरोबर विडी ओढत बसला, तेव्हा लालजीला स्वत:लाच आश्चर्य वाटलं. तिथं बसून नदीतून होड्या वल्हवत, खोल सूर आणि खोल विचार असलेली गाणी गात

जाणाऱ्या नावाड्यांकडे ते दोघं बघत होते.

त्या संध्याकाळी उशिरानं खोकोन् लालजीला शहराच्या अनेक तऱ्हा असणाऱ्या, किळसवाण्या भागांमध्ये घेऊन गेला. तो अनुभव कधीही विसरणं शक्य नव्हतं. अत्यंत गचाळ, घाणेरड्या रस्त्यांवरून, पोटात ढवळेल इतक्या गरीब वस्तीतून, आणि अगदी लहान बोळांमधून ते जात राहिले. तेथे सांदीकोपऱ्यांमध्ये अफू विकली जात होती, अफू घेतलेले लोक नशेत तरंगत हिंडत होते; वेश्यांचं आणि गल्लीगुंडांचं वास्तव्य होतं, तसंच अफूसारखा अपाय करणारा माल वादळी समुद्रांमधून सोने मिळवण्यासाठी नेण्याचा अनुभव असलेल्या चाच्यांचंही राहण्याचं ठिकाण होतं.

एका अंधाऱ्या बोळाच्या शेवटच्या टोकाशी जाऊन खोकोन् थांबला आणि मग चोरट्यासारखं हळूच डावीकडे उजवीकडे बघत अंधारात सरकला. त्या गल्लीत शिरल्याबरोबरच बरेचसे डोळे त्यांच्याकडे बघतायत, असं लालजीला जाणवलं. एका गचाळ दिसणाऱ्या घराबाहेर ते थांबले आणि मोडकळीला आलेल्या दारावर खोकोन्नं हळूच टक टक केलं.

आतून काही प्रतिसाद आला नाही. खोकोन्नं जरा मोठ्यानं पुन्हा ठोकलं. ''एखाद्या साल्या हरामीला जराशी झोप पण घेता येत नाही का इथं?'' आतून भसाडा आवाज आला, ''जळ्ळं ते दार उघडंच तर आहे!''

खोकोन् लालजीकडे बघून 'कशी गंमत आहे ना?' असं हसला आणि त्याला 'जा आत' अशी खूण केली. लालजीनं दार उघडलं. प्रथम तर त्याला काहीच दिसलं नाही. एक लहानसा कंदील खोलीच्या एका कोपऱ्यात पेटवून ठेवलेला होता. त्या अंधाराची डोळ्यांना सवय होईपर्यंत त्यानं डोळ्यांची उघडझाप केली आणि मग सावधपणानं आत पाऊल टाकलं.

''आता हे कोण आलंय् इथं?'' धमकी दिल्यासारखा तोच आवाज आला. मग थोडी शांतता आणि जरासं हसणं. ''व्वा! गुबगुबीत मांजर आलंय् न् काय!'' गुरगुरल्यासारखा घाबरवणारा आवाज.

लालजी जरा अडखळला, नेमकं कुठे वळावं हे कळत नव्हतं. मग एकदम तो एकुलता एक कंदीलही फडफडला न् विझून गेला, त्यांच्याभोवती काळाकुट्ट अंधार झाला. लालजीच्या पाठीशी सुरा उघडल्याचा क्लिक् असा आवाज आला, तसा लालजी दचकला. एकदम एक मजबूत हात दांडगेपणानं त्याच्या मानेभोवती पडला आणि काहीतरी टोकदार त्याच्या पाठीला टोचलं गेलं. लालजी गारठला – या सापळ्यात अडकण्याचा केवढा मूर्खपणा केला होता त्यानं!

''तो पैशांचा जाडजूड बटवा बांधलायस ना कंबरेला, तो आत्ताच्या आत्ता खाली टाक!'' भयंकर विचित्र आवाजात त्याच्या कानाशी कोणीतरी खुसखुसलं.

लालजी काही करण्यापूर्वी अंधारातून खोकोन्‌चा शांत, जरा कंटाळलेला आवाज आला, ''सोड त्याला प्रिटी पॉली. मी आहे, खोकोन्. तुला ज्याच्याबद्दल निरोप पाठवला होता, तोच हा माणूस. त्यालाच सुरा मारलास, तर तुला तो जे सोनं मिळवून देणार आहे ते मिळणार नाही ना?''

क्षणभर शांतता आणि मग भेसूर आवाजातलं मोठ्यानं हसणं. ''कुठे लपलावतास खोकोन् तू साल्या?'' प्रिटी पॉली ओरडला. ''तुझा कोणी असला, तर त्याचा मी कधीच जीव घेणार नाही यार!''

पुन्हा एकदा खिंकाळून हसणं. लालजीला तो थोराड माणूस इकडून तिकडे जाताना ऐकू आलं. आधी काहीतरी धक्का लागून पडलं, मग कंदील पुन्हा पेटवून त्याच्या तोंडासमोर धरला गेला.

ते दोघं एकमेकांकडे पाहत राहिले.

'प्रिटी'या शब्दाशी दूरान्वयानंही काहीही संबंध प्रिटी पॉलीचा नव्हता – एका डोळ्याचा निकाल लागलेला, काही दात पडलेला, खरखरीत ओबडधोबड वाढलेली दाढी आणि अस्ताव्यस्त केस.

तो चाचा लालजीभोवती गोल फिरला, त्याच्या एकाच लुकलुकत्या डोळ्यानं त्याला डोक्यापासून पायापर्यंत न्याहाळलं. हातात उघडलेला सुरा तसाच होता. काही क्षणांनी त्यानं पसंतीचं हास्य केलं. ''हा साला तुझा मित्र आवडला आपल्याला!'' त्यानं खोकोन्‌ला सांगितलं, ''पापणीसुद्धा लववली नाही त्यानं एकदाही!''

लालजीचं अफूच्या व्यापाराचं पहिलं जहाज चाच्यांचा धुमाकूळ असलेल्या समुद्रातून घेऊन जाणं प्रिटी पॉलीनं कबूल केलं. ''तिथं त्या समुद्रात मला टक्कर देईल असा कोणीच नाहीये!'' त्यानं फुशारकी मारली. ''पण मला माझे पैसे सोन्यात पाहिजेत, तर मी हे काम करेन, आणि जो नफा होईल त्याचे पन्नास टक्के! आम्ही जहाज तयार करू, त्यावर पुरेशी शस्त्रं ठेवू आणि प्रिटी पॉली कॅप्टन असला म्हणजे कोणी जाणारच नाही आमच्या वाटेला हे माझे शब्द लक्षात ठेव तू!''

***

प्रिटी पॉलीनं त्याचं काम खरोखरीच केलं. जहाजावर हल्ला झाला तेव्हा कॅप्टन आणि त्याचे दांडगे वेचक खलाशी यांनी सामना केला. दयामाया न दाखवता, धूर्तपणानं आणि निडरपणानं लढत त्या खलाशांनी त्यांच्या कॅप्टनच्या प्रोरणा देणाऱ्या उत्साहानं आणि प्रचंड आत्मविश्वासानं प्रेरित होऊन, लालजीचा माल लांबच्या मार्गानं येणाऱ्या इतर जहाजांपेक्षा कितीतरी आधी पोचता केला.

प्रिटी पॉली मोबदल्यात सोनं घेऊन आला, तेव्हा अनुभवी दादो भुरामललासुद्धा तो परत आला याचंच आश्चर्य वाटलं. पण लालजी आतून जाणून होता की, म्हातारा

चाचा नक्की परत येईल. लालजीला जाणवलं होतं की, त्याच्यासारखाच प्रिटी पॉली हा आता या खेळाने येणाऱ्या झिंगेच्या मोहापायी पडला आहे, जे आव्हान डोक्यात जाऊन भिनते, त्यासाठी!

***

रंगूनहून परत येईपर्यंत घर सोडून लालजीला तीन महिने होत आले होते आणि तो घरी पोचायला आतुर झाला होता. त्याला कुटुंबाचा विरह जाणवत होता, विशेषत: सकीनाचा. त्यांनी एकत्र घालवलेल्या शेवटच्या रात्रीच्या आठवणींनं तो आनंदला आणि तिला दिवस गेले असतील का, असा विचारही मनात आला.

सकीनाच्या जेव्हा लक्षात आलं की, तिला दिवस गेले आहेत, तेव्हा मनात मावेना इतका तिला आनंद झाला. लाजेनं चूर होत तिला वाटलं, त्या मादक रात्रीच्या धुंद प्रणयातून एक बाळ जन्माला येणार होतं! या वेळी तरी तिच्या पतीला ज्याची खूप आस होती तो वारस – तो पुत्र जन्माला आला तर!

***

बाबू ड्रायव्हरनं बग्गी घरासमोर आणून उभी केली, तेव्हा लालजीनं वर बघितलं. त्यांच्या तिसऱ्या मजल्यावरच्या खोलीच्या खिडकीतून वाकून बघत सकीना त्याची वाट बघत होती. तिचा उजळलेला चेहरा चमकत होता. त्याच्या हृदयाचा एक ठोका चुकला – खरंच तिला दिवस गेले असतील? त्याला धीर धरवेना. दोन-दोन पायऱ्यांवरून उड्या मारत तो वर निघाला.

पतीला बातमी सांगायला तितकीच आतुर असलेली सकीना धावतच लालजीला अर्ध्या वाटेत भेटायला निघाली. दरवाजातून बाहेर धावता धावता उंबरठ्यावर अडखळून ती पडली आणि जिन्यावरून गडगडत खाली गेली!

कितीतरी क्षण प्रचंड धक्क्यानं ती तशीच पडून राहिली. तिनं उठायचा प्रयत्न केल्याबरोबर तिचं पोट दुखू लागलं आणि रक्तस्राव होऊ लागला. काय होतंय, हे लक्षात आल्याक्षणी अतिशय तीव्र दु:खानं ती चित्कारली – वेदनांनी नाही, पण ती समजून चुकली होती की, तिनं तिच्या पोटातलं बाळ गमावलं होतं! सगळ्यांनी हाताला धरून तिला उभी केली तेव्हा तिच्या डोळ्यांमधून घळाघळा अश्रू वाहत होते.

कितीतरी दिवस सकीनाची मन:स्थिती अतिशय खिन्न होती. लालजीनं नुसत्या नजरेनं किंवा एखाद्या शब्दानंही, नाजूक अवस्थेत असताना निष्काळजीपणानं पळत येण्याबद्दल तिला एकदाही दोष दिला नाही. तरीही काहीतरी मोलाचं हरपलं असल्याची आणि दुरावा निर्माण झाल्याची जाणीव तिच्या मनात निर्माण झाली. तिच्या मनातल्या जुन्या चिंता पुन्हा वर आल्या. लालजी तिच्यापासून दुरावत आहे

अशी तिची पुन्हा कल्पना होऊ लागली, आणि तो दुसरं लग्न करेल या शक्यतेनं तिच्या मनाला त्रास होऊ लागला.

आपल्या लाडक्या भाचीला इतकी अस्वस्थ झालेली बघून बानूमामीनं तिचं सांत्वन केलं. ''सकीना, एक गर्भपात झाला म्हणजे पुन्हा मूल होत नाही असं मुळीच नाही!'' ती म्हणाली, ''ताजो आणि रेश्माच्या जन्माच्या आधी माझे दोनदा गर्भपात झाले होते! तू तरुण आहेस अजून, आणखी मुलं होतीलच, निराश होऊन नको बसू.''

परंतु सकीना विचारात बुडालेली राहायची. तिची खातरी होत होती की, आज ना उद्या लालजी लखा दुसरं लग्न करेल.

२४

त्या गर्भपातानंतर सकीना इतकी नाउमेद, इतकी निरुत्साही झाली होती की, अतिपूर्वेकडच्या आरामशीर समुद्रपर्यटनाला लालजीबरोबर जाण्यासाठी तिचं मन वळवायला लालजीला जवळजवळ वर्ष लागलं. पण पर्यटनावरून परत आल्यावर दोघंही आनंदी आणि मनानं सावरलेली, सैलावलेली होती.

ते दोघं परत आल्यानंतर काही महिन्यांनी एका संध्याकाळी हरी बऱ्याच दिवसांनी लालजीला भेटायला आला.

त्याचा हा मित्र हल्ली कामात खूप व्यग्र असायचा, हे लालजीला ठाऊक होतं. कारण आता तो स्वातंत्र्यलढ्याच्या चळवळीत पडला होता. इतर शेकडो नागरिकांसारखाच चार आणे फी भरून (२५ पैसे) हरी इंडियन नॅशनल काँग्रेसचा सभासद झाला होता, पण त्याच्या बऱ्याच आधी बाळ गंगाधर टिळक यांच्या एका सभेत त्यानं त्यांचं भाषण ऐकलं होतं, तेव्हाच त्याच्या मनात पहिलं स्फुल्लिंग पडलं होतं. "स्वराज्य हा माझा जन्मसिद्ध हक्क आहे आणि मी तो मिळवणारच!" टिळकांच्या या रणशिंग फुंकल्यासारख्या निर्भय ललकारीने संपूर्ण देशाची चेतना जागी झाली होती.

हरी किती उत्तेजित झाला होता ते लालजीला अजून आठवत होतं. "केवढे ओजस्वी, प्रभावी वक्ते आहेत रे ते!" हरी उत्साहानं सांगत होता, "तू तिथे असायला हवा होतास लालजी! तू ऐकायला हवा होतास लोकांचा गलबलाट! तुला सांगतो, हिंदुस्थान अखेर एकदाचा जागा होतोय! वेळ तर लागेलच, पण आपण इंग्रजांना हाकलून देणारच आहोत!"

तेव्हापासून पुढे मग हरी अहिंसक सत्याग्रहांमध्ये अग्रभागी राहिला होता. पोलिसांच्या लाठीचार्जला त्यानं तोंड दिलं होतं आणि तुरुंगवासही भोगला होता. ते दिवसच असे काही भारलेले होते की, या सर्व गोष्टींमुळे त्याला उलट जास्तच स्फूर्ती मिळत होती.

लालजी आणि हरी या सर्व गोष्टींबद्दल आणि इतर कशा-कशाबद्दल गप्पा मारत होते, तेव्हा हरीच्या बोलण्यात एकदम त्यांच्या जुन्या दिवसांमधलं एक नाव

आलं. ''लालजी, आपण दोघंही ज्यांच्याकडे काम करायचो, ते गंगादास जमनादास मेहता आठवतायत? तर मी पंधरावीस दिवसांपूर्वी त्या 'दि न्यू एज स्पिनिंग अ‍ॅन्ड व्हीव्हिंग मिल्स'मध्ये गेलो होतो. शेठजी अगदी खचलेल्या, दु:खी मन:स्थितीत होते. त्यांची पत्नी म्हणे काही महिन्यांपूर्वी वारली, आणि आता त्यांना मिल विकून टाकायची आहे आणि त्यांच्या मूळ गावी – बडोद्याला परत जायचंय.'' जरा थांबून चहाचे घोट घेत हरी म्हणाला, ''खरंतर जे चार-पाच जण मिळून ती मिल विकत घ्यायचा विचार करत आहेत, त्यांच्याशी ते सध्या बोलणी करतायत. बाकीच्यांना मी ओळखत नाही, पण एक नाव माहितीचं आहे असं वाटलं – ताजो रेहमू. तो म्हणजे तुझा मामेभाऊच ना लालजी? रेहमूमामांचा मुलगा ना?''

लालजी सावरून बसला. मिल विकून टाकण्याची घाई असलेला मिलचा मालक! त्याच्या नाडीचे ठोके वाढले, हाताच्या तळव्यांना कधीकधी यायच्या तशा झिणझिण्या आल्या. गेल्या दीड वर्षात त्यानं अफूच्या व्यापाराच्या बऱ्याच खेपा केल्या होत्या, आणि त्यांमधून भरपूर फायदा मिळवला होता. आता कापसाच्या बाजारात पडणं शक्य होतं आणि पहिली गिरणी विकत घ्यायला तो उत्सुक होता. ''कुठपर्यंत आलीयत त्यांची बोलणी? ठाऊक आहे तुला?'' त्यानं हरीला विचारलं.

''मला वाटतं अजून पक्कं काही झालं नाहीये, पहिला इसारा वगैरे दिला नाहीये.'' हरी म्हणाला, ''शेठजी म्हणाले की, ते या आठवड्याअखेर बडोद्याला जाणार आहेत आणि पुढच्या महिन्यात विक्री पूर्ण झाल्याच्या कागदपत्रांवर सह्या करायला येतील. त्यांनी विक्रीचं सगळं काम त्यांच्या जावयाकडे सोपवलं आहे.''

''कितीची अपेक्षा आहे त्यांची?''

''आठ लाखांच्या आसपास. पण मी असं ऐकलं की, ही जी मंडळी आली आहेत, त्यांनी त्याच्यापेक्षा कमी देऊ केले आहेत. खरं म्हणजे ना, शेठजींना आता पैसे थोडे कमी जास्त मिळाले, तरी त्यामध्ये फारसं स्वारस्य उरलेलं नाही, त्यांना लवकर काम उरकून टाकायचंय. मला वाटतं जो कोणी वाजवी किंमत देऊ करेल आणि सर्व पैसे रोख देऊन टाकेल, त्याच्याबरोबर ते विक्री पक्की करून टाकतील.''

हरी गेल्यावर लालजी खूपच उत्तेजित मन:स्थितीत होता. ही संधी हातातून जाऊ देण्यासारखी नव्हतीच. कसंही करून त्याला ही मिल विकत घेण्याची शर्यत जिंकायचीच होती. त्यात ती ताजोला हरवून विकत घेण्याच्या शक्यतेनं त्याला आणखीनच स्फुरण चढलं. त्यानं ताबडतोब शेठ गंगादास जमनादासना पत्र लिहिलं की, त्यांची गिरणी विकत घेण्याची त्याची खूप इच्छा होती, आणि जी काही किंमत कोणी देऊ केली असेल, त्याहून जास्त द्यायला तो तयार होता.

***

शेठजींच्या प्रतिक्रियेची तो अधीर होऊन वाट पाहत होता. तेव्हा लालजीला एकाएकी सुचलं की, शेटजी मुंबईला परत येण्याची वाट बघत बसण्यापेक्षा तोच आत्ताच, लगेच, बडोद्याला गेला तर तिथेच काम करून टाकता येईल. तोही स्पर्धेत आहे, याची कल्पनाच नसलेले त्याचे प्रतिस्पर्धी इकडे हात चोळत बसतील!

मिळालेल्या पहिल्या गाडीनं लालजी बडोद्याला जायला निघाला. लालजीनं त्याच्यावर कुरघोडी केली आहे असं समजल्यावर ताजोचा चेहरा कसा होईल, या कल्पनेनं त्याला हसू फुटत होतं, पण त्याच्या मामेभावाच्या कावेबाजपणाची लालजीलाच पुरती कल्पना नव्हती. ताजोला कुठूनतरी लालजीलाही ती मिल घेण्यात रुची आहे हे कळलं होतं. कच्छहून मुंबईला परत येताना वाटेतच तो रस्ता बदलून बडोद्याला गेला, आणि लालजीच्या कितीतरी तास आधी पोचला.

दुपारी उशिरा लालजी गंगादास जमनादासांच्या घरी पोचला, आणि एका महत्त्वाच्या कामासाठी शेठजींना भेटायचं आहे, असं त्याने सांगितलं. त्याला सांगण्यात आलं की, शेठजींची प्रकृती ठीक नव्हती आणि त्यांच्या धंद्यासंबंधी कामं आता त्यांचे जावई बघत होते, जे सध्या दुसऱ्या एका गृहस्थांशी बोलत होते, त्यानंतर लगेच ते लालजीला भेटतील.

हॉलमध्ये वाट बघत असताना शेजारच्या ऑफिसच्या खोलीतले अस्पष्ट आवाज त्याच्या कानावर पडले आणि त्यातला एक आवाज ताजोचा असल्याचं ओळखल्याबरोबर तो चांगलाच दचकला. ताजो तर शेठजींना मुंबईला भेटणार होता, मग तो इथे काय करत होता? दुसरा जो आवाज होता, तो लालजीला कुठेतरी ऐकला असल्यासारखं वाटत होतं, पण कुठे ते लक्षात येत नहतं.

लालजी उमगला की, त्यानं आत्ताच्या आत्ता काही केलं नाही, तर फार उशीर झालेला असेल – कदाचित एव्हाना झालाही असेल. मग मात्र एक क्षणही न थांबता त्यानं खंबीरपणानं दार ठोठावलं आणि आतून उत्तर येण्याची वाट न बघता स्वत:च दार उघडून तो आत गेला.

इतक्या उद्धटपणानं त्यांच्या चर्चेत विक्षेप आणणाऱ्याकडे तिथे असलेल्या दोघांनी दचकून डोकी वर करून बघितलं. ताजो ज्या गृहस्थांशी बोलत होता, त्यांनी पहिल्यांदा तर रागानं त्याच्याकडे बघितलं; पण काही क्षणांतच ओळख पटल्याबरोबर त्यांचा चेहरा बदलला! ते उद्गारले, ''तू लालजी आहेस, होय ना?''

लालजी तितकाच चकित झाला. त्या गृहस्थांना तो पुन्हा कधी भेटेल असं त्याला कधीही वाटलं नव्हतं – तेही इथे बडोद्यात, शेठ गंगादास जमनादासांच्या घरात तर नक्कीच नाही! ''शामजीभाई? तुम्ही? इथे?'' त्याला नोकरी देणाऱ्या पहिल्या शेठच्या पुतण्याला ओळखलं तसा तो आश्चर्यानं म्हणाला, ''मी शेठ गंगादास जमनादासना भेटायच्या विचारानं आलो होतो.''

"मी त्यांचा जावई," शामजीनं उत्तर दिलं. "आलोच हं," असं ताजोला सांगून लालजीबरोबर तो बाहेरच्या हॉलमध्ये आला. "शेठ गंगादासांची प्रकृती त्यांच्या पत्नी वारल्या तेव्हापासून खूप खालावली आहे आणि त्यांनी त्यांचं सगळं काम माझ्यावर सोपवलं आहे." शामजीनं वळून लालजीकडे न्याहाळून बघितलं. "पण लालजी – किती बदललायस रे तू? तुला इतक्या चांगल्या परिस्थितीत बघून खूप बरं वाटलं मला! कितीतरी वर्षं झाली आपण शेवटचं भेटलो होतो त्याला! तू काय कामासाठी आलायस इथे?"

"मिलसाठी मी माझा प्रस्ताव दिला होता, ते पत्र त्यांना मिळालं की नाही ठाऊक नाही – " लालजी सरळ मुद्द्यावरच आला.

"अरे! हो, हो! तुझं पत्र दोन दिवसांपूर्वीच आलंय, पण 'लालजी लखा' म्हणजे तू, हे लक्षातच आलं नाही माझ्या!"

एखादा क्षण जरा अवघडलेली शांतता होती. कितीतरी लाख रुपये देऊन गिरणी विकत घ्यायची असणारा श्रीमंत शेठजी म्हणजेच त्याच्या काकांच्या गोदामात एके काळी महिन्याला एक रुपया पगारावर काम करणारा लालजी नावाचा मुलगा, हे त्या पत्रावरून शामजीच्या लक्षात येणं अवघडच होतं! दोघंही जरा हसले.

"मला ती मिल विकत घ्यायची फार इच्छा आहे शामजीभाई. शेठजींना मी आठवत नसेन, पण याच कापडाच्या गिरणीत मी स्वत: सहा महिने काम करत होतो. त्यामुळे कुठलीतरी गिरणी विकत घ्यायची, इतकंच माझ्यासाठी नाहीये हे, या गिरणीमध्ये माझ्या भावना गुंतलेल्या आहेत."

शामजीनं एक सुस्कारा टाकला. "आम्ही विक्रीचा व्यवहार पूर्णच करत आलो होतो लालजी. माझे सासरे वृद्ध झाले आहेत, थकले आहेत. त्यांना एकदाचं हे काम उरकून टाकायचं आहे. ताजोभाई काल रात्री आले, त्यांच्या काही साथीदारांच्या वतीनं ते बोलणी करत आहेत. तू एकदम आत आला नसतास तर एव्हाना विक्रीकरारावर आमच्या सह्याही झाल्या असत्या. पण आता..." तो घुटमळला.

लालजीच्या लक्षात आलं की, जुन्या घटनांना स्मरून शामजीभाईंना गिरणी त्याला विकायची इच्छा होती आणि ते कसं करावं याचा ते विचार करत होते. त्यांना कितीतरी वर्षांपूर्वीची ती सकाळ आठवत असणार, जेव्हा लालजीनं दिलेला शब्द पाळला होता आणि शामजीच्या काकांना काहीही सांगितलं नव्हतं. "तू जे केलंयस, ते मी कधीही विसरणार नाही लालजी," ते म्हणाले होते. लालजी तिथून गेला तेव्हाचे ते शब्द होते.

सुदैवानं पक्का शब्द दिला गेला नव्हता, सह्या झाल्या नव्हत्या, पैशांची देवघेव झाली नव्हती. गिरणी लालजी लखालाच विकावी, हे त्याच्या सासऱ्यांना पटवून देणं शामजीभाईंना अवघड गेलं नाही. शामजीनं त्यांना सांगितलं की, लालजीनं जास्त किंमत तर देऊ केलीच होती, शिवाय तिथेच त्याने साधा कामगार म्हणून काम केलं असल्यानं,

ती गिरणी आता स्वत:च्या मालकीची असण्यात त्याला विशेष अभिमान वाटणार होता. हे ऐकल्यावर तर शेठजींना जास्त काही पटवून द्यावं लागलंच नाही.

विक्रीकरार झाला तेव्हा लालजीचं मन उत्कट आनंदानं भरून आलं. ही तीच गिरणी होती, जिथं कापसाच्या गासड्यांवर पडल्या पडल्या स्वत:च श्रीमंत गिरणीमालक होण्याचं स्वप्न त्यानं पाहिलं होतं. शेठ गंगादास जमनादास मेहतांबरोबर विक्रीकरारावर त्यानं सही केली, तेव्हा दोघांनाही भरून आलं. शेठजींबद्दल लालजीला नेहमीच खूप आदर आणि कौतुक वाटत असे.

लालजी लखाला 'दि न्यू एज स्पिंनिंग अॅन्ड वीव्हिंग मिल्स'चा मालक झाल्याचा रास्त अभिमान वाटत होता – त्याच्या मालकीची पहिली गिरणी. तो नव्या जोमानं आणि उत्साहानं मुंबईला परत आला. सगळं काही कसं बरोबर पार पडलं होतं. ताजोला मिल विकत घेण्याच्या बाबतीत त्यानं हरवलं तर होतंच, पण त्याला ती गिरणी चांगल्या किमतीला मिळाली होती. उभयपक्षी त्या बाबतीत समाधान होतं. त्याला वाटलं की, आता त्याच्या सुखाचं वर्तुळ पूर्ण करायला एक मुलगा – वारस फक्त हवा होता.

पूर्वेकडच्या देशांच्या समुद्रपर्यटनावरून परत आल्यानंतर सकीनाला पुन्हा दिवस गेले असल्याचं तिच्या लक्षात आलं. म्हणजे बानूमामीचं म्हणणं खरं ठरलं होतं म्हणायचं. तीही आणखी एक मूल होऊ द्यायला मनानं, शरीरानं तयार होती आणि या वेळी ती अत्यंत मनापासून प्रार्थना करत होती की, तिला मुलगा व्हावा. कारण तिच्या पतीला मुलगा व्हावा, अशी किती आस आहे हे ती जाणून होती.

तो बडोद्यात मिल विकत घेण्यासंबंधी बोलणी करत होता, तेव्हा लालजीला ठाऊक होतं की, सकीनाची प्रसूती एक-दोन महिन्यांवर आली आहे. त्याला वाटलं, आता या वेळी तरी नक्की मुलगाच होईल. ही त्याची पहिली गिरणी असेल, आणि तो पहिला मुलगा असेल! आता वारशामध्ये देण्यासारखं मोलाचं काहीतरी त्याचं स्वत:चं असल्यावर त्याला ज्याची आस होती तो वारसही त्याला मिळावा हे योग्यच होतं की!

पण तसं होणार नव्हतं! सप्टेंबर, १८९५मध्ये सकीनानं आणखी एका मुलीला जन्म दिला – शिरीनच्या जन्मानंतर तब्बल नऊ वर्षांनी! सकीना इतकी निराश झाली की, तिला बाळ बघायचीही इच्छा नव्हती. दाईनं तिनं बाळाला कुशीत घ्यावं म्हणून खूप प्रयत्न केला, पण तिनं उपेक्षेनं कूस बदलली!

कितीतरी दिवस सकीना भिंतीकडे तोंड करून पडून होती, आणि स्वत:ला जणू विषण्णतेच्या खाईत लोटत होती. पहिल्या तीन मुलींच्या वेळी तिचे स्तन दुधानं भरलेले असत, या वेळी ते कोरडे पडले. छोट्या सोनीला आईचं दूध मिळत नव्हतं.

मग एक 'दूध आई' शोधावी लागली. दूरच्या नात्यातली एक बाई होती, जिनं नुकताच आपल्या अकराव्या बाळाला जन्म दिला होता. तिचे दुधानं भरलेले स्तन त्या भुकेल्या तान्हुलीला द्यायला ती आनंदानं तयार झाली. लालजी लखाच्या घरच्या

बाळाला दूध पाजता आलं, हे तिचं भाग्यच वाटलं तिला, कारण तिला भरपूर बिदागी मिळेल हे तिला माहीत होतं.

जेव्हा आणखी एक मुलगीच जन्माला आली तेव्हा मनातल्या मनात लालजीनं निराशेनं हात वर केले, आणि हेही मनातून स्वीकारलं की, तो मुलाचा बाप कधीच होणार नव्हता. पण हे तर त्याला कबूल करावंच लागलं की, छोटी सोनी तिच्या बहिणींहूनही जास्त भाग्य घेऊन आली होती. कारण ज्या दिवशी त्यानं त्या मिलच्या खरेदीच्या अतिशय महत्त्वाच्या करारपत्रावर सही केली, त्याच दिवशी सोनीचा जन्म झाला होता.

मुलगा व्हावा म्हणून दुसरं लग्न करण्याबद्दल लालजीनं विशेष गांभीर्यानं विचार कधी केलाच नव्हता. सकीनाच्या मनाला मात्र तो विचार बरेचदा सतावत असे. खूप वर्षांपूर्वी त्या एका म्हाताऱ्यानं, तिसऱ्या मुलीच्या – शिरीनच्या जन्मानंतर तो विचार बोलून दाखवला होता तेव्हा लालजीनं त्याला झिडकारून हसण्यावारी नेलं होतं. पण या वेळी जेव्हा कोणीतरी तेच सुचवलं, तेहा तो हसला नव्हता. जरी तो विचार लालजी मनात घोळवत राहिला नाही, तरी त्याला तो पूर्णपणे मनातून काढूनही टाकता आला नव्हता.

चौथ्या मुलीच्या जन्माच्या वेळीही बानूमामी कच्छमधून वेळेवर परत आली होती. रेश्माला चौथा मुलगा झाला, तिच्या मदतीला ती तिकडे गेली होती. तिनं खूप प्रयत्न केला, तरी तिच्या दुःखी भाचीचं सांत्वन ती करू शकली नव्हती.

"बानूआत्या," सकीना रडत रडत म्हणाली, "ते नक्कीच दुसरं लग्न करतील. त्यांना कळून चुकलं आहे आता, की मी त्यांना कधीही मुलगा देऊ शकणार नाही."

"हे बघ सकीना, मी लालजीला माझ्या मुलांइतकाच चांगला ओळखते. त्याचा खूप जीव आहे तुझ्यावर. तो जर दुसऱ्या बायकोच्या शोधात असता, तर मला ते समजलं असतं."

सकीनानं हताश दुःखानं डोकं हलवलं. "सोनीचा जन्म झाल्यापासून ते अस्वस्थ असतात हे मला जाणवतं," हुंदका दाबत ती म्हणाली, "आणि मी त्यांना दोषही देत नाही!"

"हे बघ, नसते विचार डोक्यात भरवू नको त्याच्या," बानूनं तिला सावध केलं, "पण जर का कधी तशी वेळ आलीच, आणि तुला वाटलं की, तो नक्कीच दुसरं लग्न करणार आहे, तर मग तूच त्याच्यासाठी दुसरी बायको निवड. साध्याशा घरातली एखादी मुलगी, जिला या बड्या घरात आणल्याबद्दल ती तुझी उतराई असेल, आणि ज्येष्ठ पत्नी असण्याची तुझी जागा ती घेऊ बघणार नाही."

ही कल्पना सकीनाला पटली. वेळ येईल तेव्हा ती तसंच करेल. पण तसं होण्याच्या शक्यतेची तिला खूप भीती वाटत होती, आणि अगदी आतल्या मनातून आज ना उद्या हे होणारच, याची तिला खातरी वाटत होती.

२५

त्यानंतरच्या वर्षात म्हणजे १८९६मध्ये प्लेगची भयंकर साथ आली, आणि त्यात एक लाख माणसं मेली. सुरुवात राजकोटमध्ये झाली आणि मग साथ दक्षिणेकडे पसरत जाऊन तिने मुंबई शहर वेढून टाकलं. राजकोटमधल्या अस्पृश्यांच्या वस्तीत प्लेग पसरला होताच, तिथे काम करण्यास आपण होऊन तयार असलेल्या फार थोड्या लोकांमध्ये दक्षिण आफ्रिकेहून थोड्या दिवसांसाठी घरी आलेला एक तरुण बॅरिस्टर होता, ज्याचं नाव होतं मोहनदास करमचंद गांधी.

या भयानक आपत्तीत मुंबईमध्ये हजारो लोकांचा बळी गेला. विशेषत: अतिशय दाटीवाटीने, अस्वच्छ परिसरात मुंबईच्या आतल्या भागात चिकटून चिकटून असलेल्या घरांमध्ये खूपच लोक मृत्यू पावले. चाळीस हजारांहून जास्त लोक शहर सोडून पळून गेले. रोग पसरण्याचे प्रमाण कमी करण्यासाठी शासनाने कडक उपाय योजले. शम्सू पटेल आणि त्याचे गुरू चार्ल्स लॅम्बर्टसारखे डॉक्टर रात्रंदिवस रुग्णांची शुश्रूषा करत होते.

याच वर्षी 'वॅटसन्स हॉटेल' नावाच्या फक्त 'गोऱ्या' लोकांसाठी असलेल्या हॉटेलमध्ये प्रथमच लुमिअर ब्रदर्सनी बनवलेला एक चित्रपट दाखवण्यात आला. लालजीने तो चित्रपट नॉव्हेल्टी थिएटरमध्ये पाहिला आणि त्याच वर्षी काही महिन्यांनंतर हॅंगिंग गार्डन्समध्ये हरिश्चंद्र भाटवडेकरांनी एका कुस्तीचे प्रथमच शूटिंग केले, ते करताना प्रत्यक्ष बघितलं. परंतु देशातला पहिला चित्रपट 'राजा हरिश्चंद्र' थेट १९१३मध्ये दादासाहेब फाळके यांनी तयार केला, आणि जगात बोलपट सुरू झाल्यानंतर तब्बल सहा वर्षांनी १९३३मध्ये हिंदुस्थानातला पहिला बोलपट बनवू शकणारा मोठा स्टुडिओ 'बॉम्बे टॉकीज' सुरू करण्यात आला.

याच काळात मुंबईच्या प्लेगमुळे लालजीच्या मनात बरेच दिवस असलेला दुसरीकडे राहायला जाण्याचा विचार जास्त जोर धरू लागला. त्याची सध्याची राहण्याची जी व्यवस्था होती, ती शहराच्या मध्यवर्ती भागात खालच्या मजल्यावर

ऑफिस आणि वरच्या मजल्यावर घर अशी होती. ती इतकी सोयीची होती की, त्याला दुसरीकडे राहायला जाण्याची निकड वाटत नव्हती, पण आता त्याला वाटू लागलं की, या दाटीवाटीच्या भागातून कमी गर्दीच्या आणि स्वच्छ हवा असलेल्या टेकड्यांवर किंवा समुद्राजवळ कुटुंबाला राहण्यास घेऊन गेलं पाहिजे.

लालजीची भरभराट होत होती, तसतसे त्याने जमिनीमध्ये पैसे गुंतवण्यास सुरुवात केली होती. १८८०च्या दशकाच्या अखेरीस शहराच्या मध्यभागात पाच ते दहा रुपये स्क्वेअर यार्ड (यार्ड – ३ फूट) या भावाने जमीन मिळत होती. त्यानंतर तिथे गिरण्या बांधल्या जाऊ लागल्या, तशा किमती वाढल्या. लालजी चांगली जमीन चटकन हेरत असे. त्याने विचारपूर्वक प्लॉट्स निवडले. शहरात घेतले, ते मोक्याच्या ठिकाणी असलेले; लोणावळा-महाबळेश्वर इ. थंड हवेच्या ठिकाणांमध्ये सुंदर, विस्तीर्ण दृश्य दिसणाऱ्या जागांवर, आणि जुहू-अलिबागसारख्या जुन्या; पण अजून अगदी स्वच्छ असलेल्या समुद्रकिनाऱ्यांवर.

त्याने खरेदी केलेल्या जागांमध्ये कंबाला हिलच्या पायथ्याशी बीच कॅन्डीवर समुद्राकडे तोंड करून असलेला एक प्लॉट होता. एक जुना विशाल वटवृक्ष असलेल्या त्या प्लॉटवर पाय टाकताक्षणी लालजीला अगदी आतून जणू जाणवलं की, या जागी तो स्वतःचं घर बांधणार होता. विस्तृत, दाट हिरवी छाया असलेला तो जुना वृक्ष जणू खूप वर्षं त्याची वाट बघत होता, असं लालजीला वाटलं.

स्थापत्यकलेविषयी लालजीला नेहमीच खूप आकर्षण होतं, कारण सर्व कलांमध्ये सर्वांत जास्त शक्यता या कलेत होत्या. त्याच्या हे लक्षात आलं होतं की, मोकळ्या जागा, या माणसाला शारीरिक आणि सामाजिकच नाही, तर मानसिक स्वस्थताही देताता – केवळ एखाद्या माणसालाच नव्हे, तर संपूर्ण समाजालाही.

शहरामध्ये नव्यानं उभारण्यात आलेल्या इमारती कौतुकानं बघण्यासाठी लालजी पुष्कळदा जाता-येता थांबत असे. गोथिक-इन्डोसार्सेनिक शैलीनं बांधलेली व्हिक्टोरिया टर्मिनसची प्रचंड इमारत साडेसोळा लाख रुपये खर्च करून १८८८मध्ये बांधली होती आणि त्याच्या समोरची बॉम्बे म्युनिसिपालिटीची भव्य इमारत. मुंबईच्या उंच इमारती वाढणाऱ्या शहराच्या ऐटीत भर घालत असत १८६० आणि १८७०च्या दशकांमध्ये बांधलेल्या एस्प्लनेडवरच्या इमारती – उदाहरणार्थ बॉम्बे युनिव्हर्सिटीची इमारत, तिच्या वैशिष्ट्यपूर्ण राजाबाई टॉवरसकट. तो टॉवर शेअरबाजारातील 'दलालांचा राजा' म्हटले जाणारे प्रेमचंद रॉयचंद यांनी स्वखर्चाने बांधून दान दिला होता. तशीच त्यांच्या शेजारी उंच कळस असलेली हायकोर्टची इमारत आणि मनोरे असलेले दीक्षान्त समारोह सभागृह. १८६५मध्ये या रस्त्यांवर दोनशेहून जास्त गॅसलाइट्स लावण्यात आले. विचार असा असावा की, गस्त घालणाऱ्या दोन पोलिसांपेक्षा एका गॅसलाइटचा उपयोग सुरक्षितता वाढवण्यासाठी जास्त होईल.

नव्यानं श्रीमंत झालेल्या बहुतेक सर्वांना हवं असतं तसंच लालजीलाही भव्य प्रासादासारखं घर हवं होतं. असं लक्ष वेधून घेणारं घर म्हणजे जणू संपत्ती आणि सत्तेचं प्रतीक आहे, आणि तसं लक्षवेधक घर नसलं, तर त्यात त्यांना कमीपणा वाटत असावा. एडिंबरोच्या ॲन्ड्र्यू मॅक्वीन नावाच्या एका सिव्हील इंजिनिअरची त्याला कोणीतरी शिफारस केली. मॅक्वीन सध्या दिल्लीच्या एका पिढीजात श्रीमंत जमीनदारांच्या कुटुंबासाठी हवेली बांधत होते. लालजीनं लिहिलेल्या पत्राला लाल ब्रिजनारायण यांचं ताबडतोब उत्तर आलं, याचं लालजीला सुखद आश्चर्य वाटलं. त्यांनी मॅक्वीनच्या कामाची प्रशंसा तर केलीच होती, शिवाय लालजीला दिल्लीला जाऊन त्यांना भेटायला आणि मॅक्वीनचं काम प्रत्यक्ष बघायला आमंत्रण दिलं होतं. लालाजींच्या सौजन्यानं भारावून जाऊन लालजीनं ते आमंत्रण स्वीकारलं आणि दिल्लीहून तो परत आला तो स्थापत्यविशारद मिळवूनच नव्हे, तर लाला ब्रिजनारायणांसारखा स्नेही मिळवूनही.

***

लालजी लखाच्या घरातून नव्यानं मिळालेल्या संपत्तीचा आवाज खणखणत होता. तो नवश्रीमंत माणूस झाला होता. त्यामुळे त्याने नव्या कोऱ्या नाण्यासारखं चकाकणारं दिमाखदार घर बांधणं, साहजिकच होतं.

त्या हवेलीला खोबण्या पाडलेले 'ग्रेशियन' पद्धतीचे खांब होते आणि खोल्यांमध्ये रंगीत नक्षीकाम केलेली छतं होती, अतिशय सुंदर रंगीत काचांच्या तुकड्यांनी चित्रं काढलेली तावदानं होती. एक खूप मोठी, पाचशे लोक मावतील एवढी 'बॉलरूम' होती, (पाश्चिमात्य नृत्यगृह) त्यामध्ये अत्यंत सुंदर लोलकांची झेकोस्लोव्हाकियाहून आणलेली झुंबरं होती. त्याखेरीज खाजगी गाठीभेटींसाठी, गप्पा मारत बसण्यासाठी लहान आकाराच्या बैठकीच्या खोल्या होत्या. जमिनी इटॅलियन संगमरवराच्या मोठमोठाल्या लाद्यांच्या केल्या होत्या आणि गोलाकार जाणाऱ्या जिन्याच्या पायऱ्यांच्या कडांना नेदरलँड्सहून मागवलेल्या हातांनी रंगवलेल्या चिनीमातीच्या फरशा बसवलेल्या होत्या. खिडक्यांवर रेशमी पडदे होते. अत्युत्तम कोरीव काम केलेलं जुन्या काळाचं फ्रेंच फर्निचर, नाइन आणि इस्फाहान इथे खास करवून घेतलेल्या मोठमोठ्या पर्शियन गालिचांवर आरामात विराजमान झालं होतं. नक्षीदार सोनेरी कडा असलेल्या बेल्जियमहून आणलेल्या आरशांमध्ये जपानहून आणलेल्या शोभिवंत 'सात्सुमा' फुलदाण्यांची प्रतिबिंब पडत होती, आणि मिंग राजवटीतले उत्तमोत्तम नमुने, प्राचीन चोला राजवटीतील ब्राँझ पुतळे आणि मोगल राजवटीच्या काळातले अतिशय सुंदर कलाकुसरीचे नमुने हे सर्व प्राचीनतेनं एकमेकांशेजारी शोभून दिसत होतं.

काही वर्षांपासून जगभरातून गोळा केलेल्या या सर्व वस्तू कोणाचंही भान

हरपेल अशा होत्या. असं म्हणत असत, की व्हेनिसहून मागवलेल्या, तोंडानं फुंकून केलेल्या काचेच्या दोन वैशिष्ट्यपूर्ण मूर्ती इतक्या काही कमालीच्या सुरेख होत्या की, बॅरनेस व्हॉन लिन्डेनबर्गच्या त्या दृष्टीस पडल्या, तेव्हा तिनं लालजीला पत्र लिहून मूळ किमतीच्या दुप्पट किमतीला त्या विकत मागितल्या. त्यावर लालजीनं ताबडतोब त्या मूर्ती तिल भेट म्हणून पाठवल्या! त्याच्या स्वभावाची वैशिष्ट्यपूर्ण शैली ही अशी होती! या घटनेनं बॅरनेसची आयुष्यभराची कौतुकमिश्रित मैत्री तर त्यानं मिळवलीच, पण युरोपियन उच्चवर्गीय समाजात त्याचा प्रवेश झाला!

जेवणाची खोली इतकी भव्य, शानदार होती की, तिथे जेवायला बसण्याची चांगले कपडेच घातले पाहिजेत असंच कोणालाही वाटत असे. जरी तुम्ही एकटेच जेवणार असलात तरी! परंतु उत्तम दर्जाच्या रोझेनथाळ बशांमध्ये वाढली जायची बाजरीची छानशी भाकरी आणि घरी कढवलेलं तूप, सुवासिक स्वादिष्ट बिर्याणी आणि बॅकॅरॅटच्या क्रिस्टल ग्लासांमध्ये मलईवालं ताक! कारण काही झालं तरी शेवटी लालजीला त्याच्या देशातल्या जेवणानंच समाधान होत असे.

चमकणाऱ्या ओकच्या लाकडाच्या, तीस माणसं जेवायला बसू शकतील एवढ्या मोठ्या जेवणाऱ्या टेबलावर एकदा बादशहा नावाच्या बावर्चीनं गंमत करायला म्हणून नोकरांच्या जेवणात भांग घातली तेव्हा ते सगळे झिंगलेल्या अवस्थेत नाचले होते! आणि एका मोठ्या खान्याच्या वेळी अब्दुल बेअररनं 'चुकून' गरम सूप एका बड्या इंग्रज मेमसाहेबांच्या अंगावरच्या ड्रेसच्या मधल्या फटीत सांडलं होतं! ब्रिटिश राजवटीचा निषेध व्यक्त करण्याची ती त्याची 'युक्ती' होती!

त्या हवेलीच्या तळघरात कुटुंबाच्या जडजवाहिराच्या आत जाता येईल अशा खूप मोठ्या कपाटासारख्या खोल्या होत्या. एका खोलीत हिरे, माणके आणि पाचूचे दागिने होते. दुसऱ्या खोलीत सोन्याचे दागिने आणि बसऱ्याचे व जपानमधील उत्तम मोत्यांचे दागिने होते. तिसऱ्या खोलीला सटरफटर गोष्टींची खोली म्हटले जाई, त्यात पैलू न पाडलेले हिरे आणि कमी मूल्यवान रत्ने, नाजूक कलाकुसर केलेल्या एनॅमलच्या वस्तू, मीनाकामाचे दागिने व इतर अशाच गोष्टी होत्या. आणि अर्थातच एक खोली भरून चांदीची, तांब्याची व पितळेची तऱ्हतऱ्हेच्या आकारांची लहानमोठी भांडी होती.

त्या खोल्यांमधल्या शिगोशीग भरलेल्या संदुका सकीनाबरोबर उभं राहून बघत असताना लालजीला त्यांचं लग्न झालं तो दिवस आठवला; जेव्हा तो त्याच्या वधूसाठी एक साधी सोन्याची अंगठीही विकत घेऊ शकला नव्हता. नंतर त्या रात्रीच्या प्रणयधुंद मीलनानंतर तिला मिठीत घेऊन त्यानं बेभान बढाईनं वचन दिलं होतं की, एक दिवस तो तिला नुसती अंगठीच नाही, खोली भरून दागदागिने आणून देईल! आज त्यानं वळून तिच्याकडे बघितलं, तेव्हा तिच्या पाणावलेल्या डोळ्यांकडे बघून त्याला समजलं की, तिलाही तीच आठवण आली होती!

त्याच्या या हवेलीच्या मध्यभागी, बाहेरून बघणाऱ्यांना दिसणार नाही इतक्या आतमध्ये लालजीची खाजगी मोकळी जागा होती. फरशी न घातलेली साधी जमीन असलेली, एका बाजूला असलेल्या, छप्पर नसलेल्या चौकातली शांत जागा. शेणानं सारवलेल्या त्या खोलीच्या भिंतींच्या लिंपणात त्यानं स्वत: बारीक बारीक आरसे बसवून नक्षीकाम करून त्या सजवल्या होत्या, जशा त्यानं लहानपणी केल्या होत्या तशा.

या जागेत एक पांढऱ्या चाफ्याचं सुंदर फुलांनी डवरलेलं चाफ्याचं झाड होतं. उन्हाळ्यातल्या रात्री लालजी त्या झाडाखाली पडून वर आभाळातल्या चांदण्यांकडे बघत राहायचा. पश्चिमेकडचा समुद्रावरून येणारा शीतल वारा आपल्या झुळुकांनी त्याच्या शरीराला आणि मनालाही शांत करायचा. त्या शांततेत तो स्वत:ला ताजंतवानं करायचा – जसा अगदी लहानपणी वाळवंटातल्या वाळूवर पडल्या पडल्या तो करायचा. आणि या जागेत, शांत वेळी तो त्याची बासरी हातात घ्यायचा आणि नि:स्तब्ध रात्री कितीतरी वेळ ती वाजवत राहायचा.

लालजीला या दोन्ही जागांची गरज होती, त्या परस्परविरोधी नव्हत्या, परस्परपूरक होत्या. कारण त्या भपकेदार झगमगाटाच्या आत लालजीचा अगदी साधा भूतकाळ त्याच्या मनात खोलवर रुजलेला होता, आणि त्या लोकांना दिसणाऱ्या दिमाखदार बाह्यरूपाच्या आत एक अत्यंत स्वीय – खासगी असा माणूस होता, जो त्याच्या भोवंड येईल इतक्या संपत्तीने आणि त्यामुळे हातात आलेल्या अधिकारानंही, आश्चर्य वाटेल इतका निर्लेप राहिला होता.

ती राजेशाही हवेली बांधून झाल्यावर तिची भव्यता आणि वैभव यांचं जाणारे-येणारे रस्त्यात थांबून बघत राहून कौतुक करत असत. पण जसजशी कॅसुरिनाची झाडं त्यांच्या कुजबुजणाऱ्या पानांनी भरत उंच वाढू लागली आणि बदामाच्या झाडांनी त्यांची गर्द हिरवी, विचारमग्न असावीत तशी दिसणारी पानं पसरली, आणि बदामाच्या फळांनी त्यांच्या फांद्या जड झाल्या, तसतशी ती हवेली जाता-येता बघणाऱ्यांच्या नजरेआड गेली. तेही बरंच झालं, कारण तोपर्यंत ऐट आणि दिमाख दाखवण्याची लालजीची हौस ओसरली होती आणि त्या हिरव्या गर्द पानांनी विशाल पसरलेल्या वडाच्या झाडाखाली झोपाळ्यावर बसण्यात मिळणारा एकांत आणि शांतता त्याला आवडू लागली होती.

***

एकेकाळी येथे असलेली ती भव्य दिमाखदार हवेली त्यांनी जमीनदोस्त केली आहे.

घरातले इतर लोक ती पाडताना बघायला आले होते, पण मला ते बघवले नसते. पण आता पाडलेले सर्व काही घेऊन जाऊन काटमालही

उचलून नेण्यात आला आहे, तेव्हा मला परत येथे यावेसे वाटले.

मी जाणून आहे, की या जमिनीवर काहीच नाही अशी ती जमीन बघण्याची माझी ही एकच संधी आहे – जशी ही जमीन माझे आजोबा पहिल्यांदा येथे आले तेव्हा होती, तशी बघण्याची. मला ही जमीन त्यांच्या नजरेतून बघायची आहे. त्यांनी ती प्रथम बघितली तेव्हा, त्यांनी त्यांच्या स्वप्नातलं घर इथं कसं बांधावं असं ठरवलं, तेव्हा ती कशी होती, ते बघायचं आहे.

आता नुसती उजाड खडबडीत जमीन उरली आहे. तिच्यावर तेव्हा वाढली असेल ती उष्ण प्रदेशात वाढणारी हिरवाई आता नाही. पण ती जमीन मला खुणावताना मला जाणवते आहे, जसं एकेकाळी तिनं त्यांना खुणावलं असेल, हे मला नक्की माहीत आहे.

जाणारे येणारे या उजाड जागेकडे ओझरती नजर टाकतात, आणि पुढे जातात. ती इतकी लाचार, दीन दिसते. इथं कोणाला आकर्षून घेईल किंवा रसप्रद वाटेल असं आता काही नाही. हंऽ! जर या मुक्या दगडांना बोलता येत असतं तर!

यावर कोणाचा विश्वास बसणंच अवघड आहे, की काही महत्त्वाच्या घटना कधी काळी येथे घडल्या. पण – कितीतरी घडलं. घडलं, हे मला माहीत आहे, कारण त्या वैभवपूर्ण काळातील त्या घटनांमध्ये माझा अगदी छोटासा भाग आहे. आता एकट्या पडलेल्या त्या वडाभोवती मी जेव्हा फेऱ्या मारते, तेव्हा त्याची पानं माझ्याशी कुजबुज करतात, जशी एके काळी त्यांनी माझ्या आजोबांशी केली असेल, परंतु एवढंच, की आता ती 'ये' म्हणून बोलवत नाहीत – निरोप घेण्यासाठी कुजबुजतात आणि थोडा वेळ तो वृक्ष आणि मी दोघंही खाली मान घालून शोक करतो – कायमच्या निघून गेलेल्या भूतकाळाबद्दल, विसर पडलेल्या दिवसांबद्दल.

मुंबई इ.स. २००१ *शाहिना लालजी*

***

लालजीनं त्याच्या घराची दारं सर्वांसाठी उघडी ठेवली. त्याच्या तरुणपणीच्या कोंदट गजबजलेल्या मोहल्ल्यांमधल्या जुन्या ओळखीच्या लोकांशी तो जितक्या मोकळ्या मनानं वागे, तितकाच सुप्रसिद्ध आणि श्रीमंत लोकांशीही मोकळेपणानं वागे. हे लोक आता त्याच्याशी जास्त मैत्री ठेवू लागले होते. कच्छमधून येणाऱ्या कुठल्याही खेड्यातल्या माणसालाही खातरी असायची की, त्या शहरात त्याचा जम

बसेपर्यंत त्याची तिथे राहण्या-जेवणाची सोय होईल. एखादा निराश्रित गरीब भिक्षा मागायला आला, तर त्यालाही लालजी लखाच्या घरून कधीही उपाशीपोटी किंवा रिकाम्या हातांनी परत पाठवलं जात नसे.

लालजीच्या ओळखीच्या लोकांमध्ये अगदी वेगवेगळ्या पार्श्वभूमीतून आलेले लोक होते. दोराब टाटा आणि सर बदरुद्दीन तय्यबजी – जे १८९५मध्ये बाँबे हायकोर्टचे पहिले भारतीय न्यायाधीश झाले होते. पेटिट आणि करीमभॉय यांसारखे कनिष्ठ उमराव, कौटुंबिक छायाचित्रं घेण्यास म्हणून आलेले आणि मित्रच होऊन गेलेले राजा दीनदयाळ आणि ज्यांचा उल्लेख 'पौर्वात्य रॉथशील्ड्स' म्हणून पुष्कळदा केला जाई, ते ससून कुटुंब. १८३०च्या दशकात हे कुटुंब टर्किश जमीनदारांच्या तावडीतून सुटायला बगदादहून पळून मुंबईला आले, तेव्हा त्यांच्या कपड्यांच्या दुमडींमध्ये त्यांनी बसराचे मोती भरून आणले होते आणि पुढे मग मुंबईतल्या सर्वांत जास्त गिरण्यांचे मालक झाले होते!

असूमल अडवानी नावाचा लालजीचा एक खूप चांगला मित्रही होता. त्याचं कुटुंब सिंधमधील श्रीमंत जमीनदार घराणे होते. कामानिमित्त कराचीला गेला असताना लालजीची त्याच्याशी भेट झाली होती. ही मैत्री कशी ती काही मिनिटांत झाली आणि जन्मभर टिकली. असूमल जेव्हा म्हणून मुंबईत येत असत, तेव्हा तिथे अनेक नातेवाईक असूनही नेहमी लालजीकडेच राहत असत.

छोटूकाका निधन पावले, त्यानंतर लड्डूला ते किराणा मालाचं दुकान चालवणं न जमल्याने इतक नुकसान झालं की, शेवटी दुकान बंद करावं लागलं. तो व कुटुंब रस्त्यावर येतील अशी काळजी वाटून लालजीने आग्रह करून त्याला व त्याची बायको रुबिना हिला आपल्या घरीच राहायला बोलावलं. हातात दमडीही नसताना लालजी मुंबईला येऊन ठेपला होता, तेव्हा किती आपलेपणानं लड्डूनं त्याचं तत्काळ स्वागत केलं होतं, हे लालजी विसरला नव्हता.

लड्डू त्या हवेलीत पहिल्या प्रथम आला तेव्हाचा प्रसंग आणि त्याचा भांबावून गेलेला चेहरा लालजीच्या नेहमी लक्षात राहिला होता. भव्य संगमरवरी जिना दोन भागांमध्ये विभागलेला होता. गोंधळून लड्डू थांबला.

शेवटी डोकं खाजवत त्यानं विचारलं, "वरती एकाच ठिकाणी जायला दोन वेगळे जिने का केले आहेत?"

गंमत वाटून त्याच्याकडे बघणाऱ्या लालजीला हसू आलं. तो थट्टेनं म्हणाला, "अरे, एक वर जायला आणि एक खाली यायला!"

लड्डूनं याचा गंभीरपणे विचार केला, मग त्यानं विचारलं, "मग दोन मुख्य दरवाजे का नाहीत?" तो भव्य प्रवेशद्वाराकडे बघत होता.

आता लालजी विचारात पडला "कशासाठी?" त्यानं विचारलं. "का?" लड्डूनं

तर्कशुद्ध उत्तर दिलं – "एक आत येण्यासाठी न् एक बाहेर जाण्यासाठी नको का?"

लालजील खूपच हसायला आलं. त्याचा साधा सरळ मित्र लड्डू वाटायचा तितका बावळट नव्हता म्हणायचा!

थक्क झालेल्या लड्डूने हळूच आपल्या बायकोला – रुबिनाला सांगितलं, की या हवेलीत काम करायला चोवीस तास इथेच राहणारे पंचाहत्तर किंवा जास्तच नोकर होते आणि त्यांची मुख्य होती अत्यंत स्वामिनिष्ठ अशी गुलाब बी. तिला त्या हवेलीच्या अगदी कानाकोपऱ्यातही काय चाललंय याची, एवढंच नव्हे, तर प्रत्येक नोकराच्या मनात काय चाललंय याचीही खडान्‌खडा माहिती असायची – अगदी त्या अतिउत्साही धोब्यापर्यंत, जो नॅपकिन्सना इतका कडक स्टार्च करायचा की, पाहुण्यांना ते चटकन उलगडताच यायचे नाहीत!

* * *

राजी वयानं वाढत होती, तशी मोठाही दिसू लागली होती. १८९८मध्ये जेव्हा लालजीचं कुटुंब नव्या घरात राहायला आलं, तेव्हा तिला चौदावं वर्ष पूर्ण होऊन पंधरावं लागलं होतं. लालजी समजला की, दिवस बघता बघता भराभर पुढे जात होते, हे लक्षात घेता लवकरच तिच्यासाठी वरसंशोधन सुरू करायला हवं होतं. झरीना आणि शिरीनही भराभर मोठ्या होत होत्या आणि लालजी हेही समजून होता की, त्या मोठ्या होतायत म्हणता म्हणता एकेकीची लग्नं होऊन त्या आपापल्या घरी गेलेल्याही असतील. नव्या घराचा आनंद खरा पुरेपूर मिळत होता छोट्या सोनीला. ती त्या प्रचंड घरात आणि घराभोवतीच्या सुंदर बागांमध्ये सगळीकडे धावत असायची, पक्ष्यांच्या आणि फुलपाखरांच्या मागे पळायची, घोड्यांकडे आणि घरामागच्या गोठ्यांमध्ये असणाऱ्या इतर प्राण्यांकडे बघण्यात तासन्‌तास घालवायची.

लालजीचं त्याच्या सर्वच मुलींवर खूप प्रेम होतं तरी त्याला विशेष ओढा वाटायचा सगळ्यात धाकट्या सोनीचा. आनंदी, बिनधास्त सोनी आपली आपलीच मजेत असायची. ती होती सावळी, पण तिचे गालांचे उंचवटे चांगले होते, नाकीडोळी नीटस होती, जिवणी रुंद, धीट होती आणि डोळ्यांमध्ये चमक होती. ती हसरी, हसतमुख होती आणि इतक्या सहजपणे सगळीकडे वावरत असे, की ती आसपास असणं नेहमी छान वाटायचं. इतर तीन मुलींपेक्षा तिच्याशी लालजीचं तिच्याशी नातं काहीसं वेगळं होतं. त्या तिघी, मुली जशा असतात तशा मृदू, शांत, हळव्या अशा होत्या. सोनी एखाद्या मुलासारखी पुंड, खूप उत्साही, चैतन्यपूर्ण होती – त्याला हवा होता त्या मुलासारखी; त्याला खिन्नपणानं वाटून जायचं.

लालजी त्याच्या सर्वच मुलींना घोड्यांवरून रपेट करायला, लांब चालत जाऊन फिरून यायला उत्तेजन द्यायचा, कारण आळशीपणानं नुसतं बसून राहण्याची

त्याला मनस्वी चीड होती. अशा बाहेर हिंडण्याच्या कार्यक्रमांमध्ये सोनी खूप उत्साहानं भाग घ्यायची, कारण तिच्या वडिलांसारखेच तिलाही घोडे खूप आवडायचे आणि ती दोघं एस्प्लनेडवर घोड्यावरून फिरायला जायची. एस्प्लनेड हे ब्रिटिश लोकांचं फिरायला येण्याचं लंबगोल मैदान होतं. सबंध कुटुंब जेव्हा महाबळेश्वरला लालजीनं तळ्यापाशी बांधून घेतलेल्या घरात राहायला जायचं, तेव्हा वडील आणि मुलगी झाडीमधल्या वळणावळणांच्या रस्त्यांवरून शर्यत लावायचे – कधीकधी रिमझिम पावसातसुद्धा, आणि भिजून पण खूप मजेत परत यायचे.

सकीनाला हे सगळं फारसं आवडत नसे. मुलींना असं वाढवणं बरोबर आहे की नाही, कोण जाणे असं तिला वाटत राहायचं. पण मुलगा असता तर त्यानं जे केलं असतं, ते सगळं त्याच्या मुलींनी केलं पाहिजे याबद्दल लालजीचा निश्चय इतका ठाम होता की, तिला मध्ये पडावंसं वाटत नसे. कारण त्याला हवा असलेला मुलगा ती देऊ शकली नाही म्हणून तिला नेहमी अपराधी वाटत असे.

विरोधाभासी म्हणता येईल अशी गोष्ट म्हणजे सोनीशी त्याच्या असलेल्या जवळिकीमुळे, आपल्याला मुलगा असावा ही त्याची इच्छा आणखी तीव्र होत होती! मुलगा असता तर तो हे सगळं आणि आणखीही काय काय करू शकला असता. त्याला मुलगा असता तर तो अभिमानानं त्याला त्याच्या कापडाच्या गिरण्यांमध्ये आणि इतर ठिकाणी घेऊन जाऊ शकला असता – जुना 'मर्कन्टाइल मॅन्शन,' ज्याला आता 'लखा मॅन्शन' नाव दिलं होतं; ज्याच्या पायऱ्यांवर तो एकदा झोपला होता आणि बॅलार्ड इस्टेटवर अलीकडेच बांधलेलं, स्थानिक पिवळ्या दगडांचाच वापर केलेलं, भव्य 'लालजी लखा हाउस' इथे नेऊन त्यानं त्याच्या मुलाला दाखवलं असतं की, एक दिवस हे सगळं त्याचं होईल. तो जे शिकला होता, ते सगळं त्यानं त्याच्या मुलाला शिकवलं असतं, म्हणजे त्यानं ज्या चुका केल्या होत्या, त्या त्यानं केल्या नसत्या. तो स्वत: वाढायला, मोठं व्हायला, उडायला शिकला, तेव्हा त्याचे हात पोळले तसे त्याच्या मुलाचे पोळले नसते!

लालजीला कळतच नसे की, त्याला देवानं इतकं सगळं दिलं होतं, मग या सर्व संपत्तीला वारस मुलगाच का दिला नव्हता? विश्वाच्या पसाऱ्याच्या परमेश्वराच्या योजनेत त्याला इतक्या औदार्यानं इतकं काही दिलं होतं, मग हा आणखी एकच वर दिला असता, तर त्याला काय फरक पडला असता?

***

तिच्या सगळ्या मुलींपैकी झरीनाला खूप जास्त सांभाळत असे, कारण ती खूपच अशक्त, नाजूक होती. तिला आपल्याजवळ किती दिवस ठेवता येईल याची आणि तिचं लग्न होऊन ती त्यांच्यापासून दूर जाईल तर कसं होईल, याची सकीनाला काळजी वाजायची.

झरीना आपल्याच स्वप्नांच्या जगात असायची. ती खूप सुंदर तर होतीच, पण कधी कल्पनाच केली नव्हती अशी कौशल्यं तिच्यात जन्मजातच होती.

एक दिवस लालजी सहकुटुंब सोहराबजींच्या घरी गेला होता, तिथे एक पियानो होता. ब्रिटिश असलेल्या सर्व गोष्टींची आवड असलेल्या पारशी लोकांप्रमाणे सोहराबजींच्या मुलांनाही पियानो वाजवायला शिकवण्यात येत होता.

तंद्री लागल्यासारखी झरीना पियानो ऐकत राहिली आणि मग कोणी बघत नसताना तिनं हळूच जाऊन काही पट्ट्या दाबल्या (keys), तिची बोटं त्या पट्ट्यांवर इतकी सहजगत्या फिरत होती की, तिनं यापूर्वी पियानो कधी पाहिलाही नहता, हे खरंही वाटलं नसतं!

सोहराबजींच्या मुलांना पियानो शिकवणारी इंग्रज शिक्षिका त्या छोट्या मुलीकडे आश्चर्यानं बघत दारातच थबकली.

"हिला उपजत देणगी आहे ही!" ती लालजीला म्हणाला, "हिला शिकवला पाहिजे पियानो."

आणि म्हणून मग झरीना पियानो शिकायला लागली. पियानोच्या स्टुलावर बसलेली, तिचे लांब तपकिरी केस लाल रिबननं व्यवस्थित बांधलेली झरीना ही तिची छबी कायम आठवत असे.

लालजीनं एक 'स्टीनवे' पियानो जर्मनीहून मागवून घेतला, आणि एलिझाबेथ रॉबिन्स या तरुण अँग्लो-इंडियन टीचरला त्यांच्या घरीच राहणारी रेसिडेंट गव्हर्नेस म्हणून ठेवलं. मुलींचं इंग्रजी भाषेवरचं प्रभुत्व उत्तम करायचं आणि त्यांना पियानो शिकवायचा ही दोन कामं तिनं करायची होती, पण खरी आवड झरीनाला होती. पियानो वाजवण्याचं तिचं कौशल्य वाढत चाललं, तसतसं त्यांच्या घरात पियानोवरचं संगीत नेहमी ऐकू येऊ लागलं.

एलिझाबेथ ही वीस वर्षांची अत्यंत आकर्षक दिसणारी मुलगी होती. सकीनाला ही अविवाहित तरुण मुलगी तिच्या घरात राहू देणं फारसं आवडलं नव्हतं. लालजी त्याच्याकडे नोकरी करणाऱ्यांपैकी कोणाशीही लघळपणा करेल अशातला नव्हता, पण काही म्हटलं तरी पुरुष तो पुरुष! सकीना त्याला मुलगा देऊ शकली नसल्यामुळे त्याच्या बाबतीत तिला जरा धाकधूक आणि हळवेपणा वाटत असे. एलिझाबेथ अर्थात अत्यंत अदबीनं आणि व्यवस्थित वागून आपलं काम करत असे, केवळ मुलींकडेच तिचं लक्ष असे. पण अंगठी नसलेलं तिचं बोट पाहून सकीनाला आश्चर्य वाटत राहायचं की, इतकी सुरेख मुलगी अविवाहित का राहिली असेल. सुरुवातीची अस्वस्थता कमी झाल्यावर सकीनाला त्या एकाकी मुलीबद्दल आपुलकी वाटू लागली, आणि त्या तरुण गव्हर्नेसनं एक दिवस तिच्याजवळच मन मोकळं करून आपली हकिगत सांगितली.

"मी कलकत्त्यात लहानाची मोठी झाले. मी दहा वर्षांची असताना रेल्वेत काम करणारे माझे वडील अपघातात मृत्यू पावले." एक दिवस संध्याकाळी त्या दोघीच बसलेल्या असताना हळू आवाजात एलिझाबेथ सांगू लागली, "माझे वडील गेल्यावर माझं जगच उद्ध्वस्त झालं. माझी आई अतिशय छान पियानो वाजवत असे, म्हणून पियानोच्या शिकवण्या करून चरितार्थ मिळवायचे प्रयत्न तिनं सुरू केले. पण आयुष्य खडतरच होतं म्हणून माझ्या वडिलांचे जुने स्नेही अंकल जो यांनी आईला लग्नासाठी मागणी घातली, तेव्हा सगळ्यांनाच ही कल्पना चांगली वाटली.

"काही महिने सगळं काही छान चाललं होतं. मग पिणं आणि मारणं सुरू झालं. ती भांडणं आणि आरडाओरडा यांतून सुटका करून घ्यायला मी शेजारी म्हाताऱ्या वँग चूचं बुटाचं दुकान होतं तिकडं पळून जायची अन् लपून बसायची. वँग चू हा मंचूच्या जुलमी राजवटीतून आणि दुष्काळातून वाचण्यासाठी शांघायहून कलकत्त्याला पळून आला होता."

एलिझाबेथ थांबली. ती पुढे सांगत राहावं का नाही याचा विचार करत होती, पण सकीनाच्या चेहऱ्यावरची सहानुभूती आणि समजून घेणं यांमुळे तिला प्रोत्साहन मिळालं.

"मी सोळा वर्षांची तेव्हा माझ्या मैत्रिणीनं – अँजेलानं मला विचारलं की, मला तिच्याबरोबर मुंबईला तिच्या आजीकडे जायला आवडेल का? घरची गरिबी, शिवीगाळ, वाईट वागणूक आणि अंकल जोचे माझ्या अंगावर फिरत राहणारे घाणेरडे हात या सगळ्यांतून कधी सुटेन असं झालं होतं मला, त्यामुळे मी ही संधी लगेच घेतली.

"आम्हाला मुंबईला येऊन जेमतेम आठवडाच झाला होता, तेव्हा अँजेलाचा चुलत भाऊ फ्रँक रॉयल नेव्हीत होता. त्यानं आम्हाला 'ग्रँड नेव्हल बॉल'साठी बोलावलं, आम्ही गेलो. मी बावरूनच गेले होते. त्यात अँजेलाला कोणीतरी डान्ससाठी विचारलं आणि ती गेली. मी एकटीच तिथे नेव्हीच्या कितीतरी विद्यार्थ्यांच्या गराड्यात उभी राहिले.

"मी सहज वर बघितलं, तर ऑफिसरच्या स्मार्ट युनिफॉर्ममध्ये मला तो दिसला. कितीतरी नाविक, त्यांच्या बायका किंवा मैत्रिणी आणि बऱ्याच अविवाहित तरुण मुली यांच्या गर्दीच्या पलीकडे हॉलच्या दुसऱ्या टोकाला होता तो. 'फिशिंग फ्लीट' नावाच्या जहाजावरून त्या तरुण मुली इंग्लंडहून आलेल्या होत्या, या आशेनं की, ब्रिटिश साम्राज्याच्या या कॉलनीज्मध्ये त्यांना कदाचित चांगले, योग्य नवरे मिळून जातील.

"माझी नजर मला त्याच्यावरून हटवताच येईना. मग त्यानं सहज दृष्टी वळवली आणि आमच्या नजरा मिळाल्या. आम्ही जागच्या जागीच खिळल्यासारखे उभे होतो, आणि मग गर्दीतून वाट काढत तो सरळ माझ्याकडेच येऊ लागला.

"क्षणभर मी घाबरून गेले, डोकं गरगरत होतं. मी विचार करू किंवा जागची हलू शकण्यापूर्वीच तो थेट माझ्यासमोर येऊन उभा राहिला.

"जरा थांबून, श्वास घेत, त्यानं थोडंसं लवून म्हटलं, "लेफ्टनंट जॉर्ज मेरेडिथ आपल्या सेवेस!"

"जवळून तो आणखीच देखणा दिसत होता. वीसपेक्षा फार जास्त वय नसेल त्याचं. निळे डोळे आणि खूप छान स्मितहास्य. मी एक दीर्घ श्वास घेतला, पण काय बोलावं हे सुचलं नाही.

"'"डान्स करू या आपण?" तो म्हणाला, "स्ट्रॉउसचा वॉल्ट्झ् वाजवणार आहेत आता." मी हो-नाही म्हणायच्या आत त्यानं माझा हात धरून मला डान्स फ्लोअरकडे नेलं. जणूकाही सारा जन्म आम्ही बरोबर डान्स केला असेल असे आम्ही नाचत होतो, गोल गोल चकरा मारत होतो, लय वाढेल तशा आणखी वेगानं, शेवटी थकून आणि उत्तेजित होऊन आम्ही दोघेही धापा टाकू लागलो!"

एलिझाबेथच्या ओठांवर स्मित होतं आणि तिची नजर दूर कुठेतरी बघत होती, ती अविस्मरणीय संध्याकाळ जणू आठवत होती.

ती सबंध संध्याकाळ ती दोघं नाचत होती. कुतूहलानं त्यांच्याकडे बघणाऱ्या नजरांकडे त्यांचं लक्षच नव्हतं – कारण तो तरुण जॉर्ज मेरेडिथ हा दुसरा तिसरा कोणी नसून ॲडमिरल स्कॉट मेरेडिथचा मुलगा होता, आणि त्या वर्षीचा सर्वोत्तम 'लक्ष्य' होता!

"अरे व्वा! कोण आहे ती?" भुवया उंचावून एकानं विचारलं. "जी कोण असेल, पण आज आल्याहेत त्यातली सर्वांत सुंदर मुलगी, एवढं मी नक्की सांगू शकतो!"

"छानच दिसतेय जोडी!"

"आपल्या जॉर्जनं निवड छानच केलीय!"

एव्हाना जॉर्ज मेरेडिथ तिच्या आकंठ प्रेमात पडला होता.

"आम्ही एकमेकांच्या इतके गाढ प्रेमात पडलो," तंद्रीतून बाहेर येत एलिझाबेथ परत सांगू लागली, "की एकमेकांचा पूर्वेतिहास जाणून घ्यायचं, किंवा आमचं नातं स्वीकारलं जाईल का नाही, याची खातरी करून घ्यायचं आम्हा दोघांनाही सुचलंच नाही."

"ख्रिसमसच्या आधीच्या रविवारी जॉर्ज त्याच्या आईवडिलांना भेटायला मला त्याच्या घरी घेऊन गेला. मला मोकळेपणा वाटावं म्हणून आपल्याकडून त्यांनी खूप प्रत्न केला, आणि त्यांनी सांगितलं म्हणून मी पियानोवर संगीत वाजवलं त्याचं, आणि एक सॉनेट मी गाऊन दाखवलं त्याचंही कौतुक करण्याचा चांगुलपणा दाखवला. मला स्वीकारण्याची त्यांची तयारी होती. त्यांच्या मुलानं त्यांना सांगितलं होतं तितकी मी सुंदर आणि सुसंस्कृत होते म्हणून नव्हे, तर त्यांचा मुलगा माझ्या

प्रेमात पडला होता, तितकीच मीही त्याच्या प्रेमात पडले होते.

"मी मोकळेपणानं त्यांना सांगितलं की, माझे वडील इंडियन रेल्वेमध्ये नोकरीला होते, आणि अपघातात बऱ्याच वर्षांपूर्वी ते गेल्यानंतर आम्ही आर्थिकदृष्ट्या कठीण दिवस काढले होते. माझं शालेय शिक्षण संपल्यावर मी एका मैत्रिणीबरोबर मुंबईला येऊन आपलं आपलं कमवायला लागायचं ठरवलं होतं.

"मला हे उघड दिसत होतं की, त्यांना नक्कीच जास्त चांगल्या घरची, त्यांच्या तोडीची, चांगल्या लोकांशी संबंध असलेली मुलगी त्यांच्या इतक्या चांगल्या मुलासाठी आवडली असती. पण याबद्दल मी जॉर्जशी बोलले, तेव्हा त्यानं ते नुसतं हसण्यावारी घालवलं आणि जरा तिरकसपणे म्हणाला की, महाराणीची मामेबहीण असलेल्या त्याच्या आईचे आपल्या सगळ्यांना पुरून उरतील इतक्या जणांशी चांगले संबंध होते!"

एलिझाबेथ बोलायची थांबली आणि खिडकीशी जाऊन उभी राहिली. तिच्या सुंदर चेहऱ्यावर दुःखाचं सावट पडलेलं सकीनाला दिसलं. कारण डोळ्यात चांदणं पसरलेलं असताना जसं घडेल असं स्वप्न तिला दिसत होतं, तसं घडलंच नव्हतं, आणि असं का घडलं ते तिला धड कधी कळलंच नव्हतं!

"जॉर्जच्या आईवडिलांनी तिच्या वागण्यातली सहजसुंदरता तिची गुणसंपन्नता बघून, आणि ती बरोबर असल्यावर त्यांचा मुलगा किती आनंदी दिसायचा ते बघून त्यांच्या विवाहाला संमती दिली. पण अतिशय आनंदात असलेला जॉर्ज एलिझाबेथला अंगठी घालून चकित करणार आणि जगाला त्यांचा विवाह ठरल्याचं सांगणार; त्यापूर्वी त्याचे आवडते काका अंकल फ्रेडरिक कलकत्त्याहून आले. ते इंडियन रेल्वेबोर्डचे मेंबर होते.

"अंकल फ्रेडरिकनाही एलिझाबेथ रॉबिन्स कुटुंबातल्या इतर सर्वांइतकीच आवडली, पण जेवता जेवता एलिझाबेथ त्यांना तिच्या कलकत्त्यातील आयुष्याबद्दल सांगत असताना ते विचारमग्न होत गेले. जेवणानंतर ती घरी गेल्यावर फ्रेडरिक अंकलनी जॉर्जला एका बाजूला नेलं. "सुंदरच आहे मुलगी जॉर्ज," ते म्हणाले. ते प्रत्येक शब्द तोलून मापून बोलत होते. "ती कोणी विशेष दिसतेय तुझ्यासाठी?"

"होय काका, विशेषच आहे!" खुशीत असलेला जॉर्ज म्हणाला, "आमचा उद्या साखरपुडा होणार आहे. डॅडींनी परवानगी दिली आहे."

"असं?" वयानं त्याच्या वडिलांपेक्षा मोठे असलेले अंकल म्हणाले. मग पुतण्याच्या खांद्याभोवती हात टाकत त्यांनी विचारलं, "मोकळेपणानं स्पष्ट बोलू जॉर्ज?"

"अर्थात अंकल!" त्यांचा गंभीर चेहरा बघून चपापलेला जॉर्ज म्हणाला. "तुझ्या जागी मी असतो, तर या मुलीशी लग्न करण्याच्या निर्णयाचा गंभीरपणे

पुनर्विचार केला असता, जरी ती छानच आहे, तरी.'' गंभीरपणानं अंकल फ्रेडरिक म्हणाले, ''जन्मभर तुला पश्चात्ताप होऊ शकेल अशी चूक होईल ती.''

जॉर्ज स्तिमित होऊन त्यांच्याकडे बघत म्हणाला, ''मला कळत नाहीये काका!''

''ती कोठेही गेली तरी पक्की इंग्रजच दिसेल, पण खरं म्हणजे ती युरेशियन – तिच्यात जरासा काळ्या वंशाचा भाग आहे.'' जॉर्जच्या चेहऱ्यावरचा अविश्वास त्यांना दिसत होता.

''नेटिव्ह?'' जॉर्जनं हळूच विचारलं, जणू उत्तर 'हो' येईल, याची त्याला खूप भीती वाटत होती.

''काही प्रमाणात,'' अंकलनं होकारार्थी डोकं हलवलं. ''तिची आजी अतिशय सुरेख होती, पण रंगानं अगदी काळी होती. तिचे वडील खूप वर्षांपूर्वी माझ्याकडे काम करत असत – फार चांगला माणूस. एलिझाबेथ तेव्हा नऊ-दहा वर्षांचीच होती. मला ती तेव्हाही सुंदर दिसणारी मुलगी आठवते. आज संध्याकाळी तिला बघितली, तेव्हा काहीशी ओळखीची वाटली, पण लक्षात येत नव्हतं तिनं स्वत:बद्दल सांगायला सुरुवात करेपर्यंत.''

''बस्, यानंतर सगळं रंगरूपच बदललं. प्रत्येक वंशामध्ये त्यांची आपली जातिव्यवस्था असतेच! कमी श्रीमंत घरातल्या मुलीशी लग्न करणं वेगळं, पण मिश्र वंशातल्या मुलीशी लग्न करणं अगदीच वेगळं. वंशभ्रष्ट मुलीशी जॉर्जनं लग्न करण्याचा प्रश्नच नव्हता! त्याचे स्वत:चे संबंध कितीही उच्च घराण्यांशी असले, तरी इतक्या अनर्थकारी लग्नासाठी मान्यता मिळवणं अशक्य होतं.''

जॉर्ज मनानं पार खचून उद्ध्वस्त होऊन गेला. त्याचं एलिझाबेथवर खरोखरच प्रेम होतं, पण सरतेशेवटी कौटुंबिक दबाव आणि कुटुंबाच्या समाजातील स्थानाच्या बदल्यात त्यानं त्याचं हृदय दाबून टाकलं. एक पूर्ण पुरुष म्हणून तो कमी पडला!

एलिझाबेथनं खिडकीपासून वळून सकीनाकडे बघितलं. ''इतर पुरुषांनी मागण्या घातल्या, पण मी त्यांना नकार दिला. माझं अंत:करण जिथं होतं, तिथं आता पोकळी होती. मला कोणीतरी सुचवलं की, मी नाइट क्लबमध्ये पियानो वाजवला तर मला चांगले पैसे मिळतील, पण वयाच्या सतराव्या वर्षी, त्या कामात काय काय होऊ शकेल, याची मला भीती वाटली. एका मुलींच्या शाळेत मी संगीत शिक्षिकेचं काम स्वीकारलं – तीच शाळा, जिथं तुमची एक मुलगी जाते.'' एलिझाबेथ किंचित स्मित करत म्हणाली, ''तिथंच मिस्टर लालजींनी तुमच्या घरासाठी रेसिडेंट गव्हर्नेस हवी होती म्हणून चौकशी केली होती.''

२६

१८९५मध्ये पहिली मिल घेतल्यानंतरच्या पुढच्या तीन वर्षांमध्ये 'कॉटन किंग' होण्याच्या ध्येयपूर्तीचा सतत पाठपुरावा लालजीने केला. त्यानं लालबागमध्ये त्याच्या दुसऱ्या मिलची स्थापना करून ती सुरूही केली. आणि त्यानंतर वर्षभरातच तो नाकारूच शकणार नाही असा एक प्रस्ताव आला – एका मिलच्या किमतीत दोन मिल्स!

दोन्ही मिल्सची स्थिती अत्यंत वाईट होती. मशीनरी जुनी होती, त्यातली बरीचशी दुरुस्तच केली गेली नव्हती. कापसाचा आणि मशीनरीच्या सुट्या भागांचा जेवढा साठा होता, तो सर्व मिल्स विकायला काढण्यापूर्वी विकून टाकला गेला होता. मिल्ससाठी वेळ व पैसे खर्च करण्याची लालजीची तयारी होती आणि हळूहळू त्याच्या सर्व मिल्स विजेवर चालणाऱ्या करण्याचाही त्याचा बेत होता. १८९९मध्ये बारा हजार रुपये खर्चून ठाकरसींनी हिंदुस्थान मिल्स विजेवर चालणाऱ्या केल्या होत्या. त्याचे दोन्ही मित्र रेवजी आणि सोहराबजी, त्यानं या दोन मिल्स विकत घेण्यात कितपत शहाणपणा केला, याबद्दल साशंक होते; तरी लालजीला खातरी होती की, तो या दोन्ही मिल्स फायदा मिळवून देणाऱ्या करून दाखवू शकेल.

पहिल्या दिवशी सकाळी तो दोन्ही मिल्स ताब्यात घेण्यासाठी तिथे पोचला तेव्हा त्याला वाटलं की, गेटपाशी जमलेली कामगारांची गर्दी त्याचं स्वागत करण्यासाठी असेल. पण त्याच्या लगेचच लक्षात आलं, की वातावरण अस्वस्थ होतं आणि शत्रुभाव जाणवत होता. त्याच्या दुसऱ्या मिल्समधल्या कामगारांना शेठ लालजी लखांसाठी काम करतो याचा मोठा अभिमान वाटत असे, कारण तो त्यांना खूप चांगली वागणूक देत असे. असंतुष्ट, संतापलेल्या कामगारांना सामोरं जावं लागेल, याची त्याला अजिबातच कल्पना नव्हती.

"काय चाललंय इथं?" लालजीनं त्याच्या नव्या मॅनेजरला विचारलं. मॅनेजरनं घुटमळत उत्तर दिलं, "कामगार संपावर गेले आहेत. मी त्यांच्याशी बोलायचा

प्रयत्न केला, पण ते कामावर यायला तयार नाहीत.''

''पण का? काय आहेत त्यांच्या तक्रारी?''

''ते म्हणतायत की, त्यांना सहा महिने पगार मिळालेला नाहीय.''

''सहा महिने?'' लालजी उद्गारला. त्याच्या कसं लक्षात आलं नव्हतं की, जुन्या मालकांना नुसते आर्थिक प्रश्नच नव्हते, तर गंभीर स्वरूपाचे कामगारांबद्दलचे प्रश्नही होते. मिल्स पुन्हा नीटपणे चालू करायला काय काय करावं लागेल, याचा त्यानं बारकाईनं अभ्यास केला होता. मग निर्णय घेतला होता की, ज्या किमतीला त्याला त्या मिळत होत्या, त्या किमतीतही हा सौदा चांगला होता. त्या मिळवण्याच्या उत्साहात बारीकसारीक गोष्टींकडे बघण्याचं काम त्यानं जप्पूवर – त्याच्या भावावर सोडलं होतं.

जुन्या मालकानं त्याला सांगितलं होतं की, कामगारांना गेल्या दोन महिन्यांचा पगार दिला गेला नव्हता. तो खर्च लालजीनं हिशोबात धरला होता, कारण त्याला सगळी जुनी देणी-घेणी पुरी करून नवीकोरी सुरुवात करायची होती. त्यामुळे या नव्या माहितीची त्याला अजिबात कल्पना नव्हती. तो एक उदार मनाचा मालक होता हे खरं, पण त्यानं केलेल्या सौद्यापलीकडच्या गोष्टींसाठी पुन्हा आणखी पैसे द्यायला तो मुळीच तयार नव्हता. प्रश्न अनुत्तरितच राहिला.

लालजीनं जाहीर केलं, ''ज्यांना कामावर यायचं आहे त्यांनी ताबडतोब कामाला लागावं, ज्यांना नाही करायचं, ते बाहेर राहू शकतात.''

''इथले लोक तसे नेहमी चांगले वागणारे आहेत, कधीकधी कुरबुर होते, नाही असं नाही, पण हे उघड आक्रमक वागणं अलीकडेच सुरू झालंय. मिलचे मालक बदलणार आहेत असं समजल्यापसून. मला वाटतं बाहेरून कोणीतरी त्यांना फूस लावतंय – कदाचित तुमच्या विरोधात कोणीतरी?''

लालजीच्या लक्षात येईना. कोण असेल? पट्कन कोणाचं नाव आठवलं नाही, कारण या दोन चालत नसलेल्या गिरण्या विकत घ्यायला दुसरं कोणी पुढे आलंच नव्हतं.

***

दुसऱ्या दिवशी सकाळी लालजी आला, तेव्हा त्याला कामगारांच्या वृत्तीत बदल जाणवला – कशाचीतरी अपेक्षा असावी तसा.

''काय चाललंय?'' गेटशी त्याची वाट बघत असलेल्या मॅनेजरला त्यानं विचारलं.

''ते आलेत,'' मॅनेजर कुजबुजला. ''ऑफिसमध्ये तुमची वाट बघतायत.''

''कोण,'' कपाळाला आठ्या घालत लालजीनं विचारलं.

''ज्यांनी ही अशी परिस्थिती उभी केलीय ते.''

''बरं झालं. त्यानं तोंड दाखवायचं ठरवलं हे चांगलं झालं.''

समोरासमोर बोलणं करायच्या तयारीनं झपाझप चालत लालजी त्याच्या ऑफिसमध्ये आला. ऑफिसमध्ये कोणीच नव्हतं. "कुठे गेलेत ते त्रास उभा करणारे?" त्यानं पट्टेवाल्याला विचारलं.

"इथेच आहे शेठजी," एक ओळखीचा आवाज आला. लालजीनं वळून बघितलं आणि थबकला. "तू?" विश्वास न बसून तो उद्‌गारला. त्याच्यासमोर दुसरं कोणी नाही, तर हरी देशपांडे उभा होता! त्यालाही लालजीला बघून तितकंच आश्चर्य वाटलेलं दिसलं. क्षणभर दोघे मित्र एकमेकांकडे रोखून बघत दूर उभे राहिले.

मग लालजीनं 'बस' म्हणून खुर्चीकडे निर्देश करत रूक्ष आवाजात म्हटलं, "तू जुन्या मित्रांशीही भांडायला लागलायस हे माहीत नव्हतं मला हरी!"

"या मिल्स तू विकत घेतल्यायस हे मला माहीत नव्हतं. मला दुसरं नाव सांगण्यात आलं होतं – रेवजी प्राणलाल." हरी म्हणाला, "अर्थात त्यामुळे काही फरक पडला असता असं नाही."

लालजीला तशातही जरा हसू आलं. "तो मुख्य भागीदारांपैकी एक आहे," लालजीनं स्पष्टीकरण दिलं. "मी मुख्य प्रवर्तक आहे हे मला कळू द्यायचं नव्हतं, मला वाटलं त्यामुळे किंमत वाढेल."

"तुला चांगल्या किमतीत मिळाली मिल, पण कामगारांवर अन्याय करण्यात आला," हरी सरळ त्याच्या इथं येण्याच्या कारणावरच आला. "त्यांना सहा महिन्यांचा पगार देण्यात आलेला नाही, त्यांना सांगण्यात आलं होतं की, विक्रीचं काम पूर्ण झाल्यावर त्यांना पैसे दिले जातील."

"मला सांगितलं गेलं की, दोन महिन्यांचे पगार बाकी आहेत, आणि ते खरेदीच्या रकमेत निश्चित जमा केले आहेत."

"त्या मालकांच्या हातात पैसे आल्याबरोबर ते गायब झाले. कामगारांना काहीही दिलं गेलेलं नाही."

"न्यायानं बघायचं, तर ती माझी जबाबदारी माझी नाही हरी. विक्रीच्या कागदपत्रात कामगारांना जे देणं आहे, ते घातलेलं होतं. जुन्या मालकांनी विनंती केली की, पैसे ते स्वत:च कामगारांना देतील, म्हणजे ते आणि कामगार सलोख्याने वेगळे होतील. तेव्हा, माझा संबंध आहे त्याप्रमाणे मी त्यांना द्यायचे होते तेव्हढे पैसे दिले आहेत; आणखी पुन्हा मी देणार नाही."

"गेले कितीतरी दिवस ते फार तर एकदा जेवून जगत आहेत लालजी. बहुतेकांनी त्यांच्याजवळ जे काही थोडं सोनं होतं ते किंवा बापजाद्यांची शेतजमीन असेल, तर ती गहाण टाकली आहे. ती सोडवायला त्यांना पैसे नाही मिळाले, तर सोनं, जमीन गमावतील ते सगळे."

"तू मला ओळखतोस हरी. मी माझ्या कामगारांना फसवत नाही, पण मला

माझ्या कामगारांनी किंवा दुसऱ्याही कोणी फसवलेलं चालत नाही. एकाच कामाचे दोनदा पैसे मी देणार नाही. मी तसा धंदा करत नाही.''

''तू कठोर माणूस झालाहेस लालजी,'' हरी मंद स्वरात म्हणाला. दोघांनी एकमेकांकडे बघितलं. लालजीच्या लक्षात आलं की, हरी आता त्याचा जुना मित्र म्हणून बोलत होता, विरोधी पक्षाचा नेता म्हणून नाही.

''हे न्यायाचं नाही हरी,'' तो म्हणाला, ''बाकीच्यांचं सोड, तुला ठाऊक असेलच की, माझ्या कामगारांना मी जास्त चांगलं सांभाळतो. माझ्यावर टीका करणारेही तुला या बाबतीत वेगळं सांगणार नाहीत. तू उच्च नैतिक स्थानावर बसल्यासारखं मला असं म्हणणं बरोबर नाही.''

''गरीब लोकांना त्यांचे बाकी असणारे पैसे द्यायचेच नाहीत, हेही बरोबर नाही.''

लालजी काहीच बोलला नाही. त्याच्या चेहऱ्यावरचा निर्विकार भाव हरीने पाहिला. ''त्यांना पगार देण्यात आलेला नाहीये लालजी. ते फसवत नाहीयेत तुला, तेच फसवले गेले आहेत.''

लालजी काहीतरी म्हणणार होता, मग गप्प बसला. हरी पुढे म्हणाला, ''या मिल्सचा शेठजी म्हणून मी तुला विचारत नाहीये लालजी, मी ओळखत असलेल्या माझ्या चांगल्या मित्राला – लालजीला, मित्र या नात्यानं विचारतोय. मला सांग, जरी तू त्यांना त्याच कामाचे दोनदा पैसे दिलेस, तरी तेवढ्यानं त्यांच्या आयुष्यात जो फरक पडेल त्याच्या तुलनेत तुला कितीसा फरक पडेल? तुला काय जाऊ द्यावं लागेल? प्राचीन मुगल जडजवाहिराचे आणखी थोडे दागिने? का जगभराचं आरामशीर समुद्रपर्यटन? आणखी एक जमीन किंवा इमारत? आणखी एक मिल? का एवढंही नाही?

''मी ज्यांच्याबद्दल बोलतोय त्यांच्या कुटुंबांना एक वेळचं पोटभर जेवणही मिळत नाही, ज्यांची मुलं औषध परवडत नाही म्हणून आजारीच राहतात, पाऊस पडतो तेव्हा त्यांच्या डोक्यावर कोरडं छप्पर नसतं. मी माणसांच्या आयुष्यांबद्दल, त्यांच्या जगण्याबद्दल बोलतोय लालजी!'' जणू स्वत:ला सावरायला हरी जरा थांबला अन् मग संथ स्वरात म्हणाला, ''ज्या माणसाला मी ओळखत होतो, त्याला या प्रचंड संपत्तीनं कसा केला आहे?''

लालजी त्याच्या मित्राकडे काही क्षण बघत राहिला, मग दुसरीकडे तोंड वळवलं. ''तू माझ्या विरुद्ध पक्षात असणं चांगलं नाही हरी. तू मला फार चांगला ओळखतोस. माझ्या काळजाला हात कसा घालायचा हे तुला ठाऊक आहे,'' लालजी म्हणाला, ''पण या वेळी मला वाटतंय की, तू माझ्याशी न्यायानं वागत नाहीयेस आणि मी तुला माझं मन वळवू देणार नाहीये.''

हरी उठून उभा राहिला आणि बराच वेळ खोलीत फेऱ्या मारत राहिला. मग तो लालजीच्या समोर उभा राहिला. त्याचा चेहरा लालजीच्या चेहऱ्याच्या जवळ आणून

हळूच म्हणाला, "मला एक कल्पना सुचलीय. खूप पूर्वी आपण एकदा आपला एक वाद सोडवला होता ना, तसा हा सोडवू या, तिकडेच कॉटन ग्रीनवर कुस्ती करून. तू जिंकलास तर मी हे आंदोलन मागे घेईन आणि मी जिंकलो, तर तू आमच्या मागण्या मान्य केल्या पाहिजेस."

लालजी आश्चर्यानं त्याच्याकडे बघत राहिला. त्याच जागेवरची कित्येक वर्षांपूर्वीची ती संध्याकाळ दोघांनाही चांगली आठवत होती, जेव्हा वेश्यावस्तीत जायचं का नाही, यावरून दोघांनी कुस्ती केली होती. आता ते खूप मोठे झाले होते – नुसते वयानं नव्हे, पण त्यांच्या आयुष्यांमध्ये जे जे घडत गेलं होतं, त्यामुळेही. लालजी अजून सशक्त असला, तरी जरा ढिला झाला होता. दोघांमध्ये हरी नक्कीच जास्त मजबूत होता. दोघांनाही आखाड्यात गेल्याला बराच काळ लोटला होता.

दोघे मित्र एकमेकांकडे रोखून बघत उभे राहिले, मग लालजीची पापणी हलली. "ठीक आहे, कबूल." तो शांतपणे म्हणाला. त्याच्या चेहऱ्यावरचे भाव कळत नव्हते.

दुसऱ्या दिवशी सकाळी लवकर उठून दोघे कॉटन ग्रीन ग्राउंडवर गेले आणि मध्यम वयाला पोचलेले ते दोघे पुरुष त्या मोकळ्या मैदानावर कुस्ती करू लागले. ज्या अटीतटीनं ते कुस्ती करत होते, त्याचं त्या दोघांनाही आश्चर्य वाटलं. दोघंही आता तरुणही नव्हते आणि प्रकृतीनं तेवढे दणकटही नव्हते, पण दोघांचेही स्वभाव असे होते की, ते जे करत असत ते अत्यंत जीव तोडून करत असत आणि दोघांनाही हरायचं नसे.

लालजीला वाटलं होतं त्यापेक्षा ते बरेच समसमानच होते. त्याला वाटलं होतं की, हरी नक्कीच वरचढ असेल, पण तसं नव्हतं. मग त्याच्या लक्षात आलं की, रोज लांबवर चालायला जाणं आणि सकाळी घोड्यावरून रपेट यांमुळे त्याला वाटत होतं त्यापेक्षा त्याची प्रकृती चांगलीच होती.

त्यांनी सर्व शक्ती पणाला लावून कुस्ती केली आणि जेव्हा असं वाटत होतं की, दोघांपैकी कोणीही जिंकेल, तेव्हा एका ठिकाणी ओल्या असलेल्या मातीवरून लालजीचा पाय घसरला. ताबडतोब याचा फायदा घेत हरीनं त्याच्यावरची पकड मजबूत केली आणि त्याला इतका घट्ट दाबून धरला की, शेवटी लालजीनं हार कबूल केली.

दोघे पुरुष बरोबर परत निघाले तेव्हा हरीला वाटून गेलं की, ते घसरणं मुद्दाम होतं. त्याबद्दल त्यानं जितका खोल जात विचार केला तितकी त्याची खातरी वाढू लागली. दोघं आपापल्या दिशेनं निघाले तेव्हा तो आपलेपणानं आपल्या मित्राकडे बघून हसला, पण लालजीच्या चेहऱ्यावरून काहीही कळलं नाही.

***

सगळीच करतात तशा लालजीनंही चुका केल्या होत्या, पण त्याला आता वाटायचं की, सर्वांत वाईट चुका त्या होत्या ज्या नैतिक दृष्टीनं चुका होत्या, आणि

त्या चुकांमुळे इतर माणसांच्या आयुष्यांची जी हानी झाली असणार, त्याचे त्याच्या आत्म्याला आता क्लेश होत असत. जहाजे भरभरून अफू निर्यात करणे, परदेशातून मागवलेली शस्त्रे जिथे लढाई चालू असेल तिथे पाठवणं, यांमध्ये त्याने भरपूर पैसा मिळवला होता. परंतु जिथे लढाया चालू होत्या तिथला विध्वंस आणि दुर्दशा, विनाश हे बघितल्यावर त्याला पश्चात्ताप झाला होता.

झटपट पैसे मिळवण्याच्या भरात, फार थोड्या काळात खूप जास्त पैसे मिळाल्यामुळे, भाग्य जणू त्याच्यावर लादलं गेल्यासारखं फळफळल्यानं हे कदाचित अटळच होतं की, काही बाबतीत लालजी जरा अकरुण, कठोर माणूस झाला होता. परंतु सुदैवानं, हरीसारख्या मित्रांशी संबंध येत राहिल्यानं, आणि योगायोगानं श्री. व्ही.व्ही.के. वासुदेवराव यांच्यासारख्या व्यक्तीशी भेट झाल्यामुळे लालजीचे पाय जमिनीवरच राहिले.

या योगायोगानं घडलेल्या भेटीचं मूळ, रेल्वेबोर्डाच्या दोन ब्रिटिश सभासदांचं संभाषण सहज लालजीच्या कानांवर पडलं, त्यात होतं. बऱ्याच वर्षांपूर्वी ग्रेट इंडियन पेनिन्सुलर रेल्वेनं १८५३मध्ये आशियातली पहिली आगगाडी मुंबई ते ठाणे हा प्रवास करून सुरू केली होती, त्या पहिल्या गाडीवर ते दोघे होते.

त्यांच्या बोलण्यावरून लालजीला समजलं की, रेल्वेचा विचार आता मंगलोरच्या दक्षिणेकडचा जमिनीचा मोठा भाग रेल्वेचा विस्तार करण्यासाठी ताब्यात घेण्याचा होता. कुठे मोठा फायदा होईल हे झटकन लक्षात येणाऱ्या लालजीनं ठरवलं की, ती सध्या पडीक, उजाड असलेली जमीन, तिच्या किमती आभाळाला पोचण्याआधी विकत घेऊन ठेवायची. तेव्हा त्यानं व्यवस्थित पाठपुरावा करून त्या जमिनीचे मालक शोधून काढले. अत्यंत साधी राहणी व विचारसरणी असलेले ते एक विद्वान गृहस्थ होते, जे बंगलोर कॅन्टोन्मेंटच्या बाहेरच्या भागात एका साध्याशा घरात राहत होते.

श्री.व्ही.व्ही.के वासुदेव राव त्या जमिनीबद्दल जवळ जवळ विसरलेच होते. म्हैसूरच्या तत्कालीन महाराजांनी ती जमीन त्यांच्या आजोबांना बक्षीस दिली होती. ती पडीक जमीन लालजीला कशाला विकत घ्यायची होती हे त्यांना कळेना. खांदे उडवत ते म्हणाले, "तुम्हाला हवी असली तर घेऊन टाका, मला तिचा काहीच उपयोग नाही आणि यापूर्वी कोणीही, कधीही त्या जमिनीमध्ये स्वारस्य दाखवलेलं नाही."

श्री. रावांच्या पत्नीनं करून दिलेला अत्यंत चविष्ट डोसा, आणि गरम गरम कॉफी घेता घेता लालजीनं त्या प्रसिद्ध विद्वान गृहस्थांच्या घराकडे नजर टाकली. अगदी साध्या खोल्या, व्यवस्थित आणि स्वच्छ होत्या. साध्या राहणीचं मूर्तिमंत उदाहरण होत्या. दोन खुर्च्या, एक टेबल, बरीचशी पुस्तकं, काही व्यवस्थित गुंडाळून नीट रचून ठेवलेली हस्तलिखितं, शाईची दौत आणि पक्ष्याच्या पिसाच्या टोकाचं पेन, एका कोपऱ्यात एक व्हायोलिन. काचेवर काढलेल्या एका सुंदर चित्राकडे लालजीचं लक्ष वेधलं गेलं.

"टिपू सुलतान," वासुदेव रावांनी लालजीनं न विचारलेल्या प्रश्नाला उत्तर दिलं, "म्हैसूरचा वाघ. १७९९मध्ये ब्रिटिश, निझाम व मराठे एकत्र येऊन त्याच्याशी लढले आणि त्याचा पराभव केला. ब्रिटिशांनी त्याला ठार मारलं, कारण ते त्याला नरम पाडू शकले नाहीत, विकत घेऊ शकले नाहीत. त्यांना समजलं की, त्याच्या देशातून त्यांना हाकलून लावेपर्यंत तो स्वस्थ बसणार नाही!"

तेवढ्यात कोणालातरी खोकल्याची ढास लागलेली ऐकू आल्याने त्यांचं बोलणं थांबलं. कापडाच्या पडद्याच्या आडोशामागे लालजीला ओझरती एक कॉट दिसली, त्यावर एक वृद्ध स्त्री झोपून होती – बहुतेक वासुदेव रावांची आजारी, वृद्ध आई असावी. या कुटुंबाकडे जास्त पैसे असले, तर ते त्यांना नक्कीच उपयोगी पडतील – लालजीला वाटलं; आणि त्याला एकदम अपराधी वाटू लागलं. ते वयस्क गृहस्थ जमीन विकण्याच्या कागदावर सही करण्यासाठी पेन उचलत असताना बघत असलेल्या लालजीला चोरासारखं वाटू लागलं.

तो एकदम म्हणाला, "सर, तुम्ही सही करण्यापूर्वी मला वाटतं तुम्हाला माहिती द्यावी की, थोड्याच काळात तुमच्या या जमिनीची किंमत कित्येक पटींनी वाढलेली असेल."

"खरं की काय?" वासुदेव राव म्हणाले. हातातलं पेन तसंच अधांतरी धरून ते चौकसपणानं बघत लालजीकडे वळले. पाचशे एकर जमिनीबद्दल त्यांचं बोलणं चाललं होतं. वासुदेव रावांनी पेन खाली ठेवलं आणि बोटं एकमेकांवर जुळवत वाजवत राहिले. मग विचारमग्न चेहऱ्यानं ते उठले आणि हळूहळू खोलीत येरझारा घालत राहिले.

त्यांना किमतीबद्दल सांगितलं याचं लालजीला लगेच वाईट वाटलं, कारण आता नक्कीच ते जास्त किंमत मागतील.

सरतेशेवटी ते वृद्ध विद्वान लालजीकडे वळले, त्यांचा चेहरा गोंधळलेला होता. "म्हणजे पुष्कळच पैसे आहेत," ते म्हणाले, "पण मी करू काय इतक्या पैशांचं? मला ज्याची जरूर पडते ते सगळं माझ्याकडे आहेच!"

लालजीला बोलायला सुचेचना, काय म्हणावं ते कळेना. वासुदेव राव मग सावकाश खाली बसले, त्यांनी पेन उचललं आणि जमिनीच्या व्यवहाराच्या कागदावर सही केली. तो कागद लालजीला देताना त्याने भांबावलेल्या, गोंधळल्या चेहऱ्यानं विचारलं, "ज्याच्याकडे आधीच सगळंच असेल, तो जास्तीच्या पैशांचं काय करतो?" लालजीच्या डोळ्यांकडे नजर लावत त्यांनी विचारलं, "तुम्ही काय कराल?"

लालजीकडे याचं उत्तर नव्हतं. आपल्यातला कमीपणा स्वीकारताना त्याला आपण खूप लहान आहोत असं वाटलं. त्याच्या असंही लक्षात आलं की, त्याला अजून खूप काही शिकायचं आहे!

२७

लालजीचा युरोपचा पहिला प्रवास हा डोळे उघडणारा अनुभव होता. सत्तेचा उन्माद चढलेला साम्राज्यवादी युरोप होता तो. हा अधिकार आणि मोठेपणाही इतर राष्ट्रांना नमवून आणि लुटून मिळवलेला होता. ज्याच्यावरचा सूर्य कधी मावळत नसे, त्या ब्रिटिश साम्राज्यानं कितीतरी प्रदेश असे करून टाकले होते, जिथे प्रकाश कधी पडतच नसे. त्या वेळचा युरोप असा होता की, त्यांनी आपल्या सत्तेखाली घेऊन टाकलेली अनेक राष्ट्रं इतकी हतबल, दुर्बळ झाली होती की, आपण स्वतंत्र झालो तर ते योग्य होईल का, असंच त्यांना वाटायला लागलं होतं.

युरोपच्या राजधान्या असलेल्या मोठमोठ्या शहरांची भव्यता आणि वैभव बघून लालजी दिपून गेला होता. या शहरांमध्ये मोठमोठे, दुतर्फा झाडे असलेले रस्ते होते आणि भव्य इमारती होत्या. स्त्रिया अगदी मोकळेपणानं आणि सुरक्षितपणे पुरुषांसारखंच रस्त्यांवर हिंडत असत हे बघून त्याला विशेष कौतुक वाटलं; परंतु सर्वांत हलवून टाकणारी गोष्ट होती – त्याच्या देशात दिसणारी भयानक गरिबी इथे अजिबात दिसत नव्हती.

लालजीच्या प्रवासातली सर्वांत महत्त्वाची गोष्ट १९०० सालचं पॅरिसमधलं जागतिक प्रदर्शन होतं. ४०० एकर जागेत मांडलेल्या या विशाल प्रदर्शनात तंत्रज्ञान, कला आणि विज्ञानातले नवनवे शोध मानवी प्रगतीचे द्योतक होते. १८८९मध्ये भरलेल्या जागतिक प्रदर्शनापेक्षाही हे प्रदर्शन जास्त छाप पाडणारं होतं. त्या प्रदर्शनात फ्रान्सने त्यांच्या बांधकाम व स्थापत्यविद्येने निर्माण केलेल्या आयफेल टॉवरचं उद्घाटन केलं होतं.

वेगवेगळ्या देशांमधल्या उद्योगपतींना लालजी भेटला, निर्यातीचे त्यांच्याबरोबर फायदेशीर करार केले आणि त्याच्या मिल्ससाठी जास्त सुधारलेल्या यंत्रांची मागणी नोंदवली. त्याचा मित्र दोराब याचे पिता आदरणीय जमशेटजी नसरवानजी यांच्याशी त्याची ओझरती भेट झाली. त्यांनी टाटांच्या नव्यानं बांधल्या जात असलेल्या

ताजमहाल होटेलसाठी 'स्पन आयर्न' खांबांची ऑर्डर दिली होतीच, शिवाय अत्यंत अप्रतिम असा २४५.३२ कॅरटचा 'ज्युबिली डायमंड'ही विकत घेतला होता, जो नंतर अनेकांना अत्यंत उदारपणे मदत देणाऱ्या 'सर दोराब ट्रस्ट'च्या भांडवलाचा भाग होणार होता. लालजीला हे नव्यानं लक्षात आलं की, व्यापारी जगात माणसाच्या त्वचेच्या रंगापेक्षा त्याच्या पैशाच्या रंगाला जास्त महत्त्व दिलं जातं.

एकूण दौरा खूपच यशस्वी झाला आणि ज्या तऱ्हेनं सर्व घडत गेलं होतं, त्यानं लालजी आनंदात होता. दोन दिवसांनंतर तो 'पी ॲन्ड ओ' कंपनीच्या विशेष आरामदायी जहाजानं निघून केवळ पंधरा दिवसांतच घरी पोचणार होता. कारण १८६९मध्ये सुएझ कालवा सुरू झाल्यामुळे प्रवासाला लागणारे दिवस खूप कमी झाले होते.

लंडनमधल्या शेवटच्या संध्याकाळी लालजी सोहराबजी आणि त्यांचे ऑक्सफर्डमधले काही मित्र यांच्याबरोबर जेवायला गेला. या मित्रांमध्ये एक प्राणिशास्त्रज्ञ होते, जे आफ्रिकेत सर धारिया धानींना भेटले होते आणि एक अमेरिकन लेखक होते, ज्यांचा पुढे १९१२मध्ये 'टायटॅनिक' या सुप्रसिद्ध जहाजावर प्रवास करत असताना दुर्दैवी मृत्यू झाला होता. ती संध्याकाळ छान जेवण, मद्य आणि चैतन्यपूर्ण आणि प्रेरणादायी संभाषणानं खूप सुखद झाली होती. हिंदुस्थानातल्या पंख फुटू लागलेल्या स्वातंत्र्यलढ्याबद्दल बोलणं झालं होतं आणि मोहनदास गांधी या निडर तरुण वकिलाबद्दलही. या तरुणाने अलीकडेच दक्षिण आफ्रिकेत, कोर्टामध्ये डोक्याचे पागोटे काढण्याचा न्यायाधीशांचा हुकूम न मानून पुन्हा एकदा खळबळ उडवून दिली होती. त्या सर्वांनाच वाटत होतं की, हिंदुस्थानातील स्वातंत्र्यलढ्यात पुढाकार घेण्यासाठी गांधी लवकरच तिथे येतील.

* * *

रात्र छान होती म्हणून लालजीने थेम्स नदीच्या किनाऱ्याने आरामात चालत जाऊन हॉटेलवर पोचण्याचं ठरवलं. तो हॉटेलवर पोचेपर्यंत तसा उशीर झाला होता, आणि रिसेप्शन डेस्कवरून किल्ली घेऊन तो त्याच्या खोलीकडे जातच होता, तेवढ्यात जरा चिंतित आणि त्रस्त दिसणाऱ्या हॉटेल मॅनेजरने त्याला थांबवलं.

"माफ करा सर, आपल्याला त्रास देतोय, पण आम्ही अशा परिस्थितीत सापडलोय की, आपली मदत मिळाली तर आम्ही आपले खूप आभारी राहू!"

लालजीनं आश्चर्यानं त्याच्याकडे बघितलं. "जरा भाषेचा प्रश्न आला आहे सर," मॅनेजर अवघडून पुटपुटला, त्यानं कपाळावरचा घाम पुसला, आणि भराभरा पुढे निघाला. कोड्यात पडलेला लालजी त्याच्या मागे गेला.

जाड गालिचा अंथरलेल्या कॉरिडॉरमधून ते एका जाडजूड मोठ्या ओकच्या लाकडाच्या दरवाजाकडे जात होते. दार उघडल्याबरोबर झिंगून आरडाओरडा करत असलेले आवाज लालजीच्या कानांवर आदळले. तो जरा जपूनच मॅनेजरच्या मागून उघडून धरलेल्या दारातून आत गेला. गडद रंगाची तावदानं, चकाकणारी लाकडी जमीन, त्यावर अंथरलेले उंची पौर्वात्य गालिचे, चामड्याची आवरणं असलेले मोठाले सोफासेट्स आणि पितळेचे व स्फटिकाचे चमकणारे दिवे अशी सजवलेली खोली होती.

त्या भव्य खोलीच्या मध्यभागी एका सोफ्यावर एक श्रीमंती कपडे घातलेला भारदस्त दिसणारा माणूस बसला होता. गळ्यात मोत्यांची माळ होती, दोन्ही कानांमध्ये एकेक मोठाला हिरा होता आणि एका बोटावर कबुतराच्या अंड्याएवढ्या मोठ्या माणकाची अंगठी होती.

तो हिंदुस्तानी भाषेत, अर्वाच्य शिवराळ शब्द वापरत बरळत होता. त्याच्याबरोबर भरदार वक्षस्थळ आणि लाल केस असलेली, आणि त्याच्या इतकीच झिंगलेली एक बाई होती. तिच्या हातात लालजीनं कधीही बघितला नव्हता एवढा लांब सिगरेट होल्डर होता.

जमिनीवर फुटलेल्या काचांचे तुकडे, उशा, चांदीची रक्षापात्रं आणि मेणबत्त्यांचे स्टॅन्ड्स – सर्वत्र पसरले होते. हॉटेलमधले वैतागलेले नोकर ते भराभरा उचलता उचलता, फेकल्या जात असणाऱ्या बॅकॅरट स्फटिकाच्या वस्तूंपासून स्वतःला वाचवत होते. मॅनेजर जरासं खाकरून खालच्या आवाजात, लालजीला म्हणाला "महरोज्जरची (महाराजा) मनःस्थिती जरा – अं – ठीक नाही."

हॉटेलमधील सर्वांत महाग स्वीट महाराजांनी घेतला होता आणि पैशांची तसंच अर्वाच्य भाषेची, दोन्हींची तितक्याच मुक्त, स्वच्छंदपणानं खैरात होत होती. पैशांच्या खैरातीमुळे त्यांचं विचित्र वागणं आणि केव्हाही एकदम सुरू होणारा आरडाओरडा सहन केला जात होता, हॉटेलचे बडे पाहुणे होते ते.

मॅनेजरनं घाबरत घाबरत ओळख करून देण्याचा प्रयत्न केला – "मिस्टर लॉलजी, युअर हायनेस!"

डोळ्यांवर असलेल्या मद्याच्या धुंदीतून महाराजांनी डोळे बारीक करत लालजीकडे पाहिलं. "हा साला कोण आहे म्हणालात?" चेहऱ्यावरून हात फिरवत जणू मेंदू स्वच्छ करायचा प्रयत्न करत त्यांनी मोठ्यानं विचारलं. "ओहो! आमच्या देशातला?" लालजी दिसल्यावर ते उद्गारले. "या शुद्धीवर नसलेल्या 'महरोज्जर'ला शांत करायला यांना बोलवलंय होय?" वेडावून दाखवल्यासारखं त्यांनी विचारलं. "मला अंथरुणात झोपवायला आलायत का? वा-वा!"

त्यांनी त्या मोठाले उरोज आणि लाला केस असलेल्या बाईकडे वळून म्हटलं, "ऐकलंस लाडके? आपल्याला कॉटवर झोपायला घेऊन जाणार आहेत! छान! मी

तर नेहमी म्हणतोच की, जितके जण जास्त, तितकी जास्त मजा! काय?'' दोघं एकमेकांकडे बघून ताळ्यावर नसल्यासारखे खो खो हसू लागले.

लालजी परत जायला निघाला. त्यानं घालवलेल्या त्या सुंदर संध्याकाळची आणि या महाराजाची एकमेकांशी अजिबात सुसंगती नव्हती. पण त्यानं पाऊल पुढं टाकायच्या आत महाराज गरजले, ''चाललात कुठे? तुम्हाला राग आला की काय आमचा?'' आणि मग पुढे – ''अरे, कोण आहे तो तिकडे? माझ्या मित्राला एक ड्रिंक द्या आणि सर्वांचेच ग्लासेस परत भरा! रिकामा ग्लास असण्याइतकं उदास करणारं काही नाही!''

ग्लासेस भरले गेले! ''टु ला बेल इझाबेल!'' महाराज त्यांचा ग्लास उंचावत म्हणाले, ''फॉलि बर्जरची प्रमुख आकर्षण, क्वीन ऑफ दि कॅन - कॅन अ‍ॅन्ड विल - विल!'' स्वतःच्याच या 'विनोदा'वर ते स्वतःच मोठ्यानं हसले आणि त्यांनी सबंध ग्लास रिचवला.

लालजी हातातल्या ड्रिंककडे बघत राहिला आणि तिथून कसं सटकावं याचा विचार करत राहिला. मॅनेजर तो तिथेच थांबेल असं बघत होता. कारण तो आल्यापासून महाराजांचा उत्साह वाढला होता आणि दंगा कमी झाला होता. लालजीनं पुन्हा उठण्याचा प्रयत्न केला, पण तो पाऊल पुढे टाकण्याचा प्रयत्नही करण्यापूर्वी स्थूल दिसणाऱ्या महाराजांनी आश्चर्य वाटेल इतक्या चपळतेनं पुढे झडप घातली आणि लालजीच्या कोटाची मागची बाजू पकडून खेचली. ''तुम्ही जायचा विचारसुद्धा करायचा नाही!'' ते मोठ्यानं म्हणाले, ''आत्ता कुठे पार्टी सुरू होतेय – माझ्या या मित्रासाठी शँपेन आणा – मिस्टर – मिस्टर – काय बरं? बरं जाऊ द्या – उत्तम शँपेन आणा माझ्या या माननीय मित्रासाठी!''

त्यांनी ग्लास पुन्हा उंचावला – ''जुन्या आणि नव्या मित्रांसाठी!'' दणदणीत आवाजात असं म्हणून मग एकदम अनपेक्षितपणे, अत्यंत शांत, सभ्य आवाजात म्हणाले, ''तुम्हाला बघून मला करणची आठवण येते बरं का!'' त्या संध्याकाळभरातलं शुद्धीत बोललेलं ते एकच वाक्य होतं!

शेवटी पहाट होताना लालजीला बाहेर जाता आलं. तो निघाल्यावर महाराज आश्चर्य वाटेल इतक्या आपुलकीनं बोलले. ''सालं तुम्ही आवडलात बुवा आम्हाला!'' ते मैत्रीपूर्ण आवाजात, लालजीच्या पाठीवर थाप मारत म्हणाले. ''खूप छान वाटलं तुम्हाला भेटून. काय नाव म्हणालात तुमचं? बरं – जाऊ दे. पण एकदा तुम्ही आमच्या राजवाड्यावर यायलाच पाहिजे. आपण शिकारीला जाऊ या!''

दोघांनी हस्तांदोलन केलं. लालजीला या विचारानं हसू आलं की, महाराजांना त्याचं नाव तरी लक्षात राहील का नाही कोण जाणे – शिकारीला बोलावणं तर दूर राहिलं!

२८

लालजी युरोपहून परत आला, तेव्हा एक चांगली बातमी त्याला मिळू घातली होती. तो उल्हसित मनानं घरी आला होता. जे बघितलं, ऐकलं होतं, त्यामुळे त्याला उत्साह आला होता. तो घरी येऊन जेमतेम आठवडाच झाला असेल, तेवढ्यात अनपेक्षितपणे शम्सू आणि ज्यूबी त्यांचा मुलगा सुलतान याच्यासाठी लालजीच्या सर्वांत मोठ्या मुलीला – राजीला मागणी घालायला आले. ठरलेली पद्धत अशी नव्हती. साधारणपणे मुलाच्या कुटुंबानं त्यांच्या जातीतले लग्नाची बोलणी करणारे म्हणून जे असतात, त्यांच्याकरवी निरोप पाठवायची पद्धत होती; म्हणजे मुलीच्या घरच्यांना नाही म्हणायचं असेल, तर ते तसं सांगू शकत असत. परंतु शम्सूला वाटलं की, तो लालजीला इतका चांगला ओळखत होता की, मध्यस्थाची गरजच नव्हती.

लालजी आणि सकीनाना खूप आनंद झाला. सुलतानला ते लहानपणापासून बघत आले होते आणि तो छान वागणूक असणारा, कामसू मुलगा झाला होता. अलीकडेच तो डॉक्टर झाला होता आणि किंग एडवर्ड मेमोरियल हॉस्पिटलमध्ये (के.ई.एम) त्याला नोकरीही मिळाली होती.

दोन्ही कुटुंबांचा चांगला घरोबा होता, तो केवळ सकीना आणि ज्यूबीची खूप मैत्री होती म्हणून नव्हे, तर लालजीलाही कनवाळू मनाच्या डॉक्टर असलेल्या शम्सूचे नेहमी कौतुक वाटत असे. लालजीला ठाऊक होतं, की जे रुग्ण फार आजारी किंवा फार गरीब असल्यामुळे त्याच्याकडे जाऊ शकत नसत, त्यांच्याकडे तो स्वत: व्हिजिटला जात असे. हे दयाळू डॉक्टर रुग्णांनी देऊ केलेली एक रुपया फी तर घेत नसतच, पण मुकाट्यानं दोन-तीन रुपये रुग्णाच्या उशीखाली स्वत:च हटकून सारत असत. नाहीतर, त्या रुग्णासाठी त्या कुटुंबाला आणायला सांगितलेली औषधं, चांगलं अन्न त्यांना कसं आणता आलं असतं?

राजीसाठी आलेल्या इतर मागण्यांसारखा शम्सू श्रीमंत नव्हता, पण एकूण सर्व गोष्टींचा विचार करता पैशाचं महत्त्व किती असतं, हे लालजी खूपच चांगलं समजून

होता. त्याने अगदी मनापासून या मागणीला होकार दिला. सुलतानऐवजी दुसरा कुठलाच मुलगा त्याला जावई म्हणून जास्त आवडला नसता.

***

पावसाळा सुरू होण्यापूर्वी १९०० सालातल्या जूनच्या पहिल्या आठवड्यात, राजी आणि सुलतानचं लग्न झालं. दोन्ही कुटुंबांसाठी हा खूप आनंदाचा प्रसंग होता. मात्र विवाहाच्या थोडेच दिवस आधी शम्सूचे गुरू डॉ. चार्ल्स लॅम्बर्ट यांचं निधन झाल्यामुळे थोडं दुःखाचं सावट आलं. शम्सूसाठी ते त्याच्या वडिलांच्या जागी होते आणि जरी शम्सू त्यांच्याबद्दल फार कधी बोलत नसे, तरी लालजी जाणून होता की, शम्सूला वृद्ध डॉ. लॅम्बर्टबद्दल खूप प्रेम व आदर होता. त्यांची त्याला खूप उणीव भासत होती.

लालजीने त्याच्या कुटुंबीयांना आणि सर्व मामेभावंडे वगैरेंना – अर्थात रेश्मासकट – लग्नाला येण्यासाठी आग्रहाचं निमंत्रण पाठवलं. बानूमामीला 'सर्वांना पुन्हा व्यक्तिशः सांग' असंही सांगितलं होतं.

शेठ लालजी लखाच्या पहिल्या मुलीच्या लग्नाचा त्याच्या प्रतिष्ठेला शोभेल असा समारंभ झाला. प्रत्येक बारीकसारीक गोष्टीकडे लक्ष पुरवलं गेलं होतं. कशाचीही उणीव राहत नाही ना, याची लालजीने जातीने लक्ष घालून खातरी करून घेतली होती. नंतर कितीतरी महिने लोक त्या लग्नसमारंभाबद्दल बोलत होते की, फारच उत्तम! कशाचीही उणीव म्हणून नव्हती – कशाचीही; रेश्मा सोडून! लालजीला त्याचं फार दुःख झालं. त्याला खूप आशा होती की, ती पुन्हा भेटेल, पण ती मुळी आलीच नाही.

***

राजीच्या लग्नानंतर थोड्याच दिवसांनी गुदमवरणारा उकाडा असलेल्या ऑक्टोबरच्या सकाळी लालजीला भेटायला एक अनपेक्षित मुलगा आला. 'दि न्यू एज स्पिनिंग अ‍ॅन्ड वीव्हिंग मिल्स'च्या गेटमध्ये त्याची घोडागाडी शिरली, तशी मुख्य प्रवेशद्वाराच्या बाहेरच एक काळासावळा कृश १८-१९ वर्षांचा मुलगा त्याला दिसला.

लालजीची गाडी प्रवेशद्वाराशी थांबल्याबरोबर चौकीदार सलाम ठोकून उभा राहिला. "तो कोण आहे?" लालजीनं विचारलं.

"शेठजी, तो..."

"तो एका जुन्या मित्राचा मुलगा आहे," एक ओळखीचा आवाज आला.

लालजीनं वळून बघितलं, तर त्याला हरी उभा असलेला दिसला. "हरी!" तो उद्गारला, "होतास कुठे तू? राजीच्या लग्नानंतर तू भेटलाच नाहीयेस!"

हरी हसून म्हणाला, ''जिथे काम असेल तिथे जातो मी. एका कोर्ट केससाठी अलाहाबादला गेलो होतो, तो नुकताच परत आलो.''

दोघे चालत चालत लालजीच्या ऑफिसकडे जात असताना हरीनं त्याला सांगितलं की, त्याची प्रॅक्टिस चांगली चालली होती. मुंबई आणि पुण्यातच नव्हे, तर देशातल्या इतर शहरांतही त्याचं नाव झालं होतं. त्याची अशिलं त्याला दूरदूरच्या गावांहून त्यांचे खटले चालवायला बोलवत असत. त्यातले बरेच खटले गरीब, खालच्या वर्गातल्या लोकांचे असत, जे इतर वकील घ्यायचे नाकारत असत. हरीला समजत होतं की, त्यानं शहरातच काम केलं, तर खूप जास्त पैसे मिळतील, पण खूप पैसे मिळवणं हे त्याचं मुख्य ध्येय कधी नव्हतंच.

बोलता बोलता मध्ये एकदा खंड पडला तेव्हा लालजीनं विचारलं, ''हं, तर मग हरी, मी काय करायचंय तुझ्यासाठी?''

त्या मुलाकडे बोट दाखवत हरी म्हणाला, ''एक करायचंय माझ्यासाठी लालजी. या मुलाला तुझ्या एखाद्या मिलमध्ये किंवा तुला योग्य वाटेल तिथे कुठंही नोकरीला ठेवायचं.''

''एवढंच ना?'' दाराजवळच बाहेर उभ्या असलेल्या त्या मुलाकडे नजर टाकत लालजी म्हणाला, ''तुझं काम झालंच असं समज.''

मग दोघंही क्षणभर गप्प होते. दोघांनाही कित्येक दिवसांपूर्वीचा तो दिवस आठवला होता, जेव्हा लालजी हरीबरोबर याच गिरणीत नोकरी मागायला आला होता!

शांततेचा भंग करत अभिमानानं हरी म्हणाला, ''मॅट्रिक झालाय तो!'' (आताची बारावी. त्या काळी 'मॅट्रिक'ला खूप महत्त्व होतं.)

लालजीवर छाप पडली. ''म्हणजे इथल्या जवळजवळ सगळ्याच कामगारांपेक्षा जास्त शिकलेला आहे हा. मी एखाद्या चांगल्या कारकुनाच्या शोधातच आहे. हा आहे कोण हरी?''

''माझा मित्र एकलव्य आठवतोय?''

तीव्र झालेल्या भावनांनी हरीनं एकलव्याची हकिगत सांगितली होती, ती लालजीला आठवली. त्यानं मान डोलावली.

''हा एकलव्यचा मुलगा,'' हरी म्हणाला. ''काही वर्षांपूर्वी मी दिवाळीसाठी पुण्याला गेलो होतो, तेव्हा मी त्याला पहिल्यांदा बघितला. मला सांगण्यात आलं, की काही महिन्यांपूर्वीच, ज्याबद्दल मला विचारही करायची इच्छा नाही, अशा काही कारणांनी एकलव्य आणि त्याची बायको मृत्यू पावले होते. त्यांचा हा आठ वर्षांचा मुलगा मागे राहिला होता त्या वयाच्या एकलव्य मला आठवत होता, तसाच हा दिसत होता – तसंच लख्खं हसणं – आणि तसंच भयानक दारिद्र्य, तसंच शून्य भविष्य.''

हरीनं नजर वळवली. ''मला वाटलं माझ्या मित्रासाठी मी कमीत कमी एवढं तरी करू शकेन, की तशाच अर्थशून्य जगण्यातून बाहेर काढून त्याला अशा ठिकाणी नेऊ शकेन, जिथे त्याला कदाचित काहीतरी तरी संधी मिळेल. मला वाटलं की, या शहरातल्या वातावरणात जुलूम जबरदस्तीची, दबलेलं राहण्याची जळमटं थोडी तरी काढून टाकायला जमेल.''

हरी बोलायचं थांबला, मग लालजीकडे बघत म्हणाला, ''मी तेवढं देणं लागत होतो एकलव्याचं.'' त्याची समजूत घालायला लालजी त्याला म्हणाला, ''तू त्याला कधीच दुखावलं नाहीस रे.''

''पण दुखावलं जाण्यापासून त्याला वाचवूही शकलो नाही!'' हरी म्हणाला. ''आयुष्यात आपण अन्याय न करणं एवढंच पुरेसं नसतं. अन्याय होत असेल, तर तो थांबवणंही तितकंच महत्त्वाचं आहे.''

***

हरी नवे विचार देणारा पुढारी आणि धडाडीचा कार्यकर्ता तर होताच, त्याची बायको शालिनीही कमी उत्साही नव्हती. तिनं स्वत:चं मॅट्रिकपर्यंतचं शिक्षण तिच्या पतीच्या प्रोत्साहनानं पूर्ण तर केलंच, पण ती उत्तम गणल्या गेलेल्या एल्फिन्स्टन कॉलेजमध्येही गेली. हे कॉलेज १८७२मध्ये सुरू झालं होतं आणि १८८८मध्ये कॉर्नेलिया सोहराबजी तेथून ग्रॅज्यूएट झाल्यानंतर शालिनीही ग्रॅज्यूएट होणाऱ्या पहिल्या काही स्त्रियांमधली एक झाली.

''शालिनीनं शिक्षणाचे घरगुती वर्ग त्यांच्या घरी सुरू केले आहेत. तिथे बायका येतात आणि लिहा-वाचायला शिकतात,'' हरीनं लालजीला अभिमानानं सांगितलं. '''शिक्षणानंच आम्ही स्वतंत्र होऊ,' हे तिचं ब्रीदवाक्य आहे.''

ती छोटीशी धीट स्त्री खूप प्रयत्न करून, त्या बायकांचे विश्वास न वाटणारे, खरं न वाटणारे वडील किंवा नाना तऱ्हेच्या शंका मनात येणारे पती यांना पटवून देत असे की, त्यांच्या मुली-बायका, शिकल्या तर संसार जास्त चांगला करू शकतील आणि कुटुंबाला त्यांचा जास्त चांगला उपयोग होईल. याबद्दलही त्यानं लालजीला सांगितलं. हे करणं खूप अवघड होतं. कारण शतकानुशतकांचे गैरसमज मनात रुतलेले होते. परंतु हळूहळू थोड्या थोड्या विद्यार्थिनी येऊ लागल्या होत्या.

काही वर्षांनंतर हरीच्या सक्रिय प्रोत्साहनानं आणि लालजीच्या भरघोस उदार देणगीनं शालिनीताईंनी मुलींसाठी धनवंतीबाई देशपांडे हायस्कूल नावाची शाळा काढली. ती त्यांच्या स्व. सासूबाईंच्या नावानं होती. त्यांचा शालिनीताईंना खूप पाठिंबा तर होताच, एवढंच नाही, तर त्या तिच्या पहिल्या विद्यार्थिनीही होत्या.

निषेधात्मक कुजबुज झाली, तरीही शाळेत सर्व धर्मांच्या व जातींच्या मुलींना प्रवेश होता. कारण शालिनीतई व हरी त्यांच्या मतावर ठाम होते की, सामाजिक पूर्वग्रह दूर होणं हे निरक्षरता दूर करण्याइतकंच महत्त्वाचं होतं आणि या मुद्द्यावर कोणतीही तडजोड त्यांना करायची नव्हती.

२१

हरी येऊन गेल्यानंतर थोड्या दिवसांनी लालजी सकाळी नाश्ता करायला बसला होता, तेव्हा राजपुराचे महाराजा विजयसिंग यांनी त्याला लिहिलेलं पत्र हातोहात पोचतं केलं गेलं. त्यात लिहिलं होतं की, महाराजांनी शिकारीचा कार्यक्रम आखला होता आणि मिस्टर लालजी लखा एस्क्वायर (पूर्वी एस्क्वायर हा शब्द बहुमानाच्या पदवीसारखा वापरला जायचा.) या कार्यक्रमाला उपस्थित राहिल्यास महाराजांना तो त्यांचा बहुमान वाटेल. महाराजांनी त्याचं नाव तर शोधून काढलं होतंच, पण त्याचा पत्ताही मिळवला होता हे बघून लालजीला गंमत वाटली. शिवाय त्यांनी नि:संदिग्धपणे असंही लिहिलं होतं की, निमंत्रण न स्वीकारणं महाराजांना चालणार नाही!

लालजीनं एक नि:श्वास टाकला. का कोण जाणे, इतक्या नैतिक अवनतीला गेलेला तो महाराजा त्याला आवडला होता. विजयसिंगमध्ये असं काहीतरी होतं, जे त्याच्या मनाला कुठेतरी भिडायचं. लालजी महाराजांकडे ऐदी, अति खाऊन फुगलेला, वाया गेलेला माणूस म्हणून बघत नसे, परंतु परिस्थिती, निष्क्रिय जीवन आणि संपत्तीचा अतिरेक या गोष्टींचा बळी म्हणून बघत असे. बंधनं किंवा जबाबदाऱ्यांशिवायचं प्रचंड वैभव त्याच्यावर लादलं गेलं होतं.

विक्षिप्त, तऱ्हेवाईक अशा त्या राजाला त्याची आठवण झाली. याचा तर लालजीला आनंद झालाच, त्याचबरोबर राजवाड्यात राहण्याची आणि राजाबरोबर प्रथमच शिकारीसाठी जाण्याची संधी मिळाली, त्याबद्दल उत्सुकताही वाटली.

शिकारीच्या आदल्या संध्याकाळी राजवाड्यात जी पार्टी होती, ती मोठी शानदार होती. महाराजा विजयसिंग त्यांच्या ओसंडून वाहणाऱ्या रेलचेलीच्या शैलीत सगळं काही करत असत. २१ तोफांच्या मानकऱ्याकडून ते अपेक्षितही होतं.

राजवाडा आणि भोवतालच्या मोठाल्या बागांमध्ये मशाली आणि शेकडो तेलाचे दिवसे लावले होते. संध्याकाळच्या करमणुकीच्या कार्यक्रमासाठी सुंदर कोरीव काम केलेल्या संगमरवरी मंडपाच्या भोवती लालचुटुक बुखारा गालिचांवर

स्वच्छ पांढऱ्या गाद्या आणि लोड पसरले होते.

उत्तम आणि व्यवस्थित पोशाखातले नोकर तऱ्हेतऱ्हेचे उत्तमोत्तम खाद्यपदार्थ वाढत हिंडत होते. हे खाद्यपदार्थ राजवाड्याबाहेर कोठेही मिळणं शक्य नव्हतं. त्यांच्या पाककृती या अत्यंत गुप्त ठेवलेल्या असत आणि ते बनवणाऱ्या स्वयंपाक्यांना त्या गुप्त ठेवल्या नाहीत, तर भयंकर परिणाम भोगावे लागतील, असे सांगून त्यांच्याकडून शपथा घेतल्या जात. आलेल्या पाहुण्यांमध्ये विविध तऱ्हेचे लोक होते – दागदागिन्यांनी मढलेले देशातील वेगवेगळ्या संस्थानांचे राजे, एकनिष्ठ दरबारी मंडळी, समारंभाच्या पोशाखात आलेले युरोपियन्स, ब्रिटिश मिलिटरीमधले त्यांच्या समारंभाच्या पोशाखांमध्ये आलेले उच्च अधिकारी.

एका इंग्रज जोडप्यानं लालजीचं लक्ष वेधून घेतलं. महाराजांनी ज्या तऱ्हेनं त्यांचं स्वागत केलं, त्यावरून तो समजला, की महाराजांना त्यांच्याबद्दल विशेष आदर असला पाहिजे. ते गृहस्थ विशेष मोठ्या पदावरचे होते हे उघड होतं, त्यांच्याबरोबरच्या स्त्रीपेक्षा वयानं बरेच मोठे दिसत होते. पण त्या स्त्रीच्या वागण्यात जी उपजत ऐटदार शैली होती, तिच्यामुळे तिचं नैसर्गिक सौंदर्य आणखी उठून दिसत होतं.

लालजी बसला होता तिथून पुढे जाता जाता त्याच्या मागे बसलेल्या कोणालातरी अभिवादन करायला ती थांबली, आणि एखादा ओझरता सेकंदभर त्यांची नजरभेट झाली, तेवढ्यात तिनं लालजीला मान झुकवून अभिवादन केलं. तो क्षण गेला आणि ते जोडपं पुढे गेलं.

संध्याकाळ उत्तमच गेली. महाराजांनी आज प्रचंड खर्च केला होता. कित्येक करमणुकीचे कार्यक्रम ठेवण्यात आले होते. जादूगार, हातसफाईचे खेळ करणारे, कसरती करणारे, निखारे खाऊन दाखवणारे, रोप-ट्रिकवाले, रशिया आणि चीनमधून आलेले कलाकार, महाराजांचे स्वतःचे वाघ आणि हत्ती; आणि सर्वांत शेवटी अर्थात अत्यंत सुंदर दिसणाऱ्या नर्तकींचं नृत्य, मग मनोहारी आतषबाजी, शेवटी तालबद्ध संगीत व ढोल. त्या सुंदर बांध्यांच्या नर्तकींचे इंद्रिये उद्दीपित करणारे हेलकावे आणि गिरक्या बघण्यात लालजी इतका दंग झाला होता की, महाराज मुकाट्यानं येऊन त्याच्या पाठीमागे बसलेलेही त्याला समजलं नाही.

"काय? कुठली आवडली?" लालजीला त्यांनी पाठीमागून विचारलं. दचकून लालजीनं मागे बघितलं, तर महाराज दिसले, ते हसत होते. "सगळ्याच आणि कुठलीच नाही!" लालजीनं सफाईनं उत्तर दिलं.

"ओऽ! पण तुम्ही एक निवडली पाहिजे! जी कोणी तुमच्या मनात भरेल, ती आम्ही तुम्हाला भेट म्हणून देऊन टाकू! आणि म्हणत असाल तर सगळ्यासुद्धा!"

लालजीनं हे मुकाट्यानं ऐकून घेतलं. "आपल्या औदार्याची मी कदर करतो महाराज, पण –" तो किंचित स्मित करत म्हणाला, "पण मला वाटतं या वेळी

मी ही संधी सोडून देतो!''

महाराजांना मजा वाटली असावी तसं त्यांनी लालजीकडे पाहिलं. ''माझी निराशा केली तुम्ही लालजी. बायका आवडणारा पुरुष वाटता तुम्ही, जो सुंदर बाई बघून उद्दीपित होतो, आणि बायकांनाही ज्या पुरुषाचा मोह पडतो असेही! आणि विश्वास ठेवा माझ्यावर की, या सगळ्याच अगदी उत्तम आहेत – मी सगळ्यांचा अनुभव घेतलेला आहे!''

आता मात्र लालजीला खरंच हसायला आलं.

तेवढ्यात ते मगाशी लालजीनं बघितलेलं शानदार इंग्रज जोडपं त्यांच्याजवळून गेलं. लालजीची त्या स्त्रीवर रेंगाळलेली नजर महाराजा बघत होते.

''ओहो! आता कळलं! तुमची आवड उच्च दर्जाची आहे तर!'' त्यांनी कौतुकानं म्हटलं. ''लॉर्ड एडवर्ड आणि अतिशय मोहक लेडी सॅरा हॅमिल्टन. लॉर्ड एडवर्डच्या कुटुंबाची हिंदुस्थानातली ही तिसरी पिढी आहे; अलीकडेच कमिशनर म्हणून बॉम्बेला नेमणूक झालीय. आणि ती – दुर्दैवानं मीसुद्धा तुम्हाला ती मिळवून देऊ शकत नाही. केवळ ती व्हॉइसरॉयची पुतणी आहे म्हणून नव्हे, पण ती विवाहित स्त्री आहे आणि सुखी आहे!''

''तुम्हाला सुधारणं अशक्य आहे महाराज!'' लालजी हसून म्हणाला.

''महाराज नाही!'' महाराज मध्येच म्हणाले, ''जय.'' माझे मित्र मला जय म्हणतात.

***

दुसऱ्या दिवशी सकाळी लवकर ते शिकारीसाठी निघाले. ऑक्टोबरचा स्वच्छ दिवस होता. साधारणपणे महाराज त्यांच्या पाहुण्यांना जंगलातल्या त्या भागात घेऊन येत असत, जिथे शिकार मिळण्यासारखे खूप प्राणी होते. अशासाठी, की कुठल्याही पाहुण्याचा शिकार मिळाली नाही म्हणून विरस होऊ नये.

एका झाडावर एक चांगले मजबूत मचाण तयार केलेलं होतं. जमिनीपासून ते पुरेशा उंचीवर होतं – म्हणजे शिकाऱ्यांना जनावर दिसेल, पण ते स्वत: त्याच्या हल्ल्यापासून बचावतील. मचाण अगदी खूपच आरामशीर केलेलं होतं – म्हणजे पायाखाली सतरंज्या, बसायला उशा असलेल्या खुर्च्या! मचाणाच्या समोर योग्य त्या अंतरावर भक्ष्य म्हणून एक बकरी बांधलेली होती. बिबट्या त्या बकरीला बघून, भोवतालून जरा मोकळ्या केलेल्या त्या जागेत शिरला, की त्याला तिथून निसटू शकायला फारशी संधी नसे.

लालजीला वाटत होतं की, जयचा मित्र करणही येणार असेल का? काल रात्री राजवाड्यावरही आत्तापर्यंत झालेल्या शिकाऱ्यांपैकी एक सर्वोत्तम शिकारी म्हणून

कोणीतरी त्याचा उल्लेख केला होता. महाराजांच्या विश्वासू सल्लागाराला बहादूर सिंगला त्यानं सहज विचारल्यासारखं विचारलं, "करण सिंगजी येणार आहेत आपल्याबरोबर?"

त्या वृद्ध दरबारी माणसाच्या चेहऱ्यावर धक्का बसल्यासारखा भाव आला. "जनाबजी करण सिंगजींचं नाव कसं ऐकलं?" त्यानं विचारलं.

लालजी घुटमळला मग सावधपणे म्हणाला, "महाराज एकदा म्हणाले होते, की मला बघून त्यांना करणची आठवण येते. आणि काल रात्री मी कोणालातरी बोलताना ऐकलं की, ते सर्वोत्तम शिकारी होते –"

त्या माणसाच्या चेहऱ्यावर मृदू भाव आला. "हां, तसे तर ते होतेच!" तो म्हणाला, "सर्वांत उत्तम!"

"होते? मग? त्यांनी शिकार करण्याचं सोडून दिलंय का?"

बहादूर सिंग एक सुस्कारा टाकत म्हणाला, "बऱ्याच वर्षांपूर्वी शिकारीच्या वेळी झालेल्या एका दुर्दैवी अपघातात करण सिंगजी मारले गेले." एक विचित्र मूक भाव त्यांच्या चेहऱ्यावर आला. काय बोलावं न समजून जरा हादरलेला लालजी स्वत:ला सावरायला दुसऱ्या बाजूला वळला.

शिकारी मंडळी मचाणावर श्वास रोखून वाट बघत होती आणि अनुभवी शिकारी ओझरत्या दिसणाऱ्या प्राण्यांकडे आजूबाजूच्या झाडीत बोटं दाखवत होते, कारण हिंदुस्थानातल्या जंगलांमधले प्राणी प्रचंड आफ्रिकन साव्हानासारखे सहज दिसत नाहीत. (साव्हाना – वृक्षहीन मैदान)

मंडळी बराच वेळ वाट बघत राहिली आणि बिबट्या दिसेल का नाही, असं त्यांना वाटू लागलं, तेवढ्यात खालच्या झुडुपांमध्ये हालचाल ऐकू आली. मग एकाएकी कुठून कोण जाणे, तो अत्यंत देखणा प्राणी बाहेर निघाला आणि त्यांच्या नजरेच्या टप्प्यात आला. त्यांना अपेक्षा होती तसा तो बिबट्या नव्हता, पण या प्रदेशात क्वचितच दिसणारा वाघ होता. तो शानदार भव्य प्राणी त्या दुर्दैवी बकऱ्यावर नजर खिळवून त्याच्याकडे बघत दबक्या पावलांनी पुढे जात होता. बकरा भेदरून बें-बें करत होता. थोड्या अंतरावर पोचल्यावर ते मोठं जनावर जरा थांबलं आणि त्यानं जरा साशंकतेनं भोवताली बघितलं. इतक्या सहजासहजी मिळणाऱ्या भक्ष्याबद्दल त्याला उपजत शंका येत होती.

लालजी संमोहन झाल्यासारखा झाला होता. मचाणापासून पन्नास फुटांपेक्षा कमी अंतरावर समोर वाघ उभा दिसणं हे अशक्य वाटणारं दृश्य होतं. लालजी त्याच्याकडे बघण्यात एवढा गुंग होऊन गेला की, तो गोळी मारायचं विसरूनच गेला. वाघ मधल्या मोकळ्या जागेच्या मध्याच्या जवळ आला होता.

"मारा गोळी," जयसिंग कुजबुजले, "तुमची शिकार आहे ही." लालजी

घुटमळला तेव्हा ते पुन्हा म्हणाले, "कशाची वाट बघताय? घाला लवकर गोळी, तो नाहीसा व्हायच्या आत, नाहीतर हातचा जाईल आपल्या."

लालजीचं मन द्विधा झालं. इथं मचाणावर सुरक्षित बसून, या अत्यंत देखण्या जनावराला फसवून, कधी परत जाता येणार नाही अशा ठिकाणी आणून मारायचं, हा फार मोठा खेळ का समजला जातो? मनात उठलेल्या या प्रश्नानं तो जणू पक्षाघात झाल्यासारखा झाला. "नाही!" तो अगदी हळू पुटपुटला.

जय सिंगांनी अविश्वासानं त्याच्याकडे बघितलं. "घाला ना गोळी – घाला! फार उशीर होईल नाहीतर!"

तेव्हाच बकरा पुन्हा बेंबटायला लागला. मनातून येणारी त्या उमद्या प्राण्याला मारण्याची अनिच्छा आणि त्या भेदरलेल्या बकऱ्याला वाचवण्याची इच्छा, यांच्या कातरीत तो सापडला. हातातली रायफल त्यानं खांद्यावर सांगितलं गेलं होतं तशी नीट बसवली, व्यवस्थित नेम धरला आणि गोळी मारली.

वाघाच्या पोटात ती गोळी घुसली तसा थरथरत तो वाघ मागे सरकला. त्याच्या पट्ट्या-पट्ट्याच्या चामड्यावर रक्त पसरलं आणि वेदनेनं मोठ्यानं गरजत तो निष्प्राण होऊन खाली पडला.

जयनं त्याच्या पाठीवर शाबासकी दिली. "उत्तम नेम लालजी! तुम्ही तर अगदी उपजत शिकारी आहात!"

कितीतरी क्षण लालजी तिथे अगदी स्तब्ध बसून राहिला, त्याच्या होत असलेल्या स्तुतीकडे त्याचं लक्षच नव्हतं, मनातलं वादळ शमत नव्हतं. या शिकारीची त्यानं उत्सुकतेनं वाट बघितली होती, पण खरं असं होतं, की काय होतं हे त्याला बरोबर माहीतच नव्हतं. ही पहिलीच वेळ होती जेव्हा त्यानं एक जीव घेतला होता – स्वत:चं रक्षण करण्यासाठी नाही, मारून खाण्यासाठी नाही, काही चांगल्या कारणासाठीही नाही. शिकारीची ही त्याची पहिली जीत होती आणि मनोमन त्याला समजलं की, ती शेवटचीच असेल!

हळूहळू तो मचाणावरून खाली उतरला.

३०

शिकारीच्या कार्यक्रमाहून परत आल्या आल्या लालजीला बातमी समजली की, त्याचा मामेभाऊ शाबू याच्या सर्वांत धाकट्या मुलाचं लग्न नवरात्रीच्या सुमारास होतं. शाबूनं निरोप पाठवला होता की, लालजी लग्नासाठी आला तर शाबूला तो स्वत:चा मान वाटेल. त्या वर्षी जूनमध्ये राजीच्या लग्नाला शाबूला येता आलं नव्हतं, तरीही लालजीला वाटलं की, त्यानं गेलं पाहिजे. त्याच्याकडे आता पैसा आणि मानमरातब असला, तरी लालजीला कोणीही कधीही असं म्हणायला नको होतं की, ज्यांच्याबरोबर तो वाढला, त्यांच्याशी संबंध ठेवायला आता तो फार बडा झाला होता.

त्यानं त्याच्या त्या भव्य हवेलीकडे बघितलं आणि काला डुंगरच्या पायथ्याच्या सावलीत वारा वाहत असायचा त्या जागेत असलेलं त्याच्या आईवडिलांचं छोटंसं घर आठवून उदास वाटलं. कितीतरी वर्षांमध्ये लालजी कच्छला गेला नव्हता. त्याची मुळं जिथे होती तिथे पुन्हा एकदा जाऊन यायला हवं होतं. दूर निघून गेलेला माणूस आयुष्याचा अन्वयार्थ विसरू शकतो. सर्व कुटुंबीयांना पुन्हा एकदा भेटलं तर बरं वाटेल, आणि कोणी सांगावं, त्याच्या नशिबात असेल, तर कधी न दिसणारी रेश्माही दिसेल.

लालजीनं सहकुटुंब जायचं ठरवलं. सकीना आणि त्याच्या तीन अविवाहित मुली, तसंच राजी आणि सुलतान, त्यांनीही यायचं कबूल केलं. जिथपर्यंत रूळ घालून झाले होते, तिथपर्यंत आगगाडीनं आणि मग रस्त्यानं जायचं ठरलं. प्रथम मांडवीला सकीनाच्या चुलत आजेबांना – जुसुब धानींना भेटायला, मग सिद्धपूरला मुन्नी आणि गुल्लूला भेटायला आणि मग शेवटी गोघाला लग्नासाठी. त्यांचे वडील जिथं जन्मले ते खेडं आणि जिथे ते मोठे होईपर्यंत वाढले ते घर त्याच्या मुली प्रथमच बघणार होत्या.

***

लग्नघरी खूप धमाल होती. शाबूनं प्रेमानं त्यांचं स्वागत केलं. लालजीनं सर्व कुटुंबाला घेऊन येण्याचा त्रास घेतला, याचा त्याला आनंद झाला. एकमेकांना प्रथमच भेटण्याची त्यांच्या मुलांनाही खूप मजा वाटली.

झरीना आणि शिरीन आता मोठ्या झाल्या होत्या. इथं खेड्यात तर या वयाला त्यांची लग्नं होऊन एव्हाना मुलंही झाली असती. परंतु लालजीची तीव्र इच्छा होती की, त्याच्या मुली संसाराला लागण्यापूर्वी त्यांचं थोडंतरी शिक्षण झालेलं असलं पाहिजे, त्यामुळे त्यांची लवकर लग्नं करायची त्याची इच्छा नव्हती. त्याच्या शिकलेल्या मुलींना इकडे आतल्या भागातल्या खेड्यांमध्ये योग्य तसे वर मिळण्याची शक्यता नव्हती, आणि त्यांना इकडे आणण्यात त्याचा तसा हेतूही नव्हता.

परंतु झालं असं की, विवाहसमारंभात लालजीला हशीम जेठा भेटला. लालजी आणि रेश्मा गुहेत गेले होते, तेव्हा रेश्माचं त्याच्याशी नुकतंच लग्न ठरवण्यात आलं होतं. आणि त्या प्रसंगानंतर ते मोडलं होतं.

त्याला आता बरीच वर्षं लोटली होती. दोन्ही कुटुंबांचे संबंध आता पुन्हा चांगले झाले होते; इतके, की शाबूनं भुजमध्ये जो एकदा त्याचा मेव्हणा होणार होता त्याच हशीम जेठाबरोबर भागीदारीत एक लहानसा धंदाही सुरू केला होता.

हशीम जेठा तरुणपणी जितका उत्तम लायकीचा आणि देखणा दिसायचा तसाच दिसणारा त्याचा रेहान नावाचा मुलगा होता आणि हशीम त्याच्या या मुलासाठी सुंदर आणि आधुनिक वातावरणात वाढलेली मुलगी शोधत होता. रेहान आणि त्याचा धाकटा भाऊ नझीम लवकरच कुटुंबाचा मुंबईतला धंदा सांभाळायला तिथे राहायला जाणार होता, त्यामुळे त्या शहरात आनंदाने राहणं जिला जमेल अशी मुलगी त्यांना हवी होती.

पीठीच्या वेळी (हळद लावण्याचा समारंभ) रेहानच्या आईने जेव्हा झरीनाला बघितली तेव्हा तिला ती खूपच आवडली. शांत स्वभावाची, उत्तम वागणूक असलेली झरीना सुंदर तर होतीच, पण ती लालजी लखाची मुलगी होती आणि त्याच्या जमातीत हे कुटुंब सर्वांत प्रतिष्ठित होतं. लालजी या मागणीचा स्वीकार करेल की नाही, हाच प्रश्न होता. कारण तिचा मुलगा सर्वार्थानं योग्य वर असला, तरी त्यांचं कुटुंब, लालजी लखाची प्रतिष्ठा आणि संपत्तीच्या जवळपासही जाणारं नव्हतं. तरीही मागणी घालून बघायचा निश्चय करून ती लगेच तिच्या नवऱ्याशी बोलली. त्यांच्या जमातीत लग्नाची बोलणी करणाऱ्या वृद्ध झावरमावशींना त्यांनी झरीनासाठी मागणीबद्दल विचारायचं काम सोपवलं.

लग्नाच्या एका कार्यक्रमात रेहान लालजीला भेटला होता आणि त्याला तो छान मुलगा वाटला होता. बानूनं जेव्हा लालजीला विचारलं, तेव्हा त्यानं बारकाईनं चौकशी केली. बानूनं त्याला सांगितलं की, कुटुंब उत्तम होतं, त्यांची सांपत्तिक

स्थितीही चांगली होती. त्यांचा व्यापार त्यांनी वाढवला होता आणि मुंबईत नव्यानंच तेलाची गिरणी काढली होती. मुलगा हुशार आणि कष्टाळू तर होताच, पण चांगला शिकलेलाही होता. महत्त्वाचं म्हणजे स्वभावानं अतिशय चांगला होता.

लालजीला पैशाचं इतकं महत्त्व वाटत नव्हतं, जितकं मुलगा कसा आहे याचं वाटत होतं. चांगली माणसं सापडणं सोपं नसतं, हे समजण्याइतके उन्हाळे-पावसाळे तो बघून चुकला होता! त्यामुळे ही मागणी आली, तेव्हा त्यानं आणि सकीनानं त्याबद्दल गंभीरपणे विचार करून होकार द्यायचं ठरवलं. लग्नसमारंभातल्या उल्हासात त्यामुळे आणखी भर पडली.

एका खोलीत बायकांचे काही समारंभ चालू होते. त्या खोलीच्या दारातून रेहानला झरीना दिसला. इतक्या सुंदर मुलीशी लग्न होणार याचा त्याला खूप आनंद झाला होता. तसाच झरीनालाही जाता-येता तो ओझरता दिसला होता आणि त्याचं राजबिंड रूप आणि त्याच्याबद्दल ऐकलेली सगळी चांगली माहिती यांनी तिच्यावरही चांगली छाप पाडली होती.

लग्नाची धमाल आणि झरीनाचं लग्न ठरल्याची अनपेक्षित आनंदाची घटना, हे सगळं होऊनही लालजीला मनातून अजूनही एक पोकळी जाणवत होती, कारण इथे येऊन कितीतरी दिवस झाले होते, तरी त्याला रेश्मा अजून दिसली नव्हती. त्याला खातरी वाटली होती की, ती इथे असेलच. कशी नसणार? तिच्या भावाच्या मुलाचंच लग्न होतं. तिला बघण्याच्या त्याच्या इच्छेबद्दल त्यालाच इतकं अवघडल्यासारखं वाटत होतं की, सरळ कोणालातरी विचारायचा धीरच होत नव्हता; कारण तशी चौकशी करणं शोभून दिसलं नसतं.

लग्नसमारंभ संपत आला होता. मोठ्या मांडवात बरीच मंडळी इकडून तिकडे करत होती, त्यांच्यातच लालजी उभा होता – तेव्हा मांडवाच्या दुसऱ्या बाजूला ती दिसली. आश्चर्य म्हणजे त्याला ती दिसली त्याच क्षणी तिनंही वर बघितलं आणि भरल्या मांडवात नेमका त्याचाच चेहरा तिला दिसला, क्षणभर जणू मांडवात दुसरं कोणीही नव्हतं; ती दोघंच होती – दोघांच्या मध्ये प्रचंड अंतर होतं!

तिच्या दिशेनं जाण्याचा लालजीनं विचारही करण्याच्या आतच रेश्मा पाठीमागे वळून दिसेनाशी झाली. एका अविचारी क्षणी त्याला वाटलं की, हाक मारून तिला थांबवावं. मग तो क्षण गेला. तो काही मिनिटं तिथेच उभा राहिला. डोकं गरगरत होतं. मग तो इतर पाहुण्यांमध्ये मिसळला आणि इकडच्या तिकडच्या गप्पा मारू लागला.

तेवढ्यात एक शीतल हात त्याच्या हातावर ठेवला गेला. ओळखीचा आवाज विचारताना ऐकू आला – "बरं वाटतंय ना?" सकीना होती. तो तिच्याकडे वळला आणि तो अगदी बरा आहे, असं हलक्या आवाजात सांगणार, तेवढ्यात छान

प्रफुल्ल आवाजात ती म्हणाली, "बघा मला कोण सापडलीये – तुमची मामेबहीण रेश्मा, तुम्ही खूप वर्षांत भेटला नाही आहात!"

तिच्या अनुपम सौंदर्यानं पुन्हा एकदा स्तिमित होऊन लालजी वाचा बसल्यासारखा रेश्माकडे बघत राहिला. तारुण्याच्या निष्पाप काळात त्यानं तिच्यावर अमाप प्रेम केलं होतं, जे तिचं सौंदर्य आणि गुण यांवर अवलंबून नव्हतं, ते केवळ प्रेम सोडून काहीच नव्हतं.

सकीनानं त्याचा हात दाबला तसा तो चमकून भानावर आला, मग काहीतरी इकडचं तिकडचं हलक्या आवाजात बोलला आणि रेश्मानंही त्याच्या बोलण्याला तितकीच वर-वरची उत्तरं दिली. जणूकाही दोघंही या संभाषणाबद्दल आपण किती उदासीन आहोत, हे दाखवायचा प्रयत्न करत होती. लालजीकडे बघणाऱ्या रेश्माच्या डोळ्यात एक अकळ भाव होता. मग लगेच तिनं दुसरीकडे बघितलं. काहीतरी बोलण्यासाठी तिनं तोंड जरासं उघडलं, पण मग तिनं विचार बदलला. लालजीनं पुन्हा एकदा मनोमन तिच्याबद्दलची आसक्ती अनुभवली. त्याला ती हवी होती, आणि त्या क्षणी त्याला जाणवलं की, ती त्याची होईपर्यंत त्याला चैन पडणार नाही.

त्या थोडक्याच क्षणांचा अवघडलेपणा लग्नाच्या गडबडीत कोणाच्याच लक्षात आला नाही किंवा लालजीला तसं वाटलं. पण नंतर परत जाण्यासाठी सामान बांधत असताना लालजी खूप दचकला इतक्या शांतपणे सकीना म्हणाली, "जिच्यावर तुम्ही नेहमी प्रेम करत आलात, ती – ती आहे, होय ना?"

लालजी काहीच बोलला नाही. सकीनाला सामान आवरायला सोडून तो त्याच्या जुन्या गावात एकदा शेवटचं फिरून यायला बाहेर पडला, कारण तो पुन्हा कधी इकडे येईल हे सांगणं अवघड होतं.

***

खेड्यात इकडेतिकडे हिंडत असताना एका ठिकाणी शेकोटीच्या भोवती बसलेले काही लोक त्याला दिसले. ते या भागात राहणाऱ्या एका योगी पुरुषाबद्दल बोलत होते, ज्यांच्याकडे रोग बरा करण्याची चमत्कार वाटेल अशी शक्ती होती आणि भविष्य सांगण्याचीही. लालजी खिळून तिथे उभा राहिला, आणि आजारी किंवा मृत्युशय्येवर असणाऱ्या माणसांचे शरीराचे व मनाचेही रोग त्यांनी कसे बरे केले होते, याबद्दलच्या कथा आणि त्यांनी सांगितलेल्या आश्चर्य वाटेल इतक्या खऱ्या ठरलेल्या भाकितांबद्दलच्या गोष्टी ऐकत राहिला. त्याला खूप आकर्षण वाटून भुरळ पडली. कारण तोही या प्राचीन भूमीतलाच मनुष्य होता आणि गूढ गोष्टींवरची श्रद्धा त्याच्याही मनात खोलवर रुजलेली होती. त्याला वाटलं, हे फकीर किंवा योगी – त्याच्या मनातून काही केल्या जात नसलेल्या एका प्रश्नाचं उत्तर देऊ शकतील?

की, 'त्याला, लालजी लखाला कधीतरी एक मुलगा होईल का?'

लोक उठून पांगू लागले. त्यांच्यातला जो एक बोलत होता, त्याच्याकडे जाऊन लालजीनं विचारलं, "तुम्ही मला त्या योगी पुरुषाकडे घेऊन जाल?" त्या माणसानं मानेनं होकार दिला.

खूप लांब, थकवून टाकणारी वाट होती. लालजीच्या लक्षात आलं की, वर्षं गेली तसा आणि आरामशीर आयुष्यानं तो जरा ढिला झाला होता. ते दोघं मुकाट्यानं चालत राहिले आणि दुपार होता होता रानातल्या मधल्या मोकळ्या जागी पोचले. त्यानं सभोवती बघितलं, तेव्हा लालजीला लहान टेकडीवर दगडांनी बांधलेलं एक जुनं देऊळ दिसलं. या जागेत त्याला काहीतरी ओळखीचं वाटत होतं, पण नेमकं काय, ते त्याच्या लक्षात येत नव्हतं.

ते दोघं वर पोचले तेव्हा त्यांना आणखीही काही जण झाडांच्या विरळ सावलीत वाट बघताना दिसले. तेवढ्यात कुजबुज सुरू झाली – "येतायत ते!" हवेत उत्तेजना आणि पालवलेल्या आशा होत्या. लालजीही उत्सुकतेनं एवढी श्रद्धा निर्माण करणाऱ्या योगी पुरुषाचं दर्शन व्हावं म्हणून पुढे सरकला.

उतारावरून वर चढत एक वृद्ध व्यक्ती येत होती. त्यांनी साधं पांढरं धोतर घातलं होतं, गळ्यात रुद्राक्षांची माळ होती. लांब दाढी छातीवर रुळत होती आणि पांढऱ्या केसांच्या बटा खांद्यांवर रुळत होत्या. इतक्या दुरूनही त्यांच्या दर्शनानं त्यांच्याबद्दल ओढ वाटत होती. त्यांच्या चेहऱ्याभोवती तेजोवलय असावं असं भासत होतं. असं वाटत होतं, जणू त्यांच्या दर्शनानंच माणसाच्या मनावरचं ओझं कमी होत होतं. लालजीला असा अनुभव कधीच आला नव्हता.

तिथे जमलेल्या सर्वांकडे बघून त्यांनी मानेनं अभिवादन केलं. सर्वांनाच आशीर्वाद मिळाल्यासारखं वाटलं, प्रत्येकाला आपण कोणी विशेष आहोत असं वाटलं. ते लालजीच्या जवळून गेले तेव्हा मृदू स्मित करत म्हणाले, "तू आलास म्हणायचा!"

लालजीला आश्चर्य वाटलं. त्यांना ठाऊक होतं तो येणार होता?

योगीजी मंदिरात गेले. लालजी व इतर सर्व बाहेर थांबले.

योगीजी बाहेर आले तेव्हा इतर बरेच लोक भोवताली होते तरी ते सरळ त्याच्याकडेच बघत आहेत, असं लालजीला वाटलं. त्या क्षणीच त्याला एका खूप तरुण साधूची मूर्ती डोळ्यांसमोर दिसली. मानेपर्यंत लांब काळे केस, पांढरे कपडे, गळ्यात रुद्राक्षांची माळ असलेले ते साधू एका छोट्या सहा वर्षांच्या मुलाकडे बघत होते – इतकं कसं त्याच्या लक्षात नव्हतं आलं?

लालजीनं हात जोडले आणि लवून नमस्कार केला.

वृद्ध योगीजींनी त्याच्याकडे बघून स्मित केलं आणि मृदू आवाजात म्हणाले, "मला माहीत होतं तू येशील." मग लालजीभोवती एक हात टाकून ते म्हणाले,

"चल, चालू या आपण बरोबर."

खाली उतरून ते जंगलातल्या त्या ओढ्याकडे गेले, जिथे खूप वर्षांपूर्वी याच साधू पुरुषानं त्या छोट्याशा हरवलेल्या लहान मुलाला अंघोळ घातली होती. आता लालजीकडे बघत त्यांनी संथपणे नकारार्थी मान हालवली. "ते होऊ शकणार नाही. तसं भाग्यलिखित नाही."

लालजी चमकून थक्क झाला, "पण योगीजी? मी माझा प्रश्न अजून विचारलाही नाहीये!"

साधू एका खडकावर त्याच्या जवळ बसले आणि त्यांनी विचारलं, "मुलगाच कशाला?"

"माणसाचं नाव त्याच्यानंतर राहायलाच पाहिजे."

"इतिहासातले सर्व थोर पुरुष – संत, तत्त्वज्ञ, विद्वान, शिक्षक, सम्राट, विजेते – आपल्याला त्यांची नावं आठवतात का त्यांच्या मुलांची?"

क्षणभर शांतता. मग लालजी म्हणाला, "मी जे एवढं काम उभं केलं आहे, इतकी संपत्ती निर्माण केली आहे त्याचं काय? ती मी कोणाला देऊ?"

योगी किंचित हसून म्हणाले, "गरीब लोक असतातच नेहमी तू असतोस तिथे!"

"मी फक्त एक मुलगाच मागतोय," लालजी विनवणी करत म्हणाला, "मला माहीत आहे मला एवढा एक वर देण्याची शक्ती तुमच्याजवळ आहे."

"तुझ्या कर्मात ते नाहीये बाळ," साधू हळुवारपणे म्हणाले, "तुझ्या प्रारब्धात ते लिहिलेलं नाही."

"तर मग बदला ते लिहिलेलं!" आवेगानं लालजी म्हणाला. "मला सांगा मी काय केलं पाहिजे – सत्कृत्यं, दानधर्म, तपश्चर्या – मी काहीही करायला तयार आहे!"

"सर्व गोष्टी विकत घेता येत नाहीत. सर्व गोष्टींची किंमत नसते."

"मनुष्य आपलं नशीब बदलू शकत नाही?"

साधूंनी डोळे मिटले, उत्तर दिलं – 'नाही'. बराच वेळ शांतता होती.

मग आनंदस्वामींनी डोळे उघडून लालजीकडे बघितलं. "शांत मनानं घरी जा बेटा. तू जे मागशील ते विचारपूर्वक मागत जा, नाहीतर तुझ्या प्रारब्धात नसतानाही ते तुला दिलं जाईल, असंही होईल!"

३१

कच्छमधून परत आल्याबरोबर लालजीच्या कुटुंबानं त्यांच्या महाबळेश्वरमध्ये सुट्टीत राहण्यासाठी बांधलेल्या घरी दिवाळीच्या सुट्टीसाठी जाण्याची तयारी सुरू केली. मुंबईच्या दक्षिणेला सह्याद्री पर्वतांमध्ये महाबळेश्वर हे सुंदर थंड हवेचं ठिकाण आहे. या सुट्टीचा सगळ्यांनाच खूप उत्साह असे. तिथल्या माळ्याकडून घर उघडून घेऊन साफसफाई करून घेण्यासाठी नोकरांना पुढे पाठवण्यात येई. त्यांच्याबरोबर बैलगाड्या भरभरून किराणा माल व इतर सामान, बकऱ्या, कोंबड्या, दुधासाठी म्हशी, घोडेसवारी करण्यासाठी त्यांचे स्वत:चे घोडे, सर्व मिळून मोठा लवाजमा हळूहळू डोंगरांमधले घाट चढून जात असे.

ही दिवाळी खास असणार होती, कारण झरीनाचं लग्न या वर्षाअखेर होणार होतं, त्या आधीची ही त्यांची शेवटची एकत्र सुट्टी असणार होती.

डोंगरातल्या थंड हवेच्या त्या ठिकाणी सगळं काही संथ गतीनं चालत असे. लालजी आणि घरातली सगळीच आरामात रमतगमत फिरायला जाणं, घोड्यावरून रपेट करणं सगळं हळूहळू करत असत. हवा खूप छान शीतल होती, एकाएकी पाऊस पडला की, आणखी गार व्हायची. व्हरांड्यात वेताच्या बैठका असलेल्या खुर्च्यांवर बसून सगळी सुस्तावलेल्या आळसात दिवस घालवत असत. त्या खुर्च्यांच्या लांब करता येणाऱ्या हातांवर पाय लांब करून पसरत असत. आंब्यावर येणाऱ्या मोठ्या माशा हाकलता हाकलता एकीकडे फिरत फिरत जाणाऱ्या जादूगारांचे जादूचे खेळ किंवा माकडांचे खेळ बघत बसत. एखाद्या सकाळी जंगलातले आदिवासी मधमाशांसकटची मधानं भरलेली पोळी घेऊन येत असत आणि चावणाऱ्या मधमाशांना न जुमानता पोळ्यांमधला मध त्यांच्यासमोर पिळून काढून देत असत. कधीकधी सोलर हॅट घातलेला एखादा चिनी माणूस त्याच्या मजबूत सायकलवरून, अशा सुट्टीत राहायला येणाऱ्यांच्या घरी नाजूक भरतकाम केलेलं निळ्या आणि पांढऱ्या रंगाचं लिनन (चादरी, अभ्रे, टेबलक्लॉथ इ.) चीनहून घेऊन येत असे आणि

घरातली मंडळी ते बघून विचक्षणा करत असत. संध्याकाळी सगळे जण बाजारात फेरफटका मारून येत असत, आणि अंधारून यायला लागलं, की फुलबाज्यांसारखे चमकणारे काजवे बघत राहत. एकीकडे नोकर कंदील लावत असत आणि पलंगांच्या खाली एखादा साप किंवा इतर तसाच कुठला आगंतुक पाहुणा रात्री आसरा घ्यायला आलेला नाही ना, याची खातरी करून घेऊन मग मच्छरदाण्या लावून टाकत असत. मग लाकडं घालून छान शेकोटी पेटवली जात आणि रात्रीची जेवणं झाल्यावर थोडा वेळ गप्पागोष्टी करायला आणि ऊब यायला सगळे जण त्या शेकोटीभोवती बसत. शेकोटीच्या उजेडात चमकणाऱ्या चेहऱ्यांनी, डोळे विस्फारून मुलं मोठ्या माणसांनी सांगितलेल्या जुन्या काळच्या गोष्टी ऐकत बसत.

***

लालजी सकाळची घोड्यावरून रपेट करायला बाहेर पडला होता, तेव्हा खूप वेगानं मागून येणाऱ्या घोड्याच्या टापा त्याला ऐकू आल्या. त्यानं चटदिशी त्याचा घोडा एका बाजूला घेतला आणि त्या येणाऱ्या व्यक्तीला पुढे जाऊ दिलं. त्याला खूप उमदा, काळसर तांबूस रंगाचा, लांब पांढरी आयाळ असलेला घोडा ओझरता, वेगानं जाताना दिसला. घोड्यावर अगदी व्यवस्थित पकड असलेली, लांब कोट घातलेली व्यक्ती होती.

वाऱ्यानं त्या कोटाची अंगचीच डोक्यावरची टोपी निघून पाठीवर पडली तेव्हा लालजीला हे बघून आश्चर्य वाटलं, की ती व्यक्ती एक गोरी स्त्री होती. तिचा चेहरा सकाळच्या त्या रपेटीनं डवरून लाल झाला होता, वाऱ्यानं सुटून गेलेले सोनेरी पिंगट केस वाऱ्यावर उडत होते. त्याच्याकडे जेमतेम ओझरती नजर टाकून ती पुढे गेली आणि काही सेकंदांमध्ये दिसेनाशी झाली.

तिच्याबरोबर येत असणारा दुसरा कोणी घोडेस्वार तसाच जोरात येऊन पुढे जाईल, या अपेक्षेनं लालजी काही क्षण थांबला, पण कोणीच आलं नाही. तेव्हा तो त्याच्या धिम्या गतीनं पुढे जाऊ लागला.

तो जेमतेम दोनशे यार्ड पुढे गेला असेल तेवढ्यात कोणीतरी ओरडलेलं त्याला ऐकू आलं. लालजी जरा वेगानं पुढे गेला, आणि रस्त्यातल्या वळणावर जरा पुढे त्याला तो तपकिरी घोडा दिसला, पण वर बसलेली व्यक्ती नव्हती! तो आणखी जवळ गेल्यावर रस्त्याकडेच्या घाणेरीच्या झुडुपांमागून त्याला कण्हण्याचा आवाज आला.

लालजीनं ती झुडुपं हातांनी जरा दूर करून बघितलं. तिथं जमिनीवर ती इंग्रज स्त्री बसली होती आणि तिचा दुखावलेला घोटा चोळत होती. चेहरा वेदनाग्रस्त होता. लालजी मग घोड्यावरून उतरला आणि चालत तिच्या दिशेनं गेला. जवळ गेल्यावर त्यानं चाल मंद केली. त्यानं तिला लगेच ओळखलं, पण त्याच्या लक्षात

आलं की, ती त्याला ओळखणार नाही.

"मी हात देऊ तुम्हाला उठायला?" लालजीनं विचारलं.

त्या स्त्रीनं त्याला येताना ऐकलं नव्हतं, त्यामुळे तिनं दचकून वर बघितलं. ती जरा घुटमळली आणि म्हणाली, "मला वाटतं मला भान राहिलं नाही! सकाळ इतकी छान होती ना!" तिनं पाय हलवायचा प्रयत्न केला आणि तोंड वाकडं झालं. "मला वाटतं काहीतरी साप किंवा बिबट्या बघून तो बिथरला असेल म्हणून एकदम पुढचे पाय खूप उंच केले असावेत," ती म्हणाली, "असं पूर्वी कधीच केलं नाहीये त्यानं."

ती आपली आपली उभी व्हायचा प्रयत्न करत होती, ते लालजी बघत होता. त्या दिवशी जय सिंगच्या राजवाड्यातल्या शानदार संध्याकाळी बघितलेली आठवत होती, तितकीच खरोखर सुरेख होती ती.

बरेचदा प्रयत्न केल्यावर जेव्हा तिच्या लक्षात आलं की, आपलं आपलं उठायला गेलं तर तिला खूपच दुखत होतं, तेव्हा तिनं परिस्थिती स्वीकारून लालजीनं पुढे केलेला हात पकडला. "मला वाटत होतं थोडा लचकलाय फक्त, पण जरा जास्तच लागलेलं दिसतंय."

लालजीच्या मदतीनं ती उठून उभी राहिली, पण दुखावलेल्या घोट्यावर अंगाचं वजन पडल्याबरोबर परत दुखलं. तिनं थोडी पावलं चालायचा प्रयत्न केला, पण हे उघड दिसत होतं की, मदत न घेता तिला चालता किंवा तिच्या घोड्यावर नुसतं बसताही येणार नव्हतं; घोड्यावरून जाणं तर लांबच राहिलं.

"तुम्ही परवानगी दिलीत, तर मी आनंदानं माझ्या घोड्यावरून तुम्हाला घरी पोचवेन. तुमच्या घोड्याला वेसण बांधू या, म्हणजे त्याला आपल्याबरोबर नेता येईल."

त्या अनोळखी माणसाकडे त्याचा अंदाज घेण्यासाठी तिनं एक नजर टाकली. हिंदुस्थानात आल्यानंतर बराच काळ ती युनायटेड प्रॉव्हिन्सेसमध्ये (आताचा उत्तर प्रदेश) राहिली होती आणि तिथे स्थानिक देशी लोकांशी तिचा संबंध वेगवेगळी कामं करणारे नोकर म्हणूनच आला होता – किंवा मग एखाद्या राजाला किंवा नबाबाला ती व तिचा नवरा भेटत असत. हा मनुष्य या दोन्हीपैकी कोणत्याच प्रकारात बसत नव्हता.

तिनं बघितलं की, तो उत्तम इंग्लिश बोलत होता आणि सभ्य गृहस्थासारखा वागत होता. तिच्या हेही लक्षात आलं की, तो खूपच देखणाही होता. तिच्या असं लक्षात येण्यानं ती एकदम लाल झाली आणि तिनं तोंड वळवलं.

मग स्मित करत ती म्हणाली, "हा खूपच चांगुलपणा आहे तुमचा, खूप बरं पडेल ते."

लालजीनं त्याचा मफलर काढून त्या दुखावलेल्या घोट्याला बँडेज बांधलं. तिला दुखलं, पण मग आधार मिळाल्यानं बरं वाटलं. मग त्यानं सफाईदारपणे एका

झटक्यात तिला जमिनीवरून उचलून तिला त्याच्या घोड्यावर बसवलं.

तेवढ्यात त्यांना घोड्याच्या टापांचा आवाज ऐकू आला. त्यांना बघून घोडेस्वार थांबला. "लेडी हॅमिल्टन! तुम्ही?" त्यानं लांबूनच विचारलं, त्याच्या आवाजात काळजी होती. "बापरे! काय झालं काय? अपघात झाला?"

तो माणूस उंच होता आणि उष्ण प्रदेशात बरेच उन्हाळे काढलेल्या गोऱ्या लोकांसारखा तो रापला होता. तो चटकन जवळ आला. त्या बाईंना लागलेल्याच्या काळजीपेक्षा ती एका देशी माणसाच्या हाताचा आधार घेत होती, याचं त्याला जास्त दुःख झालेलं दिसत होतं. तो एकदम ताठ होत म्हणाला, "लेडी हॅमिल्टन! तुम्ही ठीक आहात ना? या माणसानं काही?..."

त्याचं वाक्य पुरं होण्यापूर्वी त्याला मध्येच थांबवत ती म्हणाली, "या गृहस्थांनी खूपच मदत केली आहे. मला वाटत होतं तुम्ही अजून तिकडे वायव्य प्रांतातच आहात कॅप्टन ब्रिग्ज. तुम्ही इतक्या लवकर इकडे भेटाल असं वाटलं नव्हतं – इथं महाबळेश्वरमध्ये तर नक्कीच नाही. हे गृहस्थ इथे येऊन पोचले नसते, तर मी काय केलं असतं कोण जोण!"

कॅप्टन ब्रिग्ज घोड्यावरून उतरला, आणि लालजीला हाकलून द्यायचं असेल, तशी त्याच्याकडे मानेनं खूण करत तो तुटकपणे म्हणाला, "आता इथून पुढे मी बघतो. तुम्हाला घरी पोचवायची मला परवानगी द्या, लेडी हॅमिल्टन. या माणसाला जास्त वेळ थांबवून ठेवण्याची आपल्याला जरूर नाही."

"तुम्ही दाखवलेल्या कळकळीबद्दल आभार कॅप्टन, पण मला खातरी आहे माझी उत्तम काळजी घेतली जाईल. शिवाय आत्ताच्या घटकेला मला उतरून परत दुसऱ्या घोड्यावर बसण्याची हिंमत आणि शक्ती नाही."

लालजी हा प्रकार बघत होता, त्याची करमणूक होत होती. त्याला अपमान वाटला नव्हता, पण कॅप्टनचा मात्र जळफळाट झालेला त्याला दिसत होता. कॅप्टन ब्रिग्ज हा अगदी पक्का 'बडा साहेब' होता, वाटेल तशी भाषा वापरून उद्दामपणे बोलणारा, ज्याला सगळे 'नेटिव्ह' खालच्या दर्जाचे वाटत असत. लालजीला हेही जाणवलं की, वयानं त्याच्याहून मोठ्या असलेल्या त्या स्त्रीचं त्याला आकर्षण वाटलं होतं.

"पण मी पुन्हा तेच म्हणतो," कॅप्टन ब्रिग्जनं हरकत घेतली, "या परक्या माणसावर आपण काम टाकण्याची काही जरूर नाही, कारण मी इथे तुमच्या सेवेला हजर आहे."

"मला खातरी आहे की, हे सज्जन गृहस्थ तसं मानत नाहीत," लेडी हॅमिल्टन लालजीकडे बघत म्हणाल्या. "तुम्हाला तुमचा रस्ता सोडून माझ्याबरोबर यावं लागणार आहे, त्याबद्दल मात्र मी माफी मागते, मिस्टर....?"

"लालजी."

"ओ! मिस्टर लालजी, मी लेडी हॅमिल्टन, आणि हे गृहस्थ कॅप्टन ब्रिग्ज."

कॅप्टननं रागावलेल्या नजरेनं लालजीकडे पाहिलं आणि हस्तांदोलन करायला हातही पुढे केला नाही. "जशी तुमची मर्जी लेडी हॅमिल्टन," तो म्हणाला, "पण मला तुम्हा दोघांबरोबर आलं तर पाहिजेच, नाहीतर माझ्या कर्तव्यात मी चुकलो असं होईल."

सॅरा जराशी हसली. "कॅप्टन ब्रिग्ज, तुमच्या कर्तव्यात चुकलात असं होईल? मला मुळीच तसं वाटत नाही, पण तुम्ही इतकं स्त्रीदाक्षिण्य दाखवताय, तर मला आनंद होईल तुम्ही बरोबर असण्याचा!"

तिघं बरोबर परत जात होते तेव्हा लालजी कॅप्टनच्या शत्रुत्वपूर्ण वागणुकीचा विचार करत होता. त्याला शंका येत होती की, याच्या मागे काहीतरी जुनं कारण असेल. त्याला कल्पनाच नव्हती की, त्याचा विचार अगदी बरोबर होता! सगळे सोडून त्याचा मित्र हरी याच्याकडून त्याला कॅप्टन ब्रिग्जची कथा बऱ्याच वर्षांनंतर कळली होती.

***

कॅप्टन ब्रिग्जच्या मनातून ती आठवण कधीही गेली नाही. अगदी तो कितीही मोठ्या हुद्द्यावर चढला किंवा कुठेही गेला तरी. १८९५ सालचा अलाहाबादमधला तो उन्हाळा, तो जीवघेण्या उकाड्याचा दिवस, आणि तो काळा, भयंकर धोकेबाज नेटिव्ह मुलगा कनू मोलय. इतक्या वर्षांनंतर अजूनही तो कधीही विसरू शकणारच नव्हता.

त्या दिवशी त्याचे वडील घरी नव्हते आणि आई व बहिणी कुणाकडेतरी चहाला गेल्या होत्या. जरासा कंटाळलेला दहा वर्षांचा वॉल्टन घरात इकडेतिकडे हिंडता हिंडता त्याच्या वडिलांच्या कामाच्या खोलीजवळ आला. या एका खोलीत आज जायला कडक बंदी होती. बंदी असते तिथं आकर्षण हटकून वाढतंच, तसा खोलीच्या बाहेर घुटमळत राहिल्यावर वॉल्टनला आत जाण्याचा मोह आवरला नाही. त्यानं ढकलून दार उघडलं आणि हळूच, दबकत आत शिरला, कुतूहलानं सगळीकडे बघू लागला. तऱ्हेतऱ्हेच्या वैशिष्ट्यपूर्ण सुंदर सुंदर वस्तूंनी ती खोली भरली होती. सगळ्यांवरून उत्सुकतेनं फिरता फिरता त्याची नजर एका हुक्क्यावर पडली.

अगदी पातळ, नाजूक काचेचा केलेला तो हुक्का अतिशय सुरेख होता. त्याच्यावर खूप नाजूक नक्षीचं एनॅमलचं काम आणि चांदीच्या जाळीचं काम केलेलं होतं. वॉल्टनच्या आजोबांना तो एका मोगल शहाजाद्यानं दिला होता. त्यानं हळूच त्याला हात लावला आणि मग त्याच्या लहान हातांमध्ये तो उचलून घेतला. तो हुक्का तो खाली ठेवणारच होता, तेवढ्यात त्याला दाराशी कोणीतरी असल्याचा भास झाला.

वॉल्टन अतिशय घाबरला. त्याचे वडीलच असणार! घाबरून त्यानं ती

महामोलाची कुटुंबातली जुनी वस्तू जाग्यावर ठेवण्याचा प्रयत्न केला, पण त्याचं लक्ष दाराकडे होतं. जे होणारच होतं ते झालं! हुक्का हातातून निसटून जमिनीवर आपटला आणि त्याच्या नाजूक काचेचे असंख्य तुकडे झाले!

तो मुलगा गारठलाच. आता त्याचे वडील आल्यावर त्याची धडगत नव्हती. लिओनार्ड ब्रिग्ज हे अतिशय कडक स्वभावाचे रागीट माणूस होते आणि कमीत कमी शिक्षा म्हणजे छडीनं मार बसलाच असता. त्या नुसत्या विचारानंच वॉल्टन पांढराफटक पडला. त्यानं दार उघडलं आणि त्या खोलीतून पळाला.

थोड्या मिनिटांनीच म्हातारा भिमा ती खोली झाडायला आला, तेव्हा तो फुटून गेलेला हुक्का बघून त्याला भयंकर धक्का बसला. काय करावं हे धड न कळून तो ते तुकडे गोळा करू लागला.

तेवढ्यात समोरचं दार जोरात आपटलं गेलं. लिओनार्ड त्यांच्या खोलीत आले आणि एकदम थांबले. "हे काय झालं?" ते उन्हातून घरी आले होते, खूप दमले होते आणि त्यांची सर्वांत मौल्यवान वस्तू जमिनीवर तुकडे होऊन पडलेली दिसल्यावर थोरले ब्रिग्ज प्रचंड संतापले. "अरे हातमोडक्या मूर्खा!" ते ओरडले, "हे फोडलंस तू? सगळे असलेच आहात तुम्ही – कमालीचे नालायक, मूर्ख! आणि तुम्हाला वाटतं तुम्हाला राज्य करता येईल या देशावर!"

वीस वर्षं तिथं नोकरी करत असलेला तो म्हातारा खिदमतगार थरथरत उठून उभा राहिला. "मी नाइ फोडला साहेब," त्यानं दुबळा विरोध दर्शवला, "मी आलो तवा समदा फुटून पडलेला व्हता..."

"मग कोणी फोडला? तो आपला आपला चालत फळीच्या कडेपर्यंत आला आणि त्यानं होऊन वरून उडी मारली, काय?" मालक गरजले.

लहान वॉल्टन घाबरून अंधारात उभा राहून बघत होता. त्याच्या एकदम लक्षात आलं की, चूक दुसऱ्यावर ढकलायची ही उत्तम संधी होती. क्षणभर तो घुटमळला. त्याला आत्तापर्यंत जे शिकवलं गेलं होतं, त्याच्या अगदी विरुद्ध ही भ्याड कल्पना होती. पण शिक्षेच्या भीतीचा विजय झाला. दीर्घश्वास घेत तो खोलीत आला आणि आपल्या वडिलांना म्हणाला, "मी तो त्याच्या हातात पाहिला होता सर, त्यानंच पाडला असेल."

"नाइ साहेब!" भिमा काकुळतीनं म्हणत घाबरून जाऊन जवळ येणाऱ्या मालकांकडे बघत राहिला. या माणसाचा राग म्हणजे काय, हे चांगलं माहीत असण्याइतकी वर्षं तो इथं होता. "मी कदीबी कशाला हात न्हाइ लावत, सच्छ करतो न् जातो."

"तू काय माझ्या मुलाला खोटारडा म्हणतोयस?" लिओनार्ड धमकीच्या आवाजात म्हणाला.

भीतीनं थरथर कापत भिमानं मानेनंच 'नाही, नाही' म्हटलं. मालकांनी त्याच्या शर्टचा पुढचा भाग पकडून त्याला ढकलला; तसा तोल जाऊन तो म्हातारा जमिनीवर पडला.

"महामूर्ख, खोटारडा!" लिओनार्ड गरजला. भिमा काहीतरी असंबद्ध पुटपुटला. "पुटपुट बंद कर आणि ऊठ!" त्या खाली पडलेल्या माणसाला लाथ मारत लिओनार्ड ओरडला. वॉल्टन डोळे विस्फारून बघत होता. "या इथल्या लोकांना हीच भाषा कळते!" त्याचे वडील फिसकारले.

त्यानं काय करावं अशी वडिलांची अपेक्षा होती, याची खातरी नसलेल्या वॉल्टननं भिमाच्या जवळ जाऊन त्याला लाथ मारली – वडिलांनी मारली होती, तशीच.

"नगं बाबा!" भिमानं विनवणी केली, वेदनेपेक्षा जास्त अपमानित वाटून, कारण छोटा बाबा त्याच्या डोळ्यांसमोर वाढला होता. तो लहान असताना त्यानं त्याला कडेवरून हिंडवलं होतं, त्याचे डोळे पुसले होते. त्याच्या विनवणीनं दया येण्याऐवजी वॉल्टन त्याला आणखी लाथा मारू लागला.

तेव्हाच एका क्षणी वॉल्टननं सहज वर बघितलं आणि प्रचंड संतापाने त्याच्याकडे बघणारा एक लहान काळा चेहरा त्याला खिडकीच्या बाहेर दिसला. भिमाचा मुलगा कनू इतक्या द्वेषानं त्याच्याकडे बघत होता की, त्याच्या अंगातून भीतीची एक शिरशिरी गेली.

मग तेवढ्यात एमिली ब्रिग्ज आत आली. "काय चाललंय हे इथं?" अतिशय धक्का बसून ती म्हणाली, "थांब वॉल्टन! ताबडतोब बंद कर लाथा मारणं!" तिनं खोलीत इकडेतिकडे नजर टाकली आणि तो किमती हुक्का तुकडे होऊन पडलेला बघून तिच्या सगळं लगेच तिच्या लक्षात आलं. तिच्या नवऱ्याला त्या हुक्क्याचं का आणि किती महत्त्व वाटायचं, हे तिला माहीत होतं आणि त्याचा अतितापट स्वभावही माहीत होता. "जाऊ दे लिऑन, असू दे," ती त्याची समजूत घालण्याच्या सुरात म्हणाली, "मी बघते पुढे काय करायचं ते. त्याची चांगली खरडपट्टी काढेन मी."

बापलेक बाहेर जाईपर्यंत ती थांबली. तो प्रामाणिक म्हातारा नोकर किती हादरला, किती दुखावला असेल, हे तिला जाणवलं होतं. त्याला उठून उभं करायला तिनं हात पुढे केला.

भिमाला इजा होण्यापेक्षा मानसिक धक्का जास्त बसला होता. बाहेर कनू रागानं थरथरत होता. तो फक्त आठच वर्षांचा होता, पण त्याच्याच वयाच्या त्या गोऱ्या मुलाला त्याच्या वडिलांना शिव्या देताना आणि लाथा मारताना बघून तो रागानं खवळला होता. त्याच्या वडिलांनी जितक्या विनवण्या केल्या होत्या तितका कनू जास्त संतापत गेला होता.

कनूच्या परक्या राज्यकर्त्यांबद्दलच्या द्वेषाची मुळं खोल होती. तो तीन-चार

वर्षांचा असताना त्यानं त्याच्या आजोबांच्या तोंडून शौर्याच्या, तसेच भयंकर कृत्यांच्या गोष्टी ऐकल्या होत्या. ब्रिटिशांविरुद्धच्या १८५७च्या स्वातंत्र्यलढ्यात ते सैनिक म्हणून ब्रिटिशांविरुद्ध लढले होते. मोठे मोठे डोळे करून ऐकणाऱ्या कनूला त्याच्या आजोबांनी सांगितलं होतं की, इथल्या आपल्या लोकांना हे फिरंगी लोक जंगली म्हणत असत, पण त्या युद्धातल्या विजयानंतर त्यांनी कमी जंगलीपणा नव्हता केला! शेवटच्या मोगल बादशहा बहादुरशहा जफरच्या तीन मुलांना ती शरण गेल्यानंतर, ज्याला पुढे खुनी दरवाजा हेच नाव पडलं, त्याच दरवाजात अत्यंत निघृणपणे मारून टाकलं होतं. (आणि त्यांची मुंडकी बहादुरशहाकडे भेट म्हणून पाठवली होती!) आणि प्रत्येक मेलेल्या इंग्रजाच्या बदल्यात शंभर हिंदुस्थानी सैनिकांना मारलं होतं. जिथं गोऱ्या बायका न् मुलं मारले गेले होते, त्या ओबडधोबड जमिनींवर आणि दगडांवर हिंदुस्थानी सैनिकांना रांगत जाऊन तिथलं रक्त चाटून स्वच्छ करायला लावलं होतं, आणि मग त्यांना तोफांच्या तोंडांवर बांधून त्यांचे तुकडे तुकडे करून टाकले होते!

कनूच्या आजोबांनी सांगितलं होतं की, त्यांचा पत्ताही कापला जाणारच होता, पण अशक्य वाटणाऱ्या चांगल्या नशिबानं त्याला तोफेच्या तोंडावर बांधला – आणि तोफगोळे संपले!

"हा साला शेवटचा काळ्या शिल्लक राहिला!" तो ब्रिटिश ऑफिसर ओरडला, "मी त्याचं डोकंच उडवतो म्हणजे झालं!" पण रक्तपिपासेची खुनी नशा चढलेल्या त्या ऑफिसरचा नेम चुकला होता! ती गोळी कनूच्या आजोबांच्या डोक्याला चाटून गेली, त्यानं ते बेशुद्ध पडले, आणि ते मेलेच असं समजून त्यांना तिथं सोडून ते निघून गेले!

भिमाला नोकरीवरून काढून टाकला नाही, पण त्याच्या मालकांनी सांगितलं की, हुक्क्याची किंमत त्याच्या पगारातून कापून घेत राहिली जाईल. लिओनार्डनं त्याला सांगितलं की, जन्मभर त्याचा पगार कापला, तरी ती किंमत वसूल होणार नाही. पण तो निरक्षर नोकर नोकरी टिकून राहिली, त्याच्या कुटुंबाला राहायला घर राहिलं आणि वर्षाकाठी थोडं धान्यधुन्य मिळत राहिलं, एवढ्याचेही उपकार मानत होता. आयुष्याकडून त्याच्या फार अपेक्षा नव्हत्या!

बरेच आठवडे गेले. उन्हाळा खूप वाढला होता आणि एमिली मुलींना घेऊन सिमल्याला गेली होती. इंग्रजांची ती हिमालयातली हिवाळी राजधानी होती. लिओनार्ड तपासणीच्या प्रवासावर गेला होता आणि संध्याकाळी उशिरा परत येणं अपेक्षित होतं. वॉल्टन घरात एकटाच होता. अशाच संधीची कनू वाट बघत होता.

एक वेताची टोपली त्याच्या लहान हातांमध्ये धरून तो लपत छपत मुख्य घराकडे गेला. सावल्यांमधून चालत तो घराच्या मागच्या हमामकडे (न्हाणीघर) गेला. त्याला ठाऊक होतं की, वॉल्टन रोज संध्याकाळी आंघोळ करायचा.

ते न्हाणीघर म्हणजे पूर्वेच्या दिशेची अंघोळीची आणि कपडे बदलण्याची मोठी खोली होती, संध्याकाळपर्यंत तिथे अंधार व्हायचा. एका कोपऱ्यात एक कपाट होतं ज्यात टॉवेल्स, साबू इ. ठेवलेलं असे. एक लहान फळी होती ज्यावर एक चिनीमातीचं बेसिन आणि पाण्याचा खुजा असायचा. लपून बसाण्यासाठी पुरेसे अंधारे कोपरे होते, विशेषत: जर कोणी तिथे असण्याची शंकाही नसेल तर.

कनू अगदी शांतपणे वॉल्टनची वाट बघत राहिला. छोट्या मालकांसाठी आयानं छान गरम पाणी टबमध्ये भरून ठेवलं होतं, त्याचे अंघोळ केल्यावर घालायचे कपडे काढून ठेवले होते आणि ती गेली होती. वॉल्टन आत आला तशी कनूच्या मनातली खळबळ वाढू लागली. कंदील लावण्याइतका अजून अंधार झाला नव्हता आणि ज्या कोपऱ्यात तो लपला होता, तो अगदी अंधारात होता. वॉल्टननं त्याच्या दिशेनं बघितलंही नाही.

वॉल्टन टबमध्ये बसल्यावर कनूनं उठून दरवाजाला कुलूप लावलं. तेव्हा कुठे वॉल्टनचं त्याच्याकडे लक्ष गेलं. अधिकारवाणीनं बोलण्याचा आव आणत त्यानं विचारलं, "तू काय करतोयस इथं?" पण त्याच्या आवाजातली भीती तो लपवू शकला नाही.

कनू ती टोपली समोर धरून हळूहळू चालत त्याच्याकडे गेला. वॉल्टनपासून अगदी दोन फुटांवर पोचल्यावर मग हळूच, सांभाळून त्यानं टोपलीचं झाकण उघडलं.

आत एक नाग वेटोळं करून बसला होता! एकदम डिवचला गेल्याबरोबर त्यानं फणा काढली. वॉल्टन किंचाळला आणि टबमधून बाहेर येऊन त्यानं दाराकडे पळण्याचा प्रयत्न केला, पण कनूनं त्याचा रस्ता अडवला. वॉल्टन जिकडे जायचा प्रयत्न करेल, तिकडे त्या नागासकट कनू जायचा. शेवटी भयंकर घाबरलेला वॉल्टन लोळागोळा झाल्यासारखा खाली पडला आणि गयावया करून दयेची भीक मागू लागला! त्याचे म्हातारे वडील याच मुलाच्या पायाशी दयेची विनवणी करत होते हे कनूला आठवलं आणि त्याला खूप आनंद झाला.

वॉल्टनच्या किंकाळ्या आणि ओरडणं बाहेर ऐकू गेल्यानं धावत आलेल्या नोकरांच्या पावलांचा आवाज ऐकू आला. घाबरून दारावर धक्के मारले जाऊ लागले. "बाबा! तू ठीक आहेस?" आया खूप घाबरून किंचाळत होती, "दार उघड, दार बंद कशाला केलंय?"

कनूला त्याच्या वडिलांचा चिंतातुर चेहरा गजांच्या खिडकीबाहेरून डोकावताना दिसला. "वॉल्टन बाबा! दार उघडा!" ते ओरडत होते, "काय झालं? उघडा दा..." तेवढ्यात त्यांना कनू दिसल्याबरोबर त्यांचा आवाज खाली खाली येत बंद झाला.

जास्त वेळ घालवून चालणार नव्हतं, हे कनूला कळत होतं. "ऐक, त्यानं

वॉल्टनला सांगितलं, ''चुकूनसुद्धा, चुकूनसुद्धा – कधीही, तू कोणालाही इथं काय झालं हे सांगितलंस, किंवा माझ्या वडिलांवर पुन्हा कधी हात उगारलास तर...'' जास्त सांगायचीही जरूर नव्हती, हेही त्याला कळलंच!

कनूनं त्या नागाला टोपलीत व्यवस्थित बंद केला. त्याला स्वत:शीच हसू येत होतं, कारण त्याचे विषारी सुळके काढून टाकले होते आणि म्हणून तो नाग निरुपद्रवी होता! मग शांतपणे त्यानं न्हाणीघराचं दार उघडलं, आणि चकित झालेल्या आयाच्या शेजारून बाहेर संध्याकाळच्या सावल्यांमध्ये निघून गेला.

नोकरांना त्यांचे छोटे साहेब एका कोपऱ्यात घाबरून बसलेले दिसले, ओठ थरथरत होते, चेहरा अश्रूंनी भिजला होता. वॉल्टन जन्मात कधी इतका भेदरला नव्हता. ती भीती आणि मनावर झालेल्या आघाताचा परिणाम जन्मभर राहिला. त्यामुळे जास्तच तीव्र झालेली नेटिव्ह लोकांबद्दलची इतराजी आणि एक सुप्त भीतीही राहिली.

लिओनार्ड परत आला तेव्हा त्याला त्याचा मुलगा कधी नव्हे इतका गप्प गप्प दिसला. त्यानं बरेचदा विचारलं त्याला, पण ''मी अगदी बरा आहे सर,'' एवढंच उत्तर मिळालं. त्यानं नोकरांना 'काय झालं होतं' असं विचारलं, तेव्हा ते नुसतेच चुळबुळत राहिले. शेवटी भिमानं सांगितलं, ''छोट्या साहेबांना न्हाणीघरात साप दिसला सर – मोठा नाग, सर! पुन्ना नइ यायचा, आमी काळजी घिऊ न्हाई येनार त्याची.''

* * *

लालजी घोड्यावरून उतरला आणि मोतद्दाराच्या हाती लगाम देऊन वाटोळ्या दगडांच्या केलेल्या फरसबंदी वाटेवरून मुख्य घराकडे गेला. तो घोड्याचा प्रसंग होऊन आठवडा होऊन गेला होता. लेडी हॅमिल्टनकडून चहाचं निमंत्रण आलं, तेव्हा त्याला जरा आश्चर्य वाटलं होतं. लालजीनं महाबळेश्वरला घर घेतलं त्याला दोन वर्षं होत आली होती, आणि ज्यांची घरं इथं होती अशा दोन-तीन इंग्रज कुटुंबांशी मान तुकवून अभिवादन करण्यापलीकडे त्यांच्याशीही सामाजिक पातळीवर काहीच संपर्क नव्हता.

लेडी सॅरा आणि सर एडवर्ड हॅमिल्टनचं घर बैठं, बराच मोठा विस्तार असलेलं, या ठिकाणी मिळणाऱ्या लाल दगडांनीच बांधलेलं होतं. इथली मातीही तशीच लाल, सुपीक होती. घराच्या जाड भिंती चुन्यानं रंगवलेल्या होत्या, खोल्यांचं छत खूप उंचावर होतं आणि भिंतींच्या अगदी वरच्या बाजूला हवा येण्या-जाण्यासाठी व्हेंटिलेटर्स केलेले होते. या उष्ण प्रदेशातली ब्रिटिश वसाहतींची जवळजवळ सगळीच घरं तशीच बांधलेली होती. त्यामुळे उन्हाळ्याचा त्रास कमी होत असे. पत्र्याच्या छपराला आतून ब्रह्मदेशातील सागाच्या लाकडाच्या फळ्या बसवलेल्या होत्या, त्यामुळे वर्षातून तीनशे इंचांच्या वर पडणाऱ्या पावसापासून बचाव व्हायचा.

पाऊस इतका प्रचंड जोरानं पडायचा की, महाबळेश्वरातल्या सगळ्या घरांना पाऊस सुरू होण्यापूर्वी बांबूच्या पट्ट्यांनी विणलेल्या तट्ट्या बाहेरून लावलेल्या असत. या तट्ट्या वाळलेल्या पानांनी झाकून टाकलेल्या असत, आणि दिवाळीच्या सुमाराला हे सर्व काढून सुट्ट्यांच्या मौसमासाठी घरं स्वच्छ, नीटनेटकी केली जात असत.

मोठ्या पितळेच्या घंटेला जोडलेला दोर लालजीनं खेचला आणि तो थांबला. खास पोशाखातल्या नोकराने दरवाजा उघडला आणि त्याला आत नेलं. प्रशस्त बैठकीच्या खोलीकडे जात असताना त्याला संभाषणाचे आवाज ऐकू आले. कमानीच्या आकाराच्या उघड्या प्रवेशद्वाराशी थांबून त्यानं चोहीकडे नजर टाकली, तेव्हा त्याच्या लक्षात आलं की, तिथे तो एकटाच हिंदुस्थानी होता. बहुतेक मंडळी हॅमिल्टन्सच्या घरी थोडे दिवस राहायला आलेली पाहुणेमंडळी वाटत होती.

ब्रिटिश लोकांचं वागणं अतिशय ताठर, औपचारिक असतं, असं लालजीला वाटायचं, तसं इथं अजिबातच नव्हतं. खोलीच्या मध्यभागी एका मोठ्या सोफ्यावर बसून तीन-चार स्त्रिया गप्पा मारत होत्या, शेजारी उभा राहून एक मध्यमवयीन मनुष्य त्यांच्या गप्पा ऐकत होता. हॉलच्या दुसऱ्या टोकाला एक मुलगी पियानो वाजवत होती, आणि तिच्या कानाशी काहीतरी कुजबुजणाऱ्या एका तरुणाच्या बोलण्यावर मजा वाटून हसत होती.

एका बाजूला बुद्धिबळाचा खेळ चालू होता, थोडे लोक शेजारी उभे राहून लक्षपूर्वक बघत होते. बुद्धिबळाचा खेळ लालजीला नेहमीच आवडायचा, आणि वर्षं जात गेली तसतसा तो पट्टीचा खेळाडू झाला होता. खेळ चालू होता त्या दिशेला तो निघाला, तेवढ्यात त्याला कोणीतरी हाक मारलेली ऐकू आली.

"ओहो, या, या मिस्टर लालजी!" सॅरा त्याच्याकडे येत असून स्वागत करत म्हणाली. "या, आमच्या इतर पाहुण्यांशी मी तुमची ओळख करून देते." अगदी सहजपणे तिनं त्याचा हात धरला आणि त्याला आत खोलीत घेऊन गेली. "एडवर्ड," तिच्या नवऱ्याला हाक मारून तिनं सांगितलं, "मिस्टर लालजी आले आहेत."

सुमारे पन्नाशीच्या सर एडवर्ड हॅमिल्टनचं व्यक्तिमत्त्व प्रतिष्ठित, भारदस्त होतं. केस थोडे थोडे रुपेरी होऊ लागले होते आणि कपाळाच्या बाजूनं डोक्यावरचे केस थोडे मागे गेले होते. लालजीनं त्यांना राजवाड्यावर अगदी थोडा वेळ पाहिलं होतं आणि गेल्या आठवड्यात लेडी हॅमिल्टन पडल्या तेव्हा तो त्यांना घरी पोचवायला आला असताना त्यांची भेट झाली होती, तेव्हा त्यांचं वागणं अतिशय अगत्यशील होतं.

लालजीनं अंदाज केला की, सर एडवर्ड हे लेडी हॅमिल्टनपेक्षा कमीत कमी पंधरा वर्षांनी मोठे असावेत. पण वयात इतका फरक असूनही त्या दोघांमध्ये एकमेकांबद्दल एक नैसर्गिक जाण होती, हेवा वाटावा इतके ते मनाने एकवटलेले होते. हे त्यांच्या एकमेकांशी वागण्यावरून समजत असे. जसे, पाहुण्यांशी बोलत

असताना ते एकमेकांकडे ओझरती नजर टाकत. तिच्या प्रेमाची पूर्ण खातरी असलेल्या एडर्वना त्यांच्या सुंदर पत्नीभोवती गोळा होणाऱ्या चाहत्यांमुळे अजिबात अस्वस्थ वाटत नसे – अगदी तिच्या बागेत ती जे लहान लहान कविता वाचनाचे कार्यक्रम करत असे, ते ऐकायला गोळा होऊन तिच्या प्रेमात पडणाऱ्या तरुणांबद्दलही!

सॅरा पस्तिशीची होती आणि तिच्यामधल्या मोहकतेने पुरुषांना तिचं अतिशय आकर्षण वाटत असे. ती निष्कपट होती; पण जगाचा अनुभव असलेली होती. पुरुषांना तिचं वागणं अतिशय मोकळेपणाचं वाटायचं, पण त्या वागण्याचा फायदा घेता येईल असं ते कधीच नसे. लालजीनं बरोबर निष्कर्ष काढला की, सुट्ट्यांमध्ये थंड हवेच्या ठिकाणी येऊन दुपारच्या वेळी तरुण प्रेमिकांशी चाळे करणारी ती बाई नव्हती. काही ब्रिटिश अधिकाऱ्यांच्या कंटाळलेल्या बायका तशा असायच्या, ज्यांचे नवरे सुट्टीला न येता कामात गुंतलेले असायचे.

इकडेतिकडे हळूहळू फिरत फिरत लालजी बुद्धिबळाचा डाव चालला होता तिकडे गेला आणि लक्ष लावून बघणारे उभे होते, त्यांच्याबरोबर उभा राहिला, कोण खेळतंय ते दिसावं म्हणून तो टेबलाच्या जवळ सरकला. तिथल्या क्लबचा चँपियन एकटाच शांतपणे विरुद्ध बाजूनं खेळणाऱ्या तिघा-चौघांशी खेळत होता – ज्यांच्यातला मुख्य खेळाडू दुसरा-तिसरा कोणी नसून कॅप्टन वॉल्टन ब्रिग्ज होता. हे उघड दिसत होतं की, तो चँपियन खूपच चांगला खेळाडू होता आणि समोरचे लोक नीट खेळत नव्हते. दोन डाव तर ते हरले होते आणि शेवटच्या तिसऱ्या डावातही ते विशेष चांगले खेळत नव्हते.

लालजी त्या चँपियनकडे कुतूहलानं बघत राहिला. साधारण त्याच्याच वयाचा होता तो, मोकळ्या मनाचा चेहरा होता, रुंद कपाळ आणि करड्या-हिरव्या डोळ्यांमध्ये विचारपूर्ण भाव. काळजीपूर्वक निगा राखून व्यवस्थित ठेवलेली जरा जरा पिकू लागलेली दाढी त्याला चांगली दिसत होती. त्याच्यामध्ये काहीतरी परिचयाचं वाटत होतं असं लालजीला वाटलं, जरी ते पूर्वी कुठे भेटले असण्याची शक्यता नव्हती हे लालजीला समजत होतं तरी.

"चेक!" त्याच्या राणीनं हल्ला चढवत चँपियन म्हणाला. नाइलाजानं प्रतिस्पर्ध्यांनी त्यांच्या राजाला धोक्यापासून दूर हटवलं. मग परत एक हल्ला, परत एक माघार. लालजीच्या लक्षात आलं की, ती माघार ही अगदी चुकीची चाल होती – चँपियनला तेच हवं होतं. तिथे उभ्या असणाऱ्या कोणालाही मध्ये बोलून सूचना देण्याला परवानगी होती, पण लालजी काही बोलला नाही. कितीही काही झालं तरी त्या सर्व अनोळखी लोकांमध्ये आलेला तो परका माणूस होता. पण जेव्हा पुन्हा एकदा राजावर हल्ला होऊन चँपियनने 'चेक' दिला, तेव्हा लालजीच्या लक्षात आलं की, प्रतिस्पर्धी पुन्हा माघार घेऊन आत्मघातकी चाल खेळणार होते. मग मात्र त्याला

राहवेना. तो एकदम म्हणाला, ''नाही – राजा नाही – वजीर घाला मध्ये!''

लोक वळून त्याच्याकडे बघत असलेले लालजीला जाणवलं, आणि चँपियननंही हा नवा खेळणारा कोण आला म्हणून बघितलं; कारण त्यानं सांगितलेली चाल अत्यंत हुशारीची होती आणि त्या एकाच चालीनं 'चेक-मेट' न होता सामना अनिर्णित झाला असता. हे कोण आहे असं बघणाऱ्या कॅप्टन ब्रिग्जच्या चेहऱ्यावरचा भाव त्यानं लालजीला ओळखल्यावर जरा लपवलेल्या शत्रुत्वाचा झाला!

''अरे वा! वा-वा! मिस्टर लॉलजी! तुम्ही उत्तम घोडेस्वारच नाही, तर हुशार बुद्धिबळपटूही आहात हे माहीत नव्हतं मला! तुम्हीच खेळावं प्रतिस्पर्धी म्हणून मला वाटतं!''

''हा फार उदारपणा झाला तुमचा कॅप्टन ब्रिग्ज!'' लालजीनं सहज म्हटल्यासारखं म्हटलं. ''मला आवडेल तुमच्याशी खेळायला,'' लालजीकडे बघत तो चँपियन म्हणाला.

क्षणभर ते आव्हान स्वीकारावंसं लालजीला वाटलं, पण मग त्यानं विचार बदलला. ''आभारी आहे सर, हा मान आहे माझा,'' तो म्हणाला, ''पण परत कधीतरी!'' आणि बुद्धिबळाचा खेळ आवडणाऱ्या भोवताली जमलेल्यांचं त्याचं मन वळवू बघणं मनावर न घेता लालजी तिथून दुसरीकडे गेला.

सॅरा चहाची तयारी करत होती, तिकडे लालजी गेला. तिच्याकडे बघता बघता त्याला एकदम रेश्माची आठवण झाली – ती या टेबलाशी उभी असती तर कशी दिसली असती असा विचार आला. त्याच्या लक्षात आलं की, जेव्हा जेव्हा एखादी आकर्षक स्त्री त्याचं लक्ष वेधून घेई किंवा त्याला आवडे, तेव्हा तेव्हा रेश्मा त्याच्या डोळ्यांसमोर येई. ती त्याची झाली असती, तर रेशमी आणि शिफॉनच्या कपड्यांमध्ये तिला सजवून, हिऱ्या-मोत्यांच्या दागिन्यांनी मढवून उघड्या घोडागाडीतून तो तिला अभिमानानं फिरायला घेऊन गेला असता. असं करण्यानं समाजातली रूढी मोडल्याबद्दलच्या कुजबुजीकडे लक्षच दिलं नसतं. त्याच्या जवळ बसलेल्या सुंदर स्त्रीकडे बघून हेवा करणाऱ्या नजरांची त्याला मजा वाटली असती.

''तुमचं घर फार सुंदर आहे मिसेस हॅमिल्टन,'' त्या चहाच्या मांडणीचं काम संपवत होत्या तेव्हा लालजी त्यांना म्हणाला.

''मी सगळं घर दाखवते ना तुम्हाला मिस्टर लालजी!'' एक अगदी तरुण उत्साही आवाज त्याच्या पाठीमागून अगदी जवळून आला.

लालजी आणि सॅरा दोघांनीही मागे वळून पाहिलं. थोड्या वेळापूर्वी पियानो वाजवणारी मुलगी होती ती. सॅरानं तिच्याकडे एक अर्थपूर्ण कटाक्ष टाकला आणि मग पट्दिशी म्हणाली, ''माझी धाकटी बहीण, लेडी ऑलिव्हिया बार्टन,'' तिचं हे पट्दिशी सांगणं हे औपचारिक ओळख करून देण्यापेक्षा तिच्या एकदम असं

म्हणण्याचं स्पष्टीकरण होतं, असं लालजीला वाटलं. मग त्या जेमतेम पंधरा वर्षांच्या मुलीकडे बघून जरा हसून ती म्हणाली, ''मिस्टर लालजी उगीच आपल्याला बरं वाटावं म्हणून म्हणाले ऑलिव्हिया, त्यांना काही सगळ्या घराला फेरी मारायची नव्हती काही!''

तेवढ्यात एडवर्ड त्या बुद्धिबळ चँपियनला घेऊन तिथे आले. ते गृहस्थ लालजीपेक्षा उंचीला कमी होते. ते बसले होते तेव्हा तसं वाटलं नव्हतं कारण त्यांचा बांधा सडपातळ असला, तरी त्यांच्या व्यक्तिमत्त्वात असं काही होतं की, ते उंच असतील असं वाटायचं.

''मिस्टर लालजी,'' यजमान सर एडवर्ड म्हणाले, ''ओळख करून देतो तुमची – जस्टिस थॉमस ईव्हॅन्स.''

दोघांनी हस्तांदोलन केलं, एकमेकांकडे बघून एकूण अंदाज घेतला. लालजीच्या मनाला कुठलीतरी आठवण कुरतडत होती, पण पुरतं आठवत नव्हतं.

''लॉर्डशिप अलीकडेच हिंदुस्तानात येऊन पोचलेत, बॉम्बे हायकोर्टचे जज्ज म्हणून,'' एडवर्ड पुढे म्हणाले, ''ईस्ट आफ्रिकेत वीसहून जास्त वर्षं काम केलं त्यांनी.''

अच्छा – ईस्ट आफ्रिका! पण धारिया धानींच्या किंवा दुसऱ्याही कोणाच्या घरी त्यांना भेटल्याचं आठवत तर नव्हतं...

* * *

नंतर पुन्हा कधीतरी एकदा हॅमिल्टन्सच्या घरीच बुद्धिबळ खेळत असताना लालजीला एकाएकी या ऑनरेबल न्यायाधीशांना तो प्रथम कोठे भेटला होता ते आठवलं. तो पटाकडे लक्ष लावून बघत असलेल्या त्याच्या प्रतिस्पर्ध्याच्या डोक्याकडे बघत होता, आणि मग एक चाल करून त्यांनी वर बघितलं. त्यांच्या करड्या-हिरव्या डोळ्यांकडे लालजीचं लक्ष जाताच लालजीच्या लक्षात आलं, त्यांना त्यानं कुठं पाहिलं होतं! हा बोटीवरचा 'तो इंग्रज मुलगा' होता!

त्याच्या स्वतःच्या ईस्ट आफ्रिकेच्या प्रवासाच्या आठवणी तुकड्या-तुकड्यांनी त्याच्या डोळ्यांसमोर तरळल्या, त्यात घाबरून धक्का बसून फिका पडलेला, बिग बेन खाली समुद्रात पडल्यानंतरचा, कठड्याजवळ उभ्या असलेल्या त्या मुलाचा चेहरा... बिग बेनचा देह पाण्याबाहेर काढला तेव्हाची त्याच्या करड्या-हिरव्या डोळ्यांतली धाकधूक आणि भीती...

परंतु थॉमसनं त्याला ओळखलं नव्हतं, हे कदाचित एका दृष्टीनं बरंच होतं असं त्याच्याकडे बघता बघता लालजीला वाटलं. आता त्या चेहऱ्यामध्ये एक तऱ्हेची परिपक्वता त्याला दिसत होती, तशीच आयुष्यातल्या चढ-उतारांना तोंड दिल्यावर येणारी मनाची संवेदनशीलता आणि त्यामुळे येणारं शहाणपणही. पण

त्याची नजर स्वच्छ होती. या सर्व गोष्टींमुळे कदाचित तो चांगला न्यायाधीश होईल – लालजीला वाटलं.

दिवस जात राहिले तसतशी लालजीची आणि जज्ज साहेबांची चांगली ओळख होत होती, परंतु पुढे बऱ्याच वर्षांनी जेव्हा ते इंग्लंडला निघालेल्या एकाच जहाजावर होते, तेव्हा थॉमस इव्हॅन्सनी लालजीला रेलिंगपाशी बघितलं, आणि तेव्हा कुठे त्यांना लालजी लखा पहिल्यांदा केव्हा भेटला होता ते आठवलं.

ज्यांना कॅप्टन ब्रिग्ज आणि त्याच्या मताची मंडळी, हे 'नव्यानं उदारमतवादी झालेले लोक, जे साम्राज्य खलास करून टाकतील' असं म्हणायचे, त्या हॅमिल्टन्सशीही लालजीची चांगली मैत्री झाली.

कॅप्टन ब्रिग्जची बदली नुकतीच मीरतमध्ये असणाऱ्या सैन्याच्या ठाण्यात झाली होती, आणि त्या न आवडणाऱ्या गृहस्थांचा लालजीशी पुन्हा संबंध येण्याची शक्यता वाटत नव्हती. पण त्याला थोडीही कल्पना नव्हती की, कॅप्टन वॉल्टन ब्रिग्जची आणि त्याची ही शेवटची भेट असणार नव्हती!

३२

नोव्हेंबर सरता सरता लालजी आणि कुटुंबीय महाबळेश्वरला सुट्टीत घालवून परत आले आणि डिसेंबरच्या शेवटी झरीनाचं लग्न व्हायचं होतं, त्याची तयारी करायला लागले.

झरीना मोठी होत होती तेव्हा सकीना कायम तिच्याकडे खूप काळजीपूर्वक लक्ष देत होती. तिला भीती वाटायची की, या इतक्या स्वर्गीय सौंदर्याला दृष्ट लागून काहीतरी आजार किंवा अपघात होऊन दैव तिला ओढून नेईल! कारण ती नेहमीच इतकी नाजूक, इतकी सुंदर दिसायची, की ही टिकून राहील का नाही, अशी भीती वाटत राहायची. परंतु देवाच्या कृपेनं ती मोठी झाली, वयात आली. एखाद्या परीसारखं तिचं सौंदर्य, जे तिला बघतील त्या सगळ्यांवर जणू गारूड करत असे. ती पंधरा वर्षांची होईपर्यंत तिच्यासाठी इतक्या मागण्या आल्या होत्या की, त्यांच्यापैकी कोणाला होकार द्यावा हेच समजत नव्हतं.

लालजीचा मित्र रेवजी थट्टेनं म्हणाला, "तू बरं का लालजी, स्वयंवर मांड. धैर्य आणि शील यांची स्पर्धा ठेवायची. जेवढे इच्छुक असतील त्यांना बोलवायचं. त्या स्पर्धेत जो जिंकेल, त्याला ही सुंदर राजकन्या मिळेल! खरोखर लालजी," तो हसत हसत म्हणाला होता, "आपल्याला सगळ्यांना असे अवघड प्रश्न असायला हवे होते!"

आता हशीम जेठाच्या देखण्या मुलाशी – रेहानशी झरीनाचं लग्न ठरलं होतं, त्यामुळे सर्व जण खूप खूश होते. जेठा कुटुंबाची गेल्या काही वर्षांमध्ये चांगली भरभराट झाली होती, आणि नव्यानं महत्त्व येत असलेल्या पेडर रोडवरच्या नव्यानं बांधलेल्या बंगल्यात ते कुटुंब राहायला गेलं होतं.

ठरल्याप्रमाणे १९०० सालच्या डिसेंबर महिन्यात ३१ तारखेला लालजीच्या प्रचंड बगिचात विवाह साजरा झाला. संपूर्ण बगिचा अत्यंत सुंदर सजवला होता, अगदी तसाच, जसा त्याच्या थोरल्या मुलीचा – राजीचा विवाह डॉ. शम्सूच्या

मुलीशी – सुलतानशी झाला तेव्हा सजवला होता; आणि तितकाच शानदार सोहळाही झाला.

***

सुंदर झरीना आणि तिच्यावर खूप प्रेम करणारा रेहान दोघं अतिशय आनंदात संसार करत होते आणि लग्न होऊन वर्ष पुरं व्हायच्या आधीच त्यांच्या पहिल्या बाळाचा जन्म झाला तेव्हा दोघं अगदी हर्षभरित झाले होते. रुमाना तिच्या आईसारखी गोरीपान, कुरळ्या तपकिरी केसांची आणि सुंदर स्वप्नाळू डोळ्यांची होती.

पण नंतर लवकरच प्रश्न उभे राहण्यास सुरुवात झाली. झरीनाला दिवसेंदिवस जास्त थकवा वाटू लागला, आणि रोज संध्याकाळी तिला बारीक ताप येऊ लागला. फार उशिरानं लालजीला आठवलं की, झरीनाचं लग्न ठरल्याचं ऐकून डॉ. शम्सूंनी चिंता व्यक्त केली होती.

शम्सूंनी लालजीला सावधानीचा इशारा देत म्हटलं होतं, ''ती अतिशय नाजूक आहे. मला ठाऊक आहे की, तिचं लग्न करून टाकायची तुझी खूप इच्छा आहे, पण मुलं होऊ देण्याइतकी शक्ती अजून तिच्यात नाही. रेहान खूप समजूतदार तरुण वाटतो, मी त्याला समजावून सांगेन की, दोन वर्षं तरी त्यांनी मूल होऊ देऊ नये.''

रेहाननं डॉ. शम्सूंच्या सल्ल्याकडे दुर्लक्ष केलं असं नाही. त्यांनी उपलब्ध असलेली खबरदारी घेतली होती, पण त्या वेळची ही साधनं पूर्ण विश्वासार्ह नव्हती. आणि हेही खरं की, त्यांच्या एकमेकांबरोबर सुखी असण्याच्या आणि झरीनाच्या चांगल्या दिसणाऱ्या प्रकृतीच्या आनंदात डॉक्टरांचं सांगणं जरा विसरायलाही झालं होतं.

झरीनाला दिवस गेले असल्याचं तिच्या लक्षात आल्यावर आई होण्याच्या विचारानं ती प्रफुल्लित झाली. नेमका लालजीच्या वाढदिवसाला ११ नोव्हेंबर, १९०१ रोजी दिवशी छोट्या रुमानाचा जन्म झाला, तेव्हा तिला इतका आनंद झाला की, घरी सगळ्यांना वाटलं कदाचित डॉ. शम्सू सांभाळण्याबद्दल जरा जास्तच काळजी करत होते. हे खरं, की झरीना नाजूक होती, पण ती नेहमी तशीच होती आणि तिला काही त्रास झाला नव्हता. कधीही, कुठल्याही आजाराची कुठलीच चिन्हं तिच्यामध्ये दिसली नव्हती.

परंतु नऊ महिने बाळ पोटात वाढवणं आणि नंतर तान्ह्या मुलीला सांभाळणं याचा परिणाम तिच्या सडपातळ शरीरावर होऊ लागला. तिच्या अशक्त शरीरात क्षयाच्या जंतूंनी केव्हा गुपचुप शिरून हल्ला केला, हे सांगणं कठीण होतं. पण फुप्फुसांमध्ये संसर्ग झाला आणि खोकल्याची ढास सारखीच लागू लागली तेव्हा हे

लगेचच लक्षात येऊन चुकलं की, त्या भयंकर रोगानं त्यांच्या सोन्यासारख्या मुलीचा कब्जा घेतला होता आणि तो तिच्या शरीराचा भराभर नाश करत होता.

लालजी मनानं उद्ध्वस्त झाला. त्याच्या मुलीचा जीव वाचवण्यासाठी तो करणार नाही अशी गोष्टच नव्हती. स्विस आल्प्समधल्या स्वच्छ हवेतल्या आरोग्यभुवनात (सॅनेटोरियम) बरं व्हायला कदाचित मदत होईल असं त्याला वाटलं, पण डॉ. शम्सूंना वाटलं की, एवढ्या लांबचा प्रवास पेशंटच्या सध्याच्या स्थितीत विचारात घेण्यासारखाच नव्हता. स्वच्छ कोरडी हवा, चांगला पौष्टिक आहार, विश्रांती आणि मानसिक आणि शारीरिक तणावमुक्त आयुष्य, हेच उपचार होते. तेव्हा त्यानं जवळची अशी जागा चांगली, असं सुचवलं. अशा ठिकाणी झरीनाची शुश्रूषा चांगली होईल, ती आरामात राहू शकेल, तिची आपली माणसंही जवळ असतील, ज्याचा अनोळखी ठिकाणी राहण्यापेक्षा जास्त फायदा होईल. कारण अशा आजारात मनात कुढत राहणं आणि काळजी करणं या गोष्टींनी आजार वाढू शकतो.

म्हणून मग ते तिला कोरड्या, स्वच्छ थंड हवेच्या ठिकाणी माउंट अबूला घेऊन गेले. तिच्या मुलीजवळ राहण्यासाठी सकीनानं सगळं काम सोडून दिलं. झरीनाच्या बहिणी दर थोड्या दिवसांनी तिच्याबरोबर राहण्यासाठी येत असत. विशेषत: शिरीन. झरीनाची आणि तिची सर्वांत जास्त जवळीक होती.

बरेच महिने गेले, तरी आजार कमी होण्याची काही चिन्हं दिसेनात. तेव्हा बऱ्याच लोकांनी शिफारस केलेल्या, महाबळेश्वरजवळच्या पाचगणीला झरीनाला हलवण्यात आलं. कदाचित हवापालट झाला, तर आजाराला जरा आळा बसेल या विचारानं. पण कशाचीही कमतरता नसूनही आजार झरीनाला सोडत नव्हता. मग दिवसेंदिवस उघड दिसू लागलं की, झरीना लढाई हरत चालली होती.

रेहान अत्यंत दु:खी मनानं सर्व वेळ त्याच्या बायकोबरोबर घालवत होता, धंद्याचं सगळं काम त्यानं धाकट्या भावावर – नझीमवर सोडलं होतं. रेहानच्या आईचं अलीकडल्याच वर्षी निधन झालं होतं, त्यामुळे जेमतेम एक वर्षाच्या रुमानाला सांभाळायला घरचं असं बाईमाणूस कोणी नव्हतं, त्यामुळे रेहान तिला बरोबर घेऊनच येत असे.

झरीनाचा थकून गेलेला चेहरा तिच्या बाळाला बघून कसा उजळायचा ते बघून छान वाटायचं. तिच्या छोट्या पावलांच्या पळण्याच्या आवाजानं तिला हुरूप यायचा, पण आजार बळावत जाऊ लागल्यावर त्यांना सांगण्यात आलं की, मुलीला संसर्ग होण्याची भीती आहे, तिला दुसरीकडे पाठवावी.

म्हणून मग रुमानाला मुंबईला तिच्या नानांच्या – लालजीच्या घरी पाठवून देण्यात आली. तिथं झरीनाच्या दोघी धाकट्या बहिणी शिरीन आणि सोनी खूप हौसेनं त्यांच्या बहिणीच्या मुलीचा सांभाळ आणि लाड करू लागल्या. विशेषत: शिरीनला

त्या बाळीचा फार लळा लागला आणि ती जणू तिची दुसरी आईच झाली.

जानेवारीतल्या एका थंड सकाळी छान ऊन पडलं होतं आणि फुलांना खूप बहर आला होता, तेव्हा झरीना शांतपणे झोपेतच मृत्यू पावली.

***

सकीनाला तिच्या जावयाला तिच्या मुलीबद्दल असलेल्या खऱ्याखुऱ्या आणि खोल प्रेमानं फार भरून येत असे. दुःखात बुडालेल्या त्या विधुराबद्दल तिला खूप वाईट वाटायचं. तिनं जेवढं गमावलं होतं, तितकंच त्यानंही गमावलं होतं.

दिवस जात राहिले; आठवडे जात राहिले. दर रविवारी रेहान त्याच्या मुलीला भेटायला येत असे. तिची आई गेल्यानंतर रुमाना लालजीच्या घरीच राहत होती.

आज ना उद्या रेहान पुन्हा लग्न करेल हे अपेक्षितच होतं. कारण पुरुषासाठी एकटं राहणं फार अवघड असतं. सकीनाला वाटलं, शिरीनहून जास्त चांगली बायको त्याच्यासाठी कोण असू शकेल? ती रेहानला चांगलं ओळखत होती आणि त्याच्या मुलीवर स्वतःच्या मुलीसारखं प्रेम करत होती. याबद्दल जितका जास्त विचार करावा, तितका या प्रश्नाची हीच उत्तम उकल असल्याचं दिसत होतं. आणि तसं असेल, तर चांगल्या गोष्टीला उशीर कशाला? जितकं लवकर तितकं बरं!

तिनं लालजीसमोर हा विषय काढला, तेव्हा त्याला जरा कां कूं करताना बघून तिला आश्चर्य वाटलं. तो म्हणाला, "त्याच्या कुठल्याही मुलीला दुसऱ्या बाईच्या मुलाचं ओझं बाळगत संसाराला सुरुवात करायला लागावी?"

सकीनाला धक्काच बसला. "दुसऱ्या बाईचं मूल?" तिनं जरा रागानंच म्हटलं, "आपण आपल्या झरीनाच्या मुलीबद्दल बोलतोय – तिसऱ्या कुठल्या अनोळखी बाईच्या मुलाचं नाही, आणि त्या मुलीला शिरीनपेक्षा चांगली आई कुठून मिळेल?"

लालजी गप्प बसला. "ठीक आहे, तू तिलाच विचारलेलं बरं. तिच्या आयुष्याचा प्रश्न आहे आणि निर्णय तिनं घ्यावा."

सकीनाला हे आवडलं नाही, ती अस्वस्थ झाली. "लहान मुलीला काय कळतंय?"

"तिला नक्कीच तिचं मत आहे आणि तिला मनातून काय वाटतंय, हे तिला कळत असणार. तू तिला विचारलं पाहिजेस हे महत्त्वाचं आहे. माझ्या एकाही मुलीचं लग्न तिचा होकार असल्याशिवाय होणार नाही."

शिरीन लहानपणापासून शांत आज्ञाधारक मुलगी होती, पण जेव्हा तिच्या आईला बनूमामीशी रेहानशी तिचं लग्न करून देण्याविषयी चर्चा करताना ऐकलं, तेव्हा ती भीतीनं थरथर कापू लागली. ती तिथून पळून तिच्या आवडत्या चाफ्याच्या झाडांची वाटिकेत जाऊन बसली. त्या पांढऱ्या चाफ्यांच्या फुलांचा अतिशय सुरेख

मांडव होत असे, पण आज तिचं त्यांच्याकडे लक्षच गेलं नाही. ती इतकी अस्वस्थ झाली याचा तिचा तिलाच धक्का बसला. ती कधीही तिच्या आईविरुद्ध कुठल्याही बाबतीत गेली नव्हती आणि ती जाणून होती की, तिला ते कधीही जमणार नाही.

रेहानबद्दल आडून आडून माहिती काढून सकीनाला हे समजलं होतं की, शिरीनशी त्याचं लग्न झालं तर त्याला आनंद तर होईलच, पण कृतज्ञही वाटेल. आणि रुमानाबद्दल म्हणायचं, तर हे सगळ्यांनाच दिसत होतं, की रुमानाला शिरीनचा खूपच लळा होता. परंतु सकीनाला तिच्या मुलीचा संवेदनशील स्वभाव पुरता कळलाच नव्हता; किंवा तिची हे लग्न व्हावं अशी इच्छा का नव्हती हेही लक्षात आलं नव्हतं. खरं कारण असं होतं की, शिरीन लहानपणापासून झरीनाच्या इतकी निकट होती की झरीनाच्या नवऱ्याच्या आयुष्यात किंवा शय्येवर तिची जागा घेणं, हे ती मनानं स्वीकारूच शकत नव्हती. नुसत्या त्या विचारानंच तिच्या मनात प्रचंड अपराधीपणाची भावना येत असे.

सकीनाच्या मुलींपैकी अत्यंत हळुवार मनाची शिरीन गाढ झोपेत तळमळत, या कुशीवरून त्या कुशीवर करत, कण्हत रात्री काढू लागली. तिला पुन्हा पुन्हा रात्री असं भयंकर स्वप्न पडू लागलं, ज्यात ती रेहानच्या कुशीत झोपलेली असे आणि झरीना शेजारी उभी राहून त्यांच्याकडे बघत असे, तिच्या डोळ्यात राग असण्यापेक्षा खूप दुःख दिसायचं; आणि घामानं थबथबलेली शिरीन जागी व्हायची – ती मनानं आणखी हबकलेली.

तिच्या आईनं तिच्याजवळ या लग्नाचा विषय काढला तेव्हा ती काहीच बोलली नाही, परंतु तिची तब्येत खालावत चालली. बाहेरगावी गेलेला लालजी बऱ्याच दिवसांनी घरी परतला तेव्हा तिची अवस्था बघून त्याला धक्काच बसला. तिचं वजन खूप उतरलं होतं, डोळे खोल गेले होते आणि चेहऱ्यावरचं हास्य मावळलं होतं.

लालजीनं त्याच्या बायकोला विचारलं, "काय केलंयस काय तू तिला? मी तुला सांगितलं होतं की, तिच्या इच्छेविरुद्ध मी माझ्या मुलीचं लग्न कोणाशीही होऊ देणार नाही."

सकीना यावर हरकत घेत म्हणाली की, शिरीनची संमती होती, तेव्हा लालजीनं शिरीनला बोलावलं. ती आली आणि एखाद्या पोलीस-चौकशीला उभं राहावं, तशी नजर खाली वळवून गरिबासारखी उभी राहिली. शिरीन मनानं वडिलांपेक्षा आईच्या जास्त जवळ होती. तरी तिला त्यांच्याबद्दल खूप आदर होता, तिच्या हिताचं नसलेलं ते कधीही काही करणार नाहीत, असा तिला विश्वास होता. तिला ठाऊक होतं की, तिच्या आईवडिलांचं तिच्यावर प्रेम होतं – पण तरीही ती घाबरत होती.

लालजीनं आपल्या मुलीच्या भोवती हात टाकून तिला जवळ घेतली. "बेटी, मला सांग, खरं खरं सांग, हे लग्न तुला पसंत आहे का? घाबरू नकोस. जे तुझ्या

मनात खरं खरं असेल ते सांग. मी या कुटुंबाचा प्रमुख आहे आणि तुझ्या इच्छेविरुद्ध इथे कोणीही तुला काहीही करायला भाग पाडणार नाही. तुला हा माणूस पसंत नसेल, तर तसं सरळ सांग, मी तुझ्यासाठी दुसरा चांगला नवरा शोधेन.''

शिरीन मान खाली घालून उभी होती, ती काहीही बोलली नाही. लालजीनं बरेचदा विचारलं, पण खूप मनापासून विचारलेल्या त्याच्या प्रश्नांना उत्तर मिळालं नाहीच. शेवटी वैतागल्यानं त्याचा आवाज जरा चढला. ''शिरीन, तू मला उत्तर दिलंच पाहिजेस. आपण दोघंच खाजगीत बोलू या का?'' शिरीननं नकारार्थी मान हलवली. ''मग बोल तर. तुझी इच्छा काय आहे, हे मला समजलं पाहिजे.''

त्याच्या चढलेल्या आवाजानं जरा हलबलून तिनं अगदी हळू, ऐकू येईल न येईल अशा आवाजात उत्तर दिलं, ''माझ्या आईची इच्छा असेल तसं.''

लालजीनं तिला तीनदा विचारलं. नंतर मोकळेपणानं बोलायला ती घाबरू नये म्हणून ती दोघंच असतानाही विचारलं. पण दर वेळी तिनं तेच, मागच्यासारखंच उत्तर दिलं, ''माझ्या आईची इच्छा असेल तसं.''

१९०३ सालच्या एप्रिल अखेरीस, झरीनाला जाऊन जेमतेम तीन महिने होत होते, तेव्हा लग्न झालं. लग्न अगदी साधेपणानं, फक्त घरची माणसं, जवळचे नातेवाईक आणि स्नेही एवढ्यांच्याच उपस्थितीत पार पडलं. लग्नाच्या आधी कित्येक रात्री शिरीन जवळजवळ झोपलीच नव्हती. मनानं आणि प्रकृतीनंही तिला अगदी गळून गेल्यासारखं वाटत होतं. तिला कशाकडेच नीट लक्ष देता येईनासं वाटलं.

शिरीनला जन्मल्यापासून सांभाळणारी वयस्क गोव्हॅनीज आया रोझा, लग्नाच्या दिवशी सकाळी तिला कपडे बदलून तयार व्हायला मदत करायला आली, तेव्हा शिरीन अंथरुणात पडून राहिली होती. चेहऱ्यावर हरवलेले भाव होते. म्हाताऱ्या रोझानं तिला खूप हाका मारल्यावर शिरीन विचित्रपणे तिच्याकडे बघत म्हणाली, ''रोझा, वधूचे अंतिम संस्कार तिच्या लग्नाच्या दिवशी झालेले ऐकलेस तू कधी?''

कॅथॉलिक रोझानं लगेच क्रॉसची खूण केली न् म्हणाली, ''चुप् बेटी, हे काय बोलतेस तू? तुझ्या आयुष्यातला सगळ्यात आनंदाचा दिवस असला पाहिजे हा. चांगला माणूस आहे तो, नीट सांभाळेल तुला. हे घे, गरम दूध आणलंय बदामाचं तुझ्यासाठी, शक्ती येईल जरा. धड जेवलीच नाहीयेस किती दिवसात!''

''काय करू दूध पिऊन रोझा? विषाचा पेला आण त्याच्याऐवजी, तोच आता प्यावासा वाटतोय आणि त्यानंच माझी तहान कायमची भागेल!''

भरून आलेले डोळे पुसत रोझानं त्या मनानं सैरभैर झालेल्या मुलीची दृष्ट काढून टाकली आणि तिची समजूत घालत तिला अंथरुणातून उठवलं. शिरीन अगदी लहान असल्यापासून आयानं जणू स्वत:च्या मुलीचं बघावं तसं शिरीनच्या लग्नाचं स्वप्न बघितलं होतं, त्यामुळे तिची ही अशी स्थिती तिला बघवत नव्हती.

आयुष्य किती अनपेक्षित वळणं घेत असतं! कोणाला वाटलं तरी असतं का, की सकीनाबाई आणि इतक्या मोठ्या मनाचे लालजीशेठ यांच्यासारखी खरोखर देवमाणसं, जी कितीतरी लोकांसाठी कितीतरी करायची, त्यांना घरात घडत असलेली ही दु:खद घटना दिसत-समजतच नसावी?

जसं पडायला पाहिजे तसं व्यवस्थित लग्न पार पडलं. नवल वाटावं इतक्या कोरड्या डोळ्यांच्या वधूला रेहान घेऊन गेला. तिच्या डोळ्यात आता जणू अश्रू उरलेच नव्हते! तोही उदास मन:स्थितीतच होता, कदाचित याच घरातून मागच्या वेळी एका प्रसन्न वधूला तो घरी घेऊन गेला होता हे त्याला आठवलं असणार किंवा कदाचित त्याच्याजवळ ठोकळ्यासारख्या बसलेल्या वधूचं दु:ख त्याला जाणवलं असणार!

* * *

त्यांना समजायला हवं होतं की, हे लग्न सुखाचं होणार नाही, आणि नाहीच झालं ते. शिरीनला तेच स्वप्न जास्त तीव्रतेनं पुन्हा पडू लागलं. तिच्या नवऱ्यानं – झरीनाच्या नवऱ्यानं तिला हात लावण्याच्या विचारानंही तिला भीती वाटायची. सगळ्या घरभर तिला झरीनाच्या अस्तित्वाचा भास होत राहायचा.

रेहान कनवाळू मनाचा होता, त्यानं स्वत: होऊन शिरीनला जवळ घेण्याचा प्रयत्न केला नाही. तो वाट बघायला तयार होता, अगदी शारीरिक नाही, नुसतंच दुरून प्रेमपूर्ण मैत्रीचं नातं ठेवायलाही तो तयार होता, कारण रुमाना! ती दोघं तिच्या जवळ असली म्हणजे ती किती आनंदात असायची हे त्याला दिसत होतं. नंतर मग गाजावाजा न करता त्यानं एखादी रखेली ठेवली असती, सर्वांनी समजून घेतलं असतं.

शिरीन तिच्या नव्या घरात दु:खी होती, तिला मनापासून वाटायचं की, ते घर तिचं नव्हतं, तिनं ते बळकावलं होतं. दिवस सरत गेले तसतसा तिच्या मनावर झालेला परिणाम आणि परकेपणाची जाणीव वाढतच गेली. घरात दुसरी बाईच नसल्यानं ज्या दुसऱ्या व्यक्तीशी ती बोलू शकत होती, तो तिच्या नवऱ्याचा अविवाहित धाकटा भाऊ नझीम होता.

तोही त्याच्या भावासारखाच जीव लावणारा, मायाळू स्वभावाचा होता, आणि त्यामुळे शिरीनचं दु:ख त्याला समजू शकत होतं. तो कडेला आत उभा राहून खूपदा तिला एकटीला झोपाळ्यावर बसून मुकाट्यानं अश्रू ढाळत असताना बघायचा. त्याला खूप वाटायचं की, तिला जवळ घेऊन समजूत घालावी, पण त्याला कधी धाडस झालं नाही.

मग खूपच उदास मन:स्थितीत असलेली शिरीन तिच्या आईवडिलांच्या घरी भेटायला आलेली असताना ओक्साबोक्शी रडू लागली आणि त्यांनी तिला परत पाठवू नये म्हणून विनवणी करायला लागली. त्यांच्या मुलीची ती अत्यंत दु:खी

मन:स्थिती बघून सकीना आणि लालजी खूपच अस्वस्थ आणि दु:खी झाले.

म्हणून शेवटी जूनमध्ये एका सकाळी पाऊस पडत असताना लालजी त्याच्या मुलीला घरी परत घेऊन आला. ती वधू म्हणून घरून जाऊन जेमतेम दोन महिने झाले होते, पण आता हे स्पष्ट दिसत होतं की, हे लग्न कधीही टिकून राहून सुखी होणार नव्हतं.

वेगळं होणं समजूतदारपणानं झालं. रुमानाला शिरीनचा खूप लळा होता, ती शिरीनबरोबर परत आली, त्यामुळे रेहान आता नव्यानं आयुष्य सुरू करायला मोकळा होता. तो नियमितपणे त्याच्या छोट्या मुलीला भेटायला आणि लालजी-सकीनांचीही चौकशी करायला येत राहिला.

थोड्याच महिन्यांनंतर रेहाननं दुसरं लग्न केलं आणि त्याच्या नववधूला घेऊन लालजीला व त्याच्या घरच्यांना भेटायला आला. असं ठरलं की, रुमाना शिरीनजवळच राहील. शिरीन्ला त्यामुळे खूप बरं वाटलं, कारण ती मुलगी हेच तिचं एकमेव आनंदनिधान होतं.

शिरीनसाठी, घटस्फोटाचं लांच्छन असूनही, पुन्हा मागण्या येऊ लागल्या. सर्वसाधारणपणे फारच थोडी उच्चभ्रू कुटुंबं घटस्फोटित मुलीला मागणी घालत असत, पण सर्वांना ठाऊक झालं होतं की, मुलीची काही चूक नव्हती, आणि मुख्य म्हणजे लग्न खऱ्या अर्थानं पूर्ण झालंच नव्हतं. शिवाय लालजी लखासारख्या माणसाशी चांगले संबंध आणि त्याचा आधार असणं याला महत्त्व होतंच!

आता शिरीननं तिच्या मुकाट्यानं सांगण्याच्या पद्धतीनं स्पष्ट केलं होतं की, तिला लग्न करण्यात स्वारस्य नव्हतं आणि तिचं मन न वळवण्याचा शहाणपणा त्यांनी केला. तिचा बराचसा वेळ रुमानाकडे लक्ष देण्यात जात असे. हळूहळू तिच्या मनावरचे दु:खाचे व्रण बुजू लागले आणि ती भविष्यकाळाकडे आशावादी मनानं बघू लागली.

एक दिवस शिरीन सरळ लालजीकडेच गेली – पूर्वी असं करायला ती बुजली असती, पण आयुष्यातल्या या धक्कादायक अनुभवानं तिला मनानं जास्त खंबीर केली होती. तिनं तिच्या वडिलांना सांगितलं की, तिला शिक्षिका व्हायचं होतं, आणि पुढं शिकण्यासाठी तिला त्यांची परवानगी हवी होती. लालजीला ही कल्पना खूप आवडली आणि एवढ्या मोठ्या घरात, काहीच न करता एखाद्या शोकग्रस्त भुतासारखं हिंडत राहत त्याच्या मुलीला जन्म घालवायचा नव्हता, हे ऐकून त्याच्या मनावरचं ओझं खूप कमी झालं.

३३

शिरीनचं लग्न मोडल्यानंतर लालजी अस्वस्थ मन:स्थितीत होता. जे लग्न मोडणारच होतं, ते होऊच न देण्याची दूरदृष्टी आपण दाखवू शकलो नाही, याबद्दल तो स्वत:ला दोष देत असे. शिवाय त्यांच्या कुटुंबासारखा प्रतिष्ठित कुटुंबासाठीही घटस्फोट ही समाजात मान खाली घालायला लावणारी गोष्ट होती. ती त्याच्या लाडक्या झरीनाच्या भयंकर दु:खद आजार आणि निधनाच्या पाठोपाठ झाली होती. एरवी संकटातून, दु:खातून चटकन सावरण्याचा स्वभाव असलेल्या लालजीला या दोन आघातांनी त्याच्या स्वभावाविरुद्ध अतिशय उदासवाणं केलं होतं.

त्याला वाटत होतं, मुलीचं नाव बदनाम होऊ नये म्हणून किती काळजी घ्यावी लागते! मग अलीकडे कुठंतरीच भरकटत जाणाऱ्या त्याच्या मनाला वाटलं, एक तरी मुलगा सकीनानं त्याला दिला असता तर! कदाचित काही लोकांनी सुचवलं होतं, तशी त्यानं दुसरी बायको करायला हवी होती, जिनं त्याला मुलगे दिले असते!

याच सुमाराला रेवजीनं दुसरं लग्न करायचं ठरवलं. ''तूसुद्धा त्या दृष्टीनं विचार केला पाहिजेस लालजी,'' त्याचा मित्र त्याला म्हणाला, ''मला ठाऊक आहे, सकीनाबाई फार चांगल्या आहेत, पण तुझ्यासारख्या एवढ्या बड्या माणसाला मुलगा हा हवाच!''

लालजीच्या मनाची चलबिचल वाढत चालली. सकीना तिच्या नवऱ्याच्या मनाची अस्वस्थता आणि विचित्र मन:स्थिती बघत होती. त्याच्या मनात काय चाललं असावं, या विचारानं तिला धस्स व्हायचं. कारण रेवजीनं दुसरं लग्न केल्याचं तिनं ऐकलं होतं. मनातून तिला वाटत राहू लागलं की, लालजीच्या अशा मन:स्थितीत तो एकदम काहीतरी करून बसेल. मग बानूमामीनं फार पूर्वी दिलेला सल्ला तिला आठवला, आणि ती समजून चुकली की, आता या बाबतीत तिनंच काहीतरी

करायची वेळ आली होती. बानूमामींच्या अनुभवी आणि समर्थ हातांमध्ये तिचं घर सोपवून, कच्छमधल्या एका आजारी नातेवाइकाला भेटायचं कारण काढून, पण मनात दुसराच हेतू धरून, जड मनानं तिनं घर सोडलं.

***

ऑगस्टच्या सुरुवातीच्या गदमदणाऱ्या उकाड्याच्या एका दिवशी लालजी उशिरानं घरी आला, बघतो तर भेटीला येणाऱ्यांसाठी थांबायची जी खोली होती, तिच्या अगदी लांबच्या टोकाला एका कोरीव काम केलेल्या बाकावर एक तरुण मुलगी बसली होती. छत्र्यांच्या स्टँडमध्ये त्याची चांदीच्या मुठीची हस्तिदंताची छडी ठेवता ठेवता लालजीचं तिच्याकडे लक्ष गेलं. भरतकाम केलेल्या साध्या चणियाचोळीवर कच्छी बांधणीची शाल अंगावर घेतलेली ती मुलगी खेड्यातून थेट इथे आलेली दिसत होती. उत्तम प्रकृतीची ती तरुण मुलगी अगदी साधी; पण आकर्षक दिसत होती.

त्यानं तिला ओळखली नव्हती, आणि तिनं त्याला आत येताना पाहिलं नव्हतं. त्यामुळे लालजी घरात जाऊन वरच्या मजल्यावरच्या त्याच्या खोलीकडे गेला. जिन्याच्या वरच्या पायरीशी त्याची सगळी कामं करणारा रेगो नावाचा नोकर त्याची वाट पाहत उभा होता. "सकीनाबाई कुठायत?" लालजीनं विचारलं, "आणि त्या तरुण बाई कोण बसल्यायत खाली? सकीनाबाईंना ठाऊक आहे का त्या आल्यायत ते?"

कधी न बावचळणारा रेगो चुळबुळ करत काहीतरी तोंडातल्या तोंडात बोलला. लालजीनं खांदे उडवले. "बरं, नसेल माहीत तर जा न सांग त्यांना. आणि पाणी गरम आहे का? मला आंघोळ करायचीये."

लालजी त्याच्या कपडे बदलायच्या खोलीत गेला. शेजारच्या अंघोळीच्या खोलीत तांब्याचा बंब पेटवला होता आणि पाणी उकळत होतं. एक मोठं पितळेचं घंगाळ भरून गरम पाणी मालकांसाठी काढून तयार ठेवलेलं होतं. रेगोनं धुतलेले टॉवेल्स ठेवले, लालजीचा उत्तम भरतकाम केलेला रेशमी कुडता आणि मऊ पांढरा पायजमा काढून ठेवला आणि तो बाहेर गेला.

लालजी मोठ्या आरशासमोर उभा होता आणि कासवाच्या पाठीच्या, चांदीची कड असलेल्या कंगव्यानं केस विंचरता विंचरता सकीना कोठे असेल, असा विचार करत होता. नेहमी तो घरी येई तेव्हा त्याच्या स्वागताला ती तिथे असायचीच.

तो तिथे उभा असतानाच त्याच्या पाठीकडचं दार उघडलं आणि त्याला आरशात सकीनाचं प्रतिबिंब दिसलं. उंबऱ्याशी उभी राहून ती त्याच्याकडे बघत होती, चेहऱ्यावर अगदीच वेगळा भाव होता. तिच्याकडे वळत किंचित हसून तो म्हणाला, "आलीस एकदाची!" नेहमीसारखं स्वागताचं स्मित न करता ती गप्पच राहून त्याच्याजवळ आली.

लालजी पुन्हा वळून केस विंचरायला लागला. "अगं हो, त्यांनी सांगितलं का तुला? खाली एक तरुण मुलगी तुझी वाट बघतेय," आरशातून तिच्याकडे बघत त्यानं सांगितलं, "तू दानधर्म-मदत करत असतेस त्यातलंच कोणीतरी असणार नक्कीच! पण आत्ता या वेळेला का आलीय ती?"

सकीनानं लगेच उत्तर दिलं नाही, पण ती आणखी जवळ येऊन त्याच्या मागे उभी राहिली, त्यानं वळून तिच्याकडे बघायची वाट पाहत. तिचा चेहरा गंभीर होता.

"काय गं? काय झालं?" त्यानं आश्चर्यानं विचारलं.

घुटमळत सकीना म्हणाली, "त्या मुलीबद्दल बोलायचंय."

"तिचं काय?"

"ती चांगल्या घरची, पण अनाथ मुलगी आहे. ती लहान होती तेव्हाच वडील गेले आणि अलीकडेच आई गेली. मी कच्छहून तिला इकडे बोलावून आणली."

"मग? तिला दत्तक घेणारेस की काय तू?" लालजी थट्टेनंच म्हणाला, पण सकीना काय करेल हे सांगता येणं कठीण होतं!

"मी तिला बोलावून घेतली... तुमची दुसरी बायको व्हायला!" खरंच न वाटून लालजी तिच्याकडे हिचं डोकंबिकं फिरलंय की काय, अशा नजरेनं बघायला लागला. मग शेवटी म्हणाला, "तू काय केलंयस म्हणालीस?"

ती काहीच बोलली नाही.

"खरं सांगतेयस? नाही ना?"

उत्तर नाही.

"तुला झालंय काय सकीना?" लालजी वैतागून ओरडला, "मला करायचीय काय दुसरी बायको? माझी बायको आहे आणि ती मला खूप आवडते." मग जरा थट्टेनं पुढे म्हणाला, "त्या एकीला सांभाळणंसुद्धा अवघडच आहे!" पण सकीनाचा चेहरा हसरा झाला नाही, ओढलेलाच राहिला. त्याच्या लक्षात आलं की, ती खरोखरच गंभीरपणेच सांगत होती. त्याचं अंत:करण ढवळून निघालं. "पण का सकीना? त्यानं नरम आवाजात विचारलं, असं का केलंस तू?"

नजर दुसरीकडे वळवत सकीनानं खालचा ओठ दाबून धरला, भरून आलेले अश्रू परतवायचा निकराचा प्रयत्न केला. प्रत्येक वेळी तिला मुलगी झाली की, त्याचा झालेला हिरमोड तिला आठवला. तो जरी काहीही बोलला नव्हता, तरी तिनं त्याचा विरस केल्याचं ओझं तिच्या मनावर यायचं. अखेर ती अगदी खालच्या आवाजात म्हणाली, "तुमच्या एवढ्या धनवान माणसाला मुलगा असलाच पाहिजे. ती तरुण आहे, मी देऊ शकत नाही त्या तुमच्या मुलांना ती जन्म देईल." तिच्या डोळ्यांतून घळाघळा अश्रू वाहू लागले.

तिला होणाऱ्या दु:खाचं खूप वाईट वाटत लालजीनं तिचा चेहरा दोन्ही

हातांमध्ये धरत आपल्या चेहऱ्याजवळ आणला. "इकडे बघ माझ्याकडे," तो हळुवारपणे म्हणाला, "मुलगा नाही म्हणून मी कधीही, एकदा तरी तक्रार केलीय? तुला कधी रागानं बोललोय?"

मानेनंच 'नाही' म्हणत तिनं पदरानं डोळे पुसले.

"सकीना! हे बघ, बायको म्हणून मला फक्त तुझीच जरूर आहे, तूच हवी आहेस."

ती घुटमळत म्हणाली, "मी असं ऐकलं की, तुम्ही एका स्वामीजींना जाऊन भेटला होतात विचारायला, की ते तुम्हाला मुलगा होईल असा आशीर्वाद देऊ शकतील का?"

तो जरा गप्प बसला. "मी तसं केलंही असेल, पण शेवटी मीही माणूसच आहे. पण माझ्या नशिबात मुलगा होईल असं नसेलच, तर ठीक आहे, ते माझ्या हातात नाही. पण दुसरी बायको करणं आहे, आणि तसं करायचं नाही, असं मी ठरवलं आहे." तिला सोडत तो सुस्कारा टाकत म्हणाला, "तुला खरंच वाटलं होतं मी दुसरी बायको करेन असं?"

सकीना म्लान स्मित करत हिंमत हरलेल्या आवाजात म्हणाली, "माधुरीबेनना दोन मुलगे झालेत, तरी रेवजींनी दुसरं लग्न केलंय!"

लालजी नजर वळवत म्हणाला, "आपलं आयुष्य कसं जगावं, हे ज्याचं त्यानं ठरवायचं असतं. मला योग्य वाटेल तसं मी माझं आयुष्य जगेन."

***

पुढच्या आठवड्यात बरेच दिवसांपासून केलेल्या बेताप्रमाणे सकीना तिच्या दोन धाकट्या मुलींना आणि छोट्या रुमानाला घेऊन तिच्या माहेरी गेली. बऱ्याच वर्षांत ती झांजिबारला गेली नव्हती आणि सगळ्यांनाच जरा बदल झाला, तर बरं वाटेल असं तिला वाटलं. विशेषत: शिरीनचं दु:खदायक लग्न आणि घटस्फोट यांनंतर तिला बदलाची जरूर होती.

लालजी सबंध दिवसाच्या कामानं थकून घरी आला होता आणि त्याच्या खोलीत गेला होता. त्यानं आपली छडी बाजूला ठेवून कोट काढला होता, तेव्हा त्याला कापडाची सळसळ ऐकू आली. त्यानं काळजीपूर्वक भोवताली बघितलं. मेणबत्त्यांचं झुंबर मंद केलं होतं, पण बाकी सगळं शांत होतं. थकल्यानं कदाचित भासही झाला असेल असं वाटून तो कपडे बदलायच्या खोलीत रोजच्यासारखा गेला.

लालजी झोपण्याच्या खोलीत परत आला, आणि त्याला पुन्हा तसाच आवाज आला. या वेळी नक्कीच भास नव्हता. कोणीतरी किंवा काहीतरी खोलीत होतं. साप येणं ही कधीच न होणारी गोष्ट नव्हती. नुकताच त्यांना कोठीच्या खोलीत एक

सापडला होता.

तो रेगोला हाक मारणार, एवढ्यात खोलीच्या दुसऱ्या टोकाजवळच्या पडद्यांमागे त्याला हालचाल जाणवली. हळूहळू तो खिडकीकडे सरकला. तो अजूनही सशक्त माणूस होता, आणि तिथे जे कोणी लपलं असेल त्याला पुरून उरला असता. त्यानं त्याची चंदनाची छडी उचलली आणि दबत दबत पुढे गेला. तेवढ्यात पुन्हा आवाज आला.

"कोण आहे तिकडे?" लालजीनं विचारलं आणि तो थांबला. कोणी उत्तर दिलं नाही. "आत कोण आहे त्यानं बाहेर निघावं." आणखी जवळ जात तो म्हणाला, "एका मिनिटात बाहेर आला नाहीस, तर मी येऊन पकडेन तुला, आणि मूर्खासारखं काहीतरी करू नको – शस्त्र आहे माझ्या हातात."

क्षणभर काहीच झालं नाही, मग हळूच पडदे सरकवले गेले आणि एक आकृती बाहेर आली. लालजी होता तिथेच उभा राहून, विश्वास न बसून, डोळे विस्फारून बघत राहिला. मग हातातली काठी खाली टाकून तो एक पाऊल पुढे गेला. "इकडे ये," तो म्हणाला, "मला दिसशील अशी पुढे ये."

ती घाबरत त्याच्याजवळ आली. चणियाचा सळसळ आवाज होत होता. थोड्या अंतरावर ती थांबली. लालजीनं तिला लगेच ओळखली. त्याची दुसरी बायको व्हायला सकीनानं आणलेली मुलगी होती ती.

"तू इथं कशाला आलीयस?" त्याचा आवाज आता सौम्य होता. पण ती खाली मान घालून उभी होती. वर बघून त्याच्याकडे बघण्याचं धैर्य तिला नव्हतं.

"माझ्याकडे बघ," तो जास्त जोरानं म्हणाला. मग तिनं वर बघितलं तेव्हा ती कापत असल्याचं त्याला कळलं. "तू का आलीयस?" त्यानं पुन्हा विचारलं. तिचा चेहरा लाल झाला आणि तिनं तोंड फिरवलं.

"मी इथे तुमची बायको व्हायला आलीय," ती अगदी खालच्या आवाजात म्हणाली, "तुमच्या मुलांना जन्म द्यायला."

त्या क्षणी, त्या शेवटच्या शब्दांनी जणू लालजीचा आत्तापर्यंतचा निश्चय डळमळला. तिच्या तरुण मृदू चेहऱ्यावरून त्याची नजर हटेना आणि त्या वाट बघणाऱ्या अनाघ्रात शरीरावरूनही. कदाचित हेच विधिलिखित असेल, त्याला वाटलं.

त्या रात्री लालजीनं तिला परत पाठवली नाही. तिच्या असण्यानं ते रिकामं घर भरून गेलं आणि तारुण्यपूर्ण कामनांनी त्याच्या रिकाम्या शय्येला ऊब आली. महत्त्वाचं हे होतं की, त्याच्या मुलाला जन्म देण्याचं वचन तिच्या तिथे असण्यात अपेक्षित होतं; त्याच्या मनातली ती मोठी पोकळी भरून काढण्याचं.

***

ऑक्टोबरच्या अखेरीस सकीना आणि मुली झांजिबारहून परत आल्या, तेव्हा

लालजी आणि त्याची दुसरी बायको जानबाई त्यांचं स्वागत करायला घरी वाट बघत होते. लालजी हसतमुखानं त्यांना भेटायला सामोरा गेला तेव्हा सकीनानं लक्षपूर्वक त्या दोघांकडे बघितलं. जानबाई दोन पावलं मागे उभी होती आणि सकीनाला बघून तिला बरं वाटलेलं दिसलं. त्या एका ओझरत्या दृष्टिक्षेपात, अजून तसं उघड काही दिसत नव्हतं, तरी सकीनाच्या स्त्रीसुलभ अंत:प्रेरणेनं तिला समजलं की, जानबाईला दिवस गेले होते. तिच्या पोटात खड्डा पडल्यासारखं वाटलं तिला – हे समजून की, तिचं सगळं जग आता बदलून जाईल.

त्या दोघी स्त्रियांकडे बघत असताना लालजीच्या लक्षात आलं की, आता, त्या दोघींनाही घरात आणि त्याच्या आयुष्यात स्वत:चं असं स्थान दिलं जावं, यासाठी त्याला खूप समजूतदारपणानं वागावं लागेल. सकीनासाठी त्याच्या मनात नेहमीच खूप विशेष भावना होत्या. आणि जान? जान जर त्याच्या मुलाची – वारसाची आई झाली, तर तो तिच्यासाठी काहीही करेल असं त्याला वाटत असे.

आत्तापर्यंत पूर्ण आत्मविश्वास आणि पतीकडून मिळणाऱ्या प्रेमाची आणि मानाची खातरी असलेल्या सकीनाला आता घरातल्या स्वत:च्या स्थानाविषयी खातरी वाटेनाशी झाली. तिनं तिची हक्काची जागा घेऊन गृहस्वामिनी या नात्यानं अधिकारपूर्वक घर चालवण्यास सुरुवात केली, तरी नवी पत्नी घरात आल्यानं तिच्या आणि लालजीच्या खाजगी नात्याबद्दल तिला आत्मविश्वास वाटत नव्हता.

त्यामुळे थोड्याच दिवसांनी पूर्वीसारखंच एका रात्री तिच्या शयनगृहाचं दार हळूच उघडताना दिसलं आणि उंबरठ्याशी लालजी तिच्याकडे बघून पूर्वीसारखाच ओळखीचं हसताना दिसला, तेव्हा तिला आनंद तर झालाच, पण मनावरचा ताणही दूर झाला.

***

जानबाईला दिवस गेले आहेत हे निश्चित झालं, तेव्हा लालजीचं मन आनंदानं थिरकलं. कधीही हार न मानणाऱ्या आशावादी स्वभावाचा असल्यानं या वेळी त्याला खातरी होती की, ज्याची तो इतक्या उत्कंठेनं वाट पाहत होता तो मुलगाच जन्माला येईल. तो जानबाईची सर्वतोपरीनं काळजी घेत होता. ती काय आणि किती खाते आहे, पुरेशी विश्रांती घेते आहे की नाही हे विचारत राहायचा, ती स्वत:ला आणि त्याच्या अजून जन्माला न आलेल्या मुलाला दमवत नाही ना याची काळजी करत राहायचा.

"तिला सारखा सांगत-शिकवत नको बसू रे!" डॉ. शम्सू त्यांच्या अतिउत्साही मित्राला दटावायचे. "अरे तिनं सबंध दिवस विश्रांती घेऊन नाही चालायचं. उलट तिनं हिंडत-फिरत काम करत राहिलं पाहिजे. काहीतरी व्यायाम झाला शरीराला तर बाळ निरोगी आणि गुटगुटीत होईल."

सुमारे दोन महिन्यांनी सकीनालाही दिवस गेले असल्याचं समजलं. तिला मनोमन खूप आनंद झाला.

"नीट काळजी घे स्वत:ची," बानूनं तिला सांगितलं. "लक्षात ठेव, तुम्हाला दोघींनाही मुलगे झाले, तर तुझा मुलगा हा वारस होईल – जरी तो वयानं लहान असला तरी, कारण तू ज्येष्ठ पत्नी आहेस."

महिने भराभर गेले. जानबाईचे दिवस भरत आले तसा लालजी जास्त जास्त अस्वस्थ होऊ लागला. एरवी सदैव कामातच लक्ष असलेला आणि ऑफिसचा एकही दिवस चुकवत नसलेला लालजी आता कितीतरी दिवस चुकवू लागला, कारण मुलगा जन्माला येईल तेव्हा त्यानं तिथंच असावं असं त्याला वाटत होतं.

प्रसूती वेदना सुरू झाल्या, तेव्हा अत्यंत अस्वस्थ झालेल्या पित्याला बाहेर थांबवून ठेवणं बानूला अवघड होऊन बसलं. लालजी बाहेरच्या व्हरांड्यात फेऱ्या मारत राहिला. बाळ जन्माला यायला वेळ लागायला लागला, मिनिटांचे तास झाले, तशी त्याची काळजी वाढू लागली.

सरतेशेवटी त्याला पाहिलं 'ट्यॅहॅं' ऐकू आल्याबरोबर तो खोलीत धावला आणि विचारलं, "मुलगा झालाय? मला मुलगा झालाय?" बानूनं हसून मान डोलावली आणि बाळाला उंच धरून त्याला दाखवलं. लालजीचं हृदय अत्यानंदानं फुटेल इतकं भरून आलं. तो दिवस होता ३१ मे, १९०४.

या खेपेला दाई मंदाबाईनं लालजीकडे बघून विजयी स्मित केलं, कारण सरतेशेवटी चार मुलींच्या पाठीवर तिनं त्याच्या मुलाला जन्माला आणला होता! आज नक्कीच तिला भरपूर बक्षीस मिळणार होतं!

सकीनाही जानबाईला प्रसूत होताना मदत करायला तिथेच होती. तिनं तिच्या नवऱ्याला जानबाई आणि तिच्या छानशा तान्ह्या मुलाकडे ओणवं होऊन बघताना पाहिलं... तो मुलगा, जो ती त्याला देऊ शकली नव्हती – तिच्या छातीत श्वास कोंडल्यासारखं झालं आणि मनात एक विचित्र डाचणारी भावना आली, जशी तिला पूर्वी कधीच आली नव्हती. तिच्या कुठल्याही बाळासाठी त्याचा चेहरा इतका असा उजळलेला तिनं कधीही पाहिला नव्हता. स्वभावानं ती मत्सरी नव्हती, तिनं आपल्या भावनांना बांध घालायचा खूप प्रयत्न केला. तिला वाटलं लालजीसाठी तिनं आनंदी वाटून घेतलं पाहिजे. काही म्हटलं, तरी तिनंच तर त्याच्यासाठी याच हेतूनं दुसरी बायको शोधून आणली होती – त्याला इतकी विलक्षण आस होती मुलगा व्हावा अशी, म्हणून!

परंतु अंत:करणात डाचत राहाणारी अस्वस्थता आणि खळबळ शमत नव्हती. शेवटी तीन दिवसांनंतर सकीनाची अपुऱ्या दिवसांची प्रसूती झाली. त्रासदायक प्रसूती होऊन सुंदर, पूर्ण आकाराला आलेला मुलगा झाला, परंतु जन्मत:च मृत असलेला!

हे साहजिकच होतं की, लालजीच्या मुलाची आणि वारसाची आई म्हणून लालजीच्या दुसऱ्या बायकोला एक विशेष दर्जा मिळू लागला. जसजसे दिवस जात राहिले तसतशी नीट विचार करून, मुलगा होण्यासाठी म्हणून, सकीना आणि बानू यांनी निवड केलेली, अगदी साधी आणि निरक्षर जानबाई, जिला सुरुवातीला सकीनानं या वैभवसंपन्न हवेलीत आणली म्हणून तिचे खूप उपकार मानायची, ती आता बदलू लागली. नवऱ्यानं केलेल्या कौतुकानं शेफारून जाऊ लागली आणि तिची प्रतिष्ठा आणि अधिकार वाढू लागला.

लालजी जरी नि:पक्षपाती राहून दोघींना सारखंच प्रेम देण्याचा प्रयत्न करत होता; तरी हे अटळच होतं की, तो धाकटी बरोबर जास्त वेळ घालवत असे; कारण आत्ताच्या घटकेला ती अत्यंत महत्त्वाची होती – त्याच्या एकुलत्या एका मुलाची आई होती!

लालजीच्या मोठ्या मुलींनी त्यांच्या सावत्र आईचा एकंदरीनं सहजपणे स्वीकार केला होता; पण सगळ्यात धाकटी सोनी, जी वडिलांची खूप लाडकी होती, ती दुराव्यानं वागत असे. तिला वाटत होतं की, ही नवी बाई तिच्या आईचं घर बळकावायला आली होती, आणि नवं बाळ हे तिच्या वडिलांच्या आयुष्यात तिचं जे स्थान होतं, त्याला धक्का लावणारं होतं. कारण आत्तापर्यंत तिच्याचबरोबर तिच्या वडिलांची खास मैत्री होती, तीच त्यांची खूप लाडकी होती.

***

लालजीला आपल्या पहिल्या मुलाशिवाय चैन पडेनासं झालं. तो तासन्तास त्याच्याशी खेळण्यात आणि इतकी वर्षं त्यानं मुलाशी जे बोलण्याची स्वप्नं बघितली होती त्यांबद्दल त्याच्या कानाशी गुजगोष्टी करण्यात घालवत असे. त्याचे मित्र रेवजी आणि सोहराबजी जेव्हा सहज भेटायला येत, तेव्हा तो रडणाऱ्या बाळाला हातात घेऊन जोजवून त्याचं रडणं थांबवायला बघत असायचा, आणि बाळाची आई त्याच्या हातातून बाळाला घ्यायचा व्यर्थ प्रयत्न करत असायची. त्या दोघांची हे बघून खूप करमणूक व्हायची.

बाळ काही महिन्यांचाच होता, तेव्हा त्याच्यासाठी खूप किमती आठ फूट लांब, सहा फूट रुंद, इटॅलियन मार्बलचा आणि सोन्याचे नळ लावलेला अंघोळीचा टब थेट रोमहून लालजीनं ऑर्डर केला – बापलेकांना एकत्र अंघोळ करता येईल एवढा मोठा.

कितीतरी महिने लालजीला हवा होता तशा आकाराचा उत्तम टब बनवून तो मुंबईला पाठवायला लागले. गोदीवरून घरी आणवणं, लालजीनं ठरवलेल्या स्पेशल जागी तो न फुटता बसवून घेणं हेच एक आव्हान होतं. पण शेवटी तो उत्कृष्ट टब आणून बसवला गेला; बाळाच्या पहिल्या वाढदिवसाच्या आधीच.

वाढदिवसाच्या समारंभाला जे आले, त्या सर्वांनी तो टब बघून कौतुक करणं अपेक्षित होतंच. लालजीचा मुलगा झाल्याचा उचंबळून वाहणारा आनंद अजून ओसरला नव्हता.

***

मुलगा आता चालू लागला होता. त्याच्याबरोबर त्या नव्या मोठ्या टबमध्ये पाण्यात खेळत अंघोळ करायला लालजीला खूप आवडायचं. रोज सकाळी बापलेक त्यात एकत्र अंघोळ करायचे आणि जानबाई जवळ बसून आनंदानं बघत बसायची. पाण्यावर तरंगणारी खूप सारी खेळणी लालजी घेऊन आला होता, बाळालाही ती खूप आवडायची.

एका सकाळी लालजीनं मुलाला अंघोळीचा कार्यक्रम आटपल्यावर बाहेर काढलं, त्याचं अंग पुसलं आणि जानबाईला हाक मारली. ती शेजारच्या कपडे बदलायच्या खोलीत बाळाचे कपडे आणायला गेली होती. तिनं हाकेला लगेच उत्तर दिलं नाही, म्हणून लालजी दारापर्यंत गेला आणि त्यानं पुन्हा हाक मारली, तरी तिनं 'ओ' दिली नाही. लालजीला वाटलं आपणच चटकन शेजारच्या खोलीत जाऊन ते कपडे आणावे. कपडे त्या खोलीच्या दुसऱ्या टोकाला असलेल्या कपाटावर होते.

लालजी अर्धा मिनिट बाथरूमच्या बाहेर ते कपडे आणायला गेला, तेवढ्या वेळात मुलानं पाण्यात अजून तरंगणारी मोठी लाल बोट बघितली आणि टबच्या कडेवरून ती घ्यायला पुढे वाकला. बोट तरंगत पुढे गेली, छोटा पोरगा आणखी, मग आणखी पुढे वाकला न् शेवटी भयंकर दुर्दैवानं तो खाली डोकं पाय वर असा पाण्यात पडला.

लालजीनं पाण्यात पडल्याचा आवाज ऐकला आणि धावत येऊन त्यानं त्या प्रियतम लाडक्या मुलाला पाण्याबाहेर काढलं, पण अरेरे! फार उशीर झाला होता. त्याला शुद्धीवर आणण्यासाठी त्यांनी अथक, प्रचंड प्रयत्न केले, पण पोटावर टाकून, दाबून नाका-तोंडातलं पाणी काढून, तोंडात श्वास फुंकून पुन्हा जीवंत करणं त्यांना माहीतच नव्हतं. असाहाय्यपणे त्याचा प्राण जाताना बघत राहण्यापलीकडे त्यांना काही करता आलं नाही.

मति कुंठित होऊन सुन्न झालेला लालजी तिथे उभा होता. मग अंत:करण पिळवटून निघालेली एक जोराची किंचाळी त्याच्या मनाच्या गाभ्यातून बाहेर पडली – आदिकालापासून चालत आलेली ती हाक, कर्मकाष्ठांच्या धर्मानं मनुष्याला त्याच्या कर्त्याकरवित्यापासून दूर केलं त्याच्या आधीपासूनची हाक, त्या सर्वशक्तिमान विश्वंभर शक्तीला कळवळून मारलेली हाक – त्याच्या प्राणप्रिय पुत्राचं आयुष्य वाचवण्यासाठी...

परंतु हाय रे दैवा! तसं होणार नव्हतं! आणि लालजीच्या डोळ्यांसमोरच, ते छोटंसं आयुष्य संपत गेलं. निळं पडलेलं बाळाचं शरीर हुंदके देऊन रडणाऱ्या पित्याच्या हातात होतं.

लालजी उद्ध्वस्त झाला. अपराध आणि पश्चात्ताप यांनी संपूर्णपणे दग्ध झालेला लालजी पुन्हा पुन्हा स्वत:ला या भयंकर घटनेबद्दल दोष देत राहिला. त्यानं हे होऊच कसं दिलं? त्याच्या स्वत:च्याच अत्यंत कडक सूचना होत्या की, मुलाजवळ कोणी नाही असं एक क्षणही होता कामा नये. आणि तोच तिथे नव्हता हे झालं कसं? कसं झालं हे? हे होऊच कसं शकलं? त्याच्याच ताब्यात तो असताना? तो सांत्वन करण्यापलीकडे गेला होता, एक विलक्षण, वादळी, बेफाम दु:ख जे काही केल्या शमतच नव्हतं.

घरातल्या सगळ्यांचीच मति कुंठून सुन्न झाली होती. सकीनानं मनापासून मोडून पडलेल्या जानबाईचे जमेल तेवढं सांत्वन करण्याचा प्रयत्न केला. "देवाची इच्छा जानू! आपण कोण आहोत त्याला प्रश्न विचारणारे? पण हे बघ, तू अजून खूप लहान आहेस, देवाची मर्जी असेल, तर आणखी पुष्कळ मुलं होतील..."

पण जानबाईला हा धक्का फार मोठा होता आणि तिचं सांत्वन होऊ शकत नव्हतं. एव्हाना तिनंही योगीमहाराजांचं भाकीत आणि दिलेली धोक्याची सूचना यांबद्दल ऐकलं होतं, आणि धर्मभोळ्या स्वभावाची असल्यामुळे जानबाईला खरोखरच भीती वाटू लागली की, लालजी लखाच्या मुलाला जन्म देण्यानं तिच्यावरच नव्हे, तर त्यांच्या सगळ्यांवरच अनिष्ट, घातक परिणाम होतील.

दु:खात बुडालेली ती आई अस्वस्थ, उदास झाली, सांत्वन होण्यापलीकडे गेली. तिनं जे गमावलं ते तिला मनानं स्वीकारता येईना. तिच्या महामोलाच्या मुलाशिवाय आणि मनानं खूप दूर गेलेल्या, स्वत:च्याच दु:खात बुडालेल्या लालजीशिवाय त्या प्रचंड महालात अर्थहीन झालेल्या तिच्या आयुष्याला ती तोंड देऊ शकत नव्हती.

काही अत्यंत दु:खी महिन्यांनंतर जानबाईनं विनंती केली की, लालजीची पत्नी असण्याच्या जबाबदारीतून तिला मोकळं करावं आणि कच्छमधल्या तिच्या खेड्यात परत पाठवून द्यावं.

३४

लालजीच्या हिशोबाच्या वह्यांचं सर्व काम बघणारे विश्वासू, वयस्क मुनीमजी खिमजीभाई हे निष्कलंक चारित्र्याचे, प्रामाणिक आणि योग्य-अयोग्य, बरं-वाईट यांची उत्तम जाण असणारे गृहस्थ होते. सकाळी सर्वांच्या आधी ते पेढीवर पोचत असत. ऑफिस उघडून त्यांच्या लहानशा गणेशाच्या मूर्तीची ताजी फुलं वाहून पूजा करत असत. मग अंगातले धोतर आणि स्वच्छ पांढरा कुडता हे कपडे सारखे करून बारीक कापलेल्या पिकल्या केसांवरची पांढरी सुती टोपी व्यवस्थित बसवून दिवसाच्या कामाला सुरुवात करत.

लालजी लखाच्या कोषागाराचे प्रमुख असण्याचा खिमजीभाईंना अभिमान होता. लालजींचे मुनीम असल्यानं त्यांच्याकडे कितीतरी लोक मदत मागायला येत असत. गंभीर, निर्विकार चेहऱ्यानं ते प्रत्येकाचं सांगणं ऐकून घेत असत. त्यांच्या मनातले विचार चेहऱ्यावरून समजणं, हे शेठजींनी मिळवलेले पैसे त्यांच्या हातातून सुटण्याइतकंच अवघड होतं. ते इतके जागरूक राहून हिशोब ठेवत असत की, कधीकधी त्या कडक मुनीमजींकडून पैसे मिळवणं लालजीला स्वत:लाही अवघड होत असे!

एका सकाळी खिमजीभाईंनी त्यांची रोजची पूजा वगैरे आटपलं होतं, तेवढ्यात कोणीतरी दार वाजवलं. खिमजीभाईंनी त्या अनोळखी माणसाकडे पाहिलं. त्या माणसात असं काहीतरी होतं, जे त्यांना आवडलं नाही, पण नेमकं काय ते कळत नव्हतं.

त्या दिवशी लालजीला यायला उशीर झाला. आत आल्यावर त्यानं आपला फेटा काढून अडकवला, छडी खाली ठेवली आणि आपल्या डेस्कपाशी बसला, तोपर्यंत मुनीमजी थांबले.

"तुम्हाला भेटायला एक माणूस येऊन बसलाय," खिमजीभाईंनी सांगितलं. खिमजीभाईंच्या चेहऱ्यावरचा भाव आणि बोलण्याची तुटक पद्धत, एवढ्यावरून लालजीच्या लक्षात आलं की, आलेला मनुष्य त्यांना आवडलेला नाही. "तो म्हणतोय की, तो गेल्या वर्षभर अडचणीत आहे आणि कर्ज मागायला आलाय."

थोडं थांबून खिमजीभाई पुढं म्हणाले, "तो कच्छहून आलाय, लग्नसंबंधातून तुमच्या नात्याचा आहे म्हणतोय. तो म्हणतोय की, तुम्ही त्याला पैसे, इस्टेट, गुरंढोरं शेतीवाडी असलेला माणूस म्हणून ओळखता आणि तुम्ही कर्ज दिलंत तर ते बुडणार नाही, याची तुम्हाला खातरी वाटेल."

"नाव काय सांगितलंन त्यानं त्याचं?" लालजीनं विचारलं.

"दामजी नाथू."

लालजी काही कागदपत्रं चाळत होता ते थांबवून त्यानं वर बघितलं. त्यानं जे ऐकलं ते त्याला खरंच वाटेना. दामजी नाथू इथं? आणि कर्ज मागायला? सगळे सोडून दामजी नाथू? इतक्या वर्षांनी?

खिमजीभाई बाकीची माहिती सांगत राहिले, पण लालजीचं ऐकण्यात लक्ष नव्हतं. त्याचं मन खूप दूर गेलं होतं. तो उठला आणि खोलीत फेऱ्या मारू लागला. एखाद्या महत्त्वाच्या गोष्टीवर विचार करायचा असला, की बरेचदा तो अशा फेऱ्या मारायचा. आज ज्या दिशेनं त्याचं मन जात होतं ती दिशा आणि त्यामधून त्याच्या मनाबद्दल त्याच्या जे लक्षात येत होतं ते, त्याला आवडत नव्हतं. दामजी नाथू जर इथं आला असेल, तर रेश्मा फार लांब कशी असेल?

विचार करायचा थांबून लालजी खिमजीभाईंकडे वळला, तेव्हा ते म्हणत होते, "त्या माणसामध्ये असं काहीतरी आहे जे मला आवडत नाही शेठजी. त्याच्या मनात तुमच्याबद्दल काहीतरी छुपी शत्रुत्वाची भावना असावी असं वाटतं, आणि मला जेवढं समजलं, त्यावरून त्यानं गहाण टाकलेला नाही असा त्याच्या इस्टेटीचा कोणताही भाग नाही. आणि उद्या त्यानं जर दिवाळं काढलं, तर कर्ज परत मिळण्याची शक्यता फारच कमी आहे. परत पाठवू त्याला?"

लालजीनं त्याच्या स्वामिनिष्ठ मुनीमजींकडे बघितलं. वृद्ध मुनीमजींना तो कसं सांगू शकणार होता की, दामजी नाथूकडे अशी इस्टेट होती, जी लालजी त्यांना देऊ शकला असता, त्याहून लालजीसाठी फार मोठ्या किमतीची होती? त्यानं नकारार्थी मान हलवली. "नाही खिमजीभाई. तो माणूस खूप लांबून मला भेटायला आलाय, शिवाय नात्यातला आहे, बरं नाही दिसणार. पाठवा त्याला आत."

* * *

लालजीच्या ऑफिसच्या बाहेरच्या प्रतीक्षागृहात दामजी नाथू बसला होता. तो स्वखुशीनं तिथे आला नव्हता, नाइलाजानं, शेवटचा उपाय म्हणून आला होता.

गेलं वर्ष फार वाईट गेलं होतं. पीक अजिबात चांगलं आलं नव्हतं आणि कुठलातरी क्वचित होणारा नवाच रोग त्याच्या गुराढोरांना झाला होता. खूपच नुकसान झालं होतं, आणि कच्छमध्ये जवळजवळ सगळ्यांचीच अशीच परिस्थिती

झाली असल्यानं कोणाकडून उचल घेणंही अवघड झालं होतं.

कच्छमध्ये असतो तसा गारवा असलेल्या एका संध्याकाळी त्याच्या घराच्या बाहेरच्या जागेत सगळे हुक्का पीत 'काय करावं,' याची चर्चा करत बसलेले असताना दामजीच्या तरुण पुतण्याला एकदम सुचलं, "अरे! काका, तुम्ही तुमच्या मेहुण्याला का नाही विचारत?"

"मेव्हणा?" दामजीला समजेना. "पण शाबू अन् पंजूही अडचणीतच आहेत."

"नाही हो काका, मी रेश्माकाकीच्या आतेभावाबद्दल – लालजी लखाबद्दल बोलतोय, तो मुंबईला खूप श्रीमंत झालाय म्हणतात. सढळ हाताचाही आहे म्हणे, काहीही तारण न ठेवताही, बिनव्याजीसुद्धा कर्ज देतो म्हणे बरेचदा."

सर्व जण थोडा वेळ गप्प राहून हुक्का पीत होते. लालजी लखाच्या अविश्वनीय वाटणाऱ्या यशाची गाथा सगळ्यांनीच ऐकली होती; पण थोरल्या पिढीला अत्यंत सुंदर रेश्मावर तरुण लालजीच्या असेलेल्या गाढ प्रेमाबद्दलही माहीत होतं.

दामजीनं लगेच उत्तर दिलं नाही, त्याबद्दल विचार करत राहिला. त्याला लालजीकडे मदत मागायला जायचं नव्हतं. काहीही तारण न ठेवता लालजी त्याला कर्ज देईल का नाही, याची त्याला शंका होती. त्याची जमीन, गुरं, इतर मालमत्ता सगळं आधीच गहाण टाकलेलं होतं. पण प्रयत्न करण्याशिवाय दुसरा काही मार्गच नव्हता.

तरी पण, एक मिळकत अजून त्याच्याकडे शिल्लक होती, जिला लालजीच्या लेखी अजूनही किंमत होती, हे दामजीला ठाऊक होतं! कारण ती एक मिळकत अशी होती की, जी लालजीला हवी होती, आणि त्याच्या सगळ्या संपत्तीच्या बदल्यातही ती विकत मिळाली नसती!

दामजीनं ठरवलं की, मुंबईला जायची वेळ आली आहे!

***

दामजी ऑफिसमध्ये आला, तेव्हा लालजी उठून उभा राहिला. "अरे वा! दामजी नाथू?" "बस"– म्हणून खुर्चीकडे निर्देश करत तो म्हणाला. "खिमजीभाई तुझ्या अडचणींबद्दल सांगत होते. काय करू शकतो मी तुझ्यासाठी?"

"मी का आलोय ते तुला ठाऊक आहेच लालजी," इकडचं तिकडचं काही बोलण्यात वेळ न घालवता दामजी म्हणाला, "मला कर्ज हवंय, आणि मी आधीच माझ्याकडचं सगळं काही गहाण टाकलेलं आहे, त्यामुळे तारण म्हणून द्यायला माझ्याकडे नाही."

तो थांबला. दोघांपैकी कोणीच काहीच बोललं नाही, तरी दोघांनाही ठाऊक होतं की, दोघंही एकच विचार करत होते. रेश्माचं अस्तित्व स्पष्टपणे त्या खोलीत त्या दोघांच्या मध्ये जाणवत होतं.

"पण नक्कीच दामजी! तूही माझ्यासारखाच कच्छी आहे, आणि त्याहीपेक्षा म्हणजे नात्यातला आहेस." लालजी सफाईदारपणे म्हणाला, "तुला मदत करायला आनंदच होईल मला; पण काय आहे की, तू मागतोयस तेवढी रक्कम द्यायची व्यवस्था करायला मला थोडा वेळ लागेल." क्षणभर थांबून लालजी पुढे म्हणाला, "खिमजीभाईंनी मला सांगितलं की, तुझ्या घरी खूपच अडचणी उभ्या राहिल्यायत आणि शक्य तितक्या लवकर तुला परत जाणं जरुरीचं आहे. तुला जर परत मुंबईला येणं अवघड असेल, तर तू दुसऱ्या कोणालाही पाठवू शकतोस, जिच्याजवळ पैसे देता येतील अशी एखादी विश्वासू व्यक्ती." मग जरा खाकरून लालजी पुढे म्हणाला, "कदाचित तुझी पत्नी. माझ्या मामेबहिणीला भेटून बरेच दिवस झाले, आणि नाहीतरी पैसे घेऊन जायला तिच्याहून जास्त विश्वासू कोण असणार?"

आता उत्तर दामजीला द्यायचं होतं, पण लालजी जाणून होता की, त्यानं जबरदस्त टोला परतवला होता – लालजी लखाला अजिबात न शोभणारा, छुपा, अतिशय लबाड टोला! हा लालजीच्या आयुष्यातला सत्याला सामोरं जाण्याचा क्षण होता – त्याच्या स्वभावातल्या नीच वृत्तीला सामोरं जाण्याचा.

दामजीनं जरासंच होकारार्थी डोकं हलवलं आणि तो जायला निघाला. काहीतरी बोलण्यासाठी त्यानं तोंड उघडलं, मग न बोललेलं बरं असं ठरवलं. कित्येक वर्षांपूर्वी ते शेवटचं एकमेकांशी बोलले होते, तेव्हा लालजीला तो जे म्हणाला होता, ते शब्द त्याच्या मनात उमटले. "ठीक आहे, बघूच या ती कोणाला मिळतेय ते!" मातीत दोघांची कुस्ती झाली होती, त्यानंतर तुच्छतेनं त्यानं लालजीच्या तोंडावर हे शब्द फेकले होते, "शेवटी कोण जिंकते बघूच या!"

लालजीच्या डोळ्यांकडे बघून दामजीच्या लक्षात आलं की, तोही ते शब्द विसरला नव्हता!

***

पुढील काही दिवस लालजी अत्यंत अस्वस्थ होता. रेश्माला पुन्हा भेटण्याच्या विचारानं त्याच्या मनात पूर्वी कधी नव्हती इतकी घालमेल होत होती.

त्या दिवशी तो दिवसभर घोडागाडीच्या आवाजाची वाट बघत होता आणि शेवटी एकदाचा गोल दगडांच्या रस्त्यावरून येऊन गाडी खालच्या पोर्चच्या सावलीत थांबल्याचा आवाज आला, तेव्हा महाप्रयत्नानं धावत खिडकीपाशी जाण्यापासून त्यानं स्वत:ला थांबवलं.

वरच्या मजल्यावरच्या खिडकीशी तो जिथे उभा होता, तिथून तो दिसला नसता, पण त्याला ती दिसली. गाडीतून उतरून जरा घुटमळत तिनं त्या भव्य हवेलीकडे वर बघितलं. तिला एकटीलाच आलेली बघून लालजीला खूप आनंद

झाला. स्त्रिया एकट्या क्वचितच प्रवास करत असत. त्यामुळे याचा अर्थ तो असा समजला की, दामजीला त्यांच्यातल्या मूक कराराचा अर्थ समजला होता, मूक असूनही दोघांनाही पूर्ण समजला होता.

चमकणाऱ्या संगमरवरी पायऱ्यांवरून रेश्मा वर चढली, नोकरांनी अदबीनं सलाम करून तिला आत आणलं. "आपण बसा बाई, आराम करा, लालजीशेठ येतीलच एवढ्यात."

थंड सरबतं, खाऱ्या आणि गोड नाश्त्याच्या पदार्थांच्या बशा तिच्या समोर आल्या. रेश्मानं सौजन्यपूर्वक 'नको' म्हटलं आणि सांगितलं, "कृपा करून माझा नमस्कार सकीना बाईंना कळवाल का, आणि त्यांना सांगा की मी आले आहे," ती म्हणाली. नोकरांना घुटमळताना बघून तिनं विचारलं, "त्या घरी नाहीत का?"

"खरं आहे, त्या घरी नाहीत," आदरपूर्वक त्यांनी सांगितलं. सकीना परगावी गेली होती आणि काही आठवडे परत येणार नव्हती. रेश्माला आश्चर्य वाटलं. नोकरांनी सांगितलं की, बानूबाईंना आणि मुलांना घेऊन सकीनाबाई महाबळेश्वरला गेल्या होत्या.

ते ऐकून प्रथम तिला नवल वाटलं, पण मग विचार केल्यावर रेश्माला वाटलं की, खरं म्हणजे आश्चर्य नव्हतंच. कारण तिला जी शंका होती त्या कारणासाठी जर तिला इथं पाठवली गेली असेल, तर हे अपेक्षितच होतं, की कुटुंब घरी नसतानाच लालजी भेटीचा दिवस ठरवेल.

रेश्माला संताप येऊ लागला. पण कदाचित ती दूषित दृष्टीनं बघत होती, त्याचा न्यायानं विचार करत नव्हती – कदाचित तिच्याच इच्छा तशा होत्या. तिच्या धोकादायक, तीव्र इच्छा, ज्या दाबून टाकण्याचा प्रयत्न करत राहूनही इतकी सगळी वर्षं त्या मनात दबलेल्या राहिल्याच होत्या – कदाचित एकत्र भेटण्याच्या अशाच एखाद्या संधीची वाट बघत.

आपल्याच विचारांनी शरमून ती लाल झाली आणि ते विचार मनातून काढून टाकण्यासाठी तिनं जोरात डोकं हलवलं. तिच्या विचारांनी तिलाच धक्का बसला. ती उठून उभी राहिली आणि त्या प्रशस्त बैठकीच्या खोलीत ठेवलेल्या मूल्यवान किमती वस्तूंकडे बघत हिंडू लागली, पण ती काय बघतेय याकडे तिचं लक्ष अजिबातच नव्हतं. मग ती भिंतीतून जरा बाहेर काढलेल्या मोठ्या खिडकीशी गेली. तिथून खालची बाग आणि पलीकडे समुद्र दिसत होता. तेवढ्यात तिला पावलांचा आवाज आला म्हणून ती मागे वळली – कोण जाणे कशासाठी मनाची तयारी करत.

तिनं वळून बघण्यापूर्वी खोलीच्या दुसऱ्या टोकाशी बरेच क्षण लालजी उभा होता आणि तिच्याकडे बघत होता. त्याचं मन आंदोळलं. त्याला वाटलं, दरवेळी ती जास्तच रूपवान दिसते – त्याला आठवत होती त्यापेक्षाही सुंदर.

दोघांच्या मध्ये विस्तीर्ण पर्शियन गालिचा होता, त्याच्यासाठी खास विणलेला. त्याच्या डिझाइनमध्ये त्याचं नाव फारसी भाषेत विणलेलं होतं. आणि त्यांच्यामध्ये होतं, एकत्र घालवलेलं बालपणही आणि गमावलेलं प्रेमही. दोघंही स्थिर उभे होते. कोणालाच प्रथम पुढे पाऊल टाकायचं नव्हतं.

"तू आलीस हा तुझा चांगुलपणा आहे," तो म्हणाला. शब्दांमध्ये चूक काढता आली नसती, पण आवाजात अध्याहृत असलेली सूचकता सहज कळत होती, उत्तर न देता ती खाली बघत स्वाभिमान आणि अदब सांभाळत तिथेच उभी राहिली. तिच्या थरथरणाऱ्या शरीरापासून हातभर दूर जाऊन तो उभा राहिला.

तिने क्षणभर वर मान करून त्याच्या नजरेकडे बघितलं, तेव्हा तिच्या डोळ्यांत जे भाव होते त्यांचा अर्थ त्याला मुळीच कळला नाही. तिलाही तो हवासा वाटणं, हे तिनं नजर खाली वळवायला कारण होतं, का मग तिच्या या परिस्थितीनं केलेली तिची बदनामी – की तिला इथं गुप्त दूत म्हणून, पटावरचं प्यादं म्हणून किंवा त्याहूनही वाईट म्हणजे वेश्या म्हणून पाठवलं जावं?

तिच्या मनातलं द्वंद्व चेहऱ्यावर दिसत होतं. तिच्या शरीराचा सौदा करून इथं पाठवण्यात आल्यानं झालेल्या मानसिक यातना आणि संताप यांचं द्वंद्व – तिचं त्याच्याबद्दलचं पूर्वीपासूनचं प्रेम आणि आस यांच्याशी... ती स्वतःच्या इच्छेनं इथं आली नव्हती, तिला इथं तारण म्हणून पाठवलं गेलं होतं. तिच्या भावनांचा, एक स्त्री म्हणून तिच्या चारित्र्याचा, स्त्रीत्वाचा मुख्य गुण सदाचार, हे जे तिला शिकवण्यात आलं होतं तो पाळण्याच्या तिच्या अधिकाराचा – या सर्व अपमानांविरुद्ध तिचं स्त्रीत्व बंड करून उठलं.

तिनं जेव्हा वर बघितलं, तेव्हा तिच्या चेहऱ्यावर एक आव्हान होतं, जे तिच्या अपमानास्पद स्थितीच्या अगदी विरुद्ध होतं. ती अगदी खालच्या पण तीव्र आवाजात बोलू लागली. मग बोलतच गेली, तेव्हा तिच्या सखोल, गहिऱ्या भावना बघून, तिच्या मनात साचलेला प्रचंड संताप बघून तो थक्क झाला. "मी आले हा माझा चांगुलपणा आहे?" ती स्वतःचाच उपहास करत असेल अशा मऊ आवाजात म्हणाली. "मी स्वेच्छेनं नाही आलेली इथं – माझ्या नवऱ्यानं यायला सांगितलं म्हणून आलेय! तो म्हणाला की, तुझ्याकडे एक पार्सल आहे जे त्याच्यासाठी आहे, जे मी घेऊन जायचं आहे. मला गोंधळल्यासारखं झालं. 'पार्सल?' मी त्याला विचारलं, "पण मी, तुझी बायको, थेट मुंबईपर्यंत जाऊन, ज्याला मी कित्येक वर्षांत भेटलेलीही नाही, त्या माझ्या आतेभावाकडून आणायला कशाला जाऊ? एखादा नोकर किंवा नातलग किंवा तू स्वतः का नाही जाऊ शकत?'

"त्यानं मला नीट उत्तर दिलं नाही आणि लाज वाटल्यासारखा खाली बघत पुटपुटला, "आपण भेटू तेव्हा तू त्याचं कारण नीट सांगू शकशील, पण, काहीही

करावं लागलं तरी ते खूप महत्त्वाचं पार्सल न घेता मी परत यायचं नाही. मी तुला कुठल्याही गोष्टीला नकार द्यायचा नाही.''

''तेव्हा कुठे तो काय सांगू बघत होता ते माझ्या लक्षात आलं. मला बसलेला धक्का त्यानं माझ्या लाल होत जाणाऱ्या चेहऱ्यावर बघितला. ज्या काही किंचित थोड्याशा मृदू भावना आमच्या लग्नाच्या इतक्या वर्षांमध्ये आम्हाला एकमेकांबद्दल वाटू शकल्या होत्या, त्या सर्व त्या एका क्षणात पुसून टाकल्या गेल्या.

''मग त्यानं त्याच्या स्वभावाच्या अगदी विरुद्ध असं काहीतरी केलं, ज्यानं मला खूपच धक्का बसला. त्यानं माझ्या पायांशी लोळण घेतली आणि मी इकडे यावं म्हणून माझी विनवणी करू लागला! हा माझा नवरा होता, ज्याला पूजनीय मानावं असं शिकतच मला वाढवण्यात आलं होतं. पण खाली वाकून त्याला उभं करणं माझ्यानं होईना. त्याला क्षमा करणं मला शक्यच नव्हतं.''''

बोलायचं थांबून ती बराच वेळ खिडकीतून बाहेर बघत राहिली. ती लालजीशी बोलायला परत वळली, तेव्हा तिचा आवाज कठोर झाला होता आणि डोळ्यांत तीक्ष्ण चमक होती. ''तेव्हा माझ्या आतेभावा मला सांग की, योग्य वागणुकीच्या आपल्या ज्या पद्धती आहेत, रूढी, चालीरिती आहेत, त्यांच्या अगदी विरुद्ध, असं मला – एका स्त्रीला, इथं एकटीला का बोलावण्यात आलं आहे? किंवा कदाचित मीच तुला सांगू शकेन. मी इथं एक प्रॉमिसरी नोट म्हणून आले आहे. वचनाच्या बदल्यातलं बिल, होय की नाही? माझी किंमत एखाद्या चीज वस्तू इतकीच आहे – एक तारण म्हणून दिलेली वस्तू जी दोन स्वार्थी, अविचारी, भावनाहीन पुरुषांनी सहज, त्यांच्या कामासाठी म्हणून वापरायचं ठरवलं आहे!

''तुम्ही कसले पुरुष आहात रे असं समजून चालायला, की स्त्रियांच्या आयुष्यांबरोबर तुम्हाला वाटेल तसं तुम्ही खेळू शकता? मी हाडामांसाची स्त्री आहे, पुरुषाचं स्वत:चं मन, हृदय आणि भावना असलेली. तुला धाडस कसं झालं एखाद्या बाजारबसवीसारखी मला इथं बोलावून घ्यायला? आणि माझा नवरा असं समजून कसं चालतो की, एखाद्या नाण्यासारखा माझ्या शरीराचा आणि आयुष्याचा उपयोग तो करू शकतो – त्याला वाटेल तिथे, वाटेल त्याच्याकडे मला फेकायला? आणि कसा समाज आहे हा, जो असे पुरुष जन्माला घालतो, आणि जिथं बायकांना इतकं दुबळं करून टाकलं गेलं आहे की त्यांच्या वाट्याला जे येईल त्याच्यापुढे त्या मान झुकवतात – विरोधाचा एक शब्दही न काढता?

''मी तुला स्पष्टपणे सांगते आहे की, मी इथे केवळ माझ्या नवऱ्याच्या इच्छेपायी आले आहे. जन्मल्यापासून बायकांना असंच शिकवलं जातं, नाही का? युगानुयुगं हेच पुन्हा पुन्हा शिकवण्यात आलं आहे, नरकात जाण्याच्या धमक्या आणि स्वर्गात जाण्याची वचनं देऊन, की मी उलट प्रश्न न विचारता नवऱ्याची

आज्ञा पाळली पाहिजे – जरी त्यानं मला एखाद्या वेश्येसारखी तो सांगेल त्या पुरुषाला सुख देण्यासाठी पाठवली तरी.''

तिच्या आवाजाला आता कडवट धार आली. ''मला आठवतं तेव्हापासून मी एका मुलावर अगदी वेड्यासारखं प्रेम करत होते, पण मी चौदा वर्षांची असताना माझ्या इच्छेविरुद्ध माझ्याहून जवळजवळ दुप्पट वयाच्या माणसाशी माझं लग्न लावून देण्यात आलं.

''तेव्हा माझं प्रेम सफळ होणार नसल्याचं कळल्यावर मी नीतीनं, सदाचारानं वागायचं ठरवलं – हिंदुस्थानातल्या स्त्रीचं अंतिम आश्रयस्थान तेच असतं. सदाचारानं, नीतीनं वागणं – ही इतकी फसवी, अवघड गोष्ट आहे! सर्वांत हिरिरिनं सदाचाराचा पुरस्कार करणारे तेच पुरुष असतात, जे स्त्रीला सदाचाराची रेषा ओलांडायला भुलवतात आणि मग तिनं ती ओलांडल्यावर तिला दोषी ठरवतात! दोन्हीकडून जळायचं स्त्रीनंच. तुमच्या आचरणावर शंका आली, तर तुम्हाला निर्दोष सिद्ध व्हायला अग्निदिव्य करावं लागतं, आणि तुमचं आचरण जर पूर्णतया निष्कलंक असेल, तर एक काळ असाही होता की, स्त्रीला तिच्या पतीच्या चितेवर जळण्याची पदोन्नती मिळायची!'' रेश्मा जरा थांबली. ''आणि म्हणून हिंदुस्थानी स्त्री ही इतकी एकमेव अद्वितीय आहे! तावून सुलाखून निघालेल्या लोखंडाच्या कांबीसारखी असते ती. परत परत तापवून इतकी मजबूत झालेली असते की, कुठल्याही सत्त्वपरीक्षेतून ती पार पडू शकते. पण आपल्याकडे पुरुषांना अशा अग्निपरीक्षेतून पार पडावं लागत नाही म्हणून ते कमी पडतात.

''चांगली पत्नी व्हायचा निश्चय केल्यावर मी तुला विसरून जायचा प्रयत्न केला. मी ठाम निश्चय केला होता सदाचारी, नीतिमान होण्याचा – अशी स्त्री, जिच्यामध्ये कोणी दोष काढू शकणार नाही, जिच्याकडे कोणी बोट दाखवू शकणार नाही. आपण कधी भेटणारच नाही, याची मी खबरदारी घेतली. जिथे तू येशील असं वाटायचं, त्या कौटुंबिक समारंभांना मी जायचं टाळत असे, कारण आपण समोरासमोर आलो, तर माझी प्रतिक्रिया काय होईल याबद्दल मी साशंक असे. माझा स्वत:वर तेवढा विश्वास नव्हता. अजूनही तुझी आठवण मनामध्ये अतिशय यातना देणारी आहे – एक न बुजणारी जखम जणू. तुझ्यासाठी मनात असलेली आस एखाद्या वेटोळं घालून बसलेल्या सापासारखी आहे – जरा संधी मिळाली तर डोकं वर काढेल अशी! मी जाणून होते की, मला प्रतिष्ठा आणि थोडातरी स्वाभिमान बाळगून जगायचं असेल, तर मी तुझ्यापासून दूरच राहिलं पाहिजे.

''मला तरी वाटतं की, ज्या माणसाशी माझं लग्न झालं, त्याच्यासाठी मी चांगली बायको झाले. मी प्रयत्न नक्कीच केला. मी त्याचं घर चालवलं. त्याची नीटपणे काळजी घेतली. त्याला सांत्वनाची जरूर होती तेव्हा त्याचं सांत्वन केलं.

माझ्या तारुण्यानं त्याच्या शरीराला ऊब दिली. त्याच्या मुलांना जन्म दिला. त्याचा मत्सरी स्वभव सांभाळून घेतला. जे बुभुक्षित लांडगे जवळ यायचा प्रयत्न करायचे, त्यांना टाळलं. आणि एखाद्या एकाकी रात्री स्वप्नातही, मी एकदा ज्याच्यावर प्रेम केलं होतं त्या माणसाच्या स्पर्शासाठी जरी मी आसुसले, तरी मला खूप गुन्हेगारासारखं वाटायचं – आणि काय मिळालं हे करून?''

रेश्मा थांबली, मग पुन्हा म्हणाली, ''आणि काय मिळालं? हे – माझा नवरा, ज्याच्याबरोबर मी सबंध आयुष्य एकनिष्ठ राहिले, त्यानं पैसे हवे होते म्हणून अगदी सहज मला फेकावं, आणि तो मनुष्य ज्याच्यावर मी जन्मभर प्रेम करत आले, त्यानं मला एखाद्या साध्या खेळण्यासारखं उचलावं?''

लालजीनं यावर हरकत घ्यायला तोंड उघडलं, पण तो एक शब्दही बोलू शकण्याआधी तिनं हात वर करून त्याला थांबवलं. ''एक शब्दही बोलू नकोस आणि शपथ आहे तुला देवाची, प्रेमाबद्दल तर बोलूच नको! तो मुलगा ज्याच्यावर मी प्रेम केलं, ज्याच्या डोळ्यात चांदणं होतं आणि आभाळासारखा स्वच्छ, मोकळा ज्याच्या चेहरा होता, जो प्रेम, अब्रू, प्रतिष्ठा हे जाणत होता, तो कायमचा नाहीसा झाला आहे!''

मग तिचा आवाज पुन्हा बदलला. ''एक पुरुष म्हणून माझ्याकडे तुला नसतं येता आलं? निदान स्वत:चं मन, शरीर, इच्छा असलेली एक स्त्री म्हणून तू माझी कदर करायला हवी होतीस – एक गुलाम म्हणून नाही! पण कदाचित मी शेवटी तीच आहे – एक गुलाम झालेली स्त्री – लग्नबंधनात अडकलेली, माझ्या पतीच्या इच्छेपलीकडे स्वत:ची इच्छा नसलेली!''

तिचे डोळे पुन्हा प्रखर तेजानं चमकले. ''तेव्हा तुझी इच्छा असेल, तर तू घे मला, कारण माझ्या नवऱ्यानं मला तसं सांगितलं आहे. मी इथे आले आहे, जशी माझ्या नवऱ्यानं सांगितलं होतं की मी येईन, तशीच; कारण त्यानं तुला शब्द दिला होता – आणि माझा नवरा अब्रूदार, प्रतिष्ठित माणूस आहे! परंतु एक गोष्ट मी स्पष्ट सांगते – मी शरण येईन, मनानं स्वाधीन होणार नाही.''

रेश्माचं मन किती खोलवर आणि केवढ्या प्रमाणात दुखावलं गेलं होतं, हे बघून लालजीला धक्का बसला. त्याच्या हेही लक्षात आलं की, इतका खोलवर असलेला संताप, हा तितक्याच खोलवर असलेल्या इच्छेतून उद्‌भवला आहे. तिला तो हवा असणं या भावनेशी, त्यांनी तिच्या केलेल्या अवस्थेबद्दलचा तिचा क्रोध, दु:ख आणि अपमान यांच्या होणाऱ्या लढ्यानं तिच्या मनाला होणाऱ्या यातना त्याला जाणवल्या. तिचा चेहरा लालबुंद झाला होता. इतकी मोहक, इतकी हवीशी, ती त्याला यापूर्वी कधीही वाटली नव्हती.

मग तो तिच्याकडे बघत असतानाच, तिच्या डोळ्यांतील संतापाची हळूहळू

यातना झाली. मनात खोलपर्यंत असलेल्या अत्यंत एकाकी असल्याच्या भावनेतून होणारी यातना. तिचा श्वासोच्छ्वास जलद येत होता, भरून आलेला ऊर धपापत होता. ओठ दाबून धरून तिनं तोंड वळवलं, आणि मग इतका वेळ ती थोपवू बघत होती ते अश्रू – राग, दुःख, यातना आणि आस – हे सर्वच असलेल्या अश्रूंनी तिचे डोळे भरून आले आणि शेवटी अनावर होऊन तिच्या चेहऱ्यावरून खाली वाहू लागले. तिचं सारं शरीर मोठाल्या हुंदक्यांनी गदगदत होतं.

तिच्या दुःखानं हलून गेलेल्या लालजीला तिला जवळ घेऊन तिचं सांत्वन करावंसं खूप वाटलं. पण तो तिच्या जवळ जाऊ लागल्याबरोबर तिनं अंग चोरून घेताना त्यानं बघितलं. त्यानं हळूच तिच्या गालावर हात फिरवला, तेव्हा तिचं शरीर थरथरलं.

तो अगदी हळुवारपणे म्हणाला, ''रेश्मा! रेश्मा, खूप खूप वाईट वाटतंय मला. मला तूच कायम हवीशी राहिली आहेस, तुझ्यावरच मी प्रेम करत आलो आहे आणि मला खरोखरीच असंच वाटलं, की तुलाही तसंच वाटतंय, नाहीतर मी तुला कधीच बोलावलं नसतं.''

तिनं मग वळून त्याच्याकडे बघितलं. एकमेकांसाठी असलेली प्रचंड आस त्यांना जवळ घेऊन आली होती. ते एकमेकांकडे बघत राहिले, पण त्या दोघांच्या मध्ये ओलांडताच न येणारा असा जो बांध होता, तो दोघांपैकी एकालाही ओलांडता आला नाही. अत्यंत जड झालेल्या त्यांच्या मनांनी त्यांच्या पायांमध्ये जणू बेड्या घातल्या होत्या.

मग लालजीनं स्वतःला मागे खेचलं. तो मागे सरकला, मोहाच्या वर्तुळातून बाहेर पडला. दामजी नाथूसाठी करून ठेवलेलं पार्सल त्यांच्या मध्ये असलेल्या टेबलावर होतं. ''हे घ्यायला तू आली होतीस, ते घे, आणि जा. आत्ताच. फार उशीर होण्यापूर्वी – मी भान हरपण्यापूर्वी.''

गच्चीवर उभा राहून लालजी लखा तिची घोडागाडी दिसेनाशी झाल्यानंतरही कितीतरी वेळ बघत राहिला. नंतर कितीतरी वर्षं त्याला वाटत राहायचं, की त्या दिवशी त्यानं तिला मिठीत घेतली असती, तर काय झालं असतं. तिनं त्याला प्रतिकार केला असता? कारण ती हिंमतवान स्त्री होती. का मग वर्षानुवर्षांच्या मनात दाबून ठेवलेल्या उत्कट प्रेमानं त्याला प्रतिसाद दिला असता? काय झालं असतं हे त्याला कधीही कळणार नव्हतं! त्या रात्री तो अरबी समुद्राच्या काळ्या दिसणाऱ्या पाण्यावर चमकणारं उदास चंद्राचं प्रतिबिंब बघत राहिला आणि काहीतरी कायमचं हरपलं, हे त्याला अतिशय तीव्रपणे वाटत राहिलं.

उदास मनःस्थितीत लालजीनं रात्रीच्या पहारेकऱ्याला हाक मारली. जरा गाढ डुलकी लागलेला पठाण एकदम दचकून जागा झाला. ''लाला, माझी गाडी मागव. मला बाहेर जायचंय.''

भराभर गाडी जोडली गेली. सुंदर पांढऱ्या घोड्यांची मोठी शानदार गाडी नाही, पण रात्रीच्या रंगासारख्या एकाच काळ्या घोडीचा एक्का. लालजी आत चढला. बरीच वर्षं त्याच्याकडे काम करत असलेला स्वामिनिष्ठ बाबू एक्का चालवत होता. कुठे जायचंय ते सांगितल्यावर त्यानं चेहऱ्यावर काहीही भाव दाखवला नाही. मुकाट्यानं भव्य प्रवेशद्वारातून बाहेरच्या अंधारात गाडी काढली आणि निघाला.

शहर झोपलेलं असायचं तेव्हा कामाठीपुरा जागं असायचं. लाल कंदील लावलेल्या झरोक्यांमधून चेहऱ्यांवर रंगरंगोटी केलेल्या स्त्रिया पुरुषांना आकर्षित करून बोलवण्यासाठी खाली वाकून बघत असायच्या. रस्त्याच्या कडेच्या (आताच्या धाब्यांसारख्या) लहान लहान उपहारगृहांमधून छान, खमंग वास येत असायचे. परंतु लालजीचा एक्का इथं थांबला नाही. त्याला इथं यायचं नव्हतं. त्यानं बाबूला पुढे जात राहण्याची खूण केली.

वाटेत एक हिजड्यांचं टोळकं होतं. बायकांसारखे कपडे घालून चेहऱ्यांवर रंगरंगोटी करणारी ही माणसं ना पुरुष; ना स्त्री अशी असत, आणि रस्तोरस्ती गाणी म्हणून वेडेविद्रे नाच करत लोकांकडून पैसे मागत, त्यांवर जगत असत. आज त्यांच्यासारखं जन्मलेलं एक बाळ त्यांच्या बिरादरीत येऊन पोचलं होतं, म्हणून टोळकं विशेष खुशीत होतं.

लालजीची गाडी तिथून पुढे जाऊन एका जरा जास्त सभ्य वस्तीत – ग्रँट रोडवर गेली. तिथं तुलनेनं नव्या आणि शोभिवंत इमारतीशी लालजीनं गाडी थांबवायला सांगितली आणि तो उतरला.

उशीर झाला होता. त्यानं अगदी वरच्या मजल्याकडे बघितलं दिवे विझवून टाकले होते आणि सगळा अंधार होता. नाउमेद न होता लालजी तीन जिने चढून वर गेला.

चकचकीत पॉलिश केलेल्या लाकडी दरवाजाच्या बाहेर एक लहानसा दिवा होता. पितळेची ठोकणी चमकत होती. लालजीनं दरवाजा ठोकला. प्रतिसाद आला नाही, आतून हालचालही ऐकू आली नाही. त्यानं पुन्हा ठोकणीनं जरा जोरानं ठोकलं. आता हलकासा पावलांचा आवाज आला.

एका तरुण सडपातळ मुलानं दार उघडलं, आणि हातातला कंदील उंच करून पाहुण्यांचा चेहरा बघत विचारलं, "आपण कोण?"

"मी कमलाबाईंना भेटायला आलोय," लालजीनं सांगितलं. तो मुलगा जरा घुटमळला. आलेले गृहस्थ अत्यंत प्रतिष्ठित आणि श्रीमंत दिसत होते, परंतु त्यांना पूर्वी बघितल्याचं त्याला आठवत नव्हतं. तसा उशीरही झाला होता – त्या घरात रात्रीची शांतता झाली होती.

तो काही म्हणण्यापूर्वीच त्याच्या मागून एक दणकट, उंच मनुष्य आला,

ज्याला बघूनच दबायला होत होतं. "आदाब अर्ज है शेटजी," त्याच्या बाह्य रूपापेक्षा अगदीच वेगळ्या, अत्यंत अदबीच्या भाषेत त्यानं विचारलं, "मी काय करू शकतो आपल्यासाठी?"

"मी कमलाबाईंना भेटायला आलोय," लालजींनं पुन्हा सांगितलं.

त्या सरावलेल्या माणसानं लालजीचं उच्चवर्गीय वागणं-बोलणं-चालणं, उत्तम कपडे, सोन्याची चेन असलेलं घड्याळ, हस्तिदंती मूठ असलेली छडी, या सगळ्यांची मनोमन नोंद केली. उघडच धनाढ्य असलेल्या या गृहस्थांना कोणी कशाला 'नाही' म्हटलेलं ऐकण्याची सवयच नसणार.

उत्तम उर्दूत, तो लवून म्हणाला, "आमच्या या अगदी सामान्य घरात आपल्यासारख्या मोठ्या माणसाला 'आत यावं' म्हणता न येण्याच्या माझ्या उद्धटपणाची क्षमा असावी, परंतु बराच उशीर झाला आहे. आपण उद्या येऊ शकण्याची मेहेरबानी केलीत, तर आपल्याला शोभेल अशा इतमामानं आपलं खूप चांगलं आदरातिथ्य आम्ही करू शकू."

तेवढ्यात आतल्या खोल्यांमधल्या अंधार असलेल्या पॅसेजमधून एक मृदू, सभ्य आवाज आला. "कोण आहे कपूरचंद?" डोक्यावरून पदर घेतलेली एक स्त्री बाहेर आली व कोरीव काम केलेल्या पार्टिशनच्या आतल्या बाजूला सावलीत उभी राहिली. तिथून ती दिसत नव्हती, पण कोण आलं आहे, हे तिला दिसत होतं.

तिनं लालजीला ओळखलं, कारण चेहरे लक्षात कसे ठेवायचे हे तिला शिकवलं गेलं होतं – कितीही वर्षांपूर्वी आणि कितीही थोडा वेळ बघितलं असलं तरी! लालजी तिच्या कोठीवर पूर्वी एकदा शेठ रेवजी प्राणलालबरोबर आला होता. केवळ त्याच्या आकर्षक व्यक्तिमत्त्वामुळेच नव्हे, तर त्याच्या जरासं मनाविरुद्ध त्याला तिथे आणलं गेलं असावं अशी अस्वस्थता त्याच्या वागण्यात जाणवली होती, म्हणून तिला तो आठवत होता. तरी पण त्याची नाखुशीही त्यानं मोठ्या सभ्यपणानं वागून जाणवू दिली नव्हती. इतक्या वर्षांनंतर इतक्या रात्री उशिरा तिला भेटायला हा माणूस येईल, असं तिला कधीच वाटलं नसतं.

जे जाणकार दर्दी लोक तिच्या कोठीवर येत असत, ते तिथलं स्वागत करणारं वातावरण, अजिबात भडकपणा नसलेलं, उच्च अभिरुचीचं बैठकीच्या लोड-गाद्या-पडदे इ. सामान आणि कमलाबाईचं वेगळंच रूप यांसाठी येत असत. तिच्या वागण्यातील अदब आणि तिचं उत्तम संगीत यांमुळे बरेचजण येत असत. अनेक वर्षांच्या रियाजानं तिच्या मुळातच उत्तम असलेल्या आवाजाला एक विरळाच दर्जा आला होता. तिचं गाणं ऐकण्यासाठी कितीतरी लांबून लोक येत असत, कारण देशातल्या दूरदूरच्या दरबारांमध्ये त्यांनी तिची कीर्ती ऐकली होती.

तिचं वय आता तिशीच्या पुढे होतं. तारुण्याच्या ऐन बहराचे दिवस ओसरू लागले होते. या धंद्यात दयामाया नसते, वाढत्या वयाप्रमाणे तुमची किंमत कमी

होत जाते. परंतु तिचे चाहते असणारे बरेच निवडक लोक अजूनही होते. पूर्वीपासूनच तिच्या पसंतीच्या लोकांसमोरच ती गात असे, पण आता तर विशेषकरून तिच्याकडे शिकणारे तिचे शागीर्द होते, तेच बहुतेक वेळा पाहुण्यांसाठी गात असत.

हॉलमधून आत जाणाऱ्या पॅसेजमध्ये भिंतीवरच्या घड्याळात अडीचचा ठोका पडला. पहाट व्हायला अजून थोडा अवकाश होता. ''कपूरचंद!'' मृदू आवाजात ती म्हणाली. ''रीतभात विसरलास? आपल्या पाहुण्यांचं स्वागत कर ना आत बोलावून!''

पडद्यांच्या मागे एकदम गडबडीनं काम सुरू झालं. आवाज होऊ न देता तेल घातलेल्या समया आणि उदबत्त्यांचे स्टँड आणले गेले. वातावरणात सुगंध भरला.

लालजीला आदरानं आत नेलं गेलं. नाजूक विणकाम केलेल्या पातळ पर्शियन चादरींनी आच्छादलेल्या गाद्यांवर आणि जरीकाम व रेशीम काम केलेल्या ब्रोकेडच्या लोडांजवळ त्याला बसवण्यात आलं. लांब पांढरी दाढी असलेल्या एका वृद्ध माणसानं येऊन सलाम केला आणि जणूकाही सारी रात्र ते सगळे लालजीची वाटच पाहत होते, अशा आविर्भावात, तयारच असलेला हुक्का समोर ठेवला. प्रथम ज्यानं दार उघडलं होतं, तो मुलगा नाजूक कोरीव काम केलेली सुरई आणि थोडे लहान लहान कप घेऊन आला, परंतु लालजीनं नकार दर्शवल्याबरोबर तो लगेच ते घेऊन गेला. जाळीचं नक्षीकाम केलेलं चांदीचं तबक, त्यात मसाला घातलेला चहा, कावा आणि उत्तम दर्जाच्या टर्किश लहान कॉफी कपांमध्ये कडक टर्किश कॉफी घेऊन आला. त्या कॉफीच्या वासानं लालजीला झांजिबारची आठवण झाली. सोनेरी वर्ख लावलेल्या मिठाया आणि उत्ताम दर्जाचा सुका मेवाही आला.

रेवजीबरोबर पहिल्यांदा लालजी इथं आला होता, ते त्याला आठवलं. ''या आपल्या नवशिक्या मित्राला आयुष्यातल्या उत्तम आनंद देणाऱ्या गोष्टींची ओळख करून दिली पाहिजे रे!'' गंमत वाटत असलेल्या सोहराबजीला रेवजीनं म्हटलं होतं, ''एवढा पैसा मिळवलाय, पण तो कसा खर्च करावा, हे याला माहीतच नाही – म्हणजे चांगला, उत्तम खर्च कसा करावा हे!'' आणि म्हणून त्याची ही शिकवणी सुरू करायला प्रथम तो त्याला कमलाबाईकडे घेऊन आला होता!

तबलजी आणि तंबोरावाला आले, त्यांच्या मागून खांद्यापर्यंत केस वाढवलेला एक देखणा युवक आला आणि त्या दोघांमध्ये, जरा समोर बसला.

रेशमी कपड्यांची सळसळ ऐकू आली. लालजीनं वळून बघितलं, कपडे बदलून कमलाबाई आत आली आणि त्याच्यापासून योग्य अंतर राखून व्यवस्थित बसली. तिच्याजवळ एक लहानसा चौरंग होता, ज्याच्यावर उत्तम कोरीव काम केलेलं चांदीचं पानदान होतं.

गायक वादकांनी तिला सलाम केला, जो तिनं मान जरा तुकवून स्वीकारला. तरुण गायकानं मन एकाग्र करण्यासाठी डोळे मिटले आणि आलापी सुरू केली.

लालजी काही शास्त्रीय संगीतातला फार मोठा जाणकार नव्हता, पण तरी त्याला ऐकायला आवडत होतं. थोड्याच वेळात तो मनानं सैलावू लागला.

तो इथं का आला होता, याचा तो विचार करू लागला. त्याच्या मनात अमुक एक अशी अपेक्षा काही नव्हती, फक्त असा एक अगदी अस्पष्ट-धूसर, असा विचार होता की, रेश्मा गेल्यावर मनात जो विषाद दाटला होता, तो इथे येऊन कदाचित थोडातरी कमी होईल.

गायन संपलं आणि गायक व वादक गेले, त्यानंतर लालजी काहीही न बोलता बसून राहिला. कमलाबाईला त्याची मन:स्थिती जाणवली आणि त्याला शांतता हवी आहे, हेही जाणवलं आणि ती काहीही बोलली नाही. त्याला कृतज्ञ वाटलं. त्यांच्या दोघांच्या गप्प राहण्यामध्येच काहीतरी सांत्वन करणारं, मैत्रीपूर्ण असं होतं. तिनं अगदी नकळत्या इशाऱ्यानं सर्व नोकरांना जायला सांगितलं आणि जाताना मोठे दिवे बारीक करण्याचीही खूण केली. तिनं मग एक मघई पान बनवून त्याला दिलं.

थोड्या वेळानं लालजी अगदी हलक्या आवाजात म्हणाला, "कमलाबाई, तुम्ही माझ्यासाठी गायलात, तर तुम्ही माझ्यासाठी विशेष काही केलंत असं वाटेल मला. मला त्यानं खूप बरं वाटलं."

तिच्या लक्षात आलं की, पुरुषांना समजून घेण्यात ती खूप चतुर होती, तरीही या माणसाची नस अजून तिला सापडली नव्हती. तो वेगळा होता, कोड्यात टाकणारा.

तिच्या लक्षात आलं की, तो अस्वस्थ मन:स्थितीत आहे. ती गाऊ लागली, आणि तिचा भरदार, मधुर आवाज त्या अंधारात भरून त्याचं अस्वस्थ मन शांत करत राहिला. पूर्वेचं आकाश पहाटेच्या किरणांनी उजळू लागेपर्यंत ती गात राहिली. मेणबत्त्यांच्या ज्योती फडफडत मंद होत गेल्या.

अखेरीस जेव्हा लालजी जायला उठला, तेव्हा लालजीला आश्चर्यकारकरीत्या इतकं हलकं वाटत होतं – जणू त्याच्या मनावरची ओझी तो तिच्या दाराशी उतरवून ठेवून आला होता.

***

त्या मध्यरात्रीनंतरच्या भेटीनंतर लालजी बरेचदा कमलाबाईकडे जाऊ लागला. ती जितकेदा त्याला भेटत गेली, तितकं तिला त्याचं आकर्षण वाटू लागलं. तो धनाढ्य मनुष्य आहे हे तर तिला उघड दिसतच होतं, पण तिच्यावर पैशांचा एवढा प्रभाव पडत नसे. कारण 'त्या जातीतले' तिनं बरेच पाहिले होते. तिला आकर्षण वाटायचं त्याच्या स्वभावातल्या एक तऱ्हेच्या संवेदनशीलतेचं, एका हळवेपणाचं – जो मनाच्या दुबळेपणातून नव्हता आला, तर मनोबळातून आला होता.

इतकी वर्षं ती ज्याच्या शोधात होती, तो तिच्या एकुलत्या एका मुलीसाठीचा

मोठ्या मनाचा आश्रयदाता हा होता का? आत्तापर्यंत कमलाबाईनं तिच्या मुलीला बुभुक्षित नजरांपासून आणि लंपट पुरुषांच्या कामासक्त हातांपासून वाचवली होती. परंतु या अविचारी दुराचारी जगापासून तिचं रक्षण करणं आणि सिताराच्या स्वत:च्याही इच्छांवर काबू ठेवणं दिवसेंदिवस अवघड होऊ लागलं होतं.

सितारा लवकरच पंधरा वर्षांची होणार होती. तीही तिच्या आईसारखीच सुंदर झाली होती, पण तिची आई जितकी कृष्णवर्णीय होती, तितकीच ती गोरी होती. उपजतच हालचालीत सहज अशी ऐट असलेली ती सुंदर मुलगी होती. कमलाबाईने तिला चांगलं शिक्षण दिलं होतं. तिला स्वत:ला येत असलेले संगीत, नृत्य, कविता आणि सर्वांत महत्त्वाचं म्हणजे पुरुषांना खूश करण्याची कला, हे सर्व तिला शिकवलं होतं.

परंतु कमलाबाईनं जग खूप बघितलं होतं. तिला ठाऊक होतं की, बाप नसलेली, एका कोठेवालीची मुलगी, जिच्या बऱ्याच पिढ्या राजदरबारांमध्ये नर्तिका होत्या, ती कितीही कलांमध्ये निष्णात असली, तिचं कितीही कौतुक झालं, तरी तिच्याशी लग्न करण्याइतका धीट किंवा मूर्ख माणूस कोणी सापडेल असं स्वप्न बघणंही मूर्खपणाच होता. तिला एखादा श्रीमंत आश्रयदाताच शोधणं भाग होतं – असा माणूस जो स्वभावानं चांगला असेल, तिची एकटीनं स्वतंत्रपणे राहण्याची व्यवस्था करेल आणि तिला बऱ्यापैकी मायेनं आणि मनानं वागवेल.

कमलाबाईनं तिचा पहिला कार्यक्रम अजून केलाही नव्हता, पण तोंडोतोंडी सिताराच्या सौंदर्याची कीर्ती अशा लोकांकडून पसरली होती, ज्यांनी तिला अजून बघितलीही नव्हती! तिच्या अत्यंत शिस्तीच्या आईनं तिला उत्तम वाढवली होती, ती अतिशय उत्तम गात असे आणि तिचं नृत्य तर जादूसारखं भारावून टाकणारं होतं असं ते म्हटलं जाई.

त्यानंतर भेटायला येणाऱ्यांना थोपवणं अवघड होत चाललं. रोज ओळख करून घेण्यासाठी लोकांचे निरोप यायचे आणि ज्यांना तिचा आश्रयदाता व्हायचं होतं अशा लोकांकडून आकर्षक रकमा देऊ केल्या जात होत्या. हे सर्व लोक एकाहून एक उच्च प्रतिष्ठा, सत्ता, पैसा असणारे होते, त्यांना 'नाही' म्हणणं किंवा त्यांच्याकडे दुर्लक्ष करणं अवघड होतं. परंतु त्यातल्या कोणाबद्दलच कमलाबाईला तिच्या मुलीच्या बाबतीत निर्धास्त वाटत नव्हतं – आता लालजी भेटेपर्यंत!

***

उन्हाळ्यातल्या एका संध्याकाळी कोठीवर दुसरे कोणी पाहुणे आलेले नव्हते. ते दोघंच असताना कमलाबाईनं लालजीला तिच्या लहानपणाची सर्व कहाणी सांगितली, जी फारच थोड्या लोकांना तिनं कधी सांगितली होती.

अवधजवळच्या एका लहान संस्थानाच्या दरबारातील नर्तिका चमेलीबाई आणि तिचा कृष्णवर्णीय प्रेमी यांचं कमला ही अनौरस संतान होती. हा कृष्णवर्णीय प्रेमी एक विद्वान गणितज्ञ होता, ज्याला राजानं खूप लांबच्या कन्याकुमारीहून बोलावून घेतला होता. तीन समुद्राचं पाणी मिसळून जिथे एक होतं, ते देशाचं सर्वांत शेवटचं, दक्षिणेचं टोक – कन्याकुमारी. राजाच्या खजिन्याची डळमळीत झालेली स्थिती सुधारून देण्यासाठी त्याला बोलावण्यात आलं होतं. त्याच्यासारखं सडपातळ, आकर्षक कृष्णवर्णीय रूप तिनं पूर्वी कधीच पाहिलं नव्हतं आणि त्याचं लांबलचक नावही तिला खूप आकर्षक वाटलं होतं – पोडुगल मणिशंकर कृष्णस्वामी अय्यर – ज्याचा तिल धड उच्चारही करता येत नसे!

चमेलीबाई त्याच्या प्रेमात इतकी धुंद झाली होती, की तिला दिवस गेले असल्याचं जेव्हा तिच्या लक्षात आलं, तेव्हा तिनं गर्भपात करून घ्यायचं नाकारलं. तो परत जाईल तेव्हा त्याची तेवढी आठवण तरी असेल तिच्याकडे, असं ती म्हणाली होती. तो जाणार तर होताच! कुठला पुरुष तिच्यासारख्यांच्या जवळ राहत असे?

तिनं एक तर एका मुलीला जन्म दिला आणि ती मुलगीही तिच्या वडिलांचा कृष्णरात्रीसारखा कृष्णवर्ण घेऊन आली होती. ज्या कुटुंबातल्या मुली दुग्धवर्णीय आणि सुरेखच असायच्या, त्या कुटुंबात! त्यात आणि चमेलीबाईनं मुलीचं नाव कमला ठेवलं! त्यांच्या घराबाहेरच्या घाणेरड्या चिखलभरल्या तळ्यात उमलायचं, त्या शुभ्र पांढऱ्या कमळाचं नाव!

कमला मोठी होत गेली तशी काळी असून सुंदर दिसू लागली. तिचा रंग काळ्या मखमलीसारखा दिवसा मऊशार दिसायचा आणि रात्री चमकायचा. तिची आई आणि आजी यांनी त्या सर्व कला तिला शिकवल्या, ज्यांच्याबद्दल त्या प्रसिद्ध होत्या आणि त्यांच्या सात पिढ्यांमधल्या स्त्रियांना जी गुपितं शिकवली, सांगितली गेली होती, तीही सांगितली. दरबारातला उस्ताद गायक तिच्या आजीचा जुना प्रेमी होता, त्यानं एकदा केव्हातरी कमलाला गाताना ऐकलं. तेव्हा त्यानं आग्रह धरला, की तिला तो शास्त्रीय गायन शिकवणारच, कारण इतका उत्तम आवाज त्यानं क्वचितच ऐकला होता.

तिच्या कला-कौशल्यांची माहिती सगळीकडे पसरली, तेव्हा एक धंदेवाईक दलाल, ज्याचं काम नव्या नव्या करमणुकींसाठी राजाच्या आवडी पुऱ्या पाडायच्या हे होतं, तो चमेलीबाईला भेटायला आला. कमलाला दरबारात बोलावणं आलं. सुदैवानं तिचं कृष्णवर्ण सौंदर्य राजाच्या मनात भरलं नाही, पण तिच्या आवाजानं मात्र त्याला भारून टाकलं. कारण त्याच्यामध्ये दुर्गुण व व्यसनं खूप असली, तरी संगीताचा तो उत्तम जाणकार होता.

मग झालं असं की, राजाच्या दरबारात एक तरुण ब्रिटिश रेसिडेंट होता, आणि

त्याला हा प्राचीन देश आणि इथली काळ बदलला तरी न बदलणारी जीवनपद्धती खूप आवडली होती. तो इथल्यासारखे झोकदार पायघोळ कपडे घालत असे, स्थानिक भाषा बोलत असे आणि इथल्या संगीतानं त्याचं भान हरपून हात असे. त्याला हिंदुस्थानी संगीत आवडतं हे माहीत असलेल्या राजानं त्याला एकदा मोजक्या लोकांसाठी ठेवलेल्या कमलाच्या संगीताच्या कार्यक्रमासाठी बोलावलं.

तो ब्रिटिश रेसिडेंट तिच्या नुसत्या आवाजानंच नाही, तर तिच्या सौंदर्यानंही मंत्रमुग्ध झाला. सबंध संध्याकाळ तो तिच्याकडे बघतच राहिला, आणि ते बघून गंमत वाटलेला राजा त्या भान हरपलेल्या इंग्रज माणसाकडे!

दुसऱ्या दिवशी रेसिडेंट आपली कामं आटपून घरी आला, तेव्हा राजाकडून त्याला भेटायला एक जण आला होता. त्यानं लवून प्रणाम केला आणि म्हणाला, "राजेसाहेबांनी नमस्कार सांगितला आहे आणि एक य:कश्चित भेट पाठवली आहे. खरंतर आपल्याला देण्याच्या लायकीची नाही, पण राजेसाहेबांची नम्र विनंती आहे की, आपण ती स्वीकारावी!" मग एका सफाईदार झटक्यात त्यानं बाजूला उभ्या केलेल्या संपूर्ण आच्छादित व्यक्तीवरचा बुरखा काढला. त्या इंग्रज माणसासमोर उभी होती काल रात्रीची अतिसुंदर कृष्ण तरुणी!

या देशातल्या अतिउदास, टोकाला जाणाऱ्या वागण्याच्या पद्धती जाणण्या-समजण्याइतके दिवस तो इथे राहिला होता, पण कालचं त्याचं वागणं इतकं उघड समजून येण्यासारखं होतं, हे लक्षात येऊन तो ओशाळला! त्यानं जराशी मान तुकवली आणि आपला आनंद लपवण्यासाठी दुसरीकडे बघितलं. एक दासी! त्याच्या देशात त्याच्या कडक शिस्तीच्या वडिलांना त्याचा हा 'नवा देशी अवतार' बघून किती अपमान वाटेल, या विचारानं त्याला जरा हसू आलं!

कमलाच्या आईला खूप आनंद झाला. तिच्या काळ्या बाळीच्या बाबतीत आशा होती तर! जे झालं त्याहून जास्त चांगलं तिच्या स्वप्नातसुद्धा आलं नसतं! पण चमेलीबाईनं कल्पना केली होती त्याहूनही कमला भाग्यवान निघाली, कारण 'तिचा पुरुष' तर तिच्यावर खरोखर प्रेम करू लागला! ती खूप मनापासून आवडायची त्याला, मनाचा दिलदार होता तो आणि तिचं जरी त्याच्यावर इतकं प्रेम नव्हतं जितकं त्याचं तिच्यावर होतं; तरी हळूहळू तो तिला आवडायला लागला.

कमलाला दिवस गेल्याचं तिच्या लक्षात आलं, तेव्हा तिला मनातून आनंद झाला आणि त्यानं सांगितलं की, तो तिचा आणि बाळाचा, दोघांचाही सांभाळ करेल, तेव्हा कृतज्ञताही वाटली. एक खूप सुंदर मुलगी जन्माला आली, वडिलांसारखी गोरीपान आणि त्याच्याचसारखे हिरवे डोळे असलेली. कमलानं तिचं नाव सितारा ठेवलं, कारण तिचे डोळे चांदण्यांसारखे चमकायचे.

मग हिवाळ्यातल्या एका सकाळी, सितारा नुकतीच दोन वर्षांची झाली होती

तेव्हा ब्रिटिश रेसिडेंट इंग्लंडहून सुट्टीवरून परत आला, तो मेमसाहेबांना बरोबर घेऊन आला. कमला समजून चुकली की, बीबीखान्यातून आपण आता गाशा गुंडाळून बाहेर पडायचं आहे! लहानपणापासूनच तिला शिकवण्यात आलं होतं की, कशाचीही अपेक्षा ठेवायची नाही, आणि नशिबानं जे वाट्याला येईल, ते स्वीकारायचं. अश्रू ढाळण्याचा काहीही उपयोग नसतो, हेही तिला चांगलं ठाऊक होतं.

तरीही त्यानं शेवटचं एकदा त्याचं बाळ जवळ घेतलं, तेव्हा त्याच्या डोळ्यांतलं दुःख बघून तिला खूप वाईट वाटलं. तो मोठ्या मनाचा माणूस होता, आणि नव्यानं आयुष्य सुरू करण्यासाठी त्यानं कमलाची सर्व व्यवस्था करून दिली – उणीव होती फक्त एका चांगल्या पुरुषाची.

दरबारातल्या तिच्या जुन्या कामावर ती पुन्हा जाऊ लागली, तिथल्या इतर बायकांना तिचा मत्सर वाटण्याचंही काही कारण नव्हतं, कारण राजावर तिची मोहिनी शय्यासोबतीण म्हणून पडत नव्हती – मोहिनी होती तिच्या आवाजातल्या जादूची.

काही काळानंतर कमला ते गाव सोडून दिल्लीला राहायला गेली, तिथे एक उत्तम गायिका म्हणून तिची कीर्ती सगळीकडे पसरली. तिथून मग सतारवादक असलेल्या, सुंदर डोळ्यांच्या, देखण्या प्रियकराबरोबर ती मुंबईला आली. त्या माणसाबद्दल फार पूर्वी लालजीनं रेवजीकडून ऐकलं होतं.

* * *

सिताराचा पंधरावा वाढदिवस होता आणि तिच्या नव्या आयुष्याची सुरुवात करायला तो शुभ दिवस आहे, असं ठरवून कमलाबाईनं अगदी निवडक, मोजक्या लोकांसमोर तिचा पहिला कार्यक्रम ठेवला होता.

कमलाबाईची कोठी नेहमीच शानदार सजवलेली असे. पण आज दिवे जास्त चमकत होते, सर्वत्र पसरलेला सुगंध जास्त मादक होता आणि वातावरण अपेक्षांनी भारलेलं होतं. अगदी थोडे निमंत्रित होते – खूप काळजीपूर्वक विचार करून निवडलेले. सर्व जण प्रतिष्ठित आणि धनवान होते. त्यांच्यातला कोणीही तिच्या एकुलत्या एका मुलीसाठी तिला नीट सांभाळणारा आश्रयदाता झाला असता.

तिच्या मनातून लालजी हाच तसा मनुष्य होता, पण तिला फार दिवस वाट बघत बसणंही शक्य नव्हतं. कारण इतर बऱ्याच जणांनी केली होती तशी लालजीनं तिच्या सुंदर मुलीला बघण्याची इच्छा व्यक्त केली नव्हती, किंवा त्याच्यासमोर तिचा कार्यक्रम करण्याचीही. आजही जर त्याला सितारा आवडली नाही आणि त्यानं तिचा पोशिंदा होण्याची इच्छा व्यक्त केली नाही, तर दुसरा शोधावाच लागणार होता. कारण निर्णयाला फार वेळ लावण्यानं तिच्यासाठी चांगला मनुष्य मिळण्याच्या शक्यता कमी होत गेल्या असत्या.

वातावरण भारलेलं होतं. निमंत्रितांपैकी कोणीही कधीही सुंदर सिताराला बघितली नव्हती, मात्र सगळ्यांनी तिचं सौंदर्य, तिच्या फिरंगी वडिलांकडून आलेले हिरवे डोळे आणि दुधासारखा गोरा रंग यांबद्दल कुजबुज ऐकली होती. तिच्या हालचाली अतिशय ऐटबाज होत्या, तिचं नृत्यनैपुण्य तिला फार मोठी नर्तकी करेल असं म्हटलं जायचं. तिच्या निराघ्रात निष्पाप कौमार्याचीही खातरी होती. कार्यक्रम सुरू होण्याची सर्व जण आतुरतेनं वाट बघत होते.

वादक आले आणि सर्वांना सलाम करून आपापल्या जागी बसले. जमलेल्या पाहुण्यांमध्ये प्रतीक्षेनं भारलेली शांतता पसरली. मग हॉलच्या दुसऱ्या टोकाला असलेला पडदा दूर झाला आणि ती तरुण मुलगी त्यांच्यासमोर आली. एक उत्स्फूर्त नि:श्वास प्रेक्षकांमधून निघाला, कारण त्यांच्या अपेक्षेपेक्षाही सितारा जास्त सुरेख होती. तिनं हात जोडून, वाकून, सर्वांना अभिवादन केलं, वादकांनी संगीत सुरू केलं, आणि धिम्या, उद्दीपित करणाऱ्या हालचालींनी ती नृत्य करू लागली.

तिच्यामध्ये, तिच्या हालचालींमध्ये 'स्वर्गीय' म्हणता येईल असं सौंदर्य होतं, ज्यामुळे लालजीचा श्वास जलद झाला, तिच्या भुरळ घालणाऱ्या भोळ्या निष्पाप सौंदर्यानं त्याला गलबलून येऊ लागलं. संमोहित झाल्यासारखी त्याची दृष्टी तिच्यावरून हलेचना. त्यानं हळूच कमलाबाईकडे बघितलं. भान हरपून ती तिच्या मुलीकडे बघत होती, डोळ्यांमध्ये हरवलेला भाव होता. बाहेर ओघळू बघणारा अश्रू तिनं हळूच टिपला आणि मग तो तिच्याकडे बघतो आहे, हे जाणवून तिनं त्याच्याकडे बघितलं. दोघं एकमेकांकडे बघत राहिली. तिच्या डोळ्यांतला उत्सुक प्रश्न त्याला समजला. सिताराबद्दल त्याला काय वाटतं, याबद्दल तिला उत्सुकता होती.

तो मनातून अस्वस्थ झाला. त्याच्या भावना त्यालाही नेमक्या समजेनात. कदाचित ते भारलेलं वातावरण, दालचिनी आणि गुलाब यांचा खोलीभर दरवळलेला सुवास, थक्क करणारं त्या लहान मुलीचं सौंदर्य – सगळं मिळून लालजीला असह्य दडपण आल्यासारखं झालं. ते त्याला सहन होईना. तो पटकन उठला आणि कोणाला खुणेनं किंवा कुजबुजूनही काही न सांगता त्या अंधार असलेल्या खोलीतून बाहेर सटकला.

फक्त कमलाबाईनं त्याला जाताना बघितलं. तो असा एकदम निघून का गेला असेल? तिच्या कुठल्या वागण्या-बोलण्यानं दुखावला होता का? तिची मुलगी त्याला आवडली नव्हती? तिचा खूप विरस झाला, कारण तिची खरी आशा त्याच्याभोवतीच केंद्रित होती. ती उठायला गेली, पण मग त्याचा निरोप घ्यायला ती बाहेर गेली नाही. तिला समजलं की, त्याला असंच जायचं होतं.

लालजी जिना उतरून खाली मोकळ्या हवेत गेला. पौर्णिमेची रात्र होती. तो बराच वेळ रस्त्यात हिंडत राहिला आणि मग कोठीकडे परत आला. उशीर झाला होता.

कमलाबाईची कोठी होती, त्या इमारतीसमोर रस्त्याच्या दुसऱ्या बाजूला एका बाकावर तो बसून राहिला. शेवट शेवटचे पाहुणे बाहेर पडत होते. शेवटची घोडागाडी जाईपर्यंत त्या अंधाऱ्या जागी तो बसून राहिला, आणि मग हळूहळू वर गेला.

दरवाजात त्याला बघितल्यावर कमलाबाईच्या चेहऱ्यावरची चिंता दूर झालेली त्याला दिसली. काहीही न बोलता तिनं बाजूला सरकून त्याला आत येऊ दिलं. सितारा झोपायला गेली होती आणि नोकरांची त्या रात्रीची आवराआवर करून झाली होती. ते सगळे काम संपवून जाईपर्यंत कमलाबाई थांबली.

ते दोघं जण मग बाल्कनीमध्ये बसून खालच्या रस्त्याकडे बघत राहिले. त्या शहराचं प्रतीक होता तो रस्ता. अखंड हालचाल वर्दळ चालू असणारा, थबकणारा, आणि कायम जागा असणारा.

त्या रात्री लालजी गप्प होता आणि कमलाबाई बोलत होती, कारण तिचं अंत:करण तिच्या एकुलत्या एका मुलीसाठीच्या चिंतेनं आणि आशेनं भरून आलं होतं. स्वभावानंही कमी बोलणारी आणि बोलावं कमी, ऐकावं जास्त असं शिकवलंही गेलं असल्यानं ती नेहमी ऐकण्याचं काम करत असे; पण ती आज आपलं मन आणि हृदय मोकळं करून बोलत राहिली. कारण आज तिला तिच्याबरोबर पाहुणे आहेत असं नव्हतं वाटत, मित्र आहेत असं वाटत होतं. आज प्रथमच ती तिच्या मनात काय होतं ते इतक्या मोकळेपणानं सांगत होती.

तिच्या मुलीबद्दलची तिची स्वप्नं तिनं त्याला सांगितली. ''ती पंधरा वर्षांची आहे शेठजी, योग्य व्यक्तीची वाट बघते आहे, अजून कोणी हातही लावलेला नाही तिला. मला तिच्यासाठी कोणीतरी खास माणूस हवा होता – असा माणूस जो कदाचित तिच्याशी समजूतदारपणानं वागेल. एखादा चांगला मनुष्य तुमचा आश्रयदाता असला म्हणजे चांगलं असतं.''

तिच्या चेहऱ्यावर सुंदर, मृदू भाव एकवटले होते. आयुष्यात इतके चढ-उतार तिनं बघितले असूनही तिच्या स्वभावात एक उपजत स्वाभिमान होता. इतक्या विचारमग्न उत्कटतेनं तिला बोलताना त्यानं यापूर्वी कधी ऐकली नव्हती.

तिनं जरा डगमगत्या मनानं त्याच्याकडे बघितलं. ती फार बोलून गेली होती का? मुकाट्यानं हळूच ती त्याच्या मागे सरकली आणि हळूहळू, निपुण हातांनी त्याची पाठ चेपू लागली. हळूहळू त्याचे स्नायू सैलावू लागले. सराईत बोटं कौशल्यानं त्याच्या खांद्यांवरून फिरू लागली. मागे टेकून त्यानं डोळे मिटले. तिचे हात जणू जादू करत होते, त्याच्या पाठीच्या कण्यावरून, पाठीवरून, मानेवरून, कपाळाच्या मध्यावरून बाहेर छान चेपत त्याचा थकवा, ताण – सगळं दूर करत होते.

त्यानं डोळे उघडले तेव्हा तिचा चेहरा त्याच्या चेहऱ्यापासून अगदी जवळ

होता. तिचा श्वास त्याच्या चेहऱ्यावर त्याला जाणवत होता. तिनं लावलेल्या उंची अत्तरानं धुंद होऊन त्याचं डोकं जणू भेलकांडू लागलं. काही विचार न करता त्यानं तिचे हात हातात घेतले आणि आपल्या ओठांवर दाबले. मग एकदम तिच्या मानेच्या मागे हात नेऊन तिच्या अंबाड्यातला आकडा काढून तिचे चमकणारे केस तिच्या चेहऱ्याभोवती रुळू दिले.

मग तो मृदू स्वरात म्हणाला, ''कमला! तुला पुरुष इतके चांगले समजतात, त्यांच्या मनात, हृदयात काय आहे, ते त्यांना कळतं त्याहून जास्त तुला कळतं – असं कसं झालं, की तुला हे समजत नाही, की मी तुला भेटायला, तुला बघायला येतो, मला तुझ्याजवळ राहावंसं वाटतं, तू हवी असतेस मला? सितारा तर लहान मुलीसारखी आहे मला...'' तो थांबला. त्याच्या तोंडून हे सगळं इतक्या अनपेक्षितपणे बाहेर पडलं होतं की, तिच्या इतकंच त्याचं त्याला आश्चर्य वाटलं होतं. ''मी इथं येतो ना,'' तो हळुवारपणे म्हणाला, ''तेव्हा मी बाकी सगळं मागे सोडून येतो, मी एक वेगळाच मनुष्य होतो.'' तो घुटमळला, मग हळूच म्हणाला, ''कमला, तू फक्त माझ्यासाठीच गाशील?''

त्यानं तिचा चेहरा न्याहाळला. भावनांनी भरून आलेले तिचे ओठ थरथरत होते. ती त्याच्यावर वाकली, तशा तिच्या मनातल्या पेटून उठलेल्या भावना त्याला जाणवल्या. त्यानं तिचे ओठ त्याच्या ओठांवर ओढून घेतले. सर्व निर्बंध दूर होत त्यानं तिला आपल्या बाहुपाशात घेतलं आणि अनिवार प्रणयधुंदीच्या भोवऱ्यात तो ओढला गेला.

३६

शिरीनचा घटस्फोट होऊन ती घरी परत आल्याला आता जवळजवळ पाच वर्षं झाली होती.

सेंट झेवियर्स कॉलेजमधून ग्रॅज्यूएट होऊन ती आता एका कॉन्व्हेन्ट स्कूलमध्ये शिकवत होती. हे काम करायला तिला खूप आवडायचं आणि विद्यार्थिनीसुद्धा तिच्या वर्गाची वाट बघत असायच्या, कारण ती मनापासून, उत्साहानं शिकवायची.

लालजीला हे बघून बरं वाटायचं की, बऱ्याच वर्षांनंतर त्याची मुलगी आता एकूण समाधानी दिसायची. पण तरीही तिच्या मनात एक भावनात्मक पोकळी आहे, असं त्याला जाणवायचं आणि वाईट वाटायचं, कारण तिच्यासाठी मागण्या यायच्या त्यांमध्ये ती थोडंही स्वारस्य दाखवत नसे.

एक दिवस मात्र एक गृहस्थ लालजीला भेटायला आले. शिरीनला तो माणूस वरच्या मजल्याच्या खिडकीतून दिसल्यावर आश्चर्य वाटून ती एकदम मागे सरकली. तिचं हृदय धडधडत होतं, कारण ती त्याला ओळखत होती. पाऊल न वाजवता ती हळूच जिन्याच्या वरच्या पायरीशी गेली, आणि बैठकीच्या खोलीत डोकावून काही ऐकू येतंय का, हे बघायचा प्रयत्न करू लागली.

तिच्या आईनं तिला तिथे बघितली. "माझ्या एकट्या एकट्या राहणाऱ्या शिरीनला भेटायला येणाऱ्या पुरुषांबद्दल केव्हापासून उत्सुकता वाटायला लागली?" सकीना सगळं समजून म्हणाली, तशी शिरीन लाजली.

तो तिच्या आधीच्या लग्नातला दीर होता – रेहानचा धाकटा भाऊ नझीम, जो इतकी वर्षं शांत, गप्प राहून तिच्यासाठी वाट बघत होता आणि आता तिला मागणी घालायला आला होता. शिरीनच्या मनात त्याच्याबद्दल नेहमीच विशेष भावना होत्या. या वेळी अखेर तिनं तिच्या मनातल्या हाकांना उत्तर देत होकार दिला.

शिरीन आणि नझीमचं लग्न १९०८ साल संपता संपता झालं आणि त्यांचा संसार खूप सुखाचा झाला. त्यांना मुलं झाली नाहीत, रुमानावरच त्यांनी आपलं

वात्सल्य केंद्रित केलं. शिरीननं शिक्षिकेचं काम चालू ठेवलं आणि काही वर्षांनंतर 'झरीना लालजी अनाथाश्रम' आणि 'कन्या विद्यालय' या दोन संस्था तिच्या लाडक्या बहिणीच्या स्मरणार्थ चालू केल्या.

***

१९०९ सालच्या हिवाळ्यात डिसेंबरच्या एका छान, स्वच्छ हवा असलेल्या सकाळी लालजीची सर्वांत धाकटी सोनी आपलं हृदय हरवून बसली!

सोनी तिच्या बहिणींइतकी सुंदर नव्हती, पण तिच्या व्यक्तिमत्त्वात उत्साहाचा जिवंत झरा होता, ज्यामुळे तिच्यामध्ये एक वेगळीच स्फूर्ती जाणवायची; तिच्या डोळ्यांमध्ये एक चमक असायची.

सोनीनं लालजीचा धाडसी स्वभाव आणि आयुष्याबद्दलचा उत्साह घेतला होता, तसंच त्याची इंग्रजी कवितांची आवडही उचलली होती. ही आवड त्याला महाबळेश्वरला लेडी सॅराच्या चैतन्यपूर्ण कार्यक्रमांमुळे लागली होती. सॅरा तिच्या निमंत्रित पाहुण्यांना कल्पक, विलक्षण, अद्‌भुत कविता लिहिणाऱ्या कवींपैकी एक, जॉन कीट्स या कवीच्या कविता वाचून दाखवत असे. दुर्दैवानं हा कवी वयाच्या केवळ सव्विसाव्या वर्षी क्षयरोग होऊन मरण पावला होता. लालजीच्या आपल्या झरीनाच्या अशाच मृत्यूमुळे कदाचित एक भावनिक नातं जोडलं गेलं होतं किंवा त्याच्या डोळ्यांसमोर जांभळाच्या झाडाखाली फुलाफुलांचा सुती स्कर्ट भोवती पसरून बसलेली, पिंगट केस वाऱ्यावर भुरभुरत असलेली आणि कविता वाचताना उमलून येणाऱ्या चेहऱ्याची सॅरा येत असेल. जे असेल ते, त्याच्या अनेक छंदांमध्ये त्याला इंग्रजी कवितांचा छंदही लागला होता. आपल्या मुलींबरोबर तो हा आनंद वाटून घ्यायचा – विशेषत: सोनीबरोबर, जिच्या मनावर त्या कवितांच्या जादूचा विशेष परिणाम होत असे.

त्यामुळे एका स्वप्नाळू डोळ्यांच्या कवीनं सोनीचं अजून कोणी जिंकलं नसलेलं हृदय आकर्षून घेतलं, यात तसं नवल नव्हतंच! रुबाबदार, चमकणारे पांढरे केस असणाऱ्या त्याच्या वडिलांबरोबर तो शेजारी राहायला आला होता. त्याचे वडील होते सर बिरेन्द्रनाथ चट्टोपाध्याय.

सर बिरेन हे बंगालमधल्या जुन्या प्रतिष्ठित जमीनदारांपैकी एक होते. अगदी सुरुवातीला आय.सी.एस. झालेल्या हिंदुस्थानी लोकांपैकी ते एक अत्यंत हुशार अधिकारी होते. इंग्रजी भपका, राहणी-करणी, विचारसरणी आणि आवडीनिवडी त्यांनी आत्मसात केल्या होत्या; परंतु त्यांची स्वत:ची समृद्ध मातृभाषा आणि परंपरा, बंगाली लोकांची संगीत व काव्य यांची आवड आणि वेगवेगळ्या विषयांवर वादविवाद किंवा त्यांच्या शब्दात 'बौद्धिक चर्चा' – ही सर्व वैशिष्ट्यंही त्यांनी सांभाळली होती.

बिरेन्द्रनाथ हे रवींद्रनाथ टागोर या सुप्रसिद्ध कवींचे बालमित्र होते, त्यांच्या कुटुंबांचे पिढ्यान्‌पिढ्यांचे संबंध होते. रवींद्रनाथांचे खूप चाहते असलेल्या सर बिरेननी त्यांच्या पहिल्या मुलाचं नाव 'रबिन' ठेवलं होतं आणि म्हणूनच की काय, हा मुलगाही कवी आणि काव्यवेडा झाला होता.

***

सोनी तिच्या बेडरूमच्या बाल्कनीत उभी राहून कुतूहलानं शेजारच्या घरी चाललेली गडबड बघत होती. बरीच वाहनं येऊन पोचली होती. शेवटी एकदाचे नवे शेजारी मोटारगाडीतून उतरले. सगळीकडे सामानच सामान होतं, जे उचलून घरात नेण्याचं काम चाललं होतं.

तेव्हा तिला तो दिसला.

सोनीनं इतका देखणा पुरुष कधी पाहिलाच नव्हता. स्वप्नाळू डोळे असलेला तो तरुण गाडीतून उतरला, तो स्वच्छ पांढरं धोतर, ढाक्याच्या मलमलीचा कुडता घालून. त्याचे जवळजवळ खांद्यापर्यंत लांब असलेले केस काळे आणि कुरळे होते, आणि ते वाऱ्यानं उडत होते.

बरीच माणसं इकडून तिकडे गडबडीनं जात येत होती, पण सोनीला फक्त तो तरुणच दिसत होता. तो उभा होता आणि घर, बाग सगळीकडे बघत होता. मग जणूकाही खेचली गेल्यासारखी त्याची दृष्टी बाल्कनीत उभ्या असलेल्या तिच्याकडे वळली. त्यांच्या नजरा मिळाल्या आणि काही क्षण सोनीचा जणू श्वासच कोंडला. तिचा हात नकळतच तिच्या गळ्याकडे गेला. असं तिला पूर्वी कधीच वाटलं नव्हतं.

"रबिन!" कोणीतरी आतून हाक मारली.

तो मुलगा दचकला. "आलो," म्हणाला, आणि मग पुन्हा एकदा तिच्याकडे ओझरतं बघून तो घरात दिसेनासा झाला.

त्या एका क्षणानं सोनीची दुनिया कायमची बदलून टाकली. सकाळ-दुपार-संध्याकाळ ती फक्त ज्या नजरेत बुडून जायला व्हायचं अशी नजर, रेशमी केस आणि अत्यंत देखण्या रूपाच्या त्या मुलाचाच विचार करत राहायची. ती बंगल्याच्या गेटजवळ घोटाळत राहायची – या आशेनं की, कदाचित तो तिथून जाता-येता दिसेल किंवा तिच्या खोलीच्या बाल्कनीत उभी राहायची. पण तो एकदम कधी दिसलाच, तर मग लाजून आत जायची, छाती धडधडत असायची. त्याला बघावं, त्याच्याकडे बघत राहावं, असं तिला वाटत राहायचं, पण त्याच्या नजरा भेटल्या तर ती खूप घाबरायची, कारण मग मनात हटकून खूप खळबळ उडायची आणि ती थांबवायची कशी, हे तिला कळत नसे.

इकडे रबिननं दिवसाच्या कुठल्याही वेळेला त्यांच्या बागेत हिंडत राहणं सुरू

केलं होतं. त्याची नजर तिच्या बाल्कनीवर लागलेली असायची, खूप आशेनं की, ती तिथे उभी राहून तो दिसतोय का बघत असेल. कधीकधी त्यांची दृष्टिभेट व्हायची, आणि खूप लाजून भित्र्या सशासारखी ती आत पळायची, तर कधीकधी मात्र संमोहन केल्यासारखी तिथेच खिळून उभी राहायची, जागचं हलताच येत नसे तिला.

काहीच बोलणं व्हायचं नाही, काहीच बोलण्याची जरूरही नव्हती. पण त्या पहिल्या क्षणापासूनच सोनीच्या आत्तापर्यंत सुप्तावस्थेत असलेल्या भावना जागृत झाल्या होत्या. अत्यानंद आणि खळबळ यांनी धुंद झालेल्या मनानं ती हिंडत असायची. जे दिवस जात होते, तशा दिवसांचा तिला कधी अनुभवच नव्हता. ती आभाळात तरंगत असायची, कोण काय बोलतंय इकडे तिचं लक्ष नसायचं, अगदी साध्या साध्या गोष्टीही करायला ती विसरायची – सोनी, जी नेहमी अगदी व्यवस्थित, चटपटीत, तल्लख असायची!

"तुला झालंय तरी काय सोनी?" तिसऱ्यांदा विचारल्यावरही सोनीनं उत्तर दिलं नाही तेव्हा सकीनानं एकदा वैतागून विचारलं होतं, "कशी हरवल्यासारखी दिसतेस तू!" पण अगदी खरोखरीच सोनी अशा जगात हरवली होती, की जिथे जाण्याचं या पूर्वी तिनं कधीच धाडस केलं नव्हतं!

***

काही आठवड्यांनंतर एका संध्याकाळी काहीतरी गुप्त मसलत असेल तशा चेहऱ्यानं रोझा आया सोनीच्या खोलीत आली. "हे तुझ्यासाठी आलंय," तिच्या कपड्यांमध्ये दडवलेलं एक पार्सल काढत ती म्हणाली.

"काय आहे हे?" सोनीनं विचारलं, "कुठून आलंय?"

पण रोझा नुसतीच गंमत वाटल्यासारखी हसली.

बुचकळ्यात पडून सोनीनं वरचं कव्हर काढलं. आत टागोरांचं एक पुस्तक होतं. "हे कोणी पाठवलंय?" तिनं आश्चर्यानं विचारलं.

"कोणीतरी तुझा चाहता आहेसं दिसतंय!" अर्थपूर्ण कटाक्ष टाकत रोझा गेली. या बोलण्याचा नेमका अर्थ काय याची सोनीला खातरी नव्हती. तिनं पुस्तक उघडलं. पहिल्या पानावर सुंदर हस्ताक्षरात टागोरांचं एक वाक्य लिहिलेलं होतं –

The heart is meant for giving away
with a tear and a sigh, my love..
(प्रिये! एक अश्रू आणि एक निःश्वास टाकून, मग देऊन टाकण्यासाठीच हे हृदय असतं!)

आणि त्याच्या खाली लिहिलं होतं –

'जिला बघितल्यापासून माझी उमज, जाणीव, झोप सारं काही हरवलं आहे, त्या सोनीला.'

— रबिन चट्टोपाध्यायकडून.

आणि पुढे ताजा कलम होता – 'आज रात्री नऊ वाजता तुझ्या बाल्कनीत ये. आज पौर्णिमा आहे आणि तुला पुन्हा बघितल्याशिवाय राहवणार नाही.'

सोनी नखशिखान्त थरथरली. चेहरा लाल झाला. खूप गरम वाटलं – खूप गार वाटलं. तिला काय वाटलं, तेही तिचं तिलाच समजत नव्हतं. ते शब्द ती पुन्हा पुन्हा वाचत राहिली, अक्षरांवरून बोटं फिरवत राहिली. शेवटी तिनं पुस्तक बंद केलं आणि छातीशी धरून ठेवलं.

***

तिला ठाऊक झालं की, दुपारनंतर तो त्याची पुस्तकं, कागद, पेन सगळं घेऊन त्यांच्या बागेच्या मधोमध पिंपळाचं झाड होतं, त्याच्याखाली येऊन वाचत किंवा लिहीत बसतो.

आता त्यांच्या नजरा मिळायच्या तेव्हा ती आत पळत नसे, पण धीटपणानं बराच वेळ त्याच्याकडे बघत बसे.

खूप सुंदर प्रणयाराधन होतं ते. स्वप्नांनी, निःश्वासांनी सजलेलं. निःशब्द भावना कवितांच्या पुस्तकांमधून गुपचुप पोचवण्याचं, प्रेम-आस-विरह-दुःख यांनी भरलेल्या कविता. पुस्तकांच्या पानांमध्ये दाबून ठेवलेली फुलं आणि लांब लांब पत्रं. तारुण्यातल्या प्रेमाचा सर्व आनंद, उत्कटता, निष्पापता, सर्व काही होतं त्यात. याहून मधुर काही असणं शक्यच नव्हतं आणि दुर्दैव हे, की याहून जास्त दुःखद आणि कमनशिबाचंही! कारण एका खूप खोल सामाजिक दरीच्या दोन बाजूंना दोघं उभे होते!

पत्रांचे ढीग वाढत होते. सोनी तिच्या शाळेच्या पुस्तकांमध्ये ती पत्रं कोणालातरी सापडून समजू नये म्हणून लपवून ठेवायची. खूप उत्सुकतेनं ती दुसऱ्या पत्राची वाट बघायची. कधीकधी त्या रबिनच्या अक्षरात लिहिलेल्या कविता असायच्या – जशी यीटस्‌ची ही कविता होती –

I have spread my dreams beneath your feet,
Tread softly, for you tread on my dreams
(तुझ्या पायांखाली मी माझी स्वप्नं विखुरली आहेत – हळूच टाक पावलं, माझ्या स्वप्नांवर चालते आहेस तू!)

***

दोन तरुण प्रेमी जिवांच्या भावना किती तीव्र झाल्या होत्या हे किंवा खरं म्हणजे त्यांची अशी मैत्री झाली होती, हेही लालजीला 'खाजगीत भेटायचंय' म्हणून एक दिवस सर बिरेननी निरोप पाठवला, तेव्हा समजलं!

चहा आणि सुरुवातीचं इकडचं तिकडचं बोलणं झाल्यावर सर बिरेननी सावकाश त्यांचा पाइप पेटवला; जणू काय बोलावं याची मनात जुळवाजुळव करत होते. शेवटी एकदाचा त्यांनी घसा खाकरला. "माझ्या मुलाबद्दल – रबिनबद्दल बोलायचं आहे. या वर्षी ग्रॅज्यूएट होईल तो. कलकत्त्याच्या आणि परगण्यांमधल्या काही उत्तम कुटुंबांकडून प्रस्ताव आले आहेत, तिथे स्थायिक झालेल्या काही मोठ्या बंगाली कुटुंबांकडूनही."

लालजी शांतपणे ऐकत राहिला. या सगळ्याचा आपल्याशी काय संबंध आहे हे समजलं नव्हतं. कदाचित हे निमंत्रणपूर्व बोलणं असेल असं वाटलं.

"माझा मुलगा," सर बिरेन पुढे बोलू लागले, "सर्व प्रस्ताव नाकारतो आहे. आम्हाला असं का, याचं कारण समजत नव्हतं. तो नेहमीच छान वागत आला आहे. प्रेमळ, उदार मनाचा आणि हुशार तर आहेच, पण हट्टी नाही. पण त्याच्या आईला मग काळजी वाटू लागली आणि ती तिच्या बहिणीशी याबद्दल बोलत होती, तेव्हा तिथेच जवळपास घोटाळणाऱ्या आमच्याकडे काम करणाऱ्या बाईनं ते ऐकू गेल्यावर शेवटी तोंड उघडलं आणि कबूल केलं, की गेले कित्येक महिने ती पत्रं आणि पुस्तकं तुमच्या घरी पोचवते आहे." सर बिरेन घुटमळले, मग म्हणाले, "तुमच्या मुलीसाठी – सोनीसाठी."

लालजीच्या तोंडून शब्दच फुटेना. त्याला खूपच धक्का बसला. त्याची मुली बिरेनच्या देखण्या, हुशार आणि चांगल्या वागणुकीच्या मुलाच्या प्रेमात पडली म्हणून नाही, पण त्याला किंवा त्याच्या बायकोला पत्ताही न लागता अशी गोष्ट त्याच्या घरात घडू शकली, याचा.

"कृपा करून गैरसमज करून घेऊ नका लालजी," सर बिरेन पुढे म्हणाले, "आपण चांगले मित्र आहोत. त्या मैत्रीचं मला महत्त्व वाटतं आणि कशानंही ती मोडू नये असं वाटतं, म्हणून मला वाटलं, की प्रत्यक्षच समोरासमोर तुमच्याशी बोलावं, हे उत्तम. मला वाटलं, हे तुम्हाला समजणं हेच योग्य आहे आणि मला असंही वाटलं, की स्पष्ट बोलणं आवडेल असे तुम्ही आहात.

"माझ्या पत्नीनं मला सांगितलं की, सोनी अतिशय चांगली मुलगी आहे, चांगली शिकवणूक मिळालेली, हुशार, वडिलांचा आदर ठेवून वागणारी, ज्याच्या घरी जाईल ते घर सुखी करेल अशी. पण या नात्यातला फोलपणा तुम्हालाही नक्कीच समजतो आहे, याची मला खातरी आहे. आपण दोघे भले स्वतःला उदारमतवादी आधुनिक माणसं समजतो, नाहीतर मी इतक्या मोकळेपणानं तुमच्याशी

बोलायला इथं आलोच नसतो. परंतु आपण दोघंही चांगलं जाणून आहोत, की काही गोष्टी बदलतच नाहीत, काही रूढी चालूच राहतात.''

लालजी काहीच बोलला नाही. त्याच्या मुलीसाठी त्याचं हृदय तडफडत होतं, पण उदारमतवादी असूनही, तो हे समजत होता की, कर्मठ सामाजिक बंधनं मोडणं हे फार अवघड काम होतं, जन्मभर सर्वांनी नाराजी पत्करणं, आणि टीका सहन करणं होतं. कदाचित हेच बरोबर होतं की, हे प्रेम उमलण्यापूर्वी कळीच खुडून टाकावी.

''मी सरळच रबिनला विचारलं,'' सर बिरेन लालजीच्या विचारांची साखळी तोडत म्हणाले, ''तेव्हा त्यानं सांगितलं की, त्याला तुमच्या मुलीशी लग्न करायचं आहे आणि तो दुसऱ्या कुठल्याही मुलीशी लग्न करणार नाही.'' ते थांबले, त्यांनी घसा खाकरला. ''अजून लहान आहे तो, जगरहाटी आणि कठोर सामाजिक वास्तव, यांची त्याला अजून पुरती माहिती नाही. त्याला कल्पना नाहीये की, त्यांच्यासाठी पुढील आयुष्य किती अवघड होईल, आणि त्यांच्या मुलांसाठी तर त्याहूनही अवघड.''

सर बिरेन पाइपचे झुरके घेत विचारमग्न, गप्प राहिले, मग म्हणाले, ''मी जिथे शिकलो त्याच विद्यापीठात – केंब्रिजला त्याला पाठवायचं ठरवलंय मी. ते चांगलं ठरेल त्याच्यासाठी. जास्त मोकळ्या मनाचा होईल तो, दृष्टिकोन जास्त विस्तृत होईल. तो तिकडे जाण्यापूर्वी, आमच्या खूप वर्षांपासून ओळख असलेल्या एका कुटुंबातील मुलीशी त्याचा साखरपुडा करून टाकण्याचा आम्ही प्रयत्न करू. त्यामुळे त्याचे पाय स्थिर राहण्यास मदत होईल.''

लालजी काहीच बोलला नाही. पुढे बोलू लागण्यापूर्वी सर बिरेन जरा घुटमळले. ''त्यानं तुमच्या मुलीला दिलेल्या प्रेमाच्या वचनांमुळे तुम्हाला किंवा तुमच्या मुलीला दुःख झालं असेल, तर त्याबद्दल मला खरोखरच वाईट वाटतं आहे. मी त्याला सांगेन की, त्यानं काही शब्द दिला असेल, तर त्यातून त्याला मुक्त करण्याची विनंती करणारं आणि क्षमा मागणारं पत्र त्यानं तिला लिहावं. कृपा करून आम्हाला क्षमा करा. परंतु लालजी, मला खातरी आहे, की गोष्टी हाताबाहेर जाण्यापूर्वी आपल्याला हे समजलं, त्यामुळे तुम्हालाही सुटल्यासारखं वाटेल.''

सर बिरेन गेल्यानंतर लालजी तिथेच बराच वेळ बसून होता. बिचारी सोनी! त्याच्या सगळ्या मुलींमध्ये सोनी कोणाच्या प्रेमात पडेल असं त्याला कधी स्वप्नातही वाटलं नव्हतं. ती नेहमीच दंगा-धमाल करणारी, बिनधास्त मुलगी होती; पण ती तितकीच मनस्वीही होती, मग त्याला आश्चर्य का वाटत होतं की, ती या मुलाच्या इतकी प्रेमात पडली?

पण सर बिरेनचं म्हणणं बरोबर होतं. असं करणं हेच बरोबर होतं. या अशा मैत्रीला काहीही भविष्य नव्हतं. अंतर फार मोठं होतं, रस्ता अतिशय अवघड होता,

अतिशय धोक्याचा होता, आणि मनानं मोडून पडण्याचा धोका मोठा होता. दोघंही अजून खूप तरुण होती. जर हे या वयातलं वेडं प्रेम असेल, तर जातीलही विसरून.

खरंच जातील? लालजीला रेश्माची आठवण झाली. खूप पूर्वीच्या त्या दिवशी रेश्मा जशी दिसली होती – तिच्या चेहऱ्याभोवती पसरलेले तिचे ओले केस, सूर्यप्रकाशात प्रफुल्लित चेहरा, नव्या तारुण्याची झळाळी. त्याच्या सुप्त भावना तेव्हा जाग्या झाल्या होत्या, तो उद्दीपित झाला होता. अजूनही इतक्या वर्षांनंतरही तिचा विचार आला की, त्याच्या मनात खोलवर त्याला दुःख जाणवायचं. कधीच गेलं नव्हतं ते.

***

रबिननं दुसऱ्याच दिवशी कलकत्त्याला जायला निघावं अशी व्यवस्था केली गेली. आणखी काही नको ती गडबड, अनपेक्षित घटना होणार नाहीत, हे त्यांना बघायचं होतं. लालजी काहीच बोलला नाही, तरी सोनीला रबिन जाणार असल्याचं त्यानं रोझाबरोबर पाठवलेल्या पत्रातून समजलं होतं.

ती सारी रात्र तिनं तळमळत काढली, झोप लागणं अशक्य होतं. उजाडायच्या आधीच मोटरगाडी सुरू होण्याचा आवाज आला आणि ती तिच्या बाल्कनीकडे धावली, या आशेनं की, त्याला ओझरतं तरी एकदा बघायला मिळेल. पण गाडी गेटच्या बाहेर पडली आणि पहाटेच्या आधीच्या अंधारात दूर गेली, तेव्हा गाडीचे फक्त मागचे दिवे तिला दिसले.

दिवस जात राहिले. दर सकाळी आणि दुपारी सोनी आलेलं टपाल बघत असे, रबिनचं पत्र आलंय का शोधायला – ते पत्र कधीच आलं नाही.

सोनी झुरू लागली. ती उदास, आत्ममग्न झाली – तिच्या नेहमीच्या आनंदी, उत्साही स्वभावापेक्षा अगदीच वेगळी. इतकी, की सकीनाला मोठी काळजी वाटू लागली. लालजीलाही आपल्या मुलीला या दुःखातून बाहेर निघायला कशी मदत करावी हे समजत नव्हतं.

त्याला वाटलं, सोनीसाठी कोणीतरी अगदी खास असा मनुष्य शोधला पाहिजे, जो हळूहळू हे दुःख विसरायला तिला मदत करेल, हरवलेल्या प्रेमाचं दुःख कमी करेल. पण त्यासाठी तिच्या जखमा भरून येईपर्यंत, दुःख कमी होईपर्यंत वाट बघणं जरूर होतं. पण सोनीनं तिच्या मनाचे आणि हृदयाचे दरवाजे जणू बंदच करून टाकले होते. मुकाट्यानं, निश्चयपूर्वक तिनं आलेल्या सर्व मागण्या नाकारल्या. ती 'नाही' म्हणत नसे, पण 'हो'ही म्हणत नसे. ती एवढंच म्हणायची की, ती अजून लग्न करायला मनानं तयार झाली नव्हती आणि लालजीला वाटत होतं की, अजून बरेच दिवस ती तयार होणारही नाही.

पण न चुकता, रोज ती टपाल बघे, सकाळ-संध्याकाळ बघे, आणि रोज ती तिच्या खोलीत हिरमुसली आणि दु:खी होऊन परत जाई.

हे सर्व घडलं, तरीही सोनी उत्तम मार्क मिळवून मॅट्रिक पास झाली. हुशार असूनही कॉलेजमध्ये जायची मात्र तिची इच्छा नव्हती. लालजीला चिंता याची वाटत होती की, रिकामी बसून ती मनातल्या मनात कुढत आणखी दु:खी होत जाईल. तेव्हा मग सोहराबजीनं सुचवलं की, सोनीला पेंटिंग करायला आवडतं, तर तिनं 'सर कॉलेज ऑफ आर्ट' मध्ये नाव घालावं. १८५७मध्ये स्थापन झालेली ही संस्था तिचे पहिले प्रिंसिपॉल जे. लॉकवुड किपलिंग्ज यांच्या कारकिर्दीतच चांगली नावारूपाला आली होती. जे. लॉकवुड किपलिंग हे सुप्रसिद्ध लेखक रुडयार्ड किपलिंगचे वडील.

बऱ्याच दिवसात प्रथमच सोनीनं उत्साहानं प्रतिसाद दिला. लालजीला आनंद झाला, आणि ती त्या कॉलेजात जाऊ लागली तेव्हा अगदी सुटल्यासारखं वाटलं. पण त्याची मुलगी तिच्या दु:खातून बाहेर पडून लग्न करून स्थिरावायला केव्हा तयार होईल, असा विचार मात्र त्याला अस्वस्थ करायचा.

३७

काही महिन्यांनंतर लालजी जयसिंगला भेटायला राजपुराला गेलेला असताना अतिशय घाबरलेले काही खेडूत सांगत आले की, एका नरभक्षक वाघानं त्यांना अतिशय घाबरवून जगणं अवघड करून टाकलं आहे. महाराजा जयसिंग हे उत्तम शिकारी होते. त्यांनी वचन दिलं की, ते स्वत: येतील आणि त्यांना त्रास देणाऱ्या त्या वाघाला मारतील. मग त्यांनी आग्रह धरला की, लालजीनं त्या शिकारीसाठी त्यांच्याबरोबर गेलंच पाहिजे. ''मला ठाऊक आहे लालजी, की तुला शिकार करायला आवडत नाही;'' रत्नांनी मढलेला हात वर करत दणदणीत आवाजात ते म्हणाले, ''पण या एका वेळी तू आलंच पाहिजेस.''

गेले काही दिवस जयसिंग अत्यंत उदास मन:स्थितीत होते आणि दारू किंवा बायका यातल्या कुठल्याच व्यसनानं त्यांची खिन्न मन:स्थिती सुधारत नव्हती. लालजीला त्याच्या मित्राच्या मनातल्या दु:खांमुळे ही व्यसनं लागली आहेत, हे जाणवत असल्यानं त्याला वाटलं की, या वेळी त्यानं जायला नकार देऊ नये.

***

त्यांनी तळ ठोकला होता तिथली घुसमटून टाकणारी शांतता विचित्र होती. काहीतरी ठीक नव्हतं असं लालजीला वाटत होतं. सारं जंगल जणू श्वास रोखून काहीतरी घडण्याची वाट बघत होतं. लालजीनं महाराजांकडे बघितलं. एरवी शिकारीला येतील तेव्हा खूप उत्साहात असणारे महाराज आपल्याच विचारात मग्न, काही न बोलता उभे होते. शिकारीवर येताना कधीही दारू न पिणारे महाराज आज दारू पीत होते आणि विचित्र मन:स्थितीत होते. शिवाय आज जयनं जाहीर केलं होतं की, ते त्या नरभक्षकाच्या मागावर एकटेच जाणार होते. पूर्वी ते कधी असे गेले नव्हते असं नाही. ते खूप अनुभवी शिकारी होते, दणकट, निडर आणि उत्तम नेमबाज. त्यांच्या तोडीचा म्हणता येईल असा एकच मनुष्य होता – त्यांचा बालमित्र करण.

लोक अजूनही त्या प्रसंगाची आठवण काढत असत, जेव्हा फक्त सतरा वर्षांचे ते दोघे, एका जखमी बिबट्याच्या मागावर जंगलात गेले होते आणि एकदम कुठून आला, हे न समजताच त्या बिबट्यानं जयवर उडी मारली. करणच्या बंदुकीचा चाप अडकला असं लक्षात आल्याबरोबर, एक क्षणही न घालवता करणनं या बिबट्याच्या पाठीवर उडी मारून त्याचा खंजीर त्या जनावराच्या मानेत खुपसला होता. खूपच मोठी जखम झालेल्या बिबट्यानं करणच्या तोंडावर पंजा मारला. बिबट्या तर मेला, पण करणच्या चेहऱ्यावरचे त्या जखमांचे व्रण कायम राहिले होते. परंतु त्यानं जयला वाचवलं होतं!

आता जयवर लक्ष ठेवायला करण नव्हता. लालजीनं अफवा ऐकल्या होत्या की, बऱ्याच वर्षांपूर्वी शिकारीच्या वेळीच झालेल्या भयंकर अपघातात करण कसा मारला गेला होता आणि मनानं मोडून पडलेला तरुण महाराजा जयसिंग त्या प्रसंगानंतर बेसुमार दारू प्यायला लागला होता. लोक अजूनही त्या प्रसंगाबद्दल फार बोलायचं टाळत असत. करणबद्दलचा किंवा त्या अपघाताबद्दलचा काही उल्लेखही झाला, तरी एकतऱ्हेचा अस्वस्थपणा वातावरणात येत असे.

त्या सकाळी नेहमीपेक्षा जरा जास्तच थंडी होती आणि बहादूर सिंगबरोबर शेकोटीजवळ बसलेला लालजी कुडकुडत होता. शेकोटीच्या ज्वाळा 'चियास्कुरो'चा खेळ (प्रकाश-सावल्या किंवा पांढऱ्या-काळ्या आकृतींचा एक खेळ) खेळत असल्यासारख्या त्यांच्या चेहऱ्यांच्या वेड्यावाकड्या सावल्या पाडत होत्या. एक भारलेली शांतता त्यांच्या भोवताली होती – कशाचीतरी वाट पाहणारी, चोरटी शांतता. आज काहीतरी खूप महत्त्वाची घटना घडणार होती, असं दोघांनाही वाटत होतं – अशी घटना जी त्यांच्या आयुष्यात कायमचा बदल घडवून आणणार होती.

तडतड आवाज येणाऱ्या त्या ज्वाळांमधून लालजी पलीकडे बसलेल्या त्या वृद्ध स्वामिनिष्ठ दरबारी सेवकाकडे पाहत होता. बहादूर सिंग त्या ज्वाळांकडे टक लावून बघत होता आणि अतिशय अस्वस्थ होता. त्याच्या सर्व विनवण्यांना न जुमानता महाराजांनी कोणालाही जंगलात बरोबर घेऊन जायचं नाकारलं होतं. जणू आता फार वेळ उरला नसेल तसा आज तो वृद्ध लढवय्या त्याचं नेहमीचं विवेकी बोलणं सोडून, मनात दाबून ठेवलेली गुपितं सांगून टाकून मन हलकं करायचं होतं.

"मी त्यांना इथं येऊ द्यायलाच नकोच होतं," खेदानं मान हलवत बहादूर सिंग हळूहळू बोलू लागला. त्या भयंकर अपघातात करण मारला गेल्यापासून ते कधीही इकडे परत आले नव्हते. "त्या दिवशी आमची सगळ्यांची आयुष्यंच बदलून गेली." थंडी एकदम वाढल्याने लालजी कुडकुडला आणि अंगावरची शाल त्यानं आणखी घट्ट गुंडाळून घेतली. जणू वाईट भाकीत त्यांच्या जवळजवळ येत होतं, त्याच्यापासून रक्षण करायला.

"ते भावाभावांपेक्षाही मनानं निकट होते," तो वृद्ध हलक्या आवाजात सांगू लागला, "एका बलाढ्य राणाच्या दोन सुंदर मुलींचे हे मुलगे – महाराज आणि करण, मनानं खूप जवळीक राहत वाढले. करण उंच आणि दणकट होता; स्वभावातच शिस्त आणि कामालीचं धारिष्ट्य असलेला, जय किंचित कमी उंचीचा आणि किंचित जाडसर; खूप छान वागणारा, बोलणारा. करण इतकाच उत्तम नेमबाज आणि निडर स्वभावाचा – अस्सल राजपुत्र. करणचं जयवर अतिशय प्रेम आणि निष्ठा होती – निष्ठा त्याच्या स्वभावातच होती. जयला करणशिवाय करमत नसे, दोघं लहान होते तेव्हाही आणि तरुण झाले तेव्हाही. तो अपघात झाला. तोपर्यंत ते कायम एकत्रच असायचे."

बराच वेळ दोघंही गप्प होते, कोणीच बोललं नाही. मग लालजींनं धीर करून विचारलं, "त्या अपघाताच्या दिवशी जंगलात झालं काय? खरं काय झालं?"

तो प्रश्न हवेत लटकत राहिला. वृद्ध दरबारी शेकोटीकडे बघत राहिला – जणू त्यात तो उत्तर शोधत होता. शेवटी त्यानं कबूल केलं, "मला माहीत नाही. कोणालाच खरं काय झालं ते माहीत नाही – महाराज आणि करण सोडून. आणि करण तर आता नाही, आणि महाराज त्या दिवसाबद्दल पुन्हा कधीही बोलले नाहीत – तेव्हाही नाही आणि कधीच नाही. परंतु त्यानंतर काहीच पहिल्यासारखं राहिलं नाही."

***

त्या दिवशी खरोखरच झालं काय? जे झालं ते तुमच्या डोळ्यांसमोर घडत असेल तसं इथं देत आहे. जे कोणीच बघितलेलं नाही आणि कोणालाच माहीत नाही, ते तुमच्या कल्पनेनं डोळ्यांसमोर आणा.

***

पूर्वी बरेचदा गेले होते तसेच, ते एक पुढे एक मागे असे चालत होते, करण पुढे, जय मागे. दोघेही तरुण, दणकट आणि दोघेही उत्तम नेमबाज होते. शिवाय धाडसी, निडरही. कितीतरी वर्षं एकत्र शिकारीला गेलेले. दोघांनाही ठाऊक होतं की, ते एकमेकांवर पूर्ण विसंबून राहू शकतात.

त्यांना मचाण, आमिष म्हणून कोणी शेळी-बकरी, चारी बाजूंनी हाकारे पिटून मध्ये असाहाय्य सावजाला कोंडीत आणायला हाकारे या कशाचीही जरूर नव्हती. दोघांकडेही बारा बोअरच्या बंदुका, प्रत्येकीत फक्त दोन काडतुसं होती. त्यांचा नेम मारण्यासाठीच असायचा. माणूस जिंकेल किंवा वाघ जिंकेल. नेम चुकला तर कदाचित दुसरी संधी मिळणार नाही. त्यांनी पूर्ण लक्ष एकवटून, सावध राहिलं पाहिजे होतं.

पण तेव्हा अव्यक्त, पण प्रतिकूल असं किंचितसं काहीतरी त्यांच्यामध्ये होतं. ते त्यांच्या मनांमध्ये होतं. मनं, जी केंद्रित असायला हवी होती – जनावराच्या मागावर, पावलांच्या खुणांवर, जंगलातल्या आवाजांवर, वाघाची नजर कुठे आहे त्यावर.

ते चालत चालत जंगलात आणखी आत गेले. भोवताली सगळं शांत होत गेलं. जयला ती प्रथम दिसली. बांबूच्या बेटात लपून बसलेली. अतिशय भव्य, उमदं जनावर. ती डोळ्यांनी करणचा वेध घेत आहे असं करणला दिसलं. असंही लक्षात आलं की, ती काही काळापासून त्यांच्या मागे येत असणार, कडेच्या झुडुपांमधून त्यांच्याबरोबर बरोबर चालत असणार. पण मग जय तिला दिसला नव्हता का? असं होणं संभव नव्हतं; पण शक्य होतं.

ती वाट बघत होती असं वाटत होतं. जंगलात शिरलेल्या या लोकांना निघून जाऊ देण्याची का त्यांच्यावर हल्ला करायची? जयला नेहमी हा अंदाज आधी यायचा, पण तेव्हा त्याला खातरी वाटत नव्हती. त्यानं आत्ता गोळी मारली आणि ती चुकली, तर ती करणवर करणार असलेला हल्ला आधीच करेल – करण जिथे होता, तिथून त्याला ती वाघीण दिसत नव्हती. आता त्याच्या मित्राचं रक्षण करणं हे जयचं काम होतं.

तो लक्ष एकवटून बघत असताना ती चोरपावलांनी हळूहळू पुढे येऊ लागली – म्हणजे तिनं ठरवलं होतं की, ती शिकार करायलाच आली आहे. त्या गवतातून लपत-छपत येताना ती वाघीण फार सुंदर दिसत होती. बंदुकीच्या चापावर बोट स्थिर ठेवून जय तिच्याकडे बघत होता. ती एकदम थांबली, तिने भेडसावणारी थोडी पावलं हळू टाकली, जय श्वास रोखून बघत राहिला.

'मार गोळी!' त्याच्या डोक्यातला आवाज म्हणाला, पण चापावरचं त्याचं बोट हललं नाही. नरभक्षक वाघिणीने वेग वाढवला, हल्ला करायला तयार झाली.

'आत्ता! मार गोळी आत्ता!' जयचा आतला आवाजाने आग्रहानं सांगितलं. वाघीण पुढे येत होती, पण संमोहित झाल्यासारखा जय बघत राहिला.

'अरे चाप दाब ना!' त्याच्या डोक्यातला आवाज ओरडला. वाघीण शेवटच्या उडीसाठी ढांगा टाकू लागली. पण जयची बोटं जणू गोठून गेली होती.

आणि मग काहीच कल्पना नसलेला करण मागे वळला. त्याला अंगावर धावून येणारं जनावर आणि तिच्या मागे त्याचा मित्र हे अंधूक अर्ध्या क्षणात त्याला दिसलं. करणच्या चेहऱ्यावरचा गोंधळलेला, गांगरलेला भाव दिसण्याइतका जय जवळ होता.

'गोळी घाल, देवाची शपथ तुला, अरे मार ना गोळी!' त्याच्या डोक्यातला आवाज किंचाळला, 'तो चाप ओढ ना!' पण तो जणू शुद्धीवरच नव्हता, तंद्रीत होता.

त्याच्या डोळ्यांसमोर त्या शक्तिवान जनावराने हवेत उडी मारली, करणने एकदम गोल फिरून गोळी मारली, पण ती एव्हाना त्याच्या वर होती. करण चपळ होता, पण नशिबाइतका चपळ नव्हता! त्याने बलवान प्राण्याशी झटापट केली,

तेव्हाही तो घाबरलेला नव्हता, कारण त्याला ठाऊक होतं की, जय तिथे आहे. त्याला ठाऊक होतं, की जय त्याला वाचवेल – त्याचा राजा, त्याचा मित्र!

त्या जनावराचा जबडा त्याच्या मानेभोवती आवळला जात असताना त्याच्या मनातला शेवटचा विचार, त्याच्या ओठांवरचं शेवटचं नाव 'जय' हेच होतं, दिपवून टाकणाऱ्या शुभ्र प्रकाशानं त्याची शुद्ध हरपण्यापूर्वी त्याच्या डोळ्यांसमोर होता – जय!

करणचं रक्तबंबाळ जखमी शरीर त्या जनावराच्या वजनानं खाली पडू लागलं तेव्हा कुठे जयने एकदाचा चाप दाबला. गोळी जनावराच्या थेट काळजातून गेली. ती मोठी वाघीण असूनही त्या गोळीनं ती पडली आणि वेदनेची एक आरोळी मारत ती तिनं शिकार केलेल्या करणच्या शेजारी पडली, आडवी वळून मेली. एका गोळीचीच गरज होती!

जयला आठवत नाही तो किती वेळ तिथं उभा होता. अगदी स्तब्ध. शरीर गोठलेलं, मन गळून जाऊन रिक्त झालेलं. त्यानं काय केलं याचा अर्थ अजून त्याच्या मेंदूत शिरलेला नव्हता. त्यानं जो प्रचंड विश्वासघात केला तो केवढा प्रचंड होता तेही. अगदी सावकाश तो ते दोघं जिथे पडले होते तिथपर्यंत पोचला. चेंगरून चेंदामेंदा झालेलं त्याच्या अत्यंत जवळच्या मित्राचं शरीर आणि मरून पडलेलं जनावर... बऱ्याच वेळानं त्यानं काय केलं होतं, हे वास्तव त्याला उमजू लागलं आणि त्याने मोठ्यानं, दुःखानं हंबरडा फोडला. त्याचं सारं शरीर गदगदून हलू लागलं. तो गुडघ्यांवर बसला. "अरे देवा! हे काय केलं मी? हे काय केलं मी?" अपराध आणि दुःख यांनी त्याचं मन भरून गेलं.

तसाच गुडघ्यांवर बसलेला असताना कितीतरी विचार, कितीतरी आठवणींची चित्रं त्याच्या डोळ्यांसमोरून गेली – लहानपणी उन्हात खेळताना हसणारे ते दोघं – करण आणि तो, वाळवंटातून वेगानं घोडदौडीची शर्यत करणारे ते दोघं आणि शर्यतीत त्याला पुढं जाऊ देणारा करण, फक्त खंजीर हातात घेऊन जखमी बिबट्याच्या अंगावर उडी मारून जयला वाचवणारा करण...

जयला आठवलं करणची अत्यंत सुंदर पत्नी, जिच्या नाजूक सौंदर्यानं जयची शुद्धबुद्ध हरवून मती धुंद झाली होती, तिच्या सौंदर्याच्या मादकतेनं धुंद झालेली त्याची वासना शमत नव्हती, प्रयत्न करूनही शांत होत नव्हती. देशातली कुठलीही अत्यंत सुंदर स्त्री त्याला मिळू शकली असती, पण ती त्याला मिळू शकत नव्हती, जे घेण्याला मनाई होती असं फळ होती ती आणि तीच त्याला हवी होती.

तिथे थरथर कापत त्या रक्तबंबाळ शवांजवळ बसलेला असताना हे सर्व त्याच्या मनात येऊन गेलं. प्रचंड अपराधी भावनेनं त्याला ग्रासलं. वेड लागल्यासारखं झालं त्याला. आपण काय करतोय हे न समजताच तो रक्ताच्या थारोळ्यात हात बुडवू लागला आणि 'करण! करण!' म्हणून रडत राहिला, 'मला क्षमा कर करण,

मला क्षमा कर!' तो मोठ्यानं म्हणत राहिला. त्याच्या चेहऱ्यावरून अश्रू वाहत राहिले आणि तो आपले कपडे ओढून फाडू लागला, केस ओढू लागला – तो रक्तामांसानं भरून जाईपर्यंत.

लोकांना तो अशा स्थितीत सापडला, आणि त्यांच्या दुःखी राजाच्या, त्याचा अत्यंत जिवलग मित्र गेल्याच्या भयंकर दुःखात त्यांनी त्याचं सांत्वन केलं. "काय करू शकणार आपण महाराज?" ते हळुवार आवाजात म्हणाले, "तुम्हाला करता आलं तेवढं तुम्ही केलंत, पण देवाची इच्छा वेगळी होती – त्यांच्या नशिबी हेच होतं!" खरं आहे, जयला वाटलं, जेव्हा बेइमान मित्र असणं हेच तुमचं नशीब असतं, तेव्हा देवही तुमचं रक्षण करू शकत नाही!

अंतिम क्रिया पार पडून तीन दिवस झाल्यावर आणि करणचं अस्थिविसर्जन झाल्यावर, महाराजा जयसिंगनं उदार मनानं त्या शोकमग्न विधवेला आणि तिच्या तीन लहान मुलांना त्याचं वैयक्तिक रक्षण देऊ केलं. त्यांना आपल्या राजवाड्यात आणलं. एक आठवड्यानंतर पहाट होण्यापूर्वीच त्या तरुण विधवेनं गुपचुप जाऊन, त्या जुन्या विहिरीत उडी मारून जीव दिला, जिथं विजयी शत्रूंच्या टोळ्यांपासून अब्रू वाचवण्यासाठी तिच्या पूर्वज स्त्रियांनी उड्या मारल्या होत्या.

***

हे सर्व झालं, त्यानंतर जयनं दारू प्यायला सुरुवात केली. एके काळी उत्तम, सचोटीनं राज्यकारभार करणारा राजा बाहेरख्याली, खाण्या-पिण्याच्या बाबतीत अतिरेकी झाला. त्याचं सडपातळ सशक्त शरीर आता सुस्त, थुलथुलीत झालं. न्यायानं, योग्य तऱ्हेनं राज्य करणाऱ्या लोकांच्या आवडत्या राजाच्या भोवती आता लबाड, भोंदू स्तुतिपाठकांचं टोळकं जमलं. अधोगतीची सुरुवात झाली होती.

***

"आज ती भयंकर घटना झाल्याला बरोबर वीस वर्षं झाली आहेत," त्याच्या बोलण्याचा गर्भितार्थ लालजीला समजण्यासाठी बहादूर सिंगनं हळू, संथपणे सांगितलं, "आणि ते इथंच, याच जंगलात झालं."

जराशा अदबीनं खाकरण्याच्या आवाजानं त्यांच्या विचारांमध्ये खंड पडला. महाराजांचा विश्वासू अंगरक्षक शेर खान होता तो. "हुजूर!" तो म्हणाला. त्याच्या हातात महाराजा जयसिंगची उत्तम बंदूक आणि राजघराण्याचं चिन्ह असलेली अंगठी होती, जी जयसिंग हातातून कधीच काढत नसत.

"नाही!" बहादूर सिंग कळवळून ओरडला, "हे तुला कुठे मिळालं? तुला, तुला ते सापडले?"

शेरखाननं नकारार्थी डोकं हलवलं. "नाही हुजूर. जिथे हटकून सापडतील अशा जागी या वस्तू अगदी व्यवस्थित ठेवलेल्या होत्या." या शब्दांचा अर्थ डोक्यात शिरला, तसं त्या दोन्ही राजनिष्ठ दरबारी माणसांनी अबोल काळजीनं एकमेकांकडे पाहिलं.

"ताबडतोब," बहादूर सिंगनं हुकूम दिला, "गब्बर, मुमताझ आणि चमनलालना बरोबर घे, सर्वांत जलद घोडे घे, आणि जाऊन त्यांना शोधून काढा. काय करावं लागेल ते करा, त्यांना शोधून काढा. जिवंत."

ते जंगलात घोड्यांवरून दौडत गेले, जड मनानं, पावलांच्या खुणांवरून महाराजांचा शोध घ्यायला. "हा रस्ता पुढे खोल दरी आहे तिथे जातो," शेरखान म्हणाला. बाकीचे गप्प राहिले. त्या दिशेनं घोडे दौडवताना त्यांच्या मनात आलं, हातात शस्त्र नसलेला, मनानं पार खचलेला माणूस दरीच्या टोकाला नाही, तर कुठे जाणार?

आता खडकाळ जमिनीच्या मध्ये मध्ये मोठाले सपाट मोकळ्या जमिनीचे भाग होते. "हे बघा!" गब्बर ओरडला, "पावलांच्या खुणा!" मग घाबरून एवढ्याशा लहान झालेल्या आवाजात पुढे – "आणि वाघाच्या पावलांच्याही!" दोन्ही खुणा दरीकडेच गेल्या होत्या, तरी माणूस किंवा जनावर – कोणीच कुठेच दिसत नव्हतं, रक्ताच्या, फाटक्या कपड्यांच्या, ओढत नेल्याच्या अशा काहीही खुणा नव्हत्या. मग कड्याच्या अगदी टोकाला सैल झालेले खडक आणि निघालेली माती एका जागी दिसली.

इथं महाराज कड्यावर, दरीकडे पाठ करून उभे होते, नरभक्षक वाघ त्यांच्या दिशेनं येताना बघत. याच तऱ्हेच्या धोक्याच्या स्थितीचा त्यांनी मागे अनुभव घेतला होता. पण आज ते जिंकणार नव्हते, जनावर जिंकणार होतं, आणि तसंच होणं योग्य होतं. एक ना एक दिवस त्यांना हे करावं लागेल हे त्यांना आधीपासूनच माहीत होतं. ते घाबरले नाहीत. आता त्यांना आठवण येत होती ती फक्त करणची आणि जयनं विश्वासघात केला होता, हे भयानक सत्य त्याच्या अखेर लक्षात आलं होतं तेव्हा त्यांच्या मित्राच्या डोळ्यांमध्ये जो भाव होता त्याची.

जयनं वळून खाली दरीकडे बघितलं. "करण!" त्यांनी हाक मारली, "मी येतोय करण!" त्याला भास झाला की, करणचा त्याच्याकडे बघून हसणारा चेहरा त्याला दिसत होता, त्याच्या डोळ्यात प्रेम होतं, द्वेष नव्हता. तो जणू म्हणत होता, "ये, घाबरू नको, ये!"

हल्ल्याच्या आधीची खालच्या आवाजातली वाघाची गुरगुर ऐकून जय वळला, तेव्हा वाघानं उडी मारली होती आणि एखाद्या प्रचंड अस्त्रासारखा तो त्याच्या अंगावर येत होता. नकळतच त्यानं पाय मागे घेतले. पायाखालचे सैल दगड हलले आणि माती सरकली. वाघ त्याच्या अंगावरच तसूभरच मागे होता, आणि मग दोघेही दरीत कोसळले.

आता त्याला फक्त करणचा चेहरा दिसत होता. बेशुद्ध पडण्यापूर्वी तो चेहराच त्याला आठवत होता.

ते चौघं दरीच्या तळाशी वाकून बघत होते. खूप खाली त्यांना मेलेल्या वाघाचं शरीर दिसलं, पण महाराज कुठे दिसले नाहीत. ती सबंध जागा त्यांनी पुन्हा पुन्हा बघितली आणि शोध सोडून देणार होते तेवढ्यात बारीक आवाजात एखादं जखमी जनावर कण्हावं तसा आवाज ऐकू आला. "त्या तिकडे!" खूप उत्साहानं शेरखान ओरडला, "त्याऽ तिकडे!" कड्यापासून अर्धं अंतर खाली, बाभळीच्या काटेरी फांद्यांवर अडकलेला मनुष्यदेह होता. मनुष्य आणि जनावर कड्यावरून पडले, तेव्हा जयचे कपडे बाभळीच्या पसरलेल्या फांद्यांमध्ये अडकले होते, आणि वाघ सरळ खाली गेला, तेव्हा ते तिथं लटकत राहिले होते.

नंतर सगळे म्हणाले की, ते वाचले हा चमत्कारच होता. जणू दैवानं हात देऊन त्यांना अधांतरी धरलं होतं आणि त्यांना नवं जीवन दिलं होतं – आणखी एक संधी दिली होती.

***

जयसिंग त्या दिवसाबद्दल कधीही बोलले नाहीत, पण नंतर ते पूर्णपणे बदलून गेले. त्यांनी दारू पिणं बंद केलं, शिकारीचं वेड डोक्यातून गेलं आणि अतिरेकी पार्ट्यांचंही. ते लोकांच्या आणि राज्याच्या प्रश्नांमध्ये व्यवस्थित लक्ष घालू लागले. जुने लोक म्हणू लागले की, पूर्वी त्यांना खूप आवडणारा, त्यांना ज्याचा अभिमान वाटायचा, तसा राजा ते परत झाले होते.

बरेचसे चैनीसाठी, मजा करायसाठी येऊन चिकटलेले लोक हळूहळू निघून गेले. ज्या थोड्या लोकांशी जयची मैत्री टिकून राहिली त्यातला एक लालजी होता. खूप वर्षांनंतर १९१७मध्ये महाराजांसाठीच्या इंपिरिअल वॉर कौन्सिलच्या मीटिंगसाठी जय ताजमहाल हॉटेलमध्ये आला होता. आदल्या वर्षीच दोघे विलिंग्डन क्लबचे संस्थापक सभासद झाले होते, तिथे बसल्या बसल्या अगदी अनपेक्षितपणे, त्यानं लालजीला, काहीही विषय निघालेला नसताना, विश्वासात घेऊन सांगितलं होतं, "ठाऊक आहे तुला? करणनं वाचवलं होतं मला त्या दिवशी, करणनंच!"

३८

जुलै, १९०५मधला मन उद्ध्वस्त करणारा लालजीच्या मुलाचा मृत्यू आणि जानबाईनं घर सोडून जाणं याला आता पाच वर्षांच्या वर काळ लोटला होता आणि हळूहळू आयुष्य पूर्वीसारखं चालू झालं होतं.

लालजी आता बराच प्रवास करत असे आणि आत्ता तो खूपच आकर्षक अशा दक्षिण अमेरिकेच्या प्रवासाहून परत येत होता. मुंबईला परत पोचायला तो खूपच आतुर होता. कारण नवलाची गोष्ट हणजे जवळजवळ ४७ वर्षांची व्हायला आलेल्या सकीनाला पुन्हा दिवस गेले होते. त्या योगिमहाराजांनी केलेलं भाकीत आणि त्यानंतर झालेल्या अत्यंत दुःखद घटनांनंतरही लालजी खूप मनापासून प्रार्थना करत होता की, या वेळेला मुलगा व्हावा, कारण त्याला समजलं होतं की, हे त्याला होणारं शेवटचंच मूल असेल.

बाळाच्या जन्माला अजून दोन महिने अवकाश होता, परंतु सकीनाचं वय आणि गेल्या वेळी अकाली प्रसूत होऊन मृत बालकाचा जन्म झाल्यानंतरचं मनानं मोडून पाडणारं दुःख, हे लक्षात घेता लालजीला प्रसूतीच्या वेळेच्या पुरेसं आधीच घरी पोचायचं होतं.

डिसेंबरच्या एका सुंदर सकाळी त्याचं जहाज अपोलो बंदरात पोचलं. लालजीनं धक्क्यावर पाय ठेवला आणि त्याच्या आवडत्या मुंबईचे आवाज आणि तऱ्हेतऱ्हेचे वास यांनी त्याचं मन आनंदून गेलं. घरी परत आलं की, नेहमीच खूप छान वाटत असे.

खिमजीभाई आणि इतर सगळी ऑफिसची माणसं हातात हार घेऊन त्याच्या स्वागताला उभे होते, त्यांनी लालजीला अभिवादन केलं. प्रवासाला निघणं आणि प्रवासाहून परत येणं हे हिंदुस्थानात नेहमीच मोठे प्रसंग असत आणि स्नेह्यांच्या सग्या-सोयऱ्यांच्या आपुलकीनं, प्रेमानं लालजीचं मन नेहमीच प्रसन्न होत असे.

किनाऱ्याजवळच टाटांचं भव्य ताजमहाल हॉटेल उभं होतं. १९०३मध्ये ते सुरू झालं होतं आणि पहिल्या दिवशी तिथे राहायला सतरा लोक आले होते. त्या

उद्घाटन समारंभाला लालजीला दोराबजीनं बोलावलं होतं. सुंदर, मोठं हॉटेल होतं ते, आत्तापर्यंत मुंबईत असणाऱ्या हॉटेलांपेक्षा कितीतरी भव्य. शहरातली ती एक महत्त्वाची, अभिमान वाटण्यासारखी इमारत झाली होती आणि बघणाऱ्यांच्या कायम लक्षात राहत असे. ताजच्या जवळच ग्रीन्स हॉटेल होतं, त्याच्या शेजारी होता रॉयल यॉट क्लब. जिथे फक्त गोऱ्यांनाच प्रवेश असे. अगदी बाजारबुणगे असले तरी गोरे असतील तर प्रवेश मिळे, पण हिंदुस्थानी राजा-महाराजांनाही नाही. त्याच्या पलीकडे लालजीच्या तीक्ष्ण दृष्टीला डेव्हिड ससून लायब्ररी दिसत होती आणि त्याच्या पलीकडे आर्मी ॲन्ड नेव्ही बिल्डिंग. इथून आणखी पुढे गेलं की, लांबवर दिसायचं फ्लोरा फाउंटन.

ते उभे होते. तिथेच पाठीमागे धक्क्यावर त्याची चकचकीत काळी नवी रोल्स रॉइस उभी होती, तिचे हँडल्स, दिवे वगैरे सर्व अगदी आरशाप्रमाणे लखख पॉलिश केलं होतं. पूर्वी त्याची बग्गी चालवणारा ड्रायव्हर बाबू अभिमानानं, पण त्याच्या नव्या युनिफार्म आणि कॅपमध्ये जरा अवघडल्यासारखं वाटत उभा होता. लालजीनं त्याच्या गाडीकडे अभिमानानं बघितलं. त्यानं अगदी अलीकडेच ही गाडी घेतली होती आणि लहान मुलाला नव्या खेळण्याचं वाटतं, तितकंच अप्रूप त्याला त्या गाडीचं वाटत होतं. ज्या दिवशी सकीनाला दिवस गेले असल्याचं समजलं, त्या दिवशी त्यानं ती नोंदवली होती – त्याच्या न जन्मलेल्या मुलासाठीच्या त्याच्या आशेचं प्रतीक म्हणून.

१८९७मध्ये पहिली मोटरकार हिंदुस्थानात आली, ते लालजीला आठवलं. त्या वेळी त्या गाडीबरोबर एक नोकर हातात घंटा पकडून ती वाजवत धावायचा – बेसावध पादचाऱ्यांना बाजूला करायला!

त्याची पहिली मोटरकार आली तेव्हाचा आनंद अन् उत्सुकता त्याला आठवली. मोटारी घेणाऱ्या पहिल्यावहिल्या लोकांपैकी तो एक होता. त्या वेळी त्या गाडीचा उद्घाटन समारंभ केला होता, कारण अशीही लालजीला समारंभांची, उत्सवांची खूप आवड होतीच. स्नेही, नातलग, सर्वांना बोलावलं होतं, शेजारी गोळा झाले होते, नोकरचाकर खूप मजा वाटून, त्यांची आपापली नेहमीची कामं सोडून या नव्या यंत्राकडे आ वासून बघत उभे होते, इतकी गडबड आणि आवाज ऐकून जाणारे-येणारेही गेटच्या बाहेर बघत उभे होते.

घरातल्या सर्वांत वडीलधाऱ्या, मानाच्या बानूमामीनं पहिल्यांदा त्याच्या त्या नव्या वाहनात बसावं अशी लालजीची इच्छा होती आणि सर्व जण श्वास रोखून तिनं आत बसण्याची वाट पाहत होते, म्हणजे मग ती चालू केली असती.

पण वृद्ध बानूमामीनं त्या नव्या गाडीकडे, मग तिच्या लाडक्या भाच्याकडे, मग पुन्हा त्या विचित्र वाहनाकडे शंकास्पद नजरेनं पाहिलं होतं. नक्कीच काहीतरी गंमत

करायचा त्याचा बेत होता. असल्या विचित्र गाडीत बसून ती नक्कीच मूर्खासारखी वाट बघत बसणार नव्हती, जोपर्यंत तिला घोडे जोडले गेले नव्हते. तिची किती समजूत घातली, आग्रह केला, तरी त्या एकाजागी उभ्या असलेल्या बंद पेटीत चढून ती बसणार नव्हती. तिला खातरी होती की, लालजी नेहमी काहीतरी खोड्या काढायचा त्यातलंच हे काहीतरी होतं, पण ती इतकी भोळसट म्हातारी नव्हती, असं फसायला!

सर्व तऱ्हांनी समजावून उपयोग होईना तेव्हा जराशा वैतागलेल्या लालजींनं नाइलाजानं दोन काळे घोडे आणायला सांगितले, आणि ते त्या मोटारगाडीला जोडले गेले! मग सगळे जिला प्रेमानं 'बानू मा' म्हणत असत, ती तोंडाचं बोळकं पसरून छान हसली. एकदाची अक्कल आली होती यांना! मग ऐटीत ती गाडीत चढून बसली होती आणि म्हणाली होती, "हां! आता ही हलेल!" आणि तशी ती हलली होती! घोडे हलले होते, गाडी हलली होती आणि जमलेल्या सर्वांनी खूप हसून टाळ्या वाजवल्या होत्या!

लालजी रोल्स रॉइसकडे आला, तसा बाबू ड्रायव्हरनं ऐटीत सलाम केला. ती चकचकीत नवी गाडी कौतुकानं बघणाऱ्या लोकांकडे बघून लालजीनं स्मित केलं, कारण फार थोड्या लोकांनी अजून गाड्या जवळून बघितल्या होत्या.

रोल्स रॉइस मोकळ्या रस्त्यांवरून आरामात ताशी दहा मैलांच्या वेगानं चालली होती. बाबूला पितळेच्या भोंग्याचा आवाज खूप आवडायचा आणि म्हणून तो मुद्दाम तो वाजवत राहायचा. लोकांना बाजूला होण्यासाठी सावध करायलाही आणि त्याचं तिथे असणं जाणवून द्यायलाही. लोकांच्या कौतुकभरल्या नजरांचा त्याला खूप आनंद वाटायचा.

लालजीला त्याचा हा एकनिष्ठ ड्रायव्हर आवडायचा. त्याला आठवलं की, एकदा दंगे झाले होते आणि ज्या भागातून ते चालले होते त्या भागात जरा तंग वातावरण होतं. सोहराबजी त्यांच्याबरोबर मोटारीत होता, त्यानं जरा काळजी वाटून बाबूला विचारलं, "काही धोका नाही ना रे?"'

"काही धोका नाही शेठजी," बाबूनं उत्तर दिलं. हिंदू वस्तीत मी केशरी पगडी घालतो आणि मुसलमान वस्तीत गोंडेवाली लाल टोपी, आणि चालवत राहतो! "काही अडचण नाही!"

सोहराबला हसू आलं. "आणि तू आहेस कुठल्या जातीचा?"

"शेठजी, माझं नशीब चांगलं म्हणायचं, की मी बेवारशी आहे, जन्मतःच टाकून दिलेला! मला जे व्हायचं असेल ते होऊ शकतो मी!"

हवेलीची रॉट आयर्नची गेट्स उघडली गेली आणि ऐटबाज युनिफॉर्ममधल्या चौकीदारांनी तरतरीतपणे उभं राहून कडक सलाम ठोकले. लालजीनं दीर्घ श्वास घेतला. घरी येऊन पोचल्यानं किती छान वाटत होतं!

गच्चीवरून हात हलवून त्याची मुलगी सोनी त्याचं लक्ष वेधून घ्यायचा प्रयत्न करत होती. सगळे नोकर त्याला सलाम करायला पोर्चमध्ये येऊन उभे राहिले होते. सकीना तिथे नव्हती हे बघून लालजीला आश्चर्य वाटलं.

तो गाडीतून बाहेर निघाला, पायऱ्या चढून वर आला. त्याची सर्वांत धाकटी मुलगी धावत त्याला भेटायला आली होती, तिला त्यानं मिठी मारली. "तुझी आई कुठाय?" त्यानं विचारलं.

"ती वर आहे," ती घुटमळत म्हणाली, "पोटात दुखायला लागलंय." ती मग बोलून गेली. सगळं तसंच टाकून लालजी भराभरा वर गेला.

सकीनाच्या खोलीपर्यंत तो पोचला, आणि प्रसूती जवळ आली म्हणजे होणाऱ्या वेदनांसारखं ओरडणं ऐकू आलं. पुरुषांना सहसा प्रसूतीनंतरच आत बोलावलं जात असे, ते अत्यंत कठीण काम पार पडल्यावर मग – जणूकाही बायका ज्या दरच प्रसूतीच्या वेळी सहन करायच्या, त्या वेदना बघण्यासाठीही पुरुष मंडळी फार नाजूक मनाची होती!

ओरडणं वाढत होतं. किती वेदना! लालजीला वाटलं, एकामागून एक प्रत्येक प्रसूतीच्या वेळी बायका सहनशीलपणे हे कसं सहन करत असतील? पण? सकीना आत्ताच कशी प्रसूत होत होती? अजून दोन महिने अवकाश होता ना? घाबरून त्याला मागच्या वेळी मृत मुलगा जन्माला आला होता ते आठवलं. तेव्हाही अकाली प्रसूती झाली होती, आणि अवघड, त्रासदायकही होती. काय होईल, याची लालजीला एकदम भीती वाटली. कदाचित त्यांनी गर्भ राहणंच टाळायला हवं होतं, त्या योगिमहाराजांनी जे सांगितलं होतं, ते त्यानं गंभीरपणे घ्यायला हवं होतं. पण तिला परत दिवस गेले होते, याचा त्याला आनंद झाला होता, हे तर त्याला नाकारता आलं नसतंच. कारण अजूनही त्याला मुलगा व्हावा, ही आस होतीच – जो त्याच्या नशिबात नव्हता!

दार उघडलं, बानू बाहेर आली आणि तिनं त्याला हातानं खूण करून तिथून जायला सांगितलं. ती म्हणाली की, काही अडचणी आल्या होत्या, वाटलं होतं त्याहून जास्त वेळ लागणार होता, ती योग्य वेळेला बोलावेल त्याला. बायकांच्या अधिकारात असणाऱ्या थोड्या क्षेत्रांपैकी हे एक होतं! नाइलाजानं लालजी त्याच्या लांबच्या जलप्रवासानंतर शीण घालवायला त्याच्या खोलीत आला.

पण विश्रांती घेणं शक्यच नव्हतं, तो अतिशय अस्वस्थ होता. तो व्हरांड्यातल्या मोठ्या झोपाळ्यावर बसला. तिथपर्यंत सकीनाचं ओरडणं त्याला ऐकू येत होतं. आणि मग, एक क्षणभर संपूर्ण शांतता झाली. लालजीचं हृदय धडधडू लागलं. कण्हणं, ओरडणं थांबलं होतं, पण बाळाच्या रडण्याचा आवाजही येत नव्हता. त्याला ही अनिश्चितता, चिंता आता सहन होईना.

लांब पॅसेजमधून तो जवळजवळ धावत निघाला. पॅसेजच्या कोपऱ्यावर तो वळणार एवढ्यात त्यानं रडणं ऐकलं – कमालीचा चमत्कार, असा तो रडण्याचा आवाज – नुकत्याच जन्मलेल्या बाळाचा. नक्कीच मुलाचं रडणं, लालजीला वाटलं. अगदी दाराजवळ जाऊन तो घुटमळला, कारण योगिमहाराजांचे शब्द अजूनही त्याच्या कानात घुमत होते – 'तू काय मागतोयस ते जपून माग...'

बानूमामीचा थकलेला, पण हसरा चेहरा बघून त्याला खूप बरं वाटलं. खूप वेळ लागला होता आणि प्रसूती अवघड होती. "बरी आहे ती?" त्यानं विचारलं.

बानूनं होकारार्थी मान हलवली, आणि प्रेमानं त्याला जवळ घेतलं. "मुबारक हो लालजी!" तिनं आनंदानं जाहीर केलं, "अखेर देवानं तुझी प्रार्थना ऐकली शेवटी! मुलगा झालाय, हुबेहूब तुझ्यासारखा!"

लालजीचा आनंद मनात मावेना. मुलगा! ज्या क्षणी त्यानं त्या बाळाकडे बघितलं आणि त्याचे छान तपकिरी डोळे बघितले – बरोब्बर त्याच्या डोळ्यांसारखे – त्याचं मन त्या बाळानं पूर्णपणे जिंकून घेतलं. कृतज्ञतेनं त्याचा ऊर भरून आला.

झाडून सगळ्यांना उत्तमातली उत्तम मिठाई, सुका मेवा आणि सढळ हातांनी भेटवस्तू वाटण्यात आल्या. किती भिकाऱ्यांना जेवायला घातलं त्याची तर मोजदादच राहिली नव्हती. "अगदी भरपूर जेवायला घाला त्यांना," लालजीनं फर्मावलं होतं. गोरगरिबांच्या कितीतरी दिवस लक्षात राहील, अशी मेजवानी होती ती.

सहाव्या दिवशी छट्पूजा करून त्या अपुऱ्या दिवसांच्या छोट्याशा बाळाचं नाव 'समीर' ठेवण्यात आलं. पहिले चाळीस दिवस खूप सांभाळायचं असतंच, पण लालजीनं तर त्याच्या महामोलाच्या बाळावर सतत लक्ष ठेवलं, या भीतीनं की, न सांगता येणाऱ्या दैवगतीनं तोही त्याच्या हातून हिसकावला जाईल. चाळीस दिवस व्यवस्थित, सुखरूपपणे पार पडल्यावरही लालजीनं लक्ष ठेवणं कमी केलं नाही, कारण त्याच्या पहिल्या मुलाच्या मृत्यूचं दुःख तो कधीच विसरला नव्हता.

काहीही वेडंवाकडं न होता एक वर्ष गेलं, तेव्हा या आशीर्वादाबद्दल धन्यवाद देण्याच्या यात्रेवर लालजी निघाला. त्याला परत कच्छमध्ये जाऊन स्वामीजींना भेटायचं होतं आणि त्यांना त्याच्या मुलाच्या जन्माच्या चमत्काराबद्दल सांगायचं होतं; त्यांचे आशीर्वाद घ्यायचे होते.

तो गोघापर्यंत बैलगाडी भरून सुकामेवा आणि मिठाई घेऊन गेला. स्वामीजी ज्या उजाड माळरानात राहत असत तिकडे लालजी निघाला. परंतु तो तिथे पोचला आणि त्या जुन्या मंदिरापर्यंत गेला, तेव्हा त्याचं स्वागत करायला फक्त संपूर्ण शांतता होती! झुडुपंही हलत नव्हती. उजाड माळरानावर असते तशी अपार शांतता होती.

आश्चर्य वाटून आणि विरस होऊन, काय करावं अशा विचारात पडून लालजीनं भोवताली बघितलं. सगळीकडे शोधल्यावर तो जरा वेळ विश्रांती घ्यायला मंदिरात

गेला. या वेळी त्याला मार्ग दाखवायला दिवा नव्हता! दमून आणि हिरमोड होऊन तो थांबलेल्या बैलगाडीकडे हळूहळू परत आला.

लालजीला मनातून मग हेही जाणवलं की, तो इथं केवळ ती आनंदाची बातमी सांगून आशीर्वाद घ्यायला आला नव्हता, पण स्वामीजींचं भाकीत होतं, तरीही त्याला मुलगा होण्याचं यश मिळालं होतं, हेही त्याला न बोलता दाखवून द्यायचं होतं. पण आता इथं आल्यावर, ही चमत्कारपूर्ण आश्चर्याची बातमी त्याला सांगावी असं तिथं आता कोणीच नव्हतं.

स्वामीजींनी समाधी घेतली होती आणि ते आता या जगापलीकडे दुसऱ्या पातळीवर जाऊन पोचले होते!

* * *

त्या काळी जेव्हा त्यांच्यासारख्या घरांमध्ये वडील आणि मुलगे यांचं वागणं-बोलणं जेवढ्यास तेवढं असे, आणि मुलांशी तर बरेचदा दूरत्वाचंच असे, त्या काळी लालजी आपल्या मुलांच्या आयुष्यात प्रत्यक्ष रस घेत असे, विशेषतः त्यांच्या शिक्षणाच्या बाबतीत, ज्यात तो स्वतःच्या विचारांप्रमाणे वागत असे. त्यामुळे, काहींनी नापसंतीनं, आश्चर्यानं भुवया उंचावल्या होत्या, तरी त्यानं झरीनाला पियानो शिकायला उत्तेजन दिलं होतं, तर सोनीला घोड्यावरून रपेट करायला आणि शिरीनला तिचं लग्न मोडल्यानंतर कॉलेजचं शिक्षण पूर्ण करायला.

समीरच्या बाबतीत तर त्याला त्याच्या एकुलत्या एका मुलासाठी किती केलं तरी पुरेसं वाटत नव्हतं. दोघांनाही एकमेकांचा खूप लळा होता. आश्चर्य वाटेल इतका वेळ आणि शक्ती लालजी त्या मुलासाठी खर्च करायचा. त्याला तो त्याच्या आवडत्या शहरभर हिंडवायचा. त्याच्या गिरण्या आणि इतर इस्टेटींमध्ये घेऊन जायचा. तिथे काम करणारे लोक कौतुकानं स्मित करायचे, जेव्हा लालजी त्या लहान मुलाच्या कुवतीच्या पलीकडच्या अवघड गोष्टी त्याला समजावून सांगायचा, आणि तो मुलगा जणू सगळं समजत असेल तसे मोठाले डोळे करून त्यांच्याकडे बघत राहायचा.

नुसतं रूप आणि हुशारीतच समीर वडिलांसारखा नव्हता, स्वभावानंही तसाच होता. कारण त्या लहान मुलाच्या वागण्यात काहीतरी खूप मोठ्या मनाचं, खूप आवडेल असं, प्रामाणिक, मनापासूनचं, निरोगी मन दर्शवणारं होतं. मोठा होत गेला, तसतसे लोक तो किती सुसंस्कृत, हुशार आहे याबद्दलही बोलू लागले – अगदी वडिलांसारखा – ते म्हणायचे.

३१

रबिन चट्टोपाध्याय मुंबई सोडून गेला त्याला सहा वर्षं होत आली होती. सोनीचा जे.जे. कॉलेज ऑफ आर्टचा कोर्स संपत आला होता. ती आता वीस वर्षांची होऊन गेली होती आणि आता ती लग्नाशिवायच राहणार असं दिसायला लागलं होतं. बऱ्याच मागण्या तिच्यासाठी आल्या होत्या, पण सोनीनं लग्न करण्याचा अजिबात विचार नसल्यासारखंच दर्शवलं होतं, आणि लालजीला तिच्या इच्छेविरुद्ध मनस्ताप होऊ शकेल, अशा दुःखी लग्नासाठी तिच्यावर दडपण आणायचं नव्हतं. जवळच्या मित्रांना आश्चर्य वाटायचं की, नेहमी ठाम निश्चय करून त्याप्रमाणे कृती करून टाकणारा लालजी असं का करतोय? त्यांना वाटायचं की, कधीकधी हळुवारपणे, पण दृढपणे मुलांना समजावून सांगावं लागतं!

मग एक दिवस तिनेच सगळ्यांना आश्चर्यात टाकत लग्नाला तयार असल्याचं सांगून टाकलं. तिचं शिक्षण संपलं की, तिचे आईवडील निवडतील त्याच्याशी ती लग्न करायला तयार होती. कुटुंबाला सुखी करण्यासाठी ती लग्न करणार असल्यानं, ते कोणाशी तिचं लग्न ठरवतायत यात तिला रुची नव्हती, त्याच्याबद्दल माहिती मिळवण्यातही नव्हती.

परंतु लालजीनं बघितलं होतं की, गेल्या काही वर्षांप्रमाणेच सोनी अजूनही रोज आलेलं टपाल रबिनच्या पत्रासाठी बघत असे – आणि ते कधीच आलं नव्हतं. तिच्या चेहऱ्यावर उमटणारं निराशेचं, दुःखाचं सावट बघून त्याच्या मनाला वेदना व्हायच्या; त्याची खूप लाडकी होती ती.

तरीपण योग्य वर शोधून काढण्यात आला आणि लग्नाची तारीख ठरली. निमंत्रणपत्रिका पाठवण्यात आल्या आणि त्यांच्याबरोबर तोंडाला पाणी सुटेल असा मलाई खाजा आणि मावेकी कच्छीही. लग्नाची तयारी जोरात सुरू झाली. बऱ्याच दिवसांनी लालजीला सकीनाचा चेहरा आनंदानं उमललेला दिसला, कारण तिच्या सर्वांत धाकट्या मुलीबद्दलची तिची काळजी दूर झाली होती. चांगला मुलगा

मिळाला होता. इंग्लंडमधील शिक्षण संपवून तो नुकताच हिंदुस्थानात परत आला होता आणि त्याच्या कुटुंबाचीही लग्न लवकर व्हावं अशी इच्छा होती.

***

लग्नाचा आदला दिवस होता. मेहेंदी समारंभ पार पडला होता. हाता-पायावर काढलेल्या मेंदीच्या गडद केशरी रंगांनी नाजूक डिझाइनमध्ये सोनी सुंदर दिसत होती. त्या संध्याकाळी जवळचे आप्त आणि स्नेही पिठी समारंभासाठी (हळद लावण्याचा समारंभ) जमले होते, जो समारंभ वधू-वरांच्या घरी वेगवेगळा होत असे. खूप मजेत, हसत खेळत गप्पा चालल्या होत्या, बायका सोनीला हळद-चंदनाचं मिश्रण लावत होत्या, 'पुत्रवती हो' असे आशीर्वाद अक्षता टाकून देत होत्या, तिला दृष्ट लागू नये म्हणून स्वत:च्या कानशिलांवर बोटं मोडत होत्या. संगीत, हसणं खिदळणं, मजा चालली होती.

ते पत्र दुपारच्या डाकेनं आलं होतं आणि बाहेरच्या व्हरांड्यातल्या शेल्फवर इतर टपालाबरोबर ठेवण्यात आलं होतं. लग्नाच्या समारंभांच्या धामधुमीत टपाल कोणीच पाहिलं नव्हतं, सोनीशिवाय! मध्ये जरा मोकळा वेळ मिळाला तेवढ्यात ती बाहेर गेली आणि गेली पाच वर्षं रोज बघत आली होती, तसंच पत्रांच्या ढिगात तिनं पाहिलं होतं. खरं म्हणजे केवळ सवयीनंच – काही येईल अशी अपेक्षा नव्हतीच. ती परत यायलाच निघत होती, तेवढ्यात ते पाकीट तिला दिसलं.

तिच्या ओळखीच्या छान हस्ताक्षरात त्या पत्रावर तिचंच नाव होतं; तिकिटावर इंग्लंडच्या बादशहांचं डोकं आणि ब्रिटिश छापाच्या खुणा होत्या. सोनी थांबली आणि अविश्वासानं त्याच्याकडे बघत राहिली. या पत्रासाठी दिवसामागून दिवस, आठवड्यामागून आठवडे, वर्षांमागून वर्षं तिनं वाट पाहिली होती, आणि आज ते आलं होतं – जेव्हा फार उशीर झाला होता! ती घुटमळली, मग घाबरतच तिनं ते उचललं – जणू ती काहीतरी धोकादायक, काय असेल ते सांगता येत नाही, अशी जपून हाताळायची वस्तू होती.

तिनं ते पाकीट आपल्या कपड्यांमध्ये लपवलं आणि तिला कोणी बघण्याआधी तिथून बाजूला झाली. जितक्या लवकर शक्य झालं, तितक्या लवकर तिनं ते बहुमोल पत्र उघडलं आणि हळूहळू ते वाचू लागली. शब्द जणू कागदावरून उठून तिच्यापर्यंत पोचत होते... ते शब्द, जे ऐकण्यासाठी ती इतकी वर्षं वाट पाहत होती.

माझ्या प्रिय सोनीस,

तुला लिहिल्याशिवाय मला आता राहवत नाही. दीर्घ काळ मी स्वत:ला थांबवून धरलं होतं, स्वत:वर बंधन घातलं होतं; न पाठवलेल्या हजार तरी पत्रांच्या कागदांचे बोळे करून टाकले होते. माझं हृदय तुलाच साद घालत

आहे. माझ्या सर्व अस्तित्वाला तुझीच आस आहे. ही गेली सगळी वर्षं मी किती मानसिक त्रास सहन केला आहे, हे तुला समजणारच नाही.

तुला हे पत्र मिळेल तोपर्यंत माझं जहाज मुंबईला येऊन पोचलं असेल – मी येणार असल्याचं कोणालाही माहीत नाही. मला अजिबात खरंच वाटेना, मी आनंदानं आणि अशक्य वाटणाऱ्या आशेनं वेडाच झालो जेव्हा मला समजलं की, तू अजून लग्न केलेलं नाहीस. तो मी संकेत समजतो आणि त्यानं मला लिहिण्याचं धैर्य दिलं आहे. मी माझ्या कुटुंबीयांना आजपर्यंत थोपवून धरलं आहे, पण मला जाणीव आहे की, त्यांना दूर ठेवणं आता जास्त दिवस मला शक्य होणार नाही.

सोनी, माझ्याशी विवाह कर! इतकी वर्षं तुझ्यापासून लांब राहणं असह्य झालं होतं. तू आणि मी पळून जाऊ या – अशा ठिकाणी, where The world has not broken up into fragments of narrow domestic walls, (टागोरांच्या कवितेतील एक ओळ; 'जेथे लहानलहान कुंपणांनी माणसानं जगाचे तुकडे केलेले नाहीत तिथे.') जेथे आपल्याला भूतकाळ आणि गैरसमजुतींपासून खूप दूर, एक नवं आयुष्य एकत्रित सुरू करता येईल.

तुला पुन्हा केव्हा भेटेन असं झालं आहे!

तुझा रबिन –
फक्त तुझाच, कायमचा.

***

तिच्या डोळ्यांतून घळाघळा अश्रू वाहत होते – तिला समोरचं दिसत नव्हतं इतके. तिनं हृदयाशी दाबून धरलेलं पत्रही ओलं झालं होतं आणि तिच्या थरथरणाऱ्या, नुकतीच मेंदी लावलेल्या हातांवर ते पडत होते. सोनीला समजलं की, आता फार उशीर झाला होता. चक्र सुरू झालं होतं – नशिबाचं चक्र फिरत फिरत जिथं दैवानं थांबवलं होतं तिथं येऊन थांबलं होतं.

सगळ्यात शेवटचे पाहुणे जाऊन घरातले दिवे बंद केले गेले, तोपर्यंत ती थांबली. फक्त तिच्या वडिलांचा दिवा जळत होता, तो तसा असेल हे तिला ठाऊक होतं. ते नेहमीच सर्वांत शेवटी झोपायला जायचे. आत्ता ते त्यांच्या खास अंगणात असणार, जिथे त्यांना त्रास द्यायला सहसा कोणी जात नसे. पण आज रोजच्यासारखी साधी रात्र नव्हती. तिचं लग्न होण्याच्या आधीची रात्र होती.

तिची आई आज तिच्याबरोबर खोलीत झोपली होती, तिची झोपमोड होऊ न देता सोनी हळूच अंथरुणावरून उठली. ती अंधार असलेल्या पॅसेजमधून गेली आणि

तिने बंद अंगणाच्या दारावर ठोकलं.

"कोण आहे?" तिच्या वडिलांचा आश्चर्यचकित झालेला आवाज आला.

"मी आहे," ती हळूच म्हणाली, "सोनी."

पटकन दार उघडलं गेलं आणि ती आत गेली तसं तिच्या वडिलांनी तिच्याकडे बघितलं. काळजीच्या स्वरात त्यांनी विचारलं, "काय झालंय बेटा?"

कितीतरी क्षण वाचा बंद झाल्यासारखी सोनी तिथं उभी राहिली. तिच्या मनात चलबिचल आणि धास्ती यांचं वादळ उठलं होतं. आवाज उमटत नव्हता. किती प्रयत्न केला, तरी शब्द उमटेचनात. आणि मग एकदम तिला रडू फुटलं, "बापा, मला उद्या लग्न करायचं नाहीये, मला नाही करायचं लग्न!"

एकदम संपूर्ण शांतता. लालजी डोळे विस्फारून तिच्याकडे पाहत होता. तो धक्का बसल्यासारखा खाली बसून गेला. एक शब्दही बोलला नाही. जे त्यानं आत्ता ऐकलं होतं त्याचा पुरता अर्थ तो समजून घ्यायचा प्रयत्न करत होता.

शेवटी तिच्याकडे बघत त्यानं विचारलं, "सोनी, तू काय म्हणतेयस कळतंय तुला? तू जे सुचवतेयस ती किती गंभीर गोष्ट आहे कळतंय?"

तिनं कसंबसं होकारार्थी डोकं हलवलंय.

"काही घडलंय? काहीतरी ठीक नाही असं आहे?"

ती काहीच बोलली नाही.

"तुला काही कल्पना आहे इतक्या आयत्या वेळी, धड कारण न सांगता लग्न रद्द करण्यानं काय होईल? त्याचे परिणाम काय होतील तुला कळतंय?"

पुन्हा तिनं मान डोलवली.

"पण का सोनी?" लालजीनं स्वत:वर ताबा ठेवायचा, त्याचा आवाज सहज ठेवण्याचा प्रयत्न करत विचारलं. "तू मला सांगू शकतेस, मी रागावणार नाही."

ती गप्प राहिली.

"तू माझ्याशी बोलली नाहीस, तर मी तुला मदत करू शकणार नाही. तू इतक्या टोकाला जाण्याएवढं झालंय तरी काय? सगळ्यांची किती त्रेधातिरपीट होईल, सर्वच जणांची मनं किती दुखावतील, अपमानित, निराश होतील, आणि दोन्ही कुटुंबांची किती नालस्ती होईल, हे लक्षात येतंय तुझ्या?"

तिनं नुसती मान खाली घातली.

"का सोनी?" लालजीनं पुन्हा विचारलं. त्याचा आवाज आता संयम सुटून किंचित रागीट येत होता.

सरतेशेवटी दाबून ठेवलेल्या भावनांचं वादळ एकदम उसळून बाहेर आलं. सोनीनं रबिनबद्दलच्या तिच्या भावनांबद्दल, त्याच्या वियोगाच्या दु:खाबद्दल, मानसिक यातनांबद्दल, वर्षानुवर्षांच्या निष्फळ प्रतीक्षेबद्दल सांगितलं, आणि मग तिनं तो पुन्हा

भेटण्याची आशा सोडून दिली होती, तेव्हा त्याचं एकाएकी तिच्या आयुष्यात परत येण्याबद्दल, गेली सहा वर्षं ज्या पत्राची ती वाट पाहत होती, ते पत्र आज – तिच्या लग्नाच्या आदल्या दिवशी येण्याबद्दल सांगितलं.

पण हेही विचित्रच होतं की, विशेषत: ही इतकी अगदी मनातली नाजूक गोष्ट सांगण्यासाठी साधारणपणे मुली आईकडेच गेल्या असल्या, पण ती तिच्या आईकडे न जाता तिच्या वडिलांकडे आली होती. तिला नेहमीच तिच्या वडिलांशी जास्त जवळीक वाटत आली होती, आणि का कोण जाणे हरपलेल्या प्रेमाबद्दल ते जास्त समजून घेतील असं तिला वाटलं होतं.

अगदी खाली गेलेल्या आवाजात ती म्हणाली, ''मला रबिनशी लग्न करायचंय.''

''आता फार, फार उशीर झालाय!'' लालजी जवळजवळ ओरडला. ''उद्या निकाह आहे, समारंभ चालूही झाले आहेत, तुझ्या हातांना मेहेंदी लागली आहे!'' तो थांबला. ''शिवाय या लग्नाला तू कबूल झालीस सोनी. कोणीही तुझ्यावर जबरदस्ती केली नाही. तुझा निर्णय होता, तो तू आता पाळला पाहिजेस. हा आपल्या अब्रूचा सवाल आहे.''

''हा माझ्या आयुष्याचा सवाल आहे बाबा.''

तो काहीच बोलला नाही. मग ती म्हणाली, ''मला माफ करा बापा, पण प्लीज! मला मदत करा! रबिन माझी वाट बघत असताना मी दुसऱ्या माणसाशी लग्न करू शकत नाही.'' सोनी थांबली. तिनं ओढ चावले. ''मला तुमच्या मदतीची जरूर आहे बापा!'' तिच्या स्वरात अजिजी होती. ''हा माझ्या सबंध आयुष्याचा प्रश्न आहे, तुमचे आशीर्वाद द्या मला.''

लालजी उठून उभा राहिला आणि त्या अंगणात फेऱ्या मारू लागला. मनात वादळ माजलं होतं. शिरीनबद्दलची खूप दु:खदायक आठवण आली. शिरीन – फिकी पडलेली, गप्प गप्प झालेली, तिच्या भावना बोलून दाखवू न शकलेली, सर्वांची इच्छा तिच्यावर लादली गेली तेव्हा विरोध करू न शकलेली. आणि परिणाम काय झाला होता? मानसिक यातना आणि दु:ख? आणि मग रेश्माचा चेहरा त्याच्या डोळ्यांसमोर आला – तसा चेहरा, जसा तिची डोली उचलली गेली तेव्हा होता, तसा. जेव्हा वास्तव समोर आलं होतं आणि शेवटची उरलीसुरली आशाही नाहीशी झाली होती, तेव्हा तिच्या तरुण चेहऱ्यावरच्या मानसिक यातना तो कधीच विसरू शकणार नव्हता.

निदान सोनीला तिच्या मनात काय होतं, ते सांगण्याचं धैर्य होतं. निदान तिच्यासाठी अजूनही खूप उशीर नव्हता झाला. त्याची आणखी एक मुलगी तो जन्मभराच्या दु:खात लोटणार नव्हता. त्याच्या भ्याडपणामुळे आणखी एक आयुष्य तो वाया जाऊ देणार नव्हता. कारण तो भ्याडपणा नव्हता तर काय होतं?

समाजाच्या प्रतिक्रियांना, लोकांनी जी निंदानालस्ती केली असती, जी नाचक्की झाली असती, तोंड दाखवायला जागा उरली नसती, त्या सर्वांना तोंड देण्याचं धैर्य त्याच्यामध्ये नव्हतं!

तिला आता तो फक्त एक शेवटचा प्रश्न विचारणार होता. त्यानं एक खोल श्वास घेतला आणि तो सोनीसमोर उभा राहिला. "आणि समज मी जर 'नाही' म्हटलं, तुला असं करू दिलं नाही, तर तू काय करशील?" त्यानं थंड कोरड्या स्वरात विचारलं, "मी तुला कुटुंबापासून तोडून टाकलं. तुला पूर्णपणे घराबाहेरच काढली, तर?"

तिच्या चेहऱ्यावरच्या यातना त्याला दिसत होत्या. "बापा, असं नका हो करू!" सोनी हळू आवाजात म्हणाली. "मला तुमचे आशीर्वाद हवे आहेत बापा!"

पण लालजी विरघळला नाही. तो भक्कमपणे म्हणाला, "माझ्या प्रश्नाचं उत्तर दे." सोनीनं तिच्या वडिलांना पूर्वी कधीच असं बोलताना ऐकलं नव्हतं – इतकं अलिप्त, इतकं दुराव्यानं.

"प्लीज बापा!" तिनं विनवलं, "मला निवड करायला सांगू नका."

"तू माझ्या प्रश्नाचं उत्तर दिलंच पाहिजेस!"

सोनीला रडू फुटलं. तिच्या गालांवरून घळाघळा अश्रू वाहत होते. पण तिचे समजूतदार, मायाळू वडील विरघळले नाहीत. दगडासारख्या थंड आवाजात पुन्हा म्हणाले, "तुला निवड करावीच लागेल. मी तुला असं करायला बंदी घातली तर?" बराच वेळ पूर्ण शांततेत गेला. मग त्याला जेमतेम ऐकू येईल इतक्या हळू आवाजात ती म्हणाली, "तरीही मी त्याच्याकडे जाईन."

अत्यंत दु:खी आणि गोंधळलेल्या तिच्या मन:स्थितीतल्या सोनीच्या आवाजात लालजीला शांत खंबीरपणा जाणवला. का कोण जाणे, पण अभिमानानं त्याची छाती फुलून आली. त्याच्या 'नाही' म्हणण्याच्या दडपणाला किंवा घरातून हाकलून दिलं जाण्याच्या धमकीला ती शरण गेली नव्हती – जरी या दोन्ही गोष्टींनी तिचं मन किती उद्ध्वस्त होईल हे त्याला माहीत होतं, तरीही तिची ठाम नैतिक मूल्यं, तिचा खंबीर संकल्प, तिच्या हेतूमधला प्रामाणिकपणा, तिच्या निवडीला चिकटून राहण्याचं तिचं धैर्य आणि परिणामांना तोंड देण्याची तिची तयारी, या सर्वांचा त्याला अभिमान वाटला. त्याला समजलं की, त्याच्या या मुलीची त्याला काळजी करावी लागणार नाही.

त्याच्या गोंधळून, घाबरून गेलेल्या मुलीला त्यानं जवळ घेतलं. "ठीक आहे बेटी," तिचं सांत्वन करत तो म्हणाला, "मला तुझ्या भावना समजतायत आणि मी तुझा निर्णय मान्य करतो. धीट मुलगी आहेस तू, मला अभिमान वाटतो तुझा."

दोन्ही कुटुंबांच्या उपस्थितीत सोनी आणि रबिनचं लग्न साधं, रजिस्टर पद्धतीनं झालं. वधूचा आनंदानं उजळून निघालेला चेहरा आणि तिच्या नवऱ्याला तिच्याबद्दल वाटणारं कमालीचं प्रेम बघून सर्वांना खूप बरं वाटत होतं. लग्नानंतर जोडपं कलकत्त्याला गेलं आणि चट्टोपाध्याय घराण्याच्या पिढीजात घरी राहू लागलं. सर बिरेन आणि त्यांची पत्नी यांनी त्यांच्या कौटुंबिक आणि सामाजिक वर्तुळात सर्व जण त्यांच्या नव्या सुनेला आपलीशी करतील, यासाठी विशेष प्रयत्न केले. तिच्या नव्या घरी आणि नव्या शहरात सोनी आनंदात राहावी, यासाठी त्यांना करता येईल ते सर्व त्यांनी केलं. तिलाही खूपच थोड्या दिवसात दोन्ही खूप आवडू लागलं, आणि 'आपलं' वाटू लागलं.

४०

स्वातंत्र्याच्या चळवळीचं वारं देशभर वाहत होतं. व्यापार-धंद्याचं केंद्र असलेल्या मुंबईमध्येही या सर्व उत्तेजक खळबळीचा परिणाम होणार नाही, असं शक्यच नव्हतं. परंतु लालजीनं जरी आपल्या परदेशी कपड्यांची होळी केली होती आणि खादी वापरायला सुरुवात केली होती, तरी तो राजकारणात सहभागी कधीच झाला नव्हता.

१९१९ सालच्या जूनमध्ये पावसाळ्यातल्या एका संध्याकाळी अंधार पडू लागला होता तेव्हा मोटारगाड्या आणि घोडागाड्या लालजीच्या हवेलीच्या गेटपासून आत येणाऱ्या गोल दगडांच्या रस्त्यावरून अगदी मुकाट्यानं येऊन पोचू लागल्या. अत्यंत उच्च कक्षेची गुप्त बैठक होणार होती, त्यात राजकीय क्षेत्रातली प्रमुख ब्रिटिश आणि हिंदुस्थानी माणसं भाग घेणार होती. बॉम्बे प्रेसिडेन्सीचे गव्हर्नर म्हणून नुकतेच नियुक्त झालेले सर एडवर्ड हॅमिल्टन यांनीच लालजी लखाचं घर ही जागा सुचवली होती, कारण तटस्थ माणसाचं घर असल्यानं सर्वांनाच तिथे मोकळेपणा वाटला असता. राजकारणात नसलेला, धोरणी आणि वादातीत असा प्रतिष्ठित नागरिक म्हणून लालजी लखाला आता बॉम्बे प्रेसिडेन्सीतच नव्हे, तर उद्योगधंद्याच्या आणि सामाजिक वर्तुळांमध्येही देशभर मान होता.

लालजी यापूर्वी एका प्रसंगी आज रात्री जे हिंदुस्थानचे प्रतिनिधी म्हणून येणार होते, त्यांच्यापैकी काहींना भेटला होता, त्यात वल्लभभाई पटेल, मोतीलाल नेहरूंचे पुत्र जवाहरलाल हे काही तरुण नेतेही होते. गांधीजी येणार नव्हते म्हणून लालजीचा विरस झाला होता. व्हाइसरॉयबरोबर बादशहांचे खास दूत सर रॉजर टॅलबॉटही येणार होते, जे हिंदुस्थानातील वाढत्या राजकीय अस्वस्थतेसंबंधी स्थानिक पुढाऱ्यांशी चर्चा करण्यासाठी हिंदुस्थानात आले होते. अमृतसरमधील जालियनवाला बागमधील भयंकर घटनेनंतर देशभर संतापाचा आणि दुःखाचा प्रचंड उद्रेक झाला होता. १३ एप्रिल, १९१९ रोजी शेकडो निःशस्त्र स्त्री-पुरुष व मुलं शांततापूर्ण

सभेसाठी जमली होती, त्यांच्यावर जनरल डायरच्या हुकुमावरून निघृणपणे गोळ्या घातल्या गेल्या होत्या. त्याचा परिणाम म्हणून आता ब्रिटिश लोकांना लक्ष्य करून त्यांच्यावर हल्ले होत होते.

लालजीच्या हवेलीच्या भव्य प्रवेशद्वारामधून व्हाइसरॉयची गाडी आत शिरत असतानाच त्या प्रचंड हवेलीच्या मागच्या अंधाऱ्या बोळातून दोन बुरखा घातलेल्या व्यक्तींनी चोरपावलांनी पाठीमागच्या गेटमधून हळूच आत प्रवेश केला होता.

त्या गेटचा अडसर काढून आवाज न करता ते आत आले होते. तिथं पोपई, आंबा, केळी, फणस, जांभूळ, पेरू अशा कितीतरी फळझाडांच्या फळांचे वेगवेगळे गोडसर वास येत होते. त्याच्या पलीकडच्या मोकळ्या जागेत थोडी पावलं चालले असतील तेवढ्यात कोणीतरी हाक मारली, ‘‘कोण? रेगो का रे?’’

तो बाबू ड्रायव्हरचा आवाज होता. क्षणभर ते दोघं गळाठले. मग त्यांच्यातल्या एकानं हळूच आपला चेहरा दाखवला. म्हातारा बाबू अविश्वासानं डोळे विस्फारून बघत राहिला, कारण त्याच्यासमोर उभी असलेली व्यक्ती तर ओळखीची होती!

‘‘हरी साहेब!’’ तो उद्गारला.

हरीनं होकारार्थी मान हलवता हलवताच तोंडावर बोट ठेवलं. ‘‘मीच आहे बाबू,’’ तो म्हणाला, ‘‘मला ताबडतोब तुझी मदत हवी आहे. माझा हा मित्र बराच जखमी झाला आहे, आपण त्याला सुरक्षित ठिकाणी लपवायचं आहे. मग जरा घुटमळून तो पुढे गुप्त खलबत करत असल्यासारखा म्हणाला, ‘‘पोलीस कुठल्याही क्षणी येऊन पोचतील. वेळ फारच थोडा आहे आपल्याला.’’

बावरलेला, गोंधळलेला बाबू त्याच्याकडे बघत राहिला. त्याच्या मालकांचे जवळचे मित्र, प्रसिद्ध वकील हरी देशपांडे पाठीमागच्या गेटमधून चोरासारखे गुपचुप आत घुसतात आणि पोलीस ज्याच्या मागावर आहेत अशा माणसाला संरक्षण देत आहेत!

हरीनं त्याच्या बरोबरच्या माणसाच्या अंगावरचा बुरखा काढला तेव्हा बरगड्यांच्या खाली डाव्या बाजूला बंदुकीच्या गोळीनं झालेली खोल जखम त्या अनोळखी माणसाच्या अंगावर दिसली. कसंतरी तात्पुरतं बँडेज बांधलेलं होतं, पण तो थकून गेल्याचं दिसत होता आणि खूप रक्त वाहून गेल्यामुळे त्याला चक्कर येईल असं वाटत होतं.

‘‘मी लालजी शेठना बोलावतो,’’ बाबू म्हणाला.

हरीनं मानेनंच ‘नको’ म्हटलं. ‘‘इतका वेळ नाहीये,’’ तो परत म्हणाला. ‘‘पोलीस सगळीकडे अगदी नीट शोधतील, आपल्याला पटदिशी त्याला लपवलं पाहिजे.’’

बाबूनं डोक्याला ताण देऊन विचार केला अन् कुजबुजला, ‘‘माझ्याबरोबर चला.’’ तो त्यांना घोडागाड्या ठेवण्याच्या बंद जागेत घेऊन गेला. एका गाडीच्या खालची जागा त्यानं दाखवली. ‘‘तिथं खाली लपवता येईल,’’ तो म्हणाला.

हरीनं त्या गाडीकडे अन् बाबूकडे बघितलं. मग कुजबुजला, ''ही कल्पना चांगली वाटतेय, करून टाकू या.''

गाडीच्या खालच्या भागात एक मजबूत बांबूची चौकट लटकवलेली होती. काथ्याच्या दोऱ्या त्यावर एखाद्या चारपाईसारख्या उभ्या-आडव्या त्यावर विणलेल्या होत्या. या जागेत घोड्यासाठीचा चारा ठेवला जात असे. बाबूनं ती चौकट खाली सरकवली, त्यात बरंच वाळलेलं गवत पसरलं आणि त्या जखमी माणसाला आत शिरायला मदत केली. त्यानं आणि हरीनं मिळून मग ती बांबूची चौकट पुन्हा वर चढवून चारी बाजूंना असलेल्या लोखंडी हुकांमध्ये अडकवली. आपल्या युक्तीचा आनंद वाटून बाबू हरीकडे पाहून हसला. मग ती चौकट घट्ट बसली आहे ना, आणि सगळं नेहमीसारखंच दिसतंय ना याची खातरी करून घेऊन त्यांनी बाहेर येऊन ती गाड्या ठेवायची जागा बंद केली.

दोघं बरोबर बाहेर आले, तेव्हा बाबूनं विचारात पडून हरीकडे बघितलं. त्याला ठाऊक होतं की, हरीसाहेब चांगले गृहस्थ होते. स्वातंत्र्याच्या चळवळीत ते करत असलेल्या कामाबद्दल त्याला माहीत होतं. पण बाबूनं हेही ऐकलं होतं की, फिरंगी लोकांविरुद्ध चाललेल्या चळवळीत काही ठिकाणी बॉम्ब फेकून आणि काही लोकांना मारून टाकून हिंसाही झाली होती.

''लालजी शेठना ठाऊक आहे?'' त्यानं एकदम हरीला विचारलं.

हरी क्षणभर घुटमळला आणि मग त्या म्हाताऱ्या नोकराकडे अर्थपूर्ण नजरेनं टक लावून बघत म्हणाला, ''नाही. आणि आत्ता या वेळी आपल्या दोघांतच ठेवू या. मी लालजी शेठना नंतर सांगेन.'' मग जास्त काही बोलणं झालं नाही.

पाहुण्यांसाठीच्या एका बाथरूममध्ये त्यानं चेहरा, हातपाय धुतले, कुठे दिसतील असे रक्ताचे डाग नाहीत ना बघितलं. कपडे ठाकठीक केले. केसात अडकलेली एक गवताची काडी काढून टाकली. लालजीला भेटून सगळं सांगितलं पाहिजे, त्याला वाटलं.

''मी लालजीला भेटतो,'' त्यानं बाबूला सांगितलं आणि मुख्य घराकडे निघाला, तेवढ्यात तिथे येऊन पोचलेल्या रेगोनं त्याला धोरणी शांतपणे थांबवलं.

''अगदी खूप गुप्त बैठक चाललीय हरीसाहेब. खूप मोठे मोठे लोक आले आहेत, गोरे मोठे मोठे साहेब पण आलेत,'' रेगो कुजबुजला. ''मी हरी साहेबांना शेठजींच्या स्टडीरूममध्ये आराम करायला नेतो.''

लालजीच्या घरी होणार असलेल्या या खास बैठकीबद्दल हरीला माहिती नव्हती. अर्थात त्यानं सर रॉजर टॅलबॉट हिंदुस्थानात आले आहेत आणि एक खूप महत्त्वाची बैठक गुप्त ठिकाणी मुंबईत होणार आहे, असं ऐकलं होतं. ताबडतोब सर्व परिस्थिती त्याच्या लक्षात आली.

त्यानं ताबडतोब इथून गेलंच पाहिजे होतं. त्याच्या तिथं असण्यानंच सगळं बिंग फुटू शकलं असतं. पटकन हरी मागच्या गेटकडे गेला. ''मी गेल्यावर गेटला कुलूप लाव,'' त्यानं बाबूला सांगितलं; ''आणि काहीच झालं नसेल तसं तुझं काम करत रहा. कोणालाही याबद्दल काहीही बोलू नकोस – कोणालाही!''

हरी बाहेर पडला आणि जेमतेम दीडदोनशे पावलं त्या काळोख असलेल्या गल्लीतून गेला असेल-नसेल, तेवढ्यात त्याच्या मागे हवेलीच्या बाहेर एक मोटरकार थांबली आणि काही लोकांनी बाहेर उड्या मारल्या. हरी कोपऱ्यावर पटदिशी वळला आणि त्या बोळातून हवेलीच्या समोरच्या बाजूकडे चालू लागला. हरीला दिसलं की, तेवढ्यात एक गाडी तिथंही पोचली होती. युनिफॉर्म घातलेला एक ऑफिसर बाहेर पडला, त्याच्या पाठोपाठ आणखी तिघं-चौघं.

ऑफिसर चट्चट् पावलं टाकत गेटपर्यंत पोचला. ''कोई है?'' त्यानं अधिकारी आवाजात हाक मारली, आणि त्याच बरोबर कुलूप असलेलं गेट खडखड हलवलं. चौकीदार आला, त्याच्यावर तो खेकसला, ''गेट उघड, मिलिटरी पोलीस आहोत आम्ही.'' थोडं काहीतरी बोलणं झालं आणि चौकीदारानं लगेच गेट उघडून त्यांना आत येऊ दिलं.

त्याच्या बरोबरच्या लोकांना थांबायला सांगून तो हवेलीच्या मुख्य दरवाजाकडे निघाला. तिथे असलेल्या सगळ्या गाड्या बघितल्यावर मात्र त्याच्या लगेच लक्षात आलं की, काहीतरी महत्त्वाचं काम चालू होतं; पण त्याचं काम काही कमी महत्त्वाचं नव्हतं.

हवेलीच्या जाणाऱ्या रस्त्यावर अर्ध्या वाटेतच असलेल्या व्हाइसरॉयच्या एडीसीनं त्याला थांबवलं. दोघांनी एकमेकांना सॅल्यूट केला आणि ते थोडं बोलले. एडीसी परत गेला आणि थोड्याच क्षणात घरमालकांना घेऊन आला.

बरेच कंदील होते, तरी बागेत तसा अंधारच होता. ऑफिसरनं सॅल्यूट केला, पण तो जवळ आला तेव्हाच लालजीला त्याचा चेहरा नीट दिसला. त्याच्या दाराशी हा मनुष्य येईल असं त्याला कधी वाटलं नव्हतं. ऑफिसरही तितकेच दचकले.

''वा! वा! कॅप्टन ब्रिग्ज! आपण पुन्हा भेटतोय तर!'' लालजी स्वत:ला सावरत म्हणाला.

''मिस्टर लॉलजी!'' कॅप्टन ब्रिग्जनंही ताठ्यानंच अभिवादन केलं.

''मी आपल्यासाठी काय करू शकतो?'' लालजीनं सौजन्यानं विचारलं. ''आम्ही एका बंडखोराच्या मागावर आहोत. अलाहाबादला नुकतेच जे बॉम्बस्फोट झाले, त्यात त्याचा हात आहे अशी शंका आहे आणि आम्हाला समजलं आहे की, तो मुंबईला पळाला आहे. तो त्याच्या एका साथीदाराबरोबर या रस्त्यावर दिसला होता आणि इथल्या एका बंगल्यात तो शिरला असं वाटतं आहे – बहुतेक याच.''

''या घरात?'' भुवया उंचावून लालजी म्हणाला, ''हे जरा अशक्य आहे असं

नाही वाटत तुम्हाला कॅप्टन? तुम्ही बघताच आहात, इथं सगळीकडे सुरक्षा ऑफिसर पसरलेले आहेत. आसरा शोधत पळत असणाऱ्या माणसाला ही जागा योग्य नाही असं नाही वाटत तुम्हाला?''

''कधीकधी,'' कॅप्टन ब्रिग्ज म्हणाला, ''उजव्या खिशाला माहीत नसतं डाव्या खिशात काय आहे ते.''

त्याच्या बोलण्यातला विचार काय असावा, याचा विचार करत लालजी त्याच्याकडे टक लावून बघत राहिला. कॅप्टन असा मनुष्य दिसत होता, जो अगदी बारीकसारीक चौकशी करून अगदी संपूर्ण माहिती मिळवेल. याचाच अर्थ तो इथं आला होता त्याला तसंच बळकट कारण असलं पाहिजे. कदाचित काहीतरी चाललं होतं, जे त्याल माहीत नव्हतं.

मिटतं घेण्याच्या सुरात लालजीनं विचारलं, ''मी काय करू शकतो तुमच्यासाठी कॅप्टन?''

''तुमच्याकडून आम्हाला तुमचं आवार तपासण्याची परवानगी हवी. तुमच्या पाहुण्यांना त्रास होणार नाही, याची मी खातरी देतो. तुमचा एखादा माणूस आवार दाखवायला आमच्याबरोबर दिलात, तर खूप मदत होईल मला.'' कॅप्टन ब्रिग्जनं जरा थांबून खाकरून पुढं म्हटलं, ''एक जबाबदार नागरिक या नात्यानं तुम्हालाही नक्कीच सुटल्यासारखं वाटेल मि. लॉलजी, की कोणी धोकादायक माणसं तुमच्या आवारात शिरलेली नव्हती.''

त्याच्या बोलण्यातला गर्भितार्थ लालजीला समजला नाही असं तर नव्हतंच. दोघांनी एकमेकांकडे बघितलं. त्यांचं बोलणं अगदी सभ्य सौजन्यपूर्णतेनं झालं होतं, पण दोघांच्याही मनात एकमेकांबद्दल राग होता, हेही खरंच होतं.

''नक्कीच कॅप्टन,'' लालजीनं उत्तर दिलं. ''आत्ताच लगेच मी एक माणूस तुमच्याबरोबर देतो.''

''बाबूऽ'' ड्रायव्हर जवळपासच घोटाळताना दिसला. त्याला त्यानं हाक मारली, ''हे बघ, कॅप्टनसाहेबांना जी मदत हवी असेल ती कर.''

दोन दिवसांपूर्वी अलाहाबादमध्ये घडलेल्या घटनेत तीन बंडखोरांनी सैन्याचा एक रिकामा तळ उद्ध्वस्त केला होता. कोणाला इजा करण्याचा त्यांचा हेतू नव्हता, पण दुर्दैवानं जवळपास असलेले एक ब्रिटिश ऑफिसर आणि एक हिंदुस्तानी सैनिक मारले गेले. सैन्याच्या मुख्य कार्यालयाजवळ झालेला धाडसी हल्लाच होता हा. ज्यांनी बघितलं होतं त्यांनी तीन हिंदी लोक होते असं सांगितलं. ते पळून जात असताना एकाला गोळी घालून मारण्यात आलं, दुसरा पकडला गेला, त्याला फाशीची किंवा अंदमान बेटांवरच्या तुरुंगात काळ्या पाण्याच्या शिक्षेवर पाठवण्यात आलं असतं, हे नक्कीच होतं. तिसरा होता तो काळा, सडसडीत, पण

सशक्त, स्थानिकच माणूस होता, ज्याचं नाव कनू मोलय होतं आणि भूमिगत राहून चाललेल्या स्वातंत्र्यलढ्यामध्ये तो काम करत असल्याचं सर्वांना ठाऊक होतं. त्याला गोळी लागून तो जखमी झाला होता, पण पळून जाऊ शकला होता.

कॅप्टन वॉल्टन ब्रिग्जला सध्या मिलिटरी पोलीसमध्ये ड्यूटीवर ठेवण्यात आलं होतं, तो संतापला होता. त्यानं एखाद्याला एकदा लक्ष्य केलं की, तो त्याला कधी सोडत नसे. त्यानं दृढ निश्चय केला होता, की त्याचा जुना शत्रू कनू मोलाय याला शोधून काढायचाच, म्हणून पळून गेलेल्या कनूला पकडण्यासाठी त्यानं जबरदस्त शोधमोहीम आखली होती – त्याला शोधून काढणं हा एकमेव हेतू मनात ठेवून.

जखमी, रक्त वाहत असलेल्या कनूला जखम बांधून, काय काय क्लृप्त्या करून अलाहाबादला निघणाऱ्या पहिल्या ट्रेनमध्ये घुसवला होता, कारण थोड्याच वेळात स्टेशनला सैनिक घेरा घालतील, हे त्यांना ठाऊक होतं. पण जिथे त्याच्यासाठी सुरक्षित जागा होती त्या कलकत्त्याला जाण्याऐवजी ती गाडी मुंबईला जाणारी निघाली, जिथली त्याला काहीही माहिती नव्हती आणि तो कोणालाही ओळखत नव्हता!

ट्रेन स्टेशनच्या बाहेर पडत असतानाच कनूच्या बरोबर असणारा एक जण गाडीबरोबर प्लॅटफॉर्मवरून धावत राहिला आणि त्याने हातवारे करत, ओरडत सांगितलं, "हरी देशपांडे नावाचे वकील आहेत मुंबईत, त्यांनी एकदा आपल्याला वकील म्हणून मदत केली होती, ते व्ही.टी.पाशी कुठेतरी असतात." मग गाडीचा वेग वाढला आणि तो माणूस, स्टेशन, अलाहाबाद सगळं अंधूक होत गेलं.

कनूनं जखमी अवस्थेत, जवळ पैसे किंवा कोणाची मदत नसताना एवढा मोठा प्रवास मुंबईसारख्या नवख्या शहरापर्यंत केला कसा, त्यानं हरी देशपांडेला शोधून काढला कसा, हे समजलं नव्हतं. पण सरत्या दुपारी तो हरीच्या ऑफिसात पोचला, तेव्हा त्याला पोलिसाच्या ताब्यात न देता हरीनं त्याच्या जखमेला औषध लावून बँडेज बांधलं आणि सगळं सोडून त्याला लालजीच्या घरी घेऊन गेला. त्याला ती सर्वांत सुरक्षित जागा वाटली. ते का, हे त्याला स्वत:लाच कधी धड कळलं नाही, किंवा नंतर स्पष्टीकरणही देता आलं नाही.

कॅप्टन ब्रिग्ज आपल्याच विचारांमध्ये गुंग होता. त्याला वाटत होतं, जर का लपलेला तो बंडखोर इथंच सापडला, तर काय तो काय जबरदस्त विजयी ठोसा ठरेल! एका दगडानं तीन पक्षी! खास हवा असलेला बंडखोर पकडल्याबद्दल सन्मान आणि बढती, त्या बढाई मारणाऱ्या ब्राउन साहेबाला – लालजीला चांगली अद्दल घडणं आणि सर्वात चांगलं म्हणजे कनू मोलयचा त्या इतक्या जुन्या वैराबद्दल सूड घेणं!

बाबू कॅप्टन ब्रिग्जला घराच्या मागच्या नोकरांच्या घरांकडे घेऊन गेला तेव्हा लालजी बघत उभा राहिला आणि मग हॉलमध्ये चाललेल्या बैठकीत भाग घेण्यास परत गेला.

निर्विकार चेहरा ठेवून बाबू कॅप्टनच्या प्रश्नांना एक-दोन शब्दात अलिप्तपणे उत्तरं देत राहिला. ''नाही, त्यानं कोणीही अनोळखी भलतीसलती माणसं इथं जवळपास बघितली नव्हती – कोणीच नाही.'' कॅप्टन ब्रिग्जला असंही वाटलं की, जर तो बंडखोर इथं घुसला असला, तर तो बहुतेक या आवारात आधी लपेल, आणि संधी मिळाल्याबरोबर बाहेर पडेल. हेरांनी हे शोधून काढलं होतं की, हरी देशपांडे नावाचा प्रसिद्ध वकील स्वातंत्र्य चळवळीत सक्रिय होता आणि योगायोगानं लालजीचा जवळचा मित्र होता. त्यानं पूर्वी बंडखोरांच्या एका टोळीला कायद्याचा सल्ला देण्याचं काम केलं होतं.

अर्थात ही शक्यता फारच कमी होती की, व्हाइसरॉयच्या लेजिस्लेटिव्ह कौन्सिलचा भूतपूर्व सभासद, आणि पुढच्या महिन्यात नाइटहुडची – 'सर' ही सन्मानदर्शक पदवी मिळणार असलेला लालजी लखा समजून उमजून भूमिगतांपैकी एखाद्याला घरात आसरा देईल. एक कायदे पाळणारा, प्रतिष्ठित, सरकारमधील उच्च दर्जाच्या लोकांमध्ये खूप मान असलेला – लॉर्ड एडवर्ड आणि लेडी हॅमिल्टन तसेच बॉम्बे हायकोर्टचे चीफ जस्टिस थॉमस ईव्हॅन्स असे लोक स्नेही असल्याने त्याची सर्वत्र कीर्ती होती. परंतु हिंदुस्थानच्या स्वातंत्र्यलढ्यामध्ये, कॅप्टन ब्रिग्जच्या असं लक्षात आलं होतं की, कायदा मोडणं म्हणजे काय आणि कायदेशीर निषेध म्हणजे काय, यांमधील रेषा अधिकाधिक धूसर होत चालल्या होत्या.

कॅप्टनची माणसं बागेत, तबेल्यांमध्ये, बग्गया ठेवण्याची जागा, नोकरांची घरं, इतर कामं केली जायची ती जागा, तसंच पाहुण्यांनी राहण्याच्या खोल्या, या सर्व ठिकाणी शोधत होती. बरेचदा अगदी अवघड क्षण आले न गेले, जेव्हा बाबूच्या नाडीचे ठोके वाढले होते, पण तोंडावरच्या बेफिकिरीचा भाव तो तसाच ठेवू शकला होता. काही झालं तरी त्यानं वाटत असलेली भीती दाखवली नाही पाहिजे, हे तो जाणून होता. कारण भीतीचा आपला असा एक गंध असतो, जो माणसाला उघडा पाडतो.

बाबूनं बग्गीखान्यात सगळीकडे कंदील वर उचलून दाखवलं. कॅप्टन ब्रिग्जनं आणि त्याच्या माणसांनी काळजीपूर्वक सर्वत्र बघितलं. बग्गीखाना फार व्यवस्थित ठेवलेला होता. जमिनीवर कोठेही गवत पडलेलं नव्हतं, चाऱ्याची पोती नव्हती, कुठेही अशी उपकरणं ठेवलेली नव्हती, ज्यांच्यामागे कोणी लपू शकलं नसतं. त्यांनी बग्ग्यांच्या आत बघितलं आणि खालीही नजर टाकली. ते निघणार होते तेवढ्यात बाबूला रक्ताचे थेंब बग्गीच्या खाली दिसले! जीव गोळा झाला, पण त्यानं हातातला कंदील फिरवला, त्यामुळे तो भाग सावलीत गेला.

बग्गीखाना सोडायला कॅप्टन ब्रिग्ज जरा घुटमळत होता – जणू त्याला काहीतरी जाणवत होतं. त्यानं पुन्हा भोवताली सगळीकडे बघितलं. बाबूला वाटलं, हा इथेच का इतका वेळ लावतोय! पण तो उतावळा होतोय, असं चेहऱ्यावरून

किंवा हालचालींनीही अजिबात न दर्शवण्याची त्यानं काळजी घेतली. शेवटी बऱ्याच संपता न संपणाऱ्या क्षणांनंतर शोध करणारे पुढे निघाले.

कॅप्टन ब्रिग्ज अत्यंत उद्विग्न मन:स्थितीत होता. तो पळालेला मनुष्य इथं सापडेल, अशी त्याला खातरी होती. त्यांनी प्रत्येक कानाकोपरा शोधला होता, आणि आता कोणतीही जागा शोधायची बाकी नव्हती. जरी त्याला माहीत होतं, की मुख्य घरामध्ये तो माणूस असण्याची शक्यता नव्हती, तरीही त्यानं आग्रह धरला होता की, जिथे बैठक चालू होती, तो मुख्य हॉल वगळून बाकीचं घर त्यांना शोधायचं होतं. शेवटी अत्यंत नाइलाजानं त्यानं त्याच्या माणसांना बाहेर निघायला सांगितलं.

"मला खातरी आहे, की तुम्हाला काही समजलं, तर तुम्ही आम्हाला कळवालच मिस्टर लॉलजी!" तिथून निघताना दात आवळून बोलत तो म्हणाला.

लालजीनं अगदी शांतपणे उत्तर दिलं, "मी नक्कीच तसं करेन." वॉल्टन ब्रिग्ज अंधारात दिसेनासा होईपर्यंत लालजी त्याच्याकडे बघत राहिला.

बैठक संपली आणि सर्व उपस्थित मंडळी परत गेली, तेव्हा सर्वांना निरोप देऊन विचारमग्न मनानं लालजी आत गेला.

जरा दबकतच त्याचं दार ठोकलं गेलं आणि रेगोचा आवाज आला, "खूप महत्त्वाचं काम आहे साहेब."

"काय आहे रेगो?" जरा वैतागून लालजीनं विचारलं. दिवसभर खूप काम झालं होतं आणि त्याला आता झोपायचं होतं.

"हरी साहेब खाली वाट बघतायत."

"हरी?" लालजीनं विचारलं. हरी आत्ता, या वेळेला इथं काय करत होता?

"काही अडचण आलीय?" त्यानं विचारलं. नेहमीच सुज्ञपणानं वागणारा रेगो काहीच बोलला नाही आणि मुकाट्यानं लालजीच्या मागोमाग जिना उतरला.

शाल गुंडाळून घेतलेला हरी खाली हॉलमध्ये उभा होता. "हरी?" लालजी उद्गारला, "काय झालं? काही अडचण?"

हरीनं गंभीरपणे होकारार्थी मान डोलावली.

लालजीच्या लक्षात आलं की, काहीतरी गंभीर घडलं होतं. त्यानं हाताच्या खुणेनं रेगोला तिथून जायला सांगितलं. पण रेगो जात असतानाच लालजीला दरवाजाच्या बाहेर आणखी कोणीतरी घोटाळताना दिसलं. तो बाबू ड्रायव्हर होता. "काय चाललंय हे हरी?" त्यानं पुन्हा विचारलं.

त्याचा मित्र खाली मान घालून उभा असल्याचं लालजीनं बघितलं. मग हरीनं सरळच सांगितलं, "तू टाकलेल्या विश्वासाचा माझ्या हातून दुरुपयोग झाला आहे."

प्रचंड धक्का बसून लालजी हरीनं सांगितलेली हकिगत ऐकत राहिला, तो जे ऐकत

होता त्यावर विश्वास ठेवणं कठीण होतं. पोलीस मागावर असल्यानं पळत असलेल्या एका अतिरेकी गुन्हेगाराला हरी त्याच्या घरी कसा घेऊन आला होता? एका कायदे पाळणारा नागरिक, प्रामाणिक आणि प्रतिष्ठित माणूस मान असलेल्या लालजीचं नाव त्यानं धोक्यात कसं आणलं होतं? आणि त्याहूनही महत्त्वाचं म्हणजे लालजीच्या स्वत:च्या भावना आणि तत्त्वं हरीनं अजिबात विचारातच घेतली नव्हती! असं तो कसं करू शकला? त्या जमलेल्या पाहुण्यांसमोर तो मनुष्य सापडला असता, तर काय झालं असतं? काय तोंड दाखवलं असतं त्यानं त्या मंडळींना?

"असं कसं करू शकलास तू हरी?" लालजी उद्गारला.

"काय करावं हे मला कळत नव्हतं," हरीनं कबूल केलं. "तो आला तेव्हा तो का पळून आला होता हे मला माहीत नव्हतं. त्यानं अलाहाबादच्या एका वकिलाचं नाव सांगितलं, ज्याला एकदा एका केसमध्ये मी मदत केली होती. दुसरं म्हणजे तो इतका जखमी झाला होता की, मी त्याच्या जखमी असण्याचाच विचार करत राहिलो."

लालजी काही बोलेल म्हणून हरी थांबला, पण त्याचा मित्र नुसता गप्प राहून ऐकत असल्याचं बघून तो पुढे सांगू लागला, "त्यानं काय केलं आहे, हे मला कळलं, तेव्हा प्रथम मलाही वाटलं की, मी पोलिसांना कळवलं पाहिजे. मग मी विचार केला की, हा मनुष्य स्वातंत्र्य सैनिक आहे, त्यानं देशासाठी आपला जीव धोक्यात घातला आहे. आपण सगळे त्याच ध्येयासाठी लढत आहोत, त्याला पोलिसात कसा देऊ मी?"

लालजीनं टक लावून हरीकडे बघितलं. "ध्येयासाठी लढण्याचे वेगवेगळे मार्ग आहेत हरी," तो गंभीरपणानं म्हणाला, "आणि तुला ते ठाऊक आहे. काही झालं, तरी वकील आहेस तू. तो खुनी आहे, पोलीस त्याला शोधत आहेत."

"तो देशाच्या स्वातंत्र्यासाठी लढत असलेला बंडखोर आहे."

"तो पळून जाऊ बघणारा खुनी आहे, ज्यानं दोन तरी लोकांचे जीव घेतले आहेत, त्यातला एक आपल्यातलाच सैनिक होता, एक 'हिंदुस्थानी' जीव – जर गोऱ्यांचे जीव म्हणजे तुझ्यासाठी फक्त संख्याशास्त्रातले आकडे असतील तर!"

हरीचा चेहरा जरा उतरला. त्यानं चूक कबूल असल्यासारखी मान हलवली. "ती अत्यंत दुर्दैवी घटना झाली खरी." मग स्वत:लाच पटवून देत असेल, तसा पुढे म्हणाला, "हे युद्धातले धोके."

"इथे कोणीही युद्ध पुकारलेलं नाही हरी. हा तर नुसता अनागोंदी कारभार झालाय, ज्याची कारणं इतिहासातले अन्याय आणि चुका असतील; पण भरीला घालत आहेत अशी माणसं, ज्यांना स्वत:बद्दल दुराभिमान आहे आणि दृष्टी घोड्यासारखी झापडं लावलेली आहे. ते लोक हे ठरवण्याचं धाडस करतात की,

दुखापत कोणालाही होवो, ध्येय गाठण्यासाठी बरोबर आहे!'' लालजी जरा थांबून पुढे म्हणाला, ''आपल्या मनाला येईल, त्या माणसाचा जीव घेणं, याला क्षमा करता येऊ शकत नाही हरी. एखाद्या ध्येयासाठी लढा जरूर द्यावा, पण तो कुठल्याही मार्गानं नाही.''

पण लालजीच्या मनाला त्रास या गोष्टीचा होत होता की, तो बोलत होता तेव्हाही त्याला मनातून प्रच्छन्न आनंद होत होता की, तो बंडखोर ब्रिटिश पोलिसांच्या तावडीतून सुटला होता. हे लक्षात आलं, तसा तो दचकला. तो तर्कशुद्ध विचार करणारा, सारासार विचारानं, नैतिक आणि बौद्धिक प्रामाणिकतेनं वागणारा आहे, अशी त्याची स्वत:बद्दल समजूत होती. त्यामुळे त्याला खरंच वाटेना, की काय चूक आणि काय बरोबर हे ठरवण्याची त्याची संवेदना इतकी धूसर झाली होती! त्याच्या मित्रानं त्याला धोक्यात आणला होता, हा विचार या नव्यानं लक्षात आलेल्या जाणिवेमुळे मागे पडला.

जरा शांत झालेल्या स्वरात मग लालजीनं विचारलं, ''आता काय करशील तू?''

''त्याची जखम जरा बरी झाली की, मी त्याला लगेच ट्रेनवर बसवून देऊन कलकत्त्याला पाठवून देईन, जिथं त्याचे मित्र आहेत. अर्थात जर तू...'' हरीनं प्रश्नार्थक कोपरखळी मारत लालजीकडे बघितलं.

लालजीनं मानेनं नकार दिला. ''नाही, मी त्याला पोलिसात देणार नाही हरी,'' तो सुस्कारा टाकत म्हणाला आणि मग जरा वाकडं तोंड करून स्मित करत पुढे म्हणाला, ''कोणी बघितलंय? आपल्या इतिहासात स्वातंत्र्यलढ्यातला एक शूर वीर म्हणूनही त्याचं नाव राहील!''

***

लालजीनं जवळजवळ सारी रात्र गच्चीवर विचारात गढलेल्या अवस्थेत घालवली. हे जे घडलं होतं, त्याची सांगड तो आतापर्यंत स्वत:कडे ज्या दृष्टीनं बघत होता, त्याच्याशी त्याला घालता येत नव्हती. ढोंगीपणाची अत्यंत चीड असल्यानं, एकीकडे बंडखोरांना रक्षण द्यायचं आणि त्याच वेळी ब्रिटिश राज्याचा कायद्यानं वागणारा नागरिक असल्याचं दाखवायचं, हे शक्य नव्हतं.

दुसऱ्या दिवशी लालजी सकाळी लवकर उठला, त्याच्या डेस्कजवळ बसला आणि काळजीपूर्वक, योग्य शब्द वापरून गव्हर्नरना एक पत्र लिहिलं, ज्यात त्यानं त्याला मिळणार असलेला 'नाइटहुड'चा सन्मान स्वीकारण्यास तो असमर्थ असल्याबद्दल तीव्र खेद व्यक्त केला होता.

४१

त्या दिवशी लालजीचा साठावा वाढदिवस होता. दिवस खूपच मजेत, आनंदात गेला होता. कुटुंबातले सगळे जण आणि त्याचे सगळे मित्र वाढदिवस साजरा करायला आले होते. त्याची नात रुमाना हिच्याबरोबर केक कापताना त्याला विशेष भरून आलं होतं. तिचा जन्म त्याच्याच वाढदिवसाला झाला होता, आज ती १९ वर्षांची झाली होती. छान होती रुमाना, त्याला अभिमान वाटायचा तिचा. येत्या वर्षी ती ग्रॅज्यूएट झाल्यावर तिचं लग्न होणार होतं, साखरपुडा झाला होता.

खरोखर आश्चर्य वाटावं, इतकी रुमाना तिच्या आईसारखी दिसायची. झरीनासारखीच सौम्य, मोहक दिसणारी होती ती. मऊ, कुरळे केस आणि प्रेमळ, तपकिरी डोळे. झरीनासारखंच गोड हसायची ती. झरीना! इतक्या लहान वयातल्या तिच्या दुर्दैवी मृत्यूच्या आठवणीनं लालजीचं मन व्याकूळ झालं.

शेवटचे पाहुणे गेल्यानंतर लालजीला आज घर फारच शांत शांत वाटलं. त्या रात्री का कोण जाणे त्याला झोप येईना. अस्वस्थपणे बराच वेळ या कुशीवरून त्या कुशीवर करून मग तो पाणी प्यायला म्हणून उठला – आणि तेव्हा त्यानं ते संगीत ऐकलं.

प्रथम तर लालजीला खरंच वाटेना की, संगीत वाजत होतं का त्याला नुसता भास होत होता? पण तो थांबून ऐकू लागला तसे स्वर जास्त स्वच्छ ऐकू येऊ लागले. शंकाच नव्हती, कोणीतरी पियानो वाजवत होतं; पण कितीतरी वर्षांमध्ये कोणीच पियानो वाजवला नव्हता! झरीनाच्यचा मृत्यूपासून आत्तापर्यंत! त्यानं ते संगीतही ओळखलं आणि त्याच्या पाठीच्या कण्यातून शिरशिरी उठली. झरीनाचं आवडतं संगीत होतं ते, ती खूपदा ते वाजवायची.

त्यानं असा विचार करून बघितलं की, हे स्वप्न आहे किंवा भास होतोय, पण संगीत थांबत नव्हतं. ते इतकं खरं होतं की, त्याच्या अंगावर झिणझिण्या आल्या. मग त्याला वाटलं खाली जाऊन बघितलंच पाहिजे. हळूहळू तो संगमरवरी जिना तो उतरू लागला. पियानो हॉलला जोडून असलेल्या खोलीत होता. तो जवळ

पोचला तसा संगीताचा आवाज मोठा झाला. क्षणभर तो घुटमळला, मग धैर्य गोळा करून तो हळू जपून त्या खोलीकडे गेला. लालजीचं हृदय धडधडत होतं. तो त्या खोलीत शिरला. बागेत उघडणाऱ्या मोठाल्या काचेच्या खिडक्यांमधून चांदणे आत पसरलं होतं. त्याची नजर पियानोकडे गेली आणि संमोहित झाल्यासारखा तो डोळे फाडून बघत राहिला – कारण तिथे कोणीच नव्हतं, पण पियानो उघडलेला होता आणि त्याच्या पट्ट्या आपल्या आपणच खालीवर होत होत्या, खोली संगीतानं भरून टाकत होत्या.

त्याचा श्वास अडखळू लागला, अंगावरचे केस उभे राहिले. साऱ्या आयुष्यात त्याला इतकं भयचकित कधीच वाटलं नव्हतं. कितीतरी क्षण तो तिथे उभा राहिला, शांत राहण्याचा प्रयत्न करत. मिनिटं गेली, त्याचं मन आणि शरीर शांत होऊ लागलं, आणि मग, त्याला जरा शांत वाटायला लागलेलं असतानाच त्याला त्याच्या पाठीमागे पावलं ऐकू आली, कोणाचातरी श्वासोच्छ्वास ऐकू आला – सावल्यांमधून कुठूनतरी. क्षणभर तो गारठला, मग हळूहळू तो वळला आणि ती दिसली.

त्याला एकदम आश्चर्य वाटलं. "तुम्ही?" लालजी म्हणाला.

त्याला बघून तिलाही तितकाच धक्का बसल्यासारखं दिसलं. तिचा गोरा चेहरा आणखी फिका पडला. ती मुलींची अँग्लोइंडियन गव्हर्नेस एलिझाबेथ रॉबिन्स होती, जिला त्यांनी जवळजवळ तीस वर्षांपूर्वी नेमली होती – मुलींना पियानो शिकवायला आणि मग ती घरातलीच होऊन राहिली होती. तिनंच झरीनाला पियानो वाजवायला शिकवलं होतं. खूप आवडती होती झरीना तिची.

"तुम्ही पण ऐकलंत ते संगीत?" लालजीनं हळूच विचारलं.

एलिझाबेथनं मानेनंच 'हो' म्हटलं. धडधडणारं हृदय शांत करण्यासाठी तिचा हात छातीवर होता. दोघंही पुन्हा आपला आपलाच वाजणाऱ्या पियानोच्या त्या चमत्काराकडे वळले – तो वाजत होता, आणि मग एकदम एक चुकीची पट्टी दाबली गेली. संगीत बंद झालं. पट्ट्या हलायच्या थांबल्या, पियानोचं झाकण आपलं-आपलं बंद झालं! आणि मग खिडक्या बंद होत्या तरी एकदम वाऱ्याची मंद झुळूक आली, पडदे सळसळले. हळूहळू खोलीत सगळं शांत झालं.

बराच वेळ दोघं तसेच उभे होते. मग विचारमग्न चेहऱ्यानं लालजीकडे वळून एलिझाबेथ म्हणाली, "ती नेहमी तो एकच सूर चुकीचा वाजवायची!"

त्यांनी एकमेकांकडे बघितलं. लालजीला तिच्या डोळ्यांमध्ये थरथरणारे अश्रू दिसले. दोघांचंही झरीनावर खूप प्रेम होतं. दोघांमधून जणू एक वेगळीच अनुभूती थरथरून गेली. दोघांनीही एक अपूर्व, मनावर गारूड करणारं काहीतरी पाहिलं होतं; ज्यामुळे एक गूढसं अनपेक्षित बंधन त्यांच्यात निर्माण झालं होतं. इतक्या वर्षांच्या त्यांच्या अनौपचारिक संबंधात एक जवळीक निर्माण झाली होती. एक अपेक्षा, एक

अनिनिश्चतता हवेत जाणवत होती. दोघंही स्तब्ध उभे होते, दुसऱ्यानं काहीतरी आधी म्हणावं याची वाट पाहत होते.

शेवटी एलिझाबेथ अडखळत म्हणाली – "मी परत जावं मला वाटतं माझ्या खोली –" तिच्या बोलण्यात सांगण्यापेक्षा प्रश्न जास्त होता, कदाचित संधी देणंही. निर्णय ती त्याच्यावर सोपवत होती.

लालजी घुटमळला. मोठी विलक्षण रात्र होती ती. तिथे पसरला होता, त्या प्रकाशात तो मिस रॉबिन्सकडे बघत राहिला. ती प्रथम त्यांच्याकडे आली, तेव्हा किती आकर्षक दिसायची ती. रेवजीनं वाह्यातपणे म्हटलेलं त्याला अजूनही आठवत होतं – "अरे वा! रेसिडेन्ट गव्हर्नेस, काय लालजी? फारच सोयीस्कर! इतकी सुंदर बाई कुठून मिळवलीस तू?"

अजूनही ती आकर्षक होती. तिच्याजवळ जाऊन तिला जवळ घेण्याचा खूप मोह झाला त्याला, त्याला दिसत होतं की, तिची तशी साधारण अपेक्षाही होती, पहिलं पाऊल त्यानं टाकायची ती वाट बघत होती. आज बघितलेल्या आणि अनुभवल्या गूढ घटनांचा अटळ आणि साहजिक शेवट तोच झाला असता कदाचित.

एक दीर्घ क्षण दोघं एकमेकांकडे बघत राहिले. मग तो क्षण गेला, "होय मिस रॉबिन्स," लालजी नेहमीच्या औपचारिक आवाजात म्हणाला, "मला वाटतं तेच बरोबर होईल."

ती सावल्यांमध्ये दिसेनाशी होईपर्यंत लालजी तिच्या पाठमोऱ्या आकृतीकडे बघत राहिला, तिला असं जाऊ देण्यात त्यानं मूर्खपणा केला होता का, याचा विचार करत, पण मनातून त्याला समजत होतं, ठाऊक होतं की, वेगळं काही घडणं योग्य नव्हतंच.

४२

लालजीची उत्तम भरभराट होत होती. त्याच्या कापूसगिरण्या चांगल्या चालल्या होत्या. १९०४-०५ सालच्या रशिया-जपानच्या युद्धात निर्यात प्रचंड वाढली होती, कारण जपानऐवजी आता चीन हिंदुस्थानातून सूत मागवू लागला होता. मधल्या वर्षांमध्ये त्यानं आणखी नऊ गिरण्या विकत घेतल्या होत्या. १९२० सालापर्यंत सगळ्या मिळून त्याच्या तेरा गिरण्या झाल्या होत्या आणि त्याची सुरुवातीपासून जी महत्त्वाकांक्षा होती, तसा तो खरोखरीच 'कॉटन किंग' झाला होता. आयुष्य चांगलं गेलं होतं, लालजी समाधानी होता, आणि आता साठी उलटल्यावर त्याच्या आयुष्यक्रमात फारसा बदल होईल, असं त्याला सध्या तरी वाटत नव्हतं.

त्याचं वाटणं किती चूक होतं, याची त्याला अजिबात कल्पना नव्हती. खूप अवघड दिवस येणार होते.

१९२० सालच्या आरंभाला, पहिल्या जागतिक महायुद्धानंतर धंद्यात खूप तेजी होती. पैसा भरपूर होता आणि बरेच जण असं आयुष्य जगत होते, जणू चांगले दिवस कधी संपणारच नव्हते. परंतु ती वादळापूर्वीची शांतता म्हणतात तशी होती आणि १९२९मध्ये जी प्रचंड मंदी आली, तिला तोंड देण्याची तयारी फारच थोड्यांनी केली होती.

१९२६ सालच्या सुरुवातीलाच बाजारात मंदी येऊ लागल्याचं लालजीला जाणवलं होतं, पण ही लाट ओसरून जाईल असं त्याला वाटलं होतं. बाजारातली उलाढाल मंदावली होती खरी, आणि लोक पैसे गुंतवू इच्छित नव्हते, पण सुरुवातीला लालजीला फार काळजी वाटली नाही. त्याच्याकडे रोख शिल्लक पुरेशी होती, आणि त्याला विश्वास वाटत होता, की तो या लाटेतून पार पडेल. त्यानंतर थेट १९२८मध्येही, जेव्हा पैशांचा तुटवडा झाला तेव्हाही लालजीनं दिलदार मनानं, खूप आर्थिक अडचणीत सापडलेल्या सोहराबजीला बरीच मोठी रक्कम कर्जाऊ दिली होती. ही फार शहाणपणाची गोष्ट नव्हती, पण त्याच्या इतक्या वर्षांच्या जुन्या

मित्राला लालजी नाही म्हणू शकत नव्हता.

मग वादळ घोंघावत येतंय असं वाटलं की, भरते तशी सगळ्यांना धडकी भरली आणि पैसे काढून घेण्याची लाट आली. बाजार बसले, देण्या-घेण्याचे सर्व व्यवहार बंद झाले. कोणाकडे रोख रकमाच नव्हत्या. प्रत्येकाला त्याचे गुंतवलेले पैसे हवे होते, आणि ते ताबडतोब हवे होते. कशानंही न थांबणारा हा प्रलय होता. पन्नास-पन्नास वर्षांची जुनी गिऱ्हाइकंही त्यांचा दिलेला शब्द पाळत नव्हती. एके काळी उत्तम मिळकत समजल्या जाणाऱ्या इस्टेटी, गिरण्या, दुकानं सगळ्यांच्या किमती रसातळाला गेल्या – विकत घ्यायला गिऱ्हाइकंच नव्हती. ज्या गिरणीचं उत्पन्न लालजीला एक लाखाच्या वर येत असे, ती सबंध गिरणी विकायला काढली तरी एक लाख मिळत नव्हते.

लालजीसारखे जे लोक निर्यातीवर बरेच अवलंबून होते, त्यांना सर्वांत मोठा फटका बसला, कारण जगातले विकत घेणारे लोक आता विकतच घेत नव्हते. संपत्तीचा बालेकिल्ला असणाऱ्या न्यू यॉर्कमधल्या मोठाल्या, वर्षानुवर्षं धंद्यात असणाऱ्या कुटुंबांचे ज्येष्ठ लोक, ज्यांनी जागतिक आर्थिक घडामोडींवर सत्ता गाजवली होती, ते छपरांवरून उड्या मारून जीव देत होते – दिवाळं काढावं लागण्याची नामुश्की त्यांना असह्य होती.

लालजाची वैयक्तिक पत एके काळी लंडनपासून शांघायपर्यंत होती आणि त्यानं ज्याच्याकडे मदत मागावी असं आता कोणीच नव्हतं, त्याला अशा लोकांचं दुःख समजत होतं. दिलेला शब्द पाळणं ही त्याच्या लेखी टाळता येणारी गोष्टच नव्हती. कोणता इमानदार मनुष्य दिलेल्या शब्दापासून परत फिरेल? त्याच्या घेणेकऱ्यांना तो कसं तोंड दाखवू शकेल आणि त्याहूनही वाईट म्हणजे ज्या साध्यासुध्या लोकांनी त्यांच्याजवळचे होते नव्हते ते पैसे त्याच्या धंद्यांमध्ये गुंतवले होते, ज्यांना संपूर्ण विश्वास होता की, आभाळ कोसळेल; पण लालजी लखा त्याच्या शब्दापासून फिरणार नाही, त्याचं काय? एवढ्या मोठ्या कोसळण्याला कसं तोंड द्यायचं?

सकीनानं कुटुंबाची तिजोरी उघडली. हिंदुस्थानातली स्त्री तिचं सोनं सहजासहजी हातून जाऊ देत नाही, पण निराशेनं असाहाय्य, हतबल होण्याचे हे दिवस होते.

लालजीला अतिशय वाईट वाटलं एक मोठा हिरा विकताना. १९१७ सालच्या हिवाळ्यात पॅरिसमध्ये १०२.८ कॅरटचा तो अत्यंत सुरेख हिरा विश्वास बसणार नाही अशा घटनेनं त्याला विकत घेता आला होता. कार्टियर्स, व्हॅन क्लीफ अॅन्ड आर्पेल्स या दोघांकडे जाऊन मग तो एका दुसऱ्या रत्नांच्या दुकानात शिरला होता, तेवढ्यात तो तरुण मुलगा तिथे आला. अजूनही लालजीला तो अगदी स्पष्ट आठवत होता – १९-२० वर्षांचा, विसकटलेले तपकिरी केस, बाकदार नाक आणि भावदर्शी काळे डोळे. त्या मुलामध्ये लक्ष वेधून घेणारं काहीतरी होतं. विशेष

प्रभावित होऊन लालजी त्याच्याकडे बघत असताना त्या मुलानं खिशात हात घालून एक लहान बटवा काढला, ज्यात हा थक्क करणारा हिरा होता. लालजीला त्या रत्नपारखी दुकानदाराचे तो हिरा हातात घेऊन बघताना विस्फारलेले डोळेही आठवत होते. केवढा झळाळत तो हिरा! "किती द्याल?" त्या तरुणानं विचारलं. दुकानातल्या माणसाला स्वत:ला काही सांगता येईना म्हणून तो आतल्या खोलीतून दुकानाच्या मालकांना बोलवायला गेला, तेव्हा लालजीला एकदम काय वाटलं कोणास ठाऊक, तो अगदी शांत, हळू आवाजात त्या मुलाला म्हणाला, "पक्कं करायच्या आधी माझ्याशी बोल."

आश्चर्य वाटून त्या मुलानं लालजीकडे निरखून पाहिलं होतं, आणि आश्चर्य म्हणजे लालजी दुकानाच्या बाहेर पडला, तेव्हा तो मुलगा त्याची वाट पाहत होता! इतकी महत्त्वाची आणि मोठी खरेदी दोन अनोळखी माणसं रस्त्याच्या कोपऱ्यावर उभं राहून क्वचितच करतात! तरी खरंच वाटू नये तसं झालं, आणि पॅरिसच्या एका गल्लीतल्या फूटपाथवरच्या कॉफीच्या दुकानात, पहिलं महायुद्ध चालू असताना, डिसेंबरच्या एका गारठलेल्या दिवशी, दूध घातलेल्या कॉफीचे कपावर कप रिचवताना, एक अगदी अशक्य वाटणारा सौदा पार पडला होता आणि त्या हिऱ्याचा मालक बदलला होता!

"याकुबोव्ह सोलोम्नोव्ह – सेंट पीटर्सबर्गहून आलोय," सौदा झाल्यावर त्या मुलानं सांगितलं, "झार, युरोपियन सरदार आणि पिढीजात श्रीमंत लोकांचे गेल्या दोनशे वर्षांपासूनचे जवाहिरे," तो थांबला. "तिथे क्रांती होण्याच्या आधीच आम्ही बाहेर पडलो. मला अमेरिकेला जायची फार इच्छा आहे, पण माझ्या कुटुंबातल्या सर्वांना वाटतं युरोपमध्ये आम्ही जास्त सुरक्षित असू." जरा वेळ कोणीच बोललं नाही. मग तो तरुण उठला. "मी उद्या बर्लिनला माझ्या काकांकडे जायला निघेन, त्यांचं छान चाललंय तिथे." स्मितवदनानं लालजीशी हस्तांदोलन करत तो म्हणाला, "शालोम! शांतता मिळो तुम्हाला!"

"वा अलाइकुम्," लालजीनं उत्तर दिलं, "आणि तुम्हालाही!"

* * *

लालजीनं गिरण्यांची मालकी टिकवून ठेवण्यासाठी शक्य ते सर्व प्रयत्न केले. आत्ता विकल्या असत्या तर त्याचा धंदा खलासच झाला असता, कारण किमती आता रसातळाला गेल्या होत्या. त्याला वाटत होतं की, आणखी थोडे दिवस जर गिरण्या विकाव्या लागल्या नाहीत – दोन तीन महिने तरी – तर बाजारातली स्थिती सुधारेल, आणि मग जरा ठीक होईल. धंदा करायला जास्त पैसे हातात असतील, त्याला त्याच्या काही गिरण्या तरी वाचवता येतील किंवा विकल्या, तर जरा तरी

बरी किंमत मिळेल – फक्त आणखी दहा-बारा आठवडे तग धरून राहता आलं तर!

पण त्या अत्यंत कठीण दिवसांमध्ये बारा आठवडे फार मोठा अवधी होता. घेणेकरी मागे लागले, देणेकऱ्यांनी दिवाळी संपली, माल पुरवणाऱ्यांनी पुरवठा बंद केला. ज्या बँका एकेकाळी त्याच्यासमोर हात जोडून पुढे पुढे करत असत, त्या आता त्याच्या तोंडावर दरवाजे बंद करू लागल्या. आणखी तग धरून राहणं शक्य नव्हतं. त्याला रोख पैशांची जरूर होती, आणि ती आत्ता होती. त्याला गिरण्या विकाव्याच लागणार होत्या, दुसरा काही मार्गच नव्हता.

एकामागून एक, लालजीला गिरण्या विकाव्या लागल्या. कत्लेआम होती ती. एका उर्मट उपटसुंभानं तर तीन गिरण्या एका गिरणीच्या किमतीत मागितल्या! कारण पैसा इतका 'महाग' झाला होता आणि जन्मभराच्या कष्टांचं मोल मातीमोल होतं! प्रत्येक गिरणी विकणं मनाला विदीर्ण करणारं होतं. लालजीच्या गिरण्यांमधले बहुतेक सर्व कामगार सुरुवातीपासून त्याच्याकडे होते आणि त्याच्याबरोबरच म्हातारे झाले होते. ते रडत होते, कारण लालजी त्यांना जितकं नीट सांभाळे, तितके फारच थोडे मालक सांभाळत आणि त्या सगळ्यांचा त्याच्यावर फार जीव होता. पण त्यांचे सर्व अश्रू, त्याचे सर्व प्रयत्न आलेली ही लाट थोपवू शकले नाहीत.

लालजीनं सर्व प्रथम शेठ गंगादास जमनादास मेहतांकडून विकत घेतलेली 'द न्यू एज स्पिनिंग ॲन्ड वीव्हिंग मिल' न विकण्याचा शेवटपर्यंत प्रयत्न केला, कारण त्या मिलच्या बाबतीतलं त्याचं भावनिक मोल फार होतं. ती मिल त्यानं विकत घेतली त्या दिवशी सोनीचा जन्म झाला होता – काही झालं तरी ही शेवटची एक गिरणी तरी त्याला वाचवायची होती. पण शक्य ते सर्व प्रयत्न करूनही ती उरलेली एक गिरणीही त्याला वाचवता आली नाही.

पुढे बऱ्याच वर्षांनंतर लालजी या दिवसांबद्दल विचार करत असे. ज्यांच्याकडे अगदी एकच गिरणी होती, तेही करोडपती झाले होते आणि मुंबईतल्या एकूण ८२ गिरण्यांपैकी १३ एकेकाळी त्याच्या होत्या! १९२९मध्ये जर ते थोडे आठवडे तो तग धरू शकला असता तर आज तो कुठल्या कुठे असता! पण अखेर, तुम्ही अगदी तसूभर अंतरानं हरता, का मैलभर अंतरानं, यानं काहीही फरक पडत नाही – तुम्ही हरलात म्हणजे हरलात!

सगळ्या गिरण्या कवडीमोलानं विकल्यानंतरही लालजीच्या लक्षात आलं की, त्याची सुंदर हवेलीही विकावी लागेल अशी गंभीर शक्यता होती. ते त्याला अतिशय प्रिय असलेलं त्याचं घर विकण्यापेक्षा मरून गेलेलं बरं – त्याला वाटलं. जरूर ते पैसे उभे करायला तीनच दिवसांचा अवधी होता. परिस्थिती अशी होती की, कोठूनही मदत मिळण्याची काहीही शक्यता दिसत नव्हती. त्याची झोप उडाली होती. रोज रात्री तो घरभर हिंडत राहायचा, तिथे घालवलेले सुंदर क्षण आठवत राहायचा. त्या

सुंदर बागांमधून रात्रीचा सुगंधी वारा श्वासात भरून घेत आणि बागांमध्ये घालवलेले छान दिवस आठवत तो रात्री फिरत राहायचा. अंधार असला तरी त्याला दिव्याची जरूर नसायची, त्याच्या घराचा आणि बागेचा प्रत्येक कानाकोपरा त्याच्या ओळखीचा होता. मध्ये जरा थांबून समुद्राच्या चमचमणाऱ्या पाण्याकडे तो बघत राहायचा – पूर्वी खूपदा बघत राहायचा तसा, आणि हृदय दुःखानं फुटेल असं वाटायचं.

एकच दिवस राहिला होता. उद्या संध्याकाळपर्यंत जरूर तेवढे पैसे जर उभे करता आले नसते, तर त्याच्या घराचा लिलाव होणार होता. हे घर असं विकून टाकावं लागेल हे त्याला खरंच वाटत नव्हतं. पण तसं तर त्याच्या गिरण्या विकाव्या लागतील असंही त्याला वाटलं नव्हतं! परिस्थिती खालावायला जेव्हा सुरुवात झाली तेव्हाही त्याला वाटायचं की, कुठूनतरी, कसंतरी, नेहमी होत आलं होतं तसं काहीतरी होईल. पण आता त्याला काय करावं कळेनासं झालं होतं, आशा करत राहण्याचं धाडसही राहिलं नव्हतं.

खिन्न मनानं घरची सगळे जण दुपारी जेवायला बसले होते, तेव्हा सील केलेलं एक मोठं पार्सल घेऊन एक 'आंगडिया' (आताच्या कुरियरसारखे, परंतु सोने, पैसे, जोखमी वस्तू नेणारे) आला. ज्यानं आणलं त्याला ते कोठून आलं आहे हे माहीत नव्हतं. असं दिसत होतं की, अतिपूर्वेकडच्या कुठल्यातरी दूरच्या बेटावरून ते आलं होतं आणि कलकत्त्याहून त्याच्याकडे पाठवण्यात आलं होतं.

लालजीनं लगेचच ते उघडलं. ताबडतोब खूप मोठी रक्कम हातात येईल याची हमी देणारी मोठमोठ्या लोकांच्या सह्या असलेली पत्रं आणि प्रॉमिसरी नोट्स होत्या. त्यानं कधी आशाही केली नसती एवढी मोठी रक्कम होती ती! त्याच्या गिरण्या वाचवायला आता फार उशीर झाला होता, पण ते पार्सल त्याचं घर वाचवण्यासाठी अगदी वेळेवर आलं होतं!

पार्सलवर नाव नव्हतं, कोणी पाठवलंय, कोठून आलंय, हेही धड कळत नव्हतं. या अशा दिवसांमध्ये होते कोणाकडे पैसे, आणि असले कोणाकडे, तरी त्यानं स्वतःचं नावही कळू न देता ते का पाठवावे? बराच वेळ लालजी विचार करत राहिला. त्या अतिपूर्व देशांमधल्या कुठल्याशा दूरच्या बेटावर तो कोणाला ओळखत होता? कोणीच लक्षात येईना. मग हळूहळू काळानं धूसर झालेल्या आठवणींमधून त्याला कलकत्त्यातली एक सकाळ आठवली आणि तो कधीच विसरू शकणार नाही असा खोकोन!

* * *

जितका जास्त विचार करावा तितकी लालजीची जास्त खातरी पटत चालली की, एवढ्या मोठ्या संकटातून अशी सोडवणूक फक्त खोकोननंच केली असली पाहिजे. सरड्यासारखे रंग बदलणारा खोकोन – जो इकडून तिकडे तरंगत असणाऱ्या

ढगासारखा कुठूनही कुठेही जात असायचा, त्याचा एक कायम पत्ता नव्हता आणि त्याची नावं आणि बाह्यरूपंही काळ, वेळ आणि परिस्थितीप्रमाणे बदलत राहायची. लालजीला आठवलं की, कलकत्त्यातसुद्धा, कधी बदलेल हे सांगताच येणार नाही अशा खोकोनची वेगवेगळी नावं होती, त्या खेरीज मलाक्का किंवा मकावमध्ये तो जे मुखवटे घालेल ते वेगळेच!

कलकत्त्याला जेव्हा लालजी जायचा, तेव्हा कुठेही, केव्हाही असणारा खोकोन त्याला बरेचदा भेटायचा – बहुतेक वेळा भुरामल दादोंच्या घरीच. एकदा तशा अलीकडच्याच वर्षात कलकत्त्याला गेलेलं असताना, अगदी अनपेक्षितपणे नदीकाठी फिरायला गेलेला असताना, एका सकाळी दैवी योगायोगानं लालजीला खोकोन भेटला होता.

खोकोन अत्यंत अस्वस्थ मन:स्थितीत होता आणि त्यानं लालजीला विचारलं की, तो खोकोनला काही पैसे उसने देऊ शकेल का. आजपर्यंत त्यानं कधीच असे पैसे मागितले नव्हते. लालजीजवळ तेव्हा हातात पैसे नव्हते आणि त्यानं खोकोनला त्याच्याबरोबर हॉटेलवर यायला बोलावलं, जिथे तो पैसे देऊ शकला असता. खोकोननं मानेनं 'हो' म्हटलं, पण त्याचं मन थाऱ्यावर नव्हतं असं वाटलं. लालजीच्या लक्षात आलं की, त्याचे हिरवे डोळे जरा जास्तच आणि वेगळेच चमकत होते, नाक वाहत होतं, बोलणं अस्पष्ट होतं.

"तुम्ही व्हा पुढं," खोकोन पुटपुटला, त्याचे शब्द असंबद्ध बरळल्यासारखे येत होते, "मी नंतर येतो." पण तो आलाच नाही.

लालजीची अस्वस्थता वाढत गेली. एरवी त्यानं याबद्दल फारसा विचार केला नसता, कारण खोकोन बेभरवशाचा आणि लहरी होताच. पण या वेळी त्याच्या वागण्यात एक धीर खचलेलं नैराश्य होतं, जे लालजीनं पूर्वी कधी बघितलं नव्हतं.

दुसऱ्या दिवशी पहाटे तांबडं फुटायच्या आधीच लालजी उठून कपडे बदलून सकाळच्या थंड हवेत जरा डोकं शांत करायला बाहेर पडला. त्याला विचार पडला, खोकोनला शोधायची सुरुवात कुठे करायची? एखाद्या सावलीला कुठे शोधता येतं? मग वाटलं, काल रात्री जिथं तो भेटला होता, तिथंच परत जाणंच बरं.

अजून अंधारच होता. इतक्या लवकर घाटांवर फारसं काही चाललं असेल असं त्याला वाटत नव्हतं. तो चालत राहिला, जरा पुढे काही माणसं कशाभोवती तरी घोळका करून उभी असलेली त्यानं बघितली. आत्ता या वेळी ती काय करत असतील? कुतूहल वाटून लालजी तिकडे जाऊ लागला. त्याच्या पावलांचा आवाज ऐकू आला तसे ते सगळे वळले आणि त्याला बघितल्याबरोबर पटदिशी तिथून पळाले, अंधारात दिसेनासे झाले. त्याला फार आश्चर्य वाटलं. एक मुलगा तेवढा थांबला, तो खाली वाकला होता. लालजीच्या आता लक्षात आलं की, नदीकाठच्या

धक्क्यावर एक माणूस रक्ताच्या थारोळ्यात पडला होता. तो मुलगा त्याला मदत करायचा प्रयत्न करत होता.

लालजी स्तब्ध उभा राहिला. काय-कोण, काही कल्पना नसताना कुठल्यातरी लफड्यात अडकण्यापेक्षा आत्ताच मागे वळून निघून जाण्यात कदाचित शहाणपणा होता. त्याला पोलिसांच्या चौकशीच्या लफड्यात नक्कीच सापडायचं नव्हतं, कारण तो इथं थोड्या दिवसांसाठीच आला होता.

तो परत फिरणार होता, तेवढ्यात तो मुलगा उठून उभा राहिला, आणि तिथे पडलेल्या माणसाचा पांढराफटक पडलेला चेहरा त्याला ओझरता दिसला. लालजीचा चेहरा उतरला. तो खोकोन होता यात शंकाच नव्हती!

मग थोडाही विचार न करता लालजी भराभरा पुढे गेला आणि नकळतच खाली वाकला. जखम ताजीच होती आणि खूप रक्त वाहत होतं. श्वास मंदावला होता, पण अजून होता.

''चल पट्कन,'' तो त्या मुलाला म्हणाला, ''मला मदत कर.'' त्यानं खोकोनला त्याच्या अंगावरच्या शालीनं गुंडाळलं आणि गोदीजवळ हातानं ओढायची एक रिक्षा उभी होती, तिथपर्यंत त्या दोघांनी मिळून त्याला नेला.

रिक्षावाला रिक्षामध्येच गाढ झोपला होता. मुलानं हलवून त्याला उठवलं आणि खूप घाई-गडबडीनं त्याच्या कानात काहीतरी सांगितलं. त्या माणसानं एक डोळा उघडून रक्त वाहणाऱ्या त्या देहाकडे बघितलं आणि घाबरून टक्क जागा होऊन त्यानं बाहेर उडी मारली. त्या मुलाच्या विनंत्यांना त्यानं 'नाही' म्हणत जोरजोरानं मान हलवली. ''ना ना मोशाय्!'' तो ओरडला आणि हातानं त्यांना तिथून जाण्यासाठी खूण केली. ''आमार डारा होने ना!'' त्याला नक्कीच यात पडायचं नव्हतं.

जे बोलणं चाललं होतं, त्याचा मथितार्थ कळायला बंगाली येण्याची जरूर नव्हती! तो पुढे गेला आणि त्या गरीब माणसानं कधी बघितलेही नसतील एवढे पैसे त्याच्या हातात ठेवले. त्याचा विरोध ताबडतोब मावळला. त्यानं 'बरं' म्हणून मान हलवली आणि ते आता गळून गेलेलं शरीर रिक्षात ठेवायला त्यांना मदत केली. त्या मुलानं त्याला माहीत असलेल्या एका डॉक्टरांचं घर कुठे आहे, ते रिक्षावाल्याला सांगितलं, पण दुर्दैवानं ते डॉक्टर गावात नव्हते. वाढत्या काळजीनं, घाईघाईनं ते नकार देणाऱ्या एका डॉक्टरकडून दुसऱ्या डॉक्टरकडे जात राहिले. शेवटी तिसऱ्या डॉक्टरच्या दारात लालजीनं मध्ये पाय ठेवला. ''तुम्ही त्याला उपचार केलेच पाहिजेत!'' झोपेतून जेमतेम जाग्या झालेल्या आणि त्यांना नाही म्हणत दार बंद करू बघणाऱ्या त्या डॉक्टरला धमकावणीच्या सुरात लालजी म्हणाला, ''तुम्ही उपचार केले नाहीत म्हणून तो जर का मेला, तर तुम्हाला या शहरातच काय, कुठल्याच शहरात कधीच प्रॅक्टिस करता येणार नाही, अशी मी व्यवस्था नक्की करेन!''

त्या डॉक्टरनं लालजीच्या रागावलेल्या चेहऱ्याकडे आणि अधिकारयुक्त वागण्या-दिसण्याकडे एकदा बघितलं आणि मुकाट्यानं त्यांना आत घेतलं. तो चांगला डॉक्टर होता आणि नवल वाटेल इतका मनापासून काम करणारा होता – जरी त्याच्या इच्छेविरुद्ध हा पेशंट त्याच्याकडे जबरदस्ती आणण्यात आला होता. कुशल हातांनी तो भराभर काम करत होता. बऱ्याच वेळानं असं वाटलं की, खोकोन कदाचित मरेल, तो बरा होण्याची अंधूकशी शक्यता होती.

डॉक्टरनं आपलं काम संपवलं तेव्हा लालजीनं खूप मनापासून त्याला धन्यवाद दिले अन् म्हणाला की, मी फार कडवटपणानं बोललो असेन तर मी माफी मागतो. तुम्ही जे केलं आहेत, त्याची मी कदर करतो. असल्या भानगडीत पडू नये असं तुम्हाला वाटणं मी समजू शकतो. मी तुम्हाला खातरी देतो की, तुम्हाला कसलाही त्रास होणार नाही. त्या डॉक्टरला आणखी कशाची काळजी असलीच, तर खूप सढळ हातानं दिल्या गेलेल्या मोबदल्यामुळे तीही गेली.

हे सगळं पार पडल्यावर मगच त्यानं भावनेच्या भरात केलेल्या मूर्खपणाची जाणीव लालजीला झाली. काय झालं होतं त्याला? समजा खोकोन मेला असता, आणि तो अनोळखी मुलगा पळून गेला असता, तर लालजीनं या भयंकर परिस्थितीत तो कसा आणि का गुंतला होता याचं कसं स्पष्टीकरण दिलं असतं? ज्याचं खरं जग अगदीच वेगळं होतं, त्या खोकोनबद्दल त्याला खरोखर किती माहिती होती?

हे उघड होतं की, खोकोन अंधेऱ्या गुन्हेगारी जगात जगत होता. तो काहीही करत असण्याची शक्यता होती, हे लालजी जाणून होता. कोणास ठाऊक – त्यानं कदाचित कोणाचा खूनही केला असेल आणि त्याचा बदला म्हणून काल त्याच्यावर हल्ला झाला असेल. मग लालजी लखानं, जो मुंबईचा खूप मान असलेला उद्योगपती होता, समाजातला खूप प्रतिष्ठित माणूस होता, अशा माणसाच्या भानगडीत का पडावं?

पण मग, त्याला मदत करायचीच नाही असं तो कसं करू शकला असता? तिथं पडलेल्या, तो ओळखत असलेल्या, रक्त वाहत असलेल्या माणसाला तसंच मरू देऊन, काही झालंच नसेल असा तो निघून कसा जाऊ शकला असता?

लालजीला वाटलं होतं त्यापेक्षा खोकोन खूपच लवकर हिंडू-फिरू लागला. तो चांगलाच चिवट, कणखर होता. ज्या जगात तो जगत होता, तिथे तसं नसून चाललंच नसतं! या शहरात राहणं आता त्याच्यासाठी सुरक्षित नव्हतं, हे खोकोनला कळून चुकलं होतं. ज्यानं कोणी त्याच्यावर हल्ला केला होता तो नक्कीच पुन्हा प्रयत्न करेल. त्याला लवकरच तिथून निघून जाणं भाग होतं.

त्याची जायची तयारी झाली, तेव्हा असं जाणं सुरक्षित नाही, हे कळत असूनही लालजी खोकोनबरोबर अंधारातून नदीच्या एका बाजूच्या निर्मनुष्य भागात गेला, तिथे

एक लहान बोट खोकोनची वाट पाहत होती. लालजींनं मुकाट्यानं पैशांचा एक बटवा त्याच्या हातांमध्ये सरकवला होता. मग खोकोन नदीच्या काठावरून सरकत बोटीत बसला, आणि दिसेनासा होण्यापूर्वी एकदा मागे वळून हात हलवून त्यानं निरोप घेतला. लालजीला समजत होतं की, खोकोन त्याला पुन्हा कधीही भेटणार नाही.

लालजीला बरेचदा त्या कोड्यात टाकणाऱ्या माणसाचं काय झालं असेल, असा विचार यायचा. तो सुरक्षित पोचला असेल? का कुठल्यातरी दूरच्या प्रवाळ खडकांच्या तळाशी खोकोनच्या अस्थी असतील? भुरामललाही खोकोनकडून काही निरोप आला नव्हता, पण या सर्व वर्षांमध्ये त्यांनी त्याच्याबद्दल बऱ्याच चित्रविचित्र गोष्टी ऐकल्या होत्या.

कोणी सांगायचं की, तो रंगूनमध्ये एक खूप भरभराट झालेलं वेश्यागृह चालवत होता, तर काही म्हणायचे की, तो काबूलमध्ये होता आणि अफगाणिस्थानवर ताबा मिळवण्यासाठी लढणाऱ्या रशियन आणि ब्रिटिश दोघांनाही शस्त्रं पुरवण्याचा धंदा करत होता! दुसरे काही शपथेवर सांगायचे की, अकाबाच्या गल्फमध्ये तो गोरे गुलाम विकण्याचा व्यापार करत होता! एक अफवा अशीही होती की, तो तिबेटला गेला होता आणि बुद्ध भिक्षू झाला होता!

एकदा मलाक्काच्या सामुद्रधुनीतून जात असताना लालजींनं एका गूढ माणसाबद्दल ऐकलं होतं. जखमी आणि निराशेनं खचलेला असा तो माणूस खूप वर्षांपूर्वी इकडे आला होता, असं त्याला सांगण्यात आलं होतं. त्याचं वर्णन खोकोनच्या रूपाशी जुळणारं होतं. त्या भागात भरपूर असलेल्या नैसर्गिक मसाले, वनस्पती इत्यादींचा त्यानं व्यापार सुरू केला होता. खूप पैसा, अधिकार, सत्ता त्यानं मिळवली होती आणि स्थानिक लोकांवर त्याचा चांगलाच दबाव होता. असंही ऐकलं होतं की, जंगलात त्याचीच हुकूमत चालत असे, आणि इतकी सत्ता त्यानं मिळवली होती की, त्याच्या वाटेला कोणी जात नसे – युरोपियन लोकसुद्धा नाही!

जरी बरेच जण त्याला घाबरत असत, तरी बरेच असंही म्हणायचे की तो खूप उदार होता. तो उत्तम मित्र होता, मात्र अन्याय किंवा गुन्हा तो कधीही माफ करत नसे; तसंच कोणी त्याच्यासाठी काही केलं तर तो कधीही – कधीही विसरत नसे.

***

त्या गूढ पाकिटातले कागद हातात घेऊन बसला असताना लालजीला हे सगळं आठवलं. त्या पाकिटानं त्याचं बहुमोल घर वाचवलं होतं. खोकोननं पाठवले असतील हे? ते कधीही कळणार नव्हतं! आयुष्यात जे उत्तरं न मिळणारे अनेक प्रश्न असतात, त्यातला हा एक होऊन राहणार होता!

१९२९ सालच्या मंदीत लालजीला मोठा फटका बसला, तरी त्यानं तो खचला नाही, राहणी बदलली नाही, स्वभावातलं औदार्य कमी झालं नाही. वृद्ध धारिया धानींचे शब्द त्याला आठवायचे – "पैसे तर हातावरच्या मळासारखे असतात – येतात आणि जातात!" खरंच, त्याला खूप पैसे मिळाले होते आणि त्यातले काही गेले, तर तोही आयुष्याचा एक भाग होता.

४३

वेदना अतिशय तीव्र होत्या. कधीकधी सकीनाची शुद्ध हरपत असे, आणि शुद्धीवर येई तेव्हा सावल्यांसारखी प्रतिबिंब दिसायची आणि जास्त वेदना व्हायच्या.

ती मरण पावणार होती हे तिला कळलं होतं आणि आता तो दिवस फार लांब नव्हता. ती प्रार्थना करायची की, तिला आता आणखी जास्त सहन करायला लागू नये. तिला बरेच दिवसांपासून माहीत होतं की, तिचा आजार गंभीर होता. एक वर्षाहूनही आधी ती न दुखाणारी गाठ तिच्या छातीत आली होती, तेव्हाच तिला हे जाणवलं होतं. विनाकारण काळजी करण्याचं काही कारण नव्हतं, कारण तशी तर ती लहानशीच गाठ होती.

चिंता वाटत असलेल्या तिच्या आयाला तिनं त्या गाठीला चोळून मालीश करू दिलं होतं आणि गरम पोटिसही बांधू दिलं होतं, कारण त्या म्हाताऱ्या आयानं तिला बरं वाटेल अशा हेतूनं तसं करण्याचा आग्रह धरला होता. पण सकीनाच्या लक्षात आलं होतं की, ही गाठ वेगळ्या प्रकारची होती. ती गाठ तर गेली नाहीच, पण दुसऱ्या स्तनातही तशीच गाठ आली, तेव्हा तिनं ते अटळ म्हणून स्वीकारलं होतं. हे नेमकं काय झालं आहे याची तिला खातरी नव्हती, पण मनातून तिला एवढं समजलं होतं, की हे चिन्ह बरं नव्हतं.

एखादा गुप्त डाग आल्याचं कोणाला न सांगता गप्प राहावं तशा या गाठी तिनं लपवून ठेवल्या होत्या, अगदी भावापेक्षाही जवळचा वाटणाऱ्या मायाळू आणि समजूतदार डॉ. शम्सूंपासूनही. जेव्हा त्या दुखायला लागल्या तेव्हा तेही तिनं मुकाट्यानं शांतपणे स्वीकारलं होतं. जेव्हा ते इतकं असह्य झालं की, ती ते तिच्या नवऱ्यापासून लपवू शकेना, तेव्हा चिंताग्रस्त लालजींनं ताबडतोब शम्सूंना बोलावलं होतं.

डॉक्टर पेशंटला तपासून बाहेर आले ते गंभीर मुद्रेनं. त्याला तेव्हा सांगण्यात आलं होतं की, पहिली गाठ आली त्याला वर्ष उलटून गेलं होतं आणि एव्हाना काहीही करायला फार उशीर झाला होता – जरी काही करण्यासारखं असतं, तरी.

त्यांनी कॅन्सर नावाच्या आजाराबद्दल ऐकलं होतं, पण त्यांच्या एकाही पेशंटला आत्तापर्यंत तो झाला नव्हता. तो अटळपणे प्राणघातकच असे आणि सर्व शरीरभर पसरून त्याच्या आधीच ठरलेल्या, रुग्णाचा मृत्यू या अंतापर्यंत पोचत असे – सुरुवात झाल्यापासून साधारणपणे एक ते दोन वर्षांमध्ये.

काळजीत पडलेल्या शम्सूंनी हॉस्पिटलमधल्या त्यांच्या सहकाऱ्यांबरोबर सल्ला-मसलत केली आणि त्यांच्या अनुमानासारखंच त्यांच्या सहकाऱ्यांचंही मत पडलं होतं. ते समजून चुकले होते की, या टप्प्यावर पोचल्यावर झपाट्यानं पसरणारा तो रोग थांबवायला ते फारसं काही करू शकणार नव्हते. मात्र सकीनाला आराम वाटून वेदना शक्य तितक्या कमी होतील, असे प्रयत्न करणं हेच शहाणपणाचं असणार होतं. शम्सूंनी अफूपासून तयार होणारी औषधं आणि मॉर्फिनचे जास्तीत जास्त प्रमाणात डोस देण्यास सुरुवात केली. वेदना कमी करण्यासाठी जितकं सुरक्षित, पण कडक औषध देता येईल, तितकं ते देत होते. पण या रोगाबद्दल जी काही माहिती होती, त्यावरून त्यांना भीती होती की, एवढ्या डोसनं वेदना कमी होण्यास फारसा उपयोग होणार नाही.

तिला झोप लागली आहे असं वाटून ते जेव्हा तिच्या खोलीत कुजबुजत असत, ती थोडीफार ऐकू येऊन तिच्या एवढं लक्षात आलं होतं की, जशी तिला शंका होती तसाच तिला झालेला हा आजार भीती वाटण्यासारखा प्राणघातक कॅन्सर होता. आश्चर्य म्हणजे तिला भीती वाटत नव्हती. फक्त या वेदना इतक्या तीव्र नसत्या, तर तिला मृत्यूचं काही वाटत नव्हतं. अफूच्या गुंगीत किंवा मॉर्फिनची नशा असतानाही वेदना असह्य होत्या. तिला वाटायचं, हाच न्याय होता, तिनं केलेल्या पापासाठी योग्यच शिक्षा होती. ती आधीपासूनच समजून होती की, मर्यादा ओलांडल्याचं प्रायश्चित्त तिला कधी ना कधी घ्यावंच लागेल.

कोणीतरी दार उघडलं, तेवढ्या हालचालीच्या आवाजानंही तिला त्रास झाला – भोवताली झालेल्या हालचालीच्या जाणिवेनेही तिला वेदना होत असे. अंधार असलेल्या त्या खोलीत तिनं डोळे उघडले. क्षणभर तिच्या डोळ्यांसमोर सावल्याच आल्या आणि तिला काहीच दिसेना. मग अंधाराची डोळ्यांना सवय झाल्यावर तिला दिसलं की, तो लालजी होता.

तो आला आणि तिच्या पलंगाच्या पायाच्या कडेशी गप्प बसून राहिला. तिला ठाऊक होतं की, तिच्या बरा होणार नसलेल्या आजाराबद्दल कळल्यापासून तो खूपदा असा बसत असे. तिला झोप लागली आहे असं त्याला वाटत असलं तरी तो बराच वेळ तसाच बसत असे – पुढे वाकून चेहरा हातांनी झाकून, मन उद्ध्वस्त झालेला, मूर्तिमंत एकाकी.

***

सकीनाला वेळेचं भान नाहीसं झालं होतं आणि तास गेले, का दिवस, का आठवडे, याची जाणीव तिला होईनाशी झाली होती. आत्तापर्यंत काळाचं जे भान तिला होतं, त्याचं महत्त्व आता तिला राहिलं नव्हतं. आता काळ ती वेदनांमध्ये मोजत असे – एकदा सुरू झालेल्या वेदना थांबल्यानंतर दुसऱ्यांदा सुरू होईपर्यंत! पण अशा चित्त थाऱ्यावर नसलेल्या, अर्धवट शुद्धीत असलेल्या अवस्थेतही तिला एवढं समजलं होतं की, वेळ थोडा उरला होता. ती चिंतातुर होऊ लागली, कारण तिचा वेळ संपून जाण्यापूर्वी तिच्या मनावर ज्या गोष्टींचं दडपण होतं, ते सांगून टाकून तिला मोकळं व्हायचं होतं.

त्या विशिष्ट दिवशी तिचं डोकं खूप हलकं वाटत होतं – जणू वेदना कमी होत असाव्यात तसं. असं वाटणं इतकं विचित्र न् आश्चर्यकारक होतं की, त्याचा अर्थ तिनं शेवट जवळ आला आहे असा घेतला.

तिची हालचाल जाणवली तसं लालजीनं वर बघितलं आणि उठून तिच्याजवळ येऊन बसला, तिचा हात हळुवारपणे हातात घेतला. त्याला वाटणारी काळजी बघून आणि त्याच्या डोळ्यातलं प्रेम बघून तिला भरून आलं. तिला वाटलं, त्याचे असे डोळे तिनं खूप वर्षांत बघितले नव्हते. पण तिच्या वेदनांमुळे त्याला होणाऱ्या यातना, त्याला वाटणारं नैराश्य हेही जेव्हा तिनं बघितलं, तेव्हा तिला जाणवलं की, कदाचित तिच्यावर त्याचा किती जीव होता, याचा तिला विसर पडला होता.

काहीतरी महत्त्वाची गोष्ट त्याला सांगायची होती, अशी गोष्ट, जिचं ओझं तिला तिच्या मनावरून काढून टाकायचं होतं. बरीच वर्षं ती गोष्ट तिच्या मनात डाचत होती आणि तिला वाटत होतं की, ती त्याला सांगून टाकल्याशिवाय तिच्या जिवाला शांतता मिळणार नव्हती. वेदना पुन्हा सुरू झाल्या होत्या. तिचं आयुष्य किती बाकी होतं हे तिला ठाऊक नव्हतं, पण तिला अजून बोलता येत होतं, बोलायची शक्ती होती, तोवर तिनं सांगून टाकायलाच हवं होतं. ती दोघंच होती त्या खोलीत.

"तुम्हाला सांगितलंच पाहिजे असं काहीतरी आहे," तिनं सुरुवात केली. बऱ्याच दिवसांनी ती बोलत होती आणि चिंता वाटून लालजी ती काय म्हणतेय ते ऐकण्यासाठी जवळ सरकून पुढे वाकला. डॉक्टरांनी सांगितलं होतं की, तिला विश्रांतीची जरूर होती आणि अगदी जरूर असेल तेवढं सोडून तिला जास्त बोलू देऊ नये, कारण ती आता खूप लवकर दमून जायची.

"शूः! नको बोलू, नुसती पडून रहा. पाणी देऊ थोडं?" तो म्हणाला. तिनं डोळं मिटले आणि 'नको' म्हणून मान हलवली. तिला हताश वाटत होतं. "ऐका ना," तिनं पुन्हा प्रयत्न केला, "तुम्हाला सांगितलंच पाहिजे असं काहीतरी आहे." त्याच्या लक्षात आलं की, तिचं सांगणं त्यानं ऐकावं अशी तीव्र इच्छा तिला होती म्हणून तो आणखी जवळ सरकला. तिनं जरा थांबून जणू होती-नव्हती तेवढी शक्ती गोळा

केली. ''समीरबद्दल,'' ती सावकाश म्हणाली, मग पुन्हा थांबली, जणू तिला बोलवत नव्हतं. ''समीर –'' ती घुटमळली, थांबली, मग पुन्हा बोलू लागली – ''तुम्हाला माहीत झालं पाहिजे असं काहीतरी आहे –'' इतके सगळे शब्द बोलण्यानं थकवा आल्यासारखं तिनं तिचं डोकं मऊ उशीत टेकवलं.

तेव्हाच दारावर हळूच टकटक केलं गेलं. डॉ. शम्सू सगळं ठीक आहे ना बघायला आत आले, पेशंटजवळ गेले. ''कसं वाटतंय आता? दुखणं कमी व्हायला देऊ काहीतरी?''

तिनं मानेनं 'नको' म्हटलं. वेदना वाढू लागल्या होत्या, पण आत्ता एवढ्यात तिला झोपेचं औषध नको होतं – इतक्यात नाही. या क्षणी बोलणं जरूर होतं, लालजीला जे सांगणं जरूर होतं ते सांगायला हवं होतं – त्यानंतर ती मोकळी असेल, कायमची विश्रांती घ्यायला मोकळी. अगदी हळूच हात हलवून तिनं डॉक्टरांना खुणेनं सांगितलं की, तिला तिच्या नवऱ्याशी एकटीनं बोलायचं होतं. शम्सूंनी 'ठीक आहे' अशी मान हलवली आणि ते हळूच बाहेर गेले.

लालजीनं हळूच तिचा हात थोपटला, पण तिला तेवढ्यानंही दुखलं. वेदना खूप आणि खूप वेगानं वाढत होत्या. तिच्या लक्षात आलं की, तिच्याकडे फारच थोडा वेळ बाकी होता, लवकरच तिची शुद्ध हरपेल... मग फार उशीर झालेला असेल. खूप प्रयत्नांनी तिनं वळून लालजीकडे बघितलं. त्यांच्या नजरा भिडल्या. त्याचे डोळे भरून येत होते, पण तिच्याकडे बघून तो आश्वासक हसला.

त्याच्या डोळ्यांमधलं प्रेम बघून तिनं नजर वळवली, कारण त्यामुळे तिचं काम आणखी अवघड होत होतं. मन घट्ट करून तिला एकदाचं ते म्हणून टाकणंच भाग होतं. भरून आलेल्या, काही न दिसणाऱ्या डोळ्यांनी छताकडे बघत ती म्हणाली, ''समीर तुमचा मुलगा नाही!''

आधी मुळी लालजीला वाटलं तिचं बोलणं त्याला नीट ऐकू आलं नाही, कारण वाढत्या वेदनांमुळे तिचा श्वास धपापत होता. तिचे डोळे बंद होते, पण त्याला वाटलं की, त्याला वाटणारा अविश्वास दूर करायला ती होकारार्थी मान हलवत होती – त्याच्या मनातली शंका दूर करून त्याला खातरी वाटावी म्हणून.

मग तिनं डोळे उघडले, सरळ त्याच्याकडे बघितलं आणि पुन्हा एकदा, प्रत्येक शब्द कष्टानं बोलत क्षीण आवाजात म्हणाली, ''समीर – तुमचा-तुमचा नाही.'' वाक्य पुरं करायला तिला शक्ती राहिली नाही आणि मग तिला गाढ झोप लागून गेली.

पण या वेळी शंकेला जागा नव्हती. कितीही वाटलं तरी लालजी ते शब्द नाहीसे करू शकणार नव्हता. त्याला नीट ऐकू आलं नाही किंवा चुकीचं ऐकू आलं, असं म्हणून तो स्वत:ला फसवू शकणार नव्हता! त्यानं बरेचदा तिला हळू आवाजात हाका मारून बघितल्या; पण काहीच प्रतिसाद मिळाला नाही.

अगदी स्तब्ध, शून्य नजरेनं कुठेतरी टक लावून बघत तो बसून राहिला. तिच्या शब्दांचा अर्थ मनानं समजून घेण्याचा आणि त्याच्या दडपणातून बाहेर येण्याचा तो प्रयत्न करत राहिला. त्याच्या आयुष्यात अत्यंत जवळच्या असलेल्या त्या स्त्रीच्या निश्चल आकृतीकडे तो टक लावून बघत राहिला आणि लाखो प्रश्न त्याच्या मनात उभे राहिले. त्या दोघांमध्ये किती अंतर पडलं होतं, याची त्याला जाणीवच कशी झाली नाही? इतक्या उत्तम चारित्र्याची, सरळमार्गी स्त्री, जिनं पत्नी म्हणून त्याला नेहमी आधार दिला, जी इतकी चांगली आई होती, तिनंच, त्याचा, तिनं स्वत:च सांगितला तसा विश्वासघात कसा केला?

त्या योगिमहाराजांनी भाकीत केलं होतं की, त्याला कधीही मुलगा होणार नाही आणि त्याला तर मुलगा हवाच होता, त्यासाठी तिनं असं केलं असेल? सकीना त्याच्यासाठी दुसरी बायको आणायला कच्छला गेली होती, ती आठवण होऊन तो खिन्न झाला. ती असं वागत होती की जणू त्याला हवा असलेला मुलगा त्याला मिळेल हे बघणं, त्यासाठी काहीही करावं लागलं तरी करणं, ही तिची जबाबदारी होती, तिचंच कर्तव्य होतं! इतकी अन्यायी अपेक्षा असण्याला जबाबदार कोण होतं?

पण वास्तव तसंच होतं ना? परिस्थिती कशीही असो, पुरुषांसाठी आणि स्त्रियांसाठीचे नियम वेगवेगळे होते ना? पुरुष त्यांना जे करायचं असेल ते करत असत, त्यांना जसं वागावंसं वाटेल तसं वागत असत; आणि स्त्रिया? – बहुतेक वेळा स्त्रियाही पुरुषांची स्त्रियांनी जे करावं अशी इच्छा असेल, तेच करायच्या, त्यांनी जसं वागावं अशी पुरुषांची इच्छा असेल, तसंच वागायच्या! जगाची रीतच ही अशी ही, समाजव्यवस्था नीट राहावी म्हणून समाजाची रचना अशी करण्यात आली होती. पण आता एकाएकी लालजीला खातरी वाटत नव्हती – अजिबातच खातरी वाटत नव्हती, की ही रचना अशी असली पाहिजे!

स्वप्नात असावं तशी त्याची मन:स्थिती होती. त्याच्या आयुष्यातल्या अनेक आठवणींची अस्ताव्यस्त, विसकटलेली चित्रं त्याला दिसत होती. त्याला तरुण सकीना आठवली, जी तिच्या आजोबांची अतिशय लाडकी होता... मग डॉ. शम्सूंच्या घरी विधवेच्या पांढऱ्या कपड्यांमधली सकीना... मग एकदम डोळ्यांसमोर आली रेश्मा, आणि दूरदूरच्या वाळवंटातल्या एका रात्री, तिच्यावर तो आजन्म प्रेम करेल अशी त्यानं तिच्यासमोर घेतलेली शपथ... मग पुन्हा सकीना, त्यांच्या लग्नाच्या दिवशी प्रफुल्लित दिसणारी... मग एकदम डोळ्यांसमोर तरळून गेली कमलाबाई, तो उत्तेजित होईल अशा तऱ्हेनं त्याच्या अंगावर वाकणारी; मग खूप आनंदी, विजयी चेहऱ्यानं नुकत्याच जन्मलेल्या समीरला हातात घेतलेला तो स्वत:... त्यांच्याकडे टक लावून पाहणारा सकीनाचा चेहरा – अवघड प्रसूतीनंतर थकलेला दिसण्यापेक्षाही खिन्न आणि उदासच जास्त वाटणारा! हे त्याच्या तेव्हा

किंवा पूर्वी कधीच कसं लक्षात नव्हतं आलं? आणि मग डोळ्यांसमोर झळकून गेली त्याच्याकडे खूप प्रेमादरानं, कौतुकानं बघणाऱ्या त्याच्या लहानग्या मुलाची प्रतिमा, वर्षं जात गेली तसं वाढत गेलेलं सकीनाच्या चेहऱ्यावरचं दुःख, तिच्या एकाकी वाटण्याऱ्या तिच्या चेहऱ्यावरच्या सावल्या, ज्या त्याच्या कधीही लक्षात आल्या नव्हत्या. कारण तो स्वतःतच इतका मग्न होता, यश त्याच्या इतकं डोक्यात गेलं होतं, उंच भराऱ्या मारत होतं त्याचं आयुष्य त्यामुळे!

लालजीच्या मनात प्रचंड खळबळ माजलेली त्याला जाणवत होती आणि उत्तरं माहीत नसलेल्या प्रश्नांनी त्याच्या मनात तुंबळ गर्दी केली होती. त्यात अत्यंत बोचणारा प्रश्न एक होता, ज्याच्या उत्तराची त्याला खूप भीती वाटत होती – कोण? त्याच्या मुलाचा पिता कोण होतं?

सकीनाचा चेहरा आता मधापेक्षा शांत झाला होता. तिच्या वेदनांमध्ये अपराधी भावनेच्या ओझ्याचा तिनं सहन केलेल्या यातनांचा किती भाग असेल, असा विचार त्याच्या मनात येऊन गेला. आता निदान ते ओझं तिच्या मनावर नव्हतं – तिनं अपराध कबूल केला होता. अपराधाची कबुली देण्यामध्ये मोठी शक्ती असे; कबुलीच्या मुळातच पापमुक्ती होण्याचं, उद्धार होण्याचं वचन असतं.

त्याला स्वतःलाच अत्यंत आश्चर्य वाटलं, जेव्हा त्याच्या हे लक्षात आलं की, त्याला राग आला नव्हता; त्याला अपराध झाला असं वाटत नव्हतं; त्याला संताप आला नव्हता. त्याला फक्त खूप दुःख वाटत होतं, अतिशय खिन्न वाटत होतं.

कितीतरी तास तो तिथं अंधारात बसून होता, ती जागी होण्याची वाट बघत शून्य नजरेनं खिडकीच्या बाहेर बघत होता. ती मृत्यू पावण्यापूर्वी, त्याच्यासाठी ती कायमची नाहीशी होण्यापूर्वी एकदा, एकदाच तो तिला सांगणार होता, की काही हरकत नव्हती, तो तिला दोष देत नव्हता की कितीतरी गोष्टींसाठी तिनंच त्याला माफ करायला हवं होतं की त्याचं अजूनही तिच्यावर खूप प्रेम होतं. एवढं सांगता आलं असतं, तर त्याच्या मनाची उलघाल शांत झाली असती. तो सबंध दिवस आणि रात्र आणि पुढचा सबंध दिवस तो तिथे बसून वाट बघत राहिला. पण तिनं परत कधी डोळे उघडलेच नाहीत.

हळूहळू त्या अंधारलेल्या खोलीतून लालजी बाहेर आला. तो आत गेला तेव्हापेक्षा त्याचं वय जणू कितीतरी वाढलं होतं. त्याच्यावर खूप दडपण असल्यासारखं वाटत होतं त्याला. कुटुंबातली सगळी मित्रमंडळी जमली होती आणि बाहेर त्याची वाट पाहत होती. सगळी – फक्त जो त्याला दिसायला हवा होता तो सोडून – समीर! तो शिक्षणासाठी अमेरिकेत गेला होता. मुली, त्यांचे नवरे, मुलं, त्याचा लाडका भाऊ जप्पू, डॉ. शम्सू आणि ज्यूबी, लड्डू आणि रूबिना; लालजीचे जवळचे मित्र हरी, रेवजी आणि सोहराबजी; आणि आणखी कितीतरी जण.

त्याच्याकडे वर्षानुवर्षं काम करणारी वृद्ध माणसं, घरातली कितीतरी माणसं,

सगळी तिथे जमली होती; लालजीचं आणि एकमेकांचं सांत्वन करत होती.

भावनांचा इतका ताण पडून आणि झोप, खाणं काहीच झालं नसल्यानं, लालजी खूप खूप दमला होता. महोगनी लाकडाच्या त्या मोठ्या जिन्यावरून तो त्याच्या खोलीत गेला आणि बेंटवुडच्या झुलत्या खुर्चीत त्यानं धपकन अंग टाकलं. तो विचारात गढलेलाच होता. दारावर दबक्या हातांनी कोणीतरी टक्टक् केलं. जप्पू आला होता.

जप्पूला सकीनाच्या मृत्यूचं किती दु:ख झालं होतं हे बघून लालजी हेलावला. ‘‘मला तुला एकट्याला भेटायचं होतं,’’ जप्पू म्हणाला. ‘‘इतकी सगळी भोवताली असताना एकमेकांच्या भावना बोलून दाखवता येत नाहीत.’’ तो थांबला, मग म्हणाला, ‘‘मला कळतंय तुझ्यासाठी हे किती अवघड असेल; लालजी. काय बोलू मी? देवाची इच्छा अशी होती!’’

अतिशय थकलेला असूनही लालजीनं त्याच्या लाडक्या भावाकडे बघून हळुवार स्मित केलं. ‘‘होय रे,’’ तो हलकेच म्हणाला, ‘‘हे आपल्या हातात नसतं ना! आपण श्रद्धा ठेवली पाहिजे; पण कधीकधी लोकांच्या या म्हणण्यावर विश्वास ठेवणं कठीण जातं, की जे होतं, ते चांगल्यासाठीच असतं – फार कठीण जातं!’’ तो वळला आणि म्हणाला, ‘‘मला जरा विश्रांती घेऊ दे आता – खूप दमलोय मी.’’

दोघं भाऊ एकमेकांना भेटले. ते मग दूर झाले आणि लालजीनं जप्पूकडे बघितलं तेव्हा एकदम त्याला मुन्नीबेनचे शब्द आठवले – ‘‘जप्पूला तुझ्याबद्दल खूप प्रेम, खूप कौतुक वाटायचं लालजी. तू हसलास की जप्पू असायचा, तू रडलास की जप्पू रडायचा. दोघांचे दोन ऊर जणू एकच असल्यासारखे धपकायचे!’’

त्याच्या भावाच्या डोळ्यांमध्ये बघत असताना लालजीच्या लक्षात आलं की, ते किती सारखे दिसायचे हे तो विसरूनच गेला होता. तो वळून आपल्या पलंगाकडे जायला निघाला आणि एकदम जणू त्याच्या डोक्यात अनेक आवाजांचा खूप कलकलाट झाला. डोक्यात एकदम ठिणगी पडून सगळं स्वच्छ समजावं, तसं झालं. लालजी आफ्रिकेहून आल्यावर पहिल्यांदा कच्छला गेला, तेव्हाचे गुल्लूचे – त्याच्या मेव्हण्याचे शब्द त्याला आठवले, ‘‘ओहो! लालजी! जप्पू तर जणू तुझं प्रतिबिंब आहे! कोणीही सांगू शकेल, की तुम्ही भाऊ-भाऊ आहात!’’

नुकत्याच जन्मलेल्या समीरकडे बघताना आनंदानं सगळ्यांना मोठ्यानं सांगणारा रेवजी, ‘‘मुलगा बरोब्बर तुझ्यासारखा दिसतो हं लालजी! अगदी आंधळा माणूससुद्धा सांगू शकेल की, हा तुझा मुलगा आहे!’’

मग खूप दिवसांनी अगदी सहज बोलताना शम्सू म्हणाला होता, ‘‘आताशा तू इतका प्रवास करत असतोस लालजी की, सकीना आणि मुलींकडे लक्ष द्यायला जप्पू आहे, ते चांगलं आहे.’’

तो इतका आंधळा कसा झाला होता? असं होऊ शकेल हे त्याच्या लक्षात कसं

आलं नव्हतं की, जप्पू लहान वयात विधुर झाला होता आणि सकीना इतकी एकाकी पडलेली होती? जप्पूला प्रत्येक गोष्ट लालजी करेल तशी करायची होती. जप्पू, जो नेहमी जवळ असायचा, प्रेमळ आपलेपणानं वागणारा, मदत करणारा, आणि लालजी कित्येकदा परगावी – परदेशात असायचा.

अंगात कोणीतरी टोकदार काहीतरी भोसकावं तसा लालजी आतल्या आत पिळवटून निघाला. एक अतीव दुःखाचा चीत्कार त्याच्या तोंडून बाहेर पडला. ''सकीना! जप्पू!'' तो रडत रडत म्हणाला, शरीरालाच वेदना होत असतील तसा तो अर्धा वाकला. कारण त्याचं त्याला समजलं की, अजूनही तो त्या दोघांवरही प्रेम करत होता. लालजी मग जमिनीवर गुडघ्यांवर बसला. चांदणं खिडक्यांमधून त्याला जणू न्हाऊ घालत होतं. मनातलं भयंकर दुःख दाबून टाकण्यासाठी जणू त्यानं दोन्ही हातांनी बरगड्या दाबून धरल्या आणि गुडघे टेकून पुढे-मागे होत तो रडत राहिला.

***

सकीनाला जाऊन वर्ष होऊन गेलं होतं. तिच्या मृत्यूनंतर लालजी बरेच दिवस उदास, खिन्न असायचा, चांगल्या आणि वाईट दिवसांच्या आठवणी मनात घोळवत राहायचा.

काही वर्षांपूर्वी शाबूकडून रेश्माचा नवरा दामजी नाथू मृत्यू पावल्याचं त्याला कळलं होतं. तेव्हा रेश्माला दुखवटा व्यक्त करण्यासाठी म्हणून भेटायला जाण्याचा मोह त्याला झाला होता, पण मग त्याला वाटलं होतं की, मुंबईत त्यांची जी भेट झाली होती, त्याचा विचार करता त्यानं आत्ता जाणं योग्य नव्हतं. तो अजून विवाहित माणूस होता, पण आता तो विधुर होता आणि रेश्माला पुन्हा भेटण्याच्या विचारानं त्याला बरंच बरं वाटलं. कारण त्यांच्या शेवटच्या भेटीच्या नाट्यमय प्रसंगी झालेल्या बोलण्यानंतर त्याच्या लक्षात आलं होतं, की रेश्मा खूप बिथरली असली तरी तिच्या मनात त्याच्याबद्दल अजूनही खूप प्रेम होतं. तो गेला, तर दोघं जुन्या दिवसांबद्दल बोलतील आणि तिच्या सहवासात त्याला शांत वाटेल. कोणास ठाऊक – आता इतक्या उशिराही नव्यानं सुरुवात करता येईल...

तो भेटायला येणार असल्याचा निरोप पाठवून लालजी मनात आशा आणि संदेह अशा मिश्र भावनांनी कच्छला जायला निघाला.

***

अंगणातल्या मोठ्या लाकडी झोपाळ्यावर लालजी आणि रेश्मा बसले होते. तिच्या सुना कुतूहलानं स्वयंपाकघराच्या खिडकीतून वाकून बघायचा प्रयत्न करत होत्या.

ते दोघं बोलत राहिले आणि मधली सगळी वर्षं जणू नाहीशी झाली. ते दोघं

जणू कधी दूर गेलेच नव्हते. लालजीनं एक नजर रेश्माच्या बारीक सुरकुत्या पडू लागलेल्या चेहऱ्यावर आणि रुपेरी होऊ लागलेल्या केसांकडे टाकली आणि तिच्या डोळ्यांमध्ये बघताना त्याला जाणवलं की, त्याच्यासाठी ती नेहमीच सुंदरच राहील, वय झालं तरी ती कोमेजली नव्हती, काळानं घेतलेल्या कठीण परीक्षांमुळे तिच्या रूपाला एक सौम्य, गंभीर अशी कांती दिली होती, ज्यामुळे तिचं सौंदर्य आणखीच वाढलं होतं. तिचं मोहक रूप जास्त मोहक दिसत होतं.

कितीतरी तास गेले. त्यांनी खूप गप्पा मारल्या, कारण त्यांना एकमेकांना कितीतरी सांगायचं होतं – सबंध आयुष्याबद्दलच! मग तृप्त जवळिकीनं ते शांत बसून राहिले, आणि मग तो मृदू आवाजात म्हणाला, ''माझ्याशी लग्न कर रेश्. आपण दोघंही मोकळे आहोत आता, अजूनही जेवढं आयुष्यातून मिळवता येईल तेवढं मिळवू या.''

त्याला मनातून माहीत होतं की, त्या दोघांसाठी आता फार उशीर झाला होता, पण केवळ एकदा विचारायचं म्हणून त्यानं विचारलं. तिच्यावरच्या त्याच्या अथांग प्रेमाची आठवण करून द्यावी, त्यांच्या एकमेकांबद्दलच्या भावनांना एकदा प्रतिष्ठा देऊन व्यक्त कराव्या या हेतूनं.

बराच वेळ ती काहीच बोलली नाही. मग त्याच्याकडे वळून मृदू खिन्न स्मित करत ती हळूच म्हणाली, ''आता या वेळी जरा जास्तच उशीर झालाय रे!'' तिचे डोळे पाणावलेले त्याला दिसत होते, जेव्हा ती पुढे म्हणाली, ''कदाचित पुढच्या वेळी पुढच्या जन्मी!''

मग काहीच न बोलता ते बसून राहिले, शेतांकडे आणि पलीकडच्या डोंगरांकडे बघत, जिथे सूर्य संध्याकाळच्या आभाळातून पश्चिम क्षितिजाकडे त्याच्या अटळ मार्गावरून जात होता.

त्याची जायची वेळ झाली, तेव्हा त्यानं तिचे दोही हात हातात घेतले आणि तिच्या हातांच्या तळव्यांचं हळूच चुंबन घेतलं. सारं आयुष्य लोटलं होतं त्यापूर्वीच्या वेळेच्या एका क्षणाची त्याला आठवण झाली, जेव्हा त्याच्या बोटाला काटा टोचला होता आणि तिनं त्याचा तळवा हातात धरून हळूहळू एकेका बोटाचं चुंबन घेतलं होतं. त्यानं तिच्या डोळ्यांकडे बघितलं, तेव्हा त्याला कळलं, की तिलाही तेच आठवलं होतं.

तिचे हात सोडावेसे त्याला वाटत नव्हते, जणू ते सोडणं म्हणजे सारंकाही संपणं, शेवटचा निरोप घेणं होतं. पुन्हा एकदा त्यानं तिचे तळवे ओठांशी नेले आणि त्यांच्यावरून आपले ओठ फिरवले. मग त्यानं तिचे हात सोडले, उठून उभा झाला आणि थांबलेल्या बैलगाडीकडे परत गेला.

लाल संधिप्रकाशानं व्यापलेल्या त्या संध्याकाळी रेश्मा तिथेच बसून राहिली.

तिला कधी वाटलंच नव्हतं की, मावळत्या सूर्याच्या शेवटच्या किरणांमध्ये इतकी ऊब बसू शकेल. त्या उबेनं तिला खूप बरं वाटलं, आणि ती आत जायला निघाली तेव्हा तिच्या मनात समाधान होतं आणि चेहऱ्यावर मृदू स्मित होतं.

***

समीरनं धक्क्यावर पाऊल ठेवलं आणि भोवताली बघितलं. त्याला समोर मनात भरणारी गेट वे ऑफ इंडियाची भव्य कमान दिसली. ती १९२४ मध्ये, जॉर्ज आणि क्वीन मेरी 'दिल्ली दरबार'साठी १९११मध्ये हिंदुस्थानला भेट द्यायला आले होते, त्या भेटीच्या स्मरणार्थ उभी केली गेली होती. धक्क्यावरच्या गर्दीत तो ओळखीचे चेहरे शोधत होता. तो आता छान उंच देखणा तरुण झाला होता. त्याच्यामध्ये असं काहीतरी होतं, की सर्वांचं लक्ष एकदम वेधलं जायचं. कदाचित रुंद कपाळावर येत राहणारी त्याच्या काळ्या केसांची चुकार बट मागे सारत राहायची त्याची लगब, किंवा त्याचे निष्कपट मृदू तपकिरी डोळे – कदाचित त्याच्या व्यक्तिमत्त्वातच काहीतरी निरोगी, परिपूर्ण असं काहीतरी होतं, जे सर्वांना आवडणारं होतं.

लांबूनच त्याला त्याचे वडील दिसले, तसा त्याचा चेहरा एकदम खुलला. त्याचं तरुण शरीर सडपातळ आणि उत्तम प्रकृती असलेलं होतं आणि उन्हानं तांबूस झालेल्या चेहऱ्यावरून आनंदी, समाधानी स्वभाव दिसून येत होता. लालजीचं पित्याचं हृदय त्याचा देखणा, तरुण मुलगा त्याच्याकडे येताना बघून अभिमानानं भरून आलं. समीर कॉलेज शिक्षणासाठी अमेरिकेला गेला तेव्हा लालजीनं त्याला शेवटचं बघितलं होतं. खूप लांब वाटणारी चार वर्षं सरली होती.

ते दोघे एकमेकांकडे आतुरतेनं जात असताना लालजी त्याच्याकडे निरखून बघत राहिला आणि या मुलाबद्दल त्याला काय वाटेल, याबद्दल जी काही थोडीफार शंका कदाचित त्याच्या मनात असणं शक्य होतं, तीही पार नाहीशी झाली. दोघं एकमेकांना प्रेमानं भेटले तेव्हा दोघांच्याही डोळ्यांमधून अश्रू वाहत होते, कारण सकीनाच्या मृत्यूनंतर ते आज प्रथमच भेटत होते. त्या अत्यंत भावनापूर्ण क्षणात लालजीला त्याच्याबद्दल खूप प्रेम भरून आलं आणि त्याला उमजलं की, त्याचा जन्मदाता बाप कोणीही असल्याचा काहीही फरक त्याला पडणार नव्हता – समीर त्याचा मुलगा होता, आणि नेहमीच असणार होता.

***

बरीच चर्चा-विचारणा झाल्यानंतर लालजीनं त्याच्या मुलाला पुढील शिक्षणासाठी अमेरिकेला पाठवायचं ठरवलं होतं. १९२०च्या दशकाच्या मध्यावर तेव्हा 'द न्यू वर्ल्ड' म्हटल्या जाणाऱ्या अमेरिकेत शिक्षणासाठी त्यांच्या मुलांना पाठवण्याचा

विचार हिंदुस्थानातले फारच थोडे लोक करत असत; आणि इंग्लंडला पाठवण्याच्या विचाराला प्राधान्य देत असत. अमेरिका अजून फारसा माहिती नसलेला देश होता – अर्धं जग ओलांडून गेल्यावर येणारा अनोळखी प्रदेश.

जेव्हा लालजीनं लॉर्ड हॅमिल्टनना या निर्णयाबद्दल सांगितलं होतं, तेव्हा अगदी खास 'ओल्ड वर्ल्ड' उपहासानं ते उद्गारले होते, "त्या 'वाइल्ड वेस्ट'मध्ये (जंगली देशात) पाठवतोयस होय त्याला? मित्रा, अमेरिकन शिक्षणात नक्कीच काहीतरी चांगलं असेल, पण त्यात सुसंस्कृतपणा आणि चांगली इंग्रजी भाषा – या दोन गोष्टी नक्की नसतील!"

"हार्वर्ड?" दुसऱ्या एकानं तुच्छतेनं शेरा मारला होता, "का? त्याला ऑक्सफर्ड किंवा केंब्रिजमध्ये नाही मिळाला प्रवेश?"

समीर हुशार होता आणि त्यानं हार्वर्डमधल्या चार वर्षांमध्ये चांगले रिझल्ट्स मिळवले होते; तो परिपक्व आणि कर्तृत्ववान झाला होता, पण त्याचा मूळचा मृदू, मायाळू स्वभाव बदलला नव्हता. तो परत आल्याचा लालजीला खूप आनंद झाला होता, कारण समीरवर त्याचा खूप जीव होता. सकीनाच्या त्या अपराधाची कबुली देण्यानंतर तर उलट त्याला समीरबद्दल जास्तच वात्सल्य वाटू लागलं होतं.

समीर परत आल्याची बातमी त्यांच्या जमातीत भराभर सगळ्यांना समजली, आणि लवकरच प्रत्येक उपवर मुलीच्या आईचे डोळे त्याच्यावर खिळून राहू लागले. कारण तो अतिशय चांगला, उच्चशिक्षित मुलगा तर होताच, पण लालजी लखाचा एकुलता एक मुलगा आणि वारस होता!

लालजीला समीरचं लग्न करण्याची मुळीच घाई नव्हती. लग्न करून संसार मांडण्यापूर्वी समीरनं कुटुंबाच्या धंद्यात लक्ष घालायला लागावं आणि त्यात चांगलं स्थिरावावं, याबद्दल त्याचा जास्त आग्रह होता. अर्थात लालजीचं लक्ष योग्य मुलगी शोधण्याकडे होतंच. नेहमीपेक्षाही या अशा वेळी त्याला सकीनाची उणीव फार भास होती. तिची दूरदृष्टी, फार न बोलताही दिसून येणारा शहाणपणा, हे आता नव्हतं! तिचा आधार आता नसल्यामुळे लालजीनं त्याच्या मुलासाठी योग्य मुलगी शोधण्याची त्याची आपली एक तऱ्हेवाईकच म्हणता येईल अशी पद्धत शोधून काढली. त्यानं सुरुवात अशी केली की, मुलीचा फोटो मागण्याऐवजी तिचं परीक्षेतलं मार्कशीट मागितलं! "रूप कालांतरानं कमी होऊ शकेल," तो म्हणायचा, "पण हुशार, शहाणी जोडीदार आयुष्यात मिळणं हे जास्त महत्त्वाचं असतं."

मग एकदा लालजीनं त्यांच्या जमातीच्या एका कार्यक्रमात एक मुलगी बघितली होती, जिनं त्याचं लक्ष वेधून घेतलं होतं. त्या मुलीचा हुशार, भावदर्शक चेहरा आणि प्रसन्न व्यक्तिमत्त्व यांची त्याच्यावर छाप पडली होती. त्याला समजलं होतं की, तिचे वडील हे समाजात फारसे न मिसळणारे, विद्वान हेडमास्तर होते,

ते फार बोलत नसत किंवा सभा-समारंभात फारसा भाग घेत नसत. तरुण वयातच त्यांची पत्नी गेली होती तेव्हा सायरा ही त्यांची एकुलती एक मुलगी फक्त अकरा वर्षांची होती. त्या गोड दिसणाऱ्या चुणचुणीत मुलीला वडिलांनीच सांभाळली, वाढवली होती.

त्यांचा निश्चय होता की, त्यांच्या मुलीचं वैद्यकीय शिक्षण पूर्ण होईपर्यंत तिचं लग्न करायचं नाही. म्हणून त्या विक्षिप्त म्हाताऱ्यानं तिच्यासाठी विचारायला येणाऱ्या सर्वांना बाहेर काढलं होतं. जमातीमधल्या लोकांना अर्थातच राग आला होता – नक्कीच या स्वार्थी बापाला तिला लग्नाशिवायच ठेवून, तिच्या कमाईवर जगायचं होतं!

साद्रू सोमजीच्या या वागण्याच्या पद्धतीचं लालजीला काही वावगं वाटलं नव्हतं. खरं म्हणजे त्याला आनंद झाला होता की, त्या दोघांचेही मुलींच्या शिक्षणाच्या बाबतीतले विचार सारखे होते. त्याला साद्रू सोमजी हा शहाणा माणूस वाटला. तो स्वत: नसेल, तेव्हा त्याची एकुलती एक मुलगी स्वत:च्या पायावर उभी राहू शकेल याची खातरी असायला त्याला हवी होती. ती लग्न करेल किंवा नाही, कोणाशी लग्न करेल हा मुद्दा मुख्य नव्हता.

जेव्हा लालजीनं साद्रू सोमजीला विचारलं, की सायराचं शिक्षण पूर्ण केव्हा होणार होतं आणि तिचं मार्कशीट बघण्याची संधी त्याला मिळेल का, तेव्हा त्या वृद्ध शिक्षकाला समजलं की, त्याच्या मुलीसाठी योग्य कुटुंब अखेर त्याला सापडलं होतं!

समीरनं जेव्हा आग्रह धरला की, साखरपुडा झाल्यावर तो त्याच्या वाग्दत्त वधूला एकदा तरी एकटीला बाहेर घेऊन जाईल, तेव्हाही त्याला धक्का बसला नाही – जरी त्या काळी त्यांच्या जमातीत असं कधीच झालंच नव्हतं, तरीही. पण लालजी आणि साद्रू सोमाजी दोघंही अर्थहीन सामाजिक रूढी मनावर घेणारे नव्हते.

***

समीर आणि डॉ. सायरा यांचा विवाह तिचं शिक्षण संपल्यानंतरच्या आठवड्यात झालं. एकमेकांना शोभणारं देखणं जोडपं दिसत होतं. लालजी लखाच्या कुटुंबात सायरामुळे समर्थ, गौरवपूर्ण, शांत पण उत्तम डौलदार वागणुकीची पद्धत आली. काही वर्षांमध्ये त्यांना तीन मुलं झाली – दोन मुलगे आणि मग १९४३मध्ये एक मुलगी झाली. जिचं नाव शाहिना ठेवलं. सर्वांना ती खूप आवडायची आणि लालजीच्या अखेरच्या वर्षांमध्ये ती त्याचं आनंदनिधान होती.

४४

स्वातंत्र्याच्या लढ्याचा जोर सर्वत्र वाढला होता. महात्मा गांधींची सत्याग्रहाची चळवळ देशाच्या कानाकोपऱ्यात पोचली होती, आणि भाषा, धर्म, जात-पात यांच्या पलीकडे जाऊन एका ध्येयाने प्रेरित होऊन सर्व जनता एकदिलाने लढत होती; स्वातंत्र्याचा पुकार करत होती.

त्याच बरोबर आता मुसलमानांसाठी देशाच्या उत्तर-पश्चिम भागात आणि पूर्व भागात स्वतंत्र राष्ट्र हवं, अशी मागणी सुरू झाली होती. दोन भाग असलेला विचित्र देश, मधल्या भागात दुसऱ्या राष्ट्राचा प्रचंड प्रदेश, अशी ही मागणी होती. हजार वर्षं तरी एकत्र राहिलेले हिंदू आणि मुसलमान लोक, ज्यांनी एका कुटुंबातली माणसं जशी एकमेकांचे गुणदोष स्वीकारून राहतात, तशा एकमेकांच्या भल्याबुऱ्या गोष्टी स्वीकारल्या होत्या. तेच लोक आता म्हणत होते, की आम्हाला एकत्र राहणं शक्य नाही, आणि त्यांनी एकमेकांचा नाश करण्याआधी त्यांना वेगळंच करावं लागेल. ही अत्यंत धूर्त आणि स्वार्थी कल्पना एक राजकीय मार्ग म्हणून मुस्लीम लीगने काढली, ती रुजली आणि पसरली. आणि स्वातंत्र्य मिळण्याचे दिवस जवळ आले, तसतशी फाळणी अटळ होती हेही उघड दिसू लागलं.

याच सुमाराला लालजीला महम्मद अली जिनांनी निरोप पाठवला. १९०८मध्ये जिना तरुण वकील होते तेव्हा हरीने प्रथम त्यांची ओळख लालजीशी करून दिली होती. तेव्हा जिना लोकमान्य टिळकांच्या वतीने खटला लढत होते. त्यानंतर मधून मधून सार्वजनिक सभांमध्ये त्याला जिना भेटत असत, तरी त्याची त्यांच्याशी व्यक्तिगत ओळख नव्हती.

जिनांची घडण पाश्चिमात्य शिक्षण आणि विचारसरणी यांतून झाली होती. त्यांच्या जेव्हा लक्षात आलं की, वेगळ्या राष्ट्राची त्यांची मागणी आता लवकरच प्रत्यक्षात उतरणार आहे, तेव्हा मग त्यांना चांगल्या माणसांची जरूर भासू लागली. शिक्षणक्षेत्रातले तज्ज्ञ, व्यापार-उद्योगधंद्यातले अग्रणी, अंगी कर्तृत्व आणि विचारशक्ती

असलेली माणसं – योजना आखू शकतील आणि नेतृत्व करू शकतील अशी. घोषणा देणं आणि राजकीय लढाया जिंकणं ही एक गोष्ट होती, पण काहीही अनुभव नसलेल्या देशाला प्रत्यक्षात उभं करून, वाढवून, टिकून राहणारं राष्ट्र तयार करणं हे एक अगदीच वेगळं आव्हान होतं.

लालजीचा लाहोरमधला मित्र रहीमखान, जो जिनांच्या विश्वासातला माणूस होता, तो लालजीला भेटायला आला. त्यानं सांगितलं की, जिन्हांची लालजीला भेटण्याची फार इच्छा होती. ते वेगवेगळ्या क्षेत्रातील अग्रणी मुसलमानांना पाकिस्तानमध्ये येऊन राष्ट्राच्या उभारणीचं काम करण्यासाठी त्यांची मनधरणी करत होते. प्रतिष्ठित मंडळी इकडून त्या देशात राहायला गेली, तर त्या नव्या देशाची विश्वासार्हता वाढणार होती. लालजीनं तिकडे राहायला जावं अशी त्यांची विशेष इच्छा होती, त्याला नव्या सरकारमध्ये मंत्रिपद देण्याचीही त्यांची तयारी होती.

जिन्हांना लालजीला का भेटायचं होतं, याचा लालजीला जेव्हा उलगडा झाला, तेव्हा त्यानं रहीमला जिन्हांना सांगायला सांगितलं की, त्यांनी त्यांचा वेळ वाया घालवू नये. जिथे तो जन्मला, तो देश त्यानं सोडण्याचा प्रश्नच नव्हता. त्यानं सांगितलं की, त्याचा देश, हा त्याच्या अस्तित्वाचा अत्यंत मूलभूत भाग होता – ही माती, ज्यातून तो घडला होता – ही जमीन, जी त्याचं घर होती.

"कदाचित दुसऱ्यांदा माझं हृदय देऊन टाकायला मी आता फार वृद्ध झालो आहे!" अगदी साधं सरळ लालजी म्हणाला.

रहीम जेव्हा समजून चुकला की, लालजीचं मन वळवणं शक्य नाही, तेव्हा त्यानं विचारलं, "तुझ्या मुलाचं – समीरचं काय?"

लालजीनं जरा विचार करून उत्तर दिलं, "तू समीरला प्रत्यक्षच विचारू शकतोसच, पण तो खरा माझा मुलगा असेल, तर त्याचं उत्तर वेगळं नसेल."

समीरचं उत्तर त्याच्या वडिलांइतकंच नि:संदिग्ध होतं. त्यानं सांगितलं की, हिंदुस्थान ही त्याची मातृभूमी होती, आणि नेहमीच राहील.

***

स्वातंत्र्य. फाळणी. अत्यानंदाची अवस्था. हिंसाचाराची अंदाधुंदी – भयंकर परिस्थिती. ते अत्यंत उत्तम दिवसही होते आणि अत्यंत वाईटही.

सगळीकडे खूप उत्सवाचं, उत्साहाचं वातावरण होतं, कारण तो क्षण येऊन पोचला होता. मध्यरात्री बारा वाजता युनियन जॅक अखेर खाली उतरवला गेला आणि नवा तिरंगा अभिमानानं त्याच्या जागी फडकत होता.

फक्त सहा आठवड्यांमध्ये ब्रिटिश सरकारनं त्यांच्या वसाहतीपैकी असलेल्या हिंदुस्थानच्या नकाशावर एक रेघ ओढून त्याचे दोन वेगवेगळे देश करून टाकले

होते. १९१२मध्ये ब्रिटिशांनी त्यांची राजधानी कलकत्त्याहून जिथे हलवली होती, त्या ब्यूटेनच्या दिल्लीत बसून ओढलेली ही रेघ आंधळ्यासारखी, साप जावा तशी खेड्यांतून, गावांतून, रस्त्यांवरून, घरांमधून गेली आणि एका राष्ट्राचं आयुष्य, एका राष्ट्राचा आत्मा, चिरत फाडत गेली. भावाच्या एकदम लक्षात आलं की, तो त्याच्या भावापसून वेगळा केला गेला होता, प्रेमी त्याच्या प्रियेपासून, कोरडी पडलेली शेतं पाण्यापासून.

जे काही घडलं त्याबद्दल नंतर विचार करताना लालजीला असं वाटलं की, सर्वांत मोठी शोकान्तिका म्हणजे – माणसं आणि त्यांचे भरणपोषणाचे उद्योग नष्ट होणं – यापेक्षाही एका प्राचीन, अनुभवसमृद्ध, समंजस भूमीतील शांत आणि सहिष्णु लोकांमधली माणुसकी नष्ट होणं, ही होती!

* * *

तुलनेनं त्यातल्या त्यात मुंबई शांत राहिली होती, पण देशभरातून बातम्यांचा पूर येत राहिला. खूप अफवा उठत होत्या आणि फाळणीचा परिणाम झालेल्या प्रदेशातल्या त्याच्या मित्रांबद्दल लालजीला चिंता वाटू लागली.

शांतिप्रसाद भुरामलच्या मुलांनी त्यांच्या वडिलांचे लालजीशी असलेले जवळचे संबंध टिकवून ठेवले होते. बऱ्याच वर्षांपूर्वी ही मुलं त्यांच्या कुटुंबाचा उत्तम चाललेला कापडाचा व्यापार सांभाळण्यासाठी कलकत्त्याहून ढाक्याला राहायला गेली होती. दोघंही भाऊ सहकुटुंब परत कलकत्त्याला सुखरूप पोचल्याचं समजल्यावर समीरची चिंता दूर झाली.

कराचीहून लालजीचा जवळचा मित्र असूमल अडवानी याच्या कुटुंबाकडून काहीच कळलं नव्हतं. त्यांची पन्नास वर्षं जुनी मैत्री होती. आठ वर्षांपूर्वी ते भेटले होते, जेव्हा लालजी असूमलच्या नातवाच्या लग्नासाठी कराचीला गेला होता. असूमलची लालजीला भेटण्याची अतिशय इच्छा होती, कारण दोघांचंही आता वय झालं होतं, आणि ते दोघं भेटण्याची कदाचित ही शेवटची संधी होती, हे दोघंही जाणून होते.

सिंधला पोचल्यानंतरच लालजीच्या लक्षात आलं की, असूमल खूपच आजारी होता आणि त्याचे फार दिवस उरले नव्हते. लालजीला बरं वाटलं की, तो लग्नाला गेला. लग्नाचा समारंभ खूप थाटात पार पडला आणि सुदैवानं असूमलची प्रकृती ठीक राहिली. परंतु पुढे थोड्याच दिवसांमध्ये त्याची प्रकृती एकदम बिघडली आणि असूमलचं निधन झालं.

अंतिम क्रिया झाली. असूमलच्या मुलांना लालजीनं लहानाचं मोठं होताना पाहिलं होतं. ती मुलं लालजीचाचाला मिठी मारून रडली होती. त्यांच्या वडिलांची

आणि लालजींची किती मैत्री होती आणि त्यांचा लालजीवर किती विश्वास होता, हे त्यांना ठाऊक होतं. असूमलला भाऊ नव्हते. तो आपल्या मुलांना सांगायचा, ''लालजी हाच माझा भाऊ आहे. तुम्हाला कधी कोणाकडे मदत मागण्याची जरूर पडली, तर त्याच्याकडे जा. तो केव्हाही तुम्हाला मदत करेलच.''

आता सांगवत-ऐकवत नव्हत्या अशा हिंसा देशभर घडत असल्याच्या बातम्या रोज येत असल्याने मुंबईत असलेल्या लालजीला असूमलच्या मुलांची खूप काळजी वाटत होती. कोठे असतील ती? सुरक्षित असतील? त्यानं अर्जंट तारा पाठवल्या होत्या, त्यांची उत्तरं का आली नव्हती? त्याला एवढं माहीत होतं की, असूमलचे मुलगे कराचीतल्या त्यांच्या घरी होते, एका मुलीचं लग्न मुलतानच्या एका श्रीमंत जमीनदाराशी झालं होतं आणि दुसरीचं सिंध हैदराबादमधल्या एका वकिलाशी.

जेव्हा राजकीय अस्थिरता देशभर पसरू लागली, तेव्हाच लालजीनं सर्वांत थोरल्या मुलाला किशिनचंदला लिहिलं होतं, की सर्व कुटुंबाला घेऊन, परिस्थिती हाताबाहेर जाण्यापूर्वी त्यांनी मुंबईला यावं. पण किशिननं आश्वासन देत उत्तर लिहिलं होतं की, ताबडतोब तरी काळजीचं काही कारण नव्हतं.

परिस्थिती चिघळत गेली आणि घटनांवर कोणाचाच काही काबू राहिला नाही, तेव्हा लालजीनं घाबरून लाहोरमध्ये रहीमखानशी संपर्क साधला होता. त्याचे संपूर्ण उत्तर-पश्चिम प्रदेशात जबरदस्त संबंध होते. लालजीनं त्याला कळवलं की, असूमल आणि कुटुंबीयांना तिथून बाहेर पडायला शक्य ती सर्व मदत करावी आणि मुंबईला येणाऱ्या पहिल्या बोटीवर त्यांना बसवून द्यावं.

लालजीला जेव्हा समजलं की, मुंबईला येणार असलेल्या, एका खूप भरलेल्या बोटीत त्यांनी कशीबशी जागा मिळवली होती, तेव्हा त्याला खूप बरं वाटलं होतं, पण ते कोठे आणि केव्हा पोचतील, हे कळण्याचा काही मार्ग नसल्यामुळे, चुकामूक होऊ नये म्हणून समीर रोज बंदरावर जाऊन यायचा.

शेवटी एकदाचे ते पोचले, ठेचाळलेले, चेंगरून गेलेले आणि मनांवर प्रचंड आघात झालेले – असूमलचा सर्वांत धाकटा मुलगा रामचंद, कुटुंबातल्या मुलांना आणि बायकांना घेऊन आला. रामचंदची बायको दंग्यांमध्ये मारली गेली होती. ज्या नातवाच्या लग्नाला लालजी गेला होता, तो सापडलाच नव्हता! पण ती वेळ प्रश्न विचारण्याची नव्हतीच – जखमा अजून फार ताज्या होत्या. सगळं विचारून घ्यायला नंतर बराच वेळ होता.

लालजीच्या एवढ्या मोठ्या घरात माणसांची इतकी गर्दी यापूर्वी कधीच झाली नव्हती. ते तसं भरून जाताना बघून त्याला वाटलं, जणू ती प्रचंड हवेली बांधलेली असण्याचा खरा हेतू अखेर सापडला होता!

***

त्याच महिन्यात लालजीला काही महत्त्वाच्या कामासाठी दिल्लीला जावं लागलं. ते शहर जातीय दंग्यांमध्ये अजून झोकांड्या खातच होतं. घरच्या सगळ्यांचा विरोध असूनही तो गेला. त्याच्या जुन्या मित्रानं – लाला ब्रिजनारायणनं कबूल केलं होतं की, कशाचाच भरवसा नसलेल्या त्या दिवसांमधल्या परिस्थितीत, लालजीची मीटिंग जिथे होती, त्या हॉटेलमध्येच त्यानं राहणं शहाणपणाचं होतं; नाहीतर एरवी लालजी दिल्लीला गेला की, नेहमी ब्रिजनारायणच्या हवेलीतच राहत असे.

काम आटपल्याबरोबर लालजीची इच्छा शक्य तितक्या लवकर मुंबईला परत जाण्याची होती. तो उजाडायच्या आधीच हॉटेलवरून निघाला. हॉटेलच्या बाहेर एकच टॅक्सी उभी होती. "एअरपोर्ट," लालजीनं टॅक्सीत बसता बसता ड्रायव्हरला सांगितलं. त्याला तिथं लवकर पोचायचं होतं, कारण प्लेनची उड्डाणं फार थोडी होती आणि सुटण्याच्या वेळा नक्की नव्हत्या. "जल्दी भाईसाहेब, एकदम जल्दी!" त्यानं सूचना दिली.

रिकाम्या रस्त्यांवरून टॅक्सी वेगानं निघाली. रिकाम्या रस्त्यांवरही घबराट जाणवत होती. हिंसेनं फाटून गेलेलं शहर होतं ते. आरामशीर सुखवस्तू बंगल्यांच्या आणि हॉटेल्सच्या वस्तीतून ते जास्त वस्ती असलेल्या भागात आले तेव्हा लोक सकाळी इतक्या लवकरसुद्धा सावल्यांसारखं गुपचुप इकडून तिकडे जात होते. असं वाटत होतं की, इथे कोणालाच रात्री स्वस्थ झोप लागलेली नव्हती. झालेल्या लूटमार आणि आगी लावण्याच्या प्रकारांनी असंख्य ठिकाणी लागलेल्या आगी आणि काळ्या धुराचे लोट दिसत होते. आक्रोशाचे आणि निराशेनं ओरडण्याचे आवाज आसमंतात भरले होते.

विसकळीत झालेल्या शहरातून टॅक्सी चालली होती. एकाएकी ड्रायव्हर अनोळखी बोळात वळला. काळजी वाटून लालजीनं विचारलं, "कुठे चाललाय तुम्ही?" नेहमीच्या सवयीच्या रस्त्यांशिवाय या शहराची त्याला फार माहिती नव्हती.

"या बाजूनं लवकर जाता येईल आणि सोपं पडेल," ड्रायव्हर म्हणाला. इतक्या वेळात प्रथमच लालजीनं ड्रायव्हरच्या चेहऱ्याकडे रिअरव्ह्यू आरशात बघितलं. दोन काळे डोळे त्याचा अदमास घेताना त्याला दिसले आणि त्याला चांगलंच अस्वस्थ वाटलं. पण ड्रायव्हर म्हणाला होता तसा हा नवा रस्ता ते आले होते त्या रस्त्यांपेक्षा कमी भीती वाटेल असा भासला, गर्दी कमी झाली होती.

"आपण कुठे जाणार आहात?" ड्रायव्हरनं विचारलं.

"मुंबईला. माझं घर आहे तिथं." लालजीला तो माणूस एकदम तणावाखाली आल्याचं जाणवलं आणि त्याचे स्टिअरिंगवरचे हात आवळले गेलेले दिसले.

"माझं घर असायचं ल्यालपूरमध्ये," भयंकर थंड आवाजात तो म्हणाला. क्षणभर अतिशय अस्वस्थ स्तब्धता. "भडव्यांनी जाळून बेचिराख केलं. द्वेषानं डोकं

फिरलेल्या त्या जमावानं माझ्या घरच्या सगळ्यांना मारून टाकलं – अगदी माझ्या लहानग्यालासुद्धा – फक्त दोन वर्षांचा होता तो – कोणाचं काही बिघडवलं नव्हतं त्यानं!'' त्याचा आवाज उमटेना, तो गप्प झाला.

लालजी काही बोलला नाही. अशा दुःखाला कोणत्या शब्दात उत्तर द्यायचं? ड्रायव्हर थोडासा वळला आणि लालजीला प्रथमच त्याचा चेहरा दिसला. तो एकदम दचकला, पोटात भीतीनं गोळा उठला. ड्रायव्हरच्या कपाळावर एक मोठा थोरला लालभडक टिळा होता. लालजी त्याच्या सीटवर मागे सरकून बसला आणि पुढे काय होईल, याची काळजी करू लागला. एअरपोर्टला पोचायची त्याला इतकी घाई होती की ड्रायव्हर होण आहे, ते टॅक्सीत बसण्याआधी नीट निरखून बघायचं त्याला सुचलंच नव्हतं. आता त्याबद्दल काहीही करता येण्यासारखं नव्हतं.

अशांत गल्ल्यांमधून टॅक्सी जात राहिली. पुढच्या चौकात अनपेक्षितपणे ड्रायव्हर एकदम डावीकडे वळला, आणि तिथे – एका हिंस्र झालेल्या, संतप्त जमावानं त्यांच्या गाडीला चारी बाजूंनी घेरलं. तो जमाव त्यांच्या थेट समोर, कोठून आला हेही समजलं नाही. लालजीला भगवे झेंडे, उगारलेले त्रिशूळ, खुन्नस चढलेले चेहरे दिसले. ड्रायव्हरच्या नजरेकडे त्यानं आरशात बघितलं, पण त्यातला भाव त्याला कळला नाही. लालजी काहीही करू शकत नव्हता. त्यानं दैवावर हवाला ठेवला, आणि जो प्रसंग येईल त्याला तोंड देण्याची मनोमन तयारी केली.

ड्रायव्हरनं मधून गाडी काढण्याचा प्रयत्न केला, पण ते लोक गाडीच्या बॉनेटवर मुठी मारू लागले आणि त्यांनी गाडी बंद करायला लावली. ते आत डोकावले आणि ड्रायव्हरच्या कपाळावरचा मोठा थोरला टिळा पाहून जरा शांत झाले.

''कोणाला बसवलंय गाडीत?'' त्यांनी विचारलं.

अगदी अर्धा-पाव क्षण लालजीला ड्रायव्हर अडखळल्यासारखा वाटला, मग त्या विचारणाऱ्याच्या नजरेला थेट नजर भिडवत तो म्हणाला, ''मी एखाद्या मुसलमानाला गाडीत बसवेन असा दिसतोय? ल्यालपूरमध्ये माझ्या घरच्या सगळ्यांना त्या भडव्यांनी खलास करून टाकलं!'' त्याचा आवाज अतीव संताप आणि दुःखानं क्रुद्ध झाला होता.

तो माणूस जरा घुटमळला. ''बरं, जा,'' अनिच्छेनं बाजूला होत तो म्हणाला. पण पाठीमागून एक संतापलेला आवाज ओरडला, ''घाई नको करू! बाहेर काढ त्यांना! आपण स्वतः बघू या. पँटा खाली ओढा म्हणजे खातरी होईल आपली!''

तेवढ्यात दुसरा एक माणूस, ज्याचा वचक बसेल असा एक सरदारजी गर्दीतून वाट काढत पुढे आला अन् ओरडला, ''ल्यालपूर? तू ल्यालपूर म्हणालास? मी पण ल्यालपूरचा आहे.'' तो गाडीच्या जवळ आला आणि त्यानं ड्रायव्हरकडे बघितलं. ओळख पटून त्याचे डोळे विस्फारले. ''गुरू दी मेहेर! सुखराम? तूच आहेस खरंच?''

सुखरामनं गाडीतून बाहेर उडी मारली न् दोघे एकमेकांना प्रेमानं भेटले. ते थोडं आपसात बोलले आणि मग ड्रायव्हर परत गाडीत बसला. सरदारजीनं दार बंद केलं. "सत्श्री अकाल पाजी. शांतपणे जा."

तो मजबूत, मोठाड सरदारजी जमावाकडे वळून म्हणाला, "सुखराम माझ्या गावचा आहे. लहानपणापासून ओळखतोय मी त्याला. मादरचोदांनी घर जाळून टाकलं त्याचं, मी माझ्या डोळ्यांनी बघितलंय, त्याची सगळी माणसं गेली, घरदार गेलं. जाऊ द्या त्यांना."

नाइलाजानं जमाव बाजूला झाला, दुसरं सावज शोधायला गेला. टॅक्सी वाट काढत चटकन पुढे गेली, पुढे जाऊन टॅक्सीचा वेगही वाढवला.

आणखी काही प्रसंग न येता मग ते पुढे गेले, एअरपोर्टवर पोचेपर्यंत दोघंही एक शब्दही बोलले नाहीत.

गाडी ब्रेक दाबत थांबली, ड्रायव्हरनं दार उघडलं. "चला लवकर चाचा," सुखराम म्हणाला, "विमान चुकलं नाही पाहिजे तुमचं, सगळी विमानं भरलेलीच असणार. इथल्या वेड्याच्या बाजारातून सगळे जण निघून जाऊ बघतायत."

लालजीचं आता वय झालं होतं. तो हळू बाहेर निघाला, मग सरळ उभं होत ड्रायव्हरकडे बघत उभा राहिला. क्षणभर तो घुटमळला. ते उभे होते, तिथे अंधार होता आणि आसपास माणसं थोडी होती. दिवस असे होते की, काहीही होऊ शकलं असतं. काही न बोलणंच बरं होतं. पटदिशी जाता येत होतं तोवर निघून जावं हे चांगलं.

पण असं काहीतरी होतं, जे लालजीला अशा तऱ्हेनं जाऊ देत नव्हतं. कारण काही न बोलता मुकाट्यानं निघून जाणं त्याच्या स्वभावातच नव्हतं. त्यानं टॅक्सी ड्रायव्हरकडे सरळ बघत स्वस्थ, शांत आवाजात म्हटलं, "तुला ठाऊक आहे? मी मुसलमान आहे."

पापणीही लवू न देता सुखरामनं टक लावून त्याच्याकडे बघितलं. उन्हाळ्याच्या झळा लागणाऱ्या त्या हवेत घामानं त्याचा चेहरा डवरला होता, त्यामुळे टिळा फिसकटला होता. त्याचे लाल ओघळ त्याच्या कपाळावर येऊन त्याचा चेहरा भयंकर दिसत होता. एक दीर्घ क्षण त्यानं लालजीकडे बघितलं, मग हळू आवाजात म्हणाला, "मला माहीत आहे."

आता लालजी दचकला "पण कसं?" त्यानं विचारलं.

"तो जमाव आपल्या भोवती गोळा झाल्यावर आरशात मी तुमचे डोळे बघितले, त्या डोळ्यांवरून. त्यांमध्ये भीती होती आणि आता जे होईल ते पाहावं, असं कुतूहलही, जणू तो प्रसंग तुम्ही बघत होता, पुढे काय होतंय ते बघायला, मी काय करतो ते बघायला, मी परीक्षेत कसा उतरतो, हे बघायला."

"मग तू का...?"

“कोणास ठाऊक आपण जे करतो ते का करतो?” सुखराम त्याला मध्येच थांबवत म्हणाला, त्याची नजर दूर कुठेतरी लागली होती. “आपली डोकी कधीकधी फिरतात आणि आपण भयंकर गोष्टी करतो. आणि कधीकधी आपलं नशीब चांगलं असलं, तर आयुष्य आपल्याला प्रयश्चित्त घ्यायला, सुधारायला, दुसरी संधी मिळते.” मग लालजीची बॅग उचलत तो हळू आवाजात म्हणाला, “द्वेषाचं आणि हिंसेचं हे चक्र थांबलंच पाहिजे.”

लालजी गप्प होता. स्वत:चा जीव मोठ्या धोक्यात घालून ज्यानं आत्ताच तुमचे प्राण वाचवले आहेत, त्याला काय म्हणायचं? कारण लालजी सापडला असता, तर त्या जमावानं दोघांनाही मारून टाकलं असतं. त्यानं कृतज्ञ डोळ्यांनी त्या तरुण माणसाकडे बघितलं, मग त्यानं पैशांचे पाकीट काढलं आणि ते सुखरामच्या हातांमध्ये सरकवलं. “माझ्याकडे आत्ता एवढेच आहेत, पण अशा या दिवसांमध्ये नव्यानं आयुष्य सुरू करायला कदाचित तुला मदत होईल.”

सुखरामनं मानेनं नाही म्हणत पाकीट परत दिलं. “तो माझा धर्मच होता,” तो म्हणाला.

लालजीला समजल्यासारखी त्यानं मान हलवली. अशा गोष्टींमुळेच ही भूमी इतकी विशेष होती. तिच्यामध्ये अनंत शक्ती आणि स्फूर्ती होती, जिच्यामुळे अशा जखमा बऱ्या होऊन पुन्हा शहाणपणा आणि समतोलपणा येतो, पुन्हा पुन्हा येत राहतो.

ती दोन माणसं मग दूर झाली, त्यांना माहीत होतं, की ते पुन्हा कधी भेटणार नाहीत. पण त्यानं काही फरक पडत नव्हता. आयुष्यात काही क्षण असे येतात की, दोन माणसं एकमेकांना एका वेगळ्याच पातळीवर भेटतात आणि इतर सर्व क्षण विरून गेल्यावर दीर्घ काळ ते क्षण राहतात.

४५

अलीकडे लालजीला हिंडणं-फिरणं जरा जड जायला लागलं होतं. म्हातारे झालेले सांधे दुखायचे आणि बागेत जास्त वेळ चालत राहिला, तर त्याला धाप लागायची. बरेच तास तो छान सावली असलेल्या व्हरांड्यात बसून अरबी समुद्राच्या पाण्याकडे बघत राहायचा. या व्हरांड्यात गेली कितीतरी वर्षं बरेचदा तो सूर्यास्त बघत बसायचा, तेव्हा दिसणारे रंग त्याला नेहमीच थक्क करायचे, त्याच्या मनाला शांत करायचे.

लालजी त्याच्या आयुष्यावर विचार करत राहायचा. चांगलं गेलं होतं त्याचं आयुष्य? त्याहून महत्त्वाचं म्हणजे तो चांगला माणूस म्हणून जगला होता? आयुष्यात अनेकदा ओलांडलेल्या मर्यादांचा, अंधकारमय अशा क्षणांचा, अक्षम्य अशा आलेल्या विचारांचा, केलेल्या कृत्यांचा, शब्दांचा तो विचार करायचा. खरोखर इतक्या सगळ्या होत्या त्याच्या चुका? त्या सगळ्या त्यानं बाजूला ढकलून कशा टाकल्या होत्या? त्याच्या जाणिवांच्या अगदी आतल्या कोपऱ्यात ढकलून दिल्या होत्या? त्याला खरंच असं वाटलं होतं का, की त्याच्या अत्यंत उदार वागण्यानं, दान-देणग्या देण्यानं, चांगली कामं करण्यानं त्या नाहीशा होतील, बाजूला ढकलल्या जातील, समाजात मिळालेल्या मान-मरातबांनी त्या पुसल्या जातील? तसं होण्याची शक्यता फार कमी होती. त्या कोपऱ्यात थांबल्या होत्या, त्यांची वेळ येण्याची वाट बघत होत्या. त्या या दिवसाची वाट बघत होत्या, कारण हा कबुली देण्याच्या दिवसासारखाच दुसराही तसाच दिवस नव्हता?

पण तो यावर जसजसा विचार करत राहिला, तसतसा काही अंधार दूर होतोय असं त्याला वाटू लागलं. खूप लांबून लालजीला प्रकाशाचे अंधूक किरण वाट काढत आत येताना दिसले, त्यांनाही हिशेबात घ्यावं म्हणून. त्याला असं वाटायला हवं होतं की, त्याच्यासाठी आशा होती! त्यानं आयुष्य इतकं काही वाईट नव्हतं घालवलं! तसं एकूण बघितलं तर चांगला वागला होता तो. आता फारच चांगला

नसेल कदाचित, पण अगदीच काही वाईटही नव्हता. तशी बरोबरची झाली म्हणायची! अंतिम प्रवासासाठी तेवढं पुरेसं होतं? त्याला स्वतःचंच हसू आलं. नेहमी स्पर्धा करणारा, नेहमी त्याला पुढे कसं जाता येईल, याचा विचार करणारा! तो कधी बदलणारच नव्हता!

तो पुन्हा हसला. निदान त्यानं त्याची विनोदबुद्धी शाबूत ठेवली होती! या एका गोष्टीबद्दल त्याला कृतज्ञ वाटत होतं – स्वतःकडे दुरून त्रयस्थपणे बघता येणं, स्वतःवर हसता येणं त्याला करता येत होतं. त्यामुळे त्याच्या आयुष्यात एक तऱ्हेचा समतोल राहिला होता. म्हणजे असं की, अपयशानं तो फार खचून जात नसे किंवा यश त्याच्या फार डोक्यात जात नसे.

लालजीला मृत्यूची भीती वाटत नसे. त्याच्या वाट्याला नक्कीच पुरेसं चांगलं आयुष्य आलं होतं, पण त्याला वाटायचं की, हेसुद्धा कसं विचित्र विधिलिखित म्हणायचं की, जगाला जे अत्यंत यशस्वी आणि भरपूर संतोषकारक वाटेल, त्या आयुष्यात, ज्या दोन गोष्टींची त्याला खूप आस होती, त्या मिळणं त्याच्या नशिबात नव्हतं – जिच्यावर प्रेम होतं, जिची आस होती, ती स्त्री; आणि ज्याचा जन्मदाता तो होता, असा मुलगा!

दिवस जात राहिले तसा लालजी त्याला जितकं हिंडतं-फिरतं राहता येईल तितकं राहत होता, रोजच्या आयुष्याचं व्यवस्थित वेळापत्रक पाळत होता. सकाळी लवकर उठून तो बागेत हिंडत असे, मग सकाळच्या उन्हात बसत असे. फुलं, हिरवाई बघून त्याला छान वाटत असे. पक्ष्यांचा किलबिलाट ऐकता ऐकता मुलं बाहेर येण्याची वाट पाहत असे – खास करून त्याची छोटी नात शाहिना, जिचं न् त्याचं विशेष जमायचं. त्यांची एक खास मैत्री होती.

शाहिना जवळजवळ पाच वर्षांची होती. अनाथ झालेल्या त्याला बैलगाडीत बसवून अनोळख्या जागी, एका नव्याच जगात, सिद्धपूरहून खूप लांब पाठवून देण्यात आलं होतं, तेव्हा तो होता त्याहून एक वर्षानंच लहान.

जुन्या दिवसांची आठवण झाली की, लालजीला आठवणी यायच्या त्या सुगंधांच्या. असं म्हणतात की, सुवासांची, वासांची आठवण आपल्याला सगळ्यात जास्त दिवस राहते. वाळवंटातल्या रात्री येणारा कोरड्या खारट वाऱ्याचा वास, जळणाऱ्या चितांचा झोंबरा वास, तोंडाला पाणी सुटेल असा चंदू हलवायाच्या बर्फीचा वास, रेशमाच्या नुकत्याच धुतलेल्या केसांचा धुंद करणारा सुवास, मुंबईत पहिला पाऊस पडल्यावर ओल्या मातीचा येणारा मादक सुगंध, त्याच्या पहिल्या बाळाला त्यानं उचलून घेतल्यावर आलेला उबदार, गोड वास; कमलाबाईचं भुरळ पाडणारं अत्तर, सकीनाच्या दुखण्यात तिच्या खोलीत भरून राहणारा जंतुनाशकाचा नकोसा वाटणारा चमत्कारिक गोडसर वास, तिच्या अंतिम प्रवासाच्या,

मोगऱ्याच्या फुलांनी संपूर्ण झाकलेल्या जनाजाचा हेलावून टाकणारा वास... ते सुगंध त्यांच्या आठवणींपासून, मनात खोलवर रुतलेल्या त्या क्षणांपासून वेगळे करणं अशक्य होतं.

"बापाजी! बापाजी!" शाहिनानं हाका मारून त्याची तंद्री मोडली. मग धावत येऊन तिनं तिचे छोटे हात त्याच्या गळ्याभोवती टाकले आणि त्याच्या खरखरीत गालाची पापी घेतली. लालजीच्या दिवसातला हा सर्वांत छान क्षण होता, ज्याची तो वाट बघत असायचा. इतर कुठल्याही गोष्टीपेक्षा त्या क्षणानं त्याला सर्वांत जास्त आनंद व्हायचा. मग त्याची थकलेली गात्रं बागेतल्या बाकावरून तो त्याची टेंबुरणीच्या (एबनी) काळ्या लाकडाची चालायची काठी हातात घ्यायचा आणि तिचा विश्वासानं हातात दिलेला हात दुसऱ्या हातानं धरून तिच्या बरोबर बागेत हिंडायचा. तिला तो वेगवेगळ्या किड्यांचे आवाज, पावसाळ्यातल्या बेडकांचं डराव्-डराव् करणं किंवा कोकिळेचा मधुर स्वर ऐकवायचा.

तो तिला जुन्या काळच्या गोष्टी सांगायचा. कच्छमधल्या त्याच्या बालपणीच्या, लहानपणीच्या खेळातली त्याची सवंगडी रेश्माच्या, मग तो पायी चालत 'सोन्याचं शहर' म्हटलं जाणाऱ्या केवढ्यातरी मोठ्या मुंबईला कसा आला होता आणि नंतर तो कसा मुळीच माहीत नसलेल्या आफ्रिकेला आणि जगातल्या इतर देशांमध्ये कसा गेला होता, अशा सगळ्या गोष्टी सांगायचा – या मोठ्या हवेलीत कोण कोण येऊन गेले, काय काय लक्षात राहण्यासारखं घडलं होतं, सगळ्या गोष्टी.

छोटी शाहिना नवलानं ऐकत राहायची, त्याच्या आवाजातले चढउतार आणि तो सांगायचा तेव्हा दूर कुठेतरी लागलेली त्याची नजर तिला आवडायची; कारण तिला माहीतच नसलेल्या जगात तो तिला घेऊन जायचा, त्याच्या शब्दांच्या जादूनं ते जग तिच्यासाठी जिवंत व्हायचं.

रोज सकाळी लालजी त्याच्या डबल ब्रेस्टेड सूटमध्ये व्यवस्थित तयार होऊन 'लालजी लखा हाउस'मधल्या त्याच्या ऑफिसमध्ये जायचा. त्याची जुनी रोल्स रॉइस गाडी अजूनही उत्तम स्थितीत ठेवली होती. त्याचा मुलगा यात लक्ष घालून बघत असे की, त्याचं जुनं ऑफिस तसंच्या तसं ठेवलेलं होतं, तिथलं मोठं महोगनीचं टेबल चकचकीत पॉलिश केलेलं असे आणि सर्व काही जसं गेली पन्नास वर्षं असायचं तसंच ठेवलेलं असे.

लालजी त्याच्या डेस्कशी बसून नेहमीची वर्तमानपत्रं वाचायचा – गुजराथी 'मुंबई समाचार' आणि इंग्रजी 'टाइम्स ऑफ इंडिया.' मग तो जमाखर्चाच्या वह्या बघायला मागायचा, शाईनं प्रश्न किंवा शेरे त्याच्या सोन्याच्या पार्कर पेनने लिहायचा, ब्लॉटरनं, फिस्कटू नये म्हणून शाई काळजीपूर्वक टिपून घ्यायचा. बरोबर एक वाजता तो घरी जायला निघायचा, हलकंसं जेवण घेऊन थोडा वेळ झोपायचा. चार

वाजता तो तयार होऊन क्लबला जायचा, ब्रिजची एक-दोन रबर्स खेळायचा, कधीतरी मित्रांबरोबर एखादं ड्रिंक घ्यायचा आणि जेवणासाठी घरी जायला निघायचा.

रविवारी सगळं कुटुंब – मुलं, नातवंडं, पतवंडं सगळी दुपारच्या जेवणासाठी घरी यायची, आणि ती जुनी हवेली हशा, गप्पांनी जिवंत व्हायची – पूर्वीसारखी, आणि लालजीला छान, तृप्त वाटायचं.

कधीकधी रविवारी संध्याकाळी तो कमलाबाईला भेटायला जायचा. तिच्या रुपेरी, पण भरदार आणि सुगंधी केसांनी अजूनही आकर्षक दिसायची ती. तिच्या गच्चीवर ते पूर्वी बसायचे तसे बसायचे. ग्रामोफोनवर 'हवामें उडता जाए, मेरा लाल दुपट्टा मलमलका, ओ मेरा लाल दुपट्टा मलमलका हो जी, हो जी' किंवा दुसरं कुठलंतरी चित्रपटातलं लोकप्रिय गाणं वाजत असायचं. मधून मधून सितारा आणि तिचा कृष्णवर्णीय देखणा दाक्षिणात्य नवरा – तिच्या नानांसारखा – यायचे, त्यांच्या तीन सुंदर मुलांपैकी एखाद्याला घेऊन. मुलांचा वर्ण वडिलांसारखा होता आणि डोळे आईसारखे घारे.

आणि असे दिवस जात होते...

***

मग ११ नोव्हेंबर, १९४८ची झळझळीत सकाळ उगवली. कुटुंबातली एकूण एक सगळे जण लालजीचा वाढदिवस साजरा करायला जमले. लालजीनं केकवरच्या सगळ्याच्या सगळ्या ८८ मेणबत्त्या विझवल्या, आणि जेव्हा छोट्या शाहिनानं विचारलं की, त्यांनी त्या विझवताना मनात काय इच्छा धरली, तेव्हा खट्याळ स्मित करत तो तिच्या कानात कुजबुजला, ''संध्याकाळी आपण फिरायला जाऊ ना, तेव्हा सांगेन हं, म्हणजे दुसऱ्या कोणाला ऐकू नाही जाणार!''

बापाजी आज तिला एकटीला एक नवं गुपित सांगणार म्हणून शाहिना इतकी उत्तेजित झाली होती, की दुपारी धड झोपलीही नाही. संध्याकाळी गटागट दूध पिऊन टाकून ती बाहेर पळाली. ते नेहमीसारखे बाकावर तिची वाट बघत बसलेले तिला दिसले, डोकं मागे कललेलं, डोळे मिटलेले होते. त्यांना झोप लागली होती, पण इतकी गाढ की, तिनं त्यांना हलवून हलवून 'बापाजी! बापाजी!' म्हणून कितीदातरी हाका मारल्या, तरी ते जागेच होईनात!

घरच्यांना ते असे दिसले, शांत बसलेले, सस्मित चेहऱ्याचे. त्यांच्या हातात त्यांच्या आवडत्या शेर आणि गझलांची डायरी होती, ज्या त्यांनी पहिल्यांदा ऐकल्या होत्या कमलाबाईनं म्हटलेल्या. मिर्झा गालिबचा एक शेर त्यांच्या हातातल्या उघड्या पानावर होता, जो त्यांना खूप आवडत असे आणि ज्यामध्ये आता त्यांच्या आयुष्याचं अगदी योग्य चित्रण होतं –

शमा हर रंगमें जलती है सेहेर होने तक
(आयुष्याची ज्योत अनेक रंगांमध्ये जळत राहते, पहाट होईपर्यंत.)

***

लोक म्हणाले की, अशी अंतिम यात्रा त्यांनी कधी बघितली नव्हती. लालजीच्या निधनाची बातमी जशी पसरली, तसे लोक गोळा होऊ लागले. जवळ होते ते आले, खूप लांब होते ते आले. मोटारगाड्यांमधून, घोडागाड्यांमधून, बसनं, ट्रेननं, पायी पायी... कुटुंबीय, स्नेही, नातेवाईक, ओळखीचे आणि अनेक असेही ज्यांना तो ओळखत असे असं घरच्यांना माहीतसुद्धा नव्हतं. लोकांचे खूप लांबून विनंती करायला फोन आले की, ते येऊन पोचेपर्यंत दफनविधी थांबवावा, म्हणजे त्यांना जो खूप प्रिय आणि पूज्य होता, तो चेहरा एकदा शेवटचा बघून ते अखेरची आदरांजली वाहू शकतील.

देशाचे राज्यकर्ते आले, लालजीनं स्थापन करायला मदत केलेल्या अनेक संस्थांचे प्रमुख आले, धनाढ्य शेठ आणि उद्योगपती; आणि त्याच्या वेगवेगळ्या उद्योगधंद्यांमधले कामगार – ज्यांची भरभराट त्याच्या स्वभावामुळे आणि त्याच्या पैशांनी झाली होती – ते आले.

दुसरेही, जे त्याच्या आयुष्याचा भाग होते, ज्यांना तो मदत करत आला होता – नेहमीच फक्त पैशांची नाही, बरेचदा त्याचा वेळ देऊन, अगत्यानं त्यांची विचारपूस करून, सहानुभूती व्यक्त करून. समुद्रकिनाऱ्यावर किंवा कुठल्यातरी सार्वजनिक बागेत ज्यांच्याजवळ बसून सहानुभूतीनं त्यानं त्यांच्या दुःखांच्या कहाण्या ऐकल्या होत्या, आणि ज्यांचं त्यानं मोठ्या मनानं, लक्ष देऊन ऐकल्यामुळे सांत्वन झालं होतं.

खूप दाटीवाटीची वस्ती असलेल्या गल्लीबोळांमध्ये, जिथे तो एकदा राहिला होता, ते लोक आले, तो स्वत: त्यांच्याइतकाच गरीब असतानाही त्यानं त्यांना पैशांची मदत केली होती आणि त्या गरीब वस्त्यांमधले लोकही आले, जिथे तो येऊन गेला म्हणजे आनंदीआनंद असायचा, उदार हातांनी दिलेली मदत मिळालेली असायची, आणि चकित झालेले लोक एकमेकांना विचारत असायचे, "तांदूळ संपले होते घरातले, हे त्यांना कसं कळलं?", "त्यांना कोणी सांगितलं बाळ आजारी आहे?", "त्यांनी कसं ओळखलं किती घरभाडं थकलं होतं ते?", "कोण आहेत ते?"

कधीकधी गरीब लोक त्याच्याकडून खोटे, चढवून सांगितलेले आकडे सांगून जास्त पैसे उकळायचे, त्याचा त्याला कधी राग येत नसे, कारण अतिच जास्त असं कधी दिलंच कसं जाऊ शकतं? आणि त्यानं उदार मनानं केलेल्या मदतीबद्दल कोणी कृतज्ञता व्यक्त केली किंवा नाही केली, तरी त्याला काही फरक पडत नसे. कारण त्याला देण्यामध्येच आनंद मिळायचा, आणि तो कमी करणं किंवा काढून

घेणं, हे कोणालाच शक्य नव्हतं.

या सर्वांना त्यांच्या त्यांच्या परीनं त्याच्या जाण्याचं दुःख झालं. पण ते दुःख व्यक्त करायला आले होते त्यापेक्षा जास्त, उत्तम तऱ्हेनं जगलेल्या आयुष्याचं अभिनंदन करायला आले होते.

कुठल्याही मनुष्याचं आयुष्य पूर्णपणे समजत नाही किंवा त्याची कथा पूर्णपणे सांगता येत नाही – कारण माणसाच्या अगदी अंतर्मनातली गुपितं त्याच्याबरोबरच जातात. एखादा माणूस ज्या ज्या ठिकाणी जगला आणि जी माणसं त्याला ओळखत होती, जे उद्योगधंदे त्यानं चालवले, ज्या संस्था त्यानं उभ्या केल्या, जी स्मारकं त्यानं बांधली, ज्या मौल्यवान वस्तू त्यानं गोळा केल्या, त्या सगळ्यांमधून त्याचं आयुष्य कसं असेल याचं चित्र उभं करता येतं, पण सर्वांत महत्त्वाच्या असतात त्याच्या आठवणी, ज्या त्याच्या संपर्कात आलेल्यांच्या मनांमध्ये आणि हृदयांमध्ये तो ठेवून जातो.

❖

उपसंहार

फक्त लालजी लखाची हवेलीच जेवढ्या जागेवर उभी होती, तेवढ्या जागेत आता चार उंच उंच इमारती उभ्या आहेत. जुन्या दिवसांपैकी आता काहीच शिल्लक नाही – ती भव्य हवेली नाही, ती सुंदर बाग नाही, गर्द हिरव्या पानांच्या बदामाच्या झाडांची रांगही नाही, जी आवाराच्या संपूर्ण भिंतीभोवती होती.

ते सगळं गेलं आहे, तो जुना वड सोडून, ज्याच्या दाट छतासारख्या सावलीत मी माझ्या बापाजींची मांडीवर बसून ते सांगायचे त्या गोष्टी ऐकायची. विसर पडलेल्या झळाळत्या गतवैभवाच्या काळाची कहाणी सांगणारं दुसरं काहीच उरलेलं नाही; त्या वैभवशाली इतिहासात माणसांनी मिळवलेले विजय आणि सहन केलेले क्लेश, त्यांच्या कमकुवत बाजू आणि दोष, त्यांचा गर्व आणि ओघानंच नमतं घ्यायची वेळ येणं, अशा त्या माणसांचा पडलेला विसर आणि काळाच्या बखरीत विसर पडलेला त्या दिवसांचा वारसाही – काहीच नाही.

लालजींनी दिलेल्या देणग्यांवर चालणारी कामं टिकून राहून चालू आहेत. शहरात जिथे कुठे जाल. तिथं लालजींच्या पाऊलखुणा आहेत. त्यांनी स्थापन केलेल्या शाळा, कॉलेज आणि हॉस्पिटल किंवा त्यांनी शहराला देणगी म्हणून दिलेली पार्क, ह्यांच्यातच नाही, पण छोट्या छोट्या कामांमधेही – कुठे पाण्याची टाकी, कुठे वाचनालय, कुठे बँड स्टँड, दाटीवाटीच्या वस्तीत राहाणाऱ्यांसाठी आखाडा, त्यानं स्थापन केलेल्या फंडातून मिळणारी मोठी शिष्यवृत्ती, जी अजूनही कित्येक जणांची स्वप्नं पुरी करते आणि त्यांचं आयुष्य बदलून टाकते.

पूर्वी होतं तिथेच बॅलार्ड इस्टेटच्या रस्त्याच्या कॉर्नरवर 'लालजी लखा हाउस' अजून उभं आहे, त्यावर अजून तरी लालजींचंच नाव आहे, जोपर्यंत कधीतरी कोणीतरी कोणालाही न विचारता राजकीय दृष्ट्या जास्त फायद्याचं नाव त्याला देत नाही!

अलीकडेपर्यंत मुंबईला बरेच लोक बॉम्बे म्हणत असत, आता कायद्यानं सरकारनं नक्की केलेलं मुंबई हेच नाव जगभर वापरलं जातं. माझे बापाजी राहायचे

तेव्हापेक्षा आताचं मुंबई खूपच बदललं आहे. त्यांची तयांची स्वप्नं घेऊन उद्योगधंदे कारखाने काढणारे, राजकारणात भाग घेणारे नवे लोक आले आहेत, नव्या महत्वाकांक्षाही असणारे. नव्या कल्पनांचं नवं वारं वहात आहे – नवे विचार, नव्या आशा – जे होणं अटळच आहे.

बहुतेक सगळं बदललं आहे, तरी बरंच काही शिल्लकही आहे. येथील लोकांची थक्क करणारी चिकाटी. नावं आणि चेहेरे बदलले असतील, पण ह्या शहराची दुर्दम्य हिंमत, भरपूर कामात, उद्योग व्यग्र राहाण्याची चैतन्यपूर्ण वृत्ती, संकटकाळी दाखवलं जाणारं अपार धैर्य; अनेक जाती, धर्म असतानाही एक अद्वितीय, विलक्षण ऐक्याची भावना अजूनही हे शहर असं आहे, जिथं लोक घोळक्यांनी येतात, त्यांच्या आशा, त्यांची रिकामी ताटं आणि डोळ्यांमधे चांदण्याची स्वप्नं घेऊन.

जसं कुटुंबांचं होतं तसंच शहरांचंही. काहीही तसंच राहात नाही आणि काहीही हरपत नाही. सर्व काही घुसळलं जातं. आयुष्याच्या फिरत्या चक्रामधे आणि नवं होऊन परत येतं, नव्या रूपानं, नव्या काळासाठी. कारण मनुष्यजातीच्या परिस्थितीत बदल हा महत्वाचा भाग आहे, जितका जरूरीचा, तितकाच टाळता न येणारा.

सूर्य मावळायला चालला आहे. पश्चिमेच्या आकाशातला सुंदर तेजस्वी केशरी रंग पांढऱ्या इमारतींवरून परावर्तित होताना बघत मी उभी आहे, तेव्हा एक सडसडीत ताठ बांध्याचा, भावनाप्रधान दिसणारा मनुष्य माझ्याजवह येतो. त्यानं ऐकलं आहे, की येथे आता कठिण परिस्थितीत असणारं, पण एकेकाळी प्रतिष्ठित, प्रसिद्ध असलेलं कुटुंब राहात होतं, त्या कुटुंबातली मी आहे. तो मला एक आश्चर्य वाटण्यासारखा अनुभव सांगतो. त्याला वाटतं मी त्याबद्दल काही सांगू शकेन.

"कधी कधी," तो सांगू लागतो, "पौर्णिमेच्या मध्यरात्री सगळीकडे संपूर्ण शांतता असताना, मला कोणीतरी अतिशय सुंदर पियानो वाजवताना ऐकू येतं. नेहेमी तेच संगीत असतं, माझंही ते आवडतं संगीत आहे, आणि आश्चर्य म्हणजे पियानो वाजवणारी व्यक्ती नेहेमी, प्रत्येक वेळी, तीच चूक करते."

तो थांबतो, अस्वस्थपणे बोटं चाळवत सिगरेट पेटवतो. "मी सगळीकडे शोधलं ह्या पियानो वाजवणाऱ्या गूढ व्यक्तीसाठी, पण कोणीही सापडलं नाही. आणि येथे जवळपास पियानोही नाही!"

तो थांबतो आणि माझ्याकडे इतक्या भावनातिशयानं बघतो, की माझ्या पाठीच्या कण्यातून शिरशिरी जाते, पण त्याच्या सांगण्यात जे आकर्षण आहे, त्यात मी गुंतून जाते.

मग काही न बोलता अरबी समुद्राच्या पाण्याकडे बघत आम्ही एकमेकांजवळ उभे राहातो. माझी अत्यंत सुरेख आत्या झरीना हिच्याबद्दलचा हा विलक्षण अनुभव

इतर जुन्या गोष्टींसारखाच मी ऐकलेला आहे; पण मी काहीच बोलत नाही. तो तरुण मला जास्त विचारतही नाही. जणू माझ्या गप्प राहाण्यात त्याला त्याचं उत्तर मिळालं आहे.

सर्व कुटुंबांच्या अशा जुन्या कहाण्या असतात, ज्या सांगण्याचा आणि ऐकण्याचा त्यांना कधी कंटाळा येत नाही. कहाण्या ज्या पुन्हा पुन्हा सांगितल्या जातात, जया आपण पुन्हा पुन्हा ऐकू शकतो, कारण आयुष्यातल्या मूलभूत गोष्टी ज्या कधीच कालबाह्य होत नाहीत, त्यांच्याशी त्या जोडलेल्या असतात. जशा सुख आणि दुःख, यातना आणि आनंद, प्रतिष्ठा आणि धैर्य, मत्सर आणि विश्वासघात – आणि प्रेम! सदा, सदा, प्रेम. ह्या सर्व भावना ह्या सर्व गोष्टींमधे असतात, म्हणून आपण त्या आपल्या कहाण्या समजतो, आणि त्यांच्यामधे आपल्या आशा, आकांक्षा, अभिलाषा, चिंता ह्यांची उत्तरं शोधतो.

आपल्या कहाण्या आपल्याबरोबर मृत्यू पावत नाहीत. त्या एका पिढीकडून दुसऱ्या पिढीकडे जात असतात, आणि जेव्हा आपल्याला वाटतं, की त्यांचा विसर पडला आहे, तेव्हासुद्धा ह्या विश्वामधे कुठेतरी त्यांचे प्रतिसाद उठतात, दुसऱ्या कुठल्या काळात त्या पुन्हा जन्माला येतात, मग त्या कितीही दूरच्या, खूप खूप लांबच्या दूरच्या ठिकाणीही असू शकतात.

मुंबई, २०१० **शाहिना लालजी**

❖